समकालीन भारतीय समाज

धर्म, संस्कृती, अर्थकारण
विकासनीती आणि 'स्त्रीप्रश्नाची' जडणघडण

विद्युत भागवत

डायमंड पब्लिकेशन्स

समकालीन भारतीय समाज

विद्युत भागवत

Samkalin Bharatiya Samaj
Vidyut Bhagwat

प्रथम आवृत्ती : डिसेंबर, २०१६

ISBN : 978-81-8483-687-5

© डायमंड पब्लिकेशन्स

मुखपृष्ठ
शाम भालेकर

अक्षरजुळणी
डायमंड पब्लिकेशन्स, पुणे

प्रकाशक
डायमंड पब्लिकेशन्स
२६४/३ शनिवार पेठ, ३०२ अनुग्रह अपार्टमेंट
ओंकारेश्वर मंदिराजवळ, पुणे–४११ ०३०
☎ ०२०–२४४५२३८७, २४४६६६४२
info@diamondbookspune.com

ऑनलाईन पुस्तक खरेदीसाठी भेट द्या
www.diamondbookspune.com

प्रमुख वितरक
डायमंड बुक डेपो
६६१ नारायण पेठ, अप्पा बळवंत चौक
पुणे–४११ ०३० ☎ ०२०–२४४८०६७७

क्रांतीज्योती सावित्रीबाई फुले स्त्रीअभ्यास विभाग, सावित्रीबाई फुले पुणे विद्यापीठ आणि दलित स्त्रीवादी भूमीदृष्टी विकसित करू पाहणाऱ्या सहकारी मित्र-मैत्रिणी ह्या सर्वांना कृतज्ञतापूर्वक हा लेखसंग्रह अर्पण करत आहे.

ऋणनिर्देश

हा लेखसंग्रह पुस्तक रूपाने प्रसिद्ध करण्यास मान्यता देणाऱ्या डायमंड पब्लिकेशन्सचे श्री. दत्तात्रेय पाष्टे ह्यांचे मनापासून आभार.

अनेकविध मासिकांमधून आलेल्या ह्या लेखांचे संकलन करून संपादकीय संस्कार करण्याचे काम ऋचा तंबोरे ह्या माझ्या संशोधन साहाय्यकांनी केले. श्रीमती अनघा देऊळगांवकर ह्यांनी सर्व लेख साद्यंत वाचून त्याची गटवारी करण्यास साहाय्य केले. ह्या सर्वांचे आभार मानताना, या पुस्तकासाठी 'परिवर्तनाचा वाटसरू', 'मिळून साऱ्याजणी', 'राष्ट्रवादी', 'सत्यशोधक एल्गार (जागर)' व 'महाराष्ट्र टाइम्स' यांतील लेख छापण्याची परवागी दिल्याबद्दल सर्व संपादकांचे मला आभार मानावेसे वाटतात.

पुणे विद्यापीठाच्या सावित्रीबाई फुले स्त्रीअभ्यास विभागामध्ये प्राध्यापक म्हणून काम केल्यावर, निवृत्तीनंतर २००८ ते २०१५ या काळात माझ्याकडून पाठ्यपुस्तके लिहून घेण्यासाठी या विभागाने जे साहित्य मला पुरविले त्याचा या पुस्तकातील अभ्यासाला अत्यंत मोलाचा हातभार लागला. सावित्रीबाई फुले स्त्रीअभ्यास विभागातील शर्मिला रेगे, अनघा तांबे, स्वाती देहाडराय आणि इतर सहकाऱ्यांना धन्यवाद दिल्याशिवाय हा ऋणनिर्देश पूर्ण होऊ शकत नाही.

अनुक्रम

भाग १

महानगरे, विकासनीती आणि
बदलती अर्थव्यवस्था

या संकलनाच्या पहिल्या विभागात चार लेख येतात. मुंबई शहराच्या चरित्राचा आढावा घेणारे एक इंग्रजीमधून लिहिले गेलेले पुस्तक माझ्या हाती आले. या पुस्तकाने मला काही काळ घेरूनच टाकले. 'परिवर्तनाचा वाटसरू'च्या संपादकांनी उत्तेजन देऊन या पुस्तकाचा साद्यंत परिचय मी करावा असे सांगितले. त्यातून हे चार लेख सिद्ध झाले आहेत. भाषा विकासाची आणि कृती विनाशाची हे महानगरांमध्ये कसे घडते आणि राजकारणाच्या दृष्टीने मुंबई महानगरीकडे साधनात्मक पद्धतीने कसे पाहिले जाते, हे या लेखांतून वाचकांना समजेल. नरेश फर्नांडिस हे मराठी वाचकांच्या ओळखीचे नसलेले नाव. परंतु त्यांनी ज्या उत्कटतेने मुंबई शहराशी नाळेचे नाते जोडून शहराच्या चरित्राचा वेध घेतला आहे तो अत्यंत महत्त्वाचा वाटतो.

या विभागात वरील लेखांनंतर जागतिकीकरणाकडे पाहण्याची नवी चौकट निर्माण करणारा आणि स्त्रियांच्या चळवळीतून आलेल्या परिप्रेक्ष्यांचा आढावा घेणारा लेख येतो. समकालीन भारतामध्ये अतिशय ताण आणणाऱ्या अनिश्चितता निर्माण होत आहेत आणि भारतामधली स्त्रियांची चळवळ आपल्या भविष्यासंदर्भात चाचपडते आहे. याचे दर्शन घडविणारे मेरी जॉन यांच्या मूळ इंग्रजीतील लेखाचे हे मराठीकरण वाचकांना उद्बोधक वाटेल.

यानंतरचा लेख विकासासंदर्भात संस्कृतीचे महत्त्व सांगणारा आहे. येथेही अमर्त्य सेन यांच्या मूळ लेखावर आधारित हा स्वैर अनुवाद आहे. मानवी संस्कृती ही फक्त भूगोल, भूप्रदेशातून ठरत नाही हा मुद्दा या लेखात स्पष्टपणे येतो.

शेवटची लहानशी दोन पानांमध्ये लिहिलेली लघुकथा वाचकांना कशी भावते हे पाहण्याची उत्सुकता वाटते.

१ (अ) भरकटलेले मुंबई शहर

काही काही वेळा मला योगायोग किंवा नशीब असे शब्द वापरावेसे वाटतात. धर्मनिरपेक्षता मानणाऱ्या वैज्ञानिक मित्रमंडळींना असे शब्द म्हणजेसुद्धा 'अंधश्रद्धा' वाटते. झाले असे की, गेल्या वर्षा-दोन वर्षांत जेव्हा अनेक कारणांनी मी खचून जात होते; आपल्या महाराष्ट्राचे, मुंबईचे, पुण्याचे काय होणार आणि एकूणच आपण नेमके येणाऱ्या संकटांना आणि स्वत:चे वाढते वय लक्षात घेता कसे तोंड देणार असे प्रश्न पडत होते; तेव्हा, त्या काळात किरण नगरकर नावाच्या लेखकमित्राने मला 'एक पुस्तक वाच' असा सल्ला दिला. नरेश फर्नांडिस नावाच्या लेखकाचे 'भरकटणारे शहर' म्हणजेच इंग्रजीमध्ये 'City Adrift' या शीर्षकाचे हे छोटेखानी पुस्तक. या पुस्तकाने मला शहराचे चरित्र कसे लिहायचे, कसे वाचायचे, कसे समजून घ्यायचे; याची दिशा दाखविली. 'वाटसरू'च्या वाचकांसाठी जमेल तितक्या सोप्या शब्दांत मी या पुस्तकाचा परिचय करून देणार आहे. कारण असेच चरित्र मग लहान लहान गावांचेसुद्धा लिहिता येईल.

मुंबई नावाचे शहर सक्षम पद्धतीने भारतातील स्वप्नमय घटना कशा निर्माण करत होते आणि ही स्वप्नमयता धोक्यात येण्याची शक्यता निर्माण झाली आहे आणि स्वप्नांचे मरून जाणे खतरनाक असते, हे मला पटते. मुंबईच्या भूगोलाकडे पुन्हा एकदा संपूर्णपणे पुनर्रचनेच्या स्वरूपात पाहिले नाही, तर विनाश होईल असे बजावणारे हे पुस्तक मला आवडले. नरेश फर्नांडिस यांनी हे पुस्तक अनेकांच्या मदतीने, समूहात्म पद्धतीने आणि समतोल रितीने लिहिले. प्रामाणिकपणे सांगायचे तर हे पुस्तक पाहीपर्यंत नरेश फर्नांडिस यांच्या काही दूरदर्शनवरच्या मुलाखती आणि वृत्तपत्रीय लेखन पाहिले होते. परंतु 'डॉ. अशोक रानडे मेमोरियल ॲवॉर्ड' आणि 'शक्ती भट' प्रथम प्रकाशनाचा पुरस्कार मिळवणारे नरेश फर्नांडिस यांचा अधिक परिचय झाला, तो या चरित्रात्मक पुस्तकातूनच. या पुस्तकात कृतज्ञतापूर्वक अनेकांचे जे उल्लेख येतात; त्यात अभ्यासक आहेत, संशोधक आहेत, बिगरशासकीय संघटना म्हणून काम करणारी मंडळी आहेत, तसेच पर्यावरणवादीही आहेत आणि स्त्रीप्रश्नाचा अभ्यास करणारे अभ्यासकही आहेत.

सगळ्यांना हाताशी घेऊन; पण तरी प्रवाही सोप्या भाषेत आपल्या विधानांना आधार देत, हे पुस्तक साकारते.

मुंबई नावाच्या महानगरीने संपूर्ण भारत देशाला गुलाम बनवून टाकले. मुंबई महानगर समुद्रातून आणि विषमतेतून सिद्ध झाले आणि विनासायास या शहराने अनेक स्वप्ने जन्माला घातली, ज्या स्वप्नांनी संपूर्ण राष्ट्राला मोहवून टाकले. तसेच ज्यांना नशीब काढायचे आहे, अशा लाखो लोकांना या शहराने भुरळ घातली. एके काळी राज्यकन्येला हुंड्याच्या रूपात मिळालेली ही एकमेकांशी जोडलेली सात बेटे काही कालखंडानंतर स्थिर झाली आणि अशी स्थिरता आणण्याचे काम बहुविध जनांच्या समूहात्मतेमधून घडले. भारतीय उपखंडाला कधीही माहीत नसलेली ही बहुविधता पाहता, त्यातून जे निर्माण झाले आणि पुढे आले, ते म्हणजे सरमिसळ झालेली संस्कृती. या संस्कृतीमध्ये मोठ्या अचूकपणे भिन्नता प्रतिबिंबित होते. आणि त्यातूनच या शहराला एकमेव स्वरूपाची उत्साहाची देणगी मिळाली. परंतु अलीकडच्या काळात मुंबईचे हे मोहून टाकणारे रूप थोडे विरळ होऊ लागले आहे आणि इतर शहरे आता माणसांना मोहात पाडू लागली आहेत. इतकेच नाही, तर अत्यंत घातक नवे प्रवाहही येत आहेत. ऐशआरामी कोंडवाडे पुन:पुन्हा उभे केले जात आहेत आणि त्यामुळे एका गोंधळाची आणि चिरंतन निराशेची वाटचाल सुरू झाली आहे. नरेश फर्नांडिस हे लेखक आणि वृत्तपत्रकार मुंबईचे चरित्र लिहिताना; उत्कट भावना, दमछाक, धारदार विश्लेषण, सहानुभूती आणि अत्यंत समतोल सौंदर्यासह या प्रिय प्रिय मुंबईबद्दल लिहितात. यातून वाचकांच्या मनात एक खोलवरचे आकलन आणि कौतुक निर्माण होते- तेही जगातील अत्यंत स्मारकस्वरूपी असणाऱ्या शहराबद्दल.

हे पुस्तक छोटेखानी लहान लहान प्रकरणांमध्ये लिहिले गेले आहे. पहिल्या भागात मुंबईतील प्रदूषण, गर्दी आणि आवाज याबद्दल काही मांडणी करताना, एकूण शहर म्हणून त्याचे भूक्षेत्र (Landscape) कसे आहे हे मांडले आहे. गोविंद नारायण यांचे मुंबई शहराच्या चरित्राचे मराठी पुस्तक लक्षात घेऊन; अगदी १८६३ पासून मुंबईचे वास्तव इतिहासात कसे घडले याची दखल घेतली आहे. तिसऱ्या प्रकरणात मुळातले मुंबईतले रहिवासी, मुंबईचे हवामान, उत्पादकता आणि उद्योजकता, कष्टकरी माणसे यांचा शोध घेताना; अनेक संशोधकांनी आधी केलेल्या कामांची दखल घेत, हे पुस्तक पुढे सरकते. चौथ्या प्रकरणात मुंबईची संरचना आणि कापसाचा व्यापार, त्यात सामील झालेले व्यापारी यांचा शोध घेतला जातो. मग पाचव्या प्रकरणात मुंबईमध्ये महादेव गोविंद रानडे यांच्या मांडणीची दखल घेत, अगदी मुंबईतील त्या काळातले पोलीस दल किंवा संगीताचे वर्ग याबद्दल मजकूर येतो. यानंतरच्या सहाव्या प्रकरणात महात्मा गांधींच्या काळात त्यांचे

मुंबईशी नाते कसे होते, याचे वर्णन येते. तसेच पारसी समाजातल्या, जीनांच्या कुटुंबातल्या रूटी जीना यांनी मलबार हिल येथे जे बांधकाम करायचा प्रयत्न केला, त्यातून निर्माण झालेल्या कडवट अशा विवादाचाही उल्लेख येतो. 'भारत छोडो' या आंदोलनामध्ये मुंबईमध्ये कसे जवळ जवळ उन्मत्त, कावरेबावरे, उत्साहाचे वातावरण होते त्याचे वर्णन; १५ ऑगस्ट १९४७ च्या 'टाइम्स ऑफ इंडिया' मध्ये जसे आले होते आणि हजारोंच्या संख्येने माणसे प्रभावित झाली होती, ते या पहिल्या भागात येते. या पुस्तकाच्या दुसऱ्या भागामध्ये मुंबईमध्ये पहिल्या टप्प्याला म्हणजे (१९७० - २०१२) या काळात, जे जमिनीच्या संदर्भात भूसंपादन आणि परिवर्तन घडले; त्याबद्दलचे उल्लेख येतात आणि मग शिवसेनेची कहाणी सुरू होते. हा जो दुसरा भाग आहे, यातली प्रकरणे फार महत्त्वाची आहेत. कारण एकीकडे या काळात घडलेल्या घटनांचा आधार घेत, दुसरीकडे शिवसेनेच्या बदलणाऱ्या भूमिकाही अत्यंत मार्मिक भाष्य करून दाखविल्या आहेत. २००३ साली शाकाहारी मंडळींच्या हाउसिंग सोसायट्यांवर शिवसेनेने कसा हल्ला चढविला याचे वर्णन येते. तिसऱ्या प्रकरणात वेगवेगळ्या गिरण्या आणि त्यांच्या विक्रीतून निर्माण केली गेलेली संपत्ती, यांचे तपशीलवार वर्णन येते. राज ठाकरे यांच्या कारखान्याने त्या काळात तीनशे कोटींचा फायदा कसा करून घेतला आणि यामागे कोणते राजकारण होते, काही वेळेला लोकशाही आणि काही वेळेला ठोकशाही हे धोरण कसे स्वीकारले गेले आणि एकीकडे राजकारण दुसऱ्याच लोकांच्या साहाय्याने पुढे न्यायचे; परंतु राजकारणाचा रिमोट कंट्रोल मात्र कसा आपल्या हातात ठेवायचा, हे तिसऱ्या प्रकरणात येते. चौथ्या प्रकरणात 'कोहिनूर मिल'च्या पन्नास वर्षांचा धावता आढावा येतो, तर पाचव्या प्रकरणात ओबामांनी २०१० साली 'स्वप्नांची नगरी' म्हणून मुंबईचे केलेले कौतुक येते. मुंबईतला आशावाद आणि निश्चयपूर्वकता, भांडवलाचा संचय आणि मुंबईमध्ये काही सुधारणा करू पाहणारे कृतक असे स्वच्छतावादी; यांच्या साहाय्याने अगदी १९६२ पर्यंत हा आढावा येतो. सहाव्या प्रकरणात यानंतरच्या टप्प्याला २०१२ पर्यंत मुंबई शहर एका कोसळण्याच्या कड्यापाशी कसे आले आणि चार्ल्स कोरिया यांच्यासारख्या जागतिक कीर्तीच्या आर्किटेक्टने मुंबईला महान ठरविले, तेव्हा त्यांनी त्या भूक्षेत्राची जी नवी रचना केली, त्याची मांडणी येते. यानंतरच्या प्रकरणात मुंबईतल्या कष्टकरी माणसांना भाऊ दाजी लाड म्युझियममध्ये काय प्रकारे सादर केले गेले, यांची मांडणी येते. आठवे प्रकरण वेगवेगळ्या जुन्या रहिवाशांच्या जमिनी हडप करून, राहत्या जागा हडप करून; मुंबईच्या विकासाची भाषा कशी बोलली गेली आणि शेवटच्या प्रकरणात आपल्याला सगळ्यांनाच पडणाऱ्या प्रश्नांना उत्तरे शोधलीच पाहिजे, याचा आग्रह धरला आहे.

□ □ □

माझा जन्म मुंबईच्या परिघावरील ठाणे या शहरात खारकर आळीच्या जवळपास असणाऱ्या कमळाबाई हॉस्पिटलमध्ये झाला आणि मी लहानाची मोठी मुंबईतच झाले; परंतु नेहमीच ठाणे, चेंबूर अशा उपनगरांमध्ये. मधल्या काळात वडिलांनी पोलीसमध्ये नोकरी घेतली, तेव्हा आम्ही लॅमिंग्टन रोड किंवा भाऊच्या धक्क्याजवळ पोलीस क्वार्टर्समध्ये राहिलो. मुंबईची गती आणि मुंबईचा प्रवाह शरीरात, मनात भिनवतच; आम्ही चेंबूरला अधिक स्थिरपणे राहिलो. तेव्हाच शाहीर अमर शेख, शाहीर साबळे, शिवसेनेचा उदय आणि मार्मिकचे प्रकाशन, त्यातील भटक्याची भ्रमंती उत्साहाने वाचत, शाळेमध्ये त्याच्या चर्चा करत; लहानाचे मोठे झालो. पण सांगायचा मुद्दा असा की, १९६७ सालापासून लग्न झाल्यानंतर मी पुण्यात आले आणि प्रत्येक वेळी पुण्याहून मुंबईला गेले, तेव्हा तेव्हा हळूहळू मुंबई शहर अनोळखी वाटू लागले. माझा नवरासुद्धा मुंबईचाच. केनेडी ब्रिजजवळ सोमण बिल्डिंगमधील रॉबर्ट मनी हायस्कूलमध्ये शिकून मग झेविअर्स कॉलेज असा त्याचा प्रवास होता. खरी मुंबई म्हणजे मरिन लाईन्स, व्ही. टी., जहांगीर आर्ट गॅलरी असे तो म्हणायचा. आणि मी मुंबईच्या उपनगरांमधल्या जिवंतपणाबद्दल वाद घालायची. अशी पार्श्वभूमी असल्यामुळे मला हे पुस्तक जास्तच भावले असावे.

या पुस्तकाची सुरुवातच एकीकडे मुंबई शहर कसे माणसांनी राहण्यालायक नाही आणि अधिकाधिक बिकट परिस्थिती निर्माण करणारे होणारे आहे, असे भविष्यकथन सांगणाऱ्याबद्दल बोलत; तर दुसरीकडे मात्र त्याच भरात मुंबईमध्ये राहण्यासाठी लाखो रुपये देऊन जागा मिळविणाऱ्या माणसांचे तपशीलही येतात. घाटकोपर आणि कुर्ला यांसारख्या भागांमध्ये आरामदायी अवकाश निर्माण करून, हरित पर्यावरण निर्माण केले जाते; म्हणजे दक्षिण मुंबईने ज्यांच्याकडे दुर्लक्ष केले, अशा ठिकाणी नवे काही तरी उगवते आहे; हे कसे बुवा घडते याचा मागोवा घेत, नरेश फर्नांडिस हे पुस्तक लिहितात. आपल्या लहानपणी समकालीन बॉम्बेमधील काही भाग कसा संमिश्र वस्तीचा होता, हे शालेय पातळीवर सांगितले जायचे. मुंबईमध्ये हिंदी, उर्दू, गुजराथी, मराठी, इंग्लिश या सर्व भाषांची सरमिसळ असायची हे लक्षात घेऊन; या पुस्कात चायनीज भेळ, शेजवान इडली, चीज डोसा असे पदार्थ याच शहरात कसे जन्मतात हे मोठ्या शिताफीने लेखक सांगतो. गेली दोनशे वर्षे ज्या मुंबईने संपूर्ण देशालाच आपल्या मुठीत ठेवले, त्या मुंबईने भारताला स्वप्ने दिली.

१८८५ मध्ये 'इंडियन नॅशनल कॉँग्रेस'ने जेव्हा गवालिया टँकवर पहिली सभा घेतली, तेव्हा तेथेच 'भारत' नावाच्या राष्ट्राची कल्पना जन्माला आली. १८९० मध्ये जेव्हा गिरण्यांच्या परिसरात भारतीय ट्रेड युनियन उभारली गेली, तेव्हा कामगारांना न्याय्य हक्क मिळाले पाहिजेत; ही कल्पनाही मुंबईतच जन्माला आली. इतकेच नाही; तर

मुंबईमधला चित्रपट उद्योग सतत लोकशाहीवादी, गुणवत्तावादी जगण्याबद्दलची परिदृष्टी देत राहिला आणि अनेक तऱ्हेच्या प्रेमविवाहांची कथासूत्रे घेऊन, वेगवेगळ्या दशकांमध्ये चित्रपट निर्माण केले गेले. त्या सुरुवातीच्या काळात तुम्ही कष्ट केले, मेहनत केली, तर कोणत्याही विपरीत परिस्थितीला तोंड देऊ शकता; अशी स्वप्ने या चित्रपट उद्योगाने तरुणांना दिली. हळूच फर्नांडिस आपल्याला हेही सांगतात की, १९९० नंतर मात्र याच्याकडे सकारात्मक पाहणे कठीण आहे; कारण या शहरातील वित्तीय संस्था आणि जाहिरातबाजी करणाऱ्या एजन्सीजच्या माध्यमातून भारतातल्या मध्यमवर्गाला विश्वास दिला गेला आहे; की अधाशीपणा, दुसऱ्याचे ओरबाडून घेणे यांत काही चूक नाही. शहरातील जे दुर्दैवी गरीब लोक आहेत, त्यांच्यासाठी सहानुभाव ठेवण्याची गरज नाही आणि अतीव असा व्यक्तिवाद हाच एक गुण आहे; असेही तेथे उगवलेले दिसते. या पहिल्या प्रकरणातच लेखक आपल्याला बदलणाऱ्या मुंबईच्या मूल्यव्यवस्थेबद्दल जागरूक करत, आकडेवारी देत, विचार करायला भाग पाडतो. म्हणजे असे की, झोपडपट्टीमध्ये राहणाऱ्यांची संख्या दुप्पट झाली आहे. अशा कष्टकरी माणसांना कसाबसा रोजगार मिळतो, कंत्राटी नोकऱ्या मिळतात आणि स्वयंरोजगार करावा लागतो आणि त्याच वेळी मुंबईतील अत्यंत सधन माणसांची घरे मात्र तरंगत्या बेटांसारखी इतर कोणत्याही कष्टकरी जगण्याशी नाते न ठेवणारी असतात. फर्नांडिस म्हणतात की, मुंबईचे हे बदलते रूप जेव्हा आपल्याला अस्वस्थ करते, तेव्हा या शहराचा सतत उखडला जाणारा आकार कसा समजून घ्यायचा? वांद्र्याच्या समुद्रकिनारी असणाऱ्या स्मशानभूमीमध्ये त्यांच्या आईच्या नात्याकडून असणाऱ्या पणजोबांचे दफन झाले होते. याची आठवण लिहिताना ते पटकन त्या काळातल्या प्लेगच्या साथीचा उल्लेख करतात. १८९६ पासून पुढची चार वर्षे ५६,००० लोकांचा बळी या साथीने घेतला आणि हजारो मंडळी शहर सोडून गेली. पण स्वतःच्या कुटुंबाला जायला कोठे घर नसल्याने; रोमन, कॅथलिक गटाचा भाग असलेले हे कुटुंब स्वतःला ईस्ट इंडियन म्हणवून घेत असत आणि भारताच्या पश्चिम किनाऱ्यावर मुंबईसारख्या शहरात राहत.

सोळाव्या शतकात कॅथलिक म्हणून धर्मांतरित झालेले हे गट युरोपीय सत्तेच्या अंमलाखाली आल्यावर नवी धर्मश्रद्धा घेऊन, पोर्तुगीज ख्रिश्चन म्हणून ओळखले जाऊ लागले. १८८७ मध्ये व्हिक्टोरिया राणीच्या काळात, या गटाने भिन्न अस्मिता धारण केली; कारण त्या काळात गोवा, मंगलोर येथून रोमन कॅथलिक गट मुंबईकडे गर्दी करू लागले होते. या स्थलांतरितांपासून आपण वेगळे आहोत हे दाखविण्यासाठी फर्नांडिस यांच्या आईच्या वंशजांनी स्वतःला ईस्ट इंडिया कंपनीच्या व्यापारी चौकटीशी जोडले आणि वसाहतवादी प्रशसनामध्ये कारकुनी नोकऱ्या स्वीकारून, आता आपण वैभवाच्या

दिशेने जात आहोत असे मानले. प्लेगने अशा कुटुंबांची वाताहत केल्यानंतर खारच्या आसपास राहणाऱ्या या मंडळींनी आपल्या नात्यागोत्यांतल्या माणसांचा प्लेगने बळी जाऊ नये, म्हणून मदत करण्याचा प्रयत्न केला आणि शेवटी स्वतःही त्याच रोगाने मृत्यू पावले. आताचा वांद्रे, वरळी समुद्र जोडणारा जो टापू आहे, तेथे या दफनभूमीचे नावनिशाणही राहिले नाही. परंतु हे जमिनीचे पट्टे अजूनही जुन्या मालकांच्या नावावर असल्याने, या आत्यंतिक बदलत्या शहरात अशा कुटुंबांच्या स्मृतीसुद्धा ठेवल्या गेल्या आहेत.

वरील तपशीलवार आढावा लक्षात घेता फर्नांडिस यांचे हे पुस्तक मुळातूनच सर्वांनी वाचले पाहिजे. शहरात असणारी पोलीस ठाणी आणि लिओपोल्ड कॅफेसारख्या ठिकाणी झालेला गोळीबार याची प्रत्यक्ष साक्ष देऊन, फर्नांडिस आपल्याला सांगतात की; हिंसाचारानंतर १६१ माणसे मेल्यानंतर या पोलीस ठाण्याजवळ कडक सुरक्षाव्यवस्था असेल, परंतु तसे काही नव्हते. मुंबईचा इतिहास सांगतो की, ही स्वतंत्र अशी बेटेच पाच बेटे होती आणि पाचाची सातसुद्धा निसर्गानुसार झाली. म्हणजे बेटांवर वसलेले शहर आणि उपनगरे असेच मुंबईचे रूप होते. जुन्या मुंबईचे स्वरूप वेगळे आहे असे नोंदवताना; सोळाव्या शतकातील रोमन कॅथलिक चर्च, तिथे तिच्या आसपास असणारी ख्रिस्ती जनसंख्या आणि नंतरच्या काळात वांद्र्याचे सेंट अँड्रयूज चर्च, माहीममधील सेंट मायकल, तसेच मग दादर, भायखळा, कुलाबा इत्यादी ठिकाणी असणारी चर्च; एके काळी जणू काही स्वतंत्र बेटे होती आणि त्या त्या परगण्यात राहणाऱ्या माणसांसाठी ही प्रार्थनाघरे खुली होती.

कहाण्या सांगत पुस्तक पुढे सरकते. अशीच एक कहाणी नौदल अधिकारी के. आर. यू. टॉड यांची येते. हा उत्खननशास्त्र जाणणारा माणूस. समुद्रकिनारी चालता चालता २.५ दशलक्ष वर्षे जुनी, शंखाची मूठ असलेली कुऱ्हाड त्याला सापडते आणि त्याच्या लक्षात येते की, हे हत्यार अगदी सुरुवातीच्या अश्मयुगातील आहे आणि मग त्याला शंभर-दीडशे वेगवेगळी आयुधे आढळतात आणि मग १९३२ मध्ये मुंबईभोवती असणाऱ्या इतिहासपूर्व माणसावर तो संशोधन निबंध लिहितो. या माणसाने पुढची काही वर्षे आपले आयुष्य अशा तऱ्हेच्या संशोधनासाठी वाहिले. टॉडला जेव्हा लक्षात आले की, मुंबईमध्ये अगदी प्राचीन काळातला माणूस राहत होता, तेव्हा त्याने उत्खनन करून पस्तीस किलोमीटर उत्तरेपर्यंत आपले संशोधन पुढे नेले. म्हणजे पहिली अश्मआयुधे जेथून सापडली, तेथून त्याने प्रवास केला. यानंतर असे लक्षात येते की, दक्षिण मुंबईतील ज्या भागात टॉडने हे सुरुवातीचे शोध घेतले, तो भाग एका दशकापेक्षा अधिक वर्षे अस्तित्वातच नव्हता. १९२० मध्ये बॅक बे रेक्लमेशन योजना आल्यानंतरच चर्चगेट ते

कुलाबा यामधील काही जमीन नव्याने तयार केली गेली. परंतु असे करताना अगदी दूरवरच्या कांदिवली येथील पाडन डोंगरापासून खणाखणी झाली होती. या उत्खननामधून टॉडने हे सिद्ध केले की, मुंबई शहराच्या अगदी रक्तातच उत्पादकता आणि व्यापार या गोष्टी होत्या.

दुसऱ्या शतकाच्या उदयानंतर आज ज्याला आपण नालासोपारा म्हणतो, त्या भागात एक अतिशय मोठे व्यापारी बंदर तयार झाले होते आणि त्यांनी मेसोपोटेमिया आणि इजिप्त यांच्याशी व्यापार केला होता. हा व्यापार इतका लक्षात येण्यासारखा होता की, सम्राट अशोकाचे लक्ष - या सम्राटाने स्वत: बुद्ध धर्म स्वीकारला होता - वेधले होते. नालासोपारामध्ये आजही हे स्तूप उभे आहेत आणि खास मुंबई पद्धतीने आता ते जमिनीच्या कब्जात अडकले आहेत. तेथे राहणाऱ्या आदिवासी स्त्रीने अतिशय चिवटपणे तिचे जुने घर मोडून शतकानुशतके जिथे ती राहत होती त्या मोडतोडीला विरोध केला होता. जेव्हा कोर्टात हा खटला उभा राहिला, तेव्हा एका न्यायाधीशाने या स्त्रीकडे करुण दयेच्या चौकटीत पाहावे असे सुचविले आणि असे सुचविताना गौतम बुद्धानेसुद्धा दारिद्र्य आणि दैन्य पाहिल्यावर हे जग सोडले, अशी पुस्तीही जोडली.

मुंबईमध्ये बुद्धाचा हा संदेश अतिशय तत्परतेने स्वीकारला गेला आणि जवळजवळ दीडशे बुद्धकालीन आणि ब्राह्मणकालीन गुहा ज्या पहिल्या शतकाच्या नंतरच्या काळातील होत्या, त्यांचा मागोवा घेतला गेला आणि तेथे असणारे बौद्ध मठ आणि विश्रांतीच्या गुहा यांवर कब्जा मिळविला गेला. फर्नांडिस सांगतात की, मी स्वत: या भागात गेलो; तेव्हा लक्षात आले की, या मंडळींनी किती विचारपूर्वक पाण्याचे साठे आणि मैला निचरा होण्यासाठी चर तयार केले होते. बोरिवली येथील काण्हेरी गुहा पाहिल्या, तर त्या गुहा म्हणजे आपल्याकडच्या अत्यंत प्रसिद्ध प्राचीन विद्यापीठातील शिकण्या - शिकविण्याचे वर्ग तेथे चालत असत. शिक्षक, विद्यार्थी राहत होते आणि प्रार्थनाघरही होते. आता संजय गांधी राष्ट्रीय उद्यानामध्ये उद्यानाच्या मधोमध ज्याचे स्थान आहे आणि जेथे नैसर्गिक राखीव टापू करून चित्त्यांची संख्या भरपूर आहे. खायला मिळाले नाही की, हे चित्ते माणसांनाही खातात. अलीकडच्या काळात जसे जसे गृहनिर्माण संस्थांकडून बांधकाम सुरू झाले, तसे तसे प्राण्यांना आणखी आरखी परिघाबाहेर टाकले गेले. या राष्ट्रीय उद्यानात हजारो बेघर मंडळींनी आपल्या झोपड्या बांधल्या आहेत. विशेषत: त्यांची मुलेबाळे जेव्हा सकाळचे विधी उरकायला जातात तेव्हा चित्ते त्यांच्यावर झडप घालतात. लेखकाने अतिशय तपशिलात निरीक्षण करून कानेरी येथील डोंगर, गुहा यांबद्दल माहिती दिली आहे. सोळाव्या शतकातील पोर्तुगीज इतिहासकार डिओगो डो कुटो याने अशी माहिती दिली की; या गुहा, हा परिसर म्हणजे जगातील एक अत्यंत

महान असा चमत्कार आहे.

अर्थात, हा सर्व परिसर नव्याने घडविला जात आहे. बोरिवलीच्या मंडपेश्वर गुहेमध्ये जेथे शैव खुणा आहेत आणि पोर्तुगीजांनी बांधलेले चर्च आहे, तेथे आता पोलिसांचे एक पथक (युनिट) ठेवणे मान्य झाले आहे आणि तेही कॅथलिक मंडळी विध्वंस करत आहेत, या तऱ्हेच्या शतकानुशतके चालणाऱ्या विवादाचा आधार घेऊन. इतर अनेक गुहा झोपडपट्टीमध्ये परिवर्तित झाल्या. नवबौद्ध झालेल्या दलित कुटुंबांनी १९५६ नंतर म्हणजेच बाबासाहेब आंबेडकरांच्या धर्मपरिवर्तनानंतर, या झोपड्यांमध्ये राहणे सुरू केले. हा एक जिवंत इतिहास आहे असे आपण म्हणू किंवा सरळ घुसखोरी आहे असे म्हणू. जोगेश्वरी महाकाली या भागात शेकडो कुटुंबांनी बौद्ध संन्यासांच्या राहण्याच्या जागा घेतल्या आहेत आणि बोरिवलीच्या मगठाणे भागात तर लोक प्रत्यक्ष गुहेमध्येच राहत आहेत. आता या गुहा जुना वारसा म्हणून सांभाळायच्या, तर पुढे कसे जायचे, हे न्यायालयालाही कळत नाही. मुंबईच्या घडणीचा हा इतिहास मुळातून वाचणे खूप महत्त्वाचे आहे. त्यातून वेगवेगळी मंदिरे, वेगवेगळ्या जमातीच्या देवदेवता यांचे इतिहास उलगडतात. इतकेच नाही तर ज्याच्याकडे पैसा आहे, तो अधिकाधिक उंच टेकड्यांवर घर कसे बांधतो. पैसा आहे आणि सत्ता आहे आणि या मिश्रणातून शहराच्या नियोजनाचा बोजवारा कसा उडतो, याचेही दर्शन या पुस्तकात घडते.

मुंबईवर कोसळणाऱ्या अनेक तऱ्हेच्या संकटांना तोंड देत मुंबई उभी राहिली, तेव्हा सट्टेबाज उन्मत्तपणाने सामील झाले. ते म्हणजे वेगवेगळे कनिष्ठ स्तरावरील अधिकारी, व्यापारी, कायदेपंडित, छापील मजकुराचे संपादन करणारे लोक, कारकून आणि अगदी झाडूवालेसुद्धा. रॉयचंद यांच्या उदाहरणावरून मुंबईमध्ये किती प्रचंड संपत्ती या माणसाने हडप केली होती हे आपल्याला कळते आणि शेवटी 'राजाबाई टॉवर' (राजाबाई हे त्या रॉयचंदच्या आईचे नाव) सूर्यास्ताच्या आधी आईला वेळ कळावी आणि जैन प्रथेनुसार अन्नग्रहण करता यावे, म्हणून बांधला गेला.

१८७२ च्या सुमाराला ब्रिटिश साम्राज्यातील दुसऱ्या नंबरचे भलेमोठे शहर म्हणून मुंबई उदयाला आली. १९६९ मध्ये सुएझ कालवा खुला झाला आणि मुंबई ते युरोप हा प्रवास केवळ दोन आठवड्यांत शक्य झाला. काही व्यापारांना आपले उत्पादन वेगळ्या प्रकारे करण्याची संधी मिळाली आणि त्यातून कर्जाची वसुली होण्यास मदत झाली. १८५४ मध्ये कावसजी नानाभाई दावर या पारशी व्यापाऱ्याने ताडदेवला जे काही व्यापाराचे रूप दाखविले, त्याने गोविंद नारायणांसारख्या लेखकाला चकित करून टाकले.

मुंबईच्या वर्णनाचे गोविंद नारायण यांचे पुस्तक पाहता, त्यात वर्णने आहेत की; किती यंत्रे, किती चाके सतत फिरतात आणि माणसांना ही चाके फिरवावी लागत नाहीत

याबद्दलचे आश्चर्य त्यात व्यक्त झालेले दिसते. मँचेस्टर आणि लँकेशायर यांना शह देण्यासाठी मुंबईमध्य सूत काढणे आणि कापड बनविणे शक्य झाले. या जादुई यंत्राच्या वापराने मुंबईमध्ये स्वस्त कापूस आणि श्रमाचा पुरवठाही स्वस्त होता. त्यामुळे मुंबईमध्ये दावर यांनी लवकरच आपली गिरणी उभी केली. म्हणजे १८९२ च्या सुरुवातीलाच जवळजवळ ६८ गिरण्या उभ्या राहिल्या आणि त्यात ६५,०८७ कामगारांना रोजगार मिळाला. त्या काळात वसाहतवादी शहरांमध्ये अशा तऱ्हेने भारतीय भांडवल वापरून, भारतीय तंत्रज्ञानाने चालविलेला धंदा मुंबईतच सुरू झाला. स्थलांतरित माणसांचे जथ्थे आले, त्यांत मुंबईच्या दक्षिणेकडील कोकण किनारपट्टीवरील माणसे मोठ्या प्रमाणात होती. अर्थात उत्तर भारतातून आणि इतर प्रांतांतूनही श्रमिक आले. त्या वर्षी एकूण लोकसंख्येच्या एक चतुर्थांश टक्के लोकसंख्या ही मुंबईत जन्मलेली होती. बाकी सर्व बाहेरचेच होते. त्या शतकात असे गिरणी कामगार म्हणजे एक सामाजिक आणि राजकीय सुप्तशक्ती होती. या कामगार मंडळींनी आपले हक्क सांगायला सुरुवात केली होती. आणि १८८४ मध्ये भारतातील पहिली ट्रेड युनियन म्हणजे 'बॉम्बे मिल हॅण्ड्स असोसिएशन' स्थापन झाली. त्यातूनच मग कामाचे मर्यादित तास, आठवड्याची सुट्टी आणि कारखान्यात जर का काही जखमा झाल्या, तर त्याबद्दल मदत; या गोष्टी पदरात पाडून घेतल्या गेल्या.

या गिरणगावातील वातावरण पुरुषप्रधान होते. परंतु दक्षिण मुंबईमधील आधुनिक वातावरणापासून ते दूर होते आणि त्यातून जे सांस्कृतिक जीवन विकसित झाले, ते महाराष्ट्रात नंतरच्या काळातही प्रतिबिंबित झाले. उदाहरणार्थ, मुस्लिमांच्या मोहरमसारख्या सणाच्या वेळी जेव्हा हुसैन या महमदाच्या नातवाच्या हौतात्म्याची स्मृती जागवली गेली, तेव्हा गिरणीत काम करणाऱ्या मराठा मंडळींनी ही इमाम जयंती साजरी करण्यात सहभाग घेतला. थोड्याच काळात गिरणी कामगारांची वस्ती हे फक्त भौगोलिक क्षेत्र न राहता, ते एक निवासस्थान झाले आणि त्यात मुंबईत राहणाऱ्या अनेकांचे नातेसंबंध, संस्था निर्माण होऊन; अनेकांचे ते घर झाले. वस्त्रोद्योगामध्ये असणारे हे कामगार या गिरणगावाचे वैशिष्ट्य त्या नावाने सांगू लागले. जेथ गिरण्या आहेत असे गाव झाले, तेव्हा एक नवी अस्मिता प्राप्त झाली.

लेखक आपल्याला आवर्जून सांगतात की, मुंबईचे स्वयंसिद्ध स्वरूप आणि त्या स्वरूपाचे सत्य म्हणजे त्यात असणारा मिश्र समाज. १८७८ साली 'टाइम्स ऑफ इंडिया'मध्ये 'कॉस्मॉपॉलिटन' हा शब्द प्रथम वापरला गेला - तोही अफगाणमधून आलेल्या, मुंबईला भेट देणाऱ्या लोकांबद्दल लिहिल्या गेलेल्या लेखात. या लेखात अफगाणी पुरुषांच्या शारीरिक ऐटबाजपणाबद्दल नोंद आहे आणि त्यांच्या सैल नैतिकतेबद्दलही. मुंबईच्या मिश्र बाजारपेठेत ही माणसे कशी वावरतात याचे वर्णनही

आहे. मुंबईची भिन्नता आपल्याला जर का पारखायची असेल, तर वडाळा पूर्व म्हणून ओळखल्या जाणाऱ्या भागामध्ये मृत माणसांची थडगी पाहणे इष्ट ठरेल. एका दशकापूर्वी याच भागाला अँटॉप हिल असे म्हटले जायचे. हा टापू दमदार औद्योगिक टापू होता, जो इंडियन ऑईल कॉर्पोरेशन तसेच भारतातील स्टील उद्योग आणि इंडिया ह्यूम पाईप कंपनी यांनी घडला होता. नव्या सहस्रकात अँटॉप हिल हा भाग बदलू लागला आणि तेथे दोस्ती एकर्स हाउसिंग कॉम्प्लेक्स होऊन तिथले फ्लॅट्स २२,००० रुपये प्रति स्क्वेअर फूट असे विकले जाऊ लागले. परंतु कारखाने किंवा रहिवाशांची वस्ती येण्यापूर्वी अँटॉप हिल ही स्मशानभूमी होती. १८७२ पासून सुन्नी मुसलमानांसाठी, तसेच हिंदूंसाठी इतकेच नाही, तर फार दूरवर नसलेल्या महारोग्यांसाठी ही स्मशानभूमी होती. शहरातल्या अगदी लहानातल्या लहान जमातीलासुद्धा येथे स्मशानभूमी दिली गेली होती; मग त्या आर्मेनियन आहेत, चिनी आहेत, बहाई आहेत, प्रार्थना समाजवाले आणि ज्यू आहेत - आणि खरे तर नेमके सांगायचे, तर ज्यू वेश्यासुद्धा आहेत.

मुंबईमध्ये त्या काळात सहजपणाने बाहेरून माणसे येत होती, स्वत:ला मित्र म्हणवून घेत होती आणि श्रम करून, पोट भरून मुंबईत राहू शकत होती. परंतु १८६० च्या दशकानंतर शेअर मार्केट फुगू लागले, त्याबरोबर शहर वाढू लागले आणि वाढत्या लोकसंख्येला फोर्टमध्ये कामाला यावे लागले. काम फोर्टमध्ये करायचे, चर्चगेटच्या जवळपास काहीतरी पोटभरीचे खायचे आणि तेथेच पथारी पसरून झोपायचे, असे या कष्टकऱ्यांचे जीवन होते. हायकोर्टाची बिल्डिंग गॉथिक पद्धतीने मांडली गेली आणि पोस्टाची बिल्डिंग व्हिक्टोरियन ब्रिटिश वास्तुशिल्प पद्धतीने बांधली गेली, पण त्याच्यावरील छत मात्र मोगल पद्धतीचे होते. विजापुरी कमानी आल्या, गुजराथी ब्रॅकेट्स आले. अशा वैशिष्ट्यपूर्ण शहराला जगविले, तगविले ते कष्टकऱ्यांनी.

गंमत म्हणजे अँटॉप हिलच्या परिसरात ज्यांचे दफन झाले, त्या गटातील फक्त चिनी मंडळींकडे स्वत:ची निवासी वसाहत होती; ती वसाहत म्हणजे - एकेरी गल्ली. ती माझगावमधल्या गोदामाच्या जवळ होती आणि तीही पारशी, कॅथलिक आणि मराठी शेजारपाजार यांच्याबरोबर वाटून घेतलेली होती. चिनी नव्या वर्षाच्या सोहळ्यात या गटाच्या ५५०० सदस्यांपैकी काही एकत्र जमत. 'क्वान ताई शेक' या मंदिराच्या बाहेर फटाके उडवून, ड्रॅगन डान्स करून समारंभ साजरा करत. अगदी सुरुवातीच्या काळात मुंबईत जे चिनी रहिवासी आले ते १८५० मध्ये आणि प्रामुख्याने फ्रामजी कावसजी या पारशी व्यापाऱ्याने पवईमध्ये रेशीम, चहा आणि साखर यांच्या उत्पादनासाठी जो कारखाना उभारला होता; त्या कारखान्यात काम करण्यासाठी ते आले होते. उरलेली चिनी मंडळी गोदामांमध्ये सुतार म्हणून काम करत होती. त्यांची थडगी भायखळ्याहून अँटॉप हिलला

स्थलांतरित झालेली दिसतात आणि असे स्थलांतर म्हणजे बदलत्या परिस्थितीत सहन करावा लागणाऱ्या घृणेच्या चौकटीतसुद्धा आपली अस्मिता टिकविण्याची धडपड या रूपात दिसते. जुन्या थडग्यांच्या दगडांवर चिनी भाषेत कोरलेले दिसते, तर त्यानंतरचे नवे कोरीव लेख इंग्रजीमध्ये आहेत. अनेक दशके लोटल्यानंतर या समुदायांच्या सदस्यांना जुनी लिपीसुद्धा अनोळखी झाली आणि थडग्यावर कोरीव काम करणारे शिल्पकारही अदृश्य झाले.

अगदी १६७६ पासून खरे तर मुंबईमध्ये व्यापारी म्हणून आलेले आर्मेनियन लोक 'ईस्ट इंडिया कंपनी'ने सवलती दिल्या; म्हणून या बेटांवर स्थिरावले. १८१३ मध्ये या लोकांची स्मशानभूमीसुद्धा भायखळ्याहून गिरगावला स्थानांतरित झाली. अँटॉप हिलवर जी आर्मेनियन थडगी आहेत, त्यावर क्रूस आणि वेलींची सजावट दिसते; परंतु त्या प्रतीकाचा अर्थ पुनर्निर्माण असा आहे आणि खरे तर हा अर्थच लोप पावलेला दिसतो. १९८३ मध्ये जेव्हा आर्मेनियन मंडळींची संख्या अगदी रोडावली, तेव्हा बहाई समाजालासुद्धा ही स्मशानभूमी दिली गेली आणि नंतरच्या काळात मुंबईच्या सिरियन ख्रिश्चन मंडळींना त्यांनी आपले प्राचीन चर्चसुद्धा देऊन टाकले. आज एकच आर्मेनियम स्त्री जिवंत आहे आणि तिचे नाव झाबेल जोशी ऊर्फ हयाकिन - या स्त्रीला मुंबईमध्ये घर सापडले, तेही बैरूत शहरातल्या एका व्यापारी माणसाशी तिचे लग्न झाल्यावर. बहाऊल्ला या बहाई संस्थापकाच्या मृत्यूनंतर बारा वर्षांनी अँटॉप हिलवर बहाईंना काही जागा मिळाली. म्हणजे आताच्या इस्रायलमधील हे बहाई १८८० मध्ये भारतात प्रवास करत आले; कारण बहाऊल्लांच्या लिखित संहितेची छपाई करायची होती आणि या संहितेमध्ये असे म्हटले आहे, 'सगळ्या स्मशानभूमी या 'गुलिस्तान' म्हणजे बागबगिचा स्वरूपात असाव्यात.'

आर्मेनियन आणि बहाई यांच्याबरोबरीने प्रार्थना समाज सदस्य दिसतात. महाराष्ट्रातल्या 'ब्राह्मो समाज' या धर्मसुधारणावादी चळवळीचे - प्रार्थना समाजातील स्त्री-पुरुष उत्कटपणे भारतातील बौद्धिक जीवनामध्ये गुंतलेले दिसतात. उदाहरणार्थ, नारायण चंदावरकर १९०० मध्ये 'इंडियन नॅशनल काँग्रेस'चे अध्यक्ष होते. स्मशानभूमीवर त्यांच्याजवळच थडगे आहे, जे बळवंत नगरकर यांचे - ज्यांनी १८९३ मध्य शिकागो येथील सर्व धर्मांच्या जागतिक पातळीवरच्या संसदेमधील सभेमध्ये स्वामी विवेकानंदांबरोबर भाग घेतला होता. प्रार्थना समाजाने मुंबईच्या वातावरणातून आलेली आधुनिकता घेऊन, परंपरा पूर्णतः न नाकारता मांडणी केली. या समाजाने तर मृत्यूनंतर केल्या जाणाऱ्या संस्कारांबद्दल, स्वतःच्या समुदायात असणाऱ्या प्रथांबद्दल लिहिले आहे. मृत व्यक्तीचे दहन करावे आणि मग ती राख पुरावी. महादेव गोविंद रानडे हे प्रार्थना

समाजाचा पायंडा घालणारे, आधुनिक दृष्टी असणारे विचारवंत म्हणतात की, जे मृत झाले आणि जे पुरले गेले, ते मृतच असतात. एकदा का माणूस मातीत गेला किंवा जाळला गेला, तर सर्वांच्याच दृष्टीने तो नाहीसा झाला. म्हणून मृत असा भूतकाळ पुनरुज्जीवित करू नये, परंतु जुन्या साहित्याचे, सामग्रीचे नवे रूप नव्या संघटित पद्धतीने आणणे मात्र शक्य आहे.

सगळ्यात गूढ आहे ते म्हणजे ज्यू जमातीतील ज्या वेश्या होत्या, त्यांच्यासाठी जी स्मशानभूमी होती; ती आता अस्तित्वातच नाही, कारण या स्मशानभूमीवर झोपडपट्टीवासीयांनी अतिक्रमण केले आहे. आणि नंतरच्या काळात परिवहनाचा प्रकल्प म्हणून ही जमीन वापरली गेलेली दिसते. १८६९ साली ज्यू वेश्यांच्या स्मशानभूमी संदर्भातील या सगळ्या हालचालींना वेग आला आणि याच वर्षी सुएझ कालव्याचे उद्घाटन झाले. त्यानंतर भारतातील व्यापार आणि बाहेरून येणारे प्रवासी यांची संख्या लक्षणीयरीत्या वाढली. सुएझ कालवा खुला होण्यापूर्वी मुंबईमध्ये पूर्व युरोपातील परदेशी वेश्या जवळजवळ अस्तित्वातच नव्हत्या, अशी तक्रार मुंबई पोलिसांच्यावर जे पुस्तक प्रसिद्ध झाले त्यात नोंदविलेली दिसते. या पूर्व युरोपातील वेश्यांना कामाठीपुरामध्ये जागा मिळाली आणि मग या भागामध्ये या विदेशी स्त्रिया आल्याने त्या गल्लीला 'पांढरी गल्ली' असे नाव मिळाले. पूर्व युरोपातील स्त्रियांच्या स्मशानभूमीचे नावनिशाण राहिले नसले, तरी या स्त्रियांच्या मोहवून टाकणाऱ्या अस्तित्वाचे आकर्षण आजच्या काळातील नृत्यप्रकारातही दिसते.

एकोणिसाव्या शतकातील मुंबईच्या जगण्यामध्ये सगळ्यात सुखद भाग होता तो म्हणजे, मोकळ्या मैदानामध्ये समुद्रकिनारी हवा खाण्याचा. पत्ते, बुद्धिबळ, चौपट खेळत बसणारी माणसे आणि उसाच्या कांड्या गंडेरी म्हणून विकणारी माणसे; हे मुंबईचे वैशिष्ट्य होते. काही वेळा पारशी धर्मगुरू; जमशेद, रुस्तम किंवा सोहराब या पारशी नायकांच्या कहाण्या सांगत. रात्री आठ वाजता पुरुष मंडळी घरोघरी जेवायला जात, परंतु अनेकदा ही मंडळी आपले जेवण बरोबर घेऊन तेथेच बसत. सगळे अंगतपंगत करून, अन्न वाटून जेवत असत. भजी, चटणी आणि उसाच्या गंडेऱ्यांसह घरचे असे हे जेवण असे. सणाच्या दिवशी इंग्लिश आणि स्विस खेळणी विकायला ठेवली जात.

अशा या मुंबईमध्ये सर्व तऱ्हेच्या संस्कृतींचा आस्वाद घेतला जाई आणि निर्मितीही होई. तेथे तमाशा कलाकारही होते आणि कसरत करणारेही होते. नागाला खेळवणारे होते आणि एका दोरखंडावर नाच करणारेही होते. थंडीच्या दिवसात युरोपातील सर्कस करणारी मंडळी येत असत. संगीत नाटके होत. मुंबईचे रस्ते आणि संगीतासाठी उभारलेली सभागृहे विविध पद्धतीने नादमय असत. एकोणिसाव्या शतकाच्या मध्यावर मुंबई नावाचे

कलेसाठी आणि संगीतासाठी महत्त्वाचे असणारे केंद्र उदयाला आले होते. ब्रिटिशांची सत्ता जशी विस्तारू लागली, त्याबरोबर त्यातील राजेशाही दरबार कोसळू लागले आणि मग असे संगीत-नृत्य करणाऱ्यांना आश्रय देणारी मंडळीही कमी झाली. मुबंईतील व्यापाऱ्यांनी ही कमतरता भरून काढली.

उत्तर प्रदेशातील बिजनोरमधील तीन भाऊ नाझीर, छाजू आणि खादिम हुसैन खान यांनी भारतातील अनेक महान उस्तादांकडून संगीताचे प्रशिक्षण घेतले होते. १८७० च्या सुमाराला हे तिन्ही भाऊ मुंबईत आल्यावर, भेंडीबाजारमध्ये त्यांनी स्वत:चे घर केले. आणि ग्रँट रोडला असणाऱ्या रंगभूमीच्या आणि कामाठीपुरातील वेश्यावस्तीच्या आसपासच ते राहत होती. नाझीर खानचा आवाज आणि या भावांची उत्तर प्रदेशातील भारतीय संगीतावर असणारी पकड, भातखंडे या संगीत शास्त्रज्ञाच्या लक्षात आली आणि त्यांनी अत्यंत महत्त्वाकांक्षी प्रकल्प करून, उत्तर भारतातील संगीताची नोंद करणे सुरू केले. या तीन भावांनी मुंबईला दत्तक घेतल्यानंतर, मुंबई संगीताने भरून गेली. अजूनही मुंबईतील भूमीवर जी अभिजात संगीताची परंपरा आहे, तिचे नाव 'भेंडीबाजार घराणे' असेच आहे. अशा सर्व संगीतमय मंडळींच्या संगीतात शेवटी 'गॉड सेव द क्विन' हे गाणेही असायचे. एकीकडे रंगभूमी, संगीत सगळे फोफावत असतानाच; मुंबईच्या रस्त्यावरचे आयुष्य मात्र वेळोवेळी विसंगतीने भरलेले दिसते. १८७४ मध्ये पारशी आणि मुस्लीम रागुदागामध्ये दंगल झाली. कारण असे होते की, पारशी मंडळींच्या छापील मासिकामध्ये इस्लामवर टीका होती आणि मुस्लीम धर्मगुरूचे व्यंगचित्रही होते. १८९३ मध्ये जेव्हा गोहत्याविरोधी मोहीम जोरकसपणे आली, तेव्हा हिंदू आणि मुसलमानांमध्ये दंगल होऊन ऐंशी लोक मारले गेले. गंमत म्हणजे शंभर वर्षांनंतर पुन्हा एकदा तिथेच या संघर्षाची बीजे फळाला आलेली दिसतात. परंतु १८९० च्या दशकातच सगळ्यांनी एकत्र येऊन कला, संगीत उभारू; असेही प्रयत्न दिसतात.

मोहनदास करमचंद गांधी नावाची व्यक्ती राजकोटहून ११ ऑगस्ट १८८८ साली मुंबईला पहिल्यांदाच आली. इंग्लंडला जाण्यापूर्वी दहा दिवस या शहरात घालवावे आणि मग इंग्लंडला कायदा शिकायला जावे, असा बेत होता. परंतु तेव्हा समुद्र खवळलेला होता आणि मोहनदासच्या भावाला काहीतरी विपरीत घडेल; म्हणून मोहनदासने प्रवास पुढे ढकलावा, असे वाटू लागले. मोहनदास गांधी हवा सुधारण्याची वाट बघत असताना त्यांना त्यांच्या जातीच्या सदस्यांच्या सभेला बोलावले आणि मोढ बनिया या जमातीच्या प्रमुखाने धर्माच्या दृष्टीने असा प्रवास वर्ज्य ठरविला गेला आहे असे सांगितले. ४ सप्टेंबरला जेव्हा समुद्र शांत झाला, तेव्हा मोहनदास शहर सोडून निघाले. अशी वादळी सुरुवात झाली असली, तरी नंतरच्या काळात आपल्या राजकीय आयुष्यात; मुंबईलाच भारतातील

आपले घर बनविणे गांधींना भाग पडले. गांधींसारखा माणूस की ज्याचा विश्वास होता, खेड्यामध्येच भारताचे भविष्य आहे; त्याचे मुंबईशी नाते मात्र गुंतागुंतीचे होते. गावदेवीमधील मणिभवन या इमारतीमध्ये महात्मा गांधींनी सतरा वर्षे घालवली, परंतु त्यापूर्वी ते गिरगाव आणि सांताक्रूझ या भागात राहत होते. गांधी मुंबई शहराकडे पाहताना 'माझ्या स्वप्नांची आशादायी नगरी' म्हणून पाहत होते; कारण त्यांच्या अनेक नव्या कल्पना, कळीच्या रणनीती - उदा. सत्याग्रह, असहकार, स्वदेशी आणि दारूबंदी या सर्व मुंबईतच अभिव्यक्त झाल्या. (अर्थात, मुंबई दारूबंदीविषयी काही फारशी उत्सुक नव्हती.)

सगळ्यात जबरदस्त कल्पना जी मुंबईमध्ये निर्माण केली गेली आणि संपूर्ण भारताला ऊर्जा देत राहिली, ती म्हणजे स्वातंत्र्य! अनेकांच्या दृष्टीने खेड्यातून शहरामध्ये येणे म्हणजे गुदमरवून टाकणाऱ्या जात-जमातीच्या वातावरणातून बाहेर पडण्याची संधी - निदान या संधीचे मनोराज्य रचण्याची भूमी म्हणजे मुंबई. मुंबई ही भारतातील आत्यंतिक आधुनिक शहर आणि खेड्यापाड्यातील माणसांनी स्वची जाणीव समुदायाच्या जाणिवेपेक्षा वेगळ्या पद्धतीने, धैर्याने शोधून काढण्याची भूमी - किंवा किमान जितके शक्य तेवढे व्यक्तिवादी होऊन नव्याच तऱ्हेची कुटुंबे घडवून परक्या माणसांनासुद्धा आपल्यात सामावून घेण्याची शक्यता निर्माण करणारी भूमी.

जरी मुंबई १८५७ च्या बंडाच्या वेळी लांब असली, तरी राजकीय स्वातंत्र्यासाठी भारताचा जो झगडा चालला होता, त्या झगड्याचे धडधडते हृदय म्हणजे मुंबई होती. या संघर्षामध्ये महात्मा गाधी केंद्रस्थानी होते. परंतु त्यांनी सुरू केलेला लढा मुंबईमध्ये त्याआधीच सुरू झाला होता. २८ डिसेंबर १८८५ मध्ये गोकुळदास तेजपाल संस्कृत कॉलेजमधील ७२ माणसांचा गट गवालिया टँकवर एकत्र आला आणि त्यातूनच 'इंडियन नॅशनल काँग्रेस'चे पहिले सत्र सुरू झाले. मुंबईने सतरा वकील, शिक्षक आणि संपादक यांना पत्रे पाठवून भारतातील अत्यंत महत्त्वाच्या विवादांमध्ये उत्साहाने सामील होण्याची ऊर्जा दिली. हे खरे आहे की, या मंडळींची मांडणी नेमस्त होती; कारण काँग्रेसला भारताच्या हितासाठी काम करणाऱ्यांशी मैत्री करत आणि एकूण राष्ट्रीय पातळीवरील एकता भरीवपणाने निर्माण करत पुढे जायचे होते. त्यानंतर मात्र लवकरच मुंबईतील हा प्रवाह अधिक आग्रही आणि कृतीशील झाला.

१९१५ मध्ये गांधीयुग मुंबईमध्ये सुरू झाले. गांधींनी एकवीस वर्षे दक्षिण आफ्रिकेत घालविल्यानंतर ते भारतात आले, तेव्हा त्यांचे अतिशय आनंददायक स्वागत झाले होते. परंतु गांधी मात्र आपल्या पुतण्याला म्हणाले होते की, मला मुंबई आवडत नाही. मला मुंबईमध्ये लंडनमधल्या सगळ्या त्रुटी दिसतात, परंतु लंडनमध्ये असणाऱ्या सुविधा मात्र

दिसत नाहीत. महात्मा गांधींना या शहरातील कष्टकरी माणसे ज्या वेदना सहन करत जगत आहेत, त्याची जाणीव होती. काही वर्षांनंतर मात्र त्यांनी अशी नोंद केली की, 'मुंबई सुंदर आहे, तिच्यामध्ये असणाऱ्या मोठ्या मोठ्या इमारतींसाठी नाही; कारण या इमारती मुंबईतील अतीव दारिद्र्य आणि गलिच्छपणा लपवतात - मुंबई सुंदर आहे, कारण तिच्यामध्ये संपत्ती आहे म्हणून नाही; कारण ही संपत्ती जनसामान्यांच्या रक्तातून शोषून निर्माण झाली आहे. पण मुंबई सुंदर आहे, कारण मुंबई उदार आहे.

मुंबईचा उदात्तपणा सर्ववर्गीय सीमारेषांना कापणारा आहे असे गांधींना वाटले; कारण प्रत्येक वेळी त्यांनी जेव्हा देणगी मागितली, तेव्हा फक्त उद्योगपती आणि व्यापारी देणग्या देत नव्हते, तर साधी साधी माणसे आपल्या खिशातून रोख पैसे पुढे करत होती आणि कुटुंबातले दागदागिनेसुद्धा गांधींच्या झोळीत घालीत होती. म्हणजे एकीकडे जनगणना अहवालामध्ये मुंबईतील कष्टकरी रहिवासी उपाशीपोटी जगतात अशी नोंद येते, तर दुसरीकडे गांधींच्या चळवळीला कधी पैसा कमी पडला नाही. म्हणूनच सरोजिनी नायडू यांनी विधान केले होते की, 'महात्मा गांधींना दारिद्र्यात ठेवण्यासाठी खूपच पैसा खर्च करावा लागतो.'

१९१९ मध्ये गांधींना अहिंसकपणे प्रतिकार करण्यामध्ये असणारी ताकद दाखविण्याची संधी मिळाली. दक्षिण आफ्रिकेमध्ये असताना त्यांनी या तंत्राचा प्रयोग केला होता. जेव्हा 'रावलट अ‍ॅक्ट' नावाचा जुलमी कायदा आला आणि मतभेद चिरडून टाकण्याची मुभा प्रांतीय (provincial) सरकारांना दिली गेली, तेव्हा गांधीजींनी एका दिवसासाठी आत्मशुद्धी आणि निषेध घडविण्याचे ठरविले. या त्यांच्या प्रयोगामध्ये मुंबईने अतिशय उत्सुकतेने साथ दिली. हजारोंच्या संख्येने जनता या उपोषणात सामील झाली. बायकांनी काळे झेंडे दाखवत चौपाटीच्या दिशेने कूच केले आणि संपूर्ण राष्ट्राचे दुःख अभिव्यक्त केले. जवळजवळ १,५०,००० माणसे एकत्र येऊन, हा जुलमी कायदा मागे घ्यावा म्हणून प्रार्थनेला बसली.

यानंतर पुढची चाळीस वर्षे मुंबईतील भिन्न जातींतील, भिन्न धार्मिक गटातील माणसांना समूहपातळीवरील कृतींमधली ताकद कळली. भारतातील हे मुंबईसारखे आत्यंतिक भौतिकतावादी शहर, आता घरी तयार केलेली खादी घालू लागले. दारू पिणे बंद झाले आणि पोलिसांच्या लाठ्यांना तोंड देऊ लागले. महात्मा गांधींच्या उदाहरणावरून मुंबईला समजले की, वाटाघाटी आणि तडजोड करणे महत्त्वाचे असते आणि थोड्या काळासाठी थप्पड बसली, तरी दीर्घ पल्ल्याचा लढा आखूनच पुढे जावे लागते.

१९२० च्या असहकाराच्या चळवळीच्या काळात अनेक धडे मुंबई शहराने गिरविले.

यातील अगदी मैलाचा दगड म्हणजे स्वदेशी ही कल्पना-आत्मनिर्भरता आणि परदेशी माल बहिष्कृत करावा, ही त्याबरोबरच केलेली रणनीतीयुक्त कृती. अपेक्षेप्रमाणेच त्या काळात या मोहिमेमुळे मुंबईच्या भांडवलावर परिणाम झाला आणि या औद्यागिक शहरात मतभेद निर्माण झाले. त्या काळात गिरणी कामगार आणि गुजराथी, मारवाडी व्यापारी शहरातील कापड बाजारामध्ये होणारा फायदा लक्षात घेऊनच कदाचित या राष्ट्रीय कृतीला पाठिंबा देत होते. परंतु गिरणीमालक मंडळी मात्र आयात करण्यासाठी ब्रिटनमधील यंत्रांवर अवलंबून असल्याने, ते जास्त ब्रिटिशधार्जिणे होते. यातही अपवाद होता, तो एल्फिनस्टन गिरणीचे मालक ऊबर सोबानी यांचा. १९२१ च्या ३१ जुलै रोजी जेव्हा १२,००० मंडळी त्यांच्या कारखान्यांच्या बाहेर जमली, तेव्हा सोबानींनी स्वत: पुढे येऊन विदेशी कपड्यांची होळी पेटवली. कार्यकर्त्यांनी घरोघरी जाऊन परदेशी कापड गोळा केले. अशी होळी झाली, तेव्हा अंदाजे ३०,००० रुपयांचे नुकसान झाले. १७ नोव्हेंबरला पुन्हा एकदा अशीच होळी केली गेली. गांधींच्या अनुयायांना वाटत होते की, या होळीच्या ज्वाला अशा भडकाव्यात की, शहराच्या पलीकडे त्यांचा जाळ दिसावा. परंतु त्या दिवशी शेवटी हिंसाचार झाला. काँग्रेसचे सैनिक चर्नीरोड आणि मरीनलाईन स्टेशनमधून बाहेर पडले, तेव्हा पारशी आणि अँग्लो इंडियन माणसे घरी परत जात होती. इंग्लंडच्या राजकुमाराच्या स्वागताच्या मिरवणुकीमधून परत येणाऱ्यांवर हिंसक हल्ला झाला, तेव्हा त्याची प्रतिक्रियासुद्धा तितकीच हिंसक झाली. हे पाहिल्यावर गांधींनी शांतता प्रस्थापित होईपर्यंत उपोषण जाहीर केले. परंतु पाच दिवसांनंतर शांतता परत आली, तोवर पन्नास तरी माणसे मृत्यू पावली होती. गांधी उद्विग्न झाले. गांधींनी मुंबईतील हुल्लड माजविणाऱ्यांच्याविरुद्ध कडक विधान केले. 'तुम्ही हिंसक जनावरासारखी लूटमार करून आपली लालसा पुरी करता आहात', असे त्यांचे विधान होते.

हळूहळू राष्ट्रवादी चळवळ पसरू लागली आणि मुंबईमध्ये मोठ्या गतीने जमीन सुधारणाविषयक जे प्रयत्न होते, त्यातही हस्तक्षेप करू लागली. १८७३ पासून जवळ जवळ १६३ एकर जमीन कुलाबा आणि शिवडी या भागाच्या उत्तर किनाऱ्यावर हस्तगत केली गेली होती आणि त्या जमिनीतील बरीचशी जमीन, गोदामे आणि रेल्वे यांच्या विस्तारसाठी वापरली गेली होती. १९०५ मध्ये 'कफ परेड' नावाने एक अतिशय श्रीमंत वसाहत तयार केली जाऊ लागली, तेव्हा कुलाब्याच्या पश्चिम किनाऱ्यावरील ८९,३६० चौरस यार्ड जमीन हस्तगत केली गेली. विहार आणि तुलसी लेक येथे पाण्याचे पाइप्स घातले गेल्यानंतर, आजवर शहराची तहान भागवणारे पाणी आरोग्याच्या दृष्टीने विनाशक होऊ लागले. १९११ मध्ये गवालिया टँक - जेथे काँग्रेसची पहिली सभा झाली होती, तेथेच मग काही दशकांमध्ये गांधींनी आपल्या अत्यंत महत्त्वाच्या घोषणा केल्या. १९१४

मध्ये बावीस एकराच्या प्रकल्पावर पोर्ट ट्रस्टने काम सुरू करून, अलेक्झांड्रा गोदामातील खडक आणि वाळू वापरली. सगळ्यात मोठ्या जहाजबांधणी आणि व्यापारी कंपन्या तेथे सुरू झाल्या.

परंतु १९२० च्या दशकाच्या सुमारास हळूहळू ब्रिटिशांना भारतीय सदस्यांना 'महापालिका काऊन्सिल' आणि 'कायदेशीर काऊन्सिल'मध्ये निवडून येण्याची परवानगी द्यावी लागली. त्यामुळे या जमीन सुधारणा प्रकल्पांवर अधिक लक्ष ठेवणे शक्य झाले. १९२६ मध्ये गांधीचे सहकारी के. एफ. नरिमन यांनी 'बॅक बे रेक्लमेशन स्कीम'मधील भ्रष्टाचार उघडकीस आणला. तो सिद्ध झाला, तेव्हा वसाहतवादी सरकारला अतिशय संकोच वाटावा, अशी परिस्थिती निर्माण झाली. परिणामत: कांदिवलीमधील पाडन टेकडीवरील बरेचसे दगड आणि वाळू उपसून झाल्यानंतर, हा प्रकल्प थोडा नियंत्रित केला गेला. मुंबईच्या लोकाना कलात्मक अभिव्यक्ती करायची होती, त्याला खीळ घातली गेली.

महात्मा गांधींनी जेव्हा ६ एप्रिल, १९३० रोजी दांडी यात्रा सुरू केली आणि गुजराथ येथून सरकारच्या मीठ उत्पादन करण्याच्या मक्तेदारीवर घाला घातला, तेव्हा मुंबई शहरातील पाच पुरुष आणि दोन स्त्रिया यांना मिठाचा कायदा मोडण्यासाठी निवडले गेले. त्यांनी समुद्रातील पाणी घेऊन एका भांड्यात उकळून हाजीअलीच्या किनाऱ्यावर मीठ तयार केले. केनेडी ब्रिजजवळ कॉंग्रेस हाऊसच्या गच्चीवर मिठाचे ढीग तयार केले गेले. आणि मग ते शहरामध्ये विकून, त्यातनू या चळवळीसाठी निधी गोळा केला. काही दिवसांनंतर हजारो पुरुष आणि स्त्रियांनी पोलिसांच्या दंडुक्याकडे दुर्लक्ष करून वडाळा येथील मिठागरावर हल्ला केला. जेव्हा मुंबईत ५ मे रोजी बातमी आली की, गुजराथमध्ये गांधींना अटक झाली आहे, तेव्हा बाजारपेठा बंद झाल्या आणि मुंबईत एसप्लनेडवर मोठी निषेध यात्रा निघाली. सहा गाढवांना परदेशी कपडे घालून त्यांची मिरवणूक काढली गेली.

मिठाच्या सत्याग्रहाचे यश असे होते की, त्यातूनच मुंबईमध्ये खादीची मागणी वाढली. श्रीमंतांमध्येसुद्धा घरी विणलेले कपडे घालण्याची टूम निघाली. १९३१ मध्ये काळबादेवीमधील खादी भांडारमध्ये ७.४ लाख इतकी खादी विकली गेली. अगदी फ्लोरा फाऊंटनपासून विलेपार्लेपर्यंत खादी विकणारी दुकाने आली. गांधींना एतद्देशीय उत्पादन म्हणून खादीचे महत्त्व वाटत होते आणि त्यांनी स्वत: चरखा कसा चालवायचा हे दाखविण्यासाठी त्या काळातल्या लेडी लॉईड यांना प्रात्यक्षिकही घडविले.

असहकाराची चळवळ अशा वेळी चालू होती की, तेव्हा जगामध्ये महामंदीचा काळ होता आणि एकूणच बेरोजगारी आणि वेतन कपात चालू होती. मुंबईतील उद्योगपतींना

खात्री होती की, विदेशी माल बहिष्कृत केल्याने ज्या ठिकाणी तो वापरला जातो; तेथे मंदीचे सावट अधिकच वाढेल आणि त्यातून दुर्मीळ अशा भांडवलांची कोंडी होईल. ऑक्टोबर १९३० या कालखंडापर्यंत जवळजवळ २४ गिरण्या (त्यांतील मुबंई शहरात पाच - सहा होत्या) बंद झाल्या. मुंबईतील उद्योगपतींना हे अडचणीचे झाले आणि मार्च १९३१ रोजी ही चळवळ गांधी-आयर्विन करार होऊन थांबविली गेली. १९३५ मध्ये जेव्हा अर्थव्यवस्था पुन्हा एकदा बळ धरू लागली, त्यानंतरच काँग्रेसवर असणाऱ्या सरकारी नियंत्रणाला शिथिल केले गेले. १९३५ मध्ये मग भारत सरकारचा जो कायदा आला, त्याने भारतीयांना प्रांताप्रातांमध्ये सरकार स्थापण्यास परवानगी दिली. १९ जुलै १९३७ रोजी बी. जी. खेर यांनी मुंबई राज्याचा कारभार हाती घेतला आणि आपले अंदाजपत्रक जाहीर करून, ग्रामीण भागाला स्वास्थ्य मिळेल अशा योजना केल्या. यातून मग गुरांचा चार मुक्त केला गेला, जमिनीवरील कर माफ केला गेला आणि पाणीपुरवठा योजनेसाठी काही पैसा दिला गेला. या मंत्रालयाने दारूबंदी आणली, तेव्हा पारशी समाजातील दारूविक्री करणाऱ्या व्यापाऱ्यांनी 'दारूबंदी नको', असे गांधींना सांगितले. त्याच वेळी ताडी-माडी करणाऱ्या भंडारी मंडळींनी आपली उपजीविका नष्ट होईल, अशी तक्रार केली. महात्मा गांधी मात्र या दारूबंदीवर कठोरपणे ठाम होते; कारण त्यांना वाटत होते की, धुंदी आणणारे मद्य बंद झाले, तर आपल्या देशावर दीर्घकाळ चांगला परिणाम होईल.

मद्यपान बंदी सोडून गांधींवर या शहरातून आणखीही काही टीका होऊ लागली. त्यात दोन व्यक्ती महत्त्वाच्या होत्या. एक म्हणजे डॉ. बाबासाहेब आंबेडकर. आंबेडकरांनी दडपलेल्या वर्गाच्या मुक्तीसाठी जो प्रयत्न चालवलेला होता, तो प्रयत्न म्हणजे सरळसरळ गांधींच्या कनिष्ठ जातीच्या उद्धाराच्या भाषेला शह देणारा होता. आंबेडकरांसारखा अस्पृश्य जातीत जन्मलेला आणि मुंबईच्या उत्कृष्ट शाळेत शिक्षण घेतलेला, तसेच न्यूयॉर्कमधील कोलंबिया विद्यापीठात उच्चशिक्षण घेतलेला माणूस; जातिव्यवस्था ही हिंदुत्वाच्या आंतरिक गाभ्याचा भाग आहे, असे मांडू लागला. दलितांनी या हिंदू चौकटीतून बाहेर पडले पाहिजे आणि यालाच महात्मा गांधींनी अतिशय तीव्रपणे विरोध केला. दुसरी महत्त्वाची व्यक्ती म्हणजे महम्मद अली जीना. महात्मा गांधींशी जीना यांचे अधिक मूलभूत मतभेद होते. भारत नावाच्या राष्ट्राची त्यांची परिदृष्टी वेगळी होती. दक्षिण आफ्रिकेहून गांधीजी जेव्हा परत आले, तेव्हा त्यांचे स्वागत करण्यासाठी झालेल्या सभेचे अध्यक्षपद जीनांकडे होते. जीना स्वत: मुस्लीम समाजातील वकील होते, पारशी समाजातील घरंदाज मुलीशी त्यांचा विवाह झाला होता आणि गिरगावातील शांताराम चाळीमध्ये होणाऱ्या राजकीय सभांमध्ये ते भाषणे करत असत. परंतु १९२० मध्ये जीनांनी

'मुस्लीम लीग'चे नेतृत्व घेऊन, काँग्रेसपासून स्वत:ला अलग काढले. त्यांची मांडणी अशी होती की, मुस्लीम आणि हिंदू या भारतातील दोन भिन्न राष्ट्रीयताच आहेत. १९३८ साली मुंबईमध्ये गांधी आणि जीना यांच्या अनेक सभा झाल्या आणि भारतातील 'जमातवादी समस्ये' (हा शब्द त्या काळात सतत वापरला गेला) वरील भिन्न परिप्रेक्ष्यांमध्ये संवाद साधण्याचा प्रयत्न झाला. शेवटी या दोघांमध्ये कोणतीही तडजोड होणे शक्य नव्हते, परंतु गांधींना मात्र सतत एक सावध आशावाद होता. परस्परांमध्ये संवाद आणि समज निर्माण व्हावी, जीनांचे मन वळवावे, असे त्यांना वाटत होते. दुसरे महायुद्ध १९३९ साली जाहीर झाले. त्यानंतरच्या काही महिन्यांमध्येच निवडून आलेल्या मंत्रीमंडळाने राजीनामा दिला. ऑगस्ट १९४२ मध्ये जपान्यांचा भारतावर हल्ला करण्याचा बेत होता, तेव्हा महात्मा गांधी मुंबईच्या गवालिया मैदानावर 'अखिल भारतीय काँग्रेस समिती'च्या सभेमध्ये भाषण देण्यासाठी आले. 'चले जावो' चा निर्णय झाला होता. शेवटी युसुफ मेहेर अली यांनी 'चले जावो' ही घोषणा निश्चित केली.

१९४५ च्या सप्टेंबरमध्ये जेव्हा ब्रिटिश निवडणुकांमध्ये मजूर पक्षाचा विजय झाला, तेव्हा स्वातंत्र्याच्या दिशेने होणारी वाटचाल स्पष्ट दिसू लागली. एक लाखापेक्षा अधिक माणसे गोवालिया मैदानावर जमली आणि येणाऱ्या निवडणुकांच्या चर्चा घडू लागल्या. इंग्लंडमध्ये भारताचा विदेशी विनिमय साठलेला होता आणि इतर अनेक गोष्टी त्यात गुंतलेल्या होत्या. स्वतंत्र भारताला स्वतंत्र होताना प्रचंड किंमत द्यावी लागली. सप्टेंबर १९४४ मध्ये गांधीजींनी मलबारहिलवरील जीना यांच्या घरी निदान चौदा वेळा तरी खेटे घातले. कॅमेरासमोर हे दोघे हसत होते, परंतु त्यांच्या वाटाघाटींमध्ये जीना मुस्लीम लीगच्या मागण्यांशी घट्ट राहिले आणि त्यांनी पाकिस्तान नावाच्या स्वतंत्र देशाची मागणी केली. १९४६ च्या फेब्रुवारी महिन्यात एकीकडे वसाहतवाद गाडला गेला आणि तलवार नवाच्या बोटीवर 'भारत छोडो' ही घोषणा लिहिली गेली. हळूहळू हीच घोषणा सर्वदूर पसरली. मुंबई शहर गिरणी कामगार आणि रहिवाशांनी भरून गेले आणि नौदलातील इतर सैनिकांसह लोक रस्त्यावर आले. वल्लभभाई पटेल यांनी युद्धाचा तह जाहीर केला, परंतु मुंबईतील २२३ रहिवासी मृत्यू पावले.

स्वातंत्र्य मिळाले तेव्हा दूध आणि साखरेचा तुटवडा होता आणि तरीही मुंबईमध्ये गोड पदार्थ वाटले जाऊन सोहळा केला जाता होता. १५ ऑगस्ट १९४७ च्या मध्यरात्री बी. जी. खेर यांनी पुन्हा एकदा मंत्रालयाचे प्रमुख म्हणून काम सुरू केले आणि स्वतंत्र भारताच्या नागरिकांना 'आता तुम्ही स्वतंत्र आहात', असा आदेश दिला. थोडक्यात, भारत देश स्वातंत्र्यापाशी पोचला, तेव्हा गांधींनी मुंबईला मूलभूत स्वरूपात नवा आकार दिला होता. गांधींनी असे दाखवून दिले होते की, सुधारणा या संस्था आणि सरकार

यांच्या प्रयत्नांनी घडत नाहीत; तर देशातील प्रत्येक व्यक्तीने जबाबदारी घेतली पाहिजे आणि प्रयत्न केले पाहिजेत. खरा बदल हवा असेल; तर सर्व वर्गीय, जातीय, धार्मिक गटांतील लोकांनी त्यात सहभाग घेतला पाहिजे. स्वातंत्र्य चळवळीमध्ये मुंबईसुद्धा या एका दिशेने जाणाऱ्या प्रयत्नात सामील होती.

२८ फेब्रुवारी १९४८ मध्ये गांधींच्या दिल्लीमधील वधानंतर 'गेट वे ऑफ इंडिया'च्या परिसरात भारतातील ब्रिटिशांची उपस्थिती संपल्याचे जाहीर केले गेले. २८२ वर्षे आधी ज्या बेटांवरील माणसे मुंबईत आली होती, ती बेटे आणि ती माणसे आता ओळखूही येऊ नयेत अशा पद्धतीने काळाच्या पडद्याआड गेली.

(ब) भरकटलेले मुंबई शहर

या पुस्तकाच्या दुसऱ्या भागात भरतनगर या प्रामुख्याने मुस्लीम वस्ती असणाऱ्या ठिकाणी जो बस जाळण्याचा प्रकार झाला – अयोध्येतील बाबरी मशीद कोसळवून टाकल्यानंतर त्या विरोधातील ही दंगल होती – त्याचे तपशील येतात. 'टाइम्स ऑफ इंडिया'चे प्रतिनिधी म्हणून ७ डिसेंबर १९९२ रोजी लेखक या ठिकाणी पोचले. जळणारी बस, निषेध करणारे तरुण, ३०३ रायफल्स आणि स्टेनगन्स आणि दगडफेक असे सारे वर्णन अगदी थोडक्या शब्दांत दुसऱ्या भागात येते. हा हिंसाचार घडून गेल्यावर वीस वर्षांनंतर जेव्हा याच भागात फेरफटका मारायला लेखक गेले, तेव्हा त्यांना तर पोलीस चौकीसुद्धा ओळखू येईना; इतका सगळा परिसर अपरिचित होता. पोलीस चौकी आधीच्या ठिकाणी नव्हती आणि तिचे स्थलांतर एका मोठ्या इमारतीमध्ये झालेले होते. पोलीस चौकीच्या जागी आत्ता शेख मन्सूर यांचे केस कापण्याचे सलून होते. मन्सूरच्या दुकानात त्या वेळी गर्दी नव्हती, म्हणून आम्ही चालत पुढे गेलो. दंगल झाली तेव्हा मन्सूर फक्त चौदा वर्षांचा होता आणि शेजाऱ्यांच्या घरात लपून, त्याने पोलीस चौकीवर झालेला हल्ला पाहिला होता. मन्सूर सांगत होता की, बंदुकीचे आवाज कानठळ्या बसवणारे होते आणि नंतरच्या वीस वर्षांत खूपच गोष्टी बदलल्या. पूर्वीच्या पत्र्याच्या झोपड्या आत्ता विटांनी बांधल्या गेल्या होत्या. आणि मिठी नदी जाड काँक्रीटच्या भिंतींनी अडवली गेली होती.

परंतु मन्सूरच्या मते, त्यांच्या झोपडपट्टीतील वसाहतीमध्ये झालेले बदल इतके काही नाट्यपूर्ण नव्हते. रस्त्याच्या पलीकडे जे बदल झाले होते, ते मात्र अचाट होते. दंगलीच्या वेळी असा सहापदरी रस्ता नव्हताच. परंतु १९९२ नंतरच वांद्रा-कुर्ला संकुल ३७० हेक्टर जमिनीवर तयार केले गेले आणि भरतनगरला वेढून टाकणाऱ्या खाडीमध्ये भर टाकून हे घडले. मन्सूरच्या वस्तीवर आत्ता जेथे काचेचा दर्शनी भाग दिसतो, तेथेच राष्ट्रीय स्टॉक एक्स्चेंज उभे आहे आणि त्याची छाया वस्तीवर पडलेली दिसते. थोड्याच अंतरावर अमेरिकी काऊन्सिल आहे आणि अत्यंत उच्चभ्रू रेस्टॉरंट्स आहेत. त्याच परिसरात

भारताची सुरक्षा आणि विनिमय कार्यालये आहेत. १९९२ च्या दंगलीच्या आधीच एक महिना हे संस्थीकरण झालेले दिसते. म्हणजे उदारीकरण झालेल्या वित्तीय बाजारपेठांच्या नियंत्रणासाठी या संस्था उभारल्या गेल्या. ही उभारणी झाली त्यानंतर अगदी दोन आठवड्यांपेक्षाही कमी वेळा या संस्थांना ९२० दशलक्ष स्टॉक मार्केटची तपासणी करावी लागली. कारण हर्षद मेहता नावाच्या तरुण व्यापाऱ्याच्या स्टॉक मार्केटमधील उलाढाली लक्षात आल्या होत्या. हर्षद मेहता रॉयचंदप्रमाणेच आपला फायदा काढून घेण्यात हुशार होते आणि या सगळ्या प्रकारात जेव्हा बाजारपेठ कोसळली, तेव्हा हजारो लोकांच्या बचतीवर घाला आला.

दंगल झाल्यानंतरच्या काळात वांद्रा-कुर्ला संकुल हाच प्रकल्प उभारला गेला असे नाही. मुंबई विद्यापीठाच्या भूगोल विभागाने २०१२ साली जेव्हा सर्वेक्षण केले, तेव्हा १९९० पासून जवळजवळ ५४.७ चौरस किलोमीटर भूभाग नव्याने निर्माण केला गेला, असे आढळून आले. भांडुपजवळ आणि मनोरी खाडीभोवती बरीचशी जमीनसुधारणा केली गेली आणि त्यातूनच मग गोराई बीच आणि माहुल निर्माण केले गेले. परंतु सर्वांत जास्त जमीनसुधारणा म्हणून हातात घेतली गेली ती मालाडमध्ये, अशी संशोधकांनी केलेली नोंद दिसते. १९.२ हेक्टर समुद्रकिनाऱ्याच्या जमिनीवर 'माईंडस्पेस' नावाचे संकुल उभे राहिले, ते त्या किनाऱ्यावरील कचऱ्याच्या ढिगाऱ्यावरच. एका टप्प्याला मुंबईमध्ये टेकड्या खोदून विस्तार करावा लागत होता, परंतु आता स्वत:च तयार केलेल्या कचऱ्याचा ढिगाऱ्यावर मुंबई विस्तारित होऊ लागली. मालाड संकुलामध्ये अनेक कॉलसेंटर्स कार्यरत आहेत, जेथे लोकांना काम करण्यासाठी दिलेले संगणक बिघडलेले असतात. कारण ज्या कचऱ्याच्या ढिगाऱ्यावर हे सगळे उभारले गेले आहे त्यातून आता सल्फ्युरिक ॲसिडचे वाफारे बाहेर पडत आहेत आणि संगणक यंत्रे गंजू लागली आहेत.

तज्ज्ञांनी ज्याला 'मानवशास्त्राच्या चौकटीतून निर्माण केला गेलेला संचरनात्मक हस्तक्षेप' असे संबोधले आहे, ती सुधारणा अवैधच आहे. बाहेरच्या अवकाशातून याची छायाचित्रे घेतली गेली, तेव्हा ही जमीन कोणी हातात घेतली आहे हे कळत नव्हते. परंतु याचे पर्यावरणीय परिणाम मात्र भीषण होते. संशोधकांनी असे म्हटले होते की, भरती आणि ओहोटीच्या झोतामध्ये येणारी ही जमीन पर्यावरणीयदृष्ट्या संवेदनक्षम होती. या तऱ्हेच्या सुधारणांमुळे शहरातील ४० टक्के जलपर्णीचे आवरण १९९५ पासूनच नाहीसे केले गेले आणि त्यामुळे मुंबई शहरात राहणाऱ्या माणसांना पुरापासून संरक्षण मिळत होते, ते नाहीसे झाले. तसेच चिखलाच्या साम्राज्याला थांबविणारे हे संरक्षण संपले. मुंबईला आणखी एक अस्थिर करणारी प्रक्रिया घडविली गेली, ती म्हणजे नवी बेटे

निर्माण केली गेली आणि ही नवी बेटे धर्म आणि वर्ग यांच्या सीमारेषांमधून घडविली गेली. यात असे दिसते की, दंगली आणि सूड घेण्यासाठी केलेल्या बॉम्बस्फोटांचे उद्रेक झाले, तेव्हा ते उद्रेक भारताच्या आर्थिक उदारीकरणाच्या टप्प्याच्या सुरुवातीलाच झाले आणि या दोन्हीही घटनांनंतर मुंबईची घडण आमूलाग्र बदलली. यातून मग काही आहेरे वर्गाचे कप्पे तयार झाले आणि हे कप्पे एकमेवाद्वितीय मूठभरांसाठी तयार झाले आणि त्यातूनच मुंबईच्या अस्तित्वाच्या खोल गाभ्यामध्ये असणारी प्रगतिशील मिश्र समाजाची महानगरी संकल्पना तुच्छ लेखली गेली.

लेखक सांगतात की, शेवटी माझ्या डोळ्यांसमोर असे एक दृश्य दिसू लागले की, शिवाजी पार्कपासून घामाघूम होत, मध्यमवर्गीय माणसे आपल्या गाड्या पहाटे समुद्र किनाऱ्यापासून ढकलत आणत आहेत. उद्धटपणाने पण लाचार होऊन त्यांना तसे करणे भाग पडले. इराणी कमांडोज अरबी समुद्र पार करून मोठ्या प्रमाणात मुंबईच्या मुस्लीम शक्तींना सामील होत आहेत आणि मग प्रत्येक रात्री ते किनाऱ्यापाशी येणार आहेत. आपल्या गाड्यांच्या हेडलाईट्सचे झगझगीत दिवे अंधाऱ्या समुद्रकिनारी येतील तेव्हा या हल्लेखोरांना थांबविण्यासाठी हॉकीच्या काठ्या आणि क्रिकेटचे स्टंप्स घेऊन ही मंडळी तयार होती. सकाळ उजाडता उजाडता या गाडीवाल्यांच्या बॅटऱ्या संपल्या, त्यामुळे आता त्यांना त्यांच्या गाड्या वाळूतून ढकलत न्याव्या लागत होत्या; परंतु त्यांना भयंकर अभिमान वाटत होता की, मुंबई शहर वाचवण्यासाठी करायच्या प्रयत्नांत त्यांनी आपले योगदान केले होते.

६ डिसेंबर १९९२ नंतरच्या काही महिन्यांत मुंबईमध्ये अशा तऱ्हेच्या अतिवास्तव घटनांची मालिकाच घडली. ६ डिसेंबरलाच दूरवरच्या अयोध्येमध्ये बाबरी मशीद कोसळवून टाकून, हिंदू मूलतत्त्ववाद्यांनी आपला पाय रोवला होता. त्या दुपारी भारतीय जनता पक्षाला पाठिंबा देणाऱ्या हजारो सैनिकांनी रस्त्यावरचे अडसर मोडून तोडून, मशिदीवर हल्ला केला आणि रामाचे जन्मस्थान म्हणून तेथे दावा केला. काही तासांतच या मंडळींनी प्राचीन संरचना नाहीशी केली आणि भारत नावाच्या धर्मनिरपेक्ष राष्ट्राची संकल्पना तीव्रपणे चोळामोळा करून नष्ट करण्याचा प्रयत्न केला. १९९० साली मध्ययुगीन रथामध्ये जेव्हा भाजपाचे नेतृत्व अडवाणींच्या रूपात आगेकूच करत होते, तेव्हा उत्तर भारतामध्ये हिंसाचार घडला; परंतु मुंबईवर त्या अर्थाने या विध्वंसक उत्कटतेचा काहीच परिणाम झाला नाही. मुंबई म्हणजे लेखकासारख्या सगळ्या रहिवाशांना माहिती असणारे, मिश्र समाजाचे भारतातील महत्त्वाचे शहर होते आणि तेथे व्यापार नावाचे मृगजळ धरण्याचा प्रयत्न, एवढीच घडामोड होती.

लेखक सांगतात की, बाबरी मशीद कोसळविल्यानंतर ते स्वत: सॅण्डहर्स्ट रस्त्याच्या

रेल्वेस्थानकापासून पायी चालत गेले - हे रेल्वे स्टेशन प्रामुख्याने भेंडी बाजारातील मुस्लीम वस्तीचे होते - तेव्हा प्रतिक्रिया देणाऱ्या काही कहाण्या या मंडळींकडून मिळाल्या तर त्या संध्याकाळी आपल्या वृत्तपत्रात घालाव्यात असा त्यांचा हेतू होता. त्यांची अपेक्षा होती की, त्यांना अतिशय भयानक अशा रागीट प्रतिक्रिया मिळतील. परंतु ते जेव्हा मोहम्मद अली रोडच्या दिशेने वळले, तेव्हा आपणच एखाद्या युद्धाच्या टापूमध्ये आहोत, असे त्यांना वाटले. प्रत्येक तिठ्यावर या भागात अडसर घातले होते आणि झाडांच्या संरक्षणासाठी तयार केलेल्या लोखंडी जाळ्यांपासून हे अडसर तयार केलेले होते. काही ठिकाणी उखडून टाकलेल्या बसथांब्यातून ते तयार झालेले होते आणि काही ठिकाणी तर कोणाच्या तरी जुन्या मोडक्या ड्रेसिंग टेबलमधून तयार केले होते.

तरुण मुलगे तलवारी आणि भाले घेऊन गल्लोगल्ली धावाधाव करत होते. पोलिसांच्या ३०३ रायफल्सचे आवाज सगळीकडे घुमत होते. शौकत अली रस्त्यावर लेखकाला नसीम खानचे कुटुंब भेटले. पोलिसांची जिथे गस्त होती, त्याच्यापलीकडेच लहानशा गाळ्यामध्ये दुसऱ्या मजल्यावर हे कुटुंब राहत होते. आपल्या सासूसाठी वाळत घातलेला टॉवेल आणण्यासाठी वाकलेली नसीमची बायको पोलिसांच्या गोळीला बळी पडली होती. जे. जे. हॉस्पिटलमध्ये लेखकाने स्वत:च्या डोळ्यांनी जखमी माणसे पाहिली आणि अशी जखमी विव्हळणारी माणसे हातगाडीवरून, गाड्यांमधून, ॲम्ब्युलन्समधून येत होती. शल्यचिकित्सा करणारी बारा शल्यगृहे (Theaters) उभारली होती. अनेक परिचारिका घाईघाईने कापसांचे गठ्ठेच्या गठ्ठे, जखमांचे रक्त थांबवण्यासाठी कापत होत्या. माणसे रक्त सांडलेल्या जमिनी स्वच्छ करण्याचा प्रयत्न करत होती. तीन तासांनतर पोलिसांनी पहिल्यांदा गोळीबार सुरू केला आणि नऊ मृतदेह रचले गेले. संध्याकाळपर्यंत शहरामधील जवळजवळ त्रेचाळीस माणसे मारली गेली, त्र्याण्णव जखमी झाली आणि त्यांतील जवळजवळ सत्तर माणसे पोलिसांच्या गोळीबाराने घायाळ झाली.

पुढच्या काही दिवसांत मुंबईच्या अनेक भागांमध्ये लेखक भटकंती करत राहिले. जोगेश्वरीची पास्कल कॉलनी, देवनारमधील बैंगनवाडी आणि घाटकोपरमधील असल्फा गाव. एका संध्याकाळी धारावीमध्ये उंच इमारतीच्या पाण्याच्या टाकीवर बसून लेखक टेहळणी करत होते. तेथे काही गट कॉकटेल्स पीत होते, तर जखमी माणसे मिळेल त्या सुविधा घेऊन इस्पितळे शोधत होती. लेखक सांगतात की, अगदी शस्त्रधारी सैन्य असतानाही हा हिंसाचार आटोक्यात यायला तीन दिवस लागले. या दंगलीत एकूण २०२ माणसे मृत पावली, त्यांतील १०३ मुस्लीम होती. मुस्लीम मृतांमधील जवळजवळ ९८ मृत माणसे ही पोलिसांच्या गोळीला बळी पडली. यानंतर बळी पडलेल्यांना काही भरपाई जाहीर केली गेली आणि भीषणातील भीषण प्रसंग संपले, म्हणून सगळ्यांनीच

सुस्कारा सोडला. परंतु सगळ्यांच्याच मनात हा प्रश्न होता की, एवढा हिंसाचार का झाला? लवकर हा काळ संपून पुन्हा एकदा ख्रिसमस आणि नव्या वर्षाच्या जाहिराती येऊ लागल्या. डिनर आणि डान्स आखले जाऊ लागले.

हा प्रसंग घडल्यानंतर तीन आठवड्यांनी ६ जानेवारी १९९३ रोजी मस्जिद स्टेशनच्या बाहेर वाहतूक कोंडली गेली. पांढऱ्या टोप्या घातलेले माथाडी कामगार जे शहरातील गोदामांमध्ये हमाली करत असत, त्यांच्या पांढऱ्या टोप्यांचा समुद्र दिसू लागला. त्यांच्यामधील दोघांचा खून आदल्या रात्री झाला होता आणि म्हणून त्यांनी बंद पुकारला होता. त्यांच्या नेतृत्वाला खात्री होती की, हा गुन्हा त्यांच्या शत्रुपक्षातील कामगार संघटनेकडून घडला होता आणि त्यांनी अतिशय काळजीपूर्वक ठासून सांगितले की, हा प्रसंग धार्मिक तेढ निर्माण होऊन घडलेला नव्हता. परंतु तरीसुद्धा शेवटी आगीची ठिणगी पडलीच. त्यानंतरच्या संध्याकाळी भेंडीबाजारमध्ये पुन्हा अडसर घातले गेले. शौकत अली रस्त्यावर जिथे नसीम खानचे घर होते आणि जिथे एका सणसणीत गोळीला त्याची बायको बळी पडली होती, तिथे लेखक स्वत: होता. त्याने स्वत:च्या डोळ्यांनी पाहिले की, एका टॅक्सी ड्रायव्हरने टॅक्सी थांबवून सार्वजनिक मुतारीमध्ये जाण्याचा प्रयत्न केला. तेव्हा त्या जमावाने त्याला त्याची पँट खोलायला लावली, त्याची सुंता झाली नव्हती. त्याच्या पोटातून रक्त वाहत असताना तो रस्त्यावरून घायाळ धावत होता. पोलिसांच्या निळ्या गाडीजवळ तो कोसळला, तेव्हा हल्लेखोरांतील एका तरुण मुलाने असे म्हटले की, एखाद्या जखमी कबुतराप्रमाणे त्याचे रक्त वाहते आहे आणि तो तडफडतो आहे. पोलिसांनी या ड्रायव्हरला मदत केली आणि आपल्या वाहनात घेतले. त्या संध्याकाळी जवळजवळ नऊ टॅक्सीचालकांना अशा प्रकारे जखमी केले गेले.

त्याच दिवशी मध्यरात्री जोगेश्वरी येथील एका सहा माणसांच्या हिंदू कुटुंबाला जाळले गेले. परंतु या घटनेनंतर कल्पनाही करवणार नाही अशा पद्धतीने विकृत हल्ला होऊन, मुंबईच्या मुस्लीम समाजाचा नायनाट करण्याचा प्रयत्न झाला. जोगेश्वरी येथील राधाबाई चाळ घटनेला उत्तर म्हणून 'सामना' या वृत्तपत्रात जे लिहिले गेले, ते क्रौर्याने ओतप्रोत भरलेले होते. माथेफिरू धर्मांध गटांनी चौदा नि:शस्त्र नागरिकांचा जो नाश केला, त्याबद्दल 'सामना'मध्ये असे म्हटले गेले की, 'हिरवा बुरखा घालून सरकार उभे असले आणि भेंडी बाजारातील रस्त्याच्या कोपऱ्यावर सरकार बांगड्या घालून उभे असले, तरी हिंदू तरुणांना हे राष्ट्र जिवंत ठेवायचे आहे. आणि शरीरावर कोणतीही जखम न झेलता विजय मिळविणे अशक्य आहे, म्हणून पुढचे काही दिवस आमचे आहेत.' 'सामना'मधून असा संदेश मिळाल्यावर शिवसैनिक त्यांच्या पक्षाच्या २२१ शाखांमधून बाहेर पडले. आता प्रत्येक मुस्लीम हा लक्ष्य होता. वैभवशाली मलबार हिलच्या

बिल्डिंगमधील रहिवासी आणि अगदी बोरिवलीच्या मध्यमवर्गीय वस्तीतील नागरिक मोठ्या शिताफीने आपल्या राहत्या घराच्या नावाची पाटी बदलू पाहत होते आणि आपल्यावरील हल्ल्याच्या शक्यता टाळू पाहत होते. टाइम्सच्या कार्यालयात सतत फोन येत होते आणि मुस्लीम समाजातील निरपराध माणसांना कोणतेही संरक्षण देणे पोलीसच नाकारत होते.

हिंदू तरुणांचे गट आपापल्या शेजारपाजारच्या वस्तीला संरक्षण देत होते आणि या टप्प्याला जवळजवळ एक लाख मुस्लीम आपल्या स्वतःच्या शहरात निर्वासित झाले. सुरक्षिततेसाठी ही मंडळी निर्वासित छावण्यांमध्ये राहू लागली. मुंबईहून पळून जाणाऱ्या मुस्लीम आणि हिंदू गटांची गर्दी रेल्वेस्थानकांवर झाली. बिहार आणि उत्तर प्रदेश येथे परत जाणाऱ्या जनतेची संख्या जवळजवळ १५०००० होती.

नंतरच्या काळात अशी माहिती मिळाली की, महानगर पालिकेमधील याद्या घेऊन मुसलमान कुठे राहतात आणि त्यांची उत्पादनाची साधने काय आहेत, त्यांचा व्यापार कुठे चालतो, हे शोधून काढले गेले. अलीभाई प्रेमजी आणि नूर महम्मदसारख्या वाहनव्यवसाय किंवा फर्निचर व्यवसाय करणाऱ्या माणसांची दुकाने भस्मसात केली गेली, लुटली गेली. लहान लहान सायकलदुरुस्ती, चपलादुरुस्ती दुकाने नष्ट केली गेली. इतकेच नाही, तर विसाव्या शतकाच्या सुरुवातीच्या काळात पर्शियाहून आलेल्या कुटुंबांच्या इराणी रेस्टॉरंट्सचासुद्धा नाश केला गेला. पोलीस फक्त बघ्याची भूमिका करत होते.

११ जानेवारीच्या सकाळी ठाकरे यांच्या पक्षाबद्दल पोलिसांना किती सहानुभाव होता याचा प्रत्यय आला. शिवसेना कायदेमंडळाचे सदस्य मधुकर सरपोतदार यांच्या गाडीमध्ये पोलिसांना दोन बंदुका आणि दोन चॉपर्स सापडले. सरपोतदारांना पोलिसांच्या हवाली केले गेले, परंतु पुराव्याअभावी ते सुटले. त्यानंतर त्या दिवशी सामनामध्ये सूर बदलला, 'माथेफिरूंना धडा शिकविला गेला आहे आता हिंसाचार बंद करा' असे सांगितले गेले. ही जी दुसरी हिंसाचाराची फेरी झाली त्यात ५५७ माणसे मेली. मुंबईच्या लोकसंख्येच्या १५ टक्के असणाऱ्या मुस्लिमांची या मृत्युसंख्येमध्ये मात्र ६३ टक्के संख्या होती. शेवटी सरकारने व्ही. एन. श्रीकृष्ण आयोग नेमला आणि दंगलींची चौकशी सुरू केली. परंतु त्यापूर्वी नागरिकांच्या तीन गटांनी आपले स्वतःचे अहवाल सादर केले. दंगलींची इत्यंभूत माहिती, जमावाला नेतृत्व देणारी माणसांची नावे आणि प्रशासकीय सुधारणांसाठी शिफारसी; असे सर्व या अहवालात होते. एका गटाने काही समित्या स्थापून जेथे दंगल झाली, तेथे शत्रुभावी भावना असणाऱ्या लोकांना बोलण्यासाठी वाव निर्माण केला. या मोहल्ला समित्या पुढे वीस वर्षे कार्यरत राहिल्या, कारण प्रत्येक तणावाच्या

क्षणी शांतता प्रस्थापित करण्याचे काम त्यांना होते.

१२ मार्च, १९९३ रोजी लेखक दुपारचे जेवण घेऊन परतत असताना, दलाल स्ट्रीटवर 'स्टॉक एक्स्चेंज टॉवर'मध्ये त्यांना धडाडणाऱ्या ज्वाला दिसल्या आणि सगळीकडे धुराचे साम्राज्य पसरलेले दिसते. पुन्हा एकदा बॉम्बस्फोट घडले होते. झवेरी बाजार, वरळीचे पासपोर्ट ऑफिस, दादरचा प्लाझा सिनेमा शिवसेनेच्या प्रमुख कार्यालयाजवळील पेट्रोलपंप, वांद्र्याचे सीरॉक हॉटेल या सर्व ठिकाणी बॉम्बस्फोट घडले. आणि दोन तासांपेक्षाही कमी काळात दहा बॉम्बस्फोट झाल्यानंतर, २५७ मुंबईकर मारले गेले. यानंतर सर्व अधिकाऱ्यांनी बॉम्बस्फोट आणि तो अपराध करणारी मंडळी यांना मोठ्या शिताफीने अटक केली. लेखकाच्या मते दंगल घडवून आणणाऱ्यांना पोलिसांनी फारशी शिक्षा केली नाही; पण या स्फोटांनतर शंभरवर माणसे अटकेत गेली. जे संशयित फरार होते, त्यांच्या बायकांना आणि वृद्ध आई-बाबानांही माहीम पोलीस स्टेशनमध्ये अटक करण्यात आली. एक खास फोर्स बसवून हा कट रचणाऱ्यांना शिक्षा देण्याचे काम झाले. या विरोधात दिसते की, दंगलीसाठी जो आयोग होता, त्या आयोगाला दंगल घडवून आणणाऱ्यांना ओळखणे; एवढाच हक्क होता. त्यांना शिक्षा देण्याचा हक्क नव्हता. १९९६ मध्ये या न्यायाधीशांनी तीन वर्षे काम केल्यावर, शिवसेनेने हा आयोगच मोडीत काढला. मग मोठ्या प्रमाणात सार्वजनिकरित्या दबाव आणल्यानंतर या आयोगाला पुन्हा एकदा चालना दिली गेली. जेव्हा १९९८ मध्ये अहवाल सादर झाला, तेव्हा अत्यंत वरिष्ठ आणि ज्येष्ठ राजकारणी; तसेच ३१ पोलीस अधिकारी नावासह अपराधी ठरले. परंतु शेवटी 'श्रीकृष्ण कमिशन'चा निकाल दुर्लक्षित राहिला.

लेखक सांगतात की, मुंबईच्या भूभागामध्ये हे चार शोकात्म महिने पूर्णपणे झिरपले आणि शहर भविष्यकालीन अन्यायकारक गुन्हे करण्यास सज्ज झाले. एक तर आता ज्याला सरळ सरळ घुसखोरी म्हणता येईल, त्याच्याकडे दुर्लक्ष करून संरक्षणासाठी याची गरज आहे असे भासविले गेले. एनकाऊंटर असे म्हणून, न्यायव्यवस्थेला दूर ठेवून; ठार मरण्याचे सत्र सुरू झाले. पोलिसांना घातक गुंडांना ठार मारणे भाग पडते, असे दावे केले गेले आणि पोलिसांनाच आत्मसंरक्षणासाठी असे बळी घेणे भाग पडते, असेही दाखविले गेले. लवकरच कोणत्या साधनाने जय मिळविला गेला याचा विचार करू नये, असे वातावरण निर्माण झाले. आणि त्यातूनच मग वाहनांचे अपघात, कर चुकविणे आणि रिअल इस्टेटमधील फसवणूक या सर्व गोष्टी सुरू झाल्या. थोडक्यात, मुंबई आता कायद्याच्या संदर्भात अन्वयार्थ लावताना, व्यक्तीच्या सोयीनुसार लावू लागली.

मुख्य म्हणजे, बॉम्बस्फोट झाल्याने आणखी एक मिथक तयार झाले; ते म्हणजे मुंबईचे चैतन्य किंवा स्पिरीट. काहीही होवो; पण त्यानंतरच्या दिवशी मुंबई कामाला हजर

असते. त्यातून असे सुचविले गेले की, या महानगरामध्ये चिरंतन असा चिवटपणा आहे. कितीही शोकात्म घटना घडल्या, तरी नेहमीप्रमाणे रेल्वेमध्ये बसायचे आणि कामाला जायचे असे मुंबईचे 'आत्मिक' स्वरूप आहे. राजकारण्यांनी आणि समाजिक नेतृत्वांनी या मुंबईच्या चिवटपणाचा वापर साधनात्मक पद्धतीने केला आणि त्यामुळे मुबंईत जगण्यासाठी काही प्रयत्न करायला हवेत, हा मुद्दाच हरवला. मुंबईचा आत्मा अशा तऱ्हेने बधिर केला गेला....

□ □ □

या पुस्तकाच्या दुसऱ्या भागातील दुसऱ्या पोट विभागामध्ये मुंब्रा येथे कष्टकरी मुस्लीम समाज का राहू लागला याचे तपशील येतात. १९९२ मध्ये मुंब्रा हे मुंबईपासून चाळीस कि.मी. अंतरावर असणारे निम्न ग्रामीण शहर होते, ज्यामध्ये फक्त एकच दारूचा गुत्ता होता. ही सगळी वसाहत ट्रेकिंग करणाऱ्यांच्या दृष्टीने, खडकांवर चढण्याच्या सरावासाठी महत्त्वाची होती. तेथे जे दगडगोटे होते, त्याच्यावरून तुम्ही पडलात; तरी फारशा जखमा होत नसत. मुंब्रा येथील सगळ्यात मोठा धंदा म्हणजे ठाण्याच्या खाडीतील वाळूचा उपसा करणे. १९९१ च्या जनगणनेप्रमाणे मुंब्रा येथील लोकसंख्या ४४,२१७ होती. परंतु त्यानंतरच्या वीस वर्षांत मुंब्र्याचा विस्तार झाला आणि जवळजवळ ८,००,००० लोकसंख्या होऊन, ते एक लहानसे शहरच झाले - त्यातही ९० टक्के लोकसंख्या मुस्लिमांची आहे. दंगली झाल्यानंतर मुस्लीम जनतेच्या लाटाच्या लाटा सुरक्षित आश्रयासाठी आणि नव्याने जगण्यासाठी मुंब्रा येथे आल्या. म्हणजे मुंब्रा येथे एक मुस्लीम बेटच तयार झाले. मुंब्र्यामधील कंस या भागात गेली छत्तीस वर्षे उर्दू माध्यमाच्या म्युनिसिपल शाळेमध्ये शिकविणारे महम्मद अली, दररोज या जनसंख्येच्या विस्फोटाला तोंड देतात. १९७६ मध्ये जेव्हा त्यांनी शिकवायला सुरुवात केली, तेव्हा या शाळेमध्ये सहाशे विद्यार्थी होते. आज सहा हजार विद्यार्थी आहेत आणि त्यांतील फक्त साडेतीनशे विद्यार्थी हिंदू आहेत. शाळा दोन सत्रांमध्ये चालते, परंतु त्यामध्ये असणारे साठ वर्ग विद्यार्थ्यांच्या तीन तुकड्यांना शिकविण्यासाठी वापरले जातात. अली म्हणतात की, विद्यार्थ्यांचे कळपच्या कळप जनावरांप्रमाणे वर्गात भरलेले असतात. वर्ग भरण्यासाठी अगदी कोठीची खोलीसुद्धा वापरली जाते. मुले जमिनीवर बसतात आणि वर्गात जागा झाली नाही, तर व्हरांड्यामध्येही बसतात.

दंगलीमध्ये मारहाण झालेल्या समुदायाला मुंब्रा आकर्षक वाटते; कारण कितीतरी वर्षे तेथे कोकणी मुस्लीम समाजाचे अस्तित्व होते आणि या समाजाकडे तेथील जमिनीची मालकी होती. ठाणे जिल्यामध्ये मुंब्रा आहे, त्यामुळे मुंबईच्या वातावरणात असणाऱ्या शिस्तशीर पर्यावणाचा तिथे अभाव आहे. इमारती बांधतानासुद्धा काही नियम भंग केले जातात. त्यामुळे हजारो गाळे बांधले गेले आणि त्यांतील कितीतरी निकृष्ट दर्जाचे होते.

एप्रिल २०१३ मध्ये यांतलीच एक अवैधपणे बांधलेली इमारत कोसळली. यात राहणारी बरीच मंडळी काम उरकून परत येत होती; पण तरीही ७४ माणसांचे मृत्यू झाले. महाराष्ट्रामध्ये इमारती कोसळण्याच्या घटनांमधील ही एक आत्यंतिक विनाशकारी घटना होती.

दंगलीनंतरच्या काही वर्षांत शारीरिक हिंसाचाराची दहशत हळूहळू कमी होऊ लागली, तरीसुद्धा कष्टकरी मुस्लीम समाजातील माणसांचा अजूनही मुंब्र्यामध्ये राहण्याचा कल असतो. कारण मुंबईच्या अनेक भागांमध्ये आता जो भेदभाव मुस्लीम समाजाला अनुभवायला मिळतो तो टाळण्याचा हा प्रयत्न असतो. अगदी शबाना आझमीसारखी प्रसिद्ध अभिनेत्री आणि तिचे पती जावेद अख्तर यांनासुद्धा जेथे राहायचे आहे, तेथे मुंबईत राहता येत नाही. मुंब्रा येथे स्थलांतर केल्याने मुस्लीम समाजाला जरी पूर्वग्रहदूषिततेतून सुटका मिळते, तरी तेथे राहण्याच्या समस्या तशाच आहेत. कारण मुंब्रा येथे वीज नियंत्रण सहा सहा तास असते. परंतु तेच वीज नियंत्रण हिंदू वर्चस्व असणाऱ्या कळवा, दिवा या भागांमध्ये फक्त दोन तासांचे असते. महम्मद अलीच्या घरामधील लय विजेच्या उपलब्धततेवर अवलंबून असते. वीज असेल, तर पाणी असते, तेव्हाच अंघोळी करता येतात. साठवणीकरण्याच्या टाकीमध्येसुद्धा पाणी पडण्यासाठी पंप लागतो. संध्याकाळी घरातली मुले उजेड असेपर्यंतच अभ्यास करू शकतात. त्यानंतर हळू हळू जास्त वापरली तर बॅटरी संपते. वीज नाही म्हणजे दूरदर्शनवरील मालिका नाहीत. अगदी संगणकातून आपल बायोडेटा छापायचा आणि नोकरीसाठी अर्ज करायचा, तर अनेक तास थांबावे लागते.

सगळ्यात कठीण गोष्ट म्हणजे मुंब्र्याला एकदा रहिवासी म्हणून आल्यावर, याची एक साचेबंद प्रतिमा अशी केली गेली आहे की; दहशतवाद्यांसाठी सुरक्षित असे घर म्हणजे मुंब्रा. गेल्या दशकात पोलिसांनी दावा केला आहे की, या वस्तीमध्ये अनेक दहशतवाद्यांना त्यांनी पकडले. इशरतजहाँ शमीम रजा या विद्यर्थिनीच्या बाबतीत घडलेली घटना, ही सर्वांत कुप्रसिद्ध घटना आहे. मुंब्रा महाविद्यालय जे गेली एकोणीस वर्षे कार्यरत होते, तेथे अभ्यास करणाऱ्या या मुलीला गुजराथ पोलिसांनी २००४ साली चकमक होऊन मारून टाकले. पोलिसांचा दावा होता की, गुजराथचे मुख्यमंत्री नरेंद मोदीं यांना मारून टाकण्याच्या कटात सामील ती होती. परंतु त्यानंतरच्या काळात न्यायाधीशांचा जो अहवाल आहे त्यात स्पष्ट दिसते की, वरिष्ठ पोलीस अधिकाऱ्यांनी नाट्यपूर्णरित्या हा मृत्यू घडविला; कारण त्यांना बढती मिळणार होती.

मुंब्रा हे मोठ्यात मोठे मुस्लीम संकुल असे म्हणता येईल. मुंबई प्रदेशातील लोकसंख्येचा दृष्टीने सगळ्यात मोठे बदल मुंब्रामध्ये झाले; कारण कितीतरी माणसे जी

मुस्लीम नाहीत ती तिथून बाहेरही पडली. असेच काहीसे जोगेश्वरीला घडले. कारण १९९३ मध्ये येथेच अत्यंत कडवट असा हिंसाचार घडला. राधाबाई चाळीतील बने कुटुंबातील सहा लोक जाळून मारले गेले. आता ही इमारत एक युवा केंद्र म्हणून उभी राहिली आहे आणि तेथे संगणक वर्ग भरवले जातात. तसेच रेशनकार्ड, पॅनकार्ड, पासपोर्ट कसे मिळवायचे याची माहिती दिली जाते. वरवसर पाहता हे 'अजाग युवक विकास केंद्र' म्हणजे समझोता झाल्याचे प्रतीक म्हणून दिसू शकेल. परंतु त्याचे प्रशासन करणारे २९ वर्षांचे इस्माईल शरीफ हे मान्य करतात की, अशा तऱ्हेची हातमिळवणी फसवी आहे. दंगली चालू असताना जवळजवळ वीस कुटुंबे राधाबाई चाळीच्या गल्लीमध्ये राहत होती. तेथे हिंदू वस्तीच होती, आता फक्त दोन किंवा तीन कुटुंबेच शिल्लक आहेत.

मुंब्र्याप्रमाणेच वांद्रा वस्तीवरसुद्धा असेच वातावरण आहे की, त्यांची वस्ती दहशतवाद्यांना पोसते असे मानले जाते. ते असे सांगतात की, जोगेश्वरी पूर्व हा भाग आता बँकांनी 'लाल टापू' (Red zone) म्हणून नोंदविला आहे; त्यामुळे ४,००,०६० या पोस्टाच्या नंबरावरील कर्जासाठी आलेले अर्ज नित्यनियमाने नाकारले जातात आणि क्रेडिट कार्डेसुद्धा नाकारली जातात. शरीफ म्हणतात की, ही परिस्थिती इतकी वाईट आहे की; आम्हाला आधी पैसे भरूनसुद्धा मोबाईल फोन मिळत नाहीत.

या तऱ्हेच्या कप्प्याकप्प्यांच्या उदयामुळे मुंबईचा शब्दसंग्रह वाढला आहे. मुंबईतील अनेक मंडळी जोगेश्वरीला 'मिनी पाकिस्तान' म्हणतात आणि सर्वसाधारणत: जेथे मुस्लीम बहुसंख्य आहेत, अशा वस्तीला हेच नाव मिळते. सर्व मुस्लीम मंडळींना भारताच्या पूर्व-पश्चिम शेजाऱ्यांबद्दल कणव आहे, हा समज इतका सर्वदूर पसरलेला आहे की; नालासोपारामधील रहिवाशांनी २०१२ साली एक वेगळाच अनुभव घेतला. त्यांचा पत्ता 'मिनी पाकिस्तान' म्हणून नोंदवून राज्यशासनाच्या वीज मंडळाकडून त्यांच्या नावावर बिल आले. असे म्हटले जाते की, या वसाहतींच्या सीमारेषांना 'सीमा' मानल्या जातात आणि हे मुस्लीम आणि हिंदू दोन्ही समाजातल्या मंडळींनी स्वीकारले आहे. एक सीमारेषा ओलांडून दुसरीकडे पाऊल टाकायचे, तर आता असे पाऊल टाकणे धोकादायक ठरते आहे.

मुंबईच्या दैनंदिन जीवनात मुस्लीम समाजाबद्दल गैरसमज इतके खोलवर रुजले आहेत की, इस्लामविरोधी भावना सर्वसाधारण मध्यवर्गीय घरांमध्ये व्यक्त केल्या जातात आणि त्याबद्दल कोणी आक्षेपही घेत नाहीत. आत्ताच्या निवडणुकांच्या काळामध्ये अचानकच 'वांद्रे बचाव समिती' नावाची एक गूढ संघटना उद्भवली आणि त्यांनी रोमन कॅथलिक मतदारांना काही परिपत्रके पाठविली. लेखक जेथे राहतो त्या आसपाच्या वस्तीमध्ये, दंगलीनंतर मोठ्या प्रमाणात मुस्लिमांनी घरे घेतली आहेत. तेथे आता ख्रिस्ती

मंडळींना परिघाबाहेर टाकले जाते, असा दावा केला गेला. या परिपत्रकांमधून जिथे कॅथलिक मंडळींचे वर्चस्व होते, तेथे आता मुस्लीम नावांचे प्राबल्य येणार; असे म्हटले होते. परंतु असे परिपत्रक वाटल्यावर कोणीही रागावून हे नाकारले नाही, कोणी त्यावर भाष्यही केले नाही; हे महत्त्वाचे आहे.

पी. के. शहाजान या टाटा इन्स्टिट्यूटच्या 'समाज विज्ञान संस्थे'मध्ये प्राध्यापक म्हणून काम करणाऱ्या अभ्यासकाने असे म्हटले आहे की, दंगलींच्या नंतरच्या काळात जो धक्का मुंब्रा, जोगेश्वरी, धारावी या भागांत बसला आणि तरुण मुस्लीम मुले त्याने अशी प्रभावित झाली की; आपण सामाजिक अवकाश म्हणून परिघावर आहोत अशी त्यांची खात्री झाली. या तिन्ही वस्त्यांमध्ये त्यांना प्रचंड प्रमाणात परात्मतेची जाणीव आढळली. अवकाश आणि अस्मिता एकत्र येऊन वगळले जाण्याच्या भयावह झोतामध्ये ही मंडळी आली आहेत. व्यापक सामाजिक प्रक्रियांपासून ही तरुण मुले तुटली आहेत आणि असे होण्यात त्यांचा काहीच दोष नाही.

म्हणजे एकीकडे मुंबईतील मुस्लीम समाज परिघाबाहेर ढकलला जातोय, तर इतर मंडळी आपोआपच ऐच्छिकदृष्ट्या स्वत:ला त्यांच्यापासून तोडत आहेत. शहरातील जैन, मारवाडी आणि गुजराथी मलबारहिलच्या परिसरात मोठे मोठे पट्टे खरेदी करत आहेत आणि मोठ्या इमारती बांधून सोसायट्या तयार केल्या जात आहेत. त्यांत फक्त शाकाहारी माणसांनाच प्रवेश दिला जातो. त्यांना मांसाहाराची इतकी किळस आहे की, काही वर्षांपूर्वी मलबारहिलवर मटण आणि मासे विकणाऱ्या रेस्टॉरंटला गिऱ्हाईके मिळेनाशी झाली आणि जी मंडळी येथे जेवणासाठी येत होती, त्यांचेही छळ झाले. (अर्थातच, ज्यांचा एवढा शाकाहारावर विश्वास आहे आणि जिवंत प्राण्यांना जगवले पाहिजे याच्यावर विश्वास आहे; त्यांना माणसांना मारून टाकण्याचे काहीच वाटत नाही.) मलबारहिलच्या जवळपास असणाऱ्या अतिशय दिमाखदार रेस्टॉरंटमध्येसुद्धा आता अंडी, मासे, मटण यांची हकालपट्टी झाली.

□ □ □

या भागातील तिसऱ्या प्रकरणात बॉम्बेऐवजी 'मुंबई' असे नामकरण झाले त्या प्रक्रियेबद्दल लिहिले गेले आहे. लेखक सांगतात की, एका संध्याकाळी डिसेंबर २०१२ मध्ये म्हणजे बाळ ठाकरे - शिवसेनेचे संस्थापक, ८६ व्या वर्षी मृत्यू पावल्यानंतर महिनासुद्धा पुरा झाला नसताना, शिवसेनेच्या प्रमुख कार्यालयाच्या बरोबर समोर जॅझ संगीताचा जलसा होता. तेथे अपूर्ण बांधल्या गेलेल्या इमारतींच्या चाळिसाव्या मजल्यावर लेखक गेले. ही इमारत पूर्ण झाली की, २०३ मीटर्स एवढी उंची कोहिनूर चौकाची वाढणार आहे. आत्ताच भुलभुलैया करणारी ही काचेची इमारत मुंबईतून दूर अंतरावरूनही

दिसते. हा सर्व संगीताचा कार्यक्रम अतिशय दिमाखदारपणे मुंबईच्या हाय सोसायटीला बोलवून केला गेला.

या संदर्भातील कलाटणी देणारे दृष्टिकोन धक्कादायक होते. रस्त्यातले दिवे झगमगत होते, गड्यांचे हेडलाईट्ससुद्धा तसेच. उंच उंच इमारतींवर धोका दाखविणारे लाल दिवे आणि शांत असे निळे प्रकाश जाहिरातींसाठी होते. मुंबईच्या पश्चिमी भागाच्या टोकाला वांद्रा - वरळी समुद्रजोडणी पाहण्यासाठी विशेष जागा आणि दुर्बीणसुद्धा होती. जेव्हा लेखकाने तेथून डोकावून पाहिले, तेव्हा अगदी खालच्या बाजूला त्यांच्या दृष्टीस प्रचंड लगबग दिसली. शिवाजी पार्कच्या जवळपास माणसांच्या गटाची जेथे ठाकरे यांचे दहन झाले होते, तेथे काहीतरी प्रचंड हालचाल दिसत होती. ठाकऱ्यांच्या अनुयायांनी अशी मागणी केली होती की, त्यांच्या चितेच्या जवळपास शिवाजी पार्कचा काही भाग राखून ठेवून स्मारक बांधावे. राज्यसंस्थेने याला नकार दिला होता. मग सैनिकांनी जेथे दहन झाले होते, त्या ठिकाणी कडे केले - हे सर्व घडले, ते पूर्वीच्या काळात इराणी कमांडोजनी हल्ला करू नये; म्हणून जी माणसे किनाऱ्याचे संरक्षण करत होती, त्या जागेच्या आसपासच!

कोहिनूर चौकाच्या उंचीवरून पाहिले, तर राजकारणाची धूळ आणि एकूण गरम वातावरण दूर असल्यासारखे भासत होते. अर्थात, जॅझचा हा जो कार्यक्रम आयोजित केला होता; त्याचा उद्देश तोच होता. कोहिनूर चौकाची मालकी मनोहर जोशी यांची आहे आणि ते ठाकरे यांचे अत्यंत विश्वासू सैनिक. अगदी अलीकडच्या काळापर्यंत बाळ ठाकरे यांचा पुतण्या राज हा त्यांच्या धंद्यातील जोडीदार होता. २००५ साली या लोकांनी ४.५ एकर एवढी जमीन ४२१ कोटी रुपयांना विकत घेतली होती. चार वर्षांनंतर जेव्हा राज ठाकरे यांनी मनसे निर्माण केली, त्यानंतर स्वत:चा हिस्सा विकला आणि असे समजते की, तीनशे कोटींचा फायदा त्यांना झाला. जॅझ संगीताचा सोहळा होण्यापूर्वी काही दिवस बाळ ठाकरे यांच्या स्मारकाची जागा शिवाजी पार्कच्या सार्वजनिक ठिकाणी न करता, कोहिनूर चौकाच्या कुंपणाच्या आत करावी; असा बूट निघाला. कारण कोहिनूर चौक ज्यांच्या हातात होता, त्या सर्वांना शिवसेनेच्या नेत्याबद्दल अतिशय श्रद्धा होती. परंतु जोशी मंडळी मात्र ही कल्पना धुडकावून लावत होते.

ठाकरे स्मारकासाठी जो विवाद चालला होता, त्यातून असे स्पष्ट दिसते की; पूर्वी हा राजकीय पक्ष सत्तेवर येताना भूमिपुत्रांच्या हितासाठी सत्तेवर येत आहे, असे म्हणत होता. परंतु आता मात्र त्यांच्यापाशी असणाऱ्या रिअल इस्टेटमधून जास्तीत जास्त फायदा कसा मिळेल, हे पाहिले जात होते. म्हणजे १९६६ साली ३० ऑक्टोबरच्या एका संध्याकाळी बाळासाहेब ठाकरे यांनी त्यांची पाहिली सभा घेतली, तेव्हा जे पाऊल टाकले; त्याची परिणती अशी झाली होती. 'मार्मिक'मध्ये आवाहन करण्यात आले की,

त्यांच्या वाचकांनी शिवाजी पार्कला जमून मराठी माणसांच्या पुनरुत्थानाचे प्रयत्न करावे. सहा वर्षांपूर्वी व्यंगचित्रकार म्हणून 'मार्मिक'मध्ये सामाजिक आणि राजकीय व्यंगचित्रे येत होती. परंतु १९६३ पासून मात्र 'मार्मिक'मधूनच बिगरमराठी सधन माणसांची नावे झळकू लागली. ही नावे आणि त्याखालील 'वाचा आणि उठा' असा संदेश पाहता, एकीकडे ठाकरे यांचे जाहीरनामे; की मराठी माणूस त्यांच्या स्वत:च्या राज्यात अगदी राजधानीमध्येच व्यापाऱ्याच्या जगात परिघाबाहेर टाकला जातो आहे, तर दुसरीकडे चित्र वेगळेच घडत होते.

आधीच्या पिढीचा विश्वास होता की, आपल्याला सामाजिक परिवर्तन हवे असेल, तर स्वत:मध्ये सुधारणा केली पाहिजे. ठाकरे यांनी मात्र सोपे उत्तर शोधले. त्यांनी बाहेरून येणाऱ्या लोकांना दोष देत, मराठी माणसांना खाजगी क्षेत्रात काम मिळत नाही ते बाहेरच्या लोकांमुळेच, असे मांडले. १९६६ मध्ये मराठी माणसावरील अन्यायासाठी तरुणांची संघटना बांधली गेली आणि त्या शिवसेनेला 'शिवाजीचे सैन्य' असे संबोधले गेले. १७ व्या शतकात शिवाजीने जे केले आणि साम्राज्य उभारले, तसे करण्याचा हा प्रयत्न होता. त्या काळात मग शिवाजीचे नाव देऊन एअरपोर्ट आणि रेल्वे स्टेशन दोन्हींना वेठीस धरले गेले आणि मराठी माणसाचा अभिमान अधोरेखित करताना सर्वसामान्य लोकांना मात्र एअरपोर्टला जायचे का स्टेशनवर, असा संभ्रम निर्माण झाला.

लेखक स्वत: काही वर्षे ठाकरे यांच्या दसरा मेळाव्याला हजर राहत. त्यांच्या मते, जी काही भाषा ठाकरे वापरत असत, ती त्यांच्या व्यंगचित्रकार असण्यातूनच आकाराला आली होती. सेना 'सुप्रिमो' म्हणवून घेणारे ठाकरे; अत्यंत ओंगळ, आदिम भाषेत बोलत असत. आपल्या विरोधातल्या माणसांसाठी वाटेल ती टोपणनावे देणे आणि विनोद करणे, असे होऊ लागले. १९६६ च्या अगदी पहिल्या सभेसध्ये 'राजकारण गजकर्ण' असे विनोद करून आपल्या सामाजिक कार्याची मर्यादा स्पष्ट करतानाच, शिवसैनिकांनी सभा संपवून परत येताना उडपी रेस्टॉरंटवर हल्ला केला. कर्नाटकातील उडपी भागातून आलेले, मध्यमवर्गीयांना खाऊ घालणारे हे रेस्टॉरंट आणि त्याची जागा उखडून टाकली गेली. अशा तऱ्हेने दक्षिण भारतीय हे शिवसेनेचे पहिले लक्ष्य ठरले. परंतु जसजसे दिवस पालटले; त्याप्रमाणे कधी कम्युनिस्ट, कधी मुस्लीम, कधी उत्तर भारतीय यांच्यावर हल्ले झाले. 'सुंदर मुंबई' ही 'मराठी मुंबई' असणार असे जाहीर केले गेले.

१९९० च्या दशकापर्यंत ठाकरे यांची सत्ता अधिक मतदारांपर्यंत पोहोचविण्यासाठी त्यांना स्वत:ला 'हिंदू हृदयसम्राट' असे म्हणवून घ्यावे लागले. सुरुवातीला मराठी मुलांनी स्वत:चे अर्थार्जन करावे, धंदे उभे करावे असे सांगितले; तेव्हा वडापाव विकणे सुरू झाले. आणि वडापावच्या निमित्ताने प्रादेशिक अस्मिता मिळवत, सार्वजनिक अवकाश

हडप केला गेला. ह्या काळात मराठी माणसासाठी उत्कटतेने सर्व नोकऱ्या मिळाव्या असे म्हणणाऱ्या या संघटनेने शेवटी असेही जाहीर केले की, अगदी लाल बत्तीच्या वस्तीमध्येसुद्धा जास्तीत जास्त 'मराठी वेश्या' असल्या पाहिजेत. म्हणजे एकीकडे सेनेतील पायदळ फुटपाथवर वडापाव विकू लागले, तर दुसरीकडे सेनेमधील मोठे अधिकारी इमारती बांधण्याच्या कंपन्या सुरू करू लागले.

जरी ठाकरे यांनी पाकिस्तानबद्दल सतत कडवट विधाने केली, तरी त्यांचे राजकारण मात्र कराचीच्या सीमारेषांना भेदून त्यांच्यासारखेच होते. मुंबई आणि कराची या दोन्हींची स्थानिकता पाहिली, तर त्यांना बहुवंशीय गट आपल्या किनाऱ्यावर असले तरी ते संशयास्पद वाटत होते. सिंधी मंडळींना कराचीवर नियंत्रण मिळविणे फारसे जमले नाही- म्हणजे महाजीर स्थलांतरित म्हणून फाळणीनंतर कराचीत गेलेले सिंधी महाराष्ट्रातल्या मराठी माणसांपेक्षा यशस्वी दिसत नाहीत. स्वातंत्र्योत्तर काळात मुंबईतील महानगरपालिकेवर महाराष्ट्रीय मराठी मंडळींनी बऱ्यापैकी ताबा मिळविलेला दिसतो. मराठी माणसांना मुंबईमध्ये वाटणारी चिंता अगदी ठाकरे राजकारणात येण्यापूर्वीचीच आहे. १९५२ पासूनच अशी परिस्थिती होती की, 'मुंबईतील मराठी माणसांचे काय होणार' अशी चिंता व्यक्त केली जात होती. त्या काळातच मग एक आयोग स्थापन करून भारतीय राज्यांची पुनर्घडण भाषावार करावी - भाषावार प्रांतरचना करावी - असा विचार येऊ लागला होता. त्या काळात उद्योजकांच्या गटांनी मुंबईसाठी एकत्र येऊन, मुंबईला स्वायत्त शहर वा राज्य म्हणावे अशी मागणी केली. १९५६ मध्ये त्या काळातले पंतप्रधान जवाहरलाल नेहरू यांनी मुंबई राज्य म्हणून जे भूक्षेत्र प्रसिद्ध होते, त्याचे दोन विभाग केले आणि मग त्यातून महाराष्ट्र आणि गुजराथ असे दोन परगणे तयार केले गेले. अशा वेळी बॉम्बे सिटी ही युनियन टेरिटरी ठरविली गेली आणि केंद्रशासित पद्धतीने तिचे प्रशासन व्हावे असे सुचविले गेले. याविषयी जे विरोधातले सूर आले, त्यातून पोलिसांच्या गोळीबारात ऐंशी लोक मारले गेले. यातूनच 'संयुक्त महाराष्ट्र समिती' निर्माण केली गेली; ज्यात डाव्या, उजव्या विचारसरणीच्या राजकीय पक्षांचा अंतर्भाव होता. महाराष्ट्र समितीला मुंबई आपल्या राज्याचा भाग असावी, असे वाटत होते आणि त्यातूनच मग मोठ्या प्रयत्नांती महाराष्ट्र राज्याचा जन्म १ मे १९६० रोजी झाला आणि मुंबई महाराष्ट्राची राजधानी असे ठरले. असे झाल्यानंतर या शहराचे एकमेवत्व संपले; कारण कोणताही एक गट पूर्णतः वर्चस्वात्मक होऊ नये अशी जी रचना या शहराची होती, तीच संपली. गुजराथी व्यापारी मंडळींनी उत्तरेकडे आपले लक्ष वळविले आणि अपेक्षेप्रमाणे मराठी भाषिक मंडळी सार्वजनिक जीवनात अधिक वर्चस्वशाली ठरली.

परंतु महाराष्ट्रीय मंडळींसाठी अधिक नोकऱ्या निर्माण करण्याचे प्रयत्न मात्र प्रत्यक्षात

आले नाहीत. एकतर या शहरात असंख्य हिंदी भाषिक मंडळी होती, म्हणूनच दक्षिण भारतातील कारकुनी नोकऱ्या करणाऱ्या मंडळींच्या जागांवर मराठी माणसांचा डोळा गेला आणि त्या जागा पटकावण्याचा प्रयत्न झाला. म्हणजे या राज्याच्या राजधानीमधील मराठी माणूस मागे पडतो आहे, ही भीती काही तशी खरी नव्हती. १९६१ साली 'मार्मिक' नावाचे नियतकालिक जेव्हा उभे राहिले, तेव्हा मराठी भाषिक माणसे मुंबईच्या लोकसंख्येच्या ४३ टक्के होती. म्हणजे हा शहरातील सगळ्यांत मोठा भाषिक गट होता. ठाकरे यांनी दावा केला की, सर्व मराठी भाषिक माणसांचे प्रतिनिधित्व ते स्वत: करतात. परंतु हे खरे नव्हते. मराठी बोलणारी दलित आणि मुस्लीम माणसे जी कोकणातून आणि मराठवाड्यातून मुंबईत आली आहेत, त्यांच्याबद्दल ठाकऱ्याना द्वेषच होता.

या परिस्थितीत शिवसेना यशस्वी झाली, कारण काँग्रेस पक्षाने त्यांना पाठिंबा दिला. डाव्या विचाराच्या पक्षांना जर शह द्यायचा, तर शिवसेना उपयुक्त होती. काँग्रेस पक्षाला कम्युनिस्ट आणि समाजवादी यांना दूर ठेवायचे होते. कारण तसे केले; तरच कायदेशीर हातचलाखी करून, वस्त्रोद्योगातील कामगारांच्या युनियनला आळा घालून, गिरण्यांना टाळी मारता आली असती. कम्युनिस्ट किंवा समाजवादी मंडळींमध्ये गिरणीकामगारांशी वाटाघाटी करण्याची ताकद होती. सप्टेंबर १९६७ मध्ये ठाकऱ्यांनी जाहीर केले की, 'कम्युनिस्टांचे पौरुष नाहीसे करण्याचे त्यांचे प्राथमिक उद्दिष्ट आहे.' तेव्हा मुंबईचे उद्योगपतीसुद्धा खूश झाले आणि संप फोडण्यासाठी त्यांनीही उत्तेजन दिले. परंतु त्यांनाही खात्री नव्हती की, शेवटी यातून कोणत्या दिशेने हा झगडा जाणार? खाजगी क्षेत्रातील कंपन्यांमधील अधिकाऱ्यांमध्ये पुरेशा प्रमाणात मराठी भाषिक नव्हते. तेव्हा त्यांना उखडून काढले गेले आणि सेनेच्या मागण्या पूर्ण करू शकत नाहीत असे सरकारी अधिकारी दूर केले गेले. या सगळ्याचे स्पष्टीकरण देताना ठाकरे विदोनाने म्हणत असत की, 'कधी ठोकशाही लोकशाहीपेक्षा बरी असते.'

एकीकडे अशा तऱ्हेने जबरदस्त शक्तीचा वापर, तर दुसरीकडे महानगरपालिका सेवांमध्ये मराठी माणसांना नेमणे आणि अनेक ठिकाणी ॲम्ब्युलन्स पुरविणाऱ्या संघटना बांधणे अशी वाटचाल सुरू झाली. १९७० आणि ८० च्या दशकात या पक्षाने वाढत्या प्रमाणात महानगरपालिका निवडणुकांमध्ये जागा मिळविल्या.

शिवसेनेची वाढती लोकप्रियता पाहता मुंबईतील २,५०,००० गिरणी कामगारांचा असंतोष - अर्थात यात बहुसंख्य महाराष्ट्रीय होते आणि काँग्रेसच्या नेतृत्वाखाली असणाऱ्या कामगार संघटनेचे प्रतिनिधित्व यामुळे परिस्थिती गुंतागुंतीची होती. अनेक गिरणी कामगारांना शिवसेनेची एतद्देशीयपणाची अलंकारीक भाषा आपली वाटत होती. परंतु त्यांना त्या पक्षामध्ये एवढा विश्वास वाटत नव्हता की, हा पक्ष गिरणी मालकांशी प्रभावीपणे

वाटाघाटी करेल. त्यातील काहींना वाटत होत की, यापूर्वीही ठाकऱ्यांनी मालकांशी जी बोलणी करायचा प्रयत्न केला, ती बोलणी मोठ्या प्रमाणात स्वत:चे हित साधण्यासाठी केलेली होती. इतरांना असे वाटत होते की, आणीबाणीला पाठिंबा देऊन ठाकरे यांनी स्वत:ची पत घालविली होती. म्हणून मग १९८१ च्या ऑक्टोबर महिन्यामध्ये शेकडोंच्या संख्येने गिरणी कामगार एकत्र येऊन, आपल्या गिरणीपासून सोळा किमी चालून दत्ता सामंतांच्या घरी घाटकोपरमध्ये आले - दत्ता सामंत हे कामगारांची संघटना बांधणारे धडाडीचे नेतृत्व होते. त्यांनी सामंतांना आपले नेतृत्व करण्याचे आवाहन केले आणि रात्रभर त्यांची मनधरणी केली.

(क) भरकटलेले मुंबई शहर

मुंबईतील ४७ खाजगी गिरण्या आणि १३ सार्वजनिक विभागांतील गिरण्या या सगळ्यांनी एकत्र येऊन जेव्हा जानेवारी १९८२ मध्ये संप पुकारला, तेव्हा गिरणगावामध्ये - म्हणजे गिरगावामध्ये उत्साहाचे वातावरण होते. गिरगावात ही कामगार मंडळी त्यांच्या कुटुंबांसह राहत होती. त्यांच्यामध्ये एक सामाजिक एकोपा होता आणि म्हणून कामगारांना एका संघटित शक्तीची जाणीव होती. हजारो कामगार मोर्चांमध्ये सामील होऊन, अधिक वेतन आणि कामगार संघटनांच्या नियमांमध्ये बदल अशा मागण्या करत होते. जवळच्या जिल्ह्यांमधून शेतकऱ्यांनी धान्य पाठवायला सुरुवात केली होती आणि या संघर्षाला पाठिंबा दिला होता.

हा संघर्ष अठरा महिने चालला. या काळात वेतन न मिळणाऱ्या कामगारांचा निश्चय डळमळू लागला. त्यांतील हजारो कामगार आपापल्या खेड्यांमध्ये परत गेले. इतरांनी आपल्या घरातील वस्तू विकायला सुरुवात केली आणि त्यांच्या मुलांना शाळेतून बाहेर काढणे भाग पडले. गिरण्यांच्या व्यवस्थापकांना गुंडांची साथ मिळून हिंसाचार सुरू झाला.

जेव्हा हा संप विखुरला जाऊ लागला, तेव्हा व्यवस्थापक मंडळींनी अशा तऱ्हेने एवढा मोठा संप पुन्हा कधीही होऊ नये अशी खबरदारी घेण्यात सुरुवात केली. अनेक गिरण्या अर्धवट सुरू झाल्या, तर इतर पूर्णत: बंद पडल्या. जवळजवळ लाखभर कामगार पुन्हा कधीही नोकरीत घेतले गेले नाहीत आणि त्यांना जे पैसे मिळायचे होते, तेही वेळेवर मिळाले नाहीत. आश्चर्य म्हणजे संप संपला, परंतु उत्पादन मात्र घटले नव्हते. मालकांनी कापडनिर्मिती भिवंडी आणि मालेगाव येथील स्थलांतरित केलेल्या 'स्वेटशॉप्स' मध्ये केली.

सेनेला मात्र नव्याने बेरोजगार झालेल्या वस्त्रोद्योगातील मजुरांची मोठ्या प्रमाणात भरती करता आली. अपमानित कामगारांना एकसमुदायाचे पर्यायी स्वप्न दिले गेले आणि त्यात आता कामगार वर्गाची एकजूट हे स्वप्न जाऊन भाषिक आणि धार्मिक मूल्याधारित

एकजूट, हे स्वप्न दाखविले गेले.

एका दशकापूर्वी म्हणजे १९९२ मध्ये जेव्हा दंगली झाल्या होत्या, तेव्हा हीच मंडळी आर्थिक न्यायासाठी एकत्र आली होती आणि आता तीच मंडळी एकमेकांवर तुटून पडत होती.

ही जी हिंसाचाराला गती दिली गेली, त्यातून १९९५ मध्ये शिवसेना सत्तेवर आली आणि त्यांच्या विचारप्रणालीशी नाते जुळवणाऱ्या भारतीय जनता पक्षाशी त्यांची भागीदारी झाली. त्या काळातील कोहिनूर चौक बांधणारे मनोहर जोशी मुख्यमंत्री झाले. बाळ ठाकरे नेहमीच मानत असत की, राजकारण हे त्यांच्या पातळीच्या खालची घडामोड आहे. म्हणून त्यापासून दूर राहून त्यांनी आपण राजकारणात नाही, पण निर्णय मात्र आपणच घेऊ असे आश्वासन दिले. 'सामना'मध्ये त्यांनी तंत्रज्ञानावर आधारित 'युरोपियन परिदृष्टी' व्यक्त केली आणि स्वत:ला राजकारणाचा रिमोट कंट्रोल असे म्हणून म्हणवून घेतले.

अगदी सर्वप्रथम कोणता बदल आला, तर तो म्हणजे बॉम्बेचे मुंबई केले गेले. जरी अनेकांना हे लक्षात आले की, शहराची मुळातली अस्मिता ही मुंबई होती; कारण कोळ्यांची मुंबादेवी या शहराची रहिवासी होती आणि या देवीला स्थलांतर आणि तडजोड या दोन्ही गोष्टी परिचयाच्या होत्या. बोरीबंदरच्याजवळ फासी तलावाच्या शेजारी सुरुवातीला मुंबादेवीचे देऊळ होते; परंतु १७३७ मध्ये जेव्हा फोर्टच्या भिंती बांधल्या गेल्या, तेव्हा मुंबादेवीचे देऊळ उत्तरेकडे हलविले गेले. वसाहतवादी अस्मिता पुसून टाकावी असा हा प्रयत्न, सगळ्यांनाच महत्त्वाचा वाटला; परंतु त्याचबरोबर शिवसेनेच्या घृणेशी आणि तिरस्काराच्या मोहिमेशी तो जोडला असल्याने, या शहराचे नाव पुन्हा एकदा मुंबई ठेवताना बॉम्बे असे जे सर्वांचे अस्तित्व सामावून घेणारे होते आणि तसा इतिहास निर्माण करणारे होते, ते मात्र नाकारले गेले. जागतिक पातळीवरील हे शहर आता प्रांतवादी आकांक्षा ठेवू लागले. लेखक म्हणतात त्यांच्या जिभेवर कोलकता, चेन्नई ही नावे सहज येतात परंतु मुंबई हे नाव मात्र घशात अडकते. त्यांच्या दृष्टीने आणि त्याच्या बहुतांश मित्रमंडळींच्या दृष्टीने, हे शहर नेहमीसाठीच बॉम्बे असे राहील.

□ □ □

लेखक वांद्र्याच्या ज्या भागात राहतात, त्या भागात १९४० च्या दशकापासून असणारी झोपडीवजा बांधकामे आहेत आणि अगदी १९९० च्या दशकाच्या सुरुवातीला बांधल्या गेलेल्या इमारती आहेत. ते स्वत: जेथे राहतात, तेथून त्यांना या सर्व बांधकामांच्या कुंपणातील भाग सहज दिसतो आणि त्यात राहणारे लोकही दिसतात. सर्व ठिकाणी सीमारेषा स्पष्ट करणाऱ्या भिंती सिमेंट कॉंक्रीटच्या आहेत आणि लेखकाच्या गुडघ्याएवढ्या उंचीच्या आहेत. त्यांच्यावर मग धातूंच्या जाळ्या आहेत किंवा कॉंक्रीटनेच बांधलेले

अडसर आहेत. आतमध्ये लोक आपल्या मुलांशी खेळत असतात आणि वयाने मोठी माणसे व्यायाम करत असतात; पण ओरडून एकमेकांना अभिवादन करतात, हसून स्वागतही करतात. अगदी काही वर्षांपूर्वी वयात येणाऱ्या मुलांचा गट भिंतीवर चढून बाहेर काय चालले आहे, याची टेहळणीही करत असे. अशा तऱ्हेच्या सामाजिक देवाणघेवाण करू शकणाऱ्या भिंतीचे काही निकष १९३० च्या दशकात मानले गेले होते, तेव्हा इमारतींच्या नियमांनुसार पाच फुटांपेक्षा जास्त उंची असू नये असे ठरले होते. आणि त्यातीलही एकतृतीयांश भाग असा असावा अशी अट होती की, ज्यातून आतले बाहेर आणि बाहेरचे आत असे दिसावे.

परंतु १९९१ मध्ये जेव्हा भारताने अर्थव्यवस्थेची पुनर्रचना सुरू करून अर्थव्यवस्था अधिक पारदर्शक करावी असा प्रयत्न केला, तेव्हा इमारती बांधण्याचे आणि जमिनी वापरण्याचे नियम मुंबईमध्ये नव्याने आले. या नियमांनुसार आता ६.५ फुटांपासून ७.४ फुटांपर्यंत भिंती उंच करण्यास परवानगी मिळाली. आताच्या मुंबईमध्ये या उंच भिंती जुन्या वस्तीपेक्षा वेगळ्या आणि नव्या म्हणून लक्षात येतात आणि हे बांधकाम नवे आहे, हे त्यामुळेच लक्षात येते.

या शहरातील प्रेमाने बांधल्या गेलेल्या फार उंच नसलेल्या भिंती जाऊन त्या भिंतींमधून निर्माण होणारे सर्व तऱ्हेचे आनंदसुद्धा नष्ट केले गेले आहेत. एक अगदी लहानसा आनंद मिळायचा तो म्हणजे, पश्चिम रेल्वेपलीकडच्या वानखेडे स्टेडिअमवर चालेलेले सामने पाहता येत होते. लेखकाच्या तरुणपणी त्याने व्हिवियन रिचर्ड आणि सचिन तेंडुलकर यांचे चैतन्यपूर्ण खेळ पाहिले. परंतु २०११ च्या नंतर जेव्हा वर्ल्डकप सामने आले, तेव्हा संपूर्ण स्टेडियमला घेरणारे पत्र्याचे अडसर निर्माण केले गेले आणि क्रिकेटशौकिनांना डोकावून पाहणे अशक्य झाले. लेखकाने जेव्हा या बांधकामाची आखणी करणाऱ्या वास्तुशिल्पीला फोन केला, तेव्हा तो तज्ज्ञ खेदाने म्हणाला, सुरक्षिततेसाठी अशी आखणी आहे.

लेखकाला असे वाटते की, भिंतीची लांबी वा उंची वाढविणे; हा अगदीच किमान असा परिणाम १९९१ च्या विकास नियंत्रण नियमांमधून दिला. परंतु हे नियम लेखकाच्या मते एक बोलके द्योतक आहेत - त्यांना एक तऱ्हेची खात्री अशी वाटते की, जणू काही बाजारपेठेचे अदृश्य हात आता मुंबईच्या सर्व समस्यांवर तोडगा काढतील आणि तो तोडगा शहराचे जगणे आणि एकूण कार्यरत राहणे, या दोन्ही गोष्टींध्ये परिवर्तन आणेल. हे नियम जाहीर होण्यापूर्वी काही महिने याविषयी निर्णय घेणाऱ्या लोकांनी असे सुचवायला सुरुवात केली होती की, मुंबईला जर जागतिक वित्तीय केंद्र बनवायचे असेल; तर न्यूयॉर्कची झोपण्याची वेळ आणि टोकियोला जाग न येण्याची वेळ लक्षात घेतली पाहिजे. त्यामुळे

हे नवे नियम असे असले पाहिजेत की; न्यूयॉर्क, लंडन यांमध्ये 'वित्तीय जीवन विमा' विषयक आणि 'रिअल इस्टेट' या चौकटीत ज्या कंपन्या काम करतात, त्यांच्या गरजेनुसार स्फोटक द्रव्ये निर्माण करणारे घटकसुद्धा तयार केले गेले पाहिजेत.

विकास नियंत्रणाचे नियम पूर्वीपेक्षा बदलू लागले; कारण जागतिक पातळीवर शहर बनवताना एकूण उत्पादन वाढविण्याचे प्रयत्न करण्याची आवश्यकता नाही, उलट अर्थव्यवस्थेची पुनर्रचना झाली; तर सेवाक्षेत्र विस्तारित करून पारंपरिक उद्योगापेक्षा त्याला महत्त्व देणे आवश्यक आहे असे ठरविले गेले. सगळ्यांत नाट्यपूर्ण दुरुस्ती या नियमांमध्ये झाली, ती म्हणजे वस्त्रोद्योगाच्या गिरण्यांना आता ती जमीन विकण्यास परवानगी मिळाली. हा निर्णय वादग्रस्त होता; कारण १९९१ मध्ये - जरी ८२ साली झालेल्या संपानंतर कामगारांची संख्या कमी करायचे ठरले, तरी गिरण्यांमध्ये अजूनही ८०,००० लोक काम करत होते. या कामगारांना वेगळे प्रशिक्षण देऊन नव्या नोकऱ्या शोधण्यास त्यांना मदत करावी, असा विचार कोणीच केला नव्हता.

एकीकडे विकास नियंत्रणाचे नियम मुंबईच्या वस्त्रोद्योगातील कामगारांना मोडीत काढत होते; परंतु त्याच वेळी ज्या मुंबईमध्ये एकूण जमीन दुर्मीळ होत होती, तेथे विश्वास बसू नये अशा तऱ्हेच्या संधी उपलब्ध झाल्या. मुंबई शहरातील ९.९ दशलक्ष लोकसंख्येला राहायला जागा मिळत नसताना, गिरण्यांची जमीन विकताना त्यात काही अटी घातल्या गेल्या होत्या. ज्या कारखान्यांना रोकड मिळणार होती, त्यांना त्यांच्या जमिनीच्या एकतृतीयांश भाग हा सार्वजनिक गृह निर्माणासाठी ठेवावा लागणार होता. आणखी एकतृतीयांश भाग खुला अवकाश आणि नागरी सुविधांसाठी ठेवावा लागणार होता. गिरगावमधील ५४ गिरण्या ६०० एकर जमिनीवर पसरल्या होत्या. या जमिनी उपलब्ध होणे म्हणजे दाटीवाटीने वसलेले शहर पुन्हा एकदा श्वास घेऊ शकेल अशी शक्यता निर्माण झाली होती. मुंबईतल्या गरिबांना प्रतिष्ठेने जगता येईल अशा ही शक्यता होती. त्या काळात चार्ल्स कोरिया या प्रसिद्ध वास्तुशिल्पी तज्ज्ञाला एक एकात्म योजना करून गिरण्यांच्या जमिनी आणि व्यक्तींचे प्लॉट्स (जमिनीचे तुकडे / भूखंड) हे एकत्र घेऊन, एक चांगली वसाहत तयार करावी अशी विनंती करण्यात आली. या गिरण्यांच्या जमिनी बहुतांश वेळा १० एकरांपेक्षासुद्धा अधिक होत्या. त्यामुळे अलीकडे-पलीकडे जाण्यासाठी चांगले रस्ते तयार करण्याच्या शक्यता निर्माण झाल्या होत्या.

लेखक सांगतात की, नेहमी निर्माण केली जाते त्याप्रमाणेच त्या वेळी मुंबई नावाची पळवाट निर्माण केली गेली. गिरण्यांनी आपली जमीन विक्रीसाठी काढताना आपले प्लॉट्स १५ टक्क्यांपेक्षा कमी प्रमाणात विकले, कारण जर त्यांनी ते प्लॉट्स त्यांची यंत्रसामग्री आधुनिक करण्यासाठी वापरले असते; तर मग घरे बांधणे, उद्याने बांधले

यासाठी त्यांनी ते वापरण्याची गरज नाही; अशी ही पळवाट होती. या पळवाटीमुळे लवकरच वस्त्रोद्योगातील धनाढ्य लोकांनी आपली चांदी केली; परंतु मग ते संभ्रमात पडले की, त्यांना जो पैसा मिळाला, तो पैसा पुन्हा आपल्या चालू असलेल्या गिरण्यांमध्ये घालावा किंवा आपल्या कामगारांना द्यावा. जमिनीविक्रीचा व्यवहार जेव्हा सुरू झाला, त्यानंतर ५ वर्षांनी लेखकाने स्वत: मानवी हक्कांसाठी लढणाऱ्या लोकांबरोबर गिरणगावाचे बदलणारे रूप अभ्यासण्याचा प्रयत्न केला. तेव्हा त्या गटाबरोबर काम करताना गिरगावातील रहिवाशांनी सतत तक्रारी सांगितल्या. गिरणगाव असणारे गिरगाव हे श्रमिकांचे होते, त्याला आता सिंगापूर-सिंह शहर कसे केले जात आहे याविषयी त्यांची तक्रार होती. एका गिरणी कामगाराने आपले दैनंदिन जगणे कसे बदलले आहे याचे वर्णन करताना सांगितले की, साधे सहज मिळणारे कोंबडीचे मटण आता मिळत नाही. त्याच्या मते हा पुरावा होता की, आता कोंबड्या खाणारे मराठी बांधव आणि मुस्लीम रहिवाशी गिरगावातून हाकलेले गेले होते आणि शाकाहारी गुजराथी आणि जैन व्यापारी त्यांची जागा घेत होते.

लेखक सांगतात की, २००१ सालीच कोणतीही सार्वजनिक चर्चा न घडवता गिरण्यांच्या जमिनी-विक्रीच्या संदर्भातील नियम पुन्हा एकदा दुरुस्त केले गेले. या वेळच्या दुरुस्तीमध्ये गिरणी मालकांना मुंबई शहराच्या भविष्याची कोणतीही जबाबदारी घ्यायला लागू नये अशी तरतूद होती. दुरुस्त केलेले नियम निश्चितपणे असे दाखवत होते की; गिरण्यांचे कारखाने ज्या जमिनीवर उभे होते, त्या संपूर्ण जमिनीला दोन तृतीयांश जमिनीचा नियम लागूच नाही. आणि शेवटी फक्त दोन इमारतींच्या मधल्या अवकाशांचा, अंगणांचा, इथून तिथे जाण्याच्या वाटेचा अवकाश; एवढ्यापुरताच हा नियम शिल्लक राहिला. सुरुवातीच्या आखणीमध्ये मुंबईला ४०० एकर जमीन उपलब्ध होत होती आणि त्यामुळे पुनर्रचना शक्य होती. परंतु आता बदललेल्या नियमांनुसार फक्त ५० एकर जमीन शिल्लक राहिली आणि यामुळे सर्वांना परिपूर्ण पद्धतीने, आनंदाने जगता येईल हे स्वप्न धुळीला मिळाले. नागरिकांच्या संघटनांनी या चोरट्या, लबाड दुरुस्त्यांविरोधी आवाज उठवला; परंतु ही कृती फार उशिरा झाली. त्यांनी जे आव्हान उभे केले, ते २००६ मध्ये वरिष्ठ न्यायालयाने धुडकावून लावले. असे झाल्यावर मग गिरगावातील गिरणीमालकांनी आपले आपले प्लॉट्स तुकड्यांतुकड्यांनी विकणे सुरू केले.

नव्या सहस्त्रकाच्या उदयानंतर गिरगावातील अनेक गिरण्या आता कार्यालयीन संकुले, मॉल्समध्ये रूपांतरित झाल्या आणि मुंबई ह्युस्टन, दुबई किंवा क्वालालंपूरमध्ये असणाऱ्या इमारतींसारखी दिसू लागली. जाहिराती करताना या इमारती असे सांगू लागल्या की, मोठे चौरस रस्ते, आलिशान उद्याने यांनी युक्त असा हा परिसर; जी मंडळी तेथे

जातील त्यांच्यासाठी सज्ज असेल. परंतु फक्त गिरणीमालकांनी एकात्म विकासाची योजना बंदिस्त करून टाकली नाही तरच असे होईल, असे एक कलम त्यात होते.

गंमत म्हणजे या अनेक संकुलांनी मुंबईतल्या साध्यासुध्या माणसांना - अगदी लहानातल्या लहानांनासुद्धा खुला अवकाश ठेवलाच नाही. कारण गिरणी मालकांना त्यांची संपूर्ण जमीनच देऊन टाकावी लागली होती. असे करताना त्यांनी आपापल्या कुंपणांच्या आत सार्वजनिक उद्याने केली आणि प्रत्येक दिवशी काही तासच फक्त ही उद्याने खुली असतील अशी व्यवस्था केली. या बाहेर असणाऱ्या सर्वसामान्य माणसांना या हिरवळीचा पत्ताच नसतो किंवा असला, तरी सुरक्षा पहारेकरी पाहिल्यावर प्रत्यक्षात ही उद्याने वापरायलासुद्धा माणसे घाबरतात. ही खरोखरच लाजिरवाणी गोष्ट आहे. शहरातील प्रत्येक रहिवाशाच्या वाट्याला जवळजवळ १.१ चौरस मीटर इतकाच खुला अवकाश येथे ठेवलेला दिसतो आणि या अवकाशामध्येच मग पदपथ आणि वाहतुकीची बेटेसुद्धा येतात (लंडनमधील रहिवाशांना असा खुला अवकाश ३१.६ चौरस मीटर एवढा आहे.)

अशा तऱ्हेच्या तुकड्यातुकड्यांच्या विकासामध्ये जेव्हा आपण खाजगी, चकचकीत बांध घातलेले जग पाहतो; तेव्हा त्याभोवती असणाऱ्या वस्तीमध्ये मात्र कोणत्याच सोयी नाहीत हे तीव्रपणे लक्षात येते. हे चित्र फक्त गिरणगावातच दिसते असे नसून, संपूर्ण मुंबईचेच स्वरूप असे झाले आहे.

अनेक पळवाटा काढून बांधकाम करणाऱ्या कंपन्यांना अतिरिक्त बांधकामांसाठी हक्क दिले गेले. ज्या प्रकल्पांनी गाड्या पार्क करणाऱ्या अवकाशांची सार्वजनिक सोय करण्याचे आश्वासन दिले, त्यांनाच अधिक जास्त किंमत दिली गेली. म्हणजे सार्वजनिक उद्यानांचा काही भागसुद्धा या इमारती बांधणाऱ्यांना दिला गेला आणि त्या बदल्यात त्याचे व्यवस्थापन करण्याची हमी त्यांच्याकडून घेतली गेली. हे नियम किती धूसर होते, त्याचा प्रत्यय लेखकाला आला; कारण लेखक राहत असलेल्या निवासी वस्तीमध्ये अचानक दागिन्यांची दुकाने आणि कार्यालये उगवली. व्यापारी संकुल रस्त्यावर बांधणे अवैध असूनही असे झाले. परंतु पळवाटा काढून नव्या नियमांनुसार या इमारती आल्या आणि प्रत्यक्षात सॉफ्टवेअरवाल्या लोकांचा वावर तेथे सुरू झाला.

लेखक सांगतात की, रिअल इस्टेट डेव्हलपर्सऐवजी आता 'इन्फ्रास्ट्रक्चर फर्म' असे नाव घेऊन जमिनी गिळंकृत करण्याचा व्यवहार जास्त वैध केला गेला. लेखकाच्या मते, जे राजकारणी आणि नोकरशहा नवे नियम निर्माण करतात त्यांनी शहरातील पडझडीची जबाबदारी घेतली पाहिजे, परंतु ही मंडळी या साऱ्याचा विचार करत नाही. आणि अनेकांनी असे उघडकीस आणले आहे की, हे राजकारणी आणि प्रशासक स्वतःच

या व्यवहारात गुंतवणूक करत असल्यामुळे हितसंबंधाचे जाळे बांधतात आणि बाकी गोष्टींकडे दुर्लक्ष करतात.

लेखकाने उदाहरण देताना मनोहर जोशी यांच्या कोहिनूर गटाचे उदाहरण दिले. एके काळी कोहिनूर नावाच्या गिरणीने हा जमिनीचा तुकडा व्यापलेला होता आणि त्यातूनच मोठी हॉटेल्स, तांत्रिक शाळा, पवनचक्की निर्माण करणारे कारखाने असे सर्व निर्माण झाले. एका कंपनीच्या जाहिरातीत ३८ एकर जमिनीत कोहिनूर शहर कुर्ल्यामध्ये कसे विकसित होते आहे, हे दाखविले आहे. या जाहिरातीच्या पत्रकामध्ये मनोहर जोशी कसे तात्पुरत्या स्वरूपाच्या क्लर्कीमध्ये होते आणि आता ते कसे अत्यंत समाधानी सार्वजनिक जीवन जगत आहेत आणि उद्योजक होऊन आपले साम्राज्य उभारत आहेत, हेही दाखविले आहे.

लेखक म्हणतात की, असे बांधकामात असणारे राजकारणी धोरणे ठरवतात आणि त्यातून मुंबईच्या रस्त्यांवर गोंधळ माजतो. मुंबईत राहणाऱ्या माणसांचे दुर्दैव असे की, एकीकडे अशी जी बांधकामे झाली आहेत त्यामध्ये राहणाऱ्या लोकांसाठी प्रचंड प्रमाणात संरक्षण निर्माण केले जाते आणि मग उंच उंच भिंती, उंच अशी व्यासपीठे, इतकेच नाही; तर वास्तुशिल्पात्मक पडदे असे सर्व तयार होऊन, जे बघायला आवडत नाही, ते सगळे नजरेआड केले जाते. अशा संकुलांमध्ये कोणतीही गोष्ट घुसू नये म्हणून अति उच्च तंत्रज्ञानाची यंत्रे वापरली जातात. एखाद्या बेटासारखे शहर जेव्हा तयार होते, तेव्हा त्यात सुरक्षा अधिकारी असतात. सीसीटीव्ही असतो, चोवीस तास देखरेख असते आणि मर्यादितच प्रवेशासाठी स्मार्ट कार्ड दिले जाते. लेखक म्हणतो, मला अजूनही कळत नाही की, लोकसुद्धा अशा बंदिस्त वातावरणात राहण्याचे का स्वीकारतात? खरे तर मुंबईमध्ये घरफोड्या आणि रस्त्यांवरचे गुन्हे यांचे प्रमाण खूपच कमी आहे. म्हणजे एकीकडे विषमता आहे पण गुन्हे कमी आहेत. परंतु जेव्हा अशा उंच उंच भिंती बांधल्या जातात तेव्हा गुन्ह्यांचे प्रमाण वाढू शकते. कारण पादचाऱ्यांना आतमध्ये डोकावून पाहतानासुद्धा अडवणारी ही संकुले अधिकच संशयास्पद होत जातात.

□ □ □

लेखक पुढे म्हणतात की, नोव्हेंबर २०१० मध्ये अमेरिकेचे अध्यक्ष बराक ओबामा जेव्हा मुंबईला आले, तेव्हा अमेरिका आणि भारत यांच्यामधील व्यापारी संबंध दृढ करणे हाच त्यांचा हेतू होता. ओबाम यांचे भाषण सरकारी अधिकारी आणि व्यापारी यांच्यासमोर गेट वे ऑफ इंडियाच्या परिसरात झाले, तेव्हा हा हेतू त्यांनी स्पष्ट केला. लेखकाच्या मते, ओबामा यांनी स्पष्ट सांगितले की, भारत ही वाढणारी आर्थिक शक्ती आहे आणि व्यापाराच्या दृष्टीने भारताशी रणनीतियुक्त जोडीदारी करायची आहे. या

भाषणात ओबामांनी भारताच्या या व्यापारी राजधानीला 'स्वप्नांचे शहर' असे म्हणून गौरविले. आणि तसे म्हणताना मग ऐकणाऱ्यांना गोंधळात टाकता टाकताना ओबामा यांनी धारावी येथील लहान लहान गल्ल्या आणि तेथील रहिवासी यांच्याकडे विशेष लक्ष देऊन विधाने केली.

काही वर्षांपूर्वी ओबामांना ऐकण्यासाठी जमलेल्या उच्च स्तरावरील पाहुण्यांना एखाद्या परदेशी मान्यवर व्यक्तीने या वस्तीला आशियातील सगळ्यांत मोठी झोपडपट्टी असे संबोधले असते, तर धाप लागली असती. कारण एका लोकप्रिय पातळीवर ही आशिया खंडातील सर्वांत मोठी झोपडपट्टी असे मानले गेले, तरी त्यात चूकच आहे. कारण कराचीमधील 'ओरांगी' ही झोपडपट्टी वास्तवामध्ये त्याहीपेक्षा मोठी आहे. लेखकाच्या मते, भारतातील अभिजन वर्गाला पाश्चिमात्य जगातील मंडळींनी भारताच्या दारिद्र्याबद्दल काही बोललेले फारसे भावत नव्हते. परंतु जागतिक बँकेच्या अंदाजाप्रमाणे भारत देशाच्या लोकसंख्येच्या जवळजवळ ८० टक्के लोकसंख्या, प्रतिदिनी दोन डॉलरपेक्षासुद्धा कमी पैशात जगते. परंतु ओबामांनी जेव्हा १७५ एकराच्या या झोपडपट्टीकडे लक्ष वेधले, तेव्हा मोठ्या आनंदाने या अभिजन वर्गाने टाळ्या पिटल्या. शहरातील अति श्रीमंत माणसे क्वचितच धारावीतून चालत गेली असतील किंवा धारावी ज्या झोपडपट्ट्यांचे प्रतिनिधित्व करते, त्या झोपडपट्ट्यांमधून ही माणसे कधीच जात नाहीत. आणि जर काही कामानिमित्त उच्चभ्रू माणसे तिथे गेली, तर तिथल्या विष्ठेच्या वासाने त्यांना किळस वाटते. उघड्यावर हे विधी करण्याचा व्यवहार येथे सर्रास चालतो, हे नोकरशाहांना माहिती आहे. धारावीमध्ये राहणारे अनेक रहिवासी सक्तीने हा व्यवहार प्रतिष्ठा घालवून करतात, कारण धारावीमध्ये फक्त एकच शौचालय आहे. - म्हणजे प्रत्येक ६०० माणसांच्या मागे एक शौचालय, असे हे प्रमाण आहे. अजून यात भर पडते ती अशी की, ६,००,००० जनसंख्या तेथे अपुऱ्या स्वच्छतागृहांसह राहतेच आणि तेथे १०० च्यावर वर्कशॉपर्सही आहेत. वस्त्र आणि बिस्किटे, प्लॅस्टिकच्या बाटल्यांची झाकणे, चामड्याच्या बॅग्ज, पर्सेस; असे सगळेच तिथे बनविले जाते. मुंबईच्या जीवनातील जुना माल नवा करण्याचा जो व्यापार आहे. (recycling trade) तो धारावीमध्ये फार मोठ्या प्रमाणावर होतो. काच, पत्रा आणि भंगार वेचणारी मंडळी शहरभर फिरून गोळा केलेला माल विकण्यासाठी धारावीमधील व्यापाऱ्यांकडेच येतात. हा सगळा कच्चा माल वितळवून त्यातून धातूची वीट तयार केली जाते आणि त्यातून मग प्लॅस्टिकच्या टोपल्या, बिस्किटांचे डबे नव्याने तयार केले जातात. २००५ साली 'द इकॉनॉमिस्ट' या मासिकाने अंदाज व्यक्त केला होता की, धारावीमध्ये निर्माण होणाऱ्या मालाची किंमत प्रत्येक वर्षी ५०० दशलक्ष डॉलर्स इतकी आहे. लेखक सांगतात की, ओबामा यांनी धारावीच्या

रहिवाशांमधील 'आशावाद आणि निश्चय किंवा ठामपणा' याचे कौतुक केले कारण या परिसरातील हा एकमेव घटक त्यांना महत्त्वाचा वाटत होता. ओबामांच्या विधानाचा हेतू कदाचित असा असेल की; अमेरिकेत राहणाऱ्या नागरिकांना जे मंदीच्या सावटाला तोंड द्यावे लागत होते, यालाही उत्तर शोधायचे आणि त्याच वेळी भारतातील व्यापारी आणि धोरण बनविणारी मंडळी यांनाची धडा शिकवायचा. यासाठी मग धारावीच्या उद्योगी रहिवाशांना हाताशी धरायचे. ते सिद्ध करायचा प्रयत्न करत होते की, खुली बाजारपेठ खरोखरच काम करते आणि जो कोणी स्वेच्छेने संघर्ष करून कठोर परिश्रम करेल, त्याला चांगले दिवस अनुभवता येतील. ओबामांचे भाषण ऐकायला आलेल्या भारतीय श्रोत्यांना फारसे समजवावे लागले नाही. प्रत्येक दिवशी भारतात जगताना यापेक्षा विसंगत पुरावा त्यांना अनुभवास येत असूनसुद्धा ओबामांचे हे भाषण भारतीय उच्चभ्रूंनी स्वीकारले. खरे तर संरचनात्मक तडजोडीचा प्रयत्न गेल्या दोन दशकांमध्ये जेव्हा झाला, तेव्हा मुंबईमधील झोपडवस्त्यांमध्ये राहणाऱ्या रहिवाशांचे प्रमाण १९९१ पासून २३.५ टक्क्यांवरून २०११ साली ४८.८ टक्क्यांपर्यंत झाले. आणि तरीही ही सगळी लोकसंख्या अधिक अवकाश घेऊन पसरते आहे, असे नव्हते. मुंबईच्या एकूण भूपृष्ठाच्या तुलनेत झोपडपट्ट्या या फक्त ९ टक्के जमिनीवरच आहेत.

मुंबईचा अभिजन वर्ग या झोपडपट्ट्यांच्या वस्तीकडे 'विशेष आर्थिक टापू' म्हणून धंद्याच्या दृष्टीने पाहत असला आणि त्याला 'शहरातील व्यवस्थात्मकता' म्हणून ही वस्ती दिसत असली, (तरी लेखक म्हणतात की, या मंडळींना झोपडपट्टीच्या जवळ राहायला आवडणार नाही.) अशा वस्तीतून वापरण्यासाठी लागणाऱ्या वस्तूंची निर्मिती होत असली; तरी त्याच्या परिस्थितीबद्दल त्यांच्या मनात किळस आहेच. जागतिक पातळीवर जेव्हा २००८ सालच्या 'स्लमडॉग मिलेनियर' या चित्रपटाला लोकप्रियता मिळाली, तेव्हा मुंबईच्या या वस्तीमध्ये कल्पनेच्याही पलीकडच्या सुप्त शक्यता आहेत असे सोदाहरण मानले गेले. या चित्रपटाच्या प्रदर्शनानंतर वर्तमानपत्रे, मासिके, डॉक्युमेंटरी धारावीतील चमत्कारांबद्दल प्रसिद्धी देत राहिली आणि मग लवकरच गरीब, छोटीशी श्रीमंत (Poor little rich slum) झोपडपट्टी नावाचे स्वयंसाहाय्यता करणारे पुस्तकच तयार झाले.

या पुस्तकाच्या परिचयामध्ये लेखकाने स्पष्टीकरण दिले आहे की, या लेखक मंडळींनी झोपडपट्टीमधील कचरा आणि घाण यापलीकडे पाहण्याचा कसा प्रयत्न केला आणि मग सगळ्या अंधाधुंदीमध्ये सौंदर्य कसे निर्माण केले जाते हेही पाहिले गेले. लेखकाच्या मते, त्यांचा निष्कर्ष मोठा गमतीशीर आहे. तो असा की, 'आपण अगदी आनंदी होऊ शकतो - आपल्याला आशावादी वाटू शकते, आपण काहीतरी निर्माण करू शकतो म्हणजे आपण कुठेही असलो, तरी असे होऊ शकते.' प्रश्न आहे तो

म्हणजे, तुम्ही तसे होण्याचा प्रयत्न करता आहात का? ‘जर धारावीला जमलं, तर मला का नाही जमणार, असा प्रश्न तुम्ही विचारता का?’ लेखक म्हणतात की, संक्षिप्त जाहीरनामा काढून धारावी हे अस्तित्व मुंबईतील अभिजन वर्गाला उपयुक्त का वाटले, हे सांगणे कठीण आहे. मुंबई शहरातील रहिवाशांच्या निम्मी लोकसंख्या या झोपडपट्टीत राहत असताना असे का झाले? म्हणजे यात लेखकाच्या मते एक ढोंग आहे, ते म्हणजे, धारावी नावाचे मृगजळ लोकांना संधी पुरवते. आणि ती संधी अशी की; त्यांच्याकडे काम करणाऱ्या, भांडी-धुणी करणाऱ्या, जेवण बनवणाऱ्या नोकरा-चाकरांना अत्यंत गलिच्छ वस्तीत राहावे लागते, याबद्दल वाटणारे अपराधीपण धारावीतील सकारात्मक चित्राने धुऊन निघते. आता या लोकांना असा विश्वास वाटू लागला की, धारावीसारख्या झोपडवस्त्या आणि काम करण्याची ओंगळ ठिकाणे इतकी काही वाईट नसतात; कारण तेथे राहूनही माणसे उत्पादक होऊ शकतात.

नरेश फर्नांडिस आपल्याला सांगतात की, धारावीच्या उद्योजकतेचा सोहळा म्हणजे आणखी एक विचारप्रणालीयुक्त हातचलाखीचा नमुना आहे. मुंबईच्या अर्थव्यवस्थेचे रूपांतर पूर्वीच्या उत्पादनाच्या निर्मितीच्या पायापासून सेवाक्षेत्राकडे झाले, तेव्हा मोठ्या प्रमाणात रोजगाराचे तात्पुरतीकरण झाले. १९५१ मध्ये संघटित क्षेत्राने शहरातील कामगारांच्या ७२ टक्के कामगारांना रोजगार मिळवून दिला. परंतु हे वास्तव उदारीकरणाच्या टप्प्यावर नाट्यपूर्णरित्या बदलू लागले. अनौपचारिक किंवा असंघटित क्षेत्रामध्ये आता शहरातील किमान दोन तृतीयांश नोकऱ्या दिल्या जातात. आता उद्योजक होणे ही सर्वोत्कृष्ट गुणवत्ता मानली जाते आणि असे झाल्यावर व्यक्ती स्वत:चा रोजगार स्वत: निर्माण करते आणि जर दुर्दैवाने तो धंदा फसला, तर दोषसुद्धा त्या व्यक्तीचाच अशी नीतिमत्ता तयार होते. लेखकाच्या मते, आपण जेव्हा झोपडपट्टीतील उद्योजकतेचा सोहळा मानू लागतो; तेव्हा अशी उद्योजकता म्हणजे मोठ्या प्रमाणात केलेली तडतोड आहे. अस्तित्वात असणाऱ्या विषमतेबरोबर पड खाऊन केलेला स्वीकार आहे, हे लक्षात घेतले जात नाही.

आता शहराच्या भूचित्रावर रोजगार किंवा काम हे क्षेत्र असंघटित, अनौपचारिक स्वरूपात कोरले गेले आहे. मुंबई शहर आता प्रत्यक्षपणे पोलादी आणि झाकून टाकणाऱ्या काचांचे, निळ्या गालिचांचे, गुळगळीत धातूंच्या पन्हळींचे झाले. खरे तर नव्या आर्थिक व्यवस्थेच्या विषमतेतून हे साकार होऊ लागले. झिरपणीच्या सिद्धांताला नाकारून अतिशय संगीतमय पद्धतीने असे सांगितले जाते की; काहीजणांसाठी संपत्तीची निर्मिती झाली, तरीसुद्धा जनांच्या पातळीवरील दारिद्र्य कमी झाले पाहिजे असे प्रत्यक्षात घडत नाही.

लेखक दाखवून देतात की, विकास नियंत्रणाचे जे नियम १९९१ मध्ये आले, त्याचा उद्देशच मुळी परदेशी असणाऱ्या गुंतवणूकदारांना मुंबई आकर्षक वाटावी असा

होता. २००७ ते २०११ या कालखंडामध्ये आंतरराष्ट्रीय भांडवलाने चेन्नई, बंगलोर आणि पुणे येथे मुंबईपेक्षा जास्त नोकऱ्या निर्माण केल्या. भारतातील व्यापार वा धंदेसुद्धा तितक्या गतीने वाढतच नव्हते. त्यामुळे २०१३ च्या पहिल्या टप्प्याला बंगलोर आणि दिल्ली येथे नवीन नोकऱ्या उपलब्ध झाल्या. आणि तरी मुंबईच्या जगण्यामध्ये एक मिथक मानले जाते की; मुंबईमध्ये येणाऱ्या कोणालाही प्रामाणिकपणे दिवसभर काम करायचे असेल, तर ती व्यक्ती उपाशी मरणार नाही. हे मिथक असतानाही - आता संपूर्ण कुटुंबाला पोसू शकेल अशी नोकरी मुंबईत मिळणे कठीणच झाले आहे. परिणामत: भारतातील अत्यंत समृद्ध अशा शहरामध्ये पाच रहिवाशांमागे एक रहिवासी हा दारिद्र्यरेषेखालीच जगतो आहे. आणि ही संख्या ३६ पटींनी १९९९ ते २००६ या कालखंडात वाढली. एका अभ्यासातून असे दिसते की, मुंबईच्या झोपडपट्टीतील ३६ टक्के लहान मुले ही कुपोषित आहेत - आणि भारतातील बहुतांश खेड्यांमधील कुपोषित लोकसंख्या पाहता ही आकडेवारी फारच मोठी आहे. मुंबईची बाजू घेणारे बऱ्याच वेळा असे म्हणतात की, महानगरांमध्ये नेहमीच अति तीव्र अनुभवांचा साठा असतो. परंतु लेखकाच्या मते, अगदी टोकाची परिस्थिती पाहतानाच आपण हे लक्षात ठेवले पाहिजे की; ही अति तीव्र परिस्थिती एक टोक असले, तरी भारताच्या या व्यापारी राजधानीमध्ये एकूणच जगणे परिघावर जगणे असते. आणि तीच परिस्थिती प्रामुख्याने सगळ्यांच्या वाट्याला येते.

१९९० च्या दशकापासून लेखकाच्या मते ही परिस्थिती अधिकच बिकट झाली आहे. 'झोपडपट्टी सुधारयोजना' या आवरणाखाली शिवसेनेने सत्तेवर असताना असा प्रयत्न केला की, झोपडपट्ट्यांवरती राहणाऱ्या माणसांच्या जमिनींवर डोळा ठेवून त्यांना हुसकावून लावणे. लंडन, हाँगकाँग, सिंगापूर येथे अतिशय प्रभावीरित्या सार्वजनिक गृहनिर्माण प्रकल्प उभारले गेले. परंतु मुंबईमध्ये असे झाले की, राहत्या जागेची जी कोंडी आहे, ती सोडविण्याचे काम खाजगी क्षेत्राकडे सोपविले गेले. बांधकाम करणाऱ्या कंपन्यांना फुकट जमिनी दिल्या गेल्या आणि चक्कर यावी अशा उंच इमारती बांधण्याला परवानगी देऊन, झोपडपट्टीतील राहणाऱ्या लोकांसाठी घरे बांधण्यास सुरुवात झाली.

प्रत्यक्षात आपल्याला असे दिसते की, या येजनेनेन काहीच सुधारणा झाली नाही आणि राहत्या घराची कोंडी तशीच शिल्लक राहिली. शिवसेनेने जेव्हा १९९५ मध्ये 'झोपडपट्टी पुनर्वसन कायदा' पारित केला, तेव्हा अंदाज असा होता की, ८,००,००० गाळे बांधले गेले तर संपूर्ण शहरातील रहिवाशांना राहण्यास जागा देता येईल. परंतु दहा - पंधरा वर्षांतच नंतरच्या काळात असे आढळून आले की, १२७००० एकक बांधले गेले म्हणजे एकीकडे झोपडपट्टीवासीयांची संख्या वाढत गेली आणि दुसरीकडे ८,००,००० ऐवजी १,२७,००० गाळेच तयार केले गेले. कितीतरी ठिकाणी ज्यांना फायदा व्हायचा

होता; त्या मंडळींनी फसवाफसवी, काळाबाजार यांबद्दल तक्रारी केल्या आणि डेव्हलपर्सच्या हातातच संपूर्ण भूखंड असल्याने झोपडवस्ती हा त्यातील एक अगदी छोटा भाग होता आणि त्यातच बांधकाम व्यावसायिकांनी झोपडीत राहणाऱ्या माणसांची संख्या फुगवून सांगितल्यामुळे, त्यांनी आवश्यकतेपेक्षा आणि नियमापेक्षा अधिक गाळे बांधले.

तरीसुद्धा फर्नांडिस सांगतात की, ही योजना पूर्णत: गाळात गेली असे म्हणणे अन्यायकारक ठरेल; कारण या योजनेमध्ये जी व्यक्ती ही योजना हातात घेईल, त्या व्यक्तीला झोपडवस्तीवासीयांच्या निवासाची सोय करण्याच्या बरोबरीने शहरातील सगळ्यांत श्रीमंत अशा टापूमध्ये इमारती बांधण्याची सवलत दिली गेली आहे. यातूनच मग साठ मजली जुळे बांधकाम असलेले 'इम्पिरियल टॉवर्स' ताडदेवला बांधले गेले आणि हे बांधकाम १३.५ एकरवर पसरलेल्या झोपडपट्टांच्या डोक्यावर केले गेले. या टॉवर्समध्ये २२८ मजले आहेत आणि यातील प्रत्येक अपार्टमेंटची किंमत जवळजवळ १३.५ दशलक्ष डॉलर्स एवढी असू शकेल. 'झोपडपट्टी पुनर्स्थापन योजने' मार्फत २७०० कुटुंबे जी आधी मुळातच त्या प्लॉटवर राहत होती, त्यांना २२५ चौरस फुटांइतकी घरे या विकासाच्या कामामुळे मिळाली आहेत. थोडक्यात, झोपडपट्टी विस्थापितांना पुनर्स्थापन करण्याच्या कार्यकक्रमांमधून असे स्पष्ट दिसते की; एक तत्पर अशी यंत्रणा उभी राहिली आणि मात्र त्या यंत्रणेतून सार्वजनिक भूखंड ज्यावर झोपडपट्ट्या उभ्या होत्या, त्या खाजगी मालकांच्या हातात गेल्या. म्हणजे डेव्हिड हार्वे यांनी वर्णन केलेली प्रतिक्रिया येथे घडली - झोपडपट्टीवाल्यांची आपल्या जागेतून हकालपट्टी करून मग भांडवलाचा संचय केला जातो, तसेच हे झाले.

२०१२ साली झोपडपट्ट्यांमधल अनेक वस्त्यांमधील लोकांनी जाहीर केले की, ते संघर्ष करतील परंतु जमिनी देणार नाहीत. सगळ्यांत मोठा अशा तऱ्हेचा संघर्ष गोळीबार येथे झाला. खारपासून जवळच असणाऱ्या या जागी मुंबईतील पुनर्स्थापनेचा सगळ्यांत मोठा प्रकल्प आखला गेला होता, त्यातील अनेकांना झोपड्यांऐवजी फ्लॅटमध्ये राहण्याचे आकर्षण वाटले. परंतु येथील रहिवाशांनी असा संशय व्यक्त केला की, 'शिवाजी वेंचर्स' यांनी कायद्यानुसार ७० टक्के लोकांची तरी संमती घ्यायला हवी होती; ती घेतली नाही. त्यांनीं असा दावा केला की, या संमतिपत्रकाचे जे पुरावे दाखविले गेले; त्यांत अनेक वर्षे मृत असणाऱ्या माणसांची आणि निरक्षर माणसांची नावे आहेत. गोळीबारामध्ये राहणाऱ्या रहिवाशांनी कोर्टात जाऊन आपला लढा लढला, परंतु कोर्टाची प्रक्रिया इतकी मंद होती की, शेवटी त्यांनी भूक हरताळ केला आणि रस्त्यावर येऊन निषेध नोंदविले. कितीतरी प्रसंगी त्यांनी बुलडोजर्स थांबविण्यासाठी मानवी साखळ्या केल्या आणि तुरुंगात जाऊनही त्यांनी आपल्याला न्याय्य वाटा मिळावा म्हणून लढा दिला.

(ड) भरकटलेले मुंबई शहर

लेखक सांगतात की, १८९० च्या दशकातील प्लेगच्या साथीनंतर पुनर्विकासाच्या प्रकल्पाला ज्या तऱ्हेने विरोध झाला होता, तसाच हा विरोध होता. 'मुंबई सुधारणा ट्रस्ट' १८९८ साली स्थापन झाला, तेव्हा मुंबईच्या रोगाने ग्रस्त असणाऱ्या शहरामध्ये गरिबांच्या नावाने स्वच्छता आणि खुल्या जागा निर्माण करण्याची घोषणा केली गेली. असे करण्याला त्या काळात आर्थिक कारणही होते. कारण १९०१ पर्यंत त्या दशकात सहा टक्के लोकसंख्या घटली होती आणि गिरण्यांमध्ये काम करायला माणसे नव्हती. अशा तऱ्हेने 'मुंबई सुधारणा ट्रस्ट' अधिक तत्परतेने कार्यरत व्हावा, म्हणून या संघटनेला स्वतंत्रपणे काम करण्याची मुभा देण्यात आली होती. आणि म्हणून मग नोकरशहांना मनमानी करून निर्णय घेता येणे शक्य झाले होते. त्या वेळीही कोणत्याही एका केंद्रित नियोजनाचा विचार न करता तात्कालिक आणि उत्स्फूर्त पावले उचलली जाण्याचे धोरण आले.

त्या काळात मुंबईमध्ये जे काही सुधारणेच्या नावाखाली केले गेले, त्यातून गिरणी कामगारांसाठी चाळी बांधणे सुरू झाले आणि सिडनहॅम रोड (ज्याला नंतरच्या काळात महम्मद अली रोड म्हटले जाते) आणि प्रिन्सेस स्ट्रीट यांची उभारणी झाली. लवकरच या मंडळींना अत्यंत जोरकस विरोध झाला. ज्यांच्या जमिनी होत्या त्यांनी आपल्याला पुरेसे पैसे मिळाले नाहीत म्हणून ओरड केली, परंतु ज्यांना चाळीमध्ये जागा मिळाली तेही आनंदी नव्हते. या मंडळांची घरे जेव्हा तोडमोड करून खाली आणली गेली, तेव्हा त्या बदल्यात त्यांना जी पर्यायी व्यवस्था दिली गेली, ती न परवडण्याइतकी महाग होती. आताच्या प्रमाणेच तेव्हाही झोपडीत राहणारी माणसे पुन्हा एकदा झोपडीतच गेली. १९१९ मध्ये हा ट्रस्ट मोडीत काढला गेला. एकवीस वर्षे काम करून मुंबईचे ७४ टक्के रहिवाशी अजूनही एका खोलीच्या अवकाशात राहत आहेत.

या सगळ्या प्रयत्नांनंतर शंभर वर्षांनी पुन्हा एकदा मुंबईला स्वच्छ आणि जागतिक दर्जाचे शहर बनविण्याचे प्रयत्न चालू आहेत. 'प्रकल्पाने बाधित व्यक्ती' असे ज्यांना म्हटले जाते, त्या जवळजवळ साठ हजार माणसांना स्थानांतरित करून मानखुर्दच्या

उत्तर-पूर्व भागात जागा दिल्या गेल्या आहेत. या इमारती सात ते चौदा मजली आहेत. येथे माणसांची आर्युमर्यादाच कमी आहे, म्हणजे एकोणचाळीस-चाळीस वयाच्या पलीकडे ही माणसे जगत नाहीत.

मानखुर्द प्रकल्पामध्ये ज्या माणसांना कोणतीही किंमत न देता फुकट जागा मिळाल्या, त्यांना २२५ चौरस फुटांची राहती जागा अपुरी पडते आणि अनेक पिढ्या एकत्र राहणाऱ्या कुटुंबामध्ये त्यांच्या मते, दाटीवाटीने राहावे लागते. बऱ्याच वेळा लिफ्ट बंद पडली की; म्हातारी माणसे, लहान मुले अडकून राहतात. या इमारतींना वायुवीजन नाही आणि त्या इमारतींमध्ये फारशी जागाही सोडलेली नाही. परंतु सगळ्यांत मोठी तक्रार आहे ती अशी की, मानखुर्द ही वसाहत रोजची रोजी-रोटी कमावणाऱ्यांसाठी किंवा घरकाम करणाऱ्यांसाठी खूप दूरदूर आहे. अशा तऱ्हेने मुंबईमध्ये कामगारांना घरे देणे ही गोष्ट, कामगारांना एखाद्या गोदामामध्ये कोंबण्यासारखी घडली आहे.

□ □ □

लेखक सांगतात की, सतराव्या शतकाच्या सुरुवातीपासून शहर वसू लागले, तेव्हापासून मुंबईतील सोयीसुविधा रहिवाशांच्या गरजांपेक्षा नेहमीच कमी पडतात. मुंबईकर नेहमीच तक्रार करतात की, हे शहर फार दाटीवाटीचे आहे. माणसांना राहण्याच्या दृष्टीने घाणेरडे आणि गजबजाटी आहे. लेखकाच्या स्वत:च्या पुस्तकांच्या संग्रहात अनेक परिपत्रके आणि अनेक संशोधन-साहित्य आहे. त्यात असे भाकीत केले गेले आहे की, हे सगळेच कधीही पत्त्याच्या डोलाऱ्याप्रमाणे कोसळू शकते. अशा संशोधन-अभ्यासांची शीर्षके पुढीलप्रमाणे - मुंबईचे पुनर्परिदृष्टीकरण : शाश्वत विकासासाठी एका जाहीरनाम्याचे संकल्पीकरण : (Revisioning Mumbai... conceiving a Manifesto for Sustainable Development Published in 2010) आणि मुंबई : आज आणि उद्या (Bombay... Today and Tomorrow Published in 1930)

या पुस्तकाचा अभ्यास करताना लेखकाच्या पाहण्यात राष्ट्रीय वृत्त सांगणाऱ्या मासिकांमधील काही लेखन दृष्टीस पडले. त्यात काही पूर्वसूचना देणाऱ्या भाकितांची विधाने आहेत ती अशी - 'मुंबई एका कडेलोटापाशी : गेल्या टप्प्यावर उसळलेल्या आगीच्या डोंबानंतर २० वर्षांनी भारतातील असे तेवत ठेवणारे शहर पुन्हा एकदा भीती आणि जमातवादी तणावांनी ग्रासले आहे.' असे इंडिया टुडेच्या हेडलाईनमध्ये म्हटले आहे. आऊटलूक या इंग्रजी मासिकाने प्रश्न विचारला आहे की, 'माझ्या मुंबईचा खून कोणी केला? स्वप्नांची नगरी असणारे हे शहर ज्याने संपूर्ण देशाला जगण्याची इच्छा आणि आशा दिली ते शहर या तऱ्हेच्या दयनीय अवस्थेला कसे पोचले?' (Who Killed My mumbai?... How did a city of Dreams...) हीच भावना इलस्ट्रेटेड वीकली

ऑफ इंडिया यांनी ४० वर्षांपूर्वी सप्टेंबर १९७४ मध्ये व्यक्त केली होती, 'शहर अंदाधुंद'. त्या वेळी या मासिकातून अशी किंकाळी फोडली गेली होती, 'मुंबईला वाचवा - आत्ताच्या आत्ता!'' (Save Bombay - Now)

एकीकडे मुंबईमध्ये अंगावर शहारा आणणारा विनाश आहे, तो पचवत मुंबईने असीम स्वरूपाचा उत्साह दाखवून वेगवेगळी प्रदर्शने आणि व्याख्याने घडविली आहेत. मुंबईला सोसाव्या लागणाऱ्या समस्या आणि तोंड द्यावे लागणारे शहर याची सोडवणूक कशी करायची याबद्दल हे कार्यक्रम होते. मुंबई जरी एकीकडे सातत्याने एका कोंडीतून दुसऱ्या कोंडीत असल्यासारखी असली, तरी या शहरार्नं६० कधी असा विश्वास नाही ठेवला की, त्याची अवस्था कधी संपणारच नाही. अगदी सुरुवातीच्या काळात, पॅट्रिक गेडेस यांनी भरवलेल्या मुंबई शहराच्या भविष्यावरील चर्चा १९१९ साली झाली. पॅट्रिक गेडेस हे मुंबई विद्यापीठामार्फत काम करत होते आणि समाजशास्त्र आणि नागरी समाज याचे पहिले प्राध्यापक म्हणून तेव्हा ते नेमले गेले होते. त्यांनी शहर नियोजक म्हणून नाव कमावले होते. आणि शहराच्या नियोजनाचे प्रदर्शन घडविले होते. या प्रदर्शनात अनेक नकाशे आणि कार्डबोर्डची प्रारूपे करून, आपल्या मानवतावादी कल्पना वापरून, इंग्लंड किंवा युरोप या जगामध्ये कशा प्रकारे शहर नियोजन करता येते हे दाखविले.

जेव्हा गेडेस हे भारतात आले, तेव्हा त्यांच्या लक्षात आले की, या उपखंडातील शहर नियोजक शहरातील वेगवेगळ्या समुदायांना उत्तेजन देण्याऐवजी, फारतर स्वच्छता अभियंते किंवा वास्तुशिल्पी म्हणून काम करत होते. कारण ब्रिटिश साम्राज्याच्या कल्पनेमध्ये साफसफाई हा मुद्दा महत्त्वाचा होत. गेडेसने मात्र असे म्हटले की, आपण सहभागी नियोजन आणि जुना वारसा जतन करण्याचा वसा घेतला पाहिजे आणि महाकाय इमारती बांधण्याची स्वप्ने पाहण्याऐवजी त्यांनी असे सांगितले की, दाटीवाटीने राहणाऱ्या वस्त्यांना खुलेपणा दिला पाहिजे. कुलाबा येथील 'इन्स्टिट्यूट ऑफ सायन्समध्ये' या स्कॉटिश माणसाचे प्रदर्शन भरले आणि त्या प्रदर्शनाबरोबरच त्याने व्याख्यानमाला आयोजित केल्या. जनांच्या पातळीवर नियोजन गेले, तरच यश मिळेल असे त्यांचे मत होते.

लेखक आपल्याला सांगतात की, गेल्या काही वर्षांत आठवड्याला एक अशी चर्चासत्रे आणि प्रदर्शने मुंबईच्या भविष्याविषयी भरवली जातात. यांतील काही कार्यक्रम नागरिकांच्या गटांकडून आणि स्थानिक संशोधन संघटनांकडून भरविले जातात आणि त्याचा हेतू राज्यकर्त्यांना आणि अधिकाऱ्यांना कृती करायला लावण्यास भाग पाडण्याचा असतो. परंतु अनेक प्रदर्शने तर आंतरराष्ट्रीय संघटनांकडून येतात आणि 'शहरवादी तज्ज्ञां'कडून मांडण्या केल्या जातात. अलीकडच्या काळात विद्याशाखीय चौकटीतील

अनेक शहरवादी तज्ज्ञांना असे वाटू लागले आहे की, पुढच्या काळात जगातील ७० टक्के लोकसंख्या ही शहरातच राहणार आहे आणि म्हणून ते नवा विचार आणतात. लेखक म्हणतात की, त्याना स्वत:लासुद्धा हाच दोष दिला जातो. या शहरांचा अभ्यास करणाऱ्या नव्या अभ्यासकांना बॉम्बेसारखे शहर आकर्षक वाटते आणि अशा शहरी भागात दहापैकी सात माणसे जर राहणार असतील, तर या शतकाच्या मध्यावर दहा दशलक्ष लोक आणखी मुंबईत येतील असे वाटते.

शहरीकरण या गोष्टीमुळे स्पष्टच आहे की, माणसांचे जीवन आमूलाग्र बदलते. माणसे जेव्हा शहरांमध्ये राहतात; तेव्हा शिक्षण, वैद्यकीय सुविधा, वीज आणि स्वच्छ पाणी या गोष्टी त्यांना मिळणे किंवा देणे सोपे जाते. यात आणखी भर पडते ती म्हणजे शहरे म्हणजे अतिशय जबरदस्त आर्थिक यंत्रे असतात. म्हणजे समकालीन शैक्षणिक साहित्यातून यावर भर दिला जातो त्याहीपेक्षा हे सत्य आहे की, शहरांमध्ये नोकऱ्या तयार होतात. शहरांमध्ये राहणाऱ्या माणसांच्या जीवनमानामध्ये बदल होऊ शकतो अशी सुप्तशक्ती त्यात असते; परंतु शहरीकरणाचा सगळ्यात मोठा लाभ आहे तो सामाजिकदृष्ट्या. शहरांमधून राहिल्यावर पारंपरिक अडसर नष्ट केले जातात आणि बहुविध भिन्न मंडळी एकमेकांच्या सहवासात येतात आणि अशा वातावरणात नव्या पद्धतीने जगण्याकडे पाहावे या विचाराला उत्तेजन मिळते. हे सर्व खरे असले; तरी मुंबईच्या रहिवाशांना चांगलेच माहिती आहे की, या महानगरातील जीवन एखाद्या नरकाप्रमाणे होऊ शकते. विशेषत: तुम्ही जर स्थलांतरित गरीब माणसे असाल तर. अगदी ज्यांना आर्थिक पुनर्संरचना करावी असे वाटते, त्यांच्या मतेसुद्धा शहरीकरणासाठी वाढ किंवा ग्रोथ हा विचार आवश्यक आहे. गांधीवादी चौकटीत कितीही गावखेड्यातील जीवनाचे सोहळे माजवले असले तरी तसे करण्याला पर्याय नाही. कारण गावांतून जी मंडळी बेघर, बेकार होऊन शहरात येतात; ती मंडळी शहरांमध्ये कोणताही पर्याय नसल्याने झोपडपट्टीतच जातात. या सर्व परिस्थितीतील स्पर्धा आणि गती पाहता शहरीकरणाचा अभ्यास करणारी मंडळी जगभरातून मुंबईमध्ये येतात. त्यांना अशा प्रकारचा अभ्यास करावासा वाटतो की, शहरे कशा प्रकारे आपल्या हृदयाचे ठोके चालूच ठेवतात आणि बहुतांश वेळा त्यांनी केलेल्या चुकांमधून ती शहरे काय शिकतात.

शहरविषयक तज्ज्ञता आपल्या अभ्यासातून मिळविणाऱ्या प्रत्येक व्यक्तीला सक्तीने धारावीमध्ये थांबावे लागते, अभ्यास करावा लागतो. परंतु अनेक अभ्यासक मुंबईच्या अमर्याद क्षमतेतून मुळातील चांगल्या गोष्टींचा नाश कसा केला जातो, हेही अभ्यासण्यासाठी येतात. १९७० साली जेव्हा नवीन मुंबई प्रकल्प आला, तेव्हा ७.७ दशलक्ष रहिवाशांना राहती घरे देण्याचा प्रयत्न होता. त्या काळात इतक्या माणसांचे ओझे मुंबईवर येऊ नये

म्हणून ठाकरे आणि त्यांचे अनुयायी यांनी स्थलांतरितांना मुबंईत येण्यापासून नियंत्रित करावे अशी सूचना दिली. शहराच्या नियोजनाचा अभ्यास करणारी मंडळी, जी एका अर्थी आदर्शवादी होती; त्यांनी जुळी मुंबई आयोजित करावी असे सुचविले. मुंबईत येणार माणसांचा लोंढा नियोजित करण्यासाठी शिवसेनेने दिलेली आकडेवारी चुकीची होती. खरेतर १९६१ पासून मुंबईत राहणाऱ्या रहिवाशांनी मुले जन्माला घातली, तीच संख्या स्थलांतरितांपेक्षा जास्त होती. असे असूनही सगळ्यांचे एकमत होते; की मुंबईवर लोकसंख्येचा इतका भार पडतो आहे की, मुंबईतील अवकाश त्यातील क्षमतेपेक्षा अधिक ताणला गेला आहे. 'नवी मुंबई' ५५,००० एकर पूर्वेच्या दिशेने पसरणार होती. असे झाले की, निर्णायकरित्या येणाऱ्या जाणाऱ्यांचा जो प्रवाह असणार होता; तो दूरवरच्या उत्तर क्षेत्रातून दक्षिणेच्या टोकापर्यंत कामासाठी सरकण्याचे प्रमाण उतरत्या स्वरूपात होईल. अशी आशा ठेवली गेली होती की, 'नवी मुंबई'तील रहिवाशी नावाशेवा बंदराच्या आसपास नोकऱ्या शोधतील आणि जुन्या शहरातील कंपन्या 'नवी मुंबई'मध्ये पुन्हा एकदा सुरू होतील. सगळ्यांत महत्त्वाचे म्हणजे या जुळ्या शहरामध्ये सरकारी, राज्यशासकीय कार्यालये आणि न्यायालयेसुद्धा सरकतील.

पाणी कापून पलीकडे वसलेले हे शहर सार्वजनिक वाहतूक व्यवस्थेवर अवलंबून असेल आणि अशी कल्पना केली गेली होती की, परिवहनापासून चालत पाच मिनिटांत जाता येईल, अशी वाहतूक व्यवस्था असेल. सर्वसामान्य माणसांच्या दृष्टीने'नवी मुंबई' हे असे राहण्याचे ठिकाण असेल की, जेथे किमान समृद्धी असेल; परंतु सोयीस्कररित्या कामाला जाणे सोपे होईल म्हणून एक भव्य मुंबई नाही; पण नवी मुंबई ही सर्वसामान्य माणसांसाठी असेल.

परंतु २०१३ साली 'नवी मुंबई प्रॉपर्टी फेअर' हे प्रदर्शन पाहण्यासाठी जेव्हा लेखक स्वत: गेले, तेव्हा त्यांना असा काही प्रयत्न दिसला नाही. एका वातानुकूलित तंबूमध्ये जवळजवळ शंभर रिअल इस्टेट डेव्हलपर्स एकत्र बसून, आपल्या भुरळ घालणाऱ्या नियोजनांचे सादरीकरण करत होते. लेखकाने जेव्हा फेरफटका मारून सर्व तऱ्हेची माहितीपत्रके हातात घेतली; तेव्हा उलवे आणि घनसोली, विचुंबे आणि कामोठे येथील माहिती कळली. आणि त्यात खारघर, शिल्प चौक, कळंबोली येथे अत्यंत नेत्रदीपक प्रकल्प होणार असल्याची माहिती मिळाली. या माहितीपत्रकांमध्ये दावा असा होता की, खऱ्या मुंबईपासून हे प्रकल्प फार दूर नव्हते. तसेच त्यांनी हे पण स्पष्ट केले होते की, समृद्ध श्रीमंत स्तरासाठी ही संकुले तयार होणार आहेत. एका पत्रकात तर एकोणीस मजली इमारतीचे वर्णन असे केले होते की, जितकी उंची, तितकेच अचूक असे दिमाखदार राहणे असे येथे घडणार आहे. 'चैनीची जीवनशैली उच्चभ्रू जीवनशैली' हीच घोषणा

सगळ्यांची होती.

मागे वळू पाहताना असे वाटते की, नवी मुंबई हा प्रकल्प अशा तऱ्हेने उभारला गेला होता की, त्यात अपयशच येणार होते. जरी महाराष्ट्र सरकारला मुंबईची गर्दी आणि कोंडमारा कमी करण्यासाठी नवी मुंबई उभारायची होती, तरी १९६० च्या दशकापासूनच असे म्हणणे आणि कृती यांत अंतर असल्याचे दिसते. काँग्रेस सरकारने जाहीर केले होते की, ५५० एकर जमिनीतील ८० टक्के जमीन नियोजन करून रहिवाशांसाठी घरे निर्माण करण्यासाठी वापरली जाईल आणि फक्त २० टक्के जमीन व्यापारी इमारतींसाठी वापरली जाईल. परंतु १९७५ सालापर्यंत फक्त ७९ एकर जमीन सुधारणेखाली आली आणि हा संबंध प्रकल्प कागदावरच राहिला. विकासाच्या नियोजनाच्या आराखड्यावरील रंगांचे संकेत बदलले गेले आणि गूढपणे अधिकाधिक कार्यालयीन इमारती तयार केल्या गेल्या. नरिमन पाँईटसारखी जागा, मुंबईतील पहिली सर्वांत उंची इमारतींची कार्यालयीन जागा ठरली आणि २,२०,००० पेक्षा अधिक कामगार तेथे प्रत्येक दिवशी कामाला येतात असे चित्र उभे राहिले. आणि पुन्हा एकदा मुंबईतील उत्तर-दक्षिण ध्रुवांमधील अंतर तसेच राहिले.

म्हणजे फक्त नरिमन पाँईंटमुळे 'नवी मुंबई'ला चैतन्य मिळाले नाही असे नाही. राज्यशासनानेही अनेक कार्यालये पुन्हा 'नवी मुंबई'त नेण्यास नकार दिला. अगदी नरिमन पाँईटच्या गाभ्यापाशी १९८१ साली नवी विधानसभेची इमारत आली. नव्या मुंबईची योजना करणारे वास्तुशिल्पी हे मान्य करतात की, अधिक राजकीय पाठिंबा मिळविण्याचा प्रयत्न झाला असता, तर हे चित्र बदलले असते. परंतु हे लक्षात घेतले पाहिजे की, कितीही तत्पर, तज्ज्ञ नियोजन असले, तरी वर्षा-दोन वर्षांत एक चैतन्यशाली थिरकते शहर उभे करणे कठीणच होते. शहरे म्हणजे लेखकाच्या मते; अनेक पिढ्यान्‌पिढ्या चालणाऱ्या विवादांमधून, अनेक स्तरांवर असणाऱ्या संगीतामधून घडत असतात. जुन्या मुंबईतील महानगर जरी आपल्या टोकापाशी असणाऱ्या उसवलेल्या जगामधून बाहेर पडत असले; तरी तिथल्या रहिवाशांना काहीतरी असे मिळत होते की, ज्यामुळे त्यांनी पाण्याच्या पलीकडे जाणे नाकारले. चार्ल्स कोरिया यांनी या नव्या महानगराच्या नियोजनाचे काम केले. त्यांच्या मते, बॉम्बे हे एक महान शहर आहे आणि त्याच वेळी एक भयानक जागा आहे. मुंबईतले आयुष्य कितीही ओझ्यासारखे वाटले, तरी एकदा मुंबईत गेले की, तेथून बाहेर पडणे कठीणच होते.

□ □ □

या सातव्या प्रकरणात लेखक दक्षिण मुंबई या भागाबद्दल सांगतात. या लेखनाची शैली मिश्कील आहे आणि इतका गंभीर विषयसुद्धा सहज गोष्टीरूपाने, निरीक्षणाच्या

पद्धतीने मांडत गेल्याने; अगदी शेवटच्या प्रकरणापर्यंत वाचकांचे लक्ष आणि उत्साह टिकवून ठेवत, ही संहिता पुढे जाते. दक्षिण मुंबई असे म्हणणारा बाण प्रत्यक्षात उत्तरेकडे दिशा दाखवतो. म्हणजे वाहनांना जवळजवळ दीडशे मीटर इतके अंतर विरुद्ध दिशेने जावे लागते आणि मगच 'यू टर्न' घेऊन दक्षिण मुंबईकडे जाता येते. २००९ साली हा रस्ता खुला झाला, तेव्हा मुंबईतील एका विशिष्ट वर्गातील रहिवासी हे या पुलाकडे मोठ्या कौतुकाने पाहत आणि या शहरांचे प्रतीक म्हणून या रस्त्यांकडे पाहतात. आता लेखक सांगतात की, समुद्राला जोडणारा हा रस्ता मुंबईच्या दृष्टीने खरोखरच रूपकात्मक आहे.

अंदाजापेक्षा पाच पटींनी या पुलाची किंमत वाढली आणि हा पूल बांधायला दहा वर्षे लागली. म्हणजे हे काम पाच वर्षांत होईल असे वाटले होते, त्याच्या बरोबर दुप्पट वेळ लागला. परंतु लेखक आपल्याला जाणीव करून देतात की; हेंगाडे अभियांत्रिकी कौशल्य, अक्षम्य वेळेचा अपव्यय आणि एकूणच खर्चाच्या पातळीवरील ढिसाळपणा; या गोष्टींनीच फक्त मुंबईचा हा रस्ता लक्षात घेतला पाहिजे असे नाही. एकीकडे ७.२ दशलक्ष लोक अतिशय गर्दीच्या ट्रेनने दर दिवशी प्रवास करतात, तर 'सी लिंक' असे ज्याला म्हटले जाते, तो पूल मात्र फक्त ४०,००० वाहने वापरण्यासाठी कामी येतो. आणि इतकेच नाही, तर पुलाचे उद्घाटन झाल्यापासून ही आकडेवारी कमीच होत गेली आहे. अशा तऱ्हेने साधनसामग्रीचा वापर करून खाजगी वाहनांना महत्त्व देणे आणि सार्वजनिक परिवहन मात्र दुर्लक्षित ठेवणे, हे शहरी धोरण अत्यंत चुकीच्या दिशेने चालेले आहे आणि लोकशाहीला काळिमा फासणारे आहे.

जेव्हा दंगली झाल्या तेव्हा मुंबईला फक्त दोनच उड्डाणपूल होते. आज जवळजवळ ५५ उड्डाणपूल आहेत आणि अधिक उड्डाणपुलांचे बांधकाम सुरू आहे. या कालखंडात अगदी हाताच्या बोटांवर मोजण्याइतके सार्वजनिक परिवहन प्रकल्प पूर्ण केलेले दिसतात. आणि त्यातल्या त्यात लक्षात ठेवण्यासारखी गोष्ट म्हणजे, टप्प्याटप्प्याने का होईना, परंतु रेल्वेरुळांचा विस्तार नव्या मुंबईपर्यंत झालेला दिसतो. म्हणूनच आश्चर्य वाटायला नको की, १९९१ पासून खाजगी वाहने दुप्पट झालेली दिसतात. ९.४ लाखांवरून ती आता १८.७ लाखांवर गेली. तेथे एकूण वाहनांची गती ताशी १० कि. मी. अशी आहे - म्हणजे ऐन गर्दी होण्याच्या टप्प्याला ही गती इतकी मंद असते- म्हणजे या शहरामध्ये वार्षिक मॅरेथॉन असते, तेव्हा त्यात जिंकणाऱ्या लोकांची जी गती असते, त्यापेक्षाही निम्मी किंवा त्याहूनही अधिक कमी गती वाहनांची असते. असे असूनही जी माणसे स्थलांतरितांना काही प्रमाणात अधिकृत परवाना द्यावा असे म्हणतात; त्यांना याचे मात्र आश्चर्य वाटते की, वाहनांवर शहरांमध्ये कोंडी करण्यासाठी काही कर लावावा.

लेखक सांगतात की, मुंबईतील वाहने ज्या मंदगतीने सरपटत असतात; ती पाहणे म्हणजे भारतातील पैसेवाल्या वर्गाची गती आणि मक्तेदारी भीषण पद्धतीने कशी आहे हे पाहणे. मुंबईमध्ये हा जो वाहनांचा तांडा असतो त्याला ॲम्ब्युलन्सची पर्वा नसते, म्हाताऱ्या माणसांना दचकवून टाकण्याबद्दल काही लाज नसते किंवा शाळेतली लहान मुले रस्ता ओलांडताना दिसली, तरी पर्वा नसते. ही वाहने पादचाऱ्यांसाठी केलेल्या खुणांची पर्वा करत नाहीत. बऱ्याच वेळा लाल दिव्याकडे दुर्लक्ष करून पुढे जातात आणि अतिशय नित्यनेमाने चुकीच्या रस्त्यावरून येऊन; जेथे प्रवेश बंद आहे, तेथे गाड्या घुसवतात. जवळजवळ ६० टक्के गाड्या मालक चालवत नाहीत, भाड्याचे चालक चालवतात आणि जगातील कोणत्याही गाडी मालकांपेक्षा हे प्रमाण जास्त आहे. गाडीच्या मालकांकडे एक अंजिराच्या पानाचे प्रतीक असते. त्यातून ते असे सुचवितात की; कोणताही गुन्हा झाला, तर गाडीचे मालक जबाबदार नाहीत, उलट प्रत्यक्षात गुन्हा घडवायला असे मालक उत्तेजन देतात.

एक नवीच माहिती येथे आपल्याला मिळते ती म्हणजे, दक्षिण मुंबईमधील रस्ते जोडण्याच्या कामासाठी पैसा गुंतवला गेल्यानंतर पटकन लक्षात येते ती म्हणजे, २०११ सालची जनगणना. बेटासारख्या असणाऱ्या शहरामधील जनसंख्या प्रत्यक्षात ७.६ टक्के आधीच्या दशकापेक्षा अधिक घसरली. म्हणजे याशिवाय असणारा मुंबईचा जो भूभाग आहे तेथे लोकसंख्या फक्त ८ टक्क्यांनी वाढली - लेखक सांगतात की, १९२० च्या दशकापासून हा दर सगळ्यात मंद आहे. नवीन उत्तुंग टॉवर असणारे दक्षिण मुंबई फार थोड्या लोकांना सामावून घेऊ शकते. आधीच्या लहान लहान घरांच्या रचनांमध्ये अनेक माणसे सामावली गेली होती. नोकऱ्या आणि राहती घरे या दोन गोष्टी जर दुर्मीळ होत असतील, तर मुंबईकडे येणाऱ्या स्थलांतरितांना मुंबईचे आकर्षण राहणार नाही. म्हणजे एकीकडे या बेटासारख्या असणाऱ्या शहरामधील लोकसंख्या घटली आहे; परंतु त्यातील तीव्रता मात्र उंचावली आहे. रूपाली गुप्ते या शहरी नियोजनाच्या एक अभ्यासक आहेत. त्यांनी असे निरीक्षण केले आहे की, जेव्हा अर्थव्यवस्थेवर उत्पादकांचे वर्चस्व होते; तेव्हा मुंबईतील कामगार आपला संपूर्ण दिवस एका कारखान्यामध्ये किंवा कार्यालयात घालवत असत. परंतु आता बहुतांश लोक सेवाक्षेत्रात काम करतात किंवा ते स्वयंरोजकारामध्ये आहेत. अशा वेळी शहरातील अनेक ठिकाणी प्रत्येक दिवशी जावे लागते आणि काम उरकावे लागते. मुंबईच्या काही भागात अगदी थोडे रहिवासी आहेत हे खरे आहे, परंतु ही मंडळी अधिकाधिक खेपा घालून रस्त्यावरून ये-जा करून असतात.

आणखी एक विसंगती या प्रकरणात पुढे येते ती म्हणजे, मुंबईच्या रस्त्यांचे नव्याने नामांकन करण्याचे जे प्रयत्न झाले त्याबद्दल. रस्त्यांची नावे बदलली जातात, परंतु

लेखकाला प्रश्न पडतो तो पदपथांचा. गाड्यांना अधिक जागा देण्यासाठी फुटपाथ किंवा पदपथ आणखी आणखी अरुंद केले गेले आहेत. आणि असे असूनही अनेकदा चालण्याच्या अत्यंत चिंचोळ्या जागीसुद्धा वाहने उभी केलेली दिसतात. पदपथ माणसांना चालता येऊ नये इतक्या प्रमाणात फुलांची दुकाने, टेलिफोनचे जंक्शन, खुली गटारे, जाहिराती करणारे फलक, दूधविक्रीची केंद्रे आणि वेगवेगळ्या गोष्टी विकणारे विक्रेते यांनी भरलेले असतात. गेल्या चार वर्षांत म्हणजे २०१२ सालापर्यंत मुंबईत झालेल्या अपघातांमध्ये ५७ टक्के माणसे पदपथांवर चिरडली गेली. मोटारचालकाच्या एका चुकीमुळे असे घडते आणि लेखकाला खात्री आहे की, तोही कधीतरी चालत जाताना असाच चिरडला जाईल.

हे सर्व फक्त चित्रपटांमध्ये घडते असे नाही. गेल्या शतकभर भारताला जी मुंबईबद्दल माहिती होती, ती फक्त चित्रपटांमधून दाखवल्या जाणाऱ्या मुंबईबद्दल होती. बऱ्याच वेळा या चित्रपटांमधून कल्पनारम्य पद्धतीने बांधलेले रस्तेच रस्ते असणारे शहर, म्हणून मुंबई दाखविली जात होती. १९५० च्या दशकामध्ये तर या शहराने गांधीजींनी दिलेली हाक महत्त्वाची मानून, उत्साहाने स्वत:ला नेहरूंच्या इंडियामधील एक दिमाखाने दाखविण्याची वस्तू बनविले. त्यात मग अनेक संस्कृतींची सरमिसळ, अर्थव्यवस्थांची सरमिसळ असलेले शहर की, ज्यात खाजगी आणि सार्वजनिक विभेदनामध्ये एक आनंदी समतोल साधना येतो. मुंबईमध्ये येणाऱ्या हजारो स्थलांतरितांना चित्रपटांमध्ये असे दाखविले गेले की, ते सी.एस.टी. स्टेशनवर श्वास रोखून उभे आहेत. लेखक राज कपूरच्या चित्रपटांमधील १९५० च्या दशकातील 'आवारा'बद्दल बोलतात. अमिताभ बच्चनच्या रागावलेल्या, रागीट तरुण माणसाबद्दल बोलतात आणि १९८० च्या दशकाच्या सुरुवातीच्या चित्रपटांबद्दलही बोलतात. ते सांगतात की, ही सगळीच मंडळी मुंबईच्या रस्त्यांवर असायची.

परंतु गेल्या दोन दशकांमध्ये मुंबईतील चित्रपटसुद्धा फक्त उच्च मध्यमवर्गीयांसाठी जेव्हा निघतात, तेव्हा सर्व चित्रपट भल्यामोठ्या घरांच्या आतच घडतात. मुंबई आता इतकी ओंगळ झाली आहे की, चित्रपट बनविणाऱ्यांच्या स्वप्ननगरीला जन्म देण्याची तिची क्षमता संपली आहे. रस्त्यांवर ते चित्रपट शूट करणे कठीण झाले आहे. गर्दी कॅमेरा धरणाऱ्याच्या अंगावर कोसळते, भ्रष्टाचारी पोलीस कधीही शूटिंग थांबवू शकतील अशी धमकी असते आणि सगळ्या परवानग्या घेतलेल्या असूनसुद्धा पोलिसांचे खिसे भरावेच लागतात. थोडक्यात, ज्याला आपण बॉलीवूड म्हणतो त्यांनीही आता मुंबई नावाचे स्वप्न आपल्या कल्पनेतून हाकलून बाहेर काढले आहे.

□ □ □

या विभागाच्या आठव्या प्रकरणाला सुरुवात होते, ती लेखकाच्या आजोबांनी म्हणजे ॲमन रॉड्रिग्ज यांनी अनुभवलेल्या अन्यायाच्या कथाकथनातून. १९७१ साली, शहरविकास मंत्री, पी. जी. खेर यांना लेखकाच्या आजोबांनी १९५९ पासून सोसत असलेल्या समस्येबद्दल लिहिले. 'टाऊनप्लॅनिंग स्कीम', वांद्रे, क्रमांक ३ मध्ये १९५९ साली महाराष्ट्र सरकारने लेखकाच्या आजोबांचा १७१५ चौरस यार्ड जमिनीचा तुकडा म्युनिसिपल प्रसूती इस्पितळासाठी हाती घेतला. वंशपरंपरागत आलेल्या या जमिनीच्या तुकड्याच्या जागी अधिकाऱ्यांनी सांगितले की, एक छोटासा जमिनीचा तुकडा देण्यात येईल; परंतु त्याचा आकार मूळ जमिनीपेक्षा निम्माच होता. आणि हा जो जमिनीचा तुकडा दिला होता, त्यावर अनेक झोपड्या होत्या. अधिकाऱ्यांनी यातील विसंगती दूर करण्यासाठी १६ रुपये प्रति चौरस यार्डप्रमाणे रोकडसुद्धा देऊ केली होती. परंतु आजोबांना हे न्याय्य वाटत नव्हते.

आजोबांच्या मते, या भागात अनेक प्रसूतिगृहे असताना आणि विशेषत: एक किलोमीटर अंतरावर म्युनिसिपालिटीचे प्रसूतिगृह असताना; त्यांची जमीन का हडप केली जात आहे हे कळत नव्हते. त्यांच्या मते जर प्रसूतिगृह बांधायचे असेल, तर त्यांच्या जमिनीसमोर खार जिमखाना बांधला गेला तो जमिनीचा तुकडा वापरावा. कारण त्यांच्या मते, या योजनेमध्ये सर्व जमिनीचे तुकडे मालकीचे असणाऱ्यांकडून सक्तीने हाही तुकडा घेतला गेला होता. आणि एकट्या आजोबांना आता जी किंमत द्यायला लागत होती, त्यापेक्षा तेथे सामूहिकरित्या अनेक मालकांना थोडी थोडी किंमत द्यावी लागली असती.

म्युनिसिपालिटी आणि राज्य सरकार यांच्या अधिकाऱ्यांना गेली दहा-बारा वर्षे किंवा त्याहूनही अधिक काळ आजोबांच्या अर्ज-विनंत्या चालल्या होत्या. काही महिन्यांपूर्वी लेखकाला अनेक पत्रांच्या ढिगाऱ्यातून, आजोबांना न्याय मिळावा म्हणून कोर्टाला केलेल्या अर्जाची प्रत मिळाली. त्या पत्रांच्या ढिगाऱ्यामधून लेखकाला एक विलक्षण चित्र दिसले. वांद्रयामध्ये असणाऱ्या शेतजमिनीचे तुकडे मोठ्या शहराच्या सोयीसाठी कसे गिळंकृत केले जातात, ते दिसले.

आजोबा ॲमन जेव्हा दहा वर्षाचे होते, तेव्हा त्यांचे वडील फ्रान्सिस झेव्हियर रॉड्रिग्ज हे प्लेगच्या साथीत मरण पावले. त्यांची आई आसुमटा ही मराठी आणि पोर्तुगीज या दोन भाषा बोलत असे. तिने आपला मुलगा आणि दोन मुली यांना साथीशी मोठा झगडा देऊन वाढविले. ही साथ ओसरण्यासाठी अनेक वर्षे जावी लागली, म्हणून मग हे कुटुंब वेळोवेळी प्लेगचा संसर्ग होऊ नये, म्हणून शेतात झोपायला जाई. पाली गावाच्या आवारात हे शेत होते. प्लेगच्या साथीने ६०८ लोक मृत्यू पावले. १९०९ पासून

जवळजवळ प्रत्येक वर्षी सरासरी एवढी लोकसंख्या मृत्युमुखी पडली. त्या काळातल्या भयावह दिवसांचे चित्र वांद्रयाच्या रस्त्यांवर उभे आहे. - तेथे प्लेगने मृत्यू पावलेल्यांचे क्रूस रोवलेले आहेत आणि आसपासची माणसे मृत्युमुखी पडताना जे जिवंत राहिले, त्यांनी ही स्मृती जपली होती. लेखकाचे आजोबाही शाळेत जाऊ शकणारी त्यांच्या कुटुंबातील पहिलीच व्यक्ती होती. घरून निघून शहरात जायला रेल्वे घ्यायची आणि धोबी तलावमधील सेंट झेंव्हियर्समध्ये दाढीवाल्या झेझुइट्स शिक्षकांकडून शिकवणी घ्यायची. १९१६ साली जेव्हा ते मॅट्रिकची परीक्षा पास झाले, तेव्हा त्यांना एका ग्रीक व्यापारी कंपनीमध्ये रोजगार मिळाला. जेव्हा त्यांना मुलाखतीला बोलावले, तेव्हा त्यांच्या लक्षात आले की, संपूर्ण पाय झाकतील अशी पँटसुद्धा त्यांच्याकडे नव्हती आणि नात्यातल्या भावाकडून त्यांना ती उसनी घ्यावी लागली.

परंतु कोर्टकचेऱ्यांनी आजोबांना थकविले नाही, तर उलट मुंबई शहराच्या प्रगतीने ते भारावलेले होते. १९२५ च्या अखेरीस जेव्हा नवा पूल बांधला गेला, तेव्हा आजोबा १.८ किमी चालून तो पाहायला गेले. १९३२ सालच्या ऑक्टोबर महिन्यात एके दिवशी अत्यंत तापत्या उन्हात त्यांनी थोडे लांब जाऊन जे. आर. डी. टाटा यांच्या जमिनीवरील जुहूचे विमानतळही पाहिले आणि विमानाने पत्रे इकडून तिकडे नेण्याचा व्यवहारही पाहिला. पुढच्या काही वर्षांत वांद्रयामध्ये प्रत्येक घरी मैला साफ करणारी टाकी आली आणि बंद नळांतून पाणीही आले. हळूहळू मैला डोक्यावर वाहणाऱ्या लोकांना मुक्ती मिळाली आणि वीजही घराघरांत पोचली. अर्थात, रस्त्यांवर वीज नव्हती, गॅसचे दिवे होते. लहानपणी लेखकाचे आई-वडील वांद्रयामध्ये कशा सुधारणा होत गेल्या ह्याबद्दल सांगत असत. १८६७ सालापासून वांद्रयामध्ये शहरीकरणाला सुरुवात झाली. याचवर्षी विरार आणि ग्रँट रोड यामध्ये धावणारी रेल्वे जेव्हा वांद्रयाला थांबू लागली, तेव्हा हे बदल होऊ लागले. यामुळे पारशी, मुस्लीम आणि ब्रिटिश मंडळी मुंबईहून निघून आठवड्याच्या शेवटच्या दोन दिवसांत आरामासाठी वांद्र्याला येत. १८९७ मध्ये जेव्हा प्लेगने मुंबईला ग्रासले, तेव्हा अनेक मंडळी कायमचीच वांद्र्याला आली. वांद्र्यामध्ये असणाऱ्या मोकळ्या जागा दाटीवाटीने वसलेल्या शहरापेक्षा सुरक्षित वाटत होत्या. १९११ साली जेव्हा लेखकाचे पणजोबा फ्रान्सिस झेव्हिअर रॉड्रिग्ज वारले तेव्हा वांद्र्याची लोकसंख्या २२,८०० एवढी झाली. १९२७ पर्यंत त्यात ६००० रहिवाशांची अधिक भर पडली आणि अर्थात लोकसंख्या वाढली की, गोंधळ वाढणार असे दिसत होते. त्यामुळे त्या काळात लिहिल्या गेलेल्या एका पुस्तकात लेखकाच्या नातेवाईक व्यक्तीने तक्रार केली होती की, घरे मिळण्याचा दुष्काळ आता तीव्र झाला आहे.

अशा पुस्तकांमध्ये असेही नोंदविले गेले आहे की, कितीतरी चांगल्या गोष्टी

घडताहेत. वांद्रा नावाचे ठिकाण आता जादूई मुंबईमध्ये परिवर्तीत झाले - म्हणजे एक मिश्र संस्कृतीची जागा असे वांद्र्याचे स्वरूप झाले. इतकेच नाही; तर भूविकास विभागाने नवे रस्ते बांधले, चांगली आणखी केलेली गावे वसविली अशीही नोंदणी या पुस्तकात दिसते. एफ. जी. टर्नर या नागरी विभागात काम करणाऱ्या सेवकाने १९१२ साली वांद्र्याचे शहर नियोजन व्हावे म्हणून योजना आखली. त्या वेळी झालेल्या सभेमध्ये टर्नर यांनी असे नोंदविले की, वांद्र्याची लोकसंख्या जरी विस्तारित होत असली; तरी मध्येमध्ये असणाऱ्या शेतजमिनी आणि कुरणे यांमुळे घरे बांधण्यासाठी सलग जमिनीचे तुकडे मिळत नाहीत. त्यांच्या मते 'शहर नियोजन योजने'मधून सलग रस्ते मिळतील आणि त्यामुळे स्वस्त असा पाण्याचा पुरवठा आणि इतर सुविधा मिळतील. जर प्रत्येक जमीनधारकाने स्वत:च्या मालकीच्या जमिनीतील १० टक्के जमीन या सोयीसुविधांसाठी दिली, तर त्यांच्याच जमिनींची किंमत वाढेल आणि त्यातून सर्वांचाच फायदा होईल. परंतु असे करण्यासाठी जी किंमत द्यावी लागत होती, ती म्हणजे जमिनीच्या नियोजनाच्या आराखड्यात कलेक्टरच्या नोंदीमध्ये छोट्या छोट्या जमीनधारकांची मुळातली मालकीच पुसून टाकली जात होती.

वसाहतवादी प्रशासक हे भारतीय नोकरशहांपेक्षा अधिक लवचीक होते असे अनेकांना वाटत असले, तरी १९१७ मध्ये संकल्पित केलेले नियोजन १९४० साली कार्यरत होऊन, १९५५ साली प्रसिद्ध झाले. या काळापर्यंत लेखकाचे आजोबा एका व्यापारी कंपनीमध्ये हिशोब तपासनीस म्हणून काम करू लागले होते. म्हणून त्यांनी आपला जमिनीचा तुकडा कुळांना शेती करण्यासाठी दिला आणि ते फक्त वेळोवेळी तेथे जात राहिले. वांद्रा येथील इतर रहिवाशांप्रमाणेच आजोबासुद्धा आपल्या जमिनीच्या तुकड्यापाशी जाताना 'टाऊनमध्ये जातो' असे म्हणत होते. दक्षिणेकडच्या आपल्या कामाच्या ठिकाणी जाणे, म्हणजे टाऊनला जाणे. मात्र १९५० मध्ये वांद्र्याचे हे गावखेडे अधिकृतरित्या शहराचा भाग झाले. आता उपनगर 'ग्रेटर बॉम्बे म्युनिसिपल कॉर्पोरेशन'मध्ये अंतर्भूत झाले. १९५७ मध्ये पुन्हा एक नवा नकाशा तयार केला गेला आणि शहराच्या सीमारेषा पश्चिम भाग लक्षात घेऊन बोरीवलीपर्यंत विस्तारल्या गेल्या आणि केंद्रीय रेल्वेलाईनवर मानखुर्दपर्यंत गेल्या.

लेखक सांगतात की, अत्यंत मोलाची अशी आपली मालमत्ता आपल्या हातून निसटणार आहे, हे आजोबांना जेव्हा जाणवले, तेव्हा त्यांनी सर्व तऱ्हेच्या मार्गांनी न्याय मिळविण्याचा प्रयत्न केला. नवे प्रशासकीय जिल्हाधिष्ठिक कार्यालय आले, त्यामुळे त्यांना अर्ज करायला अधिक अधिकारी मिळाले. त्यांची फाईल हजारो पत्रांनी, अर्जांनी आणि त्यांना मिळालेल्या उत्तरांनी भरली. परंतु १९७६ मध्ये त्यांच्या जेव्हा लक्षात आले

की, एका शाखेला दुसऱ्या शाखेने काय म्हटले आहे याची माहिती नसते आणि म्हणून मग त्यांनी त्यांची शेतजमीन ही 'अर्बन लँड सिलिंग ॲक्ट' याखाली पुन्हा एकदा हस्तगत केली आहे; हे लक्षात आणून दिले. शेवटी त्यांनी कोर्टात दावा केला की, त्यांची जमीन अधिकारी मंडळी हडप करत आहेत आणि त्यांना पर्यायी जमिनीचा तुकडा-ज्यावर कोणीही राहत नाही, असा दिला जावा. परंतु असा जमिनीचा तुकडा त्यांना कधीच मिळाला नाही. १९८३ साली शेवटी आजोबा जेव्हा कॅन्सरने आजारी पडले, तेव्हा त्यांनी ठरविले की, सरकारी नोकरशहांबरोबर झगडण्यासाठी किंमत देणे म्हणजे सगळेच वाया जाणे आहे. शेवटी त्यांनी आपल्या कुटुंबाने मिळविलेल्या त्या जमिनीच्या तुकड्याचा अधिकार सोडला.

लेखक सांगतात की, सरकारला कधीच प्रसूतिगृह बांधण्यासाठी पैसा उभा करता आला नाही आणि ज्या शेतकऱ्याने आजोबांची जमीन शेतीसाठी घेतली तो शेती करतच राहिला. अगदी एकविसाव्या शतकाच्या सुरुवातीपर्यंत असेच झाले. लेखक अजूनही प्रवास करून त्या जमिनीवर जातात. तेथे त्यांना त्यांच्या कुटुंबाची मुंबईत असणारी मुळे सापडतात.

२०१० साली मात्र जेव्हा त्या जमिनीच्या तुकड्याजवळून ते गेले, तेव्हा आता शेती करणारा शेतकरी तेथून गेला होता आणि तेथे चर खणले होते. पुढच्या काही महिन्यांतच हे स्पष्ट झाले की, तेथे हॉस्पिटल येणार नाही. उलट २०१३ च्या सुरवातीला एक १६ मजली इमारत त्या जमिनीच्या तुकड्यावर उभी राहिली. त्या इमारतीमधील गाळ्यांसाठी अतिशय गुळगुळीत अशा जाहिराती यू ट्यूबवर दिसल्या. त्या जाहिरातीत म्हटले होते की, 'एका माणसाचे घर म्हणजेच त्याचा किल्ला असतो.' आणि पुढे भाष्य होते ते असे - 'पण स्वप्नांच्या नगरीमध्ये येथे स्वत:चा किल्ला असणे, ही एक चैन आहे आणि निवडक मूठभरांनाच ती परवडते.' अशा तऱ्हेने लेखकाची कहाणी संपते. भरपूर पैसे देऊ शकणाऱ्या मूठभरांना चैनीचा, आरामाचा, सुखसोयींचा निवास यातून मिळाला आणि एकेका मजल्यावर एकेक अपार्टमेंट असे या निवासाचे स्वरूप होते.

लेखक सांगतात की, हा प्रकल्प ज्या फर्मने घेतला होता तिचे नाव 'डी. बी. रिॲलिटी' आणि त्याचे प्रमोटर शाहीद बलवा ज्यांना-२०११ साली लाच देताना पकडले गेले होते. आता 'ऑर्किड ब्रिज' या नावाने लेखकाच्या आजोबांच्या जमिनीच्या तुकड्यातूनच भविष्यकाळात एक प्रसूतीगृह बांधले जाणार आहे आणि त्याच्या दाराशीच एक भलेमोठे झाड उभे ठाकले आहे. लेखक काहीशा खेदाने आणि काहीशा विनोदाने म्हणतात की, त्यांनी ऑर्किड ब्रिजमध्ये डोकावण्याचा अनेकदा प्रयत्न केला; परंतु या इमारतीच्या भिंतीच इतक्या उंच आहेत की, असे डोकावणे शक्य झाले नाही...

□ □ □

मुंबई शहराचे चरित्र सांगणाऱ्या या पुस्तकाचे दुसऱ्या विभागातील शेवटचे प्रकरण आपल्याला २००५ मध्ये, जुलै महिन्याच्या संध्याकाळी झालेल्या प्रचंड पावसाची कहाणी सांगते. त्या दिवशी दुपारी इतके भरून आले होते की, कार्यालयांमध्ये काम करणारी मंडळी घरी सुरक्षित परतावे, असा प्रयत्न करू लागली. जबरदस्त वेगाने पाऊस कोसळत होता. त्यामुळे सर्वांनाच कल्पना आली होती की, आता हळूहळू रेल्वेचे रूळ पाण्याने भरून जातील आणि घरी जाणे अशक्य होईल. लेखक ज्या मासिकासाठी काम करत होते, त्यातील कारकुनी काम करणारी अनेक मंडळी रेल्वे स्टेशनपाशी पोचलीसुद्धा; परंतु लेखकाला मात्र काही कामे पूर्ण करूनच बाहेर पडावे लागणार होते.

यानंतर पुढच्या चोवीस तासांत ३७.२ इंच एवढा पाऊस झाला. दुपारी अडीचनंतर कोसळणाऱ्या या पावसाने पाच तासांत महापूर आणला. काही ठिकाणी पहिल्या मजल्यापर्यंत पाणी वर चढले. रेल्वेच्या स्थानकांवर जवळजवळ १.५ लाख माणसे खोळंबली, रस्त्यांच्या नद्या झाल्या, काही लोक आपल्या गाड्यांमध्ये अडकून पडले आणि हळूहळू पाण्यात बुडाले. काही जण बसच्या वरच्या मजल्यावर अडकले. डोंगराचे कडे कोसळू लागले, घरे कोसळू लागली आणि विजेचे खांबसुद्धा खाली पडले. मृतांची संख्या ४४७ झाली. त्यांतील काही जण बुडले, काही विजेच्या धक्क्याने मृत पावले, तर काही जण इमारतींच्या ढिगाखाली चिरडले गेले. त्या वेळी हजारो घरांमध्ये पाणी शिरले. विशेषत: खोल भागात राहणाऱ्या लोकांचा आणि जवळपासच्या गावांचा पाण्याने प्राण घेतला. गटारे तुंबली, घराघरांतील सामान नष्ट झाले. काही ठिकाणी कुटुंबाने जतन करून ठेवलेल्या अनेक गोष्टी, जीवनभर कष्ट करून जपलेल्या अनेक गोष्टी नाहीशा झाल्या. जणू काही समुद्राने या शहराला पुन्हा एकदा कवेत घेतले आणि मग परत पाठवले. जेव्हा पाणी ओसरले तेव्हा नवीच बेटे उदयाला आली आणि ती बेटे म्हणजे माणसांची मने.

२६ जुलैच्या या पावसाने मुंबईचे अतोनात नुकसान केले. राजकारणी आणि नोकरशहा यांनी बांधकाम व्यावसायिकांच्या फायद्यासाठी ज्या प्रकारे तडजोडी करून इमारती बांधल्या होत्या; त्यातून हे सिद्ध झाले की, चिरंतन विकास ही कल्पना मोडीत काढूनच हे बांधकाम झाले होते. मोठे मोठे टॉवर्स बांधले गेले तेव्हा पाणी, सांडपाणी आणि मोठ्या वृष्टीनंतर पाण्याची गटारे; यांचा नीट विचार न करता बांधकाम झाले होते. जलपर्णीमुळे जी दलदल झाली होती, त्यामुळे पावसाचे पाणी झिरपणे कठीण झाले. उत्तर पश्चिम भागांमध्ये सगळ्यांत भयानक पद्धतीने पूर आला होता आणि मिठी नदी नाट्यपूर्णरित्या आपला किनारा सोडून फुगू लागली होती. लेखकाच्या मते, याचे खरे तर कोणालाच आश्चर्य वाटायला नको; कारण गेल्या दशकामध्ये या नदीचा प्रवाह ९० टक्के

वळविला गेला होता, कारण विमानतळासाठी धावपट्टीचा विस्तार करणे भाग होते. वांद्रे - कुर्ला संकुलाने आधीच या रस्त्याची रुंदी कमी केली होती. तसेच वांद्रा वरळी सी-लिंक मध्यमवर्गीय मुंबईकरांनी मात्र वेगळेच स्पष्टीकरण दिले होते. त्यांच्या मते, मिठी नदीची क्षमता कमी केली गेली होती; कारण भरतनगरसारख्या झोपडपट्ट्यांनी तिच्या किनाऱ्यांवर घाण केली होती.

इतर कोणत्याही शहरांमध्ये अशा प्रकारचे आकस्मिक आणि भयानक संकट आले असते, तर माणसांनी रस्त्यावर येऊन राजकारणी आणि प्रशासक यांच्याकडे परिस्थितीला उत्तर शोधण्याची मागणी केली असती. पण मुंबईने मात्र अवतीभोवती एकमेकांना मोबाईलवरून संदेश पाठवून, सरकारच्या दुष्कृत्यांबद्दल गडगडाट केला. ही कृतिशीलता लेखकाला मुंबईच्या समस्यांचे मूळ स्रोत न समजू शकणाऱ्या मध्यमवर्गाच्या दुखण्यासारखी वाटते. लगेचच राज्य सरकारने ५५०० एकर जमिनीवर इमारती उभारण्याची योजना केली. परंतु कोणीही आपला भयानक राग व्यक्त करून 'असे का झाले' असा प्रश्न विचारला नाही.

तीन वर्षांनंतर जेव्हा पाकिस्तानी दहशतवाद्यांनी हल्ला केला, तेव्हा मोबाईलवर संदेश दिले गेले. त्यात मतदान करून नेतृत्वबदलाच्या भाषा आल्या आणि राग व्यक्त केला गेला तो निवडून आलेल्या अधिकाऱ्यांनी नीट दिशा दाखविली नाही म्हणून २००८ सालचे घातपाती कृत्य झाले अशी मांडणी केली गेली.

या वेळी मध्यमवर्गीय मुंबईकरांनी प्रत्यक्षात सार्वजनिक सभा घेऊन आपला राग व्यक्त केला. ३ डिसेंबर २००८ रोजी जवळजवळ वीस हजार लोक गेट वे ऑफ इंडियापाशी जमले आणि प्रशासनाने आता सुरक्षाव्यवस्था आमूलाग्र बदलली पाहिजे अशी मागणी केली. काही फलकांवर सरकारविरुद्ध आवाज उठविण्यासाठी 'कर देऊ नका', असे आवाहन करण्यात आले आणि शहराला संरक्षण द्या अशी मागणी केली. इतरांनी नागरिकांना 'मतदान करू नका' असेही आवाहन केले.

त्यानंतर ही एक अचानक आलेली रागाची लाट ओसरली आणि काही महिन्यानंतर लोकसभा निवडणुकीच्या वेळी मतदान करायचे नाही, असाही निश्चय झाला. दक्षिण मुंबईतील फक्त ४३.३ टक्के लोक मतदानाला आले. म्हणजे आधीच्या २००४ या वर्षातील निवडणुकीपेक्षा हे प्रमाण कमी होते (तेव्हाचे ४४.२ टक्के होते, ते घटले) परंतु लेखकाच्या मते, या मुंबईच्या उच्च मध्यमवर्गीयांना एवढेही श्रेय द्यायला नको की, त्यांनी निवडणुकांवर बहिष्कार टाकला. या मंडळींची एकूणच मतदानाविषयी असणारी उदासीनता लक्षात ठेवली पाहिजे.

मुंबईच्या चरित्रामध्ये त्यानंतरच्या दोन दशकांत लेखक नोंदवितात की, सार्वजनिक

सेवा आणि अवकाश यांचे खाजगीकरण जोरदारपणे सुरू झाले. मुंबईच्या मध्यमवर्गाला आता एक झिलई मिळाली. जिथे तिथे पैसा टाकायचा आणि आपला हक्क मिळवायचा. त्यांना आता लोकशाही म्हणजे गिऱ्हाईक होऊन विकत घेण्याची योजना वाटते. ही मंडळी आता त्यांचे हक्क मागण्यासाठी इतकी उत्सुक आहेत की, मूलभूत कर्तव्यांची जाणीव त्यांनी विस्मृतीत टाकली आहे. त्यांना हे समजत नव्हते की, राजकारण परिवर्तित करायचे; तर मतदानावर बहिष्कार टाकणे एवढा उपाय किंवा कर न देणे एवढाच प्रतिकार पुरेसा नाही. त्यांना हिरिरीने व्यवस्थेशी झगडावे लागेल आणि त्यांच्या शेजारीच असणाऱ्या गरीब वस्तीच्या बाजूने भांडावे लागेल. परंतु लेखक म्हणतात की, ही गोष्ट आता वाढत्या प्रमाणात कठीण होऊ लागली आहे; कारण मध्यमवर्गीय मुंबईकर आता अशा मॉल्समध्ये जातात की, जेथे प्रवेशांवरच मर्यादा असते. व्यायाम करायचा, तर खाजगी डेव्हलपर्सनी केलेल्या उद्यानामध्ये करायचा. सार्वजनिक परिवहनासाठी वातानुकूलित गाड्या वापरायच्या आणि एकूणच अडसर घालून बंदिस्त केलेल्या समुदायामध्ये जगायचे.

मुंबईचे जे पुन्हा एकदा बेट तयार केले जात आहे, त्याला भविष्य नाही. कोणतेही शहर बहरायचे असेल, तर सर्व माणसांना भरता येईल असा पाया असे समान उद्दिष्ट निर्माण व्हायला हवे.

हे पुस्तक वाचून संपल्यानंतर असे वाटते की, प्रत्येक शहराचेच असे चरित्र लिहिले गेले पाहिजे आणि ते जनांच्या पातळीवर सर्वांनी वाचले पाहिजे. जाणीव जागृतीचे असे प्रयत्न म्हणूनच स्तुत्य वाटतात.

२ स्त्रियांच्या चळवळी आणि जागतिकीकरण

संपूर्ण भारतभर 'जागतिकीकरण' ही गोष्ट एक निर्णायक खूण झाली आहे, जणू काही आपल्या काळातील ते क्षितिज झाले आहे. खरे तर 'जागतिकीकरण' काहीसे खुले आणि धूसर आहे, परंतु त्यामुळे त्या संकल्पनेची शक्ती कमी होत नाही. आपल्याला लक्षात येते आहे की, अवकाश आणि काळ यांच्याशी आपले नाते ज्या तऱ्हेने पुनर्रचित होते आहे ते पाहता; हा मुद्दा समजेल अशा तऱ्हेने आता भारताच्या स्वातंत्र्योत्तर इतिहासाचे कथन एक स्थानबदल म्हणून, संक्रमण म्हणून पाहिले जाते. 'राष्ट्रीय' टप्प्यापासून (म्हणजे जेव्हा नव्याने जन्मलेले राष्ट्रराज्य नेहरूवादी विकासाच्या मार्गावर चालू लागले, तेव्हापासून) ते आताच्या जागतिकीकरणाच्या टप्प्यापर्यंत आणि या दोहोंमधील कोंडीच्या कालखंडापर्यंत असे कथन केले जाते.

या लेखनातून एक समस्या मांडण्याचा प्रयत्न केला आहे. या कथनामधून ज्या प्रमाणत जागतिकीकरणाला अधिसत्ता बहाल केली जात आहे; त्यामुळे आपल्या वर्तमानाचे जे पर्यायी तपशील दिले जात आहेत, ते तपशील गुदमरून टाकले जात आहेत. माझा मुद्दा असा नाही की, समकालीन परिवर्तने खोलवर आघात करणारी नाहीत. 'जागतिक शक्ती' भिन्न पातळ्यांवर जी सत्ता प्राप्त करीत आहेत, ती मला नाकारायची नाही. उलट मला राजकीय आणि पद्धतीशास्त्रीय चौकटीमधून जे आधीच गृहीत धरले जाते आहे, त्याकडे लक्ष वेधायचे आहे. जणू काही वर्तमानातील सर्व घडामोडी या जागतिकीकरणामुळे घडत आहेत आणि त्या विरोधात आधीच्या राष्ट्राने काही केलेच नाही, असा भास निर्माण केला जातो. यातील घात असा आहे की, आपले आपल्या वर्तमानाशी नाते एकेरी परिणामातून घडते आहे. आपले वर्तमान आणि नजीकचा भूतकाळ याकडे असे एकेरीपणाने पाहिल्यामुळे अनेक प्रश्नांचे आणि आव्हानांचे जे मोहोळ असते, ते धूसर केले जाते. खरोखरच आपल्या लक्षात येते की, राष्ट्र ही गोष्ट यापुढे महत्त्वाचे स्थान म्हणून जाणवत नाही. एके काळी राष्ट्र महत्त्वाचे होते; परंतु बहुविध तणाव आणि परिवर्तने एकाच वेळी राष्ट्रांतर्गत आणि राष्ट्राच्या सीमारेषांपलीकडे निर्माण होत आहेत, हे

त्याचे कारण आहे. माझी मांडणी अशी आहे की, अलीकडच्या काळात घडणाऱ्या प्रक्रियांचे बहुविध तपशील आपण विशेषत: दीर्घ इतिहास असणाऱ्या स्त्रियांच्या चळवळीसारख्या सामाजिक चळवळींच्या परिप्रेक्ष्यांच्या आधारे लक्षात घेणे आवश्यक आहे. असे तपशील लक्षात घेतले नाही, तर स्त्रियांच्या चळवळीसारख्या सामाजिक चळवळींना आत्ताच्या काळात तोंड द्याव्या लागणाऱ्या समस्या आणि कोंडी यांच्याकडे फक्त जागतिकीकरणाचे 'परिणाम' म्हणून पाहिले जाईल. मग नव्या आर्थिक धोरणांचे स्त्रियांवर होणारे नकारात्मक परिणाम किंवा एके काळी स्वायत्त असणाऱ्या स्त्री-चळवळीचे आंतरराष्ट्रीय पातळीवर निधी मिळवून बिगर राजकीय संघटनांनी केलेले अपहरण असेच पाहिले जाईल.

सर्वप्रथम आपण जर काळजीपूर्वकरित्या आज घडीला केले जाणारे स्त्रीवादी प्रतिसाद पाहिले, तर त्यामध्ये आश्चर्य वाटावे इतकी भिन्नता आहे; म्हणजे 'जागतिकीकरणा'शी मुळातच स्त्रीवादी गुंतवणूक कशी आहे हे पाहणे महत्त्वाचे आहे. या भूमिकांमधील भिन्नता पाहता त्यांतून फक्त संघर्षात्मक भूमिकाच पुढे येत नाहीत, तर मुळात 'जागतिकीकरण' या संहितेच्या संकल्पीकरणातच खोलवर रुजलेल्या भिन्नता आहेत असे दिसते; म्हणजेच 'जागतिकीकरण' हा प्रश्न अजूनही निकालात निघाला नाही. या विविध भूमिकांच्या अंतर्गत असणाऱ्या संकल्पनात्मक आणि राजकीय मुद्द्यांचा पुरेशा प्रमाणात विचार केला गेला नाही. मला काही उदाहरणे देऊन हा मुद्दा स्पष्ट करायचा आहे.

स्त्रीवादी विरोध

सगळ्यांत प्रामुख्याने दिसणारे स्त्रीवादी आवाज भारतीय संदर्भात असे दिसतात की, ज्यांनी जागतिकीकरणाच्या उदयाबरोबरच विरोध नोंदविला. या दृष्टिकोनानुसार जागतिकीकरणामुळे फक्त बहुसंख्याकांच्या दृष्टीने दारिद्र्य आणि असुरक्षितता यांच्या प्रक्रिया खोलवर चरत जाणार आणि त्यांतून सर्वात अधिक दु:ख स्त्रियांच्या वाट्याला येणार. नवी आर्थिक व्यवस्था ही 'अपरिवर्तनीय' आहे, अशी एक प्रतिमा प्रामुख्याने उभी केली जाते. तिला शह देण्यासाठी जे प्रयत्न होतात, त्यांतून एक समान रणनीती दिसते; ती म्हणजे, 'जागतिकीकरण' हे दुसरे-तिसरे काही नसून भारतीय राज्यसंस्थेने स्वेच्छेने आंतरराष्ट्रीय दडपणाखाली घेतलेल्या धोरणांचे गाठोडे आहे. आता मुद्दाम निवड केलेल्या चौकटीत हे धोरणांचे गाठोडे निर्माण होते असे मांडले, की मग ते उलटवून टाकणेही शक्य आहे असे मांडले जाते. राष्ट्रराज्य एकदा वेगळी दिशा घेऊन चालू लागले की; प्रतिकार आणि कुरघोड्या करून नव्या साम्राज्यवादाला शह देता येईल असा सूर दिसतो.

थोडक्यात, जागतिकीकरणाकडे एक आर्थिक धोरण म्हणून पाहणारी जी डाव्या विचारसरणीतून आलेली भाष्ये आहेत, ती भाष्ये राज्यसंस्थेने पुढाकार घेऊन कल्याण योजना कराव्या आणि समाजवादी नियोजन करावे, हेच मुद्दे मांडत आहेत. या भाष्यासंदर्भातील समस्या अशा दिसतात की, मग ती भाष्ये पर्यायी धोरणांचे उपाय सुचवित राहतात. राजकीय विचारप्रणालीयुक्त चौकटी ज्या आर्थिक राष्ट्रवादावर लक्ष केंद्रित करतात, त्यांचा अधिकार आताच्या वातावरणात हरविल्यासारखा दिसतो. कारण राज्यसंस्था स्वत:च जागतिकीकरणाबरोबर बदलते आहे, त्यामुळे या मंडळींच्या पर्यायांना काळजीपूर्वकरित्या समर्थनाची भूमिका मांडावी लागते. समानतेच्या दिशेने या अहवालाकडे मैलाचा दगड म्हणून पाहिले जाते. त्यातून एक सामान्य ज्ञान असे मांडले गेले की, निर्यात टाळणाऱ्या नियोजनबद्ध विकासाच्या काळातच, समाजवादी वातावरणामध्येच स्त्रियांची स्थिती आत्यंतिकरित्या खालावली. म्हणजे डावी भाष्ये आत्ताच्या काळात जागतिकीकरणाबद्दल जे काही बोलत आहेत, तसेच त्या काळात घडले; यामुळे राज्यसंस्थेला आता जर पुनरुज्जीवन द्यायचे तर - आत्ताच्या काळातील बाजारपेठेचे वर्चस्व असणाऱ्या विपरीत परिस्थितीमध्ये राज्यसंस्था स्त्रियांच्या संदर्भात अधिक उत्तरदायित्त्व स्वीकारेल असे कसे म्हणता येईल?

वंदना शिवा यांच्यासारख्या पर्यावरणवादी स्त्रीवाद्यांनी अधिकच मूलभूतविरोधी भाष्य मांडले आहे. शिवा यांनी जे भाष्य मांडले आहे, ते अलीकडच्या जागतिकीकरणाच्या आविष्कारालाच लागू आहे असे नसून; संपूर्ण आधुनिकता, वसाहतवाद आणि भांडवलशाही या कालखंडाला वेढणारे आहे. असे भाष्य करताना 'विकेंद्रित शेतीविषयक समुदाय हा एकच पर्याय आहे असे त्या सुचवितात (शिवा १९९८). येथेसुद्धा आपल्यापाशी अनेक अनुत्तरीत प्रश्नांची जाळी शिल्लक राहतात. विशेषत: जेव्हा असा दावा केला जातो की, शेतकरी असणाऱ्या स्त्रियांकडे आधीच उत्पादन निसर्ग आणि लिंगभाव यांच्याशी उतरंड नसलेले नाते असते.

डाव्या विचारसणीच्या भाष्यांपेक्षा एक वेगळे परिप्रेक्ष्य मांडले आहे, ते रोहिणी हेन्समन या मार्क्सवादी स्त्रीवादी भूमिकेतून लिहिणाऱ्या व्यक्तीने. हेन्समन यांचा जागतिकीकरणाला एक धोरणांचा संच म्हणून पाहण्याला विरोध आहे. त्यांच्या दृष्टीने जागतिक भांडवलशाहीच्या उत्क्रांतीमधील नवा टप्पा म्हणून जागतिकीकरणाकडे पाहिले पाहिजे. त्यांच्या मते अशा भांडवलशाहीच्या टप्प्यामध्ये हस्तक्षेप आणि संघर्ष करायचा, तर आंतरराष्ट्रीय पातळीवरच करावा लागेल (यात मग विवादात्मक ठरलेल्या जागतिक व्यापार संघटनेने दिलेली मार्गदर्शक तत्त्वे, म्हणजे व्यापार या गोष्टीचा दुवा श्रमाच्या दर्जाशी जोडणे, हे सुद्धा येते). त्यांच्या मते जागतिकीकरणविरोधी कार्यक्रमपत्रिका तिसऱ्या

जगातील स्त्री कामगारांच्या दृष्टीने अर्थपूर्ण ठरत नाहीत. कारण अशा कार्यक्रमपत्रिकेत राष्ट्रीय सीमारेषांचे समर्थन केले जाते आणि त्यातून ज्या राष्ट्रवादाला उत्तेजन दिले जाते; तो राष्ट्रवाद, साम्राज्यवाद, फासीवाद (Fascism) आणि युद्धखोरी यांना उत्तेजन देतो (हेन्समन, २००४). या तऱ्हेच्या मांडणीमध्ये मोठ्या प्रमाणात तथ्य दिसते, परंतु तरीसुद्धा अगदी सुप्तावस्थेत का होईना; पण अशा तऱ्हेचा आंतरराष्ट्रीय कष्टकरी वर्ग उदयाला येण्याची चिन्हे तरी कुठे दिसत आहेत? या उलट अगदी सहजपणाने जागतिक आऊटसोर्सिंगच्या युगामध्ये कामगारांना एकमेकांच्या विरुद्ध उभे केले जाते, हे खरे नाही का?

गेल ऑमवेटसारख्या इतरांच्या मते, ही नवी आर्थिक व्यवस्था विकासवादाच्या युगामध्ये ज्यांना परिघाबाहेर टाकले गेले होते, त्यांच्या दृष्टीने मदत करणारीच ठरणार आहे. कारण हिंदू व वरच्या जातीतील लोकांनी नेतृत्व केलेल्या ढिसाळ नोकरशाह्या आणि यशस्वी न होणाऱ्या मोनॉपॉलीज यांची सत्ता आता नव्या बहुराष्ट्रीय कार्पोरेशन्समुळे संपणार आहे. कारण अशी कॉर्पोरेशन्स आता स्त्रियांना आणि कनिष्ठ जातीतील कामगारांना कमी वेतन देऊन वापरणार आहेत (ऑमवेट आणि गाला, १९९३). वितंडवादी पद्धतीने ऑमवेट असे विचारतात की, अशा घडामोडींकडे एक समस्या म्हणून का पाहिले जाते? ही मांडणी 'श्रमाचे स्त्रीकरण' या मांडणीसारखीच आहे. परंतु या संदर्भातसुद्धा अनेक प्रश्न उद्भवतात. कोणत्या पायावर आपण आजवर परिघाबाहेर टाकलेल्या गटांना नव्या परिस्थितीमध्ये लाभदायक स्थान मिळेल असे मानायचे? त्याचप्रमाणे कोणत्या पायावर वर्चस्ववादी गटांचा पराजय होईल, हे सुद्धा मानायचे?

शेवटी ज्याला मी 'जनांची/लोकांची भांडवलशाही' असे नाव देईन त्यांच्या भूमिका पाहिल्या पाहिजेत. स्वयंरोजगार देणाऱ्या स्त्रियांच्या संघटना म्हणजे 'सेवा'सारख्या संघटनांचा विचार येथे येतो. या परिप्रेक्ष्यातील केंद्रित मांडणी अशी आहे की, गरीब स्त्री कामगार, ज्या अनौपचारिक क्षेत्रात काम करतात त्यांना अर्थिक आणि वित्तीय सुरक्षितता देऊन एक योग्य व्यावहारिक प्रतिसाद देता येईल. जेव्हा संपूर्ण औपचारिक क्षेत्रामध्ये पडझड होते आहे आणि जे औपचारिक क्षेत्र भारताच्या मिश्र अर्थव्यवस्थेचा कणा होते, अशा वर्तमानात हे महत्त्वाचे ठरते (झाबवाला आणि सुब्रह्मण्या, २०००). यातील उपरोधिकता अशी आहे की, वर्ल्ड बँकेसारख्या आंतरराष्ट्रीय एजन्सीज स्वत:च या तऱ्हेच्या जागतिकीकरणाला दिल्या गेलेल्या प्रतिसादाला उत्सुक साहाय्य करतात.

पर्यायी चित्रे

मला माहिती आहे की, वर दिलेली उदाहरणे नि:संशय मर्यादित स्वरूपाची आहेत.

यामागे माझे साधे उद्दिष्ट असे आहे की, कितीतरी प्रकारची भिन्न चित्रे रेखाटली जात आहेत आणि त्यातही खरे तर आपण जागतिकीकरणाच्या फक्त एकाच परिमाणाकडे म्हणजे त्याच्या आर्थिक घटकाकडे लक्ष पुरवित आहोत. अशी भिन्नता अशा स्त्रीवाद्यांच्या चौकटीत अस्तित्वात आहे की, ज्या सामाजिक न्यायाकडे एकनिष्ठा ठेवून पाहतात आणि ज्या स्त्रियांच्या चळवळीच्या जुन्या-जाणत्या सदस्या आहेत - म्हणजेच हे प्रतिसाद नवउदारमतवादी किंवा मूलतत्त्ववादी उजवे यांच्याकडून आलेले नाहीत. माझ्या मते, अशा भिन्नतांकडे पाहणे किंवा अशा भिन्नतांचे विश्लेषण करणे; याबद्दल एका प्रकारची अलिप्तता दिसते. इतकेच नाही, तर या प्रत्येक भूमिकांमधून अनेक प्रश्न वाऱ्यावर सोडले जातात, त्यांची दखलही घेण्याचा प्रयत्न दिसत नाही. अगदी अलीकडच्या काळात गेल ऑमवेट (२००५) यांनी ज्या वितंडवादी स्वरूपात 'जागतिकीकणाच्या विरोधातील' गटांना 'राजकीयदृष्ट्या चुकीचे' ठरविले; त्यातून असे दिसते की, कितीतरी अधिक स्वरूपात या बाबत वादविवाद झाले पाहिजेत. माझ्या निबंधाच्या संदर्भात माझी इच्छा आहे की, या भिन्न परिप्रेक्ष्यांमध्ये जे काही समान आहे ते मांडण्याची. वर उल्लेखलेले प्रतिसाद कितीतरी मुद्द्यांच्या संदर्भात एकमेकांशी अनुरूप नसूनही एक घटक त्यांच्यामध्ये समान आहे. तो म्हणजे हे प्रतिसाद राष्ट्र ते जागतिकीकरण कथन - ज्याकडे अतिशय चाकोरीबद्ध पद्धतीने प्रश्न विचारण्याच्या पलीकडचे म्हणून पाहिले जाते, त्याला डळमळीत वा अस्थिर बनवतात.

खरे तर - हा माझा दुसरा मुद्दा आहे की, जर आपण अगदी वरवरच्या पद्धतीने स्त्रियांच्या चळवळीची तपासणी केली, तर त्यातून असे दिसून येईल की; ही चळवळ सातत्याने स्थानिक आणि जागतिक शक्तींच्या मदतीने अगदी सुरुवातीपासून म्हणजे १९ व्या शतकापासून आजतागायत सातत्याने उभारली गेली आहे. आपण जर कठोरपणे शोधू लागलो, तर पूर्णतः स्वायत्त किंवा अस्सलपणे 'स्वतःच्या पायावर' उभे राहिलेले स्त्रियांचे प्रश्न वसाहतवादाच्या आणि राष्ट्रवादाच्या गुंतागुंतीच्या इतिहासामध्ये गुंतलेले आहेत आणि तरीही ही भिन्नता किंवा गुलामगिरी अधिक सत्तावान असलेल्या इतरांच्या तुलनेत आपल्याला चळवळीच्या, सीमांच्या खुणा पाहण्यापासून कोणीही परावृत्त करू शकत नाही. मग त्यात स्त्रियांच्या हक्कांची उत्क्रांतीसुद्धा येते; म्हणजेच एक गठ्ठा सहमती उराणारी स्त्री-चळवळ दिसली नाही, तरी तिचे अस्तित्व मान्य करावेच लागते. स्त्रियांच्या चळवळीशी निगडीत असणाऱ्या मोहिमा आणि विवाद यांचे प्रवाह आणि लाटा पाहिल्या, तर राष्ट्रवादाच्या आणि राष्ट्रराज्याच्या इतिहासाशी त्यांचे नाते किती अवघड आहे हे लक्षात येते. उदाहरणार्थ, असे मांडले गेले आहे की, सामाजिक सुधारणांच्या काळात जेव्हा वसाहतवादी बंगालमध्ये १९ व्या शतकाच्या उत्तरार्धात सांस्कृतिक राष्ट्रवाद उदयाला

आला; तेव्हा सार्वजनिक पातळीवर स्त्रियांचा प्रश्न अक्षरश: अदृश्य झाल्यासारखा दिसतो. मग अगदी राष्ट्रवादी रणनीतीच्या चौकटीत त्याचे आकलन स्त्री-प्रश्नाची सोडवणूक झाली असे असले (चतर्जी १९९३) किंवा स्त्री-प्रश्नाच्या सोडवणुकीमध्ये अपयश आले असा अन्वयार्थ असला, तरीसुद्धा हेच दिसते (सरकार, २००१). आणखी असे की, २० व्या शतकाच्या सुरुवातीच्या काळात जेव्हा स्त्रियांच्या संघटना बहराला आल्या, तेव्हा सर्वप्रथम देशातील अनेक भागांमध्ये ज्या काळात राजकीय राष्ट्रवाद विस्तारत होता; त्या काळात स्त्रियांच्या संघटनांच्या कार्यक्रमपत्रिका मात्र बऱ्याच वेळा वैश्विक आणि आंतरराष्ट्रीय आवाक्याच्या होत्या. पुन्हा एकदा याचे तपशीलही भिन्न रितीने दिले गेलेले दिसतात (नायर, १९९६; जॉन, २०००; रॉय, २००५; सिन्हा, २००६). १९५० चे दशक आणि १९६० चे दशक ही दोन दशके लक्षात घेतली तर देशातील बहुसंख्य नागरिकांमध्ये राष्ट्र या गोष्टीला सार्वभौमत्वाचा दर्जा होता, परंतु अशा काळालाही स्त्रियांच्या चळवळीच्या दृष्टीने 'मूक कालखंड' असेच सुरुवातीला नाव मिळाले. अगदी हे वर्णन अचूक नसले, तरी १९७० चे दशकच अनेक चळवळींच्या दृष्टीने आणि स्त्रियांच्या चळवळींच्या दृष्टीने एक नवीनच सुरुवात म्हणून नोंदविले गेले आहे. मोठ्या प्रमाणात असे झाले; कारण या वर्षांमध्ये स्वातंत्र्यानंतरच्या काळात पहिली प्रमुख राष्ट्रीय कोंडी साक्षीभूतरितीने पाहिली.

स्त्रियांच्या चळवळीच्या पुनर्जन्माचे जे तपशील दिले गेले, ते जवळजवळ पूर्णत: स्थानिक संघर्षांच्या अनेक तऱ्हांच्या आविष्कारांतून लिहिले गेले आणि मग त्यांनी या चळवळीची व्याख्या - हुंडाबळी आणि पोलीस कोठडीतील बलात्कार, चांगल्या वेतनासाठी बहुसंख्य स्त्रियांचे संघटन, इत्यादी इत्यादी अशी केली. या उलट जगातील अनेक भागांमध्ये असणाऱ्या स्त्रीमुक्ती चळवळींशी, भारतीय चळवळीचे व्यापक पातळीवर एकत्र येणे कसे होते; याबद्दल मात्र फारसे काही बोलले गेले नाही. अशा तऱ्हेच्या घृणेची कारणे अशी आहेत की, स्त्रीवाद म्हटला की त्याची सांगड विशेषत: पाश्चिमात्य जगाशी घातली जाते. अशावेळी मागे वळून पाहताना आपल्या लक्षात येते की, स्थानिक पातळीवरील उत्तरदायित्व मांडण्याची इच्छा म्हणजेच अस्सलपणा असे मांडले गेले. परंतु फक्त राष्ट्रीय कथनाशी चिकटून राहण्यापेक्षा, आपल्याला असे तपशील आवश्यक आहेत की, ज्यायोगे स्त्रियांच्या चळवळींचा उगम इतर देशांमधील घडामोडींशी ताडून पाहता येईल. असे केले की, त्या काळात चलनी नाण्याप्रमाणे केले गेलेले वैश्विक भगिनीभावाचे समस्यात्मक दावेसुद्धा पाहता येईल. आणखी असे की, भारतातील स्त्री - चळवळीवर १९७५ च्या आंतरराष्ट्रीय स्त्रियांच्या वर्षाचा लक्षणीय परिणाम दिसतो. गंमत अशी की, या प्रक्रियेमधील राष्ट्रराज्याची भूमिका मात्र लक्षात घेण्याइतकी

आंतरविरोधी होती. आणीबाणीच्या काळात राज्यसंस्थेच्या दडपणूक करणाऱ्या कृतीशी आपण अधिक परिचित आहोत. अनेक बंडखोर गटांना मग त्यात स्त्रियांचे गटही आले, आणीबाणीच्या काळात भूमिगत व्हावे लागले किंवा त्यांना वाटणाऱ्या विश्वासांच्यासाठी आणि कृतींसाठी तुरुंगवासही भोगावा लागला. परंतु १९७२ साली भारतीय राज्यसंस्थेने संघटित राष्ट्रांच्या आव्हानाला जो प्रतिसादच दिला नव्हता, त्याबद्दल मात्र फार कमी माहिती उपलब्ध आहे. जेव्हा 'स्त्रियांच्या दर्जाविषयक' खोलात जाऊन तपासणी करावी असे संयुक्त राष्ट्रामधील सदस्य देशांच्या संदर्भात ठरले, तेव्हा एकूण आपल्या राज्यसंस्थेची प्रतिक्रिया उदासीनच होती. शेवटी स्त्रिया आणि कुटुंब कल्याण विभाग यांनी पुढाकार घेऊन हा अभ्यास केला आणि एक नवा पायंडा पाडणारा अहवाल 'समतेच्या दिशेने' या शीर्षकाखाली प्रसिद्ध झाला. या अहवालाने राज्यसंस्था सर्व पातळ्यांवर किती अपयशी ठरली आहे, याचा पुरावा पाहून अनेकांना धक्का बसला आणि परिणामत: ही संहिता स्त्रियांच्या चळवळीसाठी 'पाया घालणारी संहिता' ठरली.

चळवळींचा गतिमार्ग

खरोखरच आपण जर राष्ट्र ते जागतिकीकरण कथनापासून एक पाऊल मागे घेतले आणि चळवळींच्या गतिमार्गाकडे लक्ष दिले, तर जी कहाणी दिसेल ती बरोबर उलटी दिसेल. आजच्यापेक्षा १९७० आणि १९८० ही दशके आंतरराष्ट्रीयदृष्ट्या स्त्रीवादाच्या दृष्टीने अधिक प्रभावी होती. आत्ताच्या काळातील पाश्चिमात्य जगामधील अनेक भागांमध्ये चळवळींचे अस्तित्व, विशेषत: स्त्रियांच्या चळवळींसारख्या चळवळींचे अस्तित्त्व याविषयी काही बोलणेही कठीण झाले आहे. आत्ता आपल्याकडे आहे, ते म्हणजे आंतरराष्ट्रीय संघटनांचे जाळे - असे जाळे की, ज्याने 'आपल्या' सर्व चिंता स्वत:च्या खांद्यावर घेतल्या आहेत. परंतु असे होणे हे लक्षणीयरित्या भिन्न आहे. किंवा पुन्हा एकदा वेगळ्या तऱ्हेने पाहायचे, तर शैक्षणिक प्रतिसाद निर्माण झाले आणि त्यांतून तिसऱ्या जगातील स्त्रीवाद पहिल्या जगातील अध्यापनवर्गामध्ये प्रवेशला; परंतु पुन्हा एकदा लक्षात येते ही घडामोडसुद्धा वेगळी आहे. म्हणूनच जरी जागतिकीकरणामुळे जनांची सरमिसळ होते आहे आणि एका पिढीपलीकडे ज्या कल्पनांचा विचारही करता आला नाता, त्या अभिव्यक्त होत आहेत; तरीही जागतिकीकरणापूर्वीच्या काळात अतिशय उत्कट आंतरराष्ट्रीय स्त्रीवादी उथलपुथल झालेली दिसते. मग या खदखदणाऱ्या परिस्थितीतही खोट्या वैश्विकतांशीही झुंज घेतली गेली आणि स्थानिक भिन्नतांना उजाळा मिळाला. आज आपण अशा टप्प्यावर आहोत की, जगातील इतर भागांमध्ये होणारे झगडे आणि मोहिमा आपल्यापर्यंत येऊन पोहोचणारही नाहीत; परंतु आंतरराष्टीय तज्ञ

मात्र 'विकसनशील जगामध्ये गव्हर्नन्स किंवा नियंत्रणाच्या समस्या आहेत' असे सांगून लक्ष केंद्रित करतात आणि मग त्यात लिंगभावाचा समावेश करतात.

जागतिकीकरणावर नको तितका भर दिला जाऊ नये असा माझा जो मुद्दा आहे, त्यातील तिसरा भाग असा आहे की; आज घडीला स्त्रियांच्या चळवळीपुढे असणारी आव्हाने इतकी बहुविध आहेत की, ती एका साच्यात घालणे कठीण आहे. १९८० च्या दशकाचा उत्तरार्ध आणि १९९० चे दशक या काळात राज्यसंस्थेने पुढाकार घेऊन विकास करण्याचा खटाटोप अधिकृतरित्या सोडून दिला गेला, तसेच या काळातच जमातवाद (पुन्हा एकदा) डोके वर काढू लागला. याच काळात जातीय व्यवस्थेविरोधात आवाज उठला आणि अगदी अलीकडच्या काळात साचेबंद लैंगिकतेच्या विरोधात आव्हाने उभी राहिली. स्त्रियांच्या चळवळीच्या पायाभूत चौकटींना मूलभूतरित्या या प्रत्येक घटनेमुळे हादरा बसला आणि म्हणून या प्रत्येक गोष्टीचा स्वतंत्रपणे अभ्यास झाला पाहिजे आणि असे करताना या गोष्टी जागतिक प्रक्रियांशी संबंधित नसल्या, तरी असे अभ्यास झाले पाहिजेत. आपण कोणत्याही अर्थाने जागतिकीकरणाच्या दारामध्ये मंडलविरोधी जी चळवळ १९९० मध्ये आली, तिला ठेवू शकत नाही. म्हणजे १९८० च्या दशकात जेव्हा मागास जातींच्या राजकारणांची लाट आली, तेव्हा तिला प्रतिकार करणारी अतिशय रुग्णस्वरूपी उलटी लाट मंडलविरोधी चळवळीला शह देत उभी राहिली. जर आपल्याला यात जोडणाऱ्या साखळ्या पाहायच्या असतील, तर त्या विरुद्ध दिशेने पाहायला लागतील. तेव्हा वरच्या वर्गातील अधिकाऱ्यांनी कल्याणकारी राज्संस्थेला लाथ मारली - कारण आता या शिडीची त्यांना गरज नव्हती- आणि सरकारी नोकऱ्या आणि उच्चशिक्षण यांमधील राखीव जागा जेव्हा अमलात आल्या, तेव्हाच हिंसकरित्या ही प्रतिक्रिया व्यक्त झाली. १९९० च्या दशकातच आपल्या लक्षात येईल की, उच्च जातींच्या स्त्रियांच्या चळवळीने लिंगभावविषयक जातीनिहाय भाष्ये विकसित केली. पेरियार, फुले, आंबेडकर यांचा विसरलेला वारसा या चळवळीने पुन्हा शोधला आणि दलित स्त्रियांच्या स्वतंत्र राजकीय अवकाशाच्या मागण्यांना प्रतिसाद दिला. अगदी आत्ताच्या काळात आपण मोठ्या प्रमाणात लक्षणीय असा, जो क्षण चळवळ घडवणारा होता, त्याची ऐतिहासिक मांडणी करण्यास सुरुवात केली आहे (उदाहरणार्थ, थारु आणि निरंजना, १९९६; चक्रवर्ती, २००३; रेगे, २००६).

लैंगिकतेचे प्रश्नसुद्धा तितक्याच प्रमाणात दूरगामी आणि संघर्षात्मक आहेत. दुर्दैवाने अनेक स्त्रीवाद्यांना लैंगिकतेच्या चळवळींनी जी अव्हाने उभी केली आणि ज्या नव्या भाषा निर्माण केल्या, त्यांना टाळता आले. उदाहरणार्थ, गे आणि लेस्बिअन चळवळ किंवा वेश्या व्यवसायाच्या संदर्भात उभे राहिलेले संघर्ष करताना स्त्रीवाद्यांनी ह्या गोष्टी

जागतिकीकरणामधून उद्‌भवल्या आहेत असे मानले. अशा तऱ्हेने मग वेश्या व्यवसाय करणाऱ्यांमध्ये एड्सविषयक जागृती मोहिमा - ज्यांना मोठ्या प्रमाणात वित्तीय बळ दिले गेले होते, त्यांच्याकडे स्त्रीवाद्यांनी बऱ्याच प्रमाणात अस्वस्थतेच्या चष्म्यातून पाहिले. अशाच तऱ्हेने लेस्बिअन, गे, द्विलिंगीय आणि लिंगभावापलीकडे जाणाऱ्यांसाठी काम करणाऱ्या बिगर शासकीय संघटना, ज्या परदेशातून येणाऱ्या अर्थसाहाय्यावर अवलंबून असतात, त्याकडेही दुर्लक्ष झाले. विशेषत: 'सोडोमी' कायद्यांच्या विरोधात उभ्या राहिलेल्या लैंगिकतेच्या मोहिमा किंवा वेश्यांच्या हक्कांसाठी उभ्या राहिलेल्या मोहिमा, तसेच आदर्शात्मक लैंगिकतेच्या संदर्भात उभे राहिलेले प्रश्न; या सर्वांना आता कुठे विवादांमध्ये अवकाश मिळू लागला आहे. हे प्रश्न आहेत याची जाणीवसुद्धा प्रमुख स्त्रीवादी संघटना किंवा स्त्री-अभ्यास क्षेत्रात आत्ताच उभी राहू लागली आहे (मेनन, २००७).

अधिक परिपूर्ण कथनांची गरज

स्त्रियांची चळवळ - चळवळ म्हणून स्तव:च्या पायांवर उभी राहण्यासाठी, आपल्याला या अलीकडच्या गतिमार्गांविषयी परिपूर्ण कथने प्राप्त होणे आवश्यक आहे. मधल्या काही वर्षांत बरेच काही बदलले आहे, हे आपण कोणीच नाकारू शकत नाही. आपल्या आजच्या वर्तमानात अतिशय मोठ्या प्रमाणात स्त्रीवादाचे संस्थीकरण आणि व्यावसायीकरण झाले आहे, हे अधोरिखित करून लक्षात ठेवले पाहिजे. (असे होणे फक्त स्त्रियांच्या चळवळींसदर्भात खरे आहे का आणि असे झाले असले, तर तसे का झाले?) समाजविज्ञानाच्या आणि मानवी विद्येच्या भिन्न ज्ञानशाखांच्या अभ्यासक्रमांमध्ये स्त्रीवादाला आत्ता फक्त एक परिघाबाहेरील अस्तित्व आहे. याउलट विद्यापीठ अनुदान आयोगाच्या आश्रयाखाली देशभर स्त्री अभ्यास केंद्रे भरभराटीला येत आहेत. संस्थीकरण होताना 'लिंगभाव' या शब्दाखाली बरेच काही लपवले जात आहे. राज्यसंस्था, बिगर राजकीय संघटना आणि स्त्रियांच्या संघटना अनेक तऱ्हेची कामे या चौकटीखाली पार पाडताना दिसतात. यामध्ये मग लिंगभाव स्वतंत्रपणे मांडणारी संख्याशास्त्रीय माहिती, लिंगभाव संवेदन क्षमता आणि अनेक अधिकारी मंडळींना प्रशिक्षण - मग त्यात अगदी उच्च पदस्थ अधिकारी येतात, तसेच कार्यकर्ते असतात; त्याचप्रमाणे लिंगभाव संबंधित सेवांचा पुरवठा केला जातो, तसेच कायदेविषयक आणि संशोधन आवश्यक असते या सर्वांसाठी तज्ज्ञता आणि वित्तसाहाय्य आवश्यक असते. या साऱ्याचा अर्थ असा की, एका वेगळ्या तऱ्हेने 'स्त्रिया' नावाचा विषय कितीही आंतरविरोधी स्वरूपात का असेना, परंतु महत्त्वाचा आणि 'दृश्यमान' झाला आहे; जरी या विषयाला सत्ता नसली तरी.

एक प्रश्न अजूनही शिल्लक राहतो, तो म्हणजे ही परिस्थिती विसंगती म्हणून गेल्या काही वर्षांच्या तुलनेत कशी पाहायची? गतकाळाला एकमेव अद्वितीय स्वायत्तता न देता, हे कसे साधायचे? त्याचप्रमाणे एक प्रश्न कळीचा बनतो, तो म्हणजे आज घडीला जर स्त्रियांच्या चळवळीचे भविष्य अनिश्चित असेल - विशेषत: १९७० आणि १९८० या दोन दशकांमध्ये असणारी ऊर्जा आता दिसत नसेल, तर मग ही आत्ताची आव्हाने किमान प्रमाणात का होईना, परंतु स्त्रीवादी राजकारणाच्या भाषेमध्ये कशी घालायची हा प्रश्न आहे.

म्हणजेच कोणत्या पद्धतीने बहुविध पुरुषसत्ता आणि लिंगभाव संबंध अलीकडच्या दशकांमध्ये बदलले आहेत हे मांडले गेले पाहिजे. आजच्या काळात एकीकडे स्त्रीवादाला अधिक दृश्यता प्राप्त झालेली असतानाच, तरुण पिढीचे अनुभव काय आहेत? शहरातील विद्यार्थी (यापूर्वीच्या पिढीने या चौकटीत स्त्रियांची चळवळ उभारली) मात्र 'स्त्रीवादी' नावाची गोष्ट धुडकावून लावत आहेत असे दिसते. मुंबईमधील महाविद्यालयातील एका प्राध्यापिकेने सांगितले की, स्त्रियांच्या चळवळींबद्दल काही अपवाद वळगता फारशी आस्था वाटत नाही.

काही इंग्रजी बोलणाऱ्या, अधिकाधिक व्यवसायिक महत्त्वाकांक्षा असणाऱ्यांना स्त्रीवाद ही गोष्ट अडथळ्यासारखी वाटते. इतकेच नाही, तर कनिष्ठ मध्यमवर्गीय विद्यार्थ्यांच्या दृष्टीने जेव्हा विवाहाच्या व्यतिरिक्त काही भविष्य दिसत नसताना, स्त्रीवाद ही गोष्ट परात्मता आणणारी ठरते (फडके).

'गडद वर्णने'

अनुभवांमध्ये रुजलेली अशी अनेक 'गडद वर्णने' मोठ्या प्रमाणात गरजेची आहेत. आणि असे फक्त प्रमुख शहरांमधून घडणे चूक आहे. भारतातील सर्व कानाकोपऱ्यांतून असे घडले, तर मग आपल्याला स्त्रियांच्या चळवळींचे गतिमार्ग समजतील. 'जागतिकीकरणा'सारख्या अन्य घडामोडींमुळे स्त्रीवादाचे नेमके काय होते, हे पाहण्यासाठी संश्लेषण करणारी विशेषणे आवश्यक आहेत. आजवर जे परिघाबाहेर होते, त्यांच्या जगण्याचे समकालीन तपशील मांडले गेले पाहिजेत.

दक्षिण आशिया किंवा संपूर्ण आशिया खंडात, तसेच इतर प्रदेशांमध्ये जे बहुविध स्त्रीवादी प्रयत्न होत आहेत आणि त्यांची भिन्न नशिबे ठरविली जात आहेत, त्याकडे तुलनात्मक पद्धतीने पाहिले गेले पाहिजे. एक मोठे चित्र तयार करण्यासाठी, आपल्याला अनेक स्वतंत्र क्षणांना एकत्रित आणणारी विश्लेषणे आवश्यक आहेत. जर स्त्रियांची चळवळ ही कधीच फक्त स्थानिक पातळीवरील घटना नव्हती, हे खरे असेल; तर मग या

चळवळीवरील परस्परांना प्रभावित करणारे घटक, टकराव, समान धागे आणि भिन्नता यांचा विचार केला गेला पाहिजे. 'जागतिकीकरणा'च्या संबंधात हे सर्व स्त्रीवाद इतर अवकाशांमध्ये कसे उभे राहतात, हे पाहिले गेले पाहिजे. म्हणजे पाकिस्तान किंवा श्रीलंका चीन किंवा कोरिया, अमेरिका किंवा फ्रान्स या सर्व देशांमध्ये बहुविध स्त्रीवादाचे काय होते हे पाहणे महत्त्वाचे वाटते.

एक तात्पुरता निष्कर्ष काढायचा झाला तर मी असे सुचवेन की, भारतापुरते बोलायचे तर आपल्या वर्तमानाची खूण म्हणून आपण 'राष्ट्रोत्तर' ही कल्पना वापरली पाहिजे. आपण एकदा राष्ट्रोत्तर असे म्हटले की, 'राष्ट्र' या कल्पनेला केंद्रित स्थान देण्याची गरज संपते. म्हणजेच भारताच्या स्वातंत्र्योत्तर इतिहासावरील 'राष्ट्र ते जागतिकीकरण' या कथनाचे वर्चस्व थांबेल. 'भारत' नावाचा देश अनेक सबाल्र्टन स्थानांवरून घडविला गेला होता, हे लक्षात घेतले जाईल. स्त्री-चळवळीचा एक स्वत:चा लक्षणीय इतिहास आहे- स्थानिकपासून आत्यंतिक आंतरराष्ट्रीय असा-आणि त्याच वेळी स्त्री-चळवळ सत्तेच्या केंद्राच्या अगदी जवळ असूनही ती परिघावरही असते; या वैशिष्ट्यपूर्णतेने आपल्याला समकालीन भारताची कहाणी नव्या चौकटीत मांडता येईल.

३ | संस्कृतीचे महत्त्व : विकासासंदर्भात

स्वैर अनुवादासंदर्भातील मनोगत :

गेल्या पस्तीस वर्षांत लिंगभावाची घडण, विकास आणि संस्कृती या चौकटीत कशी घडली हे पाहताना अमर्त्य सेन यांचे लेखन महत्त्वाचे वाटते.

एक तर कनिष्ठ वा मध्यम वर्गातून वरच्या वर्गात जाऊ पाहणाऱ्या एका शिक्षित कुटुंबात मुलगी म्हणून 'संस्कृती' हा शब्द माझ्या वाट्याला आला, तो मी वयात आल्यावर. भारतीय कुटुंबातील स्त्रियांनी संस्कृती जपायची असते, वाढवायची असते, एका कुटुंबातून दुसऱ्या कुटुंबात जाऊन आपल्या संस्कृतीच्या बळावर घरातील मुले-बाळे आणि पुरुष मंडळी यांना काबीज करायचे असते; असे बरेचसे संस्कार माझ्यावर झाले होते. स्त्रिया संस्कृतीच्या वाहक असतात, तसेच मूर्तिमंत प्रतीक असतात; या विचाराचे आंतरिकीकरण इतर स्त्रियांप्रमाणेच मीसुद्धा केले होते.

संस्कृतीप्रमाणे 'विकास' ही संकल्पनासुद्धा लहानपणापासून शहरीकरणाच्या प्रक्रियेशी मनात जोडली गेली होती. चांगले रस्ते असणे; सांडपाण्याची व्यवस्था असणे; वाहतुकीची साधने, दवाखाने, शाळा, दुकाने अशा सुविधा हाकेच्या अंतरावर असणे; रेडिओ, टेलिफोन, दूरदर्शन हे सारे उपलब्ध असणे; म्हणजे विकास होणे असे नैसर्गिकरित्या मानले गेले होते आणि त्यात काही चूक नव्हते. लहानपणी ऑपेरा हाऊस, लॅमिंग्टन रोड या मुंबईच्या गजबजलेल्या गतिशील ठिकाणी राहिल्यानंतर, ठाण्याला राहणाऱ्या खारघर आळीतील आत्याकडे जाणे नकोसे वाटे. तिथले टोपलीचे संडास, उघडी गटारे, लहान गल्लीबोळ मागास वाटत असत.

'लिंगभाव' हा शब्द स्त्री अभ्यासामध्ये शक्यता खुल्या झाल्यानंतरच माझ्या शब्दकोशात सामील झाला. इंग्रजीतील जेन्डर या शब्दाला समानार्थी म्हणून 'लिंगभाव' हा शब्द आणला, तेव्हा 'लिंग' ही संकल्पना जैन साहित्यात 'आत्मा' वा 'स्व' या अर्थाने येते याचे भान होते. स्त्रिया, बायका, बाया अथवा साऱ्या जणी या शब्दांना

व्यवहारात जो सर्वसाधारण अर्थ असतो, सामान्यज्ञानाच्या चौकटीत एका फटकाऱ्यात सर्व स्त्रियांना तो ज्या प्रकारे लागू होतो; त्या प्रकारे स्त्री अभ्यासात बिनचिकित्सा, विश्लेषण न करता हे शब्द वापरणे चूक आहे हे समजत गेले.

१९७४ - ७५ या दशकात एकीकडे आणीबाणी; दुसरीकडे दलित, आदिवासी, विद्यार्थी आणि स्त्रिया यांच्या चळवळी आणि भारतीय स्त्रियांच्या दर्जाविषयक अहवालांचे प्रकाशन अशा अनेक घटना या काळात घडत होत्या. साहित्य, भाषाशास्त्र, भाषाअध्ययन, अध्यापन या मार्गाने जाताना; आपण काही वेगळे नवे मार्ग हाती घेतले पाहिजेत असे व्यक्ती म्हणून मला जाणवत होते. आणीबाणीच्या काळात तुरुंगात गेलेली परिचयातील मंडळी आणि त्याच वेळी औपचारिक शिक्षणात आलेल्या बंदिस्तीविरोधात होणारे प्रयोग असे सारे घडत होते. मागोवा, युक्रान्द अशांसारख्या विद्यार्थी चळवळीतील विद्यार्थी; अभियांत्रिकी किंवा वैद्यकीय शिक्षण घेऊनही प्रमुख प्रवाही नोकऱ्या, व्यवसायांच्या मागे न लागता पूर्णवेळ कार्यकर्ते होऊन; ग्रामीण भागातील लहान शेतकरी अथवा आदिवासींच्या वतीने झगडा उभे करीत होते. याच काळात शहरातील स्त्रियांनी स्त्रियांवर होणाऱ्या हिंसाचाराचे प्रश्न हाती घेऊन, भारतातील स्त्रियांच्या व्यवस्थात्मक दुय्यमत्वाचे मुद्दे मांडण्यास सुरुवात केली. मुंबई, बंगळुरू, दिल्ली, हैदराबाद अशा शहरांमधून हुंडाबळी आणि बलात्कार या प्रश्नांसंदर्भात तरुण मुलींचे मोर्चे निघू लागले. या काळातच विकासाची चिकित्सा करून, पर्यावरणीय विनाश हा मुद्दा घेऊन; स्त्रियांच्या निसर्गाशी असणाऱ्या आंतरिक नात्याची मांडणी केली गेली. स्त्रिया मूलत: संगोपक, संवर्धक काम करतात आणि त्या मूल जन्माला घालतात या वास्तवाच्या आधारे; स्त्रियांचे निसर्गाशी काही 'विशेष' नाते असते, हा विचार आमच्यातील बऱ्याच जणींना मनोमन पटला. चिपको आंदोलन; वंदना शिवा यांची 'प्रकृती - पुरुष' या जोडीच्या आधारे स्त्री शक्तीविषयक मांडणी; मधू किश्वर यांचे पाश्चात्त्य जगात घडलेले स्त्रीवादाचे प्रारूप नाकारून अस्सल भारतीय स्त्रीत्व शोधणे; तसेच मनेका गांधी यांचे प्राण्यांविषयीचे प्रेम आणि कोंबड्या वा गाईंना यांत्रिक प्रकारे मांस निर्माण करणारे जीव मानणे, या बाजारपेठी प्रवृत्तीला विरोध करणे; हे सर्व क्रांतिकारी वाटण्याचेच ते दिवस होते. मोठ्या धरणांना विरोध करणारे 'नर्मदा बचाव आंदोलन' तसेच, शेतीमालाला रास्त भाव मागणारे परंतु स्त्रियांना माजघर, शेती, सीता शेती करण्याची वाट दाखविणारे 'शेतकरी आंदोलन' अशा एक कलमी, एक नेतृत्व छायेखाली वाढणाऱ्या आंदोलनांचा हा काळ होता. बघताबघता आमच्या डोळ्यांसमोरच स्त्री चळवळीतून अनेक बिगर शासकीय संघटना जन्माला आल्या. त्यांतील कित्येकांना परदेशातूनही पैसा मिळाला. कोणी 'पाणी प्रश्ना'वर काम करू लागले; तर कोणी लहानलहान गावखेड्यांमध्ये स्त्रियांच्या सामूहिक पापड, लोणच्यांऐवजी रांगोळ्या

काढण्याच्या कौशल्यालाच 'सांस्कृतिक एकात्मता' हे नाव देऊ लागले. स्त्रियांच्या शोषणाचा; दडपणुकीचा व्यवस्थात्मक मुद्दा; धर्म, जात, समुदाय या चौकटीत घडणाऱ्या भारतातील बहुविध पुरुषसत्ताकता आणि त्यातून जागतिक भांडवलाशी केली जाणारी हातमिळवणी; दडपलेल्या जातींमधील स्त्रियांचे केले जाणारे वेश्याकरण असे अनेक मुद्दे मागे पडू लागले. स्त्रियांची चळवळ ही स्त्रिया विरुद्ध पुरुष अशी नाही, हा मुद्दा रेटण्यामध्येच आपली शक्ती खर्च करू लागली. त्यानंतरच्या काळात विशेषत: १९९० च्या दशकात बाजारपेठी मूलतत्त्ववादाबरोबरच धार्मिक मूलतत्त्ववाद फोफावू लागला आणि दंगलींचे रण माजले. अल्पसंख्याक गटांना दहशत बसविताना, त्या गटांतील स्त्रियांना त्या गटांचे प्रतीक मानून, बलात्कार, हिंसा आणि एका अर्थाने सर्वतोपरी अवमूल्यनाला तोंड द्यावे लागले. 'सेवा' सारख्या स्त्रियांच्या सक्षमीकरणाचे काम करणाऱ्या संघटनांचा आवाज अशा विनाशक, हिंसक दंगलींच्या काळात हरवला. स्त्रीवाद या राजकीय भानाचे हिंदुत्ववादी, वर्चस्ववादी रूप दिसू लागले. पुन्हा एकदा एक निरुत्तर करणारी अवस्था समोर आली. या टप्प्यावरच लिंगभाव, संस्कृती आणि विकास यांचे परस्परसंबंधी जगाच्या पातळीवर पाहिले गेले पाहिजेत असे जाणवत राहिले.

अमर्त्य सेन हे पहिल्या जगात राहणारे अर्थशास्त्रज्ञ, भारतातील ०-६ या वयोगटात खालावणारे बालिकांचे प्रमाण किंवा स्त्रिया आणि दारिद्र्य यांचे भारतीय भूमीवरील नाते या विषयी सातत्याने एक समतोलाची भूमिका घेतात. आपण निवडलेल्या निबंधामध्ये अमर्त्य सेन यांनी 'संस्कृतीचा विचार अर्थशास्त्रज्ञांनी सर्जनशीलपणे केला पाहिजे', असे मांडले आहे. अमर्त्य सेन यांनी प्रत्येक देशाने आता आपले खरे पर्याय वाढविले पाहिजेत आणि आपल्या देशातील लोकांच्या स्वातंत्र्याच्या कक्षा वाढविल्या पाहिजेत असा महत्त्वाचा मुद्दा मांडला आहे.

थोडक्यात या निबंधाच्या आधारे आपण गेल्या तीन दशकांत भारतीय समाजामध्ये जे वादविवाद, चळवळी वा संघर्ष उभे राहिले; त्यांचा विचार लिंगभाव, विकास आणि संस्कृती या संदर्भात करू शकतो.

लेखकाच्या मूळ मांडणीचा स्वैर अनुवाद : संस्कृती कशा प्रकारे महत्त्वाची ठरते?

समाजशास्त्रज्ञ, मानवशास्त्रज्ञ आणि इतिहासतज्ज्ञ बऱ्याच वेळा अर्थशास्त्रज्ञांच्या 'संस्कृती' या विषयाकडे पुरेसे लक्ष न देणाऱ्या प्रवृत्तीबद्दल शेरे मारत असतात. सर्वसाधारणत: मानवी समाजांचे स्वरूप तपासताना आणि विशेषत: विकास प्रक्रियेचा तपास करताना अर्थशास्त्रज्ञ असे करतात. अर्थात, 'अर्थशास्त्रज्ञांनी संस्कृतीकडे दुर्लक्ष केले' हा आरोप खोटा ठरविण्यासाठी आपण काही उदाहरणे देऊ शकतो. अगदी

किमानपक्षी ॲडम स्मिथ, जॉन स्टुअर्ट मिल किंवा आल्फ्रेड मार्शल यांची उदाहरणे घेता येतात. तरीही एक सर्वसाधारण टीका या दृष्टीने पाहता हा आरोप बहुतांश स्वरूपात योग्यच ठरतो.

हे दुर्लक्ष (किंवा अधिक नेमकेपणाने मांडायचे तर तुलनात्मक उपेक्षा) दुरुस्त केले गेले पाहिजे. अर्थशास्त्रज्ञांनी असे केले, तर आर्थिक आणि सामाजिक घडामोडींवर संस्कृतीचा परिणाम कसा होतो, यावर अधिक फलदायी स्वरूपात लक्ष पुरवतील. आणखी असे की, जागतिक बँक ही प्रामुख्याने अर्थशास्त्रज्ञ आणि वित्तीयतज्ज्ञ यांनी केलेल्या विचार चौकटीवर भिस्त ठेवून असते. अर्थशास्त्रज्ञांना जर संस्कृतीची भूमिका फारशी महत्त्वाची वाटत नसेल, तर त्याचा अप्रत्यक्ष परिणाम वर्ल्ड बँकेसारख्या संस्थांच्या दृष्टिकोनावर आणि व्यवहारावर होतो. अशा तऱ्हेने संस्कृतीकडे दुर्लक्ष करणे ही गोष्ट किती धोकादायक असू शकते, याबद्दल मतभिन्नता असेल. परंतु, विकासाच्या विश्लेषणामध्ये खोलवर तपास करायचा, तर विकासाचे सांस्कृतिक परिणाम तपासणे आवश्यक ठरते. विकासाच्या संदर्भात येणारे नवे नवे बदल तपासताना 'संस्कृती' या घटकाचा विचार करणे आवश्यक ठरते. संस्कृतीचा विचार करताना, किती भिन्न प्रकारे संस्कृती प्रभाव पाडत असते हे लक्षात येते. अगदी निर्दोष अशा आर्थिक रणनीतींचे मूल्यमापन करतानासुद्धा हा विचार महत्त्वाचा ठरतो.

लॉरेन्स हॅरिसन आणि सॅम्युएल हंटिंग्टन (२००२) यानी एकत्रित संपादित केलेले एक महत्त्वाचे आणि प्रचंड स्वरूपात यशस्वी पुस्तक म्हणजे 'संस्कृती महत्त्वाची असते का?' हा प्रश्न येथे तसा चर्चेच्या दृष्टीने फारसा महत्त्वाचा नाही. मानवी जीवनात सातत्याने पाठपुरावा करणाऱ्या संस्कृतीच्या प्रभावाचा विचार केलाच पाहिजे. परंतु खरा प्रश्न आहे तो असा की, संस्कृती 'कशा प्रकारे' महत्त्वाची ठरते? ती महत्त्वाची आहे की नाही, हा विवादाचा मुद्दा असूच शकत नाही. विकासावर कोणत्या भिन्न मार्गांनी संस्कृतीचा प्रभाव पडतो? हे प्रभाव कोणत्या प्रकारे अधिक चांगल्या स्वरूपात समजावून घेता येतील? विकासाची धोरणे जी अगदी उचित वाटत असतात, त्यांच्यामध्येही दुरुस्ती किंवा बदल संस्कृतीच्या हस्तक्षेपामुळे कसे होतात? थोडक्यात येथे आपण संस्कृती हा घटक महत्त्वाचा आहे हा विषय फक्त मांडत नसून, आपल्याला संस्कृतीचे स्वरूप आणि आविष्कार यांतून प्रत्यक्ष कार्यक्रम आणि धोरण यांवर काय परिणाम होतो हे पाहणे महत्त्वाचे वाटते.

सदर निबंधामध्ये मी 'कशा प्रकारे' या प्रश्नाची चर्चा केली आहे. परंतु या प्रक्रियेत मला काही 'कशा प्रकारे नाही' अशा प्रश्नांचाही विचार केला पाहिजे. माझे असे म्हणणे आहे की, संस्कृतीच्या भूमिकेची पुरेशी दखल घेण्याच्या दडपणापोटी काही वेळा विकासाच्या प्रक्रियेवर संस्कृतीचा होणारा प्रभाव पाहताना, अनेकदा अत्यंत साचेबंद

आणि सरळसोट दृष्टिकोन घेतलेला दिसतो. उदाहरणार्थ, अनेक जणांचा असा विश्वास दिसतो - मग हा विश्वास कधी स्पष्ट शब्दांत, तर कधी सूचित स्वरूपात व्यक्त केला जातो असा की, भिन्न रेषांचे दैव त्यांच्या संस्कृतीनुसार अपरिवर्तनीय पद्धतीने निश्चित केले जाते. असा विचार करणे म्हणजे अतीव स्वरूपात सुलभीकरण करणे इतकेच नसून, तेथे असा निष्कर्ष निघतो की, काही देशांमध्ये 'चुकीची' संस्कृती असल्याने त्यांचे भविष्य विकासाच्या दृष्टीने निराशाजनकच असते. असे निष्कर्ष राजकीय आणि नैतिकदृष्ट्या किती घृणास्पद असतात, एवढेच नसून माझ्या मते यातून संकल्पनेच्या पातळीवर एक तऱ्हेचा निरर्थकपणा अभिव्यक्त होतो. म्हणून या निबंधातून मला 'कशा प्रकारे नाही' हा प्रश्नसुद्धा हाती घेणे महत्त्वाचे वाटते.

या निबंधाचा तिसरा उद्देश आहे तो म्हणजे, संस्कृतीच्या क्षेत्रात एकमेकांपासून शिकण्याची भूमिका किती महत्त्वाची असते याची चर्चा करणे. जरी विकासाच्या प्रक्रियेचा आंतरिक भाग म्हणून अशा प्रकारची देवघेव आणि शिक्षण दिले जाते, तरीही या प्रक्रियेला बऱ्याच वेळा कमी महत्त्वाची असे मानले जाते. खरे तर प्रत्येक संस्कृतीकडे एकमेव अद्वितीय म्हणून बघितले जाते. त्यामुळे संस्कृती जणू काही बाय परिणामांपासून संपूर्णत: अलिप्त असते असे मानण्याकडे कल दिसतो. विकासाची प्रक्रिया समजावून घेताना असे करणे निश्चितच फसवे आणि बऱ्याच प्रमाणात हानीकारक ठरू शकते. खरोखरच संस्कृतीच्या अनेक पैलूंपैकी सर्वांत महत्त्वाचा पैलू असतो, तो म्हणजे एकमेकांपासून शिकण्याची शक्यता. त्याऐवजी जर आपण संस्कृतीच्या चौकटीत जगातील सामान्यजनांना कर्मठपणे वर्गीकरण करून ढकलून देऊन त्याचे सोहाळे किंवा हळहळ उराशी बाळगून बसलो, तर असे करणे म्हणजे कर्मठ भाषापंडितांच्या पंगतीला जाऊन बसण्यासारखे आहे.

शेवटी या निबंधात सांस्कृतिक देवाण-घेवाणीचे महत्त्व आणि देशांतर्गत संप्रेषण यांविषयी चर्चा करताना समकालीन जगामध्ये जागतिकीकरण आणि सत्तेचा असमतोल या विषयी खरी किंवा मनात भासत असलेली धास्तीसुद्धा मी मांडली पाहिजे. बऱ्याच वेळा 'स्थानिक संस्कृतींच्या विनाशाची भीती' हा दृष्टिकोन व्यक्त केला जातो आणि मग या साऱ्याचा प्रतिकार करण्यासाठी काहीतरी केले पाहिजे हा विश्वाससुद्धा सत्याचा आभास निर्माण करू शकतो. अशा तऱ्हेच्या शक्य कोटीतील घाताचे आकलन कसे करावे आणि असा घात होऊ नये म्हणून किंवा तो परतवून लावण्यासाठी कोणत्या आवश्यक गोष्टी केल्या पाहिजेत, हे विषयसुद्धा विकासाच्या विश्लेषणाच्या दृष्टीने महत्त्वाचे ठरतात. हाच या निबंधाचा चौथा आणि शेवटचा मुद्दा तपासून पाहण्याच्या दृष्टीने मी मांडला आहे.

संदर्भ (किंवा अनुसंधान)

येथे लक्षात घेतले पाहिजे की, विकासाच्या दृष्टीने संस्कृती कोणकोणत्या भिन्न मार्गांने महत्त्वाची ठरते हे जाणून घेणे आवश्यक आहे. खाली दिलेले कोटिक्रम या दृष्टीने आत्यंतिक महत्त्वाचे आणि दूरगामी परिणाम करणारे वाटतात.

१) विकासाच्या घडणीचा एक भाग म्हणून संस्कृती : येथे आपण एका पायाभूत प्रश्नापासून सुरुवात करू शकतो. विकास कशासाठी असतो? विकासाच्या प्रक्रियेमध्ये आपला प्रयत्न असतो, तो म्हणजे एका निरोगी आणि स्वातंत्र्यशील जगण्याचा. असे जगण्यासाठी मानवी जीवन समृद्ध व्हायचे; तर साहित्य, संगीत, कला यांचा अभाव असेल; तर याला विकासाचे यश म्हणून मानता येणार नाही. या ना त्या प्रकारे संस्कृती आपले आयुष्य, आपल्या आकांक्षा, आपल्या विफलता, आपल्या महत्त्वाकांक्षा आणि आपली स्वातंत्र्ये यांना वेढत असते. सांस्कृतिक घडामोडींसाठी स्वातंत्र्य आणि संधी ह्या मूलभूत स्वातंत्र्यामधील महत्त्वाच्या गोष्टी आहेत. असे झाले तरच संस्कृतीही विकासाच्या घडणीचा भाग होते.

२) आर्थिकदृष्ट्या उत्पादन मिळवून देणारे सांस्कृतिक कार्यक्रम आणि वस्तू : अनेक कार्यक्रम ज्यामधून आर्थिकदृष्ट्या फायदा मिळू शकतो. ते कार्यक्रम प्रत्यक्ष किंवा अप्रत्यक्षरित्या सांस्कृतिक सुविधा आणि अधिक सर्वसाधारणपणे बोलायचे तर सांस्कृतिक पर्यावरण यांवर अवलंबून असतात. पर्यटन क्षेत्राचा सांधा सांस्कृतिक स्थळांशी (यात ऐतिहासिक स्थळेही येतात) जोडलेला असतो हे सहजच लक्षात येते. पर्यटन क्षेत्रांच्या दृष्टीने गुन्हेगारी असणे वा नसणे किंवा स्वागतशील परंपरा असणे, तसेच देशांतर्गत किंवा सीमारेषांपलीकडील परस्पर विनिमय या गोष्टींही महत्त्वाच्या ठरतात. संगीत, नृत्य आणि इतर सांस्कृतिक कार्यक्रम यांना फार मोठी व्यापारी; बऱ्याच वेळा जागतिक बाजारपेठ मिळणे शक्य असते. अशा कलात्मक कार्यक्रमांची केंद्रे अस्तित्वात असणे, हे अनेकदा एखाद्या विशिष्ट देशामध्ये किंवा प्रांतामध्ये लोकांना आकर्षित करण्यास कारणीभूत ठरते. यातून अनेक अप्रत्यक्ष परिणाम पाहायला मिळतात.

अर्थात, सांस्कृतिक म्हणजे धार्मिक वस्तू वा स्थळे यांसह सर्व; यांचा वापर पैसा मिळण्यासाठी करावा की करू नये याबद्दल शंका वाटणे साहजिक आहे आणि अनेकदा व्यापारी वापरामुळे एखाद्या वस्तूचे किंवा स्थळाचे महत्त्व उखडून निघेल असे वाटले, तर आर्थिक लाभाची संधी सोडूनही द्यावी लागते. अशा तऱ्हेचा घातक व्यापारी वापर टाळूनसुद्धा सांस्कृतिक आणि आर्थिक कार्यक्रम एकत्रितपणे आणण्याची संधी मोठ्या प्रमाणात उपलब्ध असते. इतकेच नाही, तर जी माणसे अत्यंत चांगली देखभाल केलेली

सांस्कृतिक किंवा धार्मिक स्थळे पाहण्यासाठी येतात, त्यांचा प्रत्यक्ष व्यापारी हेतू नसूनही अशी माणसे त्या देशातील, या प्रांतातील पर्यटन व्यवसायाला चालना देतात.

३) सांस्कृतिक घटक आर्थिक व्यवहारावर परिणाम करतात : काही अर्थशास्त्रज्ञांच्या विचार चौकटीत असा समज पक्का झालेला असतो की, सर्व माणसे समान पद्धतीनेच विचार करतात. (उदा. जणू काही सर्व माणसे एखादे परिपूर्ण कवच घालून स्वत:चे हित अथकपणे वाढवितच जातात.) परंतु, हे सर्वसाधारण सत्य नव्हे. याविषयी भरपूर पुरावा उपलब्ध आहे. सांस्कृतिक प्रभावामुळे कामासंदर्भात असणारी नैतिकता, जबाबदार वर्तणूक, आत्मस्फूर्तीने एखादी गोष्ट हातात घेण्याची क्षमता, चैतन्यशाली व्यवस्थापन, उद्योजक म्हणून असणारी हिरिरी, धोका पत्करण्याविषयी असणारी ऐच्छिकता आणि मानवी वर्तणुकीचे इतर अनेक घटक या सर्व गोष्टी आर्थिक यश मिळवण्याच्या दृष्टीने कळीच्या ठरतात.

विनिमयावर आधारित अर्थव्यवस्था जर यशस्वीपणे कार्यरत व्हायची असेल, तर परस्परांवरील विश्वास आणि सूचक अशा काही रितीरिवाजांची चौकट अपेक्षित असते. वर्तणुकीचे हे साचे भरपूर असतात, तेव्हा त्यांच्याकडे दुर्लक्ष करणे सहज शक्य असते. परंतु जेव्हा असे साचे निर्माण करावे लागतात, त्यांची निगराणी करावी लागते; तेव्हा ते नसतील तर आर्थिक यशाच्या दृष्टीने मोठ्या अडथळा निर्माण होऊ शकतो. याविषयी अनेक उदाहरणे भांडवलपूर्व अर्थव्यवस्थांमध्ये येणाऱ्या समस्या पाहिल्या तर घेता येतील. अशा अर्थव्यवस्थांमध्ये व्यापार आणि धंदा यांसाठी लागणारे मूलभूत गुण अविकसित असतात.

आर्थिक यशाच्या इतर अनेक घटकांशी वर्तणुकीची संस्कृती जोडलेली असते. उदाहरणार्थ आर्थिक भ्रष्टाचार आहे किंवा नाही आणि त्याची सांधेजोड संघटित गुन्ह्याशी कशी आहे हे पाहणे महत्त्वाचे ठरते. इटलीमध्ये या विषयावर चर्चा करताना मला त्या चर्चेमध्ये सहभागी होता आले आणि तेव्हा इटलीमधील संसदेमध्ये माफिया-विरोधी आयोग स्थापन करण्याचा सल्ला देता आला. त्या वेळी या आयोगासाठी आवश्यक असणाऱ्या मूल्यांची साद्यन्त चर्चा केली गेली. संस्कृती आणखी एका दृष्टीने महत्त्वाची ठरते, कारण तिच्यामुळे भोवतीच्या पर्यावरणाशी मैत्रीपूर्ण वागणूक निर्माण करता येते. आर्थिक विकासाच्या प्रक्रियेमध्ये जेव्हा नव्या चकमकी घडून नवी आव्हाने समोर येतात, तेव्हा संस्कृतीची रीतसुद्धा त्यानुसार बदलते.

४) संस्कृती आणि राजकीय सहभाग : सांस्कृतिक परिस्थितीतील प्रभावानुसार नागरी जीवनात केला जाणारा परस्पर व्यवहार आणि राजकीय कार्यक्रम यांमधील सहभाग घडत असतो. जर सार्वजनिक जीवनात चर्चा आणि सहभागी पद्धतीने केलेला

विचारविनिमय यांची परंपरा असेल, तर हा कळीचा मुद्दा ठरतो. लोकशाही स्थापनेच्या दृष्टीने, जतन करण्याच्या दृष्टीने आणि व्यवहाराच्या दृष्टीने हे महत्त्वाचे ठरते. 'जीवनातील कळीची गुणवत्ता म्हणून सांस्कृतिक सहभाग' ही गोष्ट युरोपातील प्रबोधनाविषयी विचार मांडणाऱ्यानी मांडली आहे.

ॲरिस्टॉटलने असे म्हटले आहे की, मनुष्यप्राण्याचा परस्परांशी सभ्य स्वरूपात व्यवहार करण्याकडे नैसर्गिकच कल असतो आणि तरीही भिन्न समाजानुसार राजकीय सहभागाचे प्रमाण बदलते. विशेषत: समाजामध्ये असणारे राजकीय कल हे हुकूमशाही, सत्ताधारी आणि त्यांचे नियंत्रण यांमुळे दडपले जातात हे खरे असले, तरी राजकीयदृष्ट्या दडपणूक केल्यामुळे जी एक भीतीची संस्कृती निर्माण होते, त्यामुळेही हे घडते. काही समाजांमध्ये उपेक्षेची संस्कृती रुजलेली असते आणि त्यातून एक प्रकारचा संशयवादीपणा निर्माण होऊन दुसऱ्यांविषयी वा समाजाविषयी उदासीनता किंवा शिथिलपणा येतो. विकास साध्य होण्यासाठी राजकीय सहभाग हा कळीचा मुद्दा ठरतो. विकास कसा करायचा, कोणत्या साधनांच्या आधारे करायचा आणि विकास घडविताना कोणती नैतिक मूल्ये घडवायची किंवा भरीव करायची या दृष्टीने हे महत्त्वाचे ठरते.

५) सामाजिक एकजूट आणि संघटन : आर्थिक व्यवहार आणि राजकीय सहभाग यांच्याबरोबरच संस्कृतीचा प्रभाव, सामाजिक एकजूट आणि परस्परांना पाठिंबा देणे यांवरही पडतो. सामाजिकदृष्ट्या जगण्याचे यश हे फार मोठ्या प्रमाणात, लोक ज्या उत्स्फूर्तपणे एकमेकांना पाठिंबा देतात त्याच्याशी निगडित असते. याचा अगदी खोलवर परिणाम समाजाच्या व्यवहारावर दिसतो. या समाजातील कमनशिबी सदस्यांची काळजी घेणे आणि सर्वांची असलेली मालमत्ता जपणे असे सारे घडू शकते. समाजामध्ये जर एकजूट असेल आणि परस्परांना पाठिंबा देणारे व्यवहार असतील, तर त्यातून तो समाज पुढे जातो असे अभ्यासकांचे मत आहे आणि याला हे अभ्यासक 'सामाजिक भांडवल' असे म्हणतात. एकमेकांशी जोडलेपण असणारा समाज ही त्या समाजाची मालमत्ता ठरते.

सामाजिक अन्वेषणाच्या दृष्टीने हे महत्त्वाचे नवे क्षेत्र आहे. अर्थात, असे करताना सामाजिक भांडवलाला भांडवल म्हणून जे महत्त्व आहे, त्याचे स्वरूप बारकाव्याने छाननी करून तपासले पाहिजे. एक सार्वसाधारण संसाधन म्हणून त्याकडे पाहता येईल का, हा मुद्दा महत्त्वाचा ठरतो. एखाद्या गटाचे स्वरूप कसे आहे यावर ते अवलंबून असते. उदा. अनेक काळ एखाद्या प्रदेशात राहणाऱ्या विशिष्ट गटाची एकजूट ही त्या गटाचे सदस्य नसणाऱ्यांशी मित्रभावनेची नसणार. म्हणजेच समूहकेंद्री विचार हा या समाजांतर्गत नात्याच्या दृष्टीने सकारात्मक ठरतो आणि इतर स्थलांतरितांच्या दृष्टीने त्यांना वगळणारा

म्हणून नकारात्मक ठरतो. अस्मितेच्या पायावर विचार करण्यामधून परस्पर विसंगत घटक निर्माण होतात. जेव्हा एखादा गट एकमेकांशी घट्टपणे जोडलेला असतो, तेव्हा अस्मितेच्या मुद्यामुळे तो अधिक भरीव होतो. परंतु, त्यामुळेच या गटाच्या सदस्य नसणाऱ्यांना हिंसक वागणूक देण्यासही असा गट कचरत नाही. असे द्वैत निर्माण होत असल्यामुळेच सामाजिक भांडवलाला सरसकट भांडवल मानणे चुकीचे ठरेल. परंतु तरीही सामाजिक भांडवलाची संकल्पना समस्यात्मक असली; तरी तिचे स्वरूप आणि व्यवहार यांविषयी संशोधन करणे, तपासणी करणे महत्त्वाचे ठरते.

६) सांस्कृतिक स्थळे आणि गतकाळातील वारशासंदर्भातील पूर्वस्मृती : एखाद्या देशाच्या किंवा समाजाच्या सांस्कृतिक इतिहासाचे व्यवस्थात्मक संशोधन करून, एक स्वच्छ आणि व्यापक आकलन पुढे आणणे ही भरीव शक्यता महत्त्वाची ठरते. उदा. ऐतिहासिक उत्खनने, शोध आणि तत्संबंधी संशोधन याला पाठिंबा देऊन विकास विषयक कार्यक्रम हाती घेतला; तर एखाद्या विशिष्ट संस्कृतीच्या आणि परंपरेच्या अंतर्गत असणाऱ्या भिन्नतेचा, तसेच त्याचा व्याप समजावून घेण्याच्या दृष्टीने साहाय्य होते. जेव्हा असे घडते; तेव्हा ऐतिहासिक वास्तू, स्थळे, दस्तऐवज यांच्या साहाय्याने आधुनिक राजकारणातील चकमकी वा झुंजी यांचे समीकरण बदलणे शक्य होते. तीव्र राजकीय आणि बऱ्याच वेळा अनैतिहासिक अन्वयार्थापेक्षा वर्तमानाचा अर्थ लावताना इतिहास, संस्कृती आणि परंपरा यांच्या साहाय्याने नवे अन्वयार्थ लावणे शक्य होते.

उदा. अरब इतिहासामध्ये आपल्याला असे दिसते की, ज्यू समाजाशी एक शांततामय नाते असणारी दीर्घ परंपरा सामावलेली दिसते. त्याचप्रमाणे इंडोनेशियाच्या भूतकाळात एका वेळी हिंदू, बौद्ध, कन्फ्युशिअस संस्कृती बहराला आल्या होत्या असे दिसते. त्यांच्याशी संलग्न इस्लामी परंपराही नांदत होत्या. अल्बेनियामधील बुटरिंट या ऐतिहासिक स्थळामध्ये असे दिसते की; ग्रीक, रोमन आणि नंतरच्या काळातील ख्रिस्ती संस्कृती तसेच इस्लामी इतिहास हे सारे एकत्रितपणे उपस्थित होते. अशा तऱ्हेने भिन्न असे गतकाळातील पुरावे उत्खननाच्या आधारे, ऐतिहासिक वास्तूंच्या आधारे, स्थळांच्या आधारे दाखविता येतात. यातून समकालीन परिस्थितीत दिसणारी विविधता सहिष्णूपणे स्वीकारण्याकडे माणसांना वळविता येते. एखाद्या देशाच्या भूतकाळाचे 'एकसत्त्वीकरण' करून सांस्कृतिक अर्थ जो लावला जातो, त्याच्याशी होड घेण्यासाठी असा इतिहास महत्त्वाचा ठरतो.

अलीकडच्या काळातील उदाहरण द्यायचे तर, हिंदू कार्यकर्त्यांनी भारत देश हा फक्त हिंदू देश आहे असे मांडण्याचा प्रयत्न केला. त्यांच्या मते, इतर धर्म मानणारे जे गट आहेत त्यांना कनिष्ठ स्थान दिले पाहिजे. परंतु, असा विचार करणे हे भारतीय इतिहासाच्या

महान विविधतेला छेद देणारे आहे. यामुळे हजारो वर्षे बुद्धधर्मीय वर्चस्व असणाऱ्या आणि तशी स्थळे असणाऱ्या धर्मावर अन्याय होतो. तसेच भारतामध्ये जैन संस्कृतीलाही एक दीर्घ इतिहास आहे, चौथ्या शतकापासून ख्रिस्ती धर्मही येथे लक्षात येण्यासारख्या पद्धतीने उपस्थित होता. तसेच आठव्या शतकापासून पारशी मंडळी येथे राहात होती आणि याच काळात दक्षिण भारतात अरब व्यापारी म्हणून मुस्लिमांच्या वस्त्या स्थिर होऊन, देशात हिंदू मुस्लीम देवाण-घेवाण प्रचंड स्वरूपात घडली. आपल्याला याचे प्रत्यंतर चित्रकला, संगीत, साहित्य आणि शिल्पकला यांतून दिसते. शीख धर्माचा जन्म, त्याची वाढ; एक नवाच भारतीय धर्म म्हणून एका टप्प्यावर झाली. या साऱ्यांची स्मृती इतिहासाच्या स्मृतीत केली, तर सहिष्णुवृत्तीचे संगोपन आणि बहुविधतेचे स्वागत करण्याच्या दृष्टीने महत्त्वाची भर प्रत्यक्ष वा अप्रत्यक्षपणे घातली जाईल. विकासाच्या दृष्टीने हे घटक महत्त्वाचे ठरतात.

७) सांस्कृतिक प्रभावामुळे मूल्यांची घडण आणि उत्क्रांती घडते : एखाद्या समाजामध्ये विकास घडण्यासाठी सांस्कृतिक घटक जसे महत्त्वाचे ठरतात, त्याप्रमाणे घडविली गेलेली मूल्ये हीसुद्धा त्याच्या गाभ्यापाशी असतात. विकासाची उद्दिष्टे गाठण्याच्या दृष्टीने अशी मूल्ये महत्त्वाचे काम बजावतात. उदा. सार्वजनिक पातळीवर खुली चर्चा घडविणे हीसुद्धा एक सांस्कृतिकदृष्ट्या लक्षणीय सिद्धी आहे. नवे रितीरिवाज आणि नवे अग्रक्रम ठरविण्याच्या दृष्टीनेही ती मूल्ये प्रभावी असू शकतात.

खरोखरच मूल्य घडविणे ही प्रक्रिया परस्परांशी विचारविनिमय करूनच साध्य होते. एकमेकांशी संवादाची संस्कृती आणि दुसऱ्यांचे ऐकण्याची क्षमता, यांतून एक नवाच परस्परांशी जोडलेला व्यवहार निर्माण होऊ शकतो. जेव्हा नवे मानदंड निर्माण होतात, तेव्हा त्याविषयी सार्वजनिक चर्चा करून त्या प्रदेशात नवे रितीरिवाज रुजविणे शक्य होते. उदा. लोकसंख्या नियंत्रित ठेवण्याचा रिवाज किंवा मुलगा आणि मुलगी यांच्यामध्ये भेदभाव न करण्याची रीत किंवा आपल्या मुलांना शाळेत पाठविण्याची इच्छा, असे कितीतरी घटक विकासाच्या। दृष्टीने महत्त्वाचे ठरतात. हे घडण्यासाठी मुक्त चर्चा आणि खुले सार्वजनिक वादविवाद कोणत्याही राजकीय अडसरांशिवाय आणि सामाजिक दडपणुकीशिवाय घडणे महत्त्वाचे ठरते.

एकात्मता

विकासामध्ये संस्कृतीची भूमिका पाहणे हे महत्त्वाचे ठरते, कारण असे करताना आपण संस्कृतीला पुरेशी क्षमता असणारी चौकट बहाल करतो. याच्याच मागे असणारी कारणे समजून घेणे कठीण नाही. एक म्हणजे, संस्कृती जरी प्रभावी असली, तरी आपली

आयुष्ये आणि अस्मिता निश्चित करण्याचे काम फक्त संस्कृतीच करत असते असे नाही. वर्ग, वंश, लिंगभाव, व्यवसाय आणि राजकारण हे सर्वसुद्धा संस्कृती इतकेच महत्त्वाचे ठरतात. किंबहुना या इतर गोष्टींचा प्रभाव अधिक असू शकतो. आपली सांस्कृतिक अस्मिता आपल्या आत्मविष्काराच्या इतर अनेक घटकांपैकी एक असते. आपण काय करतो किंवा कसे करतो यावर सांस्कृतिक अस्मितेचा प्रभाव असला, तरी तो मर्यादित असतो. इतकेच नाही, तर आपण जसे वागतो ते फक्त आपल्या मूल्यानुसार आणि आपल्या मनात असणाऱ्या पूर्वकल्पनांनुसार वागत नाही आणि हे कठोर सत्य लक्षात घेतले पाहिजे की, आपल्याभोवती उचित अशा संस्था आहेत अथवा नाहीत आणि त्यामधून नैतिक प्रोत्साहन आपल्याला मिळते की नाही हे सारे महत्त्वाचे ठरते.

दुसरे असे की, संस्कृती हा एक एकसंध साचा नसतो. सर्वसाधारण संस्कृतीच्या अवकाशात बरीच विविधता असते. जे सांस्कृतिक नियतीवादी असतात, ते बऱ्याच वेळा एका विशिष्ट संस्कृतीत असणाऱ्या विभिन्नतेचे प्रमाण लक्षात घेत नाहीत. बऱ्याच वेळा असमाधानी वा विसंवादी सूर त्या त्या संस्कृतीच्या चौकटीत उद्‌भवलेले असतात. थोडक्यात संस्कृती या गोष्टीचे इतके घटक असतात की, आपण नेमक्या कोणत्या घटकावर लक्ष केंद्रित करण्याचे ठरवितो त्यावर हे अवलंबून असते. उदाहरणार्थ, आपण धर्म किंवा साहित्य किंवा संगीत किंवा जीवनशैली यांपैकी एकाच भागावर लक्ष केंद्रित केले, तर कदाचित संस्कृती एकसाची भासते.

तिसरा मुद्दा म्हणजे, संस्कृती ही कधीच अचल किंवा स्थिर नसते. संस्कृतीला स्थिर मानणे म्हणजेच आपली स्वत:ची फसवणूक करून घेण्यासारखे आहे. उदाहरण घ्यायचे तर, हिंदू संस्कृती किंवा भारतीय संस्कृती असे म्हणून; जर आपण एक स्थिर चित्र उभे करू लागलो, तर आपण त्या कोटिक्रमांमध्ये असणाऱ्या विविधतांकडे दुर्लक्ष तर करतोच; परंतु या चौकटीमध्ये काळाच्या ओघात झालेली उत्क्रांती किंवा फार मोठे बदल दृष्टीआड करतो. म्हणजेच एखाद्या गतिशील जहाजामध्ये संस्कृतीचा नांगर घालून ते थांबविण्याचा प्रयत्न सांस्कृतिक नियतीवादी करत असतात.

भिन्न संस्कृती एकमेकींवर प्रभाव टाकत असतात आणि म्हणूनच कोणत्याही एका संस्कृतीकडे एखादे कवच घालून स्थिर राहिलेली म्हणून पाहता येत नाही. काही वेळा आपल्याला बाहेरून येणार परिणाम फारसा जाणवत नाही. परंतु, म्हणून तो महत्त्वाचा नसतो असे नाही. उदाहरण घ्यायचे तर, १६ व्या शतकात पोर्तुगीजांनी भारतामध्ये मिरची आणेपर्यंत भारतीयांना मिरची म्हणजे काय ते माहीत नव्हते. आणि आता मात्र खास भारतीय मसाल्याचा अविभाज्य भाग म्हणून मिरची दिसते.

थोडक्यात सांगायचे तर संस्कृतीला स्वतंत्र, अपरिवर्तनीय मानणे समस्यात्मकच

आहे. परंतु, असे असले तरी संस्कृतीचे महत्त्व एका पुरेशा व्यापक परिप्रेक्ष्यामध्ये पाहणे तितकेच महत्त्वाचे आहे.

धर्मांधता आणि परात्मता

संस्कृतीचे महत्त्व जाणूनही कोणती पथ्ये पाळायची याचा विचार गांभीर्याने केला पाहिजे. कारण, बंडखोर पद्धतीने संस्कृतीविषयक सर्वसाधारण समज करून घेतले, तर संस्कृती नेमके कोणते कार्य करते याविषयीचे खोल आकलन होणे कठीण होऊन बसते. इतकेच नाही; तर जहाल पद्धतीने संस्कृतीचा विचार केल्यामुळे एखाद्या पंथाविषयी दुरभिमान, अपसमज, सामाजिक भेदभाव आणि अगदी राजकीय क्रौर्यसुद्धा फोफावते. अनेकदा सरळ साधेपणाने संस्कृतीविषयक समज करून घेतले, तर त्यातून आपली विचारशक्ती कुंठित हाते. जनसामान्यांमध्ये आणि सर्वसाधारण अनौपचारिक गप्पांमध्ये असे झालेले आपल्याला दिसते. आपण जर आपल्या अशा अपसमजांची नीट परीक्षा केली नाही, तर केवळ वंशवादी विनोद आणि वांशिक अपशब्द अभिव्यक्त होतात. इतकेच नाही, तर काही वेळा यातून अतिशय घातक अशा महान सिद्धांतांना खतपाणी घातले जाते. जेव्हा सांस्कृतिक पूर्वग्रह आणि सामाजिक निरीक्षण यांच्यातील परस्परसंबंध अपघाताने निर्माण होते, तेव्हा असे सिद्धांतन जन्माला येते. आणि असे सिद्धांतन अपघाती परिस्थिती संपली तरीसुद्धा संपत नाही.

उदा. आयरिश मंडळींच्या विरोधात तयार केलेले विनोद इंग्लंडमध्ये कितीतरी काळ वापरले जात होते. जेव्हा आयरिश अर्थव्यवस्था दुबळी होती, त्या काळात असे विनोद चपखल वाटत असत. परंत, जेव्हा आयरिश अर्थव्यवस्था झपाट्याने प्रगती करू लागली - खरे तर कोणत्याही युरोपीय अर्थव्यवस्थेपेक्षा ती अधिक गतीने भरभराटीला आली, तेव्हासुद्धा आयरिश मंडळींवरील विनोद कचऱ्याच्या टोपलीत टाकले गेले नाहीत. थोडक्यात अशी सिद्धांतने अनेकदा उद्धटपणे चालूच ठेवली जातात.

प्रत्यक्षात आपल्या लक्षात येते की, आयर्लंडला ब्रिटिश सरकारने कसे वागविले या संदर्भात सांस्कृतिक पूर्वग्रहांनी भूमिका बजावलेली दिसते. आणि याचा परिणाम म्हणून १८४० साली जेव्हा अभूतपूर्व अशा दुष्काळामध्ये भरपूर माणसे मेली, तेव्हा त्याबाबत ब्रिटिश सरकारने काहीच केले नाही. जोएल मॉकीर (१९८३) या अभ्यासकाने आयरिश समस्यांसंदर्भात लंडनने दाखविलेली सांस्कृतिक परात्मता मांडली. लेबाऊ याचे तर मत असे आहे की, ब्रिटनमधील दारिद्र्याची चर्चा करताना आर्थिक बदल आणि चढउतार यांची चर्चा केली गेली; परंतु त्याच इंग्लंडमध्ये आयरिश दारिद्र्याकडे पाहताना मात्र आयरिश मंडळींचा आळशीपणा, दुर्लक्ष आणि मठ्ठपणा असे सारे चर्चिले

गेले. त्यामुळे ब्रिटनने आयरिश मंडळींना दलदलीतून वर आणावे असा विचार केला गेला नाही.

१५९० साली स्पेन्सरने लिहिलेली फेअरीक्वीन ही संहिता पाहिली, तर आयरिश दुष्काळाची सांस्कृतिक पाळेमुळे किती दूरवर पसरली होती हे लक्षात येते. १५९० साली लिहिलेल्या या संहितेत बळी जाणाऱ्यांनाचा दोष देणे स्पष्टपणे दिसते आणि १८४० च्या दुष्काळातही ते तसेच चालू राहिलेले दिसते. चार्ल्स एडवर्ड ट्रव्हीलीयन हा दुष्काळाच्या काळातील सर्व सरकारी तिजोरी किंवा खजिना किंवा साठा सांभाळणारा असा होता. त्याचा पूर्वग्रह असा होता की, आयर्लंडसाठी जेवढे शक्य होते, तेवढे सर्व ब्रिटनने केले. इतकेच नाही, तर आयर्लंडमधील भुकेचे सांस्कृतिक स्पष्टीकरणसुद्धा ट्रव्हीलीयनने असे दिले, 'आयर्लंडच्या पश्चिम भागामध्ये शेतकरी वर्गातील एकही स्त्री अशी नव्हती की, तिचे पाकशास्त्र बटाटे उकडण्यापलीकडे गेले होते.

म्हणजेच सांस्कृतिक आंधळेपणा अथवा दिवाळखोरी आणि राजकीय अत्याचार हे एकमेकांच्या निकटच असतात. राज्यकर्ता वर्ग आणि प्रजा या दोहोंमध्ये असणारी सत्तेची विषमता जेव्हा सांस्कृतिक पूर्वग्रहामध्ये मिसळते, तेव्हा एकूण राज्ययंत्रणाही अपयशी ठरते. १८४० मधील आयरिश दुष्काळाबद्दल असेच म्हणता येईल. अशाच पद्धतीचा सांस्कृतिक पूर्वग्रह बाळगून राजकीय बेजबाबदारपणा केलेला दिसतो, तो युरोपीय साम्राज्यांच्या इतिहासामध्ये आशिया आणि आफ्रिका या खंडांविषयी. १९४३ सालच्या बंगालमधील दुष्काळाविषयी विन्स्टन चर्चिलने असे विधान केले होते की, 'उंदराप्रमाणे वीण असणारे बंगालमधील लोक स्वतःला वसाहतवादाचे बळी म्हणवून घेतात.' अशा उपहासात्मक विधानामुळे, या भयानक दुष्काळात दुष्काळ निवारणाचे प्रयत्नही तत्परतेने झाले नाहीत. बळी गेलेल्यांची अशी चिकित्सा करणे आणि त्याचा वापर राज्यकर्त्यांनी आपल्या ढिसाळ आणि विषम वागणूक देणाऱ्या अत्याचारी राजवटीच्या समर्थनार्थ करणे, असे सारे घडत होते.

सांस्कृतिक नियतवाद

सांस्कृतिक पूर्वग्रह आणि राजकीय विषमता यांची संलग्न युती विषारी असू शकते हे खरे असले, तरीसुद्धा आपण लक्षात घेतले पाहिजे की, ज्या तऱ्हेने सांस्कृतिक निष्कर्ष काढले जातात, त्यांतील धोका लक्षात घेणे अधिक महत्त्वाचे आहे. कारण असे सांस्कृतिक निष्कर्ष अगदी तज्ज्ञांच्या आर्थिक विकासाकडे पाहण्याच्या दृष्टिकोनावरही परिणाम घडवू शकतात. बऱ्याच वेळा सिद्धांतने मांडली जातात ती अत्यंत तुरळक पुराव्यांच्या आधारे. अर्धसत्य किंवा पावसत्य हे दिशाभूल करणारे असते. सरळसरळ खोटेपणा आपल्याला

उघडकीस आणता येतो, परंतु अर्धसत्याचे तसे नसते.

येथे उदाहरण म्हणून हन्टींग्टन यांच्या 'कल्चर मॅटर्स' या खंडातील परिचयात्मक निबंधाकडे पाहता येते. संस्कृती महत्त्वाच्या असतात असे मांडताना हन्टींग्टन लिहितो, '१९९० च्या अगदी सुरुवातीला मी घाना आणि दक्षिण कोरिया या दोहोंमधील १९६० च्या सुरुवातीची आर्थिक आकडेवारी पाहिली आणि मला धक्का बसला की, या दोहोंच्या अर्थव्यवस्था त्या काळात किती सारख्या होत्या.... ३० वर्षांनंतर दक्षिण कोरिया जगातील सर्वांत मोठ्या अर्थव्यवस्थेच्या रांगेत १४ व्या क्रमांकावर आले. बहुराष्ट्रीय कार्पोरेशन्स, मोटार गाड्यांची निर्यात, इलेक्ट्रॉनिक उपकरणे आणि इतर प्रगत तंत्र वैज्ञानिक उत्पादने तसेच माणशी अर्थार्जन जवळ जवळ ग्रीस इतकेच. इतकेच नाही, तर दक्षिण कोरिया लोकशाही संस्थांचे संघटनही करण्याच्या मार्गावर होते. असे कोणतेही बदल घानामध्ये झाले नाहीत. घानाचे माणशी उत्पन्न दक्षिण कोरियापेक्षा एक पंधरांश होते. या दोन देशांमधील इतकी अद्वितीय भिन्नता कशी समजून घ्यायची? अनेक घटकांनी हे घडविले असले, तरी नि:संशयपणे मला असे दिसते की, संस्कृती या गोष्टीने येथे मोठी कामगिरी बजावली. दक्षिण कोरियातील लोक काळजीपूर्वक खर्च करणारे आणि गुंतवणूक करणारे, कष्टाळू, शिकलेले, संघटित झालेले आणि शिस्तशीर आहेत. घानामधील मंडळी मात्र भिन्न मूल्यांवर विश्वास ठेवतात. थोडक्यात, संस्कृती महत्त्वाच्या असतात' (हॅरीसन आणि हन्टींग्न २०००, xiii).

अगदी सहजपणे सांगितलेली ही कथा मोठ्या प्रमाणात फसवी आहे. या दोहोंमध्ये अनेक फरक होते. केवळ सांस्कृतिक घडण एवढाच मुद्दा त्या दोहोंमध्ये नव्हता. हन्टींग्टनला जेव्हा १९६० च्या दशकात घाना आणि कोरिया यांच्यामध्ये संस्कृती वजा करता साम्य भासले, तेव्हा खरे तर या दोन देशांमधील वर्गीय संरचना बऱ्यापैकी भिन्न होत्या. दक्षिण कोरियामध्ये त्या काळात मोठा बिझनेस क्लास कार्यरत होता. दुसरे म्हणजे, या दोहोंमधील राजकारणसुद्धा अत्यंत भिन्न होते. दक्षिण कोरियातील सरकार बिझनेसकेंद्री आर्थिक विकास साधण्यास उत्सुक होते, तसे घानामध्ये नव्हते. तिसरा फरक म्हणजे, कोरियातील अर्थव्यवस्था जपानमधील अर्थव्यवस्थेशी जुळलेली होती आणि त्याच वेळी अमेरिकेशीही जुळलेली होती. यामुळे कोरियातील विकास सुरुवातीच्या टप्प्याला गतिशील झाला. चौथी आणि कदाचित सर्वांत महत्त्वाची भिन्नता म्हणजे, १९६० च्या दशकात दक्षिण कोरियामध्ये साक्षरतेचे प्रमाण खूपच जास्त होते आणि शैक्षणिक व्यवस्थाही घानापेक्षा अधिक विस्तारित होती. दुसऱ्या महायुद्धोत्तर काळामध्ये कोरियामध्ये जे बदल झाले, ते बऱ्याच प्रमाणात ठाम स्वरूपाच्या सार्वजनिक धोरणांमुळे झाले आणि या बदलांकडे फक्त प्राचीन कोरियन संस्कृतीचे प्रतिबिंब म्हणून पाहणे चूक ठरेल.

म्हणूनच कोरियातील संस्कृतीचा उदोउदो करणे किंवा घानाचे भविष्य निराशेने ग्रासलेले आहे असे मांडणे घातक आहे. दक्षिण कोरियाने फक्त आपल्या पारंपरिक संस्कृतीवर विसंबण्याचे टाळले हे सत्य आहे. १९४० नंतरच्या काळात दक्षिण कोरियाने जाणीवपूर्वक रितीने बाहेरच्या जगातील घडामोडींकडे लक्ष देऊन आपल्या मागास शालेय शिक्षणामध्ये प्रगती करण्याचे सार्वजनिक धोरण अवलंबिले.

अगदी आजही दक्षिण कोरिया जागतिक अनुभवांपासून शिकत आहे. काही वेळा हे शिकणे त्यांना जे अपयशाचे अनुभव आले त्यातून घडले. जेव्हा दक्षिण कोरियाने इतर प्रदेशांप्रमाणेच पूर्व आशियाई कोंडीचा अनुभव घेतला, तेव्हा पूर्णपणे लोकशाही व्यवस्था न राबवण्याची किंमतही दिली. लोकशाहीमुळे दडपलेल्यांना जो आवाज प्राप्त होतो, तसा आवाज हुकूमशाही राजवटीत मिळत नाही. आर्थिक कोंडीचेसुद्धा एक राजकारण असते. दक्षिण कोरिया, इंडोनेशिया, थायलँड आणि इतर काही देशांनी अशी कोंडी अनुभवली; परंतु यातून जागतिक पातळीवर एक धडाही दिला गेला. तो असा की, लोकशाही असेल तर आपत्काळात बळी गेलेल्यांना मदत करता येते. म्हणजेच 'वाढ' आणि 'समभाग' या विषयी विचार न करता घसरण झाली असता, सुरक्षितता कशी मिळवायची या विषयीही विचार करणे भाग पडते.

इतकेच नाही, तर घाना आणि इतर आफ्रिकेतील देश विकासाच्या दृष्टीने आवश्यक ती संस्कृती नसल्यामुळे अपयशी ठरणार, असे निराशाजनक चित्र रंगविण्यातही अर्थ नाही. एक तर हे लक्षात घेतले पाहिजे की, दक्षिण आफ्रिकेसारखे देश झपाट्याने बदलले; कारण त्यांचे सांस्कृतिक मापदंड कधीही घट्ट स्थिर स्वरूपाचे राहिले नाहीत. म्हणजेच चुकीच्या दिशेने जाणारी अर्धसत्ये ही भयानकपणे दिशाभूल करणारी असतात.

अर्थात, आर्थिक विकासाचे स्पष्टीकरण देताना सांस्कृतिक नियतवादाचा आधार यापूर्वीही घेतला गेला आहे. खरोखरच १०० वर्षांपूवी मॅक्स वेबर (१९३०) या महान समाजशास्त्रज्ञाने एक प्रमुख सिद्धान्तन मांडून प्रोटेस्टंट नीतिमत्तेच्या निर्णयात्मक भूमिकेमुळे भांडवली औद्योगिक अर्थव्यवस्था विकसित झाली असे मांडले होते. वेबरवादी विश्लेषणातून भांडवलशाहीच्या उदयामध्ये संस्कृतीची जी भूमिका मांडली होती, ती १९ व्या शतकाच्या उत्तरार्धात त्याने केलेल्या निरीक्षणावर आधारित होती. आता विशेषत: समकालीन जगामध्ये जेव्हा आपण पाहतो की, प्रोटेस्टंट नसणाऱ्या आणि ख्रिश्चनही नसणाऱ्या देशांमध्ये बाजारपेठी अर्थव्यवस्था यशस्वी झाल्या आहेत, तेव्हा असे विश्लेषण द्वंद्वात्मकदृष्ट्या अधिकच गमतीचे वाटते.

मॅक्स वेबरला असे निश्चित म्हणायचे होते की, चैतन्यशाली औद्योगिक अर्थव्यवस्था आणि कन्फ्युशियन वाद हे परस्पर विसंगत आहेत. अँथनी गिडन्सने वेबरविषयी थोडक्यात

मांडताना हेच अधोरेखित करून असे मांडले की, 'कन्फ्युशियन मूल्ये विवेकवादी साधनात्मकतेच्या पोषणाला हातभार लावत नाहीत.' याच्या अगदी विरोधात अलीकडच्या काळातील आशियाबद्दल अनेक लेखक असा दावा करतात की, कन्फ्युशियन नीतिमत्ता औद्योगिक आणि आर्थिक यशाच्या दृष्टीने विशेष महत्त्वाची ठरते. याचे उदाहरण म्हणून पूर्व आशियामधील घडामोडी पाहिल्या जातात. मिचिओ मोरिशीमा या महान अर्थशास्त्रज्ञाने जपानी जीवनपद्धतीची मुळे शोधताना, जपानच्या सरंजामी व्यवस्थेच्या विशेष इतिहासाला महत्त्व दिले आहे. रोनाल्ड डोअर या महान समाजशास्त्रज्ञानेसुद्धा कन्फ्युशियन नीतिमत्तेच्या गुणवत्तेला महत्त्व दिले. आई को इकेगामी हा अतिशय हुशार तरुण जपानी इतिहास तज्ज्ञ सामुराई चौकटीतील प्रतिष्ठा वा इज्जत या संदर्भातील संकेतांवर भर देतो.

या सर्व सिद्धान्तनापासून आपल्याला शिकण्यासारखे बरेच आहे आणि हे सैद्धांतिक ज्या प्रकारे प्रत्यक्ष अनुभवांशी आपल्या सिद्धांतनांची सांगड घालतात, त्यामध्ये एकतऱ्हेची आंतर्दृष्टीसुद्धा दिसते. तरीही लक्षात येते की; सांस्कृतिक स्पष्टीकरणे देताना, विशिष्ट घटकांवर भर देताना भूतकाळाची निरीक्षणे मांडली जातात; ती मात्र बऱ्याच वेळा नंतरच्या अनुभवाच्या प्रकाशात गडबडलेली दिसतात. खरोखरच सांस्कृतिक नियतवादाचे सिद्धांतन हे प्रत्यक्ष वा खऱ्या जगाच्या एक पाऊल मागेच असते. मॅक्स वेबरने जेव्हा १९ व्या शतकाच्या अनुभवावर आधारित प्रोटेस्टंट नीतिमत्तेला वर उचलून धरले आणि त्याच्या सिद्धांताला मोठ्या प्रमाणात महत्त्व प्राप्त झाले, त्या काळातच फ्रान्स आणि इटलीसारख्या कितीतरी कॅथेलिक देशांची वाढ प्रोटेस्टंट ब्रिटन किंवा जर्मनी यांच्यापेक्षा अधिक गतीने पुढे जात होती. अशा तऱ्हेने मग हे सिद्धांतन बदलावे लागले आणि मग हितकारी संस्कृती सर्वसाधारणत: ख्रिश्चन आणि पाश्चात्त्य या शब्दांतून मांडावी लागली.

इतकेत नाही, तर विकासासंदर्भात संस्कृतीविषयक युरोकेंद्रित दृष्टिकोन प्रस्थापित झाला, तोपर्यंत पाश्चिमात्य देशांपेक्षा जपान कितीतरी अधिक गतीने वाढला आणि मग जपानी जीवनशैली 'सामुराई संस्कृती' यांच्याविषयी बोलायला लागली. त्या नंतरच्या काळात जपानचे विशिष्टत्व समजून घेता घेताच पूर्व आशियामधल्या अर्थव्यवस्था गतीने वाढल्या आणि मग हे सिद्धांतन व्यापक करून 'आशियायी मूल्यां'बद्दल सिद्धान्त मांडणी करणे भाग पडले. कन्फ्युशियन सिद्धांत प्रस्थापित झाला, तेव्हा थायलंडची अर्थव्यवस्था सर्वांत अधिक गतिशील होती आणि थायलंड हा बुद्धधर्मीय देश होता. जपान, कोरिया, चीन आणि तैवान या साऱ्यांवर संस्कृतीच्या दृष्टीने बुद्ध धर्माचा प्रभाव दिसतो. भव्य सांस्कृतिक सिद्धांतने ही व्यवहारात नेहमीच भूतकाळात रेंगाळताना दिसतात. त्यांना भविष्य कथनाची भूमिका घेता येत नाही.

असे सर्व विशेष अभ्यास आपल्याला सांस्कृतिक दुवे समजून घेण्याच्या दृष्टीने साहाय्य करतात. परंतु संस्कृतीला स्थिर, स्वतंत्र, एकमेव अद्वितीय मानून; फक्त विकासाचा स्रोत्र म्हणून लक्षात घेणे चुकीचे ठरते.

परपस्परावलंबन आणि शिकणे

येथे मला पुन्हा एकदा दक्षिण कोरियाचा संदर्भ घ्यावासा वाटतो. अगदी १९६० च्या दशकात कोरिया हा देश एक समाज या दृष्टीने घानापेक्षा कितीतरी अधिक साक्षर आणि अधिक शिक्षित होता. या दोन देशांमधील फरक व साम्य पाहताना दक्षिण कोरियातील सार्वजनिक धोरणे दुसऱ्या महायुद्धाच्यानंतरच्या काळात ज्या प्रकारे अवलंबिली गेली, तो मुद्दा महत्त्वाचा ठरतो.

एकीकडे असे दिसते की, या शिक्षणविषयक सार्वजनिक धोरणांवर सांस्कृतिक घटकांचा परिणाम होता हे खरे आहे. आपण हे लक्षात घेतले पाहिजे की, जेथे जेथे बुद्धधर्मीय परंपरा प्रभावी स्वरूपात अस्तित्वात आहे, त्या सर्व देशांमध्ये शैक्षणिक उपक्रम आणि साक्षरता याला सामान्य जनांनी उत्साहाने प्रतिसाद दिला. जपान, कोरिया, चीन, थायलंड आणि श्रीलंका या सर्व देशांमध्ये असे चित्र दिसते. अगदी दैन्यावस्थेतील बर्मामध्येसुद्धा इतकी राजकीय दडपणूक आणि सामाजिक उपेक्षा असतानाही, साक्षरतेचे प्रमाण आपल्या शेजारच्या उपखंडापेक्षा जास्त दिसते. एका व्यापक चौकटीत याकडे पाहिले, तर कदाचित येथे काहीतरी तपासून पाहण्यासारखे आणि शिकण्यासारखे दिसते.

तरीसुद्धा या प्रक्रियेचे परस्परांकडून देणे-घेणे करून पुढे जाण्याचे स्वरूप लक्षात घेणे महत्त्वाचे ठरते. आपण हे लक्षात घेतले पाहिजे की, दुसरे महायुद्ध संपल्यनंतर जेव्हा कोरियाने शालेय शिक्षणाचे प्रकल्प जोरकसपणे हाती घेतले, तेव्हा त्यांच्यावर फक्त सांस्कृतिक प्रभाव नव्हता; तर जपान, पाश्चिमात्य जग आणि अमेरिका यांच्या अनुभवांमुळे त्यांना शिक्षणाची भूमिका आणि महत्त्व या विषयी नवे आकलन झाले होते.

अशीच काहीशी कहाणी जपानच्या शैक्षणिक विकासाची दिसते. १७ व्या शतकाच्या सुरुवातीला टोकूगावा राजवटीच्या अंतर्गत जपान जेव्हा जगापासून तुटलेल्या अवस्थेतून बाहेर आला, तेव्हा जपानमध्ये एक चांगल्या प्रकारे विकसित झालेली शैक्षणिक व्यवस्था होती. खरोखरच १८६८ साली जपानमध्ये युरोपपेक्षा साक्षरतेचा दर अधिक होता. या काळात जपान आर्थिकदृष्ट्या बऱ्यापैकी अविकसित होता. असे असले, तरी औद्योगिकीकरण घडलेल्या पाश्चिमात्य जगातील ज्ञान आणि शिक्षण याच्याशी जपानी शिक्षण व्यवस्थेचा सांधा जुळलेला नव्हता. १८५२ मध्ये जेव्हा काळा धूर ओकणारे वाफेचे जहाज पाहिले, तेव्हा जपानी मंडळी नुसती चकितच झाली नाही तर काही प्रमाणात

भयभीतही झाली. या सर्व प्रक्रियेत अमेरिकेशी राजकीय आणि व्यापारविषयक संबंध स्विकारून जपानला आपले जगापासून अलिप्त असणारे अस्तित्व तपासावे लागले.

१९०६ ते १९११ या काळामध्ये संपूर्ण जपानमध्ये ४३% बजेट हे शिक्षणासाठी होते. १९०६ साली सैन्यात भरती होणारे सर्व अधिकारी साक्षर होते. १९१० च्या सुमाराला जपानमध्ये प्राथमिक शिक्षण सार्वत्रिक केले गेले होते. १९१३ साली जेव्हा जपान हा देश अजूनही गरीब आणि अविकसीत होता, परंतु तो देश आता जगामध्ये अधिक पुस्तके प्रसिद्ध करणारा ठरला.

जपानची ही कहाणी आणखी पुढे नेताना असे लक्षात येते की, जपान हा देश फक्त शिकत नव्हता, तर तो इतरांना शिकवतही होता. पूर्व आणि दक्षिण-पूर्व आशियाच्या विकासावर यांचा चांगला परिणाम दिसतो. विकास घडविताना अशा प्रकारचे सांस्कृतिक आणि आर्थिक शहाणपण आत्मसात करावे, याचे धडे जपानमुळे मिळतात. भारतासारखा देश आज तंत्रज्ञान आणि आर्थिकदृष्ट्या त्या काळातील जपानपेक्षा अधिक प्रगतिशील दिसला, तरी भारताने ज्या प्रकारे पायाभूत शिक्षणाची चिकित्सक भूमिका दुर्लक्षित केली आहे, त्याची किंमत आपण सर्वजण देत आहोत. मैझी काळातील जपानकडून आपण शिकले पाहिजे.

सांस्कृतिक जागतिकीकरण

मी आता एका विसंगत मुद्याकडे वळणार आहे. म्हणजे, जेव्हा जागतिक व्यवहार सुरु होतात, तेव्हा स्थानिक संस्कृतीची एकात्मता आणि खरे तर अस्तित्वसुद्धा धोक्यात येते. अशा वेळी पाश्चिमात्य महानगरीय सांस्कृतिक साम्राज्यवादाचे वर्चस्व वाढते. अशा परिस्थितीत असे मांडले जाईल की, जागतिक प्रभावाचे स्वागत करण्यापेक्षा त्या प्रभावाला बळकटपणे विरोध करणे आवश्यक असते.

सर्वप्रथम मला हे सांगितले पाहिजे की, माझ्या मांडणीमध्ये आंतरविरोध नाही. आपण जेव्हा दुसऱ्यांकडून काही शिकतो, तेव्हा त्या शिकण्यात एक तऱ्हेचे स्वातंत्र्य असते आणि परिस्थितीचा अंदाज घेण्याची क्षमताही असते. आपण निवड करूनच बाय जगातील प्रभावाला तोंड द्यायचे असते. वर्चस्वात्मक बाजारपेठी शक्ती-जी समृद्ध पाश्चिमात्य जगापाशी असते, त्याने आपण गुदमरून जाण्याची शक्यता असते. जवळजवळ सर्व माध्यमांवर याचा असमान प्रभाव दिसतो, त्यातून नवाच प्रश्न उभा राहतो. खरे तर इतरांकडून शिकण्याचे महत्त्व हा मुद्दा या परिस्थितीत अजिबात विसंगत ठरत नाही.

जागतिक सांस्कृतिक हल्ल्याकडे आपण कसे पाहावे, या संदर्भात दोन मुद्दे महत्त्वाचे ठरतात. पहिला मुद्दा, सर्वसाधारण बाजारपेठी संस्कृतीचे स्वरूप याच्याशी निगडित

आहे. ही संस्कृती आर्थिक जागतिकीकरणाचाच भाग असते. अनेकांना बाजारपेठेशी जोडलेली संस्कृती असभ्य आणि दरिद्री वाटते, म्हणून ते आर्थिक जागतिकीकरणाला विरोध करतात. दुसरा प्रश्न येतो, तो म्हणजे पाश्चिमात्य जग आणि इतर देश यांच्यामध्ये सत्तेसंदर्भात असणारी असमानता आणि या असमानतेमुळे पाश्चिमात्य नसणाऱ्या समाजांमध्ये सांस्कृतिक कंगालीकरण येण्याचा धोका. पाश्चिमात्य जगातून जेव्हा एम. टी. व्ही. किंवा 'केंटकी चिकन' येते, तेव्हा स्थानिक परंपरांना जो धोका जाणवतो, तो खराच असतो.

जागतिक होणाऱ्या विश्वामध्ये आज प्राचीन, देशी संस्कृतींवर घाला घातला जाणे अपरिहार्य दिसते. आपण व्यापार आणि वाणिज्य यांचे जागतिकीकरण थांबवून हा प्रश्न सोडवू शकत नाही. कारण आर्थिक विनिमय आणि श्रमविभाग या शक्तींना थांबविणे कठीण असते. अर्थात, जागतिकीकरणामधून येणारा न्याय्य वाटपाचा मुद्दा महत्त्वाचा आहे. जागतिक व्यापार आणि वाणिज्य यांमुळे येणारी आर्थिक समृद्धी प्रत्येक देशाला आवश्यक वाटते. परंतु, जर आपल्याला सहभाग स्वरूपात जागतिकीकरणाचे फायदे पाहिजे असतील, तर मात्र ते एक आव्हानात्मक कृत्य आहे. हा फक्त आर्थिक प्रश्न नसून सांस्कृतिक क्षेत्राशीही निगडित असा प्रश्न आहे. आपण आपले खरे पर्याय अशा तऱ्हेने वाढविणार आहोत किंवा आपल्या देशातील लोकांची स्वातंत्र्ये भरीव स्वरूपात कशी गतिशील करणार आहोत हा प्रश्न महत्त्वाचा आहे. ज्या सांस्कृतिक परंपरा लोकांना जतन कराव्याशा वाटतात, त्यांना पाठिंबा देऊन लोकांच्या जीवनात मोठे बदल घडवणाऱ्या विकासाची वाटचाल कशी करायची हा प्रश्न महत्त्वाचा वाटतो. असमानता ही समस्या सोडविताना नैसर्गिक प्रतिसाद म्हणून स्थानिक संस्कृतीमधून ज्या संधी निर्माण होतात त्यांना बळकटी देणे महत्त्वाचे ठरते. जर पाश्चिमात्य वा परदेशातून आयात होणाऱ्या गोष्टींचा हल्ला थांबवायचा, तर परदेशी वस्तूंना जो माध्यमांच्या संदर्भात नियंत्रणाचा आवाका असतो, तसे नियंत्रण स्थानिक संस्कृतीच्या आविष्काराने मिळाल पाहिजे. परदेशी मालाला बंदी करण्यापेक्षा हा प्रतिसाद सकारात्मक आहे. शेवटी याबाबत विचार करताना लोकशाही हे मूल्य निर्णायक ठरते. समाजामध्ये लोकांना सहभागी करून निर्णय घेण्यासाठी खुली चर्चा आणि अल्प संख्यांकांना आपल्या भूमिका अभिव्यक्त करण्याची पुरेशी संधी दिली गेली पाहिजे. आपण एकाच वेळी लोकशाही हवी असे म्हणताना सर्व विदेशी गोष्टींवर बहिष्कार घालू शकत नाही. एकीकडे परदेशी घाल्यापासून स्थानिक संस्कृती वाचवायची, तर आपला समाज लोकशहीवादीच असला पाहिजे. कोणतेही बाहेरचे सांस्कृतिक प्रभाव बंदी घालून थांबविले की, आपण लोकशाही व स्वातंत्र्य यांवर घाला घालतो.

या प्रश्नाशी निगडित असा एक सूक्ष्म प्रश्न आहे. त्या प्रश्नाला उत्तर शोधताना

आपण पाश्चिमात्य संस्कृतीच्या बॉम्ब गोळ्याच्या भीतिपलीकडे जाऊन विचार करू शकतो. अकील बिलग्रामी (१९९५) यांनी 'मुस्लिम म्हणजे काय' या आपल्या निबंधात पाश्चिमात्य लोकांपेक्षा मुस्लिम अस्मिता मूलत: भिन्न असते असे मांडले. अशा तऱ्हेची स्वत:ची व्याख्या करून सांस्कृतिक किंवा राजकीय राष्ट्रवाद आणि धार्मिक आग्रहीकरण तसेच अगदी मूलतत्त्ववादही वाढलेला दिसतो. परंतु वरवर पाहता पाश्चिमात्यांना विरोध करणारी ही भूमिका खोलवर परदेशी चौकटीवर नकारात्मक स्वरूपात अवलंबून असते. एकदा आपण स्वत:ला दुसऱ्यापेक्षा भिन्न मानले की, आपल्यातील मुक्त आणि सर्जनशील कर्तेपणावर आपण अन्याय करतो. या समस्येला उत्तर म्हणून आपल्याला सार्वजनिक चर्चा स्पष्ट स्वरूपात करता आल्या पाहिजेत.

आणखी एक महत्त्वाचा मुद्दा ज्याची मी चर्चा अजूनही केली नाही, तो म्हणजे 'प्रत्येक देशाने वा समूहाने आपल्या आपल्या संस्कृतीशी एकनिष्ठ राहाणे', असे वाटणे हे मत जर स्वीकारले, तर आपण फक्त मॅक्डोनाल्ड आणि सौंदर्य स्पर्धा नाकारत नाही; तर शेक्सपिअर, बॅले नृत्य किंवा अगदी क्रिकेट मॅचसुद्धा नाकारतो. रविंद्रनाथ टागोर यांनी असे म्हटले आहे, 'जे जे मानवी निर्माण म्हणून आपल्याला समजते आणि भावते, ते तत्काळ आपले होऊन जाते. मग त्यांचे मूलस्थान कोठेही असो. मला माझ्या मानवतेबद्दल अभिमान वाटतो, कारण माझ्या स्वत:च्या देशाप्रमाणेच इतर देशांतील कवी आणि कलावंत यांचे अविष्कार मला आपले वाटतात.' आपण मुळात कुठूनही आलेले असू, जे आपल्याला आवडते आणि ज्याची आपल्याला आकांक्षा असते, त्यांपासून आपण वंचित राहता कामा नये. शेवटी संस्कृती ही फक्त भूगोल वा भूप्रदेश नसते.

४ विकास भकास

आटपाटनगर होते. तसे अस्ताव्यस्त होते; पण त्यात एक 'हिरवे' बेट होते. बेटावर वस्ती होती. वस्तीमधली माणसं कप्प्यांमध्ये राहत. पाणी, वीज, हिरवळ, स्वच्छता सगळे होते. माणसं सतत कम्प्युटरवर काम करायची. बायका ब्युटी पार्लर चालवायच्या आणि शब्दकोडी सोडवायच्या. लहान मुलं शिस्तशीर होती. युनिफॉर्म घालून वस्तीतच शाळेत जायची. सगळे कसे आखलेले नेमके होते.

त्या बेटावर कोणी कोणाशी बोलत नसे. खेळत नसे. मुलंसुद्धा कम्प्युटरवर सगळे खेळ आपले आपण खेळत. बायका फार तर वहिन्यांमधल्या वहिन्यांशी बोलत. आजी-आजोबा नव्हतेच. पण वाहिन्यांमध्ये दिसायचे. सगळे कसे निरोगी, तकतकीत जाहिरातींसारखे दिसायचे.

स्वाइन फ्ल्यू , एड्स आणि न बऱ्या होणाऱ्या कॅन्सरने बाहेर थैमान घातले होते. माणसं अकाली पटापटा मरत होती. आणि तरीही वस्तीत भटक्या कुत्र्यांचा, पक्ष्यांचा सांभाळ होत होता. इथे सांडपाण्यावर वाढलेली पालेभाजीसुद्धा नाईलाजाने खाल्ली जायची. माणसांचे गट कधी एकत्र येत; कधी शिव्याशाप, कधी विचारपूस, कधी मोर्चे निघत. इथली मुलं मोठी कल्पक होती. ती झाडांच्या फांद्या वापरून बॅट तयार करत, चिंध्यांचा चेंडू करत आणि मोडक्या सायकलच्या चाकांचे, नळ्यांचे स्टप तयार करून खेळत. वस्तीत गजबजाट होता; पण बोलणं नव्हतं. झोक जाणारे दारूडे, कानाखाली जाळ काढणाऱ्या आया, तरीही जत्रेसारखे वातावरण. मरणाला आणि तोरणाला सगळे जमत, तेच तेच बोलत. बेटावरती मात्र इतकी शांतता कशी, हा प्रश्न होताच.

बेटावर झाडं नव्हती, हिरवळ होती. पण ज्याची त्याची हिरवळ ज्याच्या त्याच्या मालकीची. घरातही सगळे मिळून काहीच नसे, सिनेमासुद्धा ज्याचा त्याचा. बेटावरच्यांना कशाची भीती नव्हती. साथीच्या रोगांची नाही, दहशतवाद्यांची नाही, भटक्या कुत्र्यांची नाही आणि घाण करणाऱ्या पाखरांचीही नाही. ज्या त्या घरात मोजका, 'सकस' स्वयंपाक. कोणाला अपचन नाही, हागवण नाही आणि खरूज तर नाहीच नाही. बेटावरच्या माणसांना

काहीच बोलण्याची गरज नव्हती. त्यांचा विकास परिपूर्ण होता. रस्ते स्वच्छ आणि सलग; वाहने, पेट्रोल, डिझेल सारं काही आटोक्यातलं. एकमेकांशी बोलण्यात ते वेळ वाया घालवत नव्हते. भाषेची तरी काय गरज? ती माणसं बेटावर काहीच येऊ देत नसत- वर्तमानपत्रं, मासिकं, पत्रकं. जे काही पाहायचं, वाचायचं ते कम्प्युटरच्या चौकोनातून.

एकदा काय झालं अचानक कम्प्युटरमध्ये व्हायरस आणि बेटावरही व्हायरस घुसला आणि सगळ्यांचा डेटा करप्ट झाला. वस्तीवरच्या जंतूंनी धुमाकूळ घातला. याला कॅन्सर त्याला कॅन्सर. काहीच नाही तर एड्स आणि डिप्रेशन. कोणी कोणाला काहीच सांगेना. हा गोंधळ माजला. कम्प्युटर बंद मग करायचं तरी काय, मोठा यक्षप्रश्न.

त्यातच अचानक वस्तीला बेटावरून आलेला कुजकट वास गुदमरवू लागला. काय बरं झालं असेल? बेटावर सगळं आलबेल असतं. सगळं सुगंधी, सगळं जिथल्या तिथे. बेटावरच्या धडधाकट माणसांना अचानक आपल्या आरोग्याचा कंटाळा आला का? कधी ताप नाही, कधी खोकला नाही. कधी कामापासून सुटका नाही, कधी कोणाची सेवा करायची नाही, कधी कुणाशी चांगलं बोलायचं नाही, काहीच नाही. त्यांच्या स्वयंपाकासाठी लागणारे वेगवेळे कृत्रिम डबे, मायक्रोव्हेवमध्ये घालायची तयार अन्नाची पॅकिंग्ज असा कचरा जमला होता. मातीतसुद्धा न विरघळणाऱ्या वस्तू त्यांनी खड्ड्यात घातल्या. पण त्या वस्तूही कंटाळल्या शांततेला. त्या आतल्याआत धुमसू लागल्या, त्यातून धूर निघू लागला. घुसमटवून टाकणार वास हवेत पसरू लागला आणि पाहता पाहता कित्येक धडधाकट, जाहिरातीसारख्या दिसणाऱ्या सुंदर स्त्री - पुरुषांना तेथे धाप लागू लागली, वय आठवू लागले. पहिल्यांदाच मरणाची अमोघ भीती त्यांच्या डोळ्यात दिसू लागली,.

बेटाबाहेर लहान-मोठ्यांना कणव आली, ती मंडळी बेटात घुसलीच. बेटावरची गुदमरणारी, थकलेली माणसं बाहेरच्या गटाकडे आशेने पाहू लागली. दोघांनाही एकमेकांशी बोलावसं वाटलं. यांना गडबड गोंधळ हवा झाला आणि त्यांना थोडीशी शांतता. विकास असा. भकास नको असं दोघांनाही वाटलं. पण पुढे कसं जायचं? एकमेकांशी बोलायचं कसं? हे शब्द शोधताहेत, ते शब्द शोधताहेत. शब्दांनी नवा जन्म घेतला आणि झाडांना नवी पालवी फुटली.

भाग २

समकालीन प्रश्न आणि सामाजिक संदर्भ

या विभागातील क्र. १ ते ८ हे लेख समकालीन भारतातील आणि विशेषत: महाराष्ट्रातील स्त्रियांच्या जगण्यावर आघात करणारे, प्रभाव पाडणारे घटक लक्षात घेऊन लिहिले आहेत. वर्तमानकाळात जे काही विवाद स्त्रियांसंदर्भात केले जातात, ते सर्व विवाद या लेखांमध्ये सामावण्याचा प्रयत्न केलेला आहे. जेथे अवकाश मिळाला, तेथे म्हणजे मासिके किंवा वृत्तपत्रे यांतून माझे लेखन सातत्याने चालू राहिले. त्यामुळे एकाच वेळी 'परिवर्तनाचा वाटसरू', 'मिळून साऱ्याजणी', 'महाराष्ट्र टाइम्स' अशा भिन्न माध्यमांतून हे लेख सर्वसाधारण वाचकांसाठी आणि अभ्यासकांसाठी लिहिलेले आहेत. पुस्तकाच्या संकलनामध्ये या लेखांचे एकमेकांशी असणारे धागेदोरे वाचकांना आवडतील याची खात्री वाटते.

या विभागातील अगदी शेवटचा लेख वेगळ्या स्वरूपाचा आहे. स्त्री प्रश्नाची गुंतागुंत उलगडून पाहण्याचा प्रयत्न करणाऱ्या मला, दोन महिन्यांसाठी अमेरिका नावाच्या खंडप्राय देशातील एका महत्त्वाच्या शहरात फारसे काही अभ्यासाचे काम नसताना राहण्याची संधी मिळाली. या लेखात नेहमीसारखे प्रवासवर्णन केलेले नाही. पूर्वीपासून अनेकदा बहुविध अशा अमेरिका देशात राहणाऱ्या आणि पाहणाऱ्या माझ्यासारखीला या वेळी तटस्थ निरीक्षणाच्या मूडमध्ये जावेसे वाटले. त्यामुळेच दिसणारी आणि न दिसणारी, धूसर असणारी आणि आधुनिकतेच्या पडद्याआड भेदरलेली, असुरक्षिततेने पछाडलेली अमेरिका मला स्वच्छ दिसली. अमेरिकेची बदलती सामाजिक स्पंदने जाणवली. भारतात आणि अमेरिकेत काही समस्या सारख्याच आहेत हे लक्षात आले. भारतीय मध्यमवर्गाचे या संदर्भात मला झालेले दर्शन अंतर्मुख करून गेले. अमेरिकेच्या बाह्यरंगातून अंतरंगात जाणे आणि या संदर्भात पुन्हा भारतीय वास्तवाला भिडणे हा अनुभव वाचकांना नक्कीच समृद्ध करणारा वाटेल.

१ लिव्ह इन रिलेशनशिप : काही मुद्दे

'लिव्ह इन रिलेशनशिप' हा वाक्प्रचार सध्या महाराष्ट्रातच नव्हे, तर भारतभर भिन्न माध्यमांमधून जोरात प्रसारित होतो आहे. लग्न न करता लग्नासारखे नाते जोडून एकत्र राहणाऱ्या तरुण जोडप्यांसंदर्भात हा वाक्प्रचार वापरला जातो. 'अशा नात्याला शासनाने विवाहामध्ये असणाऱ्या कायदेशीर संरक्षणाप्रमाणेच संरक्षण द्यावे' असे विधेयक येण्याच्या मार्गावर होते आणि या विधेयकाला चहूबाजूंनी संस्कृतीच्या संदर्भात विरोध सुरू झाला आणि गदारोळ माजला.

विवाहसंस्थेच्या चौकटीत न राहता, विवाहाप्रमाणे एकत्र राहू पाहणाऱ्या तरुण पिढीचासुद्धा एकच एक साचा नाही. आपले घर, गोतावळा, जात, गाव यांपासून दूर एखाद्या महानगरीत नवे कौशल्य, नोकरीची चांगली संधी किंवा उच्च शिक्षणासाठी एकेकटी राहणारी तरुण मुले-मुली काही वेळा मुलाबाळांचे जंजाळ नको, वडिलधाऱ्यांचे मानपान नको; परंतु काही प्रमाणात जोडीदारपणा हवा, म्हणून असे नाते स्वीकारतात. अशी नाती बऱ्याच वेळा इतकी तात्कालिक असतात की, आपापले अभ्यासक्रम वा नोकऱ्या संपल्या की, ही मुले-मुली साळसूदपणे आपापल्या आईवडिलांच्या संमतीने मंगल, पवित्र, समाजमान्य लग्नाच्या चौकटीतही स्वेच्छेने जातात. परंतु विवाहाशिवाय एकत्र राहणाऱ्या जोड्यांचा आणखी एक प्रकार दिसतो. तो असा की, ही जोडपी भिन्न धर्मीय, भिन्न जातीय, भिन्न वर्गीय असतात. त्यांतील एकाला किंवा दोघांनाही माहीत असते की, घरच्यांना कळले तर कुऱ्हाडीने तुकडे होतील. अशा वेळी 'प्रेम' या संकल्पनेच्या आधाराने या जोड्या एकत्र राहू लागतात. आणखी एक स्तर दिसतो तो असा की, मुलगा-मुलगी दोघेही हुशार, विचारी असतात; तरल संवेदनाक्षम असतात. परंतु त्यांना एकमेकांवर अपेक्षांचे ओझे लादायचे नसते. तसेच विवाहसंस्थेच्या चौकटीत जी काही अनेक भूमिकांची ओझी पेलावी लागतात, तेवढा अवकाश अथवा वेळ त्यांच्यापाशी नसतो. त्यांनी आपापल्या करिअरमध्ये निष्ठेने घेतलेले काम त्यांचे अवघे आयुष्य व्यापून टाकत असते. अशा वेळी एकत्र राहण्यातले सौंदर्य, उत्कटता, काव्य टिकून राहावे,

म्हणूसुद्धा अशी जोडपी विवाहबंधन स्वीकारत नाहीत. अशी नाती महाराष्ट्रात आणि भारतात १९६० नंतरच्या काळात विशेषत: डाव्यांच्या चौकटीतील कम्युनचे प्रयोग संपल्यानंतर अस्तित्वात आली आणि अशा ध्येयनिष्ठ जोडप्यांनी आयुष्यभर विवाहापेक्षा सकस आयुष्य जगून दाखवलेही. आज मात्र तरुण पिढी एका अनिश्चिततेच्या, असुरक्षिततेच्या ज्वालामुखीवर जगत असल्याने; आज समाजात काही कार्य करायचे आहे किंवा कुटुंब गोतावळ्याच्या पलीकडे काही उभारायचे आहे अशा ध्येयापेक्षाही, विवाहसंस्थेचे बाजारू स्वरूप, जात - वर्ग - धर्माच्या कर्मठ चौकटी आणि नव्या नव्या प्रकारच्या नोकऱ्यांच्या चौकटीतील अपेक्षा, १० ते ५ पलीकडे ओसंडणारे दिनक्रम; यांमुळे अशी नाती स्वीकारतात. आणखी एक लक्षात घ्यायला हवे की, आता अनेक मुलामुलींना भिन्नलिंगीय जोडीदार हवा अशीही सक्ती वाटत नाही. समलिंगी तरुणांना आता एकत्र राहावे, आपले घर असावे, आपल्याला नवरा-बायको इतकेच नॉर्मल मानले जावे असे वाटत असते. विवाहसंस्थेच्या, कुटुंबसंस्थेच्या आधाराशिवाय व्यक्ती म्हणून जगू पाहणाऱ्या अशा या मुलामुलींना राज्यसंस्थेने लोकशाहीवादी, पुरोगामी मूल्ये अंगिकारून संरक्षण द्यावे अशी अपेक्षा करणे चूक नाही. परंतु तरी मनात असे येते की, अगदी निवडणुका तोंडावर आल्या असताना राज्यकर्ता वर्ग हे विधेयक का मांडू पाहतो आहे? भारतातील महानगरांमध्ये अथवा शहरांजवळच्या ग्रामीण भागांमध्ये अशा तऱ्हेने जीवनाची नवी घडी बसवू पाहणारे, सळसळत्या रक्ताचे, नव्यानेच मतदान करणारे मतदार डोळ्यांसमोर ठेवून तर हे विधेयक येत नाही ना? तसेच ज्यांना या पुरोगामी, धीट विधेयकाची लोकप्रियता वाढली; तर आपले काय होणार असे वाटते, अशा सर्व अस्मितावादी अथवा प्रादेशिकतावादी, सत्तेवर नसणाऱ्या राजकीय पक्षांना अचानक अधिकच जोमाने भारतीय संस्कृतीनिष्ठतेचा उमाळा आलेला दिसतो. माध्यमांना तर असे काही विषय मिळाले की, सनसनाटीही निर्माण करता येते. अशा सनसनाटीखाली दहशवाद, अमेरिकेतील आर्थिक मंदीच्या फटक्यामुळे कोसळणारी मॉल्स आधारित अर्थनीती किंवा सेझच्या पायावर होणारे साम्राज्यवादी औद्योगिकरण अशा गंभीर विषयांच्या विश्लेषणाला बगल देता येते. ही सर्व गुंतागुंत लक्षात घेऊनही आपण एक लक्षात घेतले पाहिजे की, आजच्या काळात जो नवमध्यमवर्ग सर्व जाती-धर्मांमध्ये फुगतो आहे; त्याच्यामध्ये हुंडा, टाकून देणे, मारहाण अशा अनेक क्रूर व्यवहारांची रीत चालू आहे. इतकेच नाही तर एकीकडे विवाह, कुटुंबसंस्था, गोतावळा, जात यांना आहे त्या परिस्थितीतच टिकवायचे आहे; त्यामध्ये परिवर्तन नको आहे. अशा सर्वांना विवाहाशिवाय एकत्र राहण्याच्या अस्तित्वामधून एका अर्थी शहही दिला जात आहे. एवढे खरे की; भारतातील उच्चमध्यमवर्गीय, तसेच सॉफ्टवेअर, फॅशनचे जग किंवा विविध चॅनेल्सवर काम करणारी,

दिवसरात्रीचे गणित बदललेली मंडळी यांच्यामध्ये विवाहाशिवायचे विवाहाचे नाते हे वास्तव वाढीस लागते आहे. अशा नात्यामधील मुलगी मुळातच भारततील व्यवस्थात्मक दुय्यमत्वाचा भाग असल्याने अधिक 'मर्मभेद्य' (vulnerable) स्थितीत असते. तो अचानक निघून गेला किंवा हिंसक झाला किंवा आर्थिक, शारीरिक लुबाडणूक करत राहिला; तर अशा मुलीने जायचे कोठे, हा प्रश्न गंभीर आहे आणि काही प्रमाणात कायदेशीर संरक्षणाची मागणी करणाराही आहे. परंतु त्याचबरोबर आपण हे लक्षात घेतले पाहिजे की, तथाकथित समाजमान्य विवाहामध्येसुद्धा दारू-जुगारापोटी, नोकरीच्या अनिश्चिततेपोटी हिंसक होणाऱ्या, डिप्रेशनमध्ये जाणाऱ्या नवऱ्याचे आणि त्यायोगे ढासळणाऱ्या कुटुबांचे काय करायचे ? राज्यसंस्था दारूबंदीच्या धोरणाबाबत कठोर पावले उचलत नाही. इतकेच नाही तर सकस आणि परवडणारे धान्य शिधापत्रकावर उपलब्ध करून देऊ शकत नाही. जगून तगून राहण्यासाठी भारतातील सर्वसामान्य माणसाला बाजारपेठेच्या झंझावातात निर्घृणपणे सोडणाऱ्या राज्संस्थेने तरुण पिढीसाठी हे विधेयक आणून नवाच गदारोळ माजवावा याचे सखेद आश्चर्य वाटते.

आत्ताचे राज्यकर्त महात्मा फुले, सावित्रीबाई, डॉ, बाबासाहेब आंबेडकर, महात्मा गांधी आदींचा वारसा मोठ्या अभिमानाने मिरवतात. परंतु वास्तवात मात्र जुगारी भांडवलशाहीला, कर्जात बुडवणाऱ्या बाजारपेठेला पूर्णपणे शरण जातात. महात्मा फुले आणि सावित्रीबाई यांनी सकस, अर्थपूर्ण विवाहाचा पाया घालून दिला. औरस-अनौरस संततीच्या विभेदनाला शह देत सत्यशोधक पद्धतीच्या विवाहामध्ये पती-पत्नीचे संकुचित लैंगिकतेपलीकडे नेणारे समाजाभिमुख सर्जनशील नाते त्यांनी आपल्या उदाहरणातून जगून दाखविले. महात्मा गांधीनी आपली जगभर मान्य झालेली प्रतिष्ठा पणाला लावून भिन्नलिंगीय संबंधामध्ये हिंसाचाराचा प्रश्न धसास लावण्यासाठी सत्याचे प्रयोग केले. बाबासाहेब आंबेडकरांनी मुलांप्रमाणेच मुलींनाही आई-वडलांच्या घरी सर्व तऱ्हेचा वारसा हक्क मिळावा म्हणून आग्रह धरला. हा सर्व इतिहास डोळ्यांसमोर असताना आपला राज्यकर्ता वर्ग मात्र एकीकडे एक नांदणारी, दुसरी ठेवलेली, आणि तिसरी गंमत म्हणून वापरून फेकून द्यायची अशा प्रकारे स्त्री-जीवनाकडे पाहतो आहे. अशा वेळी 'लिव्ह इन रिलेशनशिप' या वास्तवाची गुंतागुंत समजून घेणारे नेतृत्व अथवा शिक्षण, न्याय, धर्म, संस्कृती या चौकटीत नवा लिंगभाव संवेदनक्षम विचार मांडणारी माणसे कुठे आहेत हा प्रश्न अनुत्तरित राहतो.

२ खेळांचे जग आणि लिंगभावाचा प्रश्न

११ जून २०१० रोजी एक अनामिक पत्र क्रीडामंत्रालयाला आणि 'टाइम्स ऑफ इंडिया'सारख्या वृत्तपत्राला पाठविले गेले. महाराज किशन कौशिक नावाचा हॉकीचे प्रशिक्षण देणारा, अनेक वर्ष या क्षेत्रात काम करणारा माणूस लैंगिक अत्याचाराच्या आरोपाखाली आला. कोणी असे म्हणेल; 'गोवला' गेला, 'पकडला' गेला. हॉकी खेळू पाहणाऱ्या, साध्या घरात वाढलेल्या, तशा गरीब परिस्थितीत जगलेल्या मुलींनी ही तक्रार केली. कौशिक नावाचा हा कोच या आधीसुद्धा लैंगिक संबंधांबद्दल कुख्यात होता असे दिसते. खेळासाठी घेतले जाणारे कॅम्पूस त्याच्या वागणुकीने दूषित होतात, असा दावा या मुलींनी केला. कौशिकचे जे प्रमुख प्रशिक्षण म्हणून असणारे स्थान आहे, त्याचा गैरवापर करून तो अनेक उद्योग करतो आहे, असे आता बाहेर येते आहे.

भारतीय स्त्रियांच्या हॉकी टीमने सार्वजनिक जीवनात येऊन आपल्याशी केलेला व्यवहार बाहेर आणला आणि असे झाल्याबरोबर एखाद्या बंद कपाटाचे कुलूप उघडल्यावर सांगाडे बाहेर पडावेत, तशा बातम्या बाहेर येऊ लागल्या. हॉकी टीममध्ये यापूर्वी गोलकीपर असणाऱ्या हेलन मेरीने स्पष्टपणे असे मांडले की, दौऱ्यावर असताना कौशिकच्या गैरवर्तणुकीमुळे शेवटी तिने राष्ट्रीय पातळीवरील टीमचा अकालीच निरोप घेतला. 'अर्जुन अवॉर्ड' मिळवणाऱ्या मेरीने केवळ या माणसाच्या लैंगिक छळामुळे आंतरराष्ट्रीय पातळीवरील आपले करिअर सोडून दिले. कौशिक आणि खेळाडूंच्या खेळाचे व्हिडीओ विश्लेषण करणारे बसवराज या दोघांवर जे आरोप केले गेले, त्याला मेरीने दुजोरा दिला आहे. जेव्हा मेरीने तिच्या काळात स्त्री-व्यवस्थापक व्यक्तीशी कौशिकला चाळे करताना पाहिले, तेव्हा तिला कॅप्टनपदावरून दूर केले गेले. आजवर अशा अनेक तक्रारी केल्या गेल्या, परंतु मंत्रालयाने त्याची दखल घेतली नाही. कौशिक यांच्यावर प्रशिक्षण शिबिरांमध्ये अगदी वेश्यांना आमंत्रित करण्यापर्यंत आरोप आहेत. परंतु मंत्रालयापर्यंत हात पोहोचलेल्या कौशिक यांना कोणीही धक्का देऊ शकले नाही. मेरीने स्पष्टपणे हॉकीमधील खेळाडूंनी केलेल्या तक्रारीला दुजोरा देऊन, खेळाडू मुलींना न्याय मिळावा अशी आशा व्यक्त केली.

मोठी वजने उचलण्याच्या क्षेत्रात काम करणाऱ्या वेट लिफ्टिंग मल्लेश्वरी या नाव कमावलेल्या खेळाडूने रामेश्वर मल्होत्रा यांच्याविरुद्ध लैंगिक अत्याचाराचे आरोप केले आहेत. कर्णम मल्लेश्वरी यांनी तक्रार केल्याबरोबर मल्होत्रा यांना प्रशिक्षकपदावरून निलंबित केले, परंतु स्वत: सिडनी ऑलिम्पिकमध्ये कांस्यपदक मिळालेल्या मल्लेश्वरीला मात्र या तात्पुरत्या निलंबनाबद्दल खात्री वाटत नाही. खेळाच्या विश्वात प्रशिक्षक म्हणून नेमल्या गेलेल्या पुरुषांची स्त्रियांशी वागण्याची रीत कशी असेल हे नेमके सांगणे कठीण आहे असा एकूण सूर दिसतो.

हॉकी काय किंवा वेटलिफ्टिंग काय, अश क्षेत्रांमध्ये तरुण वयात कामगिरी बजावलेले पुरुष मधल्या वयात तज्ज्ञ प्रशिक्षक म्हणून, कोच म्हणून काम करतात. सर्वसाधारणत: आपल्याकडे कोणत्याही क्षेत्रात पुरुष जेव्हा एखाद्या विशिष्ट पदावर पोहोचतात, तेव्हा त्यांना एक प्रतिष्ठा, आदर, मानमरातब तर मिळतोच; परंतु आपल्यापेक्षा लहान असणाऱ्या मुला-मुलींशी विशेषत: मुलींशी मोकळेपणाने वागण्याची सूटही मिळते. फक्त हॉकीच नाही तर एकूणच खेळांचे जग पाहिले, तर तरुण मुले-मुली आणि त्यांचे प्रशिक्षक किंवा कोच हे प्रशिक्षण शिबिरांमध्ये अनेक तास एकत्र असतात. कधी प्रवास करावा, लागतो देशात किंवा देशाबाहेर आणि दिवस-रात्र एकमेकांच्या सहवसात घालवावे लगतात, अशा वेळी शारीरिक जवळीक, विचार-भावनांची देवाणघेवाण हे सारेच घडते. परंतु याचा अर्थ असा नाही की, एखाद्या व्यक्तीची संमती नसताना, तिला गृहीत धरले जावे.

भारतीय खेळांमध्ये एक खेळाडू म्हणून पुढे यायचे, तर मोठ्या प्रमाणात शरण जाण्याची भूमिका घ्यावी लागते. जे अधिकारावर असतात त्यांच्यापाशी अनिर्बंध सत्ता असतात आणि सत्तेचा निर्घृण गैरवापर ते करू शकतात. या अर्थाने पाहिले, तर हॉर्मोन्सची इंजेक्शन्स घेण्याइतकाच लैंगिक संबंध हा विषय भारतीय क्रीडाजगाला ग्रासून राहिला आहे. परंतु या विषयावर खुली चर्चा होत नाही.

खरे तर कौशिकवर केले गेलेले आरोप, त्यानंतर त्याने आपल्या पदाचा दिलेला राजीनामा, तसेच त्याने त्याच्यावर झालेल्या आरोपांना दिलेला नकार; हे सारेच एका साचेबंद रितीप्रमाणे घडते आहे. आता समिती बसेल आणि या केसचा छडाही लावला जाईल. परंतु त्यातून काही फारसे हाती लागणार नाही. समितीमधील सदस्य जफर इकबाल हा कौशिकच्या टीममध्ये पूर्वी होता. त्यामुळे त्याचा अनुभव आणि प्रशस्तिपत्र महत्त्वाचे मानले जाईल. परंतु येथे एक लक्षात घेतले पाहिजे की, 'लैंगिक अत्याचार ' किंवा 'लैंगिक शोषण' या गोष्टी सिद्ध करणे अतिशय अवघड असते. कारण शेवटी कायद्याच्या दरबारात या आरोपांना सिद्ध करण्यासाठी पुरावा कसा देणार, हा प्रश्न शिल्लक राहतो.

विशेषत: हॉकी या खेळामध्ये जे खेळाडू येतात, त्यांची पार्श्वभूमी अत्यंत सर्वसामान्य

असते. हॉकीपटू झाले, तर उदरनिर्वाहाची चांगली सोय होते. कारण खेळाडू म्हणून नोकरी मिळते आणि ही नोकरीसुद्धा बऱ्याच वेळा सरकारी संघटनांमध्ये मिळते. अगदी तरुण वयात खेळाडू मुले-मुली आपले प्रशिक्षक, अधिकारी यांच्या मुठीमध्येच असतात. अपरिहार्यपणे खेळाडू म्हणून करिअर करू पाहणारी मंडळी या अधिकाऱ्यांपुढे शरण जाणारी असतात. लवून-वाकून अधिकाऱ्यांची खाजगी कामे करणे हा भारतीय हॉकीमध्ये राहण्यासाठी अलिखित नियमच आहे. आश्चर्य वाटते ते, या वेळी मुलींनी सहनशक्तीच्या मर्यादा संपल्या असे जाणवल्यावर तक्रार केली याचे. म्हणजेच क्रीडाजगताचा निरागस चेहरा फाडला गेला आहे. लैंगिक संबंध जेव्हा ओरबाडून घेऊन केला जातो, त्यात संमती नसते, तेव्हा शेवटी टोकाला गेल्यावरच तक्रार केली जाते. कितीतरी खेळाडू स्त्रिया आपला खेळ, कप्तानपद, करिअर हे सर्व वाऱ्यावर सोडतात; परंतु कोचच्याविरुद्ध तक्रार करत नाहीत. स्त्रिया तक्रार करत नाहीत, कारण त्यांना आपल्या नावाला कलंक लागेल ही भीती असते. सामाजिक लांच्छनाचा शाप हा जास्त दुःखदायक असतो. गुन्हा तर स्त्रिया सोसतच असतात. म्हणूनच येथे लक्षात घेतले पाहिजे की, कौशिकविषयी जे घडले ते 'नैतिक प्रश्ना'च्या चौकटीत पाहिले जाऊ नये. हा सत्तासंबंधाचा, सत्तेच्या गैरवापराचा आणि एकूण पुरुषसत्ताक संरचना आणि विचारप्रणालीचा मामला आहे.

कोणत्याही व्यवसायामध्ये शिरल्यानंतर स्त्रियांना येणाऱ्या लैंगिक अत्याचाराच्या अनुभवाच्या कहाण्या नव्या नाहीत. परंतु आत्ताच्या काळात तरुण स्त्रियांनी याविषयी खुलेपणाने बोलावे यासाठी प्रोत्साहन दिले जात आहे, एकीकडे कौशिकने आपल्यावरचे आरोप नाकारणे हे जितके साहजिक आहे, तितकेच भारतीय क्रीडाक्षेत्रामध्ये स्त्रियांनी प्रवेश करायचा, तर केवळ खेळाडू म्हणून कौशल्य मिळविले पाहिजे इतकेच पुरेसे नसून सत्तेचा खेळसुद्धा स्त्रियांना कळलाच पाहिजे. आणखी एक सत्य येथे लक्षात घेतले पाहिजे ते म्हणजे आपल्या देशामध्ये स्त्रियांच्या खेळाला दुय्यम दर्जा दिलेला दिसतो. त्यामुळे गेली चार दशके अनेक खेळडू स्त्रिया अकालीच निवृत्त झाल्या आणि तरीही क्रीडाजगतातील प्रशासन मात्र निर्लज्जपणे तसेच चालू राहिले.

भारतात क्रीडाक्षेत्रातील स्त्रिया सर्व पातळीवर विषमता भोगत आहेत. एकूणच जातिव्यवस्थेच्या उतरंडीत ज्याप्रमाणे कनिष्ठ जातींना अन्याय आणि विषमता सोसावी लागते, त्याप्रमाणे हे घडते. अगदी दैनंदिन जीवनाचा भाग म्हणून भारतीय खेळाडू स्त्रियांचे शोषण होते आहे असे आता बाहेर येते आहे. कौशिकच्या निमित्ताने जे वास्तव बाहेर आले, ते कोणत्याही अर्थाने नवे नाही. स्त्रियांना खेळाडू व्हायचे, तर, काही घटका शारीरिक जवळीक सहन करावीच लागते असे एकूण वातावरणात दिसते. हॉकी टीम राष्ट्रीय पातळीवरची होती, म्हणून या बातमीकडे लक्ष तरी वेधले गेले. परंतु एकूणच

खेळाडू, गायक, नर्तक किंवा अभिनय अशा कोणत्याही क्षेत्रात तरुण स्त्रियांनी प्रवेश करायचा तर हे स्वीकारलेच पाहिजे असे वातावरण दिसते. आणखी एक प्रकारचा अत्याचार वा छळ सहन करावा लागतो असे अठरा वर्षांच्या निशा मिलेट हिने मांडलेले दिसते. पोहण्याच्या कलेमध्ये अव्वल दर्जा मिळवणाऱ्या या मुलीला के. व्ही. शर्मा या तिच्या कोचने चुकीची वेळ मोजून सिडनी येथे जाण्याची संधी घालविली. त्या काळात ती वृत्तपत्रांकडे गेली नाही, कारण तिला तसा सल्ला देण्यात आला होता. शेवटी दोन वर्षे झगडून आपले करिअर दुरुस्त करणाऱ्या या खेळाडू स्त्रीला बंगळुरूमध्ये अत्यंत वरच्या दर्जाच्या पोहण्याच्या क्लबमध्ये कोच म्हणून नोकरी मिळाली. तिला आजही वाईट वाटते की, तिने वृत्तपत्रात खुलेपणाने तक्रार केली नाही. तिच्या मते खेळाडू स्त्रियांच्या इतिहासामध्ये हॉकी टीमने नवा पायंडा पाडला. स्त्रियांनी अन्यायाविरुद्ध आवाज उठवण्याचे धैर्य दाखवलेच पाहिजे असे तिला वाटते.

येथे स्त्रियांचे मूल्यमापन केवळ स्त्रियांनी करावे असा मुद्दा नाही, तर एकूण भांडवलशाहीच्या चौकटीत खेळाचे जगसुद्धा व्यापारी होत असताना पुरुषसत्ताक मूल्यवस्थेची पुनर्रचना होते आहे, हा मुद्दा महत्त्वाचा वाटतो.

समाजशास्त्रज्ञ शिव विश्वनाथन असे म्हणतात की, या प्रसंगानंतर भारतीय क्रीडाजग वयात आले आहे असे म्हणता येईल. त्यांच्या मते, या प्रसंगातून असे सिद्ध होते की, खेळाडू स्त्रिया आता क्रीडाकौशल्य गांभीर्याने घेऊ लागल्या आहेत. परंतु पुरुष खेळाडू मात्र प्रशिक्षिक किंवा कोच म्हणून याचा विचार गंभीरपणे करतच नाहीत. ते स्त्रियांनाच आपले खेळणे मानतात.

हॉकी खेळाडू स्त्रियांनी ज्या प्रगल्भपणे कौशिक सरांच्या विरोधात तक्रार केली, त्यामुळे खेळात तज्ज्ञता असणाऱ्या कौशिक सरांचे कृत्य किती हिडीस आहे हे स्पष्ट झाले. आपण येथे एक मुद्दा लक्षात घेतला पाहिजे की, खेळाचे जग हेसुद्धा काही एकसाची नसते. वेगवेगळ्या खेळांना भिन्न स्तरांवर ठेवले जाते. कितीतरी वर्षे क्रिकेट हा खेळ हापूसचा आंबा बनविला गेला आहे. खेळाडू पुरुष - जे क्रिकेटमध्ये करिअर करू पाहतात त्यांना मिळालेले मानमरातब आपण वर्षानुवर्षे पाहतो आहोत. परंतु स्त्रियांच्या क्रिकेटचे भारतात जे काही झाले आहे, ते तसे का झाले, हा प्रश्न गांभीर्याने विचारला गेला पाहिजे. तसेच टेनिससारख्या खेळात सानिया मिर्झा हिला जे ग्लॅमर मिळाले, तसे ग्लॅमर बॅडमिंटन अथवा टेबलटेनिस या खेळांतून मिळत नाही.

एकूणच १९९० नंतरच्या काळात नव्या पिढीपुढे विशेषत: स्त्रियांपुढे नवी आव्हाने आणि नवे प्रश्न उभे राहत आहेत. एकीकडे, काय करणार जग पुरुषांचेच आहे असे स्वीकारावे लागते आणि दुसरीकडे, यापूर्वी कधीही खुल्या नसणाऱ्या क्षेत्रांमध्ये प्रवेश

करण्याच्या शक्यता निर्माण झाल्या आहेत असे चित्र दिसते. १९५० च्या दशकात बहुसंख्य स्त्रिया बालवाडी शिक्षिका, प्राथमिक शिक्षिका, परिचारिका, आया, सफाई कामगार अशा क्षेत्रांमध्ये काम करत होत्या. १९७० च्या दशकामध्ये नवा मध्यमवर्ग उदयाला आल्यानंतर आणि स्त्रीमुक्तीच्या चळवळीने खाजगी क्षेत्रातील राजकारण, सत्तेची उतरंड कार्यक्रमपत्रिकेवर आणल्यानंतर भारतातील निदान प्रमुख क्षेत्रातील स्त्रिया करिअर करणे, महत्त्वाकांक्षा बाळगणे याबद्दल निर्भयपणे सकारात्मक दृष्टिकोन मांडू लागल्या. परंतु १९८० नंतर जे काही धर्मवादी पुरुषप्रधान हिंसक राजकारण उभे राहिले, त्यातून स्त्री चळवळीतील लोकशाहीवादी आवाज क्षीण होऊ लागला. याच काळात हळूहळू जागतिक बँकेच्या चौकटीत बाजारपेठी व्यवस्था स्थिर होऊ लागली. आणि मग १९९० नंतरच्या काळात एक नवेच जग उभारले जाऊ लागले. एकीकडे भारतीय संस्कृतीची विशिष्टता बाजारपेठेत विकताना मेंदी, बांगड्या, कुंकू आणि कौमार्य-'योनीशुचिता' या गोष्टींचा प्रचार केला गेला; तर दुसरीकडे बाजारपेठेच्या दृष्टीने आता कला, करमणूक, क्रीडा, सिनेमा ही सर्व क्षेत्रे उत्पादक आणि नफा मिळवून देणारी झाली. साध्या साध्या कुटुंबातील ओबीसी, दलित जातींतील; विशेषत: मुली आता नाच, गाणी, खेळ या क्षेत्रांमध्ये धीटपणे आणि अगदी लहान वयात प्रवेश करू लागल्या आहेत. अनेक कुटुंबांमध्ये मुलींना आता अशा करिअर्स करण्यासाठी प्रोत्साहन दिले जात आहे. परंतु त्याच वेळी एकूण मूल्यव्यवस्था म्हणून कुटुंबात आणि कुटुंबाबाहेर आदर्श, पवित्र भारतीय नारी ही प्रतिमा अधिकच घट्ट होते आहे.

जेव्हा कोणत्याही अपारंपरिक खेळामध्ये स्त्री वा पुरुष शिरू पाहतात, तेव्हा त्यात काही अपरिहार्य फायदे आणि तोटे असतात. कारण अगदी म्हटले तरी तेसुद्धा लिंगभाव, जात, वंश या चौकटीत घडलेले असतात. कोणत्या जात, वर्ग, धर्मातले पुरुष कोणते खेळ खेळतात आणि त्याच चौकटीतील स्त्रिया कोणते खेळ खेळतात, हे सारे संस्कृतीच्या चौकटीत घडते. म्हणजे एकीकडे खेळ करिअर म्हणून स्वीकारायचा, तर आर्थिक सुविधा हवी आणि दुसरीकडे कोणते खेळ कोणी खेळावेत याविषयी जे साचे आहेत, तेही लक्षात घ्यावे लागतात. अगदी कोण कोणत्या शाळेत जाते आणि त्या वेळी कोणकोणते खेळ उपलब्ध असतात हे सुद्धा लक्षात घ्यावे लागते. बव्हंशी सरकारी, विशेषत: मराठी माध्यमाच्या शाळेतील मुलांना लंगडी, खो-खो, कबड्डी असे खेळ खेळायला मिळतात आणि साधारणत: खाजगी, विशेषत: इंग्रजी माध्यमातील मुलांना बॅडमिंटन, टेनिस, टेबलटेनिस, बास्केटबॉल इ. खेळ उपलब्ध असतात. यातही पुन्हा मुलांचे खेळ, मुलींचे खेळ असा फरक केला जातोच. पुरुषांकडे शारीरिकदृष्ट्या अधिक सक्षम असे म्हणून पाहिले जाते आणि क्रीडा हे क्षेत्र असे बनते की, जेथे ते त्यांचे पौरुष सिद्ध करू शकतात.

एखाद्या योद्ध्याप्रमाणेच खेळाच्या जगात हे वीरपुरुष झुंजतात.

स्त्रियांना मात्र संगोपक, संवर्धक चौकटीमध्ये मृदू, नाजूक मानले जाते. सर्वप्रथम त्या आई होऊ शकणाऱ्या, पुरुषांपेक्षा भिन्न असणाऱ्या असे तर मानले जातेच; परंतु जर स्त्रिया खेळाच्या जगात प्रवेश करू लागल्या, तर त्यांना प्रशिक्षण देणारे कोच किंवा त्यांचा खेळ पाहणाऱ्या मंडळीकडूनसुद्धा त्यांनी प्रथम बाईसारखे दिसले पाहिजे, असले पाहिजे आणि साधारणत: पुरुषी डोळ्यांना सुखकारक दिसले पाहिजे अशीच अपेक्षा केली जाते.

विशेषत: जेव्हा स्त्रिया वजने उचलणे, शरीरसौष्ठव, बॉक्सिंग, स्विमिंग, हॉकी अशा खेळांमध्ये शिरतात, तेव्हा अनेक तऱ्हेचे संघर्ष निर्माण होतात - सामाजिक, लैंगिक, सांस्कृतिक परात्मता अशा स्त्रियांच्या वाट्याला येते. म्हणजेच मल्ल असणाऱ्या, बॉक्सिंग करणाऱ्या स्त्रिया एकीकडे अपारंपरिक खेळामध्ये स्वत:ला सिद्ध करत असतात; तर दुसरीकडे पारंपरिक निकष, बाईपणाचे साचे यांना त्यांनी धक्का देऊ नये अशीही अपेक्षा असते.

लैंगिकतेचा प्रश्न विशेषत: स्त्रिया आणि पुरुष जेथे पारंपरिक, प्रातिनिधिक खेळांमध्ये नसतात, तेथे फार महत्त्वाचे ठरतात. कारण अशा स्त्रिया ज्या जगात जगत असतात त्या जगातील संस्कृती आणि समाजापासून तुटतात. इतकेच नाही तर त्यांची मित्रमंडळी, कुटुंब आणि मोठ्या प्रमाणातला समाज हे सर्वच त्यांची बारकाव्याने तपासणी करू लागतात. म्हणूनच महत्त्वाचे ठरते ते म्हणजे, जे स्त्री-पुरुष अशा तऱ्हेने अपारंपरिक चौकटीमध्ये काम करत असतात त्यांनी समाजाच्या सोयीस्करपणे बनवल्या गेलेल्या पुरुषत्व, स्त्रीत्व आणि संस्कृती या कल्पनांना शह दिला पाहिजे. अशा खेळांमध्ये असणाऱ्या पुरुष आणि स्त्रियांनी त्यांच्याकडे असणारे क्रीडाकौशल्य वापरून या कल्पनांच्या वैधतेबद्दल प्रश्न उभे केले पाहिजेत. त्यांच्याकडून केल्या गेलेल्या अपेक्षा, टीका आणि संघर्ष यांच्या पायाशी असणाऱ्या चौकटींना त्यांनीच प्रश्न विचारले पाहिजेत. म्हणजे एखादा खेळ खेळणाऱ्या व्यक्तीला-मग ती बाई असो वा पुरुष - स्वत:चे खाजगी आयुष्य जगण्याचा, कसे जगायचे त्याची निवड करण्याचा हक्क असला पाहिजे. शेवटी खेळाच्या जगामधूनच या व्यक्तींच्या क्षमता ठरल्या पाहिजेत. परंतु जर हे खेळाचे जगच त्यांना पुन्हा एकदा लिंगभावाच्या आधारे विभाजित करत असेल आणि मग नव्या जाती, वंश, समलिंगी, भिन्नलिंगी अशा चौकटी तयार होत असतील, तर त्यालाही शह दिला पाहिजे.

३ प्रेम संकल्पनेचे बदलते अर्थ आणि स्त्री - पुरुष विषमता

दररोज वर्तमानपत्र पाहिले की, एक-दोन बातम्यांमध्ये तरी 'एकेरी प्रेमातून हिंसक हल्ला' किंवा 'प्रेमी युगुलांना मारहाण' किंवा जात, वर्ग, धर्म यांपैकी कोणत्यातरी सीमारेषा ओलांडल्या आणि प्रेम जमले, जवळीक साधली; म्हणून वयात आलेल्या मुला-मुलींना जीव गमवावा लागणे अशा बातम्या असतात. 'प्रेम' ही संकल्पना प्रत्येकच टप्प्यावर विशेषत: वयात आलेल्या मुला-मुलींना फार जवळची, आपली आणि महत्त्वाची वाटत असते. इतकेच नाही तर मराठी चित्रपट आणि मराठी नाटके यांना जे सध्या उधाण आलेले आहे, त्यात प्रेमाच्या गोष्टींचा महापूर आहे. प्रेमात पडणे, त्यामुळे स्वत:च्या करिअरचे नुकसान करून घेणे, आई-बापांना नाराज करणे आणि आपले प्रेम नाकारले गेले; म्हणून चिडून हिंसा करणे हे सारे आपल्या नित्याच्या ओळखीचे झाले आहे. तरीही असा प्रश्न शिल्लक राहतो की प्रेम ही गोष्ट विवाहाशी जोडून प्रत्यक्ष त्यातून कुटुंब उभारणे असे सर्व आत्ताच्या काळात सहजपणे घडते आहे का? उलट, गेल्या दोन दशकांमध्ये मोठ्या प्रमाणावर जाती-जातींमधील वधू-वर सूचक मंडळे जोरकसपणे उदयाला आलेली दिसतात. इंटरनेटवर जोडीदार निवडून मग अगदी परदेशात जाऊन, आपल्याच जातीतील विवाह करणे हेसुद्धा मोठ्या प्रमाणात घडते आहे. अशा वेळी प्रेम म्हणजे नेमके काय असा मूलभूत प्रश्न घेऊन, काही विचार मांडणे शक्य आहे का? आपल्या एकेका पिढीने आपापल्या प्रेमांचा अर्थ आपापल्या चौकटीत लावलेला असतो. परंतु अलीकडे असे दिसते की, अगदी जातीमध्ये प्रेम करून झालेल्या लग्नामध्येसुद्धा बरोबरीने शिकलेल्या पत्नीने घरकाम आणि अपत्य संगोपन करून मग जमेल तसे थोडेसे अर्थार्जन करायचे असे ठरवून, प्रेमाच्या जोडीदाराने मात्र जग जिंकायला जाण्यासाठी आवश्यक तो अवकाश घेऊन करिअरच्या भराऱ्या मारायच्या आणि त्याही उप्पर मग आता मुले मधल्या वयाची झाल्यावर, आपलेही वय पन्नाशीच्या जवळ आले अशा वेळी वयाने लहान मैत्रीण उत्कट प्रेम करते; म्हणून संपूर्ण लग्न, संसार मोडायचा आणि म्हणायचे की, 'असे तर आता आपल्या या वर्गामध्ये नियमाने घडते आहे, माझ्यावाचून तिचे काही अडणार

नाही. पण वयाने लहान मैत्रीण मात्र भावनेने, उत्कटतेने माझ्यावर अशी अवलंबून आहे की, त्यासाठी असा धोका पत्करणे अपरिहार्य आहे. अशा परिस्थितीचे वाचन कसे करायचे हे समजेनासे झाले आहे.

१९५० च्या दशकापासून आपण आपल्या समाजाबद्दल विचार करू लागलो, तर दिसते की, या प्रेम संकल्पनेचे अध:पतन जोरदार होते आहे आणि हळूहळू त्याबद्दल कृतिशीलपणे काही मार्ग काढण्यापेक्षा; समाजाच्या, जातीच्या गटाच्या प्रतिष्ठेसाठी होणारी हिंसा; त्यातला रानटीपणा आणि वयाने प्रौढ असणाऱ्या आपल्याच नात्यातील माणसांनी एकत्रित येऊन आपणच जन्म दिलेल्या मुलाबाळांना मारून टाकणे असे गुन्हे आपल्याकडे सर्रास होत आहेत आणि त्यालाच मग प्रतिष्ठा, इज्जत अशी गोंडस नावे दिली जात आहेत.

खरोखर, लिंगभावाच्या परिप्रेक्ष्यातून प्रेम ही संकल्पना पाहिली, तर आपल्याला एक गोष्ट स्पष्ट दिसते की, मुलगा आणि मुलगी यांना वयात आल्यानंतर प्रेमाची भावना ही गोष्ट एकाच प्रकारे भेटत नाही. म्हणजे मुलगा जर हुशार, करिअर करणारा असेल, तर 'बाबा तू त्या वाटेला जाऊच नको, ती वाट दिशाभूल करणारी आहे, भरकटवणारी आहे यावर भर दिला जातो. मुलीला तर सोळावं वरीस धोक्याचं असं सांगितलं तर जातंच, पण 'चांगला सज्जड, घरचं व्यवस्थित असलेला, भरभक्कम करिअर असलेला गाठ' असाही संदेश दिला जातो. भारतीय संदर्भात यात आणखी एक मेख आहे, ती म्हणजे जातीच्या चौकटीमध्येच संरक्षण असते. चार लोकांनी मान्यता देऊन झालेले प्रेम यशस्वी होते, पण नाही तर ही वाट बिकट असते.

मला मोह होतो आहे ते १९६० च्या दशकात आम्ही जेव्हा तारुण्यात पदार्पण केले, तेव्हा काय घडत होते याबद्दल सांगण्याचा. त्या काळात मी तर सोळाव्या वर्षी लग्न जमवून टाकले आणि विसाव्या वर्षी बी. ए. झाल्या झाल्या करूनही टाकले. १९६२ ते १९६६ या कालखंडात अभ्यास, पदवी आणि आई-वडलांच्या घरातून बाहेर पडण्याचा एक वैध मार्ग म्हणजे लग्न हा होता. मुली त्या काळात वसतिगृहात राहून शिक्षण घेणे वगैरे करत नव्हत्या आणि माझ्यासारख्या-दोन इंजिनिअर भावांच्या मधली मुलगी म्हणून आर्ट्सला जा आणि होऊन टाक बी. ए., अशा चौकटीतील मुलीला त्यातल्यात्यात बंडखोरी करायची, तर आपण निवड केलेल्या मित्राशी लग्न करायचे एवढाच पर्याय शिल्लक होता. आता वाटते की, मी प्रेमविवाह करताना भरपूर सुरक्षितता पाहिली. चांगले शिक्षित-प्रगतीशील विचार करणारे घर, घरात मुलगी नाही, सासू आधुनिक आणि नोकरी करणारी आणि एकूणच व्यक्तिस्वातंत्र्य भरपूर असणारे घर. आर्थिक सुबत्ता नसली, तरी सांस्कृतिक सुबत्ता होती आणि नवे काहीतरी जगू शकू याची आशा आणि खात्रीही

होती. असा उत्साह आणि काहीसा धोका पत्करण्याची तयारी आत्ताच्या पिढीत दिसत नाही. विद्यापीठात विद्यार्थ्यांशी बोलताना नेहमी जाणवत राहिले की, १९९० च्या दशकात या मुला-मुलींच्यात मैत्री होत होती, परंतु त्यांना तेवढ्याच काळापुरता अर्थ दिला जात होता आणि एकदा का परीक्षा संपल्या, वसतिगृह संपले की, आपापल्या घरी जाताना मुले-मुली आपला भूतकाळ पुसून टाकून नव्या तडजोडींना तयार होत. मला असे वाटते की, प्रत्येक पिढीला काय परवडेल, काय परवडणार नाही हे समजते आणि त्याप्रमाणे ते निर्णयही घेतात.

परंतु ६० च्या दशकानंतर अगदी ९० पर्यंत एक असा टप्पा दिसतो की, ज्यात विवाहांतर्गत मैत्रीचा मोकळेपणा असावा, मैत्रीमध्ये विवाहासारखीच कमिटमेंट असावी आणि स्वयंपाकपाण्यापलीकडे काहीतरी व्यापक करावे अशी धडपड होती. ९० नंतरच्या काळात मात्र असे करावेसे वाटले तरी शक्य नाही, आपल्याला परवडणार नाही असे म्हणणारी नवी पिढी मोठ्या प्रमाणावर दिसली. सर्व प्रथम स्थिर नोकरी, स्थिर अर्थार्जन आणि मुख्य म्हणजे आपल्या आई-वडलांची जबाबदारी पार पाडायची आहे याची तीव्र जाणीव दिसते. या काळात अर्थव्यवस्था बदलल्यानंतर आधीच्या पिढीतील अनेकांच्या नोकऱ्या डळमळीत झाल्या, जातीनिहाय व्यवसाय तुटले, जमिनीच्या मालकीसंदर्भात कज्जे उभे राहिले आणि एकूणच असुरक्षितता आणि अस्थिरता वाढली. त्यातच एक किंवा दोन मुले असलेली कुटुंबे एकमेकांवर अवलंबून राहणारी आणि नियंत्रण ठेवणारी आणि म्हणूनच अत्यंत बंदिस्त रचना असणारी तयार झाली.

म्हणजे चाळीत राहणारे जगणे बदलले; ज्याला त्याला खाजगी, आपले आपले घर हवेसे वाटू लागले. बंद दारामागे जगताना आपल्या घरातली धुसफुस, हिंसा बाहेर पडू नये असेही प्रयत्न सुरू झाले. त्याला शह देण्यासाठी शहरांमध्ये चळवळी उभ्या राहिल्या. परंतु अशा घरांमध्ये असणारी गुंतागुंत राज्यसंस्था किंवा पोलीस किंवा चळवळी यांच्या हस्तक्षेपाने सुटण्यातली नव्हतीच. अशा वेळी प्रेम हे बाईने नवऱ्याच्या आई-वडलांचे, गोतावळ्याचे सर्व काही करावे तेही आनंदानी आणि माहेर ही गोष्ट सोडून द्यावी अशा चौकटीतून प्रत्यक्षात साकार होऊ लागली.

खरे तर, १९६० नंतरच तथाकथित प्रेमविवाह हेसुद्धा जात, वर्ग, धर्म या चौकटीत त्यातल्यात्यात सुसंगत अशा स्वरूपात केले जात होते. सगळ्या सीमारेषा, सगळी बंधने ओलांडून, मोठा धोका पत्करून होणारे विवाह त्या काळातही अपवादात्मक होते, आजही आहेत. मग प्रश्न उरतो तो असा की; प्रेम ही गोष्ट विवाह, कुटुंब, मुलेबाळे, गोतावळा, जात अशा संस्थांच्या जाळ्यामध्ये जगूच शकत नाही का? प्रेम रोमॅन्टिक असते, क्षणिक असते, आकर्षक असते; परंतु त्याला व्यवहाराचा स्पर्श झाला की, ते विरूनही जाते.

प्रेम या शब्दाबरोबर अलीकडे माझ्या मनात लग्न, विवाह हे शब्द तर येतातच, पण घटस्फोट हा शब्दही येतो. एकीकडे माध्यमांमध्ये भारतीय विवाह-विधींचे सर्व तपशील सतत दाखविले जातात. कपाळभर कुंकू, हातभर मेंदी, दागदागिने आणि नात्यागोत्याच्या माणसांची गर्दी अशा सोहळेवजा समारंभांचे माध्यमांतून सतत चित्रण होते आहे. परंतु प्रत्यक्षात शहाणी-सुरती, विवेकी माणसे समारंभ नको, खर्च नको, देणीघेणी नको आणि लोकांममधल्या उलटसुलट चर्चा नकोत; म्हणून सुटसुटीत साधे लग्न करणे योग्य असेही म्हणताना दिसतात. तर काही ठिकाणी एरवी विवेकी दिसणारी माणसे भरपूर फोटो, भरपूर व्हिडिओ, मोठा हॉल, महाग कागदावर छापलेली पत्रिका असा थाट करून घरात असणाऱ्या रोकड रकमेची सोय लावतात. या विसंगती पाहताना प्रश्न पडतो की, खरेखर भारतीय समाजातील प्रेम आणि लग्न या गोष्टींबद्दल काही निश्चित बोलता येईल का?

□ □ □

आता आपण प्रेम आणि मैत्री या जोडीबद्दल विचार करू, तसेच प्रेम भिन्न लिंगीच असते असे का गृहीत धरले जाते याचाही विचार करू. प्रेमामध्ये शरण जाणे, स्वत:ला विरघळवून टाकणे, स्वत:चे व्यक्तित्व नाकारणे आणि एका अर्थी विशिष्ट प्रकारची हिंसा, आत्महत्या मनोमन स्वीकारणे असे सर्व बाईला करावे लागते. तर पुरुषांना विशेषत: ते जर घरातील मोठा मुलगा असतील, तर आई-वडील आणि जवळचे वृद्ध नातेवाईक यांचे ओझे खांद्यावर असल्याने पती-पत्नी या नात्याकडे पाहताना प्रेमाचा अर्थ वेगळा लावावा लागतो. साधारणत: निर्णय पुरुष घेतात आणि तो राबवण्याचा आणि त्यातील मेहनतीचा भाग पत्नीने पार पाडावा आणि यालाच प्रेमाचे सार्थक मानावे असे दिसते. पूर्वी स्वातंत्र्योत्तर काळात महात्मा गांधींच्या मृत्यूनंतर जे गांधीवादी, सर्वोदयवादी कार्यकर्ते तयार झाले; त्यांच्या प्रेमाचा आविष्कार म्हणजे बायकोने अर्थार्जन करायचे, नोकरी करायची, घर सांभाळायचे आणि राष्ट्र सांभाळण्यासाठी जणू काही खांद्यावर झोळी घेऊन पुरुषांनी सर्व ठिकाणी प्रवास करायचा, विहार करायचा तळागाळातून कार्यकर्ते तयार करायचे असे संसार दिसतात. आणखी एक पूर्वीचा साचा दिसतो तो म्हणजे, नावाजलेले दणदणीत करिअर असणारे डॉक्टर, इंजिनिअर, बिल्डर, यशस्वी नेतृत्व असणारे पुरुष; घरी एक सोज्वळ, शांत, सगळे सांभाळून घेणारी बायको आणि बाहेर मात्र या पुरुषांना मैत्रिणी! आपल्या निर्मितिक्षमतेसाठी, सर्जनशीलतेनसाठी, यशस्वीतेसाठी अनेक बायका आपल्या भोवती गराडा घालून असतात; याचाच गवगवा असायचा. त्या काळात नाटक, सिनेमा क्षेत्रांत काम करणाऱ्या स्त्रियांच्या प्रेम करण्याची चर्चा असायची, पण त्यातही 'सौभाग्यवती' विरुद्ध 'विवाहाबाहेरील मैत्री' यात विभाजन असायचे; आणि साधारणत: समाज घर-संसार सांभाळणाऱ्या बाईच्या अस्तित्वाला मान्यता देत असे, परंतु खरे तर

दोघींचेही अवमूल्यनच होत होते. म्हणूनच मला असे वाटते की, १९७० च्या दशकानंतर स्त्रियांना जेव्हा जाग येऊ लागली आणि स्त्री-चळवळीला नव्या टप्प्यावर जन्म मिळाला, तेव्हा 'आम्ही भिन्न आहोत पण दुय्यम नाही' अशी भूमिका घेऊन चळवळ उभी राहिली आणि 'माझ्या शरीरावर माझा हक्क' असे सांगण्याचा धीटपणा आला आणि जे गुलामीत टाकते, जे हिंसक आहे; ते नाकारण्याची धमकसुद्धा स्त्री-चळवळीतील गटांनी दाखविली. दुहेरी नीतिमूल्ये, दुहेरी वर्तणूक आणि त्यांतून येणारी विषमता आणि शोषण याला सरळ सरळ नकार देणारी चळवळ उभी राहिली.

१९८० च्या दशकात आमच्याच परिचयाच्या अनेक मित्र-मैत्रिणींचे प्रेम करून झालेले विवाह मोडले. इतकेच नाही, तर मैत्रिणी-मैत्रिणी एकत्र राहून कुटुंब करण्याची भाषा बोलू लागले आणि एकूणच प्रेम ही फक्त भिन्नलिंगीय आणि विवाह, कुटुंबामध्ये परिवर्तीत होणारी भावना नाही; भगिनीभाव ही एक राजकीय रणनीती आहे अशी मांडणी आणि कृती होऊ लागली. काही वेळा तर दोन-तीन मित्र, दोन-तीन मैत्रिणी एकत्र राहताहेत आणि त्यांच्यात एक समंजस स्वामित्व नसलेले नाते निर्माण होते आहे असेही प्रयोग सुरू झाले. परंतु बदलत्या अर्थव्यवस्थेत जेव्हा बाजारपेठेचे महत्त्व वाढले; राज्यसंस्था कल्याणकारी चौकटीपेक्षा अधिक पोलिसगिरी करू लागली, कुटुंबे पांगली, घरातील भावंडे परदेशी जाऊन स्थिर झाली, इतकेत नाही तर अगदी सख्ख्या भावंडांमध्येसुद्धा राहते घर, वडिलांची संपती याविषयीचे विवाद सुरू झाले; तेव्हा प्रेमामध्येसुद्धा बंडखोरीपेक्षा एक वेगळेच शहाणपण आणि दूरदृष्टी आली.

कोणतीही अट न घालता, कोणतीही चिकित्सा न करता, पूर्णत: माणूस जसा आहे तसा स्वीकारण्याची ताकद देणारे प्रेम भारतासारख्या देशातसुद्धा दुर्मीळ होऊ लागले. प्रेमाचा अर्थच अगदी प्रेम करून चळवळीत एकत्र काम करून मग केलेल्या कुटुंबामध्येसुद्धा प्रत्येक व्यक्तीला पूर्णत: व्यक्ती असण्याचा अधिकार देऊन, समांतर जगत आपापले ध्येय गाठणारी माणसे असासुद्धा लावलेला दिसतो. तसेच काही ठिकाणी आई-वडील पुरोगामी चळवळीतले; म्हणून पुढची पिढीपण चळवळीत, पण ती आपोआपच नेतृत्वाच्या जागी अशी पण कुटुंबे दिसतात, परंतु आत्ताच्या काळात सर्वच शब्दांचे मूलभूत अर्थ लावण्याची वेळ आली आहे. देश म्हणजे काय? देशप्रेम म्हणजे काय? कुटुंबाचे भले म्हणजे काय? आणि ज्या कुटुंबांमध्ये एकेकच मूल असते त्यांच्या स्वातंत्र्याचा, स्वायत्ततेचा, सार्वभौमत्वाचा अर्थ कसा लायचा? असे अनेक प्रश्न नव्याने उभे राहत आहेत. शेवटी ७०-८० च्या पुढच्या टप्प्याला असणाऱ्या, अवलंबून राहणाऱ्या माणसांच्या निगराणीचा, त्यांच्या देखभालीचा प्रश्न कसा सोडवायचा? मुलं जन्माला न घालणे, हा आमचा चॉईस आहे असे म्हणणारी जोडपी लक्षात घेत नाहीत की, त्यांनी

केलेली ही निवड वा निर्णयसुद्धा विचित्रच आहे. आपला समाज अशा संक्रमण अवस्थेत आहे की, चांगले वृद्धाश्रम नाहीत, चांगल्या प्रकारची निगा राखून वैद्यकीयदृष्ट्या योग्य निर्णय घेणारी आणि तरी थकत चाललेल्या माणसांना माणूसपण देणारी पर्यायी संस्थात्मक रचना नाही. अशा वेळी शेवटी घराचे प्रतिनिधित्व करणारी, घरातली मुख्य स्त्री हा सर्व भार पेलत असते. क्वचितच असे दिसते की, थकत चाललेल्या बाईला विश्रांती, प्रतिष्ठा, कौतुक, प्रेम मिळते. उलट शेवटपर्यंत स्वयंपाकपाणी, घरकाम, घराची व्यवस्था लावणे, उस्तवारी करणे आणि आल्या-गेल्यासमोर घराचे एक चांगले चित्र ठेवणे हे बाईलाच करावे लागते.

विशेषत: आपल्याकडे सर्व जातींमध्ये आता मध्यमवर्गाचा उदय झाला आहे. मधल्या जाती, कनिष्ठ जातींमध्ये जगणाऱ्या स्त्रियांचे अदृश्य श्रम आणि अकाली वय होणे; याबद्दल त्या स्वत: तर काही बोलूच शकत नाही, परंतु त्यांच्या वतीने कोणी बोलतही नाही. घरकामाचा प्रश्न हा फक्त नवऱ्याने सकाळी उठून चहा करणे एवढ्याशी जोडलेला नाही. तर एकूणच, श्रम, घरकाम याबरोबरच ज्याला विश्रांती म्हणतात, मोकळा वेळ म्हणतात, ज्याच्यामधून संस्कृती निर्माण होऊ शकेल असा अवकाश म्हणतात; तो स्त्रियांच्या वाट्याला किती येतो? कलावंत स्त्रिया ज्या विवाहाच्या चौकटीत नाहीत किंवा कार्यकर्त्या स्त्रिया ज्या या ना त्या कारणाने त्या जंजाळातून बाहेर पडल्या आहेत, त्यांनाही मोठ्या प्रमाणात एकाकीपणा सोसावा लागतो. पण नाहीतर विचारवंत, तत्त्वज्ञानी, कलाकार, उद्योगपती पुरुषांच्या बायका या अदृश्यच राहतात. त्यांचे चित्रे काढणे, भरतकाम करणे किंवा बिगरसरकारी संघटना काढून काही प्रमाणात कल्याणकारी कामे करणे हे सर्वच पूरक आहे असेच मानले जाते.

म्हणूनच भारतासारख्या विकासाचा आधार घेऊन, हिंदू अस्मिता घेऊन, जागतिक पातळीवर एक शक्ती होऊ पाहणाऱ्या देशामध्ये प्रेमाची किंमत पुरुष आणि स्त्रियंना जोपर्यंत वेगवेगळ्या प्रकारे मोजावी लागते, तोपर्यंत हा शब्द पोकळ, निरर्थक आणि दिशाहीनच ठरणार. प्रत्येक वेळी प्रेम ही संकल्पना जात, वर्ग, - धर्म, परंपरा या प्रस्थापित चौकटींशी जोडली जाते, तेव्हा ती विकृतच होते. विशेषत: लैंगिकतेची सांगड प्रेमाशी घातली जाते; तेव्हा प्रेम होते म्हणून हल्ला केला, ॲसिड फेकले, असुरक्षितता निर्माण झाली म्हणून ओटीपोटावर लाथ मारली किंवा स्वत:चा विनाश करून घेतला याचे नैसर्गिकीकरण केले जाणार आणि तशा प्रकारचे चित्रपट, नाटके लोकप्रिय होणार. या पलीकडे जाण्यासाठी नव्या पिढीतील मुला-मुलींमध्ये खुला संवाद निर्माण होणे अत्यंत गरजेचे आहे. कारण काहीही म्हटले तर स्त्री-पुरुषांनाच एकत्र येऊन मूल जन्माला घालता येते आणि ते मूल दोघांचे असते आणि त्याला स्वत:चे काही मत असते, याचे भान ठेवून

प्रेमाचा अर्थ अधिक जबाबदारीने लावण्याची वेळ आली आहे. नाहीतर मुलगी झाली म्हणून बायकोला टाकणे, मुलगा हवा म्हणून नवीन लग्न करणे, हे जसे घडते आहे; तसेच प्रेमात पडणे, प्रेम नाकारणे आणि प्रेमात केलेल्या चुकांबद्दलसुद्धा मोकळेपणाने न बोलणे असे सर्व घडतच राहणार.

४ भारतातील मुलींचे यश/अपयश

साधारणत: १० वी-१२ वी अशा महत्त्वाच्या परीक्षांचे निकाल बाहेर आले की, चर्चा सुरू होते ती म्हणजे मोठ्या प्रमाणात अव्वल मार्क आणि वरचा क्रमांक मिळवण्यामध्ये मुलींची संख्या भरपूर दिसते. असे झाले की; मग सर्वसामान्य माणसांना, वृत्तपत्रकारितेच्या जगाला असे भासू लागते की, २१ व्या शतकात आता भारतामध्ये स्त्रियांच्या दुय्यम स्थानाचा प्रश्न उरला नाही. प्रयत्न केले, अभ्यास केला की; मुली कोणतेही यश संपादन करू शकतात अशी एक चौकट मनात तयार होऊ लागते. त्याच वेळी मग अनेक आंतरविरोध समोर येतात. म्हणजे एकूण आकडेवारी पाहिली; तर महाराष्ट्रामध्ये स्त्रियांचे पुरुषांच्या तुलनेत घटते प्रमाण, स्त्री भृणहत्या प्रकारचे वाढते प्रमाण, ०-६ वयोगटातील मुलींचे घटते प्रमाण असे उदास चित्र दिसते. परित्यक्ता, अविवाहित स्त्रियांची दारिद्र्यरेषेखाली जगण्याची रीत किंवा वेश्या व्यवसायात कनिष्ठ जातीतील, वर्गातील, धर्मातील स्त्रियांचे खेचले जाणे हेसुद्धा वाढत्या प्रमाणात घडते आहे. पुणे-मुंबईमध्येसुद्धा अगदी रात्री आठ-साडेआठ नंतर मुलींनी रस्त्यावरून जाणे दुरापास्त झाले आहे. गळ्यातली एखादी साखळी किंवा बोटातील एखादी अंगठी यासाठी जीव घेणारे, हल्ला करणारे; चेहरे हरविलेले गुंड या वास्तवाला तरुण स्त्रिया तोंड देत आहेत.

१० वी-१२ वीमध्ये चमकणाऱ्या मुली सुस्थित घरातील बहुतांश शिक्षित आई-वडलांच्या पोटी जन्मलेल्या असतात. काही अपवाद वगळता एकूणच स्पर्धेच्या जगामध्ये अव्वल यश मिळवण्यासाठी त्यांना उत्तेजनही दिले गेलेले असते. असे झाले की या मुली सिद्ध करतात की, मुलांच्यापेक्षा बुद्धी आणि कौशल्य या दृष्टीने मुली कोठेही कमी नाहीत. परंतु यातल्या किती मुली गांभीर्याने आपले करिअर महत्त्वाचे मानू शकतात, किती मुली विवाह करायचा की न करायचा याविषयी स्वतंत्र आणि स्वायत्तपणे निर्णय घेतात; हा एक मोठा प्रश्न अनुत्तरित राहतो. आपल्याकडच्या पुरुषप्रधान व्यवस्थेची पुनर्रचना नव्या अर्थव्यवस्थेमध्येही होत असते. त्यामुळे अगदी घसघशीत आर्थिक बळ असणाऱ्या मुलीलासुद्धा जगून तगून राहण्यासाठी जात, वर्ग, धर्माच्या चौकटी सांभाळतच

यानंतरचे निर्णय घ्यावे लागतात.

एकूणच १९९० नंतरच्या काळात नव्या पिढीपुढे, विशेषत: स्त्रियांपुढे नवी आव्हाने आणि नवे प्रश्न उभे राहत आहेत. एकीकडे काय करणार जग पुरुषांचेच आहे असे स्वीकारावे लागते आणि दुसरीकडे यापूर्वी कधीही खुल्या नसणाऱ्या क्षेत्रांमध्ये प्रवेश करण्याच्या शक्यता निर्माण झाल्या आहेत असे चित्र दिसते. १९५० च्या दशकात बहुसंख्य स्त्रिया बालवाडी शिक्षिका, प्राथमिक शिक्षिका, परिचारिका, आया, सफाई कामगार अशा क्षेत्रांमध्ये काम करत होत्या. १९७० च्या दशकामध्ये नवा मध्यमवर्ग उदयाला अल्यानंतर आणि स्त्री-मुक्तीच्या चळवळीने खाजगी क्षेत्रातील राजकारण, सत्तेची उतरंड कार्यक्रमपत्रिकेवर आणल्यानंतर भारतातील निदान प्रमुख क्षेत्रातील स्त्रिया करिअर करणे, महत्त्वाकांक्षा बाळगणे याबद्दल निर्भयपणे सकारात्मक दृष्टिकोन मांडू लागल्या. परंतु १९८० नंतर जे काही धर्मवादी पुरुषप्रधान हिंसक राजकारण उभे राहिले, त्यातून स्त्रीचळवळीतील लोकशाहीवादी आवाज क्षीण होऊ लागला. याच काळात हळूहळू जागतिक बँकेच्या चौकटीत बाजारपेठी व्यवस्था स्थिर होऊ लागली आणि मग १९९० नंतरच्या काळात एक नवेच जग उभारले जाऊ लागले. एकीकडे भारतीय संस्कृतीची विशिष्टता बाजारपेठेत विकताना मेहंदी, बांगड्या, कुंकू आणि कौमार्य-'योनिशुचिता' या गोष्टींचा प्रचार केला गेला; तर दुसरीकडे बाजारपेठेच्या दृष्टीने आता कला, करमणूक क्रीडा, सिनेमा ही सर्व क्षेत्रे उत्पादक आणि नफा मिळवून देणारी झाली. साध्या साध्या कुटुंबातील, ओबीसी, दलित जातीतील विशेषत: मुली आता नाच, गाणे, खेळ या क्षेत्रामध्ये धीटपणे आणि अगदी लहान वयात प्रवेश करू लागल्या आहेत. अनेक कुटुंबांमध्ये मुलींना आता अशा करिअर्स करण्यासाठी प्रोत्साहन दिले जात आहे. परंतु त्याच वेळी एकूण मूल्यव्यवस्था म्हणून कुटूंबात आणि कुटुंबाबाहेर आदर्श, पवित्र भारतीय नारी ही प्रतिमा अधिकच घट्ट होते आहे.

समाज परिवर्तनाचा विचार करणारे आपण सर्व, वर्ग अथवा जात या अमूर्त संकल्पना व्यवस्थेच्या संदर्भात पटकन लक्षात घेतो. परंतु स्त्री-पुरुष विषमता ही एक रचना आहे आणि पुरुषसत्ताक व्यवस्थेमध्ये स्त्रियांचे स्थान दुय्यम ठरते हे मात्र स्वीकारत नाही. भारतातील पुरुषसत्ताक व्यवस्था बहुविध आहे. त्यात जात, वर्ग, धर्म संस्कृती या साऱ्यांची गुंतागुंत आहे.

स्त्रीवाद म्हणजे एक परिवर्तनवादी राजकीय भूमिका आहे; हे लक्षात घेतले तर मग, आपल्याला 'पुरुषसत्ताक' हा शब्द नीट कळेल. स्त्रीवादी अभ्यासकांनी आणि चळवळ करणाऱ्यांनी पितृसत्तेपेक्षा, 'पुरुषसत्ता' हा शब्द जाणीवपूर्वक प्रचारात आणला. १९८० च्या दशकानंतर मात्र 'लिंगभाव' या नावाचा कोटिक्रमही विश्लेषणासाठी त्या

वापरू लागल्या. सर्व स्त्रिया सदैव पिडित असतात हे खरे नाही, तसेच त्या सदैव मशाल घेऊन झुंज देणाऱ्या झाशीच्या राण्याही नाहीत हे लक्षात घेतले पाहिजे. स्त्रिया-पुरुष हे दोन्हीही समाजाचे घटक भांडवलशाही बाजरपेठेत जसे घडवले जातात, त्याच्या गुंतागुंतीतच पुरुषसत्ताकतेची वीण गुंफली जाते. स्त्रियासुद्धा पुरुषांप्रमाणेच या गुंतागुंतीच्या परिस्थितीत घडत असतात. केवळ स्त्रीच्या जन्माला आलेली प्रत्येक व्यक्ती आपल्याला भोगावे लागलेले, सोसावे लागलेले अनुभव घेऊन स्त्रीवादी होऊ शकत नाही. उलट कोणत्याही समाजातील स्त्री अथवा पुरुष यांना एकदा स्त्री-पुरुषांमधील सत्तासंबंधाविषयी प्रश्न पडू लागले आणि त्यांनी स्वत:च्या घडणीचा चिकित्सक विचार सुरू केला की, ते स्त्रीवादी होऊ शकतात.

भारताध्ये धर्म, जात या संरचना स्त्री-प्रश्न समजवून घेण्यासाठी महत्त्वाच्या आहेत. एकदा आपण मान्य केले की; भिन्न काळामध्ये, इतिहासाच्या भिन्न टप्प्यांवर स्त्रीत्व आणि पुरुषत्व हे घडविले जाते आणि प्रस्थापित व्यवस्थेच्या दृष्टीने सोयीचे असे स्त्री-पुरुषांचे नाते रंगविले जाते; तर मग आपण स्त्रियांचे समीकरण फक्त मातृत्व त्याग, सेवा अशा मूल्यांशी लावणार नाही आणि पुरुषांचे समीकरण हिंसा, अरेरावी आणि कर्तबगारी यांच्याशी लावणार नाही. भारतामध्ये आपण ऐतिहासिकदृष्ट्या वसाहतवादी काळ, स्वातंत्र्य लढ्याचा काळ, स्वतंत्र भारताच्या जडणघडणीचा काळ, पंचवार्षिक योजना, आणि कल्याणकारी राज्याचा काळ; त्या प्रमाणे १९७४ - ७५ या काळातील आणीबाणी आणि स्त्रीवादी चळवळीचा उदय, तसेच १९९० नंतरची खुली अर्थव्यवस्था असे टप्पे लक्षात घेऊन स्त्री प्रश्नाचा अभ्यास केला, तर आपल्याला स्त्रियांच्या दुय्यमत्ववाची गुंतागुंत समजू शकेल.

प्रामाणिकपणे सांगायचे तर स्त्रीवाद किंवा स्त्रीचळवळ यांच्या स्वरूपामध्ये जसा बदल होतो आहे, तसाच बदल राज्यसंस्थेच्या स्वरूपामध्येही होतो आहे. फक्त स्त्रीचळवळीचा धाक असे पूर्वी कधी होते असे वाटत नाही. परंतु ताराबाई शिंदे, सावित्रीबाई फुले, पंडिता रमाबाई आणि मुक्ता साळवे यांची बाजू घेण्यासाठी महात्मा फुले यांना आपली लेखणी परजावी लागली होती. न्यायमूर्ती रानडे, लोकहितवादी यांच्यापासून थेट आगरकरांपर्यंत स्त्रीसुधारणेच्या चौकटीचा गांभीर्याने विचार झाला होता. इतकेच नाही, तर लोकमान्य टिळकांनीही राष्ट्रउभारणीमध्ये भारतातील स्त्रीशिक्षणाचे स्वरूप कसे असेल याची गांभीर्याने मांडणी केली होती. महत्मा गांधींच्या चळवळीत मोठ्या प्रमाणात निर्भयतेने स्त्रिया घरदार, कुटुंब ही चौकट मोडून कृतिशील झाल्या होत्या. अगदी मागे वळून पाहिले, तर महानुभाव आणि वारकरी संप्रदाय या महाराष्ट्राच्या परंपरेमध्येसुद्धा महादाईसा ते मुक्ताबाई, जनाबाई सोयराबाई अशी विचारवंत कृतीशील

स्त्रियांची दमदार परंपरा दिसते. म्हणजे लक्षात असे येते की, जेव्हा जेव्हा धर्माच्या कर्मकांडाविरुद्ध, ढोंगीपणाविरुद्ध; जातींच्या उत्पादन व्यवस्थेतील स्थानाला धक्का बसल्यानंतर त्याविरुद्ध माणसे उभी राहिली, तेव्हाच स्त्रीप्रश्नालाही तड लागण्याची शक्यता निर्माण झाली. १९७५ नंतर मात्र स्वायत्त स्त्रीवादी चळवळ जेव्हा स्त्रीप्रश्नाची गुंतागुंत मांडू लागली; त्या काळात हळूहळू दलित, आदिवासी आणि एकूण तरुण पिढीच्या प्रश्नांची मांडणी करणाऱ्या चळवळी कोंडीत सापडल्यासारख्या झाल्या. त्यामुळे स्त्रीवाद हा अती अभिजनवर्गातील स्त्रियांचा अविष्कार आहे असा गैरसमज पसरला, तसेच स्त्रीवादी जाणीव ही स्त्रीला अणुवत एकटेपणा घेण्यास उत्तेजन देते असाही गैरसमज झाला. दलित अथवा शेतकरी चळवळींमध्ये शहरी विरुद्ध ग्रामीण, दलित किंवा सवर्ण असे विभेदन करून आमच्या स्त्रिया, तुमच्या स्त्रिया अशा वादांनाही तोंड फुटले. परंतु यात नुकसान झाले ते सर्व चळवळींचे, कारण आज लोहार, चांभार किंवा मुसलमान किंवा ख्रिश्चन अशा समाजाची कल्पना केली जाते; तेव्हा त्यातील पुरुषवर्गाचाच विचार केला जातो आणि परिणामत: प्रत्येक जात, वर्ग, धर्म या गटामधील स्त्रियांचे दडपलेपण वाढत जाते. अस्मितेच्या राजकारणातून निर्माण होणारा हा प्रश्न गुंतागुंतीचा होऊन बसतो.

एकीकडे स्त्रीचळवळीचा आविष्कार तुकड्या-तुकड्यांनी घडतो आहे आणि दुसरीकडे विवाहसंस्था, कुटुंब, जात, गोतावळा यांची नियंत्रक पुरुषसत्ताक व्यवस्था मात्र हिंसक होते आहे. ज्या जगाला खाजगी असे मानले गेलेले आहे, त्याचे स्वरूप अधिकाधिक कर्मठ बनते आहे. आणि म्हणूनच सार्वजनिक जगात काही मूठभर स्त्रियांची अपवादात्मक दृश्यता दिसली, तरी त्यातून एकूण स्त्रीप्रश्नाची तड लागली आहे असे म्हणता येत नाही. स्त्रीवाद, स्त्रीचळवळ ही मक्तेदारी पद्धतीने काही उच्चशिक्षित, महानगरीय उच्चजातीय, वर्चस्ववादी धर्मामधील स्त्रियांच्या हाती जाईल की काय अशी भीती अनेकांनी व्यक्त केली होती. परंतु १९९० च्या दशकापासून, बहुजन समाजातील परिघाबाहेरील जिणे जगणाऱ्या स्त्रिया मोठ्या प्रमाणात समूह म्हणून एकत्र येतानाही दिसत आहेत. म्हणजे दाऊ कंपनीला उखडून लावताना किंवा उत्तन गावासारख्या समुद्र किनाऱ्यावरील मच्छीमारांना हुसकावून लावण्याच्या विरोधात, त्या त्या स्थायिक पातळीवर स्त्रिया कृतिशीलपणे हस्तक्षेप करताना दिसतात. अर्थात या प्रतिकाराच्या 'बातम्या' प्रसिद्ध केल्या जात नाहीत. म्हणजे महाराष्ट्रात तळागाळाच्या पातळीवर एक असंतोष, अस्वस्थता धुमसते आहे आणि त्या अस्वस्थतेचे स्त्रीप्रश्नांशी नाळेचे नाते आहे.

निरीक्षण म्हणून आसपास पाहिले, तर बरेच आंतरविरोध दिसतात. महाराष्ट्र राज्यातील सरकार कधी संस्कृतिरक्षक होऊन स्त्रियांच्या चारित्र्याच्या संरक्षणाची भाषा बोलते, तर त्याच वेळी पोलीस दलात नव्याने भरती होऊ पाहणाऱ्या तरुण प्रशिक्षण

घेणाऱ्या स्त्रियांचे लैंगिक शोषण केले जात आहे अशी बातमी हाती येते. वर्तमानपत्रांतून स्त्रियांवरील हिंसाचार, अत्याचारांवरील बातम्या दैनंदिनपणे त्याच त्या भाषेत मांडल्या जातात. अनैतिक संबंधांच्या संशयामुळे चिडून खून करणाऱ्या, दिवसाढवळ्या गोळी घालणाऱ्या; तरुण, तडफदार, अस्वस्थ तरुणांचे पेव फुटलेले दिसते. परंतु त्याच वेळी माध्यमांमधून मात्र या ना त्या सोहळ्यांच्या निमित्ताने 'एका पेक्षा एक' स्पर्धात्मक कार्यक्रमांमध्ये मुली जीव तोडून लावण्या ते साल्सा अशा अनेक नृत्यप्रकारांचा आविष्कार करतात. परंतु हे करतानाच सूत्रसंचालक पुरुष हे मुलींच्या जशा फिरक्या घेतात, जे विनोद करतात; ते पाहून हसावे की रडावे कळत नाही. महाराष्ट्रातल्या कलावंत स्त्रिया अगदी माधुरी दिक्षीतपासून त्यानंतरच्या सर्व; संसार, कुटुंब यांच्याशी तडजोड करत बाजारपेठेत आपली दृश्यता टिकवू पाहतात. एक बिनडोक, कोणताही खणखणीत विचार न करण्याची परंपरा प्रस्थापित होऊ लागली आहे आणि गोड गोड चेहऱ्याच्या 'ब्राह्मणी' संस्कारांना ठळकपणा दिला जातो आहे. त्यातच जाड बुटक्या, तोतऱ्या वगैरे मुलींना आपल्या व्यंगाची, रूपाची महाराष्ट्रातील दृश्यता एका विकृत पद्धतीने दिसू लागली आहे आणि त्याच वेळी रोजच्या जगण्यात 'पदर तर पेटला नाही पाहिजे, निखारा तर विझला नाही पाहिजे,' ही तारेवरची कसरत स्त्रीजीवनाला नवे धुमारे फोडू देत नाही असे खेदाने म्हणावे लागते.

थोडक्यात मुली, स्त्रिया हे शब्द विनाचिकित्सा जात, वर्ग, धर्म, राजकारण आणि अर्थव्यवस्था यांच्या संदर्भांशिवाय वापरून फारसे काही हाती लागत नाही. भोवतालची हिंसक स्पर्धेची स्थिती आणि नोकऱ्या-रोजगारांची अतीव गरज ही गोष्ट मुलांप्रमाणेच मुलींनाही आता चांगलीच जाणवू लागली आहे. म्हणूनच भिन्न जातीजमातीतील नव्या पिढीतील मुलींना आता ज्ञान, कष्ट आणि काही प्रमाणात सत्ता मिळण्याखेरीज पर्याय नाही. असे असताना विवाहाची चौकट आजही दोन व्यक्तींच्या विवाहाची नाही. कुटुंब-गोतावळ्याचे स्वरूपही उतरंडीचे आणि स्त्रीने संगोपक-संवर्धक कामे केली पाहिजेत या मूल्यांशी निगडित आहे. अशा वेळी संक्रमण काळात आपण सर्वजण जात असताना जेव्हा आई-वडिलांपासून वेगळे घर करूया असे म्हणणाऱ्या मुलीला खलनायिका ठरविले जाते आणि एकाच वेळी आई-बाप आणि उच्च शिक्षित मुलगे आत्महत्या करतात; त्यांना सहानुभूतीपूर्वक, वृत्तपत्रीय पातळीवर 'न्याय' (?) दिला जातो, तेव्हा खरोखरच स्त्रीवाद ही राजकीय जाणीव आपल्याकडे शिक्षित समाजातही निर्माण झाली नाही असे म्हणावे लागते.

५ महाराष्ट्रातील मुली : एक मुक्त चिंतन

भारतातील इतर प्रांतांच्या तुलनेत महाराष्ट्र आणि विशेषत: मराठी संस्कृती याविषयी बोलताना नेहमीच मराठी स्त्रियांच्या वेगळेपणाबद्दल, योगदानाबद्दल गौरवाने बोलले जाते. अगदी जुन्या काळापासून लेखी पुरावे जे मिळतात त्यातून म्हणी, उखाण्यांमधूनसुद्धा स्त्रियांची दृष्टी चिकित्सक आणि परखड स्वरूपात मराठीतून व्यक्त झालेली दिसते. खरे तर उत्तर आणि दक्षिण या दोन ध्रुवांच्या मध्येच असणारे महाराष्ट्र राज्य दोन्हीकडच्या निर्मितिक्षम आंतरदृष्टींचा वापर करून, जणू काही प्रगतिशील विचारांचा मागोवा घेते, असे महाराष्ट्रातील नाही तर इतर प्रांतांतील विचारवंतांनाही वाटते. मुंबईसारखी महानगरी ज्या महाराष्ट्रात आहे तेथे विदर्भ, मराठवाडा अशा वेगवेगळ्या भागांमधूनसुद्धा १९७५ नंतर आलेल्या स्त्रीमुक्ती चळवळीमध्ये स्त्रियांनी नेतृत्व घेऊन विचार मांडलेले दिसतात. मात्र महाराष्ट्रातील आजच्या तरुण मुलींबद्दल मोकळेपणाने बोलायचे, तर त्यात बरेच बदल कालानुक्रमाने झालेले दिसतात आणि त्यात अनेक रंगांच्या छटाही दिसतात.

आपल्याकडे ग्रामीण भागातल्या स्त्रिया ज्या शेतीनिहाय काम करत आहेत, त्यांच्याकडे पाहिले, तर त्यांच्यातल्या तरुण मुली आता आधुनिक शिक्षण घेत आहेत आणि त्यांच्यात एक वैशिष्ट्य दिसते की, त्या परिचारिका, प्राथमिक शिक्षिका, टेलिफोन ऑपरेटर किंवा संगणकाशी जोडून आवश्यक ती कौशल्ये मिळवण्याकडे झुकतात. गुराढोरांचे, शेतीतले तेच ते काम त्यांना करायचे नाही; तसेच पापड, लोणची करून घरादाराला पूरक असे लहानसे उत्पादन करायचे नाही आणि उदबत्त्या, मेणबत्त्याही विकायच्या नाहीत. त्यांना इंग्रजी भाषा शिकायची आहे, संगणक प्रशिक्षण हवे आहे आणि शहरात मिळणारा मोकळेपणासुद्धा हवा आहे. मी जेव्हा शेतकरी संघटनेत काम करत होते, तेव्हा सर्वच स्त्रियांच्या पंचायती उभारण्यासाठी ग्रामीण महाराष्ट्रातून स्त्रियांचे अर्ज आले होते. निवडणुकांसाठी उभे राहण्याची हिंमत दाखविणाऱ्या या स्त्रिया भिन्न जातींतून आल्या होत्या आणि त्यांना पंचायत पातळीवर नेतृत्व घेऊन आपल्या गावाचे प्रश्न सोडविण्याची खात्री होती. या आमच्या प्रयत्नांनंतर दोन दशके लोटली आणि

आता वीस-बावीस वर्षांच्या असणाऱ्या ग्रामीण भागातील तरुण मुली पाहिल्या तर त्यांचे पोषाख, त्यांची धडपड, नवे शिकण्याची हिंमत यांमध्ये परिवर्तनाची एक वेगळीच झलक दिसते. म्हणजे असे की, आपापल्या जाती-गटांचे केवळ प्रतीक म्हणून वावरणे, जणू काही या तरुण मुली नाकारत आहेत. बसमध्ये किंवा ट्रेनमध्ये प्रवास करणाऱ्या तरुण मुली पाहिल्या, तर त्या आपल्या आपल्या जात, वर्ग, धर्माच्या खुणा आपल्या अंगावर मिरवताना कमीच दिसतात. पण सगळ्याच तरुण मुली डोक्याला स्कार्फ बांधून, आपले लुकलुकते डोळे मात्र उघडे ठेवून, आत्मविश्वासाने पावले टाकताना दिसतात.

मोबाईलमध्ये सगळी नवी ए. आर. रेहमानसकट संगीत दिग्दर्शकांची गाणी असतात आणि एस. टी. बस, खाजगी बस आणि ट्रेनमधून प्रवास करताना त्या सुटसुटीतपणे आपल्यापुरता अवकाश निर्माण करताना दिसतात. हे खरे आहे की, रस्त्यावरची गर्दी वाढली आहे, खड्डे वाढले आहेत आणि अपघातही वाढले आहेत. इतकेच नाही तर एकूण गुंडगिरी, छेडछाड, दहशत निर्माण करण्याच्या घटनाही वाढताहेत. परंतु या साऱ्याला तोंड देऊन आताची तरुण मुलगी नवे काही शिकायला हिंमतीने वसतिगृहात राहायला उत्सुक दिसते. इतकेच नाही तर आज अपघात झाला तरी ॲक्टिव्हा, स्कूटी घेऊन गर्दीतून वाट काढताना ती दिसतेच. घरी अडचणी असतात, बाहेरही स्पर्धा असते; पण या मुली अधिक प्रगतिशील काय आहे याची निवड नक्कीच करत असतात. म्हणजे असे की, पूर्वी सतत एकमेकींविषयी बोलणाऱ्या; परनिंदा, परचर्चा करणाऱ्या बायकांचा घोळका आता जरा गुणात्मकदृष्ट्या बदललेला दिसतो. आपले आपले काम लॅपटॉपवर करताना किंवा हातात पुस्तक घेऊन एकाग्रपणे वाचताना अगदी सामान्य घरातील मुलीसुद्धा दिसतात, हे लक्षात घेतलेच पाहिजे.

आजही शहरात न राहणाऱ्या निमशहरी, मागास भागातील मुलींना लवकर लग्न करा, जातीतच करा असे ताणतणाव आहेत. परंतु फरक असा आहे की; जी काही शिक्षणाची संधी, नवीन कौशल्ये प्राप्त करण्याची संधी हाती आहे, ती घेऊन या मुली उभ्या आहेत. त्यातल्या कितीतरी मुली शिक्षणासाठी, नोकरीसाठी परप्रांतात जातात आणि आपल्या जातीबाहेर, गोतावळ्याबाहेर आपला जोडीदार निवडतात. काही काळ ही दोन मंडळी एकत्रही राहतात आणि मग कधीतरी विवाह, कुटुंब ही चौकट स्वीकारतात. असे करताना जातीबाहेर, धर्माबाहेर पडणाऱ्या तरुण मुली जो आत्मविश्वास दाखवतात; तो त्यांच्या व्यवसायाच्या कौशल्यातून आणि अर्थार्जनातून आलेला असतो. मग अशा मिश्र विवाहांमध्ये त्या त्या घरांची वा जातीची गरज म्हणून कधी थोड्या तडजोडी करायला लागल्या, तरी त्या तडजोडी आहेत असे मान्य करून त्या पुढे जातात. म्हणजे अशा तडजोडींमध्ये विसर्जन दिसत नाही, शरण जाणे दिसत नाही. इतकेच नाही तर

आंतरजातीय, आंतरधर्मीय लग्न करतानाही स्वत:च्या शिक्षणासाठी आई-वडलांनी केलेल्या कष्टाची आणि खर्चाची जाणीव ठेवून, आपण जे कमावतो त्यातील निम्मा वाटा हा आपल्या आई-वडलांसाठी आहे असे ठामपणे भावी पतीला सांगणाऱ्या मुलीही मला माहीत आहेत. आमच्या पिढीमध्ये असे क्वचितच घडत होते. माहेरी जाणे, आई-वडलांची खऱ्या अर्थाने जबाबदारी घेणे या गोष्टी दूर ठेवूनच सासरी स्वीकारार्हता मिळविता येत होती. काही जणी टाकल्या गेल्या किंवा घरातून हाकलल्या गेल्या, तर शहरांमध्ये येऊन घरकामसुद्धा नव्या कौशल्यांसह करतात आणि असंघटित क्षेत्रातील स्त्रियांच्या संघटनांचा शहरातील संघर्षांमधून येणाऱ्या नव्या सुविधांचा फायदा स्वत:साठी करून घेतात.

मला माहिती आहे की, अनेकजणी कुंकू, मंगळसूत्र घालून वावरतात; परंतु स्वत:च्या पायांवर उभ्या असतात. १९५७ नंतरच्या स्त्रीमुक्ती चळवळीने कुंकू, मंगळसूत्राविषयी प्रश्न उभे केले होते. परंतु भाजीमंडईत गाळ्यावर बसणाऱ्या स्त्रिया, तसेच मासेविक्री करणाऱ्या स्त्रिया; तेव्हाही कुंकू, मंगळसूत्राचा वापर स्वत:च्या संरक्षणासाठी आणि प्रतिष्ठेसाठी करत होत्या. म्हणजे कोणतेही प्रतीक वा चिन्ह हे केवळ गुलामगिरीचे द्योतक नसते, याचे भान आत्ताच्या तरुण मुलींना चांगलेच आहे असे दिसते. त्यामुळे कुंकू लावणे, मंगळसूत्र घालणे किंवा न घालणे किंवा कोणताही पोशाख घालणे यातून आपण काही बंधनांतून मुक्त होतो आहोत असे या मुलींना वाटत नाही. आपल्याकडे दलित, कष्टकरी समाजातील अनेक स्त्रिया शासकीय नोकऱ्यांमध्ये काम करत आहेत आणि अशी कामे अतिशय चोखपणे पार पाडली जात आहेत. सरकारी कार्यालयांची कामे किंवा सफाई कामगार म्हणून केली जाणारी कामे यामध्ये स्त्रियांचे प्रमाण भरपूर आहेच. इतकेच नाही, तर ही कामे तत्परतेने आणि नेमकेपणाने बजावणाऱ्या कित्येक स्त्रिया एकटेपणाने आपल्या मुलाबाळांना वाढवताना दिसतात. आपण हे लक्षात घेतले पाहिजे की, आधुनिकतेची मूल्ये घेऊन शहरांमध्ये स्थलांतरित झालेल्या कुटुंबांमधील दुसऱ्या पिढीतील मुली अधिक ठामपणे पायांवर उभ्या दिसतात. परंतु इतर मागास जातींमधून आलेल्या किंवा जातीनिहाय व्यवसाय करणाऱ्या गटांतून आलेल्या तरुण मुली अजूनही बालपणी होणाऱ्या विवाहाच्या आणि मुलगाच जन्माला घातला पाहिजे, या सक्तीच्या दडपणाखाली असतात. तरीही मला असे दिसते की, आज पुण्यासारख्या शहरातसुद्धा असंघटित क्षेत्रांमध्ये सेवाशुश्रूषा, संगोपन या चौकटीत ज्या मुली काम करत आहेत, त्यांची दिवसाची कमाईसुद्धा व्यवस्थित आहे, राहणीमान तरतरीत आहे आणि विचार करण्याची पद्धत सकारात्मक आहे. म्हणजे स्त्रियांच्या सक्षमीकरणाचे शासकीय पातळीवर प्रयत्न होतात. परंतु महाराष्ट्रातील दडपलेल्या परिस्थितीत नव्या पिढीतील मुली मोठ्या प्रमाणात आता निर्भयपणे चारित्र्यहनन, गुंडगिरी, लैंगिक छळ यांच्याविरुद्ध बोलायला

तयार आहेत. त्या स्वत:ला मूलत: अबला किंवा दुर्बल माणसे समजत नाहीत. इतकेच नाही, तर अगदी नकळत्या वयात वडिलांचा आधार नाही म्हणून; जात, गोतावळ्यात आते-मामे भावंडात झालेल्या विवाहाला अडथळा न मानता, कितीतरी मुली आपल्या नवऱ्याला जोडीदाराप्रमाणे बदलवून टाकत आपला नवा अवकाश शोधत आहेत. कोणी निसर्गोपचारासारखे व्यवसाय निवडतात, तर कोणी अपंग बालकांसाठी आवश्यक असणाऱ्या सेवा पुरवितात, तर कोणी भटक्या प्राण्यांच्या संरक्षणाचा आणि प्रतिष्ठेचा प्रश्न हाती घेतात. दैनंदिन व्यवहारात अशा तऱ्हेने मनापासून जगणाऱ्या तरुण मुलींकडे पाहिले की वाटते, फक्त बळी जाणाऱ्या किंवा फक्त ऐश्वर्या राय बनून मिरवणाऱ्या प्रतिमा ज्या माध्यमांमधून निर्माण केल्या जातात; त्यापेक्षा वेगळ्या रितीने म्हणजेच कर्तेपणाने महाराष्ट्रातील तरुण मुली उभ्या राहत आहेत.

पुण्या-मुंबईसारख्या शहरांमध्ये तर इतर प्रांतातून नोकरी आणि शिक्षणानिमित्त येणाऱ्या तरुण मुलींची संख्या भरपूर आहे. मुंबई, पुणे ही शहरे हैद्राबाद किंवा बिहार, ओरिसा किंवा मध्य प्रदेश, उत्तर प्रदेश या प्रांतामधील अमराठी मुलींना अधिक सुरक्षित वाटतात. आपल्याकडे तरुण मुलींना गणपती, नवरात्र असे धार्मिक उत्सव आणि अनेक तऱ्हेचे समारंभ आणि सोहळे यांच्या माध्यमातूनसुद्धा वेगवेगळी कामे मिळतात. नव्या तऱ्हेचे कपडे शिवणे, सौंदर्य प्रसाधने वापरून सेवा देणे किंवा मेंदी अशी कामे करून, स्वत: पुरते पैसे मिळवून गावाकडे पैसे पाठविणाऱ्या मुली मला माहिती आहेत. आपल्या जात-गोतावळ्याला दारूच्या व्यसनातून बाहेर काढले पाहिजे, आपल्या घरातील पुरुषांना निराशेतून बाहेर खेचले पाहिजे याची जाणीव ठेवून आत्ताची मुलगी वावरते आहे. त्यामुळे हॉटेल मॅनेजमेंट, रिसेप्शनिस्ट किंवा कॉल सेंटर अशा कामांमध्ये धीटपणे जाणाऱ्या मुली स्वत:चा विचार तर करतातच; पण चांगल्या प्रकारे आपल्या जात-गोतावळ्याचा, समुदायाचाही विचार करत आहेत. त्यामुळे महाराष्ट्रात कदाचित जाती-जातींमध्ये विवाह होत आहेत असे आकडेवारीत दिसेल; परंतु अशा आकडेवारीचे बारकाईने निरीक्षण केले, वाचन केले तर असे दिसते की, दडपून टाकणाऱ्या हिंसक लग्नाला नकार देणाऱ्या मुलीही खूप आहेत. मराठीखेरीज इतर भाषा शिकण्याचे प्रमाणही मुलींचे जास्ती दिसते आहे आणि त्यातून बळ घेऊन आपल्यापेक्षा कमी शिकलेला परंतु पाठिंबा देणारा जोडीदार पुनर्विवाहाच्या चौकटीत निवडण्याचे प्रमाणसुद्धा वाढताना दिसते आहे. म्हणजे महाराष्ट्रातील तरुण मुलींचा विचार करताना, एका साचेबंद पद्धतीने विचार करणे चुकीचे ठरेल. प्रत्येक मुलगी नव्या वाटेने जाताना दिसते आणि तसे जाताना आपल्या गाभ्यापाशी असणाऱ्या गरजांचे नीट भान ठेवून जागतिकीकरणाच्या रेट्याखाली उपलब्ध असणाऱ्या नव्या संधींचा वापर करण्याचा प्रयत्न करते आहे. ज्या घरांमध्ये पिढ्यानूपिढ्या शिक्षणाचा

वारसा आहे, त्या घरांमधील तरुण मुलीसुद्धा आता आई-वडलांच्या पठडीतीलच कामे करतील असे दिसत नाही. अनेक तरुण मुली टी. व्ही. आणि अनेक चॅनेल्स या चौकटीमधून मिळणाऱ्या संधीचा उपयोग करून नृत्य, नाट्य, संगीत या क्षेत्रांमध्ये झुंजारपणे उभ्या राहत आहेत. नाटककार, चित्रपट निर्मात्या असणाऱ्या तरुण मुलींची संख्या कमी आहे, परंतु नाहीच असे नाही. अगदी ब्राह्मणी साचेबंद संस्कारांमधील मुली आता आपल्या बाईपणाच्या देहासह उभ्या राहतात, तेव्हा त्याकडे एक सवंगपणा म्हणून पाहणे चूक ठरेल. सार्वजनिक जग पुरुषसत्ताक असते असे म्हणण्याची वेळ संपली आहे. तरुण मुली मोठ्या प्रमाणावर त्यात सहभागी झालेल्या दिसतात आणि त्या अर्थी पुरुषसत्ताकतेची मक्तेदारी डळमळवून टाकण्याचा प्रयत्न दिसतो. दिल्ली येथे निर्भया प्रकरण घडले किंवा महाराष्ट्रात खैरलांजीच्या निमित्ताने सुरेखा, प्रियांका भोतमांगे यांच्यावर अत्याचार झाले. या घटना भीषण आहेत आणि चिंताजनकही आहेत, परंतु या घटनांनंतर आलेल्या प्रतिक्रिया इंटरनेट ट्विटर, फेसबूक आणि वर्तमानपत्रे - प्रमुख आणि स्थानिक यांमधील आशय पाहिला तर असे वाटते की, मोठ्या प्रमाणात तरुण मुली डोके वर काढून ठामपणे काही प्रश्न उभे करत आहेत. मग त्या प्रश्नांमध्ये मुलगा आणि मुली यांच्यामध्ये असणाऱ्या भिन्नतेचा विचार जसा केला जातो आहे, त्याबद्दल ठाम मते दिसतात. मातृत्वाचा; पाळी येणाऱ्या, पाळी जाणाऱ्या आपल्या बाईपणाचा एक चांगला विचार होताना दिसतो आणि त्याच वेळी बाईच्या नैसर्गिक दुबळेपणाच्या विचाराला शह दिलेला दिसतो.

किती तरी तरुण मुली उशिरा लग्न करण्याचे ठरवितात. स्वतःच्या पायावर उभे राहाण्याला महत्त्व देतात. आणि आपण, आपले कुटुंब, आपली जात, आपला गोतावळा याविषयी समतोल विचार करतानाच; भिन्न आणि मिश्र भारतातील बहुविधतेचा विचारही निश्चितपणे करतात. १९७५-७६ मध्ये स्त्रियांवर होणाऱ्या हिंसाचार, अत्याचारांसंदर्भात सुरू झालेली स्त्रीवादाच्या विचारावर आधारित चळवळ आता या दशकात नवे वळण घेताना दिसते. या संदर्भात पुणे विद्यापीठामध्ये स्त्री-अभ्यास विभागात काम करताना ज्या मुली विद्यार्थिनी म्हणून मी पाहिल्या, त्यांचे उदाहरण द्यावेसे वाटते. अतिशय मेहनतीने स्त्री-अभ्यासातील नव्या विचारांचा मागोवा घेत शिकणाऱ्या या मुली, दिवसभरात अर्थार्जनाच्या वेगवेगळ्या कामांत असतानासुद्धा आपले शिक्षण गांभीर्याने पार पाडताना दिसल्या. आपल्या जगण्याकडे, आपल्या कुटुंबाकडे चिकित्सकपणे पाहतानाच; त्या विद्यापीठातील इतर ज्ञानशाखांमधील चांगले, वाईट पाहत होत्या. त्यामुळे विद्यापीठातील अगदी सफाई कामगार स्त्रियांपासून ते कार्यालयीन पातळीवर छोटी, मोठी कामे करणाऱ्या स्त्रियांपर्यंत आमच्या स्त्री-अभ्यास विभागाशी जोडून घेण्याचे काम तरुण विद्यार्थिनींमुळे शक्य झाले. खाजगी आणि सार्वजनिक जीवनातील आपले जगणे किंवा आपल्या

लैंगिकतेचा विचार, या साऱ्याकडे जागरूकतेने पाहणाऱ्या या मुली करिअर करणे किंवा महत्त्वाकांक्षा ठेवणे याबद्दल ठाम दिसतात. आम्ही तरुण असताना बोटचेपेपणा खूप होता. संसार, मुले-बाळे, आईपणा, बाईपणा या सगळ्यांचे भान चिकित्सक नव्हते. आत्ताच्या मुली त्याबाबत अधिक स्पष्ट विचार करताना दिसतात. म्हणजे केवळ कुटुंबात गरज आहे म्हणून नोकरी करायची आणि गृहिणीपण सजवण्याची स्वप्ने पाहायची हे चित्र आता संपते आहे. वेळ पडली, तर घरकामसुद्धा मनापासून करणाऱ्या मुली आत्ताच्या काळात आपल्या ज्ञानासाठी, महत्त्वाकांक्षेसाठी एकटेपणसुद्धा स्वीकारतात. हा बदल मला लक्षणीय वाटतो. त्या अर्थाने समाजात आपल्याबद्दल वाईट बोलले जाईल, निंदा होईल याची भीती दूर सारणारी महाराष्ट्रातील तरुण मुलगी, हे चित्र मला आशादायी वाटते.

६ पुरुषसत्ताक व्यवस्थेतील समूहात्मता आणि सत्ता

ती मुलगी जेथे दृश्य माध्यमे, वर्तमानपत्रेसुद्धा पोचत नाहीत अशा उत्तरप्रदेशातील, बिहारच्या सीमारेषेवरील एका खेड्यातून आली होती. तिचे शिक्षण जरी दिल्लीत झाले असले, तरी तिच्या त्या छोट्या खेड्यामधल्या गावकऱ्यांनी आपल्या डोळ्यांनी पाहिले होते की, अतिशय गरीब घरातील ही मुलगी हुशार होती, तिला शिकायचे होते आणि तिला लहानपणापासूनच डॉक्टर व्हायचे होते. म्हणून वडिलांनी स्वत: दिल्लीमधील एका खासगी कंपनीत काम करताना, बिहारमधील तीन बिघे जमीन हळूहळू या वैद्यकीय शिक्षणासाठी विकली होती. त्यांच्या कुटुंबाची एक एकर जमीनसुद्धा सध्या गहाण पडली आहे. तिचे काका सांगतात की, माझ्या भावाने आपल्या मुलांना शिकविण्यासाठी संपूर्ण पगार आणि आयुष्य वेचले. लहानपणी आपल्याला आई-वडलांचे दारिद्र्य होते, म्हणून शिकायला मिळाले नाही. आपल्या मुलांना आपण शिकविले पाहिजे, या जाणिवेतून आई-बापांनी खूप कष्ट करून या मुलीला वैद्यकीय शिक्षणासाठी खर्च करून पाठिंबा दिला होता.

दिल्ली येथील घटना घडल्यानंतर आता तरुण मुलींना गावखेड्यातून येऊन शहरांमध्ये शिक्षण घेण्याच्या शक्यता खच्ची केल्या जातील का, असा एक प्रश्न सतत मनात येतो. सरकारी भाषा, अधिकृत भाषा सांगते की; आता स्त्री-पुरुषांमध्ये समानाता आहे. मुलींना आणि मुलांना शिक्षणाच्या आणि प्रगतीच्या सर्व संधी समान स्वरूपात प्राप्त होतील, परंतु अशा तऱ्हेने आधुनिक शिक्षणामध्ये पाऊल टाकणाऱ्या मुलींचे जगणे आणि ग्रामीण भागातील अर्धवट शिक्षण झालेल्या, वयात आलेल्या ग्रामीण पुरुषांचे अरेरावी पुरुषीपण; या दोहोंमध्य दोन ध्रुवांचे अंतर दिसते. या अंतरामुळे तरुण मुली आणि ग्रामीण जीवनात जातीच्या, धर्माच्या, अस्मितेच्या अहंकाराने पोसलेले पुरुषीजीवन यांतील सत्तासंबंध लक्षात घेतले पाहिजेत.

उत्तर प्रदेशातील एका अत्यंत मागासलेल्या जिल्ह्यामध्ये जिची मुळे आहेत; अशी

ही मुलगी घरातील लग्नकार्य, शाळा-कॉलेजांना मिळणाऱ्या सुट्ट्या आणि सणवार यांसाठी आपल्या गावी येत राहिली. तिचे एक नातेवाईक सांगतात की, ती अतिशय सौम्य मुलगी होती आणि तिने शिक्षणाचा ध्यास घेतला होता. उत्तर प्रदेशातील ज्या खेड्यातून ती आली, तेथे शिक्षण घेणे आणि शहरांमध्ये स्थलांतर करणे हाच एक मार्ग भरडून टाकणाऱ्या दारिद्र्यातून सुटण्याचा होता. या गावात मिश्र लोकसंख्या होती आणि त्यात वरिष्ठ जाती, इतर मागासवर्गीयसुद्धा होते. या खेड्यात सरकारने दिलेली एकही कूपनलिका किंवा पंप नाहीत. या गावातील लोक स्वत:च पैसे गोळा करून कालवे काढण्यासाठी इंजिनांचा वापर करतात. प्रशासकीय नकाशात इथे कालवे आहेत असे दाखविले गेले आहे, परंतु प्रत्यक्षात तसे काहीच नाही. ३०,००० रुपये भरल्याशिवाय अशा गावात कूपनलिका मिळत नाही. इतकेच नाही, तर या गावापासून दवाखानेसुद्धा १५ किमी अंतरावर आहेत आणि ६ किमी अंतरावर मोटरगाडीचा रस्ता आहे. हे सर्व तपशील खूप महत्त्वाचे आहेत.

बळी पडलेली मुलगी आपले दारिद्र्य, वंचितता यातून सुटण्यासाठी आधुनिक शिक्षणाचा मार्ग घेऊन, आपल्या जीवानाची गुणवत्ता सुधारू पाहत होती. तिचा मृत्यू म्हणजे भारतातील खेडी आधुनिकतेकडे प्रवास करताना, त्यांना अनुभवास आलेला मोठा हादरा किंवा भूकंप आहे असेच म्हणावे लागेल. बलिया गाव आणि भोवतीचा परिसर यांना असे वाटते की, आता तिच्या कुटुंबाला निदान २५ लाख रुपयांचे आर्थिक साहाय्य दिले गेले पाहिजे आणि तिच्या भावांना नोकरीचे आश्वासन दिले गेले पाहिजे. भीषण दारिद्र्य, भीषण मृत्यू आणि पुरुषसत्ताक व्यवस्थेची गुंतागुंत अशा सर्वच गोष्टी आपल्यासमोर येऊन ठाकल्या आहेत. तिच्या आई-वडलांच्या आणि गोतावळ्याच्या लहानशा खेड्याच्या विकाससंदर्भातील शोकांतिकेचा विचार मोठ्या गांभीर्याने केला पाहिजे. खासगी बसमधील तिच्यावर झालेला हल्ला हा जगून, तगून राहण्यासाठी शहरांमध्ये येणाऱ्या, स्वप्ने पाहणाऱ्या खेड्यापाड्यांतील मुलींच्या दृष्टीने अतीव कोंडी करणारा असा अनुभव आहे, हे लक्षात घेतले पाहिजे.

२०१२ साल संपता संपता हे निर्घृण नाट्य पडले. दिल्लीसारख्या राजधानीच्या महानगरामध्ये अंगावर काटा आणणारी घटना - असे वाटते, स्वतंत्र भारतात जन्मलेल्या आमच्या पिढीने साक्षीदार होऊन हा झगडा सततच पाहिला. फाळणी झाल्यावरच भारत देश 'राष्ट्रराज्य' म्हणून उभा राहिला. 'तुमच्या स्त्रिया', 'आमच्या स्त्रिया' अशी भाषा भारत, पाकिस्तान देशांनी केली. बलात्कारित, पळवापळवी केल्या गेलेल्या स्त्रिया त्या त्या देशांच्या अंतर्गत आणल्या गेल्या आणि शेवटी प्रस्थापित कुटुंबांनी न स्वीकारल्यामुळे

त्यांना निर्वासित छावण्यांमध्ये ठेवले गेले. त्या काळात केली गेलेली स्त्री प्रश्नाची होणारी सोडवणूक आणि या तऱ्हेचा संपर्क आजही चालू आहे, त्याला अंत नाही. स्त्रियांची शरीरे, लैंगिकता, मातृत्व या सर्वांचे 'राजकारण' तेव्हापासून केले गेले. हिंसाचार, धाकदपटशा या माध्यमांमधून पुरुषसत्ताक व्यवस्थेची वीण जातीय वर्चस्वाच्या आधाराने अधिकाधिक घट्ट केली गेली.,

गेल्या दशकामध्ये घडलेल्या भीषण घटनांचा नुसता आढावा घेतला तरी लक्षात येते की, खैरलांजी येथे घडलेले हत्याकांड असो किंवा खाप पंचायतीची सत्ता अधोरेखित करणारी भाषा आणि कृती असो किंवा बिअरबारमधील स्त्रीने दारू नाकारली म्हणून तिच्यावर केला गेलेला गोळीबार असो किंवा आत्ताची घटना असो; यांतून एक महत्त्वाचा मुद्दा ध्यानात येतो, तो म्हणजे आपण नव्या सहस्रकात वाटचाल करीत असलो, भारतात नवे तंत्रज्ञान - विज्ञान - माहितीचा विस्फोट झाला, तरी एकूणच भारतीय स्त्रीला तिची 'जागा दाखविण्याचे' षड्यंत्र पुरुषसत्ताक समूह पातळीवर चालूच आहे. दिल्लीमधल्या खासगी बसमध्ये चार गुंडांनी (जे कदाचित त्यांच्या राहत्या गावी सत्ताधारी वर्गाने आणि राजकीय पक्षांनी पोसलेले असतील) एकत्र येऊन ह्या शहरी, तरुण, 'आधुनिक' शिक्षण / जीवनपद्धती जगणाऱ्या जोडीला 'धडा' शिकविला. तसे करताना मुलीला 'सामूहिक' स्वरूपाची बलात्काराची शिक्षा तर केली गेलीच; पण त्याहून भीषण वास्तव असे की, या सत्तांध गुडांनी लोखंडी सळीसारखे तीक्ष्ण हत्यार वापरून या मुलीच्या आतड्यापर्यंत जखमा करून, तिला चालत्या बसमधून ढकलून दिले. इतका स्वत:चे माणूसपण विसरून हिंसक हल्ला करताना, या चौघांनाही आपली आई, बहीण, बिरादरी कशाचा विचारही मनात कसा आला नाही? बसच्या बंद काचांच्या अवकाशात त्यांनी एकमेकांच्या सहाय्याने जे स्वत:पुरते जग निर्माण करून, जी 'सैतानी' केली त्याचा अर्थ कसा लावायचा?

बलात्कार हा गुन्हा खुनाशी जोडून 'बलात्काऱ्याला फाशी द्या' असे म्हणून हा प्रश्न सुटणार आहे का? 'जिंदा लाश' असे पीडित स्त्रीचे वर्णन सुषमा स्वराज पुन्हा पुन्हा करीत होत्या; परंतु बलात्कारित स्त्री ही फक्त पीडित, बळी गेलेली असे मानणे योग्य आहे का? एखाद्या जातीची, धर्माची किंवा आधुनिकतेची प्रतिनिधी म्हणून एखाद्या स्त्रीवर जेव्हा असा हल्ला होतो आणि या हल्ल्याचा प्रतिकार केला जातो; तेव्हा ती स्त्री जरी जखमी, पीडित असली तरी तिला, तिने दिलेल्या झगड्याला आपण काय म्हणणार? चेहरा हरविलेली सत्ता समोर दिसत असताना; गुलाम होऊन गयावया न करणाऱ्या, या मुलीच्या जगून तगून राहण्याच्या, प्रतिष्ठेने असे राहण्याच्या प्रयत्नांचा अर्थ अधिक सर्जनशीलतेने लावला पाहिजे.

आपल्या देशात आज घडीला अशीही उदाहरणे दिसत आहेत की, आंध्रप्रदेशातील एका अल्पवयीन मुलीवर सामूहिक बलात्कार झाला. त्यानंतर ही मुलगी बळ घेऊन उभी राहिली. 'प्रज्वला' नावाची एक स्वायत्त संघटना उभारून, ती वेश्या व्यवसायासाठी विक्री होणाऱ्या, फसविल्या गेलेल्या स्त्रिया-मुलींसाठी काम करू लागली. म्हणजे बलात्कार झाला की, बाईचा देह विटाळला, संपला असे मानणे; स्त्रीचे पावित्र्य आणि शुद्धता योनीशी जोडणे आणि स्त्री माणूस होण्याचे, चुका करण्याचे स्वातंत्र्य नाकारून एका अर्थी थिजवून टाकणे; चूक आहे हे लक्षात घेतले पाहिजे. झुंडशाही करून; स्त्रियांना आधुनिक विज्ञान, विचार, कृती, मूल्यव्यवस्था या चौकटीतून खेचून; पुन्हा एकदा त्यांचे दमन करायचे ही प्रस्थापित पुरुषसत्ताक व्यवस्थेची रणनीती आहे, तिला तोंड कसे द्यायचे?

दिल्लीमध्ये ही घटना घडली, त्यानंतर अनु रामदास या दलित स्त्रीवादी नेतृत्वाने दलित आदिवासी स्त्रियांच्या स्थितीवर प्रकाश टाकणाऱ्या 'सावरी' या संकेतस्थळावर आपली भूमिका सादर केली, ती स्वागतार्ह वाटते. स्त्रीवादी भूमिका घेऊन स्त्रियांवर होणाऱ्या हिंसाचाराविरुद्ध एकजूट केली गेली पाहिजे, असा सूर यात दिसतो. दलित स्त्रियांवर अत्याचार होतो तेव्हा देशपातळीवर असे उत्थान होत नाही, हे वास्तव पचवून दलित स्त्रीवादी नेतृत्वाने दिल्लीतील हिंसक हल्ल्याविरुद्ध उभ्या राहणाऱ्या आंदोलनाला पांठिबा दिला आहे हे लक्षणीय वाटते. म्हणजे परिस्थितीत कितीही भिन्नता असली तरीही अशा वेळी दलित विरुद्ध सवर्ण स्त्री अशी मांडणी येथे नाकारली आहे.

आपल्याला एकीकडे भारताचा वसाहतवादी भूतकाळ, त्यानंतर राष्ट्रवादी प्रबोधनाच्या चौकटीत अस्मितांचा केला गेलेला कोंडमारा लक्षात घेऊनही; १९९० नंतरचे जात, वर्ग, धर्म, जमाती या सर्व कोटिक्रमांचे साधारणीकरण करताना, स्त्री-प्रश्नांची घुसमट केली जाऊ नये याची सहानुभावी जाणीव विकसित केली पहिजे. म्हणूनच 'स्त्री विरुद्ध पुरुष' अशी भूमिका घेणे किंवा त्यांचे एकसत्वीकरण करणे ही गोष्ट घातक आहे.

एक मांडणी अशी केली जाते की, 'बलात्कार' ही गोष्ट वासनेतून घडत नाही, तर सत्तासंबंधातून घडते. एखादी स्त्री विशेषत: शहरी, शिक्षित, आधुनिक असेल, तर तशा चौकटीत नसलेल्या एकट्या पुरुषाला तिला दुर्बळ बनविण्यासाठीसुद्धा समूहाचे बळ हवे असते. प्रियांका, सुरेखा भोतमांगे किंवा हरियाणामधील दलित स्त्रियांवरील सतत होणारे अत्याचार आणि दिल्लीतील घटना यांच्यात साम्य असे आहे की, कायदा, पोलीस नीतिनियम या कशाचीही चाड या मंडळींना वाटली नाही. परंतु अशा हल्ल्याला उत्तर म्हणून स्त्रियांनी एकत्र येऊन, दगडांनी ठेचून किंवा स्वयंपाकघरातील भाजी कापण्याची

सुरी हातात घेऊन; पुरुष ज्या अवयवाचा हत्यार म्हणून वापर करतात त्यावर हल्ला करून हा प्रश्न सोडवावा असे अनेक लेखनांमधून सुचविले गेलेले दिसते.

खरे तर हा लढा एखाद्या प्रसंगाशी, व्यक्तीशी निगडित करण्याऐवजी व्यवस्था परिवर्तनाच्या चौकटीतून विचारपूर्वक हाताळला पाहिजे. म्हणजे एकीकडे 'मानवी हक्क आयोग', 'दलित स्त्री संरक्षक आयोग', तसेच 'महिला आयोग' कार्यरत झाले पाहिजेत आणि त्यासाठी राज्यसंस्थेवर दबावही आणला पाहिजे. स्त्री संघटना, स्त्री प्रश्न अभ्यासक आणि एकूणच न्याय्य, समतेवर आधारलेल्या विज्ञानवादी, चिकित्सक, भविष्यातील खुला समाज घडवू पाहणारी दृष्टी घेऊन जगणाऱ्यांचे संवाद झाले पाहिजेत. त्याच वेळी गेल्या दशकातील गाजलेले चित्रपट, गाजलेल्या कादंबऱ्या, दृश्यमाध्यमातून येणाऱ्या विविध मालिका यांमधून नेमका काय संदेश दिला जातोय हेसुद्धा पाहिले गेले पाहिजे. आपल्याकडे नेहरू घराणे, गांधी घराणे, अंबानी, रतन टाटा आणि त्याचप्रमाणे आमटे बंग अशीसुद्धा घराणी आहेत. कल्याणकारी आदर्श चौकटीतून काही कामे केली जात आहेत, परंतु प्रत्यक्षात मात्र पुरुषाचे पौरुष शारीरिकतेमध्ये गोठवून स्त्रीला मर्मभेद्य बनविण्याचे षडयंत्र अत्यंत ठामपणे आखले जाते आहे. कधी कधी मनात येते की, अगदी आमीर खानसह सर्व आणि राणी मुखर्जीसह विद्या बालन, ऐश्वर्या राय, प्रियांका चोप्रापर्यंत सर्व कलाकार कधी तरी म्हणतील का की, 'अशा हिंसक आणि वास्तवापासून तुटलेल्या भूमिका आम्ही करणार नाही' (उदा दबंग, गजनी). किंवा एकूणच निरर्थक अशा सोहळायुक्त झगमगाटी परिषदा-जेथे फक्त 'मेरी आवाज सुनो' असते, त्यांतील खर्च कमी करून पर्यायी अशा खऱ्या संवादी चर्चा घडवू असे आपण बुद्धिजीवी म्हणू का?

या अत्यंत हादरवून टाकणाऱ्या घटनेमध्ये गुंतलेल्या सहाजणांना अगदी फाशी दिली, तरी आपल्या समाजात चरत जाणारे हे दुखणे इतक्या सोप्या पद्धतीने दुरुस्त होणार आहे का? गेल्या आठवड्यामध्ये ज्या घटना घडल्या, जी विधाने केली गेली; त्यांतून भारतातील कायदा बनविणारे आणि राबविणारे जे गट आहेत, त्यांच्यामध्ये पुरुषसत्तात व्यवस्थेची संस्कृती किती सूक्ष्म पद्धतीने पोसली गेली आहे तेच लक्षात येते. स्त्रियांवरील हिंसाचार या गोष्टीकडे दुर्लक्ष करणे, त्या हिंसाचाराला पाठीशी घालणे, सवलती देणे हे सारे हीच मंडळी करत असतात. अत्यंत घृणास्पद विधाने करणे एवढीच मजल ही मंडळी मारीत नाहीत, तर एक शब्दही न बोलता जी मृतवत शांतता आपल्याकडे पसरली आहे त्याकडे लक्ष दिले पाहिजे. भारतासारख्या खंडप्राय देशामध्ये स्त्रियांना सुरक्षिता आणि न्याय ही गोष्ट भारतीय राज्यसंस्था कशा प्रकारे नाकारते हे पाहिले, तर आपल्या

देशात ज्येष्ठ राजकारणी आणि अधिकारी या मंडळींनी बहुविध इंद्रियांची पडझड होणे आणि राज्यसंस्थाच बधिर होणे असा गुन्हा केला आहे.

एकीकडे लैंगिक अत्याचार आणि बलात्कार याविषयी कायदे अस्तित्वात आहेत; परंतु पोलीस, न्यायव्यवस्था आणि नेतृत्व यांनी हे कायदे ज्या प्रकारे कार्यरत करायला हवेत तसे केले जात नाही. सर्वसामान्य नागरिकांना जाणवते की, आपल्याकडे स्त्रियांनी आपले हक्क अधोरेखित करून मांडावेत असा अवकाशच आकुंचित होतोय; कारण ही नेतृत्वहीन पोकळी भारतीय स्त्री-प्रश्नांची कोंडी करत आहे. भारतात भक्ती चळवळीमध्ये किंवा त्यानंतरच्या फुले, आंबेडकर, शाहू या परंपरेमध्ये; इतकेच नाही तर रानडे, आगरकर, कर्वे यांच्या अथक प्रयत्नांमध्येसुद्धा स्त्री-प्रश्नांची काहीतरी जाण दिसते. परंतु आता एक सरसकट आंधळेपणा दिसतो. एकीकडे मूठभर स्त्रियांचे देह दृश्यतेस आणून नाचविले जातात आणि स्वातंत्र्याचा आभास निर्माण केला जातो; तर दुसरीकडे स्त्रियांना जन्म घेण्याचा, संगोपनाचा, अध्ययनाचा हक्क, काम करण्याचा आणि प्रतिष्ठेने जगण्याचा हक्क, आपल्याला आवडेल तो पोशाख घालण्याचा, प्रवास करण्याचा आणि आपल्या निवडीप्रमाणे प्रेम करण्याचा हक्क; हे सारेच नाकारले जाते. जे सत्तेवर असतात त्यांना स्वतःला मुली असल्या, तरी त्यांच्या मुलींना यातील कोणतीच अडचण कधीही येत नाही. दिल्लीसारख्या शहरात 'राज'पथावर पोलिसांनी ज्या प्रकारे गस्त घातली, त्यातून लक्षात येते की, येथे अशा तऱ्हेच्या घटनेला नागरिकांनी प्रतिक्रिया दिल्या, तर त्या चिरडूनच टाकल्या जातील. आपण लक्षात घेतले पाहिजे की, हे प्रश्न सोडवायचे तर नेमकी पावले उचलावी लागतील. प्रशासकीय पातळीवरील सुधारणा, शैक्षणिक पातळीलवरील सुधारणारा आणि सांस्कृतिक पातळीवरील सुधारणा या सर्वांचा नीट विचार केला पाहिजे. लैंगिक अत्याचार आणि बलात्कार या गोष्टींना पोसणाऱ्या संरचना बदलण्यासाठी ठाम निश्चयपूर्वक पावले उचलावी लागतील. इतकेच नाही, तर काही व्यापक प्रश्नांनासुद्धा आपण उत्तरे शोधली पाहिजेत. भारतीय राजकीय व्यवस्था आणि एक विशिष्ट वर्ग यांना लैंगिक हिंसाचाराच्या समस्येकडे इतके दुर्लक्ष कसे करता आले, म्हणजे पंचायत व्यवस्थेपासून अनेक ठिकाणी स्त्रिया काम करत असतानाही असे कसे होऊ शकते. म्हणजे एकीकडे असे दिसते की; जिल्हा परिषदा, पंचायत व्यवस्था, महानगरपालिका अशा ठिकाणी स्त्रियांना सामावले जाते, परंतु त्या पुरुषसत्ताक व्यवस्थेविरुद्ध भूमिका घेणार नसतात, विचार मांडत नसतात. त्यामुळे एकीकडे स्त्रियांना न्याय दिल्यासारखे दाखवायचे, परंतु मूळ व्यवस्था बदलायची नाही हे षड्यंत्र चालूच राहते. राज्यकर्ते जर स्त्रियांच्या हक्कांविषयी खऱ्या अर्थाने जागरूक असतील, तर त्यांना

स्त्रियांच्या राखीव विधेयकाला आता मान्यता द्यावी लागेल. पुढच्या लोकसभेमध्ये जर का १८१ स्त्रिया संसद-सदस्य म्हणून उपस्थित असतील आणि प्रत्येक राजकीय पक्षाने स्त्रियांच्या नेतृत्वाला चालना दिली, तरच खऱ्या अर्थाने या लहानशा गावखेड्यातील निनावी मुलीची नागरिक म्हणून, स्त्री म्हणून, माणूस म्हणून दखल घेतल्यासारखे होईल. तिला खरी श्रद्धांजली तेव्हाच मिळेल.

७ लैंगिकतेचे राजकारण : 'स्त्री-प्रश्ना'च्या संदर्भात

'लिंगभाव आणि (अनेकविध) लैंगिकता' यांसारखे शब्द वापरणे आणि या विषयावर लिहिणे ही गोष्ट गेल्या २५ वर्षांमध्ये किती बदलली आहे! १९८० च्या आसपास जेव्हा आम्ही 'अर्थविज्ञान वर्धिनी' या पुण्यातील परंतु अखिल भारतीय स्तरावरील संस्थेमार्फत एक पाच दिवसांची कार्यशाळा ठेवली होती, तेव्हा त्या कार्यशाळेमध्ये 'लैंगिकता' हा शब्द उच्चारणेही मोठे घातक मानले जात होते. या कार्यशाळेसाठी गांधीवादी, सावरकरवादी, नेहरूवादी आणि नुकत्याच कुठे स्त्रीवादी झालेल्या व्यक्ती होत्या आणि 'स्त्री-पुरुष विषमता' हा विषय होता. त्या वेळी स्त्री-पुरुषांच्या संदर्भात शारीरिक पातळीवरील नात्याबद्दल काही बोलणे हेसुद्धा अश्लील मानले जात होते. आपला देह आणि देह पातळीवरील गरजा या माणसांनी खाजगीत ठेवाव्यात आणि त्याबद्दल सार्वजनिक पातळीवर चर्चा करू नये, अशी एक सर्वसाधारण सहमती मध्यमवर्गीय सुशिक्षित वर्गामध्ये होती आजही आणि ती तशीच दिसते. त्यात विशेषत: गांधीवादी किंवा सावरकरवादी चौकटीमध्ये हे विषय चर्चेला आणणे म्हणजेसुद्धा पाश्चात्यांचे अंधानुकरण आहे असे समजले जात होते. त्या काळात शृंगार आणि मानवी शरीरामध्ये असणारी जननक्षमता याबद्दल एक तऱ्हेचा वैद्यकीय चौकटीतून केलेला विज्ञानवादी विचार होता. त्यात 'शृंगार' ही गोष्ट पती-पत्नींमध्ये असू शकते या शक्यतेकडेसुद्धा एका विकृतीकडे पाहावे, तसे पाहिले जाते होते. म्हणजे लग्न झाल्यावर जे काही स्त्री-पुरुषांमध्ये घडायचे, त्याकडे एक नैसर्गिक घटना म्हणून फार तर पाहावे; परंतु त्यांतील समस्या, प्रश्न याबद्दल चर्चा करू नये असे मानले जात होते. देह पातळीवरील सर्व क्रियांकडे आरोग्याच्या चौकटीमध्ये पाहताना, त्याच्याबद्दलचे मानदंड किंवा आदर्श प्रारूप हे एखाद्या वस्तूकडे पाहावे तसे होते. त्यामुळे या चर्चासत्रामध्ये त्या वेळीसुद्धा जाणवत होते की, स्त्रिया मूलत: मातृत्व आणि सेवाशुश्रूषा यासाठी जन्मलेल्या असतात आणि त्यांनी तेवढेच करावे आणि तेच योग्य आहे. तसेच पुरुष या वर्गाने मात्र हिंसक पौरुष आत्मसात न करता पितृत्व, सावली देणारे वडीलधारेपण स्वीकारावे; परंतु त्या

पलीकडे पौरुषाचा विचारसुद्धा गांभीर्याने करू नये असाच विचार होता. आज मात्र पंचवीस-वीस वर्षांच्या काळानंतर स्त्री-प्रश्नाला जशी वाचा फुटली आणि 'लिंग', 'लिंगभाव' आणि 'लैंगिकता' या शब्दांकडे सजगपणे पाहिले गेले पाहिजे याबद्दल जगभरच जागृती आली, त्यामुळे मोठा बदल झालेला दिसतो.

१९७० साली मिलेटचे 'लैंगिकतेचे राजकारण' (Sexual Politics) हे पहिले पुस्तक प्रसिद्ध झाले आणि पहिल्या दोन महिन्यांतच ते सर्वोत्कृष्ट विकल्या गेलेल्या पुस्तकांच्या मालिकेत गणले गेले. हे पुस्तक माझ्या अभ्यासाच्या विषयात १९८० मध्ये येऊ शकले. कारण भारतातही मोठ्या शहरात का होईना, स्त्रीचळवळीने 'जे जे खाजगी, ते ते राजकीय', ही घोषणा देऊन एका अर्थी जहाल स्त्रीवादी भूमिका मांडायला सुरुवातच केलली होती. हे पुस्तक प्रसिद्ध झाल्यानंतर मिलेट पूर्णवेळची कार्यकर्ती आणि संघटक झाली. १९७० च्या वसंत ऋतूच्या काळात तिने कोलंबिया विद्यापीठातील तिचे प्रायोगिक महाविद्यालय सोडले आणि ती युद्धविराम मागणाऱ्या शांतीच्या चळवळीत सामील झाली. चळवळीशी निष्ठा बाळगणारी स्त्री म्हणून तिने संपूर्ण अमेरिकेत प्रवास केला आणि महाविद्यालयीन स्त्रियांना कृतीस प्रवृत्त केले. अस्तित्ववादी विचार घेऊन स्त्रीवाद मांडणारी सिमॉन दि बूव्हा त्या काळात आम्हाला महत्त्वाची वाटली, तसेच काहीसे केट मिलेटच्या पुस्तकाने आणि तिच्या जीवनप्रवासाने केले.

१९७१ साली वेश्या व्यवसायावरील जी पहिली स्त्रीवादी परिषद झाली, तीमध्ये तिने नेतृत्व दिले आणि सहभाग घेतला. याच वर्षी तिने आपले दुसरे पुस्तक The prostitution Payers'-'वेश्या व्यवसायासंदर्भातील दस्तऐवज' प्रसिद्ध केले. १९६८ साली मिलेटने 'लैंगिकतेचे राजकारण... क्रांतीसाठी जाहीरनामा'-'Sexual Politics a Mainfesto for Revolution) लिहिला. हा जाहीरनामा कोलंबिया विद्यापीठातील पहिल्या स्त्रीमुक्ती गटाच्या संघटनेसाठी झालेल्या सभेच्या संदर्भात लिहिला. पुरुषसत्ताक व्यवस्थेची संरचना, त्याची प्रमुख परिमाणे आणि गुण यांचा सर्वोत्कृष्ट, सर्वसाधारण अहवाल म्हणजे हे पुस्तक आहे. या पुस्तकाने राजकारणाचा अर्थ व्यापक केला आणि खाजगी नाती आणि विनिमय यांमधील सत्तासंबंधांविषयी मांडणी केली. स्त्रीच्या न्यूनगंडाचे आणि पुरुषाच्या वर्चस्वाचे मानसिक, सांस्कृतिक आविष्करण या पुस्तकाने समर्थपणे आणि उत्कटपणे फोडून काढले. मिलेटच्या पुस्तकाचा सामाजिक परिणाम फार मोठा होता आणि समकालीन अमेरिकन समाजामध्ये स्त्रियांचे जग आणि स्त्रीवाद्यांचे स्थान उंचावण्यामध्ये या पुस्तकाने मोठी भूमिका बजावली आहे.

स्त्रीवाद या राजकीय परिवर्तनवादी विचाराचे सर्व पैलू लक्षात घ्यायचे, तर पौर्वात्य विरुद्ध पाश्चिमात्य असे कप्पे करणे टाळावे असे त्या काळात मनापासून वाटले. विशेषत:

मराठी जगात तेव्हा गीता साने यांचे 'भारतीय स्त्री जीवन' हे पुस्तक होते किंवा सिमॉन दि बूव्हाच्या पुस्तकाचा काही भाग शांताबाई किर्लोस्करांनी मराठीत आणला होता. परंतु या काळात स्त्रीवादी राजकीय आविष्कार म्हणून हुंड्यासाठी खून होणाऱ्या स्त्रियांच्या बळी जाण्याच्या प्रश्नापासून, आरोग्य आणि समाजातील पुनरुत्पादनाचा प्रश्न या मुद्द्यापर्यंत अनेक छोटे-मोठे प्रतिकार उभे राहत होते आणि या साऱ्याकडे 'पाश्चिमात्य स्त्रीवादा'चे आंधळे अनुकरण अशा चुकीच्या चौकटीतून बघितलेही जात होते. इतकेच नाही, तर या काळात पाश्चिमात्य जगातील स्त्रीवादी अभ्यासक भारतीय स्त्रियांचा दर्जाविषयक अभ्यास करू लागले होते आणि अशा अभ्यासकांना फार सहजपणाने अधिकृतताही दिली जात होती. परंतु प्रादेशिक भाषेत शिक्षण झालेल्या भारतीय स्त्रीवादी अभ्यासकांना पाश्चिमात्य स्त्रीवादी विचार अभ्यासणे मात्र तितकेसे सर्वसामान्य झाले नव्हते. जेव्हा मी सिमॉन दि बूव्हा आदी विचारवंतांचे विचार त्यांच्या संहितांमधून वाचू लागले, तेव्हा लक्षात आले की, त्यांचे विचार समजायचे; तर त्यांच्या आर्थिक राजकीय, सामाजिक संदर्भांसह समजावून घेतले पाहिजेत. परंतु भांडवलशाहीची वाटचाल जशी होते आहे, ती लक्षात घेतली; तर १९९० नंतर विशेषत: आपण सगळे वेगवेगळ्या पद्धतीने एकाच बोटीतील प्रवासी होतो, आहोत हे जाणवते. वर्गीय किंवा जातीय प्रश्नाचा अभ्यास करणारे आणि त्या संदर्भात कृती करणारे सहजपणे मार्क्स, एंगेल्स, लेनिन वाचतात; परंतु स्त्रियांनी आणि क्रांतिप्रवण असे सामाजिक गट यांनी मात्र भारतीय संस्कृतीशी इमान राखून फक्त प्रादेशिक भाषेतील उपलब्ध साहित्य वाचावे हे चूक वाटते. म्हणूनच त्या काळात माझी अभ्यासाची प्रक्रिया सुरू झाली आणि या विचारवंतांच्या विचारांचे महत्त्व अधिकाधिक पटू लागले.

येथे एक लक्षात घेतले पाहिजे की, १९६० आणि १९७० या दोन दशकांच्या काळात नव-डाव्या विचारांसह स्त्रीवादानेसुद्धा सामाजिक परिवर्तन शक्य आहे, या विश्वासाने आपली पावले उचलली. हा संदर्भ लक्षात घेतला, तर या काळातील स्त्रीवादी विचारवंत भिन्न विचारसरणीतून आपल्या भूमिका मांडत असले तरी स्त्रियांच्या दडपणुकीची कारणे समजावून घेताना, एका आमूलाग्र सामाजिक बदलाच्या दिशेने मार्गदर्शन करण्याची आशाही बाळगत होते. आत्ताच्या काळात सर्व प्रयत्नांकडे अतिव्यापक, वैश्विक म्हणजेच वर्चस्ववादी असा शिक्का मारण्याची फॅशन आली आहे आणि जणू काही १९७० आणि १९९० या वीस वर्षांच्या काळात अभिव्यक्त होणारा स्त्रीवाद, म्हणजे कधीही भरून न येणारी खोल दरीच आहे असेही भासविले जात आहे. हेही खरे आहे की, पायाभूत तत्त्वे आणि भूमी यादृष्टीने स्त्रीवादी विचारविश्वातील वाद बऱ्याच प्रमाणात बदलत आहेत.

मिलेटने जहाल स्त्रीवादासंदर्भात विचार मांडले, त्यामुळे जुन्या आणि नव्यामधील

भेद स्पष्ट होतो. अभिजात व्यक्तिवादी आणि समाजवादी स्त्रीवादी असे गृहीत धरतात की, स्त्रीचा पुरुषाप्रमाणेच एक लैंगिक स्वभाव असतो आणि तो निश्चित स्वरूपात बाईपणाच्य प्रवृत्ती आणि वागणुकीतून अभिव्यक्त होतो. या विरोधात जहाल स्त्रीवादी मानवी अस्तित्वाला असा काही लैंगिक स्वभाव अस्तित्वात असतो हेच नाकारतात. त्यांना असे ठामपणे वाटते की, पुरुष आणि स्त्रियांचे भिन्नत्व भिन्न सामाजिक रचितातून उदयाला येते. या रचितांचे कार्य मूलत: पुरुषी वर्चस्व किंवा पुरुषसत्ताक व्यवस्था आणि त्या संदर्भातील संस्था बळकट करणे हे असते. त्यातूनच 'स्त्री' नावाचा दडपलेला वर्ग आहे आणि 'पुरुष' नावाचा दडपून टाकणार वर्ग आहे, अशा विचारांना खतपाणी मिळते.

मिलेटचे 'लैंगिकतेचे राजकारण' हे पुस्तक प्रथमत: 'सामाजिक' आणि 'खाजगी' जीवनातील अशी पुरुषी वर्चस्वाची रचना नष्ट करू पाहते. स्त्रीवादाची ही जी कल्पना आहे, ती १९७० मधील अनेक जहाल स्त्रीवादी संकल्पनांमधील एक होय. येथे मूलत: असे मानले जाते की, पुरुष आणि स्त्रिया यांमध्ये खोल रुजलेला द्वेष अथवा शत्रुत्व असते आणि जहाल स्त्रीवादाच्या परिपूर्ण भूमिकेमधील हा एक पायाभूत घटक मानला जातो. अर्थात, हा विचार 'पुरुष' नावाच्या सत्ताधारी वर्गाविषयीच्या तपशिलांमधूनच पूर्ण होऊ शकतो. तसेच ज्या राजकीय व्यवस्थेच्या माध्यमातून पुरुषांची सत्ता स्त्रियांवर निर्माण होते, त्याचाही तपशील आवश्यक ठरतो.

जेव्हा एक गट दुसऱ्यावरती सत्ता गाजवतो, तेव्हा त्या दोहोंमधील नाते राजकीय होते. जेव्हा अशी व्यवस्था बराच काळपर्यंत चालू राहते, तेव्हा त्यातून सरंजामशाही किंवा वंशवाद अशा तऱ्हेच्या प्रणाली तयार होतात. सर्व ऐतिहासिक समाज वा संस्कृती बहुविध पितृसत्ताकतेने ग्रासलेल्या दिसतात. त्यांच्या विचारप्रणालीत पुरुषी वर्चस्व असते.

अन्य दडपलेल्या गटांप्रमाणेच स्त्रियांना सातत्याने शिक्षण, प्रतिनिधित्व, प्रतिष्ठेची प्रतिमा आणि आत्मसन्मान, तसेच समानतेचा दर्जा आणि माणूस म्हणून ओळखले जाणे; हे सर्व नाकारले जाते. अगदी आजही त्यांना मिळणारा नकार जरी काही प्रमाणात सुसह्य आणि बदललेला असला, तरीसुद्धा सातत्याने चालूच आहे. स्त्रियांसाठी मुद्दाम दुय्यम दर्जाचे शिक्षण रचले जाते, तेव्हा त्यांना विज्ञान आणि तंत्रज्ञान यांसारख्या क्षेत्रात- जिथे खऱ्या अथाने सत्ता असते, त्यातूनच व्यवस्थेच्या चौकटीतून बाहेर काढले जाते. आर्थिक अवलंबित्वाच्या परिस्थितीमध्ये त्यांना सक्तीने ढकलले जाते आणि विवाह किंवा विविध प्रकारच्या वेश्या व्यवसायाच्या चौकटीत लैंगिकतेची विक्री करण्याचे, उदरनिर्वाहाच्या पातळीपर्यंत तगून राहण्याचे जीवन जगण्याची सक्ती होते. स्त्रिया कोणतीही अधिकाराची जागा खऱ्या अर्थाने धारण करत नाहीत. उलट त्यांचे प्रतिनिधित्व नेहमीच सत्ताहीनतेने केले जाते आणि कोणत्याही प्रकारच्या अधिकारी चौकटीपासून दूर राहण्याचाच

नियम त्यात केला जातो. जणू काही मानव जीवनपद्धती ही मूलत: पुरुष अथवा नर यांच्यासाठी घडविली गेली आहे. जणू काही तो त्यांचा विशेष हक्क आहे असे दिसते. उच्च अथवा कनिष्ठ सांस्कृतिक माध्यमांद्वारे पूर्वी किंवा आत्ता स्त्रियांची जी प्रतिमा प्रदर्शित केली जाते, ती बहुतांशी परिघाबाहेरील, अधिक्षेप करण्यास योग्य अशा अस्तित्वाची असते.

कोणतेही सरकार सत्तेद्वारे उभे राहते. असे सरकार सामाजिक मताधिक्क्यातून, सहमतींतून पाठिंबा मिळवून घडते आणि हिंसाचाराच्या साहाय्याने अशी सरकारे लोकांवर लादली जातात. एखाद्या विचारप्रणालीमधून विचारांचा साचा ठरला की, बऱ्याच वेळा सहमतीने सत्ता गाजविली जाते. परंतु जेव्हा सहमती काढून घेतली जाते, तत्क्षणी अचानक हिंसाचाराचा आसरा घेतला जातो आणि बलात्कार, भिन्न प्रकारचे हल्ले, जप्ती, मारहाण, खून अशी प्रकरणे उद्भवतात. लैंगिकतेच्या राजकारणाला सहमता मिळविली जाते; ती दोन्ही लिंगांचे सामाजिक संस्करण करून, पुरुषसत्ताक धोरणांना अनुकूल वातावरण निर्माण करूनच.

नुकत्याच झालेल्या निवडणुका आणि त्यातून आलेले नेतृत्व पाहिले तर लक्षात येते की, स्त्रियांना ज्ञान आणि सत्ता या दोन्हीही अवकाशांमध्ये जागाच नाही. राजकारणातल्या स्त्रिया एकतर धार्मिक मूलतत्त्ववादी विचार मांडतात किंवा निमूटपणे न दिली गेलेली सत्ता स्वीकारून, मग मोठे कुंकू लावून विनम्र होऊन एक प्रातिनिधिक दृश्यता मिळवितात.

ही पुरुषसत्ताक धोरणे प्रामुख्याने पुढील प्रकारची असतात :

१) पुरुष नावाचा वर्चस्ववादी वर्ग लक्षात घेऊन, त्याच्या गरजा आणि मूल्ये पायाभूत समजून, साचेबंद लैंगिक कोटिक्रम लक्षात घेऊन, मानवी व्यक्तिमत्त्वे रचली जातात. नर म्हटला की; अरेरावी, बुद्धिनिष्ठता, बळजबरी आणि तत्परता असे गणित दिसते तर मादी म्हटली की; उदासीनता, कृतिहीनता, अज्ञान, सहनशील, गुणी आणि एकूण प्रभावहीनता असे समीकरण दिसते.

२) 'लैंगिक भूमिका' नावाची जी संकल्पना आहे, तीमधून घरकाम आणि बालसंगोपन हे सर्व स्त्रियांना आंदण दिले जाते आणि उरलेले सर्व मानवी पैलू, उदाहरणार्थ गुणवत्ता आणि महत्त्वाकांक्षा नरपुंगवांना बहाल केली जाते. सार्वकालिक, सर्व ठिकाणी नेतृत्वाचा मक्ताही पुरुषांना दिला जातो. तर तितक्याच समान एकसाची पद्धतीने अनुयायी होण्याचे कर्तव्य स्त्रियांच्या माथी लादले जाते.

३) धर्म, संपत्तीची व्यवस्था करणारी कायद्याची व्यवस्था, कुटुंबसस्था ही पुरुषप्रधान

संस्कृतीची महत्त्वाची अंगे आहेत. या सर्व सामाजिक संस्थांच्या माध्यमातून पुरुषांची सत्ता, त्यांचे श्रेष्ठत्व रूढ होते. सर्व सामाजिक स्तरांच्या कणाकणात भिनते.

मिलेटच्या मते, लैंगिकतेची क्रांती होईल, तेव्हा खालील परिस्थिती निर्माण होऊन एक विवेकनिष्ठ नैतिक मानवतावादी भूमी तयार होईल.

१) यामुळे लैंगिक दडपणूक संपून अभिव्यक्तीचे स्वातंत्र्य निर्माण होईल आणि लैंगिक ऊर्जा मुक्त होईल. जरी काही प्रमाणात लैंगिक स्वातंत्र्य आत्ताच्या समाजात प्राप्त केले असले, तरी आता त्याचे रूपांतर स्वातंत्र्यशीलतेच्या पलीकडे असणाऱ्या शोषणात्मक परवान्याच्या रूपात होऊन, त्यातून पुरुषसत्ताकता आणि प्रतिगामी सनातन हिंसकताच निर्माण होते.

'लैंगिकतेची क्रांती' किंवा 'लैंगिक क्रांती' म्हणजे नेमके काय? आपण दक्षिण आशियातील एक देश म्हणून विचार करताना लक्षात घेतले पाहिजे की, आपल्याकडे आजही मुलींचे विवाह जातीअंतर्गत, अगदी लहानपणी म्हणजे पाळी आल्यानंतर केले जातात. त्यात त्यांचे निवडीचे स्वातंत्र्य वरवरचेच असते आणि मुलगा झाला तर ती मुलगी विवाहात तगते. नाही तर मुलगी झाली म्हणून टाकले जाणे किंवा अधिक्षेप होणे असे सर्वसाधारणत: घडतच असते. अगदी वरच्या थरातील मुलींना वडिलांचा, काकांचा जर पाठिंबा असेल, आर्थिक बळ असेल; तर वेगळे आयुष्य जगण्यासाठी अवकाश मिळतो. परंतु अशा मुलींना अपवादात्मकच मानले जाते. एकीकडे या अपवादांचे कौतुक झाले, तरी दुसऱ्या बाजूने त्यांचे अपवादनात्मक असणे यातून सामान्य स्त्रीने प्रेरणा घेऊ नये अशी स्पष्ट सूचना असते. अशा कर्तृत्व सिद्ध करणाऱ्या मुली अपवादात्मक आहेत, त्या तुमचा आदर्श होऊ शकत नाहीत; हे सर्वसामान्य मुलींच्या मनावर ठसवले जाते. म्हणूनच लैंगिक क्रांतीचा अर्थ आपण नेमकेपणाने समजावून घेतला पाहिजे. बाई आणि पुरुष यांचे साधर्म्य आणि वैधर्म्य आपल्या समाजात कशा प्रकारे रचले जाते हे पाहणे आणि त्याला शह देणारी व्यक्तिमत्त्वे घडविणे आणि असा समाज घडविणे म्हणजे लैंगिक क्रांती करणे. हा विचार पचविण्यासाठी भिन्न लिंगियता नैसर्गिक नसून रचलेली आहे हे मान्य करावे लागेल. या रचितातील सक्तीचा किंवा दडपणुकीचा भाग नाकारून स्त्री-पुरुषांना माणूस म्हणून जगताना, निर्मितीक्षम आणि मोकळे आनंदी जगता यावे याचा खराखुरा प्रयत्न करणे म्हणजे लैंगिक क्रांती. येथे उदाहरण घ्यायचे, तर खैरलांजीला ज्या प्रकारे सुरेखा, प्रियांका भोतमांगे या स्त्रियांना गावातील सर्वसामान्य बायकांपेक्षा वेगळे जगतात; म्हणून जो विशिष्ट प्रकारचा हिंसाचार सहन करावा लागला, तो लैंगिक क्रांती झाली असती तर सहन करावा लागला नसता.

२) लैंगिक क्रांतीमुळे स्त्री-पुरुषांमध्ये स्वतंत्र कप्पेबंद गुणवत्तेची रचना, स्वभाव

आणि वागणूक असते, असे मानणेच संपेल आणि यामुळे मर्यादित, संकुचित, अर्धवट स्थितीवादी व्यक्तित्वाच्या माणसांऐवजी सम्यक व्यक्तित्वे विकसित होतील.

३) 'पुरुषपणा 'आणि 'बाईपणा' यांविषयीच्या असणाऱ्या वृत्तींचा जो कोटिक्रम ठरला आहे, त्याची पुनर्तपासणी यामुळे होईल. मानवी जीवनाला काय उपयुक्त आहे, काय स्वागतार्ह आहे, याविषयी दोन्हीही लिंगांच्या गुणवत्तेचे आमूलाग्र परीक्षण केले गेले पाहिजे. अशा तऱ्हेने जर पुरुषी हिंसाचार वाईट वा चुकीचा ठरत असेल, तर तो नियम दोन्ही लिंगांना लागू पडेल. तसेच स्त्रीत्वातून येणाऱ्या गरीब गाईची कृतिहीनता किंवा उदासीनतासुद्धा दोन्ही लिंगाना तितकीच अनुचित ठरेल. जर पुरुषी गुण म्हणून प्रज्ञा किंवा तत्परता हे मोलाचे ठरत असतील, तर दोन्ही लिंगांना ते समान स्वरूपातच मोलाचे ठरले पाहिजेत.

४) 'लैंगिक भूमिका' आणि 'लैंगिक दर्जा' या संकल्पना नष्ट झाल्या पाहिजेत आणि पुरुषसत्ताकता; तसेच पुरुषी, वर्चस्ववादी, नैतिक दृष्टकोन आणि विचारप्रणाली यांचेही जीवनाच्या सर्व क्षेत्रांतून अनुभवांतून आणि वागणुकीतून उच्चाटन झाले पाहिजे.

येथे आपण लक्षात घेतले पाहिजे, की लैंगिक क्रांती होत नाही तेव्हा लैंगिकतेच्या राजकारणाचे समाजाच्या समाजिक/आर्थिक आयामसुद्धा स्पष्ट दिसतात. म्हणजे सामाजिक पातळीवर वावरताना लहान-मोठ्या सर्व प्रसंगांमध्ये स्त्रियांना, मग त्या वयाने ज्येष्ठ असोत वा लहान असोत, विशिष्ट भूमिका दिलेल्या असतात आणि विशिष्ट प्रकारेच त्यांनी वागावे अशी समाजमान्यता असते. मोठ्याने हसणारी वा चित्र-विचित्र कपडे घालणारी स्त्री जर अतिशय उच्चभ्रू कुटुंबातील असेल, तर खपवून घेतली जाते. परंतु तरीही तिला 'विचित्रच' मानले जाते. मध्यम वा कनिष्ठ वर्गामध्ये तर स्त्रियांनी अजूनही 'पदर तर पेटला नाही पाहिजे, निखारा तर विझला नाही पाहिजे' ही तारेवरची कसरत करावी अशीच अपेक्षा असते. अशा तऱ्हेच्या नियमांना शह देणारे लहान लहान गट दिसतात किंवा व्यक्ती दिसतात. परंतु एक समाज म्हणून समूह पातळीवर दिसणारी मान्यता मात्र बाई, बाईपणा, पुरुष, पुरुषपणा या चौकटीतच गोठवलेली असते. साधारणत: मधल्या वयातील यशस्वी पुरुष मोठ्या उदारपणाने सार्वजनिक जीवनात बायकांच्या खांद्याभोवती हात टाकून हसू, खिदळू शकतात आणि स्त्रियासुद्धा ते मान्य करतात. कारण त्यांच्या स्त्रीपणाला त्यातूनच संमती मिळते. परंतु अशी कल्पना करा की, एखादी बाई मोकळेपणाने पुरुषाच्या गळ्यात स्वत: हात टाकतेय, तर असे कधी सहसा दिसत नाही.

तसेच आर्थिक पातळीवर तर खूपच साचेबंद प्रतिमा असतात. म्हणजे समाजातील आहेरे वर्गातील स्त्रीनेसुद्धा शक्यतो साधे राहावे, उच्च विचारसरणी ठेवावी आणि त्यागी

प्रतिमा निर्माण करावी. आपल्या सोनिया गांधींनी निवडणुकीत मोठा विजय मिळविल्यानंतरसुद्धा सत्तेचा त्याग केला, यामुळे त्यांची प्रतिमा उजळ झाली. ज्ञान आणि सत्ता या दोन्ही मार्गांपेक्षा स्त्रियांनी सेवा आणि शुश्रूषा असे मार्ग घ्यावे; खाली मान घालून आदर्श पत्नी, कन्या अशी प्रतिमा निर्माण करावी आणि स्वत:चा निरास करून कोणतीही महत्त्वाकांक्षा न बाळगता जगावे अशीच अपेक्षा दिसते. त्या अर्थाने संपूर्ण अर्थव्यवस्थेचे जे जग आहे, त्यात फार कमी प्रमाणात अर्थशास्त्रज्ञ स्त्रिया दिसतात. इतकेच नाही, तर आत्ताच्या जुगारी भांडवलाच्या भांडवलशाही टप्प्यावरील होणारे बदल विश्लेषणाच्या चौकीत आणले जातात, तेव्हाही लिंगभावाच्या भिंगातून त्याकडे पाहिले जात नाही. सेवाक्षेत्र खुले होते आणि उत्पादकता आणि उद्योजकता विखुरली जाते, तेव्हाही स्त्रियांच्या आणि पुरुषांच्या वाट्याला ज्याप्रमाणे भिन्न जगणे येते, त्याचा गांभीर्याने विचार होत नाही. स्त्रियांची उत्तरोत्तर वाढणारी दृश्यता आणि एकूण स्त्रीजीवनाचे आणि मानवी जीवनाचे होणारे अध:पतन याचा विचार होण्यासाठी, लैंगिकतेच्या राजकारणाचा विचार करावाच लागेल.

५) पिढ्यानूपिढ्या चालत आलेली पुरुषसत्ताक मालकी, हक्काची कुटुंबव्यवस्था, त्यातून येणारी तरुण मुलांची दडपणूक किंवा त्यांचा गुलामासारखा दर्जा किंवा ते स्वत:च मालमत्ता ठरतात आणि तसा व दर्जा प्राप्त करतात. कोणत्याही तऱ्हेचा मानवी हक्क नाकारला जातो. हे सगळे लैंगिक क्रांतीच्या काळात थांबेल. तरुण मुलांचे अधिक स्वातंत्र्यशील व्यावसायिक होणे सुरू झाले की, आपोआपच त्यांची खऱ्या अर्थाने काळजी घेणेही सुधारेल आणि यामुळे जेव्हा ते जगामध्ये प्रवेश करतील, तेव्हा त्यांच्या इच्छेनुसार नियोजित पद्धतीने समान संधीही त्यांना निर्माण होईल.

६) द्विलैंगिकता किंवा सक्तीची विकृत भिन्न लैंगिकता हे एकदा संपले की, लैंगिक कृतीच मुळामध्ये ठांबेठोकपणे 'नर' आणि 'मादी' या चौकटींमध्ये ध्रुवीकरणाच्या रूपाने अभिव्यक्त होणार नाही. यामुळे एकाच लिंगाच्या व्यक्तींमध्ये जे लैंगिक अभिव्यक्ती वगळण्याचे षड्यंत्र रचले जाते, तेही संपेल.

७) ऐतिहासिक काळापासून लैंगिकता ज्याप्रकारे मानवी जीवनात अस्तित्वात आहे, तिचा अंत या क्रांतीनंतर होईल. हिंसा, अत्याचार, भांडवलशाही, शोषण आणि युद्धखोरी या साऱ्यांमधून मुक्त झालेला समाज; द्वेष, तिरस्कार यामधूनही मुक्त होऊन प्रेमाच्या दिशेने वाटचाल करेल.

८) या सर्व प्रयत्नातून जेव्हा स्त्रीलींग; स्वतंत्र आणि पूर्ण मानवी दर्जा प्राप्त करेल, तेव्हा लाखो वर्षांची वंचितता आणि दडपणूक यातून मुक्तता मिळेल आणि दोन्हीही लिंगामध्ये विभागली गेलेली माणसे एका समाजात मानवतेकडे वाटचाल करतील.

आपण सर्व जण आत्ताच्या काळात दक्षिण आशियामध्ये जागतिकीकरणाचा रेटा अनुभवीत आहोत आणि धर्मिक मूलतत्त्ववादही फोफावताना दिसतो आहे. या काळात पुन्हा एकदा जुनीच प्रवृत्ती उफाळून वर येताना दिसते आहे. स्त्रीवादाला हिरिरीने पाश्चिमात्य असे मानून, फेकून देऊन त्याविरोधात 'राष्ट्रीय' किंवा 'एतद्देशीय' असा पर्याय उभा करण्याचा प्रयत्न होतो. संकुचित संस्कृतिनिष्ठ चौकटींचा जडशील मारा होतो आहे आणि स्त्रीवादी अभ्यासक त्याला शह देऊ पाहत आहेत. स्त्रीवादी अभ्यासकांनी हुकूमशाही पद्धतीने होणारा जातविषयक विचार, तसेच मध्ययुगीन आणि आधुनिक भारतातील पुरुषप्रधान समाजाविषयीचा विचार; त्या त्या काळातील स्त्रीवादाने बंडखोरपणे कसा परतविला, त्याचा अभ्यास केलेला दिसतो. स्त्रीअभ्यास शिकविण्याच्या प्रकल्पांमध्येसुद्धा चुकूनही आपण संकुचित राष्ट्रीय स्त्रीवादांमध्ये विसावता कामा नये. स्त्रीवादी, बहुजनवादी / दलित भूमीदृष्टी (Stand Point) विकसित करण्याचा जो प्रयत्न होतो आहे, तोही भारतीय संदर्भात महत्त्वाचा म्हणून लक्षात घेतला पाहिजे. अशी स्त्रीवादी भूमीदृष्टी घेऊन जेव्हा स्त्री-पुरुष एकत्र येतील, तेव्हाच राजकारणातील सौदेबाजी कमी होईल. म्हणूनच 'लैंगिकतेचे राजकारण' ही संकल्पना आपण समजावून घेतली पाहिजे.

८ स्त्रियांच्या राखीव जागांचे राजकारण : विशेषत: लोकसभा, विधानसभा या चौकटीतील

स्त्रियांसाठी 'राखीव जागा' या विवाद्य प्रश्नाची चिकित्सा विसाव्या शतकात भारताच्या राजकीय इतिहासामध्ये डोके वर काढताना दिसते. 'राखीव जागा म्हणजे सांविधानिक कोटा निर्माण करणे - विधीमंडळामध्ये, सार्वजनिक सेवांमध्ये आणि उच्च शिक्षण संस्थांमध्ये स्त्रियांसाठी राखीव जागा ठेवणे.' इतर कोणत्याही धोरणविषयक तरतुदी करताना, इतक्या तऱ्हेचे मूलभूत प्रश्न अजूनही उभे केले गेले नाहीत. विशेषत: 'स्त्रियांच्या राखीव जागां'बद्दल काही बोलले की, एकदम भारतीय समाजाचे स्वरूप आणि घडण यांविषयी प्रश्न उभे केले जातात. तसेच आधुनिक राज्यकारभाराच्या संरचनांमधून नागरिकत्व कसे घडते आणि त्या चौकटीत 'समते'चा प्रश्न कसा निर्माण होतो असा ऊहापोह सुरू होतो. 'राखीव जागां'ची धोरणे जाहीर झाल्यावरही सार्वजनिक जीवनात स्त्रियांबरोबरच्या व्यवहारात गुणात्मक फरक झालेला दिसत नाही. स्त्रियांच्या राखीव जागा आणि त्यांचा विकास यांच्या संबंधाचा मागोवा घेणारे लिखाण अभावानेच आढळते. आपल्याला एकूणच 'राखीव जागां'च्या व्यापक संदर्भामध्येच स्त्रियांच्या राखीव जागांचा प्रश्न पाहावा लागेल. कारण गेल्या २-३ दशकांमध्ये स्वातंत्र्यपूर्व काळापासून 'दलितांचा प्रश्न' आणि 'स्त्रियांचा प्रश्न' हे एकमेकांना शह देण्यासाठी वापरण्याचे राजकारण झालेले दिसते.

संसदेत स्त्रियांसाठी राखीव जागा निर्माण करण्यामागचा इतिहास

संसदेमध्ये स्त्रियांसाठी 'राखीव जागा' निर्माण व्हाव्यात, यासाठी स्त्रियांच्या चळवळीतील अनेक गट कृतिशील मोहिमा काढत आहेत. १९३० च्या दशकानंतर विशेषत: १९७० च्या दशकापासून राखीव जागांच्या प्रश्नांच्या आकलनात मूलगामी बदल दिसतो. या बदलाचे स्वरूप म्हणजे बहुतांश स्त्री संघटना आणि त्यांचे समर्थक यांना स्त्रियांच्या आरक्षणाबाबत सतत विरोध होणे असे आहे. त्याचप्रमाणे एकूणच राखीव

जागांना खुले आम नकारही दिला जात आहे. जेव्हा ७३ व्या आणि ७४ व्या घटनादुरुस्ती कलमांमध्ये स्थानिक स्वराज्य संस्थांमध्ये स्त्रियांसाठी ३३ टक्के 'राखीव जागा' द्याव्यात असे विधेयक आणले गेले, तेव्हा अशीच तरतूद संसदेमध्ये आणि राज्यसभेमध्ये करणे अपरिहार्य होते. असे झाले, तर एकूणच प्रतिनिधी असणाऱ्या स्त्रियांची संख्या वाढणार, हा मुद्दा आत्ताच्या काळात युद्धजन्य वातावरण निर्माण करू लागला.

८१ व्या घटनादुरुस्ती विधेयकाला त्वरित मान्यता द्यावी अशी घाई होते. आणि प्रत्येक वेळी त्याला स्थगिती दिली की, जणू काही पुरुषसत्ताक शक्तींच्या दबावाखाली स्त्रियांच्या राखीव जागांचा प्रश्न दडपला जातो, असे चित्र रंगवले जात आहे. प्रत्यक्षात पुरुष प्रधानत्वाची तळी उचलणारेच या विधेयकाला विरोध करणाऱ्यांवर पुरुष प्रधानत्वाचा ठपका ठेवताना दिसतात. असे हे बोभाट्याचे राजकारण आहे. हा विवाद पुढे न्यायचा, तर त्यात नेमके कोणते प्रश्न गुंतलेले आहेत हे पाहिले पाहिजे. राखीव जागासंबंधी अलीकडच्या काळातील गुंतागुंत पाहता; स्त्रियांना लोकसभेत, विधानसभेत आरक्षण मागणारे विधेयक म्हणजे जणू काही एखाद्या हिमनगाचे टोक आहे असे वाटते.

या प्रश्नाच्या सोडवणुकीसाठी आत्यंतिक सुसंगत असे मार्ग कोणते असतील? इतर देशांच्या अनुभवांवरून आपण शिकावे असे कोणालाही वाटेल. फक्त भारत नावाच्या देशामध्येच विधी आणि संसदीय कक्षांमध्ये स्त्रिया कमी आहेत असे नाही. 'लोकशाही आणि राज्यकारभार चालण्यासाठी असणाऱ्या संस्थांमध्ये स्त्रियांचा सहभाग असला पाहिजे' ही कार्यक्रमपत्रिका जागतिक पातळीवर आता महत्त्वाची ठरते आहे. हे महत्त्व इतके वाढले आहे की, त्याला एक सर्वव्यापीपणा आला आहे आणि पूर्वी 'स्त्रिया आणि विकास' या विषयाला जसा एक वाव होता, तसेच आता या विषयाचे घडते आहे. तरीसुद्धा येथे नोंदविले पाहिजे की, स्त्रियांचा विकासातील सहभाग याबद्दल जे विवाद झाले, ते विवाद तिसऱ्या जगाशी संबंधित होते. परंतु आता राखीव जागांचे जे चर्चाविश्व आहे, ते मात्र तिसऱ्या जगाबद्दल किंवा तिसऱ्या जगाशीच फक्त जोडलेले असे नाही. पहिल्या जगातील जे आघाडीचे देश आहेत, त्यांनासुद्धा त्यांच्या देशांमध्ये स्त्रियांचे राजकीय प्रतिनिधित्व अगदी कमी पातळीवर आहे, याबद्दल झुंज द्यावी लागणे हे लांच्छनास्पद आहे.

त्याचप्रमाणे पूर्व युरोप आणि सोव्हिएट संघराज्य यांमधील पूर्वीच्या दुसऱ्या जगाचा भाग असणाऱ्या देशांमध्येही जेव्हा समाजवादी राज्यसंस्था कोसळली, त्यानंतर तेथील राजकीय संस्थांमधील स्त्रियांची संख्या अगदी उभ्या रेषेत कोसळली असे दिसते. या विषयावर आता जागतिक पातळीवर मोठ्या प्रमाणावर लेखन होते आहे आणि त्यात वाढही होते आहे. त्यातील ॲन फिलीप्स यांचा 'पॉलिटिक्स ऑफ प्रेझेन्स' हा ग्रंथ

कदाचित भारतामध्ये सर्वांना परिचित असेल. भारतातील आपल्यामध्ये चालणारे विवाद जेव्हा विस्तारत जातील आणि भिन्न भूमिका सामावून घेऊन त्यातल्या संघर्षात्मक दाव्यांमध्ये समझोता होईल, तेव्हा निश्चितपणे आपल्याला इतर देशांमधील अनुभवांचा शोध घेणे आणि त्यातून शिकणे शक्य होईल. भिन्न प्रकारच्या निवडणुकांच्या व्यवस्था आणि नवी राजकीय सिद्धांकनेसुद्धा त्यातून शिकता येतील. परंतु असे करायचे, तर आपल्याला आधी आपल्या स्वत:च्या इतिहासावर मजबूत पकड मिळविली पाहिजे.

'राखीव जागां'च्या गुंतागुंतींच्या इतिहासामध्ये अनेक धागे आहेत आणि हा प्रश्न समजून घेण्याच्या दृष्टीने त्यांची गुंतागुंत सुरुवातीला सोडविणे आवश्यक आहे. या संदर्भात २० व्या शतकाच्या इतिहासामधले दोन लक्षणीय क्षण पाहणे गरजेचे आहे. पहिला क्षण १९२० चे दशक आणि १९३० चे दशक या काळातला आहे. त्यात विशेषत: रॅम्से मॅकडोनाल्डच्या 'कम्युनल अॅवॉर्ड' (त्या त्या जमातीसाठी बक्षीस देणे) आणि १९३२ साली त्यांना स्वतंत्र मतदारसंघ देण्यासंदर्भातला आहे. त्या वेळी गांधींनी पुणे येथे केलेला त्यांचा प्रसिद्ध उपवास, तसेच स्त्रियांच्या संघटनांमधील राखीव जागांसंदर्भात झालेले विचारमंथन या ठळक घटना आहेत. भारत या स्वतंत्र प्रजासत्ताक राष्ट्राची घटना लिहिली गेली, हा दुसरा क्षण स्वातंत्र्यानंतरचा आहे. मेरी जॉन या स्त्रीअभ्यासाच्या अभ्यासिकेने हे दोन कालखंड कळीचे घटक आहेत असे नमूद केले. १९९० च्या दशकाच्या पूर्व इतिहासासंदर्भात आणि याच दशकामध्ये स्त्रियांसाठी राखीव जागांच्या मागणीचे पुनरुज्जीवन होण्यासंदर्भात हे दोन टप्पे कळीचे आहेत. आपण घटनेमधील ८१ व्या दुरुस्ती विधेयकाचा विचार फक्त ७३ व्या आणि ७४ व्या दुरुस्त्यांमधून आलेल्या पंचायत व्यवस्था आणि महानगरपालिका यांच्यामधील 'राखीव जागा' एवढ्याच बाबतीत पाहणे योग्य होणार नाही. आताच उल्लेख केलेल्या 'कम्युनल अॅवॉर्ड्स'पासून ८१ व्या घटना दुरुस्तीच्या विधेयकापर्यंतचा व्यापक पट पाहणे अपरिहार्य आहे.

राखीव जागांच्या इतिहासाच्या दृष्टीने 'जात' आणि 'जमातवाद' या गोष्टी केंद्रस्थानी होत्या. हे दोन्ही प्रश्न एका कोंडीत आले आणि त्यांची सोडवणूक करण्याचा प्रयत्न अश क्षणी झाला की, तो क्षण 'स्त्रियांच्या प्रश्ना'च्या सोडवणुकीच्या दृष्टीनेही कसोटीचा होता. असे असूनही स्त्रीवादी राजकारणाच्या दृष्टीने, या तऱ्हेच्या योगायोगाने एकत्र आलेल्या प्रश्नांचे नीट आकलन तेव्हा झाले नाही. वसाहतवादी कालखंडाच्या उत्तरार्धात, 'स्त्रियांचे हक्क' ही गोष्ट न चुकता 'अस्पृश्य' किंवा 'अल्पसंख्याक' यांच्या मागणीच्या विरोधात मांडली गेली. कारण स्त्री वर्ग हा एकजिनसी नव्हता. धर्म, जाती, वर्गात विभागला होता. स्त्री विरुद्ध पुरुष अशा विभागणीमुळे लढा कमजोर होईल असे म्हणून स्त्रियांच्या हक्काला नेहमीच विरोध झाला. या मांडणीचे प्रत्यक्ष परिणाम हे प्रश्न स्वातंत्र्यानंतरच्या

काळात कसे सोडविले गेले यावर झालेले दिसतात. आज स्त्रियांच्या राखीव जागांच्या प्रश्नाची मागणी पुनरुज्जीवित होते आहे. भूतकाळात कसे राजकीय पर्यावरण होते हे लक्षात घेणे जरुरीचे आहे. कारण वर्तमान आणि त्यावेळचे पर्यावरण यात खूप फरक आहेत. हे फरक लक्षात न घेणे ही मोठी चूक ठरेल.

२० व्या शतकाच्या पूर्वार्धाचा संदर्भ आणि स्त्रियांची चळवळ

या काळात, स्त्रियांसाठी 'राखीव जागा' हा प्रश्न अगदी सुरुवातीला उच्चारला गेला तोच मुळी ब्रिटिश वसाहतवादी धोरणे आखणाऱ्या अधिकाऱ्यांनी त्यांच्या प्रजेसाठी काही तरतुदी करण्यासंदर्भात. १९२० आणि १९३० ही दशके कलाटणी देणारी होती. या दशकांमधून नवी जुळणी झालेली दिसते आणि तीही एकमेकांशी जोडलेल्या आघाड्यांसंदर्भात. राष्ट्रवादी चळवळीच्या दृष्टीने आदिवासी, शेतकरी आणि कामगार यांचा पाया जनांच्या पातळीवर विस्तारित होऊन दक्षिणेकडील अब्राह्मणी चळवळीला जोर मिळाला होता. दलित चळवळीच्या इतिहासाच्या दृष्टीने आणि जमातवादाच्या हिंसक निर्मितीच्या दृष्टीने, या गोष्टी 'न भूतो न भविष्यति' एवढ्या प्रमाणात वाढलेल्या दिसतात. ब्रिटिशांनी परस्पर विरोधी हितसंबंध असलेल्या सामाजिक घटकांना वाटाघाटी करून चुचकारले. स्वातंत्र्याच्या वाढत्या मागणीशी वाटाघाटी करताना, सत्तेचे हस्तांतर टप्प्याटप्प्याने करण्याची रणनीती अंगीकारली. असे करताना त्यांनी आपले उद्दिष्ट जाहीर केले की, नव्या भारतीय घटनेच्या किंवा संविधानाच्या अंतर्गत हळूहळू स्वत:चा कारभार स्वत: चालविणाऱ्या संस्था विकसित व्हाव्यात. वसाहतवादी इंग्रजांनी भारतात सुसंस्कृत नागरीकरण केले. त्यांनी सामाजिक सुधारणा केल्या, असा आभास निर्माण केला गेला. पण प्रत्यक्षात एका बाजूला स्वयंशासित संस्थांच्या विकासाला पांठिबा, तर दुसऱ्या बाजूला दडपलेल्या तळागाळातल्या वर्गाला मात्र चुचकारून ठेवणे असा अंतर्विरोध इंग्रजांच्या धोरणात आणि कृतीत स्पष्ट दिसतो. यामुळे राजकारण गुंतागुंतीचे झाले. जातीव्यवस्थाविरोधी चळवळी आणि स्त्रियांच्या चळवळी यांच्या घडणीवर या राजकारणाचा खोल परिणाम झाला.

असे म्हटले जाते की, '१९ व्या शतकाच्या उत्तरार्धात आणि २० व्या शतकाच्या पूर्वार्धात जे शैक्षणिक प्रयोग झाले, त्यांतून 'नवी स्त्री' घडविली गेली. अशी स्त्री जिचे हितसंबंध फक्त कुटुंबाच्या चौकटीत बंदिस्त नव्हते. (फोर्ब्ज, १९९६ : ६४) आधुनिक बनण्यासाठी ज्या काही नव्या अपेक्षा व्यक्त झाल्या, त्यांमधून प्रमुख अनिश्चिततासुद्धा निर्माण झाल्या. या अनिश्चितता तथाकथित सामाजिक प्रश्नांसंदर्भात होत्या. यापुढे स्त्रियांचे शिक्षण पुढे आणण्यासाठी त्या अपेक्षांच्या व्याख्या तयार झाल्या आणि त्यांतून मग

विवाहाचे वय वाढविणे, तसेच बालसंगोपन वैज्ञानिक पद्धतीने करण्यास उत्तेजन देणे, हस्तकौशल्याचे उत्पादन इत्यादी मुद्दे पुढे आले. तोपर्यंत 'राजकीय' या क्षेत्राचा आवाका मात्र निश्चित केलेला नव्हता. विशेषत: राज्यसंस्थेच्या संदर्भात राजकीय कृती, हालचाली काय असाव्यात हे स्पष्ट नव्हते. 'सामाजिक' आणि 'राजकीय' या दोन अवकाशांच्या नात्यामध्ये असणारी गुंतागुंत निर्माण झाली, तसेच या दोन्ही अवकाशांच्या सीमारेषा बदलल्या. सामाजिक अवकाश आणि राजकीय अवकाश यात संघर्ष झाले, तेव्हा या मंथनातून स्त्रियांच्या चळवळीचे स्वत: विषयीचे आकलनसुद्धा निश्चित होत होते. अशा मंथनातून थेटपणे स्त्रियांना विधीमंडळात आणि इतर मंत्रीमंडळांमध्ये 'राखीव जागा' असाव्यात की नसाव्यात, याबद्दल भिन्न स्त्रियांचे भिन्न प्रतिसादही आकाराला आले.

पार्थ चतर्जी यांनी राष्ट्रवादी चौकटीत स्त्री प्रश्न सोडविताना एक समस्यात्मकता मांडलली दिसते. त्यांच्या मते राष्ट्रवादाला, १९ व्या शतकाच्या कालखंडात सुरुवातीला सामाजिक सुधारणा करताना ज्या प्रमुख संघर्षांना तोंड द्यावे लागले, त्याची सोडवणूक यशस्वीपणे करण्यासाठी 'आधुनिक स्त्री' नावाची गोष्ट निर्माण केली गेली - अशी स्त्री की जी राष्ट्राच्या आत्मिक सर्वश्रेष्ठतेसाठी स्वत:च संपूर्णपणे उभी राहील. या शतकाच्या पुढच्या वळणावर मात्र राष्ट्रवादी मंडळींनी 'स्त्रीप्रश्न' राजकीय वाटाघाटीच्या चौकटीत 'प्रश्न' म्हणून पुढे येऊच दिला नाही. विशेषत: राजकीय वाटाघाटीतून 'वसाहतवादी राज्यसंस्थे'शी बोलताना हा प्रश्न 'राजकीय' म्हणून हाताळला गेला नाही. त्यांनी स्त्रियांना मतदानाचा अधिकार मताधिकारासाठी उभारलेल्या चळवळीशिवायच बहाल केला. स्त्रियांच्या प्रश्नांचा खरा इतिहास मध्यमवर्गीय घराच्या चौकटीत सामावून, वसाहतवादी (आणि वसाहतोत्तरकालीन) सार्वजनिक क्षेत्र मात्र लिंगभावापासून प्रभावीरित्या दूर ठेवले गेले. चतर्जी याबद्दल पुढे जाऊन असे म्हणतात की, त्या काळात 'वरवर पाहता स्त्रियांनी स्वत: केलेले स्वायत्त संघर्ष समतेसाठी आणि स्वातंत्र्यासाठी दिसतच नाहीत.' त्यामुळे सार्वजनिक जीवनात पुरुषांबराबेर स्पर्धा करून घराबाहेर असणाऱ्या जगात स्त्रिया-स्त्रियांमध्ये जी भिन्नता निर्माण झाली, ती अधिक लक्षणीय स्वरूपाची ठरली. असे झाल्यावर आत्यंतिक 'पाश्चिमात्यीकरण' झालेल्या स्त्रिया किंवा 'पारंपरिक' स्त्रिया आणि 'खालच्या वर्गातल्या' स्त्रिया यांच्या विषयी जे संकल्पीकरण झाले होते, त्याच्या विरोधात 'आधुनिक स्त्री' उभी केली गेली. या आधुनिक स्त्रीचे 'शिक्षण' आणि 'स्वातंत्र्य' या गोष्टी आत्मसमर्पण, उपकारबुद्धी, भक्ती, धार्मिकता या आत्मिक गुणांशी जोडल्या गेल्या. अशा तऱ्हेने मग पुरुषसत्ताक व्यवस्थेची पुनरावृत्ती निर्माण केली गेली आणि असे काही होते आहे, ते नाकारूनच या व्यवस्थेला अधिकृतता मिळाली (चतर्जी, १९९३ - १३१ - १३३). दुर्दैवाने चतर्जींनी जो अभ्यास केला, तो या शतकाच्या शेवटच्या टप्प्याला

थांबतो आणि त्यातून पुढच्या दशकांमध्ये स्त्रियांच्या चळवळीची जी गुंतागुंत उत्क्रांत झाली, त्याबद्दल काहीही भाष्य येत नाही (जॉन, मेरी, EPW 2000).

आपण सरोजिनी नायडू यांचे उदाहरण घेऊ. १९९८ मध्ये त्यांनी त्यांच्या कॉंग्रेसमधील सदस्यांचे मन वळवून सांगितरले की, स्त्रियांना जर मतदानाचा अधिकार दिला तर आज 'पुरुष' आणि 'स्त्रिया' जे 'भिन्न' आयुष्य जगतात त्यात कोणत्याही अर्थाने आमूलाग्र बदल होणार नाही. म्हणजे केवळ राष्ट्रवादाने त्यांना एकात्म करण्याचा प्रयत्न हा आभासी ठरेल. ब्रिटिश सत्तेनेसुद्धा त्यांच्या जगात पुरुषांच्या बरोबरीने स्त्रियांना मतदानाचा हक्क किंवा निवडणुकांना उभे राहणे या गोष्टींना नकार दिला होता. भारतात मात्र ही मागणी त्या काळातल्या स्त्रियांच्या बहुतांश संघटनांनी पाठिंबा देऊन केली होती. तसेच होमरूल लीग, मुस्लिम लीग आणि भारतीय राष्ट्रीय कॉंग्रेस या सर्वांनी पाठिंबा दिल्यामुळे ही मागणी करण्यात आली होती. १९३० ला मुंबईत झालेल्या अखिल भारतीय स्त्रियांच्या परिषदेत सरोजिनी नायडू यांनी आपल्या अध्यक्षीय भाषणात स्पष्ट केले की, 'स्त्रियांना झुकते माप नको आहे, कोणत्याही प्रकारे नको आहे. कारण असे केले तर स्त्रियांच्या दुय्यम स्थानाच्या न्यून अस्तित्वाचा स्वीकार केल्यासारखे होईल.' सरोजिनी नायडू यांच्या मते, 'स्त्रियांसाठी करायचे कार्य म्हणजे जगभरातच आत्मिक सुधारणा घडवण्याच्या व्यापक कार्याचा तो भाग असेल' (AIWC, 1930 : 21). अशा तऱ्हेने ज्या राष्ट्रवादामध्ये शिरून सरोजिनी नायडू विचार मांडत होत्या, त्यातही स्त्रियांमध्ये असणाऱ्या परिवर्तनवादी सुप्त शक्यतांवर मर्यादा घातल्या गेल्या. त्या असेही मांडतात की, 'स्त्रियांची अदृश्यता - अनेक आघाड्यांवर, परिसीमांवर, युद्धांमध्ये, वंशांमध्ये आणि अनेक गोष्टींमध्ये विभागणी झाल्याने होते. पण स्त्रीत्व मात्र या सगळ्यांना एकत्र आणते. आता वेळ आली आहे की, प्रत्येक स्त्रीला आता स्वत:चे ईश्वरदत्त देवत्व कळले पाहिजे' (रेड्डी १९६४ : १२४).

वसाहतवादी गुलामगिरीच्या अनुभवाचे सत्य गाठीशी ठेवून, सरोजिनी नायडूंनी ते सत्य 'रोमँटिक प्रकल्पा'मध्ये परिवर्तित केले असे दिसते. परंतु जी मंडळी स्त्रियांच्या संघटना बांधत होती आणि स्त्रियांचे प्रश्न पुढे आणत होती, त्यांचे जागतिक पातळीवरील स्त्रियांच्या एकजुटीबद्दलचे स्वप्न फक्त 'रोमँटिक' होते का? २० वे शतक गतिशील होते आणि राजकीयदृष्ट्या उसळते होते. भारतीय स्त्रियांनी आपल्या राजकीय हक्कांची मागणी केली आणि वसाहतिक राज्यसंस्थेमध्ये सहभाग घेण्यासाठी मताधिकाराची मागणी केली ती महत्त्वाची वाटते. १९१७ मध्ये मॉंटेग्यू यांना स्त्रियांच्या मतदानाच्या हक्कांची मागणी सादर केली गेली, त्या वेळी मार्गारेट कझिन्स यांनी एक प्रतिनिधी मंडळ केले. दिनकर कर्वे आणि पुण्याच्या भारतीय स्त्रियांच्या विद्यापीठीय कायदे मंडळाने याला पाठिंबा

दिला. ही मागणी मुली आणि मुलगे दोघांसाठीही होती. परंतु जेव्हा 'मॉंटेग्यू चेम्सफर्ड चौकशी' ही फक्त 'राजकीय' चौकटीतील आहे असे सांगितले गेले, तेव्हा मग शिक्षणाच्या दृष्टीने भारतीय स्त्रियांच्या मताधिकाराची गरज मांडली गेली. त्या वेळी भारतासाठी कोणत्याही प्रकारचा राजकीय करार होत असेल, तर त्यात स्त्रियांना पुरुषांच्या बरोबरीने सहभागी करून घ्यावे अशी मागणी सरोजिनी नायडू आणि स्वतंत्र शिष्टमंडळ यांनी केली.

सरोजिनी नायडूंपेक्षा अगदी वेगळी परिस्थिती मुथ्थुलक्ष्मी रेड्डी यांची होती. त्यांचे राखीव जागांच्या प्रश्नाशी असणारे नाते सरोजिनीपेक्षा अगदी पूर्णत: भिन्न होते. देवदासी कुटुंबात जन्मलेल्या मुथ्थुलक्ष्मी शिक्षणाने आणि प्रशिक्षणाने वैद्यकीय डॉक्टर होत्या. १९२६ मध्ये स्त्रियांच्या भारतीय संघटनेने (WIA) रेड्डी यांचे नाव पुढे करून मद्रास कायदे विधीमंडळामध्ये शिफारस करून मांडले होते. आणि १९२१ मध्ये पुरुषांच्या बरेबरीने स्त्रियांना मताधिकार द्यावा असे सर्व प्रथम म्हणणारे हे मुंबईतील मंडळ होते. अर्थात, त्यात संपत्तीची क्षमता आणि अर्थार्जनाची क्षमता हे निकष होते. तेव्हा काहीशा नाराजीनेच सरोजिनी नायडू यांनी सहमती दिली आणि असे म्हटले की, आपल्या भगिनींच्या उत्कर्षासाठी मी राजकारणाचा वापर करणार आहे. मुथ्थुलक्ष्मी रेड्डीच्या स्वत:च्या भाषेत मात्र आपल्या कामाचे वर्णन आणि स्पष्टीकरण पाहिले तर, विधीमंडळातील कृतिशील व्यक्ती म्हणून, ती अनेकविध स्त्रियांचे कनिष्ठ स्थान, त्यांना नसणारे आर्थिक स्वातंत्र्य, संपत्ती धारण करण्याचा हक्क, विवाहाच्या कायद्याच्या सुधारणेची गरज, देवदासी व्यवस्थेवर बंदी इत्यादी - या सर्वांसाठी राखीव जागांची गरज आहे, 'स्त्रियांच्या दृष्टिकोनाचे प्रतिनिधित्व करण्यासाठी' हे गरजेचे आहे असे मांडतात. स्त्रिया आपले घर ज्या प्रकारे चालवितात, ते पाहता त्या महानगरपालिकेसारख्या संस्थांमध्ये आदर्श प्रशासक होऊ शकतात अशी ही मांडणी दिसते. त्याच वेळी त्यांनी स्त्रियांसाठी स्वतंत्र निवडणुका नसाव्यात असे मांडले. 'आम्हाला बायकांची स्वतंत्र जात निर्माण करायची नाही. पुरुष आणि स्त्रिया एकमेकांबरोबरच उभे राहतात आणि तुडविले जातात.' त्या काळात जेथे शिक्षित बायकासुद्धा बहुतांश स्वरूपात मतदानासाठी सुयोग्य मानल्या जात नव्हत्या, अशा वेळी स्वतंत्र मतदार संघ जर आला, तर फक्त सनातनी स्त्रियांनाच मतदानाचा अधिकार मिळेल. आणि 'अशा स्त्रिया बदलणाऱ्या जगाशी परिचित नसतात' असे मांडले गेले (रेड्डी, १९३० : १५५ - १६१). त्यांनी असाही प्रश्न विचारला की, 'दडपलेले आणि मागास वर्ग आणि अल्पसंख्याक गटातील पुरुष, म्हणजे तिचे 'आदि द्रविड भाऊबंध आणि मुस्लीम भाऊ' जे इतर दु:खांविषयी अधिक बोलतात. परंतु त्यांच्या गटातील मुलींच्या शिक्षणाविषयी का बोलत नाहीत?' खरोखरच, 'हिंदू स्त्रियांचे

मागासलेपण' हे कितीतरी अधिक आहे असे ठामपणे मांडताना, त्या मागासवर्गीय आणि अल्पसंख्याक पुरुषांच्या परिस्थितीपेक्षा स्त्रियांची परिस्थिती किती वाईट आहे हे सुद्धा मांडतात.

यांना एव्हरेट यांनी भारतीय स्त्रियांच्या चळवळीचा अभ्यास केला तेव्हा स्त्रिया - स्त्रियांमध्ये राजकारणाच्या आणि राखीव जागांच्या संदर्भात असणारी भिन्नता स्पष्टपणे मांडली. त्यांनी 'स्त्रियांचे उन्नयन' आणि 'समान हक्क' या संदर्भात स्त्रियांच्या संघटनांमध्ये असणाऱ्या दुफळ्यांबद्दलही लिहिले (एव्हरेट, १९७९). ब्रिटिश सरकारच्यापुढे स्त्रियांची जी शिष्टमंडळे येत होती ती भिन्न स्वरूपाची होती. तसेच ब्रिटिश वसाहतवाद्यांनी आणि स्त्रीवाद्यांनीही दिलेले प्रतिसाद भिन्न होते. त्या काळात स्त्रियांच्या संघटनांमध्येसुद्धा खोलवर मतभिन्नता आणि संघर्ष होते. १९२६ मध्ये प्रस्थापित झालेल्या. 'ऑल इंडिया वुमेन्स कॉन्फरन्स'मध्ये (AIWC) सुद्धा हेच प्रतिबिंब दिसते. जीराल्डीन फोर्ब्स यांनी दाखवून दिले आहे की, 'ज्या स्त्रियांनी आधीच्या काळात 'नामांकन' आणि 'राखीव जागा' यांना पाठिंबा दिला होता (उदाहणार्थ, मुथ्थुलक्ष्मी रेड्डी), त्यांनी त्यानंतर 'समता हवी आणि सूट नको' आणि 'न्याय्य क्षेत्र हवे आणि भीक नको' अशा मागण्या केल्या. १९३२ मधील स्त्रियांच्या तीन प्रमुख संघटनांनी 'सवलत नको' आणि अशी मागणी करताना, विशेष मतदार संघ आणि नामांकन केलेल्या जागा याला मोठ्या प्रमाणशत पाठिंबा दिला - तोही विशेषत: प्रादेशिक पातळीवरील कायदेमंडळामध्ये आणि स्थानिक संस्थांमध्ये (फोर्ब्ज १९९७ : १०७ - १०८).

महात्मा गांधींनी जेव्हा आश्चर्यजनक पद्धतीने असे मांडले की, स्त्रियांमध्ये सार्वजनिक आणि राजकीय कृतिशील माणूस म्हणून विलक्षण सुप्तशक्ती आहे, तेव्हा स्त्रियांनी राखीव जागेच्या मागण्या सोडून दिल्या, विशेषत: असहकाराच्या आणि कायदेभंगाच्या मोहिमांच्या काळात. महात्मा गांधींनी असे मांडले, 'पुरुषांनीच खरे तर भारतीय स्त्रियांच्या अतिशय सर्वश्रेष्ठ अशा आत्मत्यागाच्या, नि:स्वार्थीपणाच्या शक्तींपासून काही शिकले पाहिजे. गांधीजींच्या स्त्रियांबरोबर असणाऱ्या नात्याला आगळेवेगळे परिणाम होते. त्याची चिकित्सा काही प्रमाणात 'सत्याच्या प्रयोगात' वाचता येते. असे असूनही राखीव जागांच्या मागण्या किंवा विशेष मतदार संघांच्या मागण्या या गोष्टी राष्ट्रविरोधी कशा ठरविल्या गेल्या? महात्मा गांधींचा प्रभाव जबरदस्त होता आणि त्यामुळे स्त्रियांच्या संघटनांची जमातवाद आणि अस्पृश्यता या प्रश्नांकडे पाहण्याची दृष्टी बदलली. म्हणजे सार्वजनिक आणि खाजगी क्षेत्र यांतील विभेदनामधून घडलेल्या सार्वजनिक क्षेत्रात लिंगभाव विरहितता होती असे आपल्याला म्हणता येईल का? राजकीय राष्ट्रवाद मोठ्या प्रमाणात व्यक्त होताना मग स्त्रियांच्या मागण्या अनधिकृत ठरविणे, असे हे राजकारण घडले नाही का?

त्यानंतरची मतदानाची समिती स्थापन झाली, तेव्हा दुसरी गोलमेज परिषद भारतात पर्यटन करून १९३२ मध्ये वेगवेगळ्या मतांचा धांडोळा घेणार होती. 'WIA', 'AIWC' आणि 'NCIW' या सर्वांनी पुन्हा एकदा त्यांची मागणी उच्चारली. त्यात 'सार्वत्रिक प्रौढ मताधिकार' हा मुद्दा होता पण 'नामांकन' आणि 'राखीव जागा' हा नव्हता. ब्रिटिशांनी तेव्हाही 'भारतातील बहुसंख्य स्त्रिया या मताधिकार राबविण्यास संपूर्ण देशात सक्षम नाहीत' असे ठरविले. आणि स्वत: मात्र शिफारस करताना, स्त्रिया आणि पुरुष यांचे कमी असलेले गुणोत्तर सुधारावे असा प्रयत्न केला. स्त्रियांच्या संघटनांना त्या वेळी या संक्रमण अवस्थेतील तडजोड स्वीकारावी लागली. स्त्रियांच्या संघटनांनी वसाहतवाद्यांनी केलेल्या अनेक शिफारसींना विरोध केला. उदाहरणार्थ पत्नीपदाचा दर्जा कोणाला द्यायचा यासारखा मुद्दा. त्यांनी मताधिकार शहरी भागामध्ये मर्यादित करण्यास संमती दिली. कारण, त्यांना वाटत होते की, असे केले तर एक अधिक स्वतंत्र आणि सुसंघटित मत अभिव्यक्त होईल. असे करताना राखीव जागांना स्त्रीसंघटनांनी केलेला विरोध पुन्हा पुन्हा ठळक केला गेला.

या स्त्रियांच्या औपचारिक राजकीय समानतेसाठी जी रणनीतियुक्त निवड केली गेली, त्यात त्यांचे स्वत:च्या सामाजिक, शैक्षणिक व्यक्तिगत प्रगतीचे संदर्भ होतेच. त्यांनी असे करून त्यांच्या स्वत:च्याच प्रतिनिधिक दाव्यांना नामोहरम केले. म्हणजे त्यांचे प्रातिनिधिक दावे सर्व भारतीय स्त्रियांच्या वतीने बोलू शकत होते, ते मोडून काढून; त्यांनी आम्हाला कोणतेही झुकते माप नको, कोणतीही सवलत नको अशी भाषा वापरली.

'राखीव जागा' आणि विशेष 'मतदार संघ' यांच्या विरोधात झालेले स्त्रियांचे उठाव आणि १९३२ च्या ब्रिटिशांच्या 'कम्युनल अॅवॉर्ड' या ठरावाला स्त्रियांनी केलेला विरोध या दोहोंचा विचार एकत्रित केला पाहिजे. 'कम्युनल अॅवॉर्ड'मधून मुस्लिम, ख्रिश्चन, शीख आणि अँग्लो इंडियन गटांना स्वतंत्र मतदार संघ आणि राखीव जागा मिळणार होत्या. तसेच दडपलेल्या वर्गांना विशेष तरतुदी मिळणार होत्या. परंतु एकीकडे पक्षीय राजकारणामध्ये गुंतायचे नाही अशी प्रतिज्ञा केली गेली होती आणि स्त्रियांच्या दर्जा-विषयक प्रश्नांशी जोडलेले राहायचे असे ठरविलेले असतानाही 'AIWC' मधील प्रमुख स्त्रियांनी 'कम्युनल अॅवॉर्ड'ची निर्भत्सना केली. 'सर्व स्त्रियांची एकजूट' हे कथासूत्र घेऊन त्यांना त्यांच्यातल्या सर्वोत्कृष्ट स्त्रियांना वेगवेगळ्या मंडळांवर पाठवायचे होते. अमृत कौर यांनी मांडल की, 'आम्हा स्त्रियांची एकजूट आहे या वास्तवाबद्दल कोणीच प्रश्न विचायला नको. आम्हाला आमच्यातल्या सर्वोत्कृष्ट स्त्रियांना वेगवेगळ्या मंडळांवर पाठवायचे आहे. म्हणून आम्हाला आमच्यामध्ये जमातवाद नको आहे. जर आम्हाला वेगवेगळ्या पथोपंथांमध्ये आणि जमातींमध्ये विभागले, तर मग आम्ही सर्वजणी हारू'

(AIWC, 1932 - 33 : 51). अरुणा असफ अली यांनी असे उदाहरण दिले की, 'विभक्तवादामध्ये दुष्ट प्रथा आहेत. आम्ही स्त्रियांनी आत्यंतिक प्रयत्न करून हे पाहिले पाहिजे की, आमचा देश नोकऱ्या देणाऱ्यांच्या दया करुणेवर अवलंबून ठेवता कामा नये. असे कायदे अशांबरोबर केले गेले पाहिजेत की, जे देशाचे हीत कशात आहे हे जाणतात आणि जे व्यक्तिगत किंवा जमातवादी विचारांच्या पलीकडे जाऊन विचार करतात.' इतर सदस्यांनी मात्र या वेळी प्रश्न उभे केले आणि आपल्या हरकती नोंदविल्या. बेगम सकीना, मायुजादा यांनी ठरावाला विरोध केला आणि असे मांडले की, ज्यांना आपल्या स्वतःच्या समुदायाचे भले करायचे आहे त्यांनी असे सुचवू नये की, इतर समुदायांना धोका पोचला तरी हरकत नाही. तसेच के. बी. फिरोझुद्दीन यांनी अशी समस्या मांडली की, मुस्लीम स्त्रियांचे प्रतिनिधित्व करणाऱ्यांना दुसऱ्या एकत्र मतदार संघातून स्पर्धा होऊन बांध घातला जाईल; कारण तुलनेने मुस्लिमांचे शैक्षणिक मागासलेपण अधिक असणार. या तऱ्हेची मते झिडकारून बाजूला सारली गेली आणि 'यांतून अडसर निर्माण होतात आणि कृत्रिक जमातवादी कुंपणे तयार होतात' असे मांडले गेले. स्वशासनासाठी लायक ठरवण्यासाठी एक स्वतंत्र ठराव पारीत केला गेला. त्यात अस्पृश्यतेच्या व्यवहाराची निर्भत्सना केली गेली आणि स्त्रियांनी अस्पृश्यता नष्ट करण्याचे प्रयत्न करावेत असे सांगितले गेले. सर्व सार्वजनिक अवकाश आणि संस्थांमध्ये अस्पृश्यांना समान पायावर प्रवेश मिळावा असा प्रयत्न व्हावा. हिंदुत्वावर आणि हिंदू समाजावर अस्पृश्यता हा कलंक आहे असा निष्कर्ष निघाला आणि गांधींचे उपोषण संपूर्ण देशभरच महत्त्वाचे पाऊल ठरले.

या नंतरच्या काळात, स्त्रियांच्या वाट्याला कल्याणकारी योजना आल्या आणि नियोजनाच्या पातळीवर स्त्रिया आणि बालके यांना एकत्र आणून त्यांचे आरोग्य हा प्रश्न आणि कुटुंब नियोजनाचे महत्त्व या चौकटीत प्रतिकात्मक चर्चा शिल्लक राहिल्या. अशा तऱ्हेने स्त्रियांच्या संघटना शासनाच्या कल्याणकारी योजनांच्या वाहक ठरल्या आणि स्त्री प्रश्नाचा राजकीय आशय गोठवला गेला.

९

'लेकीकडे जाईन'...

जागतिकीकरणाचा सार्वत्रिक भोवरा ऊर्फ सपाटीकरण

१९९०-९१ हे वर्ष माझ्या दृष्टीने वावटळीसारखे होते. १९९० च्या ऑक्टोबरमध्ये मला प्रथमच विद्यापीठाच्या चौकटीत अध्ययन, अध्यापन करण्याची संधी मिळाली आणि तीसुद्धा अग्निदिव्ये करूनच! १९९० हे वर्ष खुल्या अर्थव्यवस्थेच्या पहिल्या टप्प्यावरचे आणि लक्षणीय होते. महाराष्ट्रातील आणि संपूर्ण देशातीलच हा टप्पा सामाजिक चळवळींच्या दृष्टीने कुंठितता येण्याचा होता. 'स्त्री अभ्यास' ही नवी ज्ञानशाखा स्त्री चळवळीतीलच अभ्यासकांनी १९७५ साली सुरू केली असली, तरी १९९० मध्ये तिला आकार मिळाला. बदलत्या अर्थव्यवस्थेत चळवळींचे बिगरशासकीय संघटनांमध्ये रूपांतर होणे आणि परिवर्तनवादी विचारांचे पराभूत होणे, तसेच चळवळींचे कार्यक्रमसुद्धा जागतिक शक्तींकडून ठरविले जाणे सुरू झाले होते. पुणे विद्यापीठात समाजशास्त्रीय चौकटीत 'स्त्री अभ्यास' हा विषय विकसित करण्याची संधी जेव्हा मिळाली, तेव्हा याच काळात आमची एकुलती एक लेक अमेरिकेत पुढचा अभ्यास करण्यासाठी जाणाऱ्या मित्राशी लग्न करून विद्यार्थी म्हणून गेली. मी कधी अमेरिका नावाच्या पहिल्या जगाकडे 'परदेश' म्हणून, नाण्याची दुसरी बाजू म्हणून पाहिले की, आणखी काही पद्धतीने पाहिले? कारण भाषा-शिक्षक म्हणून, भारतीय संस्कृती आणि समाज यांची अभ्यासक म्हणून ८० च्या दशकापासून अमेरिकेतील मध्यपश्चिम भागातील विस्कॉन्सिन (Wisconsin) विद्यापीठ किंवा कार्ल्टन कॉलेजमध्ये भारतात जवळ जवळ स्थायिक झालेल्या अमेरिकन प्राध्यापकांच्या आमंत्रणावरून जायचे आणि ही मंडळी मराठी भाषा, महाराष्ट्राचे राजकारण आणि समाजकारण अभ्यासलेली असायची. गेल ऑमव्हेटचे महाराष्ट्राच्या वसाहतकाळातील सांस्कृतिक बंडाविषयीचे लेखन प्रसिद्ध झाले होते. याच काळात मी एलिनॉर झेलिएट यांच्याबरोबर दलित कवितांच्या इंग्रजी अनुवादाचे काम करू लागले. महात्मा फुले, बाबासाहेब आंबेडकर, पंडिता रमाबाई यांच्या कामाकडे नव्या दृष्टीने पाहावे, असे आमच्यातील अनेकांना या वाचनातून अधिक पटले होते. अध्ययन, अध्यापन, संशोधन यांसाठी वर्षाकाठी दोन महिने जाणे माझ्यासाठी नवीन नव्हते. तेव्हाही

मला अमेरिका या खंडप्राय देशाविषयी एक सर्वसाधारण विधान करावे असे कधी वाटले नाही, इतकी विविधता, भिन्नता, बहुविधता वातावरणात जाणवायची.

व्हिएतनाम युद्ध संपत आले त्या काळात मी प्रथम अमेरिकेत गेले, तेव्हा माझ्या अभ्यासक्रमासाठी आलेले विद्यार्थी अनवाणी चालायचा सराव करत होते. त्यांना भारताबद्दल प्रचंड आकर्षण होते आणि अमेरिकेने व्हिएतनाममध्ये केलेले बॉम्ब वर्षाव आणि मानवी संहार किंवा बेचिराखी मान्य नव्हती. विद्यार्थ्यांच्या कथनांमधून जाणवायचे की, वयाच्या १८ व्या वर्षी विशिष्ट टप्प्यावरचे शिक्षण संपले की, त्यांना घराबाहेर पडावे लागत होते; तेसुद्धा पुन्हा वळून आई-वडलांच्या घरी कधीच न जाण्यासाठी. आई - वडलांची घरेसुद्धा मुले प्रौढ झाली की तुटत होती. काही वेळा आई एकटीच नोकरी करत आपल्यापुरते जगत असे, तर वडील दुसऱ्या-तिसऱ्या लग्नामध्येसुद्धा जात असत. त्या वेळी आपल्याकडे सतीचे प्रकरण गाजत होते, मथुरा बलात्कार केस घडली होती. भारतात हत्ती, साप असे प्राणी सर्रास असतात आणि कुटुंबात बायकांचे बळी जातात असा प्रवाद शिक्षित अमेरिकन कुटुबांमध्ये होता. भारततही अमेरिका म्हणजे कुटुंब तुटलेले, घराबाहेर पडून एकाकी जगणारे-हिप्पी कल्चरवाले जग असा समज होता. म्हणूनच २५-३० वर्षांची, मूल झालेली विवाहित अशी मी, बाई म्हणून निर्भयपणे एक महिनाभर शिकविण्यासाठी येऊ शकते याबद्दल आश्चर्य व्यक्त केले जात होते. मात्र माझ्या विद्यार्थ्यांची 'भारत नावाचे वेगळे जग' नाण्याची दुसरी बाजू असल्यासारखे पाहण्याची आणि त्यासाठी कष्ट करण्याचीसुद्धा तयारी होती. १९९१ साली लेकीचे लग्न झाल्यानंतर मी विद्यापीठाची नोकरी करूनसुद्धा मे-जूनच्या काळात मिनेसोटा विद्यापीठामध्ये शिकविण्याचे काम घेऊन, फ्लॉरिडामध्ये लेक शिकत होती तिथे तिला सोबत करायला जात होते. विद्यार्थिदशेत लेक आणि जावई दोघेही किमान संसाधनांमध्ये लहानशा जागेत कसे राहत होते आणि वर्तमानपत्रातील कूपन्स काढून सवलतीच्या दरात बाजारातील आवश्यक वस्तू घेणे, सार्वजनिक कपडे धुण्याच्या यंत्रामध्ये नाणी टाकून आपले कपडे धुणे असे कष्ट करत होते; हे मी स्वत: डोळ्यांनी पाहिले.

असे कष्टप्रद आयुष्य घेऊन वशिले न लावता, आई-वडलांचा आधार नसताना, बाविसाव्या वर्षापासून लेकीने धडपड करून, व्यवस्थापनाची पदव्युत्तर डिग्री संपादन केली आणि अभ्यास करताना दुसऱ्यांची मुले सांभाळून, पैसे कमावून वाटचाल केली. या वर्षी मी पहिल्यांदाच कोणतीही परिषद, चर्चासत्र अथवा शिकणे, शिकविणे न घेता निवृत्तीच्या वयात, तेही नवऱ्याबरोबर आणि लेकीने पाठविलेल्या तिकिटावर बॉस्टनमधील तिच्या घरी गेले, तेव्हा वेगळा अनुभव आला. नातवाची १२ वी संपून, तो वॉशिंग्टन डीसीमधील विद्यापीठात, आंतरराष्ट्रीय राजकीय व्यवस्था/ संबंध अभ्यासण्यासाठी जायचा

होता. लेकीचे हारवर्ड विद्यापीठाच्या जवळपास असणाऱ्या उपनगरातील घर मोठे होते. दोघांच्या पूर्ण वेळेच्या नोकऱ्या आणि कष्टप्रद आयुष्य असले तरी थोडी स्थिरता होती. अशा वेळी दोन महिने मला कधी नाही तो रिकामटेकडेपणा मिळाला. भोवतीच्या जगाकडे उत्सुकतेने पाहावे, पण आपण त्या जगाचा फारसा भाग नाही हे जाणवून तटस्थ निरीक्षण करावे असा मूड होता. आणि मग गेल्या २०-२२ वर्षांत अमेरिकेत झालेले बदल - मी अनुभवलेले मांडता येतात का असा विचार सुरू झाला.

अमेरिका हा खंडप्राय देश कधी एकसंध नव्हताच. तसा आताही नाही. अमेरिकेतील स्त्रीवादी चळवळ फार पूर्वीच विद्यापीठीय क्षेत्रात जाऊन, कृतीपेक्षा सिद्धांकनांमध्ये अडकली. विद्यापीठांमध्ये 'स्त्री अभ्यास' ही ज्ञानशाखा आली, तेव्हा गोऱ्या शिक्षित स्त्रियांना अभ्यासाची आणि ज्ञाननिर्मितीची संधी मिळाली. त्यानंतर काळ्या स्त्रीवादाने गोऱ्या स्त्रियांना 'आम्ही स्त्रिया नाही का?' असा प्रश्न विचारला. तसेच कुटुंबाची, व्यक्तिवादाची, व्यक्तिस्वातंत्र्याची, लैंगिकतेची, नात्यागोत्यांची पर्यायी मांडणी केली. बराक ओबामा राष्ट्राध्यक्ष झाल्यावर काळे जग एका अर्थी नव्याने सत्ताधारी झाल्याचे भासत असताना, काळ्या स्त्रीवादाने वेगळी मांडणी केली. त्यांच्या मते अमेरिकेचा अध्यक्ष हा काळा आहे का गोरा आहे यापेक्षा, तो सत्तास्थानाचा भाग होतो हे सत्य आहे. परिघावर जगणाऱ्या स्थलांतरित स्त्रियांच्या जगण्याबद्दल प्रश्न विचारत काळा स्त्रीवाद उभा आहे. मी शिकागो आणि सेरेक्युज विद्यापीठात गेल्या दोन वर्षांत गेले, तेव्हा तिथे काळ्या राजकारणाबद्दल बोलणाऱ्या स्त्रिया, काळ्यांची दृश्यता आणि विकले जाणे याबद्दल चिकित्सक विचार मांडत होत्या. स्त्रीवादी चळवळीतील काळ्या-गोऱ्यांची एक पिढी साधारण माझ्या आसपासच्या वयातली झाली. त्यानंतरच्या पिढीला मात्र राजकारण नको आहे; स्थिरता, सुरक्षितता हवी आहे. खुल्या अर्थव्यवस्थेत त्यांच्या वाट्याला येणारी कोणतीही नोकरी, मग ती ग्लॅमरच्या जगातली असली, तरी ती 'जी जान,' के करायची आणि मग आपले समलिंगी अथवा भिन्नलिंगी कुटुंब खाजगीरित्या मनापासून जगायचे असा एक कल दिसला. 'जे जे खाजगी ते ते राजकीय' असे म्हणून कुटुंबातील खाजगी सत्तासंबंध बाहेर आणण्याचे राजकारण संपून, आता कुटुंबाचे खाजगीपण जपण्याची रीत सुरू झाली. अमेरिकेत स्थलांतरित झालेली दक्षिण आशियातील, नेपाळी, बांगलादेशी मंडळी किंवा लॅटिन अमेरिकेतील हायती किंवा क्यूबामधून आलेली मंडळी मोठ्या प्रमाणात दिसू लागली. मायदेशी परतण्याची भाषा मात्र यांतील कोणीच करत नाहीत. काय आहे या अमेरिकेत, जो गेला तो तिथलाच झाला असे प्रश्न नेहमीच पडत राहिले.

खुल्या अर्थव्यस्थेच्या दोन दशकांनंतर गतीने बदल झाले. येथे एक छोटेसे उदाहरण

घेऊ. अमेरिकेच्या टॅक्सीला आता उबर नावाचा पर्याय आला. म्हणजे अनेक तरुण मुलांकडे आपली आपली गाडी असते. मग त्यात काळे, गोरे, मुलगे, मुली आणि प्रतिष्ठित मध्यमवर्गीय; पण काही उद्योग नसलेले असे सर्व असतात. तुमच्याकडे जर का उबरचे कार्ड असेल, तर दोन मिनिटांत गाडी येऊन दारात उभी राहते. मुख्य टॅक्सीपेक्षा ही उबर खूपच स्वस्त असते. पुन्हा उबरवाले गप्पा मारायला उत्सुक, त्यातून आम्हाला बरीच माहिती मिळत होती. पेट्रोल स्वस्त असल्यामुळे उन्हाळ्याच्या सुट्टीत आपापल्या गाड्या वापरून पैसे कमावण्याचे काम ही मंडळी करतात. उबर चालवणारे बरेचसे पुरुष आढळले. पण ज्या मुली भेटल्या, त्या बहुतांशी काळ्या होत्या. आपल्या छोट्या बाळाला बहिणीकडे सांभाळायला ठेवून, नव्या नोकरीच्या शोधात डाऊन टाऊन बॉस्टनमध्ये आलेली एक उबरवाली बडबडी, आनंदी आणि गोड होती. आमच्या लेकीच्या उपनगरीय घरातून निघून कोणत्याही ठिकाणी जायचे तर जाताना उतार आहे, चालत जाता येते; पण परतताना चढ लागतो. धापा टाकत हा चढ चढण्यापेक्षा ५ डॉलरची उबरची सोय छानच वाटली. उबरने एक नवीनच संस्कृती निर्माण केली आणि प्रमुख प्रवाही टॅक्सीवाल्यांच्या मनमानीला शह दिला. आपल्याकडेही रिक्षा चालकांना असा शह सहा सीटर्स रिक्षांनी दिला. तसेच अलीकडे 'ओला' नावाची टॅक्सीची सोयही आली आहे.

अर्लिंग्टन, बर्लिंग्टन, लेक्सिंग्टन अशा उपनगरांमध्येसुद्धा खूपच भिन्नता आहेत. साधन घरातील मराठी, गुजराथी, पंजाबी व्यवसायिक (डॉक्टर, इंजिनिअर, वकील इत्यादी) अशी गेली २०-२५ वर्षे लेक्सिंग्टनमध्ये स्थायिक झालेली कुटुंबे आहेत. इथे मराठी उर्फ भारतीय संस्कृतीचा जो काही उदोउदो आहे, तो अवर्णनीय आहे. सगळे एकत्र येऊन शुद्ध 'सांस्कृतिक मराठी' किंवा तसेच 'सांस्कृतिक पंजाबी' किंवा गुजराथी सणवार उर्फ बॉलीवूडमधील नाच व गाणी करत असतात. त्यांचे मुलगे मात्र भरपूर अभ्यास करून आई-वडलांच्या आर्थिक पाठिंब्यामुळे एमआयटी वगैरे ठिकाणी प्रवेश मिळवतात.परंतु असा पाठिंबा गोऱ्या वा काळ्या मुलांना अमेरिकेमध्ये सहसा मिळत नाही. भारतीय कुटुंबातील मुली 'अरंगेत्रम' सारखी खास 'भारतीय नृत्ये' शिकत, स्त्रीसुलभ नोकऱ्यांमध्ये कॅलिफोर्निया - जेथे भरपूर भारतीय कुटुंबे राहतात अशा ठिकाणी स्थलांतरितही होतात. अशा सधन मराठी किंवा सधन पंजाबी घरांना आपापल्या प्रदेशांमध्ये येणारी परिवर्तन किंवा जातिव्यवस्थेची उतरंड याबद्दल काही माहिती नसते; पण गौरी-गणपती, राखी पोर्णिमा मात्र उत्साहाने साजरे होतात . तसेच अमेरिकेतील गरीब घरांतल्या गोऱ्यांबद्दलसुद्धा सहानुभूती नसते. ही मुले शिक्षण का सोडतात, कोणाची तरी बाग करण्याचे काम किंवा प्लंबिंगचे काम का घेतात असे प्रश्न आपल्या मंडळींना पडत नाहीत. अशा वेळी भारतीय चिरंतन कुटुंबव्यवस्था (ऊर्फ हिंदू अविभक्त कुटुंब) आणि मूल्यव्यवस्था यांचा उदोउदो

सणावारांच्या माध्यमातून करत हिंदुस्थानातील मंडळी आनंदाने जगताना दिसतात. मात्र या उपनगरी जगण्यामध्ये दहशतवादाचे फटके बसल्याने एक वेगळेच कावरेबावरेपण आलेले दिसते. तीन-चार वर्षांपूर्वी मॅरेथॉन शर्यतीमध्ये बॉम्बस्फोट झाल्यामुळे झालेली घबराट यांनी अनुभवली. त्याहीपेक्षा भीषण म्हणजे गेल्या तीन वर्षांत किमान सात-आठ मुला-मुलींनी (वय वर्षे१५-१९) शांत अशा तळ्याकाठी वा पार्कांमध्ये किंवा स्वत:च्या घरात निराशेपोटी आत्महत्या केल्या. अगदी पाळणाघरांपासून मुलांचे आईबाप म्हणून झालेली मैत्री येथे असते; परंतु मुले वाढताना काही मुले मद्य, ड्रग दुकानातल्या चोऱ्या या सापळ्यात अडकतात. काही मुले अभ्यासाच्या ताणाखाली एकाकीपणाचा अनुभव घेत आत्महत्येपर्यंत जातात. या चर्चा सर्व पालकांमध्ये होतात, परंतु हा प्रश्न त्या संपूर्ण समाजाचा आहे असे मानण्यापेक्षा, या परिस्थितीतून सुटण्यासाठी व्यक्तिगत कुंटुंबे म्हणजे बायका चर्चा करतात किंवा संवादाची काही पावले उचलतात. उपाययोजना म्हणून औषधे घेण्यावर किंवा मानसोपचार करण्यावर भर दिला जातो. परंतु राज्यसंस्था यातून काही मार्ग काढण्यास मदत करेल असे कोणालाच वाटत नाही. अमेरिकेतील बाजारपेठ आणि राज्यसंस्था दोन्हीही कावऱ्याबावऱ्याच आहेत, म्हणून मग तेथे जगणाऱ्या व्यक्तींना मानसोपचाराचा आधार मोठ्या प्रमाणात घ्यावा लागतो का? आपल्याकडेही अशा तऱ्हेच्या मनोरुग्णतेचे प्रमाण वाढते आहे हे लक्षात घेता, जागतिकीकरणाचे जे सपाटीकरण झाले आहे त्याचा हा परिणाम आहे का? सगळीकडची महानगरे, उपनगरे अगदी वयात येणाऱ्या पिढीला घेरून टाकेल असा एकाकीपणा आणि मनोरुग्णता बहाल करत आहेत का?

या वेळी माझा पासपोर्ट नवा होता आणि आधीचा व्हिसा थोडा शिल्लक होता. त्यामुळे मुंबईला जाऊन बोटांचे ठसे देऊन, वेब कॅमेऱ्यावर थोबाड दाखवून पासपोर्टचे नूतनीकरण सोप्या पद्धतीने झाले. इथे जे सोप्या पद्धतीने झाले, ते तिथे मात्र अडचणीचे झाले. अमेरिकेतला सगळ्यांत भीषण अनुभव म्हणजे इतक्या दीर्घ प्रवासानंतर कस्टम आणि इमिग्रेशन अधिकाऱ्यांसमोर उभे राहणे. माझ्या बोटांचे ठसे काही केल्या आधीच्या ठशांशी जुळत नव्हते. मग हळूहळू माझाही धीर सुटत गेला. बोटांमध्ये कंप आला. सुरुवातीला पहेलवानासारख्या दिसणाऱ्या त्या अधिकाऱ्याने ''आमचा संगणकच घोटाळा करतोय'' असे म्हटले. परंतु मी तिरकस सुरात ''तुमच्या जगातील संगणकसुद्धा घोटाळा करतो का?'' असे म्हटल्यावर तो चिडचिडला. कारण भारतासारख्या खतरूड जगातून येणाऱ्या माणसांनी विशेषत: वयस्क बाईने विनम्र राहावे असे त्या अधिकाऱ्याला वाटले. मग त्याने माझ्या बोटांवर विविध रसायने घालून पुन्हा पुन्हा ठसे ताडून पाहिले. शेवटी माझ्याच वयाची एक अधिकारी स्त्री म्हणाली, ''काय त्यांना ताटकळवताय? बाहेर

मुलगी वाट पाहत असेल, गेल्या वर्षी तर त्या येऊन गेल्यात.'' तेव्हा मग या गोऱ्या तरुण अधिकाऱ्याचा, हातात असलेल्या सॅण्डविचचा लचका तोडताना, चेहरा जरा बदलला आणि तो रागाने म्हणाला, ''पुढच्या वेळी याल, तेव्हा विमानातून उतरताना हॅण्ड सॅनिटायजरने बोटे स्वच्छ करा.'' एक-दीड तासाचा उशीर, पोटात ताणतणावाचा गोळा आणि सगळ्या सहप्रवाशांच्याशिवाय सुनसान असणारा विमानतळ नि केविलवाण्या दिसणाऱ्या आमच्या बॅगा बॉस्टनच्या 'लोगान' विमानतळावर तिष्ठत उभ्या होत्या. त्यानंतर अनेक भारतीय तरुण मुलींनी असेच अनुभव सांगितले आणि असे अपमान पचवतच अनेक आजी-आजोबा कावऱ्याबावऱ्या स्थितीत अमेरिकेत प्रवेश करतात. एकूणच व्यवस्था म्हणून दंडेलशाही वाढत चालली आहे. पोलीस अधिकाऱ्यांचे खून आणि मग सरसकट काळ्या मुलांची होणारी धरपकड, यांतून युद्धजन्य परिस्थिती ओढवलेली दिसते. इराकमधून स्थलांतरित होणाऱ्या मंडळींची केली जाणारी फरफट हा तर एक स्वतंत्रच विषय आहे.

एकीकडे अमेरिकेला बाहेरच्या जगातील गरीब, वंचित गटांच्या लोंढ्यांकडून कनिष्ठ दर्जाची कामे करून घ्यायची असतात, परंतु दुसरीकडे एकूणच श्रमप्रतिष्ठा वगैरे मानून माणुसकीने वागवण्याची संस्कृती मात्र परवडत नाही. धाकदपटशा आणि प्रत्येक माणसाच्या मनात भय घालणे हेच इथल्या राज्यव्यवस्थेचे कर्तव्य आहे असे मानले जाते. डाऊन टाऊन बॉस्टनमध्ये सुट्टीच्या दिवशी मोठ्या प्रमाणात संगीताचे बँड दिसतात. त्यातही काळे तरुण त्यांचे संगीताचे कौशल्य दाखवून, टोप्या फिरवून पैसे कमावतात. शेतावरचा रासायनिक खते नसलेला माल महाग किंमतीत विकण्याचे बाजारसुद्धा असतात. अशा रसायने न वापरलेल्या फळांची वा भाज्यांची खरेदी करणारे सधन घरातलेच असतात. सर्वसामान्य अमेरिकन माणसे स्वस्तातले अन्न विकत घेतात आणि त्यांच्या शरीराची घडण लठ्ठमुठ्ठ, काहीशी आजारी अशीच दिसते. ज्या वस्तू तिथे वैशिष्ट्यपूर्ण दिसल्या त्या सरसकट 'मेड इन चायना' होत्या. चिनी खाद्यपदार्थ, उपाहार गृहे, चायना टाऊन आणि सायन्स म्युझियअमसारख्या सार्वजनिक ठिकाणी चिनी कुटुंबांची भरपूर उपस्थिती दिसली. चीनची दृश्यता आणि भारताची त्या तुलनेतील नगण्यता सतत जाणवत होती. परंतु चीनमध्य एके काळी चिनी संस्कृतीच्या साहाय्याने सांस्कृतिक क्रांतीची जी भाषा केली जात होती, तिचा मागमूसही दिसत नव्हता. आत्ताच्या टप्प्याला चीनचे अर्थकारणसुद्धा डळमळते आहे, त्यांच्या चलनाचे अवमूल्यन होते आहे

अमेरिकेतील केंद्रस्थानी असणाऱ्या मोठ्या शहरांच्या उपनगरांची संस्कृती वेगळीच असते. लहान लहान गावांमधील सर्व तरुण माणसे अनेक मैल दूर कामासाठी जातात. भली मोठी घरे ओस पडलेली असतात आणि वयस्क माणसे आपली लहानशी बाग,

कुत्रे यांना सांभाळत दिवसांमागून दिवस घालवतात. अशा उपनगरांमध्ये नाटके, सिनेमे, किंवा मनोरंजनाची साधनेसुद्धा घरातल्या टी.व्ही.मध्ये सामावलेली असतात. आपल्या 'होणार सून.... ' ची आवृत्ती 'गिलमोर गर्ल्स' सारख्या मालिकांमध्ये दिसते. सगळ्या बायका मूर्ख एकमेकींची उणीदुणी काढणाऱ्या, सगळ्या तरुण मुली लग्नाला उत्सुक आणि एकूणच जीवनातील अतिसामान्य किडा-मुंगीसारखे जगण्याकडे विनोद म्हणून पाहणे, नाही तर रौद्र निसर्ग किंवा चमत्कार, पुनर्जन्म कशी कथासूत्रे चालू असतात. उन्हाळा आला की, सगळ्यांनी आपल्या गावाच्या जवळपास न्यूपोर्ट, केपकॉड किंवा मेन अशा ठिकाी आपले आपले कुटुंब घेऊन जायचे आणि आखीवरेखीव सुट्टी प्रत्येकाने उपभोगायची. थोडक्यात, अमेरिकेतील सुबत्ता, स्थिरता अवकळा आल्यासारखी वाटते. कारण एकीकडे निवडीचे स्वातंत्र्य, आपापले व्यक्तिमत्त्व स्वायत्त करण्याचे स्वातंत्र्य असले; तरी खोलवर असुरक्षितता आणि एकटेपणा वातावरणात भरलेला दिसतो. म्हणजे खा, प्या, मजा करा, नोकऱ्या करा, नोकऱ्या बदला असे स्वातंत्र्य असले; तरी भोवती घडणाऱ्या घटनांबद्दल चिकित्सकपणे पाहून सार्वजनिकरित्या त्याबद्दल काही बोलणे असे होत नाही. चिकित्सक विचार म्हणजे नकारात्मक विचार असा दृढ समज सगळ्यांमध्ये जोपासला जातो. ज्यांना आपले आपले व्यवसाय आहेत, नोकऱ्या आहेत, त्यांचा एक वेगळाच दिनक्रम असतो. सगळी भिस्त आठवड्याच्या शेवटच्या दोन दिवसांवर असते. त्यातच शुक्रवारची संध्याकाळ आपल्या सहकाऱ्यांबरोबर, कार्यालयाच्या बाहेर गप्पा मारत, एखादी वाईन किवा बिअर किंवा आवडीचे जेवण यासाठी ठेवली जाते. घरातली मुले बाळे जर १६-१८ वयाची असतील तर त्यांचेही आपल्या मित्रांबरोबर, मैत्रिणींबरोबर वेगळे कार्यक्रम असतात. रविवारची संध्याकाळ पुढच्या आठवड्याच्या तरतुदीची व खरेदीची असते. परंतु वयाने मोठ्या माणसांना मात्र सक्तीने संदर्भहीनच जगावे लागते. त्यांच्या दिनक्रमात फारसे बदल होत नाहीत, कारण संध्याकाळच्या धूसर प्रकाशात वाहने घेऊन बाहेर पडण्याचे धैर्यही करणे कठीण असते. इतकेच नाही, तर आता कुटुंब नावाची रचनाच त्यातल्यात्यात लोकांना काही घडविण्यासाठी अवकाश देते हेही लक्षात येते आहे. ज्यांच्याकडे बऱ्यापैकी सांस्कृतिक भांडवल आहे आणि पैसाही आहे अशा कुटुंबांमध्ये एखादा दत्तक घेतलेला पुरुष आपल्या जन्मदात्या आईला शोधत या देशातून त्या देशात प्रवास करताना दिसतो आणि कुटुंब पुन्हा एकदा विस्तारित करण्याचा प्रयत्न दिसतो. त्यावरच मग खूप गप्प होतात. म्हणजे पूर्वी आपण मामाच्या गावाला जात असू तसा हा प्रकार वाटला.

सगळ्यात गंमत म्हणजे, अगदी वीतभर उंचीच्या चड्डच्या घालून मांड्या दाखविणाऱ्या स्त्रिया आणि एकूण शरीराबद्दल बिनधास्तपणा बाळगण्याचा मात्र आभास

ही गोष्ट फार तीव्रतेने जाणवली. 'खऱ्या' नग्नतेचे भय बाळगून केलेले शरीराचे प्रदर्शन, या संस्कृतीबद्दल मला नेहमीच प्रश्न पडतात. म्हणजे असे की, सतत लैंगिक छळ, अत्याचार यांबद्दल भय असते आणि स्त्रिया-पुरुषांमध्ये वरवर पाहता मोकळेपणा असला, तरी मर्यादांचे अत्यंत कठोर असे नियम दिसतात. सर्व स्पर्श लैंगिकच असतात असा व्यवहार असतो. अगदी चकचकीत, नीटनेटकी ब्यूटीपालर्स किंवा मसाज सेंटर्स चालविली जातात. तेथेही पांढऱ्याशुभ्र, स्वच्छ चादरींच्या आत गिऱ्हाईकाचा देह असतो, परंतु काटेकोरपणे एकेक हात वा पाय, जणू काही पूर्ण शरीरापासून भिन्न असल्याप्रमाणे मसाज केला जातो आणि त्यातही पोटाला, छातीला हात लावायचा नाही असा नियम असतो. लैंगिकतेची, स्पर्शाची ही खोलवर असणारी भीती अशा ठिकाणी फारच जाणवते. २५-२५ वर्षे अमेरिकेत राहणारी मंडळी मग ती भारतीय असोत वा पाकिस्तानी, याच प्रकारची नवी मूल्यव्यवस्था नव्या अर्थव्यवस्थेसह आत्मसात करतात. त्यामुळे वर वर मोकळेपणा दिसला तरी एकूण तुकड्या-तुकड्यांनी जगणे जाणवत राहते. त्यातच एकीकडे आपली मुले आपल्या नियंत्रणाखाली ठेवण्याची धडपड दिसते आणि मुला-नातवंडांसाठी येणाऱ्या आजी-आजोबांनासुद्धा एक मर्यादित सीमारेषांचे बंधन लक्षात घेऊन औपचारिक नाते सांभाळावे लागते. 'हाऊ आर यू?', 'गुड' अशा अल्पशब्दांतले संवाद कानावर येतात, तेव्हा वाटते की, विचारांची देवाणघेवाण करण्यासाठी 'बसू आणि बोलू' या सगळ्यासाठी वेळच नाही. दिवसभराच्या कामानंतर दमून थकून गेलेली माणसे आपला मोबाईल आणि आयपॅड घेऊन आपआपले चॅट्स करत राहतात. तसेच वय वाढणारी बाई ही गिऱ्हाईक म्हणून समोर आली की, अजूनही 'बेबी' म्हणून संबोधली जाते. बालिका असण्याची ही सक्ती स्त्रियांवर मोठ्य प्रमाणात दिसते, तर पुरुषांना 'पुरुषी पुरुष'- मसल बिल्डर होण्याची सक्ती दिसते. कोणीच आजारी पडायचे नसते. अगदी साधी सर्दी झाली, तरी लगेच आपल्या घरात राहून पूर्ण बरे वाटल्यानंतरच सार्वजनिक ठिकाणी यायचे. हे सगळे आपल्याकडे झिरपत आलेच आहे. कोणालाच संघटितरित्या केल्या जाणाऱ्या प्रयत्नांचे महत्त्व वाटत नाही. प्रत्येक व्यक्ती आपापल्या छंदांमध्ये मग्न आणि या ना त्या मार्गाने अर्थार्जन केले, म्हणजे सार्थक झाले असे वातावण दिसते.

असे असूनही भारतातून सुशिक्षित, हुशार, कर्तबगार, तरुण मुले-मुली अमेरिकेला जाण्यासाठी उत्सुक का असतात? भारतातील नोकरशाही, लालफीत आणि एकूण वशिलेबाजी, घराणेबाजी या सगळ्यांनी थकलेली तरुण पिढी आणि हळूहळ एका खोलीतून दोन खोल्यांमध्ये जात, आयुष्याच्या शेवटी स्वत:चे एक लहानसे घर बांधून सार्थक करणे, या मंद गतीला ती कंटाळलेली असावीत. आपल्याकडे नैतिक चौकटीत तरुण मुला-मुलींना सतत जोखणे, नालायक ठरविणे आणि एकूणच कोणाचा मुलगा,

कोणाची मुलगी यानुसार त्या माणसाची किंमत ठरणे; या सगळ्याला कंटाळून संधी मिळाली तर पूर्णत: स्वत:च्या पायावर उभे राहण्याचा अनुभव घेण्यासाठीसुद्धा ही तरुण पिढी अमेरिकेसारख्या वरवर तरी मोकळ्या वाटणाऱ्या, न्याय देणाऱ्या जगाकडे ओढली जात असावी. म्हणजे आपल्याकडे ज्याप्रमाणे मुंबई, कलकत्त्यासारख्या महानगरांमध्ये गावखेड्यांतून तरुण माणसे शिकायला म्हणून येतात आणि तिथेच स्थायिक होतात, नव्या जीवनशैलीमध्ये रमून जातात; तसेच हे वाटते. एकूणच जगभर राजकारणाची, समाजकारणाची रीत बदलत गेली आहे. ज्याला त्याला आपले जगणे, करिअर, मुलेबाळे एवढेतरी मनापासून जगावे असे वाटत राहिले तर नवल नाही. चे गवेरा किंवा भगतसिंग अशांप्रमाणे जगण्याची ओढ किंवा क्रांतिकारक हिरिरी त्यांना आकर्षक वाटत नाही. भारतीय असणे म्हणजे काय, मूल निवासी म्हणजे काय असे प्रश्नही त्यांच्या मनात असतात. आधीच्या पिढीची पडझड, कोंडी किंवा निराशा; तसेच वेगवेगळ्या संघटना आणि संघर्षांमधून अपयश घेऊन जगणारी माणसे, त्याग करणारी माणसे इतकी काही आदर्श वाटत नाहीत. एकच आयुष्य आहे आणि ते मनापासून जगून घ्यावे, मुला-बाळांना तरी वाटा काढण्यासाठी काही प्रमाणात साहाय्य करावे यापेक्षा फार मोठी महत्त्वाकांक्षा कोणामध्येच दिसत नाही. पर्यायी म्हणून नवे विषय घेऊन संशोधन करणारेसुद्धा एका मर्यादेत आपल्यापुरतेच जगताना दिसतात. अशा 'दिल है छोटा सा, छोटी सी आशा' वातावरणात भारतातील हुशार मंडळी अमेरिकेत स्थायिक झालेली दिसतात. परंतु अमेरिका नावाचे जग मात्र व्यवस्थेच्या पातळीवर भयभीत आणि कावरेबावरे आहे. याचा प्रत्यय एअरपोर्टपासून सर्व सार्वजनिक ठिकाणी येत राहतो आणि व्यक्तिगत पातळीवर मध्यमवर्गीय माणसे म्हणून आता 'कुटुंबाकडे परत जा' अशा धोरणाने कौटुंबिक बंध कणखर करण्याचा प्रयत्न येथे दिसतो.

पॉप्युलर बेस्ट सेलर पुस्तके चाळली तर लक्षात येते की, मोठ्या प्रमाणात महात्मा गांधी, रवींद्रनाथ टागोर आदींना हाताशी घेऊन शंतीच्या आणि सम्यकतेच्या शोधात मंडळी दिसतात. त्यातही स्त्रीवादी विचाराच्या नव्या पिढीतील, आता पन्नाशीत असणाऱ्या यशस्वी स्त्रिया काय लिहितात हे पाहण्यासारखे आहे. माझ्या वाचनात असे एक पुस्तक आले (Thrive - Arian Huffington). हफिंग्टन ही मुळातली ग्रीसमधली. तिचे स्वत:चे करिअर अत्यंत यशस्वी शिखरावर असताना, एका टप्प्यावर अक्षरश: रक्ताच्या थारोळ्यात कोसळल्यावर या लेखिकेने कसे जगावे याचे सल्ले या पुस्तकातून दिले आहेत. सुपर वुमन न होणे आणि आपले आई-वडील, हितचिंतक या सगळ्यांना बरोबर घेऊन एक चांगले निवांत जगणे हेसुद्धा घडविले पाहिजे असे ती आवर्जून सांगते. बेटी फ्रीडन किंवा तिच्या पिढीने केलेला स्त्रीमुक्तीचा संघर्ष आणि त्यातून मिळालेला अवकाश आता विवेकाने

वापरावा असे ती सुचविते. हे संपूर्ण पुस्तक वाचण्यासारखे आहे. अशी पुस्तके बाजारात भरपूर खपतात. त्यात दुर्धर आजार आणि त्यांचा मुकाबला करणारी माणसे याबद्दलची वर्णने असतात. त्यातून मानवतावाद मांडला जातो परंतु या मध्यमवर्गाला अमेरिका नावाचे शासन ज्या प्रकारे बाहेरच्या जगामध्ये युद्धखोरपणा, हिंसकपणा करते; तसेच दैनंदिन जीवनात वंशवाद, पुरुषप्रधानता जोपासते, यांकडे पाहायचेच नाही. ज्या परिघाबाहेर जगणाऱ्या गटातील माणसांना करिअरची स्वप्ने पडत असतील, त्यांना अशा लेखनातून भीतीचे, धोक्याचे कंदील दाखविले जातात आणि, स्त्रियांनो आता कुटुंबाकडे वळा असा सल्लाही दिला जातो. म्हणजे भारतात जे चालले आहे, त्यापेक्षा काही वेगळे तेथे अनुभवयाला मिळाले असे नाही.

परंतु तरीसुद्धा वॉशिंग्टन डीसीमधील अब्राहम लिंकनच्या स्मृती जागविणाऱ्या वास्तू किंवा काळ्यांचा लढा तसेच नेल्सन मंडेला, मार्टिन ल्यूथर किंग आणि नागरिकत्वासाठी झालेले लढे यांचे इतिहास जपणाऱ्या वास्तूसुद्धा ज्या शिस्तीने हजारोंच्या संख्येने प्रवासी पाहत होते; शहरामध्ये अतिशय सोयीस्करपणे बसमध्ये चढणे, उतरणे करत श्रद्धेने, आनंदाने आणि सार्वजनिक ठिकाणी घाण न करता माणसांचे जथेच्या जथे जात होते; ते सर्व मात्र किती पाहू आणि किती नाही असे झाले हेही तितकेच खरे.

मुबलक पाणी, सार्वजनिक स्वच्छतागृहे आणि सुटसुटीत विकतचे खाणे या गोष्टी प्रवासात असताना फार उपकारक ठरतात. म्हणजे अमेरिकेत प्रवासी म्हणून जाणे आणि भरपूर चालणे हा एक आनंददायी अनुभव असतो. चित्रकला, शिल्पकला, इतिहास यांची जपणूक कौतुक करावे अशीच येथे केलेली दिसते. एकूणच मूलभूत गरजा म्हणून पाणी, वीज, पेट्रोल, अन्न या गोष्टी मुबलक आणि स्वस्त असतात. उद्या काय अशी चिंता वाटण्याचे या पातळीवर कारण दिसत नाही. परंतु पावसाच्या पाण्यावर अवलंबून असणाऱ्या आपल्यासारख्यांना नैसर्गिक संसाधने अशा तऱ्हेने वापरली जाण्याबद्दल मनात धाकधूक वाटतेच. अनेक मंडळी येथे सायकली वापरतात. वयस्क बायका आणि पुरुष एकएकटे राहतात, याबद्दलही कौतुक वाटते. कारण एक जगून तगून राहण्याच्या पातळीवर तत्पर यंत्रे आणि इतर सोयीसुविधा असतात. अगदी कॉफी प्यायला जरी स्टारबक्समध्ये बसले तरी स्वत:चा कुत्रा आणि पुस्तक घेऊन एखाद्या आजी शांतपणे कॉफीचे घोट घेताना दिसतात.

तरीसुद्धा ओढ लागून भारतात परत यावेसे मात्र वाटले. खरे तर कलबुर्गींचा खून; त्यापूर्वी दाभोलकर, पानसरे हत्या या साऱ्यांमुळे आपल्याकडचा संपत गेलेला आणि हिंसकरित्या संपवलेला प्रतिकार मनाला अस्वस्थ करत होता. एकूण धर्म, धार्मिकता आणि झुंडशाही यांबद्दल खोलातले प्रश्न पडत होते. तरीही कधी एकदा परत येतो,

आपल्या वर्तमानपत्रांच्या जगात फार तर चष्म्याचा नंबर बदलून वावरतो असे झाले. आल्या आल्या डेंग्यूच्या साथीबद्दलच्या बातम्या वाचल्या, दिल्लीतील हाहाकार टीव्हीवर पाहिला. एकाच गरीब घरातील दोन-तीन मुले डेंग्युमुळे मृत्यू पावली याच्या कहाण्या ऐकल्या, तेव्हा मन सैरभैर झाले. भारताच्या आत्ताच्या परिस्थितीतील जगातही आपण न्याय्य, लोकशाहीवादी, स्त्री-पुरुषांना समान संधी देणारे जग निर्माण झालेले कधी पाहणार का, याबद्दल शंका असूनही येथेच परत यावेसे वाटते. पुण्यातल्या पंढरीमध्ये आल्यावर दिवस-रात्र पुन्हा एकदा ताळ्यावर आणताना मनात येत राहतेच की, माणसे - मग अगदी पोटची मुलेसुद्धा दिसतात पण भेटत नाहीत, आपली असतात आणि आपली नसतात, हे स्वीकारूनच वाढत्या वयाची नवी समज घेत जगायला शिकले पाहिजे. पुन्हा एकदा जी काही ताकद असेल ती गोळा करून, आपल्या भागात सर्वांना न्याय देत आणि आपल्याकडच्या विषमतेचे भान ठेवत जगले पाहिजे असे वाटत राहते. असे जगताना शैलीबाज जगता आले नाही तरी चालेल. बाजारपेठेतील निवडीचे स्वातंत्र्य नाही मिळाले तरी चालेल, पण सगळ्यांना परवडेल अशी जगण्याची रीत शोधलीच पाहिजे हे खरे.

भाग ३

स्त्रीवादी राजकारण : लोकप्रिय संहितांचे स्त्रीवादी परिप्रेक्ष्यातून पुनर्वाचन

या संकलनातील हा जो तिसरा विभाग आहे, त्यात मोठ्या कसोशीने सोप्या भाषेत स्त्रीवाद, स्त्रीवादी राजकारण आणि स्त्रीवादी परिप्रेक्ष्य या विषयी स्पष्ट मांडणी करण्याचा प्रयत्न केला आहे. एकीकडे स्थानिक पातळीवर घडणाऱ्या घटना आणि त्यांचे आकलन आणि दुसरीकडे जागतिक पातळीवर अशा घटनांचे लावले जाणारे अन्वयार्थ, या दोहोंच्या मध्ये असणारी वाटचाल पाहण्याचा हा प्रयत्न आहे.

या विभागातील हायडी हार्टमन यांचा लेख मराठीमध्ये आणण्याचा खटाटोप खरे तर १९९० च्या दशकातच केला होता आणि तो 'सत्यशोधक मार्क्सवादी' या शरद पाटील यांच्या संपादनाखाली निघणाऱ्या नियतकालिकात प्रसिद्धही झाला होता. परंतु 'परिवर्तनाचा वाटसरू'च्या संपादकांनी तो पुन्हा एकदा प्रकाशित करायचे ठरवले. हायडी हार्टमन यांचा मी अनुवादित केलेला प्रदीर्घ लेख म्हणजे मार्क्सवादी आणि स्त्रीवाद या दोहोंमध्ये प्रसंगी आंतरविरोध भासणाऱ्या विचारप्रणालींचा आणि चळवळींचा अधिक आशयघन मिलाफ कसा साधता येईल याबाबतचे विवेचन आहे.

या विभागातील धर्मनिरपेक्षतावादावरील लेख महत्त्वाचा आहे. बंधुभाव या संकल्पनेची मांडणी ज्या तऱ्हेने केली जाते, तिचा ऊहापोह केला आहे. मला स्वतःलाही असे जाणवते की, सामाजिक न्याय निर्माण करण्यासाठी जे कायदे अस्तित्वात येतात, ते कायदे आधुनिक मूल्यांमधून साकारतात; तर ते ज्यांच्यासाठी होतात त्या स्त्रिया दलित, आदिवासी आणि अल्पसंख्याक गटातील माणसे ही आधुनिक अर्थाने व्यक्ती होऊ शकत नाहीत, हे लक्षात घेऊन हाच पेच लेखात मांडला आहे.

नर्मदा परिक्रमा संदर्भातील लेख तसा आजकालच्या प्रश्नांसंदर्भात लिहिला आहे. शेतकरी संघटना, नर्मदा धरणाच्या विरोधातील आंदोलन अशा चळवळींमध्ये एकेका व्यक्तीच्या नेतृत्वाचा उदय झाला आणि महात्मा गांधींच्या नावाने आमरण उपोषणासारखे प्रयोग केले गेले,

त्याबद्दल प्रश्न उभे करणारा हा लेख आहे.

या विभागातील भालचंद्र नेमाडे यांच्या 'हिंदू' या गाजलेल्या कादंबरीवरील टिपण येते. मला एकाच वेळी 'हिंदू' ही संहिता खूप महत्त्वाची वाटली आणि तरीही ज्या काळात ती प्रसिद्ध झाली त्या काळात 'हिंदू' या शब्दाला जो राजकीय अर्थ प्राप्त होत होता, त्यामुळे ही संहिता काहीशी धूर्त आणि संधीसाधूही वाटू लागली. स्त्री प्रश्नाच्या घडणीच्या परिप्रेक्ष्यातून ही संहिता मी वाचली आणि त्यातील पहिल्या भागावर हे टिपण लिहिले आहे. पुलाखालून बरेच पाणी या संहितेच्या प्रकाशनानंतर वाहून गेले आहे. अगदी अत्युच्च सन्मान या संहितेच्या लेखकाच्या वाट्याला आला. परंतु समृद्ध आणि तरीही अडगळीसारख्या असणाऱ्या हिंदू धर्माच्या अस्तित्वासंदर्भात अनेक प्रश्न शिल्लक राहतात एवढे खरे.

कमल देसाई यांच्या लघुकादंबऱ्यांचा वेध एक सामाजिक दस्तऐवज म्हणून घेतला आहे. मला कमल देसाई यांचे लेखन महत्त्वाचे वाटते. कारण स्त्रियांनी फक्त स्त्रियांपुरते ललित आणि भावुक असे काही लिहावे या अपेक्षांना धुडकावून लावत, आपल्याला काय म्हणायचे आहे ते ठामपणे सांगणारे 'कमल देसाई' हे एक महत्त्वाचे लेखक– अस्तित्व महाराष्ट्रात होते हे मला यातून दाखवायचे आहे. काळाच्या पडद्याआड सगळेच जाते, परंतु असे लेखन कालबाय ठरू नये यासाठी गांभीर्याने केलेली समीक्षा महत्त्वाची वाटते हे नक्कीच.

मातृत्वाच्या महिमा मंडनाचा अध्वर्यू म्हणून 'श्यामची आई' या संहितेला आजही गणले जाते. साने गुरुजी या व्यक्तिमत्त्वाच्याभोवती बरेच गूढीकरणही केले गेले आहे. परंतु माझ्या स्वत:च्या बालपणाच्या सर्व अनुभवांमध्ये साने गुरुजींच्या या संहितेने नेमके काय घडविले याबद्दल लिहायचेच होते, तसे येथे लिहिले आहे. असे लिहिताना साने गुरुजींचा अवमान करणे हा हेतू नाही. परंतु साने गुरुजींनासुद्धा जात, वर्ग, धर्म आणि लिंग या चौकटींमध्ये जगावे लागले, हे अधोरेखित करण्याचा या लेखातून प्रयत्न आहे.

मनात खोलवर रुजलेल्या काही चित्रपटांचे नवे अर्थ लावावे असे निवृत्तीनंतरच्या टप्प्यावर खूपच वाटू लागले. त्यातच 'सुजाता' या चित्रपटाबद्दल लिहावे असे अनेक काळ वाटत होते. या चित्रपटाच्या संहितेबद्दल मनात येणाऱ्या प्रश्नांना वाचा फोडावी असे ठरविल्यावर पुन्हा एकदा 'वाटसरू'च्या संपादकांनी उत्तेजनच दिले. अभय कांता आणि प्रज्ञा दया पवार या दोघांशी चर्चा करूनच हा लेख लिहिला. दलित स्त्रीवादी भूमिका कशा प्रकारे मांडावी आणि त्या स्त्रीवादी भिंगातून जुन्या संहितांकडे कसे पाहावे याविषयी चर्चा केल्यानंतर हा लेख सिद्ध झाला. महाराष्ट्राच्या सामाजिक इतिहासाच्या दृष्टीने असे लेखन महत्त्वाचे ठरते असे वाटते.

असेच काहीसे शांता गोखले यांच्या मला व्यक्ती म्हणून आवडलेल्या संहितेचे म्हणजे 'त्या वर्षी' या कादंबरीचे पुनर्वाचन केले आहे.

१ स्त्रीवादी राजकीय भूमिका

भाग १

जवळ जवळ ३५ वर्षांचा कालखंड लोटला तरी अजूनही स्त्रीवाद, स्त्रीवादी राजकारण, स्त्रीवादी राजकीय भूमिका या विषयीच्या नेमक्या आशयाबद्दल सर्वसाधारण समाजात तर संभ्रम आहेच; परंतु अभ्यासक आणि स्त्री प्रश्नावर कृती करणाऱ्या गटांमध्येही संभ्रम दिसतो. एकदा आपण स्वीकारले की 'स्त्रीवाद' नावाची राजकीय वैचारिक पातळीवरील भूमिका आहे आणि या भूमिकेमध्ये अनेक विचारप्रणाली आहेत, तर मग आपण मान्य करतो की, 'स्त्रिया' आणि 'पुरुष' असे शब्द कोणतीही चिकित्सा न करता वापरता येत नाहीत. कोठेही जगाच्या पाठीवर कोणीही मूलत: 'स्त्री' आणि त्याच न्यायाने मूलत: 'पुरुष' असू शकत नाहीत, इतकेच नाही तर जर कोणी तसा दावा करत असेल तर ती त्यांची रणनीती असते, त्यांची जाणीवपूर्वक घेतलेली भूमिका असते. आपण या लेखामध्ये भारतीय संदर्भामध्ये, समकालीन गुंतागुंतीच्या परिस्थितीमध्ये स्त्रीवादी राजकीय भूमिकेचा विचार करणार आहोत. असे करताना आपल्याला हेही लक्षात घ्यावे लागेल की, आपण भांडवलशाहीच्या अशा टप्प्यावर आहोत की, जेथे जगातील इतर देशांमधील घडामोडी आणि अर्थव्यस्थेमधील उलथापालथ आणि नैसर्गिक परिस्थिती (पर्यावरण) या साऱ्यांच्या संदर्भाशिवाय तसे म्हटले, तर भारतातील स्त्रीप्रश्नाविषयी बोलू शकत नाही.

आणखी महत्त्वाचे असे की, समकालीन राजकारणामध्ये स्त्रीप्रश्न घडविला जात आहे, त्याचे भानही आपण ठेवले पाहिजे. म्हणजे असे की, एकीकडे स्त्रियांची दृश्यता वाढते आहे. काही राज्यांमध्ये राजकारणातून लढून, झगडून स्त्रिया नेतृत्वाच्या जागी पोहचल्याही आहेत; पंचायत व्यवस्थेच्या पातळीपर्यंत राखीव जागा देऊन स्त्रियांना काम करण्याची संधीही मिळाली आहे. परंतु तरीसुद्धा जाणवते की, राजकारणाचा निवडून येण्याचा जो अवकाश आहे, तो मात्र अतिशय गुंतागुंतीच्या पद्धतीने पण ठामपणे

पुरुषसत्ताकच आहे. त्यामुळे बऱ्याच वेळा स्त्रियांची दृश्यता ही चमकदार ताऱ्याप्रमाणे दिसते. मग स्त्री-भ्रूणहत्येच्या प्रश्नाच्या सोडवणुकीसाठी मोठ्या संख्येने स्त्रिया एकत्र येतात आणि त्यांचा राजकीय पक्ष बनविण्याचा प्रयत्नही होतो. परंतु त्यातून एकूण कुटुंबसंस्था, गोतावळा, जात आणि आर्थिक व्यवहार या साऱ्यांची संरचना बदलत नाही; स्त्रीप्रश्नाला आणि जातप्रश्नाला न्याय देणारी होत नाही. म्हणजे असे की, अजूनही दलित, ओबीसी, मुस्लिम, आदिवासी अशा परिघाबाहेर पडलेल्या गटांचे प्रतिनिधित्व करण्याचे काम पुरुषी नेतृत्व करताना दिसते आणि दलित किंवा ओबीसी स्त्रियांच्या खऱ्याखुऱ्या भाषेला, शब्दांना आणि मागण्यांना वाचा फुटत नाही. खुल्या अर्थव्यवस्थेत असंघटित क्षेत्र अधिक महत्त्वाचे ठरत असताना सेवा-शुश्रूषा, संगोपन या चौकटीत काम करणाऱ्या, विशेषत: जाती, वर्ग गटांतील दडपलेल्या स्त्रिया दुहेरी-तिहेरी पद्धतीने नाडल्या जात आहेत. अशा गटांना लोकशाहीवादी राजकारणामध्ये स्वत:चे प्रतिनिधित्व स्वत: करता येईल, असे राजकारण उभे राहण्याची दिशा कोणती हा प्रश्न कळीचा आहे. ही दिशा शोधण्याचा प्रयत्न जातव्यवस्था फक्त अस्मितादर्शी नाही, तर उत्पादन व्यवस्थेशी जोडलेली आहे, असे मांडणारे जे गट आहेत त्यांच्या बरोबरीनेच स्त्रीवादी राजकारण मांडणाऱ्या गटांनी केला पाहिजे. ज्याप्रमाणे स्त्रीवादी राजकारणाची शक्यता ही फक्त 'पुरुष विरुद्ध स्त्री' अशा ध्रुवीकरणाच्या भूमिकेतून निर्माण होणार नाही, तसेच हिंदू ब्राह्मणी चौकटींना कर्मठ आणि संकुचित अर्थ देऊनही होणार नाही, तर भिन्न जाती गटांतील स्त्रिया ज्याप्रकारे पुरुषसत्ताक व्यवस्थेशी वाटाघाटी करून, रणनीती आखून; जगून राहण्याचा, तगून राहण्याचा, आत्मभान राखून पुढे जाण्याचा प्रयत्न करत आहेत त्यांच्याशी संवाद साधण्याची कला आता प्राप्त झाली पाहिजे.

१९७० च्या दशकाच्या उत्तरार्धात भारतातील स्त्रीचळवळीच्या दुसऱ्या लाटेतील कृतीला चालना मिळाली. एकीकडे भारतातील स्त्रियांचा दर्जाविषयक अहवाल प्रसिद्ध झाला, तर दुसरीकडे अंतरराष्ट्रीय पातळीवर महिला दिन, महिला दशक जाहीर झाले आणि त्याच वेळी कुटुंबांतर्गत हिंसाचार आणि सरकारी नियंत्रणांतर्गत बलात्कार या प्रश्नांना वाचा फुटली. १९७५ नंतरचा काळ बारकाईने आठवला तर आणीबाणी जाहीर होणे, मोठ्या प्रमाणात लोकनेत्यांची धरपकड होणे आणि अशा जबरदस्तीला सोव्हिएट गटाकडून पाठिंबा मिळणे असे सारे घडले. तुरुंगामध्ये अटक झालेल्यांच्या एकत्र येण्यातूनच जनता पक्षाचे सरकार सत्तेवर आले आणि दोन वर्षे चालले आणि कोसळले. १९८० च्या दशकात पुन्हा एकदा काँग्रेसची सत्ता दृढ झाली आणि शेवटी १९८४ मध्ये पंजाबमधील दहशतवादाला शह देता देता इंदिरा गांधींची हत्याही झाली. १९८० च्या डिसेंबरमध्ये आपण पाहिले की, शिखांना दहशतवादी ठरवून मोठ्या प्रमाणात हिंदू गट एकत्र आले.

शिखांच्या कत्तली झाल्या आणि शीख स्त्रियांनी संघटना बांधणीला सुरुवात केली.

या साऱ्या राजकीय घडामोडी पाहणे फार महत्त्वाचे आहे, कारण स्त्री-चळवळीच्या दृष्टीने या काळापूर्वी 'सतीचे' गौरवीकरण केले गेले होतेच; परंतु १९८६ साली सुप्रीम कोर्टाने शहाबानो केसच्या संदर्भात दिलेला निकाल धि:क्कारून सरकारने मुस्लिम स्त्रियांसाठी विशेष संरक्षक कायदा आणला. १९८६ ते १९८९ काळात श्रीलंकेच्या भूमीवर भारतीय सैन्याने आक्रमण केले आणि याच काळात काँग्रेसवरती भ्रष्टाचाराचे आरोप झाले. १९९० साल व्ही. पी. सिंगांच्या राष्ट्रीय आघाडी सरकारच्या काळातले. या काळातच 'मंडल कमिशन'चा अहवाल अंमलात आणला गेला. १९९० च्या दशकाचे नवे आर्थिक धोरण स्वीकारले गेले आणि खुली अर्थव्यवस्था, बाजारपेठेचे वर्चस्व असे सारे घडले. १९९१ मध्ये राजीव गांधीची हत्या श्रीलंकेतील एका तमिळ भाषिक स्त्रीने केली हेसुद्धा नोंदविणे महत्त्वाचे ठरते. थोडक्यात सांगायचे, तर भारतातील स्त्री-प्रश्नाच्या दृष्टीने आणि स्त्री-चळवळीच्या दृष्टीने झंझावाती राजकीय घडामोडींमधून वाट काढणे मोठे जिकिरीचे काम होते. १९९२ च्या बाबरी मशिदीच्या विध्वंसामध्ये मोठ्या प्रमाणात हिंदू स्त्रिया सामील झाल्या. या सर्व स्त्रिया जणू काही 'आदर्श रामराज्याच्या' शोधात होत्या असे मांडले जाऊ लागले. ब्राह्मण जातींमधील स्त्रिया आणि दलित जातींमधील स्त्रिया, तसेच हिंदू असलेल्या आणि नसलेल्या धर्मांतील स्त्रिया यांच्यातील राज्यसंस्थेच्या पातळीवरील सोयीसुविधांमधील केला जाणारा भेदभाव स्पष्ट होऊ लागला. आणि मग याच टप्प्यावर भारतातील सर्व स्त्रियांची 'एकसाची चळवळ' या मिथकाला तडे बसले.

आपण जेव्हा राजकारणाचा विचार करतो, तेव्हा आत्ताच्या काळातील आपल्याला दैनंदिन जीवनात जाणवणारे प्रश्नसुद्धा लक्षात घ्यावे लागतील. 'समकालीन भारत' या विषयावरील महत्त्वाचे निवडक लेखनसाहित्य मराठीतून आणण्याचे ठरले, तेव्हा नेमकी कोणती कथासूत्रे त्यामध्ये असली पाहिजेत याविषयी आम्ही खूपच खल केला. याच काळात आवतीभोवती अनेक गोष्टी घडत होत्या. एकीकडे एकूणच दैनंदिन जीवनातील अनिश्चितता, कोंडी, आणि अस्थिरता पदोपदी जाणवत होती/आहे. अगदी हवामानापासून ही अनिश्चितता आपल्या आपल्या स्थानिक पातळीवर जाणवत राहते. ऋतूंचे बदलणे, पर्यावरणातील प्रदूषण, शहरे आणि ग्रामीण भाग अशा दोन्ही ठिकाणी निवांतपणा हरवत जाणे; या वावटळीमध्ये सर्वच माणसे अडकलेली दिसतात. घरोघरी असाध्य रोगाने घेरलेली मधल्या वयातील माणसे, चिवटपणे जगत राहणारी त्या आधीची वृद्धपिढी आणि तरुण पिढीचे स्थलांतरित, देशांतरित होणे असे एकूण मध्यमवर्गीय कुटुंबजीवन दिसते. या वातावरणातच प्रत्येक स्थानिक परिस्थितीतून गटागटांच्या अस्मितांच्या हुंकारांचा आवाज ऐकू येतो आहे. त्याच वेळी दहशतवादाची टांगती तलवार देशातील कळीच्या

ठिकाणी जाणवते आणि अनेकदा त्यातील हिंसाचार दूरदर्शनच्या पडद्यावरून साक्षीभूत होऊन पाहावा लागतो आहे. सणवार, व्रतवैकल्ये, पूजा-अर्चा आणि एकूण सोहळे गाजावाजा करून पार पाडले जात आहेत. जुगार पद्धतीने पैसे मिळण्याची स्वप्ने जणू काही संपूर्ण समाज पाहतो आहे अशी परस्थिती दिसते. आत्ताच्या घडीला चैन, मजा, ऐशआराम, सुख ओरबडता येईल तसे ओरबाडावे आणि फार पुढचा विचार करू नये अशी प्रवृत्ती बळावताना दिसते. १९९० नंतरच्या काळात तर मोठ्या प्रमाणात समुद्र किनारे, शेतीची जमीन, नद्यांचे पाणी या साऱ्यांवरच धाड पडते आहे. एकीकडे या प्रक्रियेला 'विकास ' असे नाव दिले जाते. आणि या ना त्या प्रकारे भारताची एक चमकदार आभासी प्रतिमा टिकवण्याचाही प्रयत्न होतो आहे. १९५० नंतरचे प्रत्येक दशक लक्षात घेतले, तर एकेका टप्प्यावर नवे प्रश्न, नवी जाणीव, नवे भान निर्माण झालेले दिसते. आणि तरीही १९९० नंतर जी गती आली आहे, ती पाहता मूल्यव्यवस्थेपासून ते जीवनशैलीपर्यंत झपाट्याने अग्रक्रमच बदलत आहेत असे जाणवत राहते. अशा वावटळीच्या स्वरूपाच्या काळात, शिक्षणाच्या क्षेत्रात नेमक्या मुद्द्यांचा नांगर टाकून स्थिरपणे अध्ययन, अध्यापन, संशोधन या साऱ्यांची दिशा ठरविली गेली पाहिजे.

दुसऱ्या टप्प्यावरील १९७५ सालातील स्त्री-चळवळ जी 'हिंसाचार' आणि 'बलात्कारा'बद्दल बोलत होती तिला अनेक प्रश्नांना आणि तडाख्यांना तोंड द्यावे लागले. चळवळीच्या बरोबरीनेच स्त्री-अभ्यासाचे क्षेत्र विस्तारू लागले. या दोन्ही पातळ्यांवर 'भारतीय स्त्रिया' या कोटिक्रमाला नेमका अर्थ काय, या प्रश्नांना कार्यकर्त्यांना आणि अभ्यासकांना तोंड द्यावे लागले. अशा संघर्षमय परिस्थितीतच 'लिंगभाव ही संकल्पना मांडण्याची आवश्यकता वाटू लागली. भारतातील स्त्री-चळवळी विखुरल्या, फुटीर स्वरूपात संघर्ष करत असतानाच स्त्री-अभ्यासाने मात्र मजल मारली. ही मजल मारली गेली याचे कारण समाजविज्ञानाच्या चौकटीत नवा विचार मांडणारे अभ्यासक या काळात पुढे आले. 'परंपरा' आणि 'आधुनिकता' या शब्दांचे अर्थ साचेबंद पद्धतीने न लावता त्यांची सरमिसळ गुंतागुंतीसह पाहावी, असा विचार या काळात समाजविज्ञानातून मांडला गेला. इतकेच नाही तर जातीय विषमतेच्या कथासूत्राचा पुनर्विचार सुरू झाला. जागतिकीकरणाच्या टप्प्यावर भांडवलशाहीचा जो नवा आविष्कार दिसतो, त्यात क्रूर स्पर्धा आणि हिंसक महत्त्वाकांक्षा वाढलेली दिसते. आता 'आहेरे' वर्गातील स्त्री-पुरुषांनी आपल्याला काही अधिक सोयी-सवलती मिळाल्या आहेत, हे मान्य करणेच नाकारण्यास सुरुवात झाली आहे. मग असा आभास निर्माण केला जातो की,जणू काही दडपलेल्या जातीत जन्मल्यामुळे तो आधार घेऊन गुणवत्ता नसलेली माणसे डॉक्टर, इंजिनीअर होत

आहेत आणि भारतातील केवळ तथाकथित वरच्या जातीत असल्यामुळे या गटातील मुलामुलींना ज्ञानाच्या आणि सत्तेच्या चौकटीतून बाहेर फेकले जात आहे. दिल्लीस्थित सतिश देशपांडे यांच्यासारख्या अभ्यासकाने एका वेगळ्या तटस्थ पद्धतीने जातीच्या प्रश्नाला कसे भिडावे याची दिशा दाखविली आहे. त्यांच्या मते आपल्या देशात वसाहतवादी वारसा घेऊन आपण जगत असल्यामुळे, जातीच्या प्रश्नासंदर्भात सामान्य ज्ञान म्हणून जो तर्क आपण मांडतो, तो चुकीच्या दिशेने जातो आणि मग जात-प्रश्न भौतिक जगापासून आणि राजकीय संघर्षापासून दूर ठेवला जातो. जातींकडे फक्त धार्मिक विधी, विचारप्रणाली आणि श्रद्धा या चौकटीतून पाहिले की, मग त्याचा भौतिक पाया समजत नाही. या विचाराचे बळ घेऊन स्त्रीवादी राजकीय भूमिका मांडली जाऊ लागली. आपल्याकडे बिना अगरवाल यांनी जी मांडणी केली, त्या मांडणीमध्ये 'लिंगभाव' ही संकल्पना कशी महत्त्वाची आहे हे मांडून स्त्रीप्रश्नाचा विचार बदलणारी राज्यसंस्था न्यायव्यवस्था, कुटुंबसंस्था, बदलती अर्थव्यवस्था (बाजारपेठ) यांसह करावा असे सुचविले.

भारतीय स्त्री-चळवळीला प्रतिकारांचे मोठे बळ कमवायचे असेल, तर स्त्री-अभ्यासातील विविध दिशा लक्षात घेणे अपरिहार्य आहे. जागतिकीकरणाच्या आत्ताच्या टप्प्यावर जेव्हा एकूणच मानवी जीवनाचे देह पातळीवर आणि मूल्य पातळीवर वस्तुकरण होते आहे, तेव्हाच काही प्रश्नांना तोंड फुटते आहे. भिन्न जाती, वर्ग, धर्मातील स्त्रिया अदृश्यतेमधून दृश्यतेत येत आहेत हे लक्षात घेतले पाहिजे. आत्ताच्या काळातील राज्यसंस्थेच्या किंवा अर्थव्यवस्थेच्या नव्या नव्या खेळ्यांना तोंड देण्याचे मार्ग नव्या पिढीला सापडतील. प्रस्थापित सिद्धांकने, विचारांच्या रिती आणि इतिहास मांडण्याच्या पद्धती या साऱ्यांसंदर्भात प्रश्न उभे करत; स्त्रिया-स्त्रियांमधील भिन्नता आणि जोडलेपणा, तसेच खऱ्या अर्थाने सक्षमीकरणाच्या रिती आपल्याला सापडून नव्या तंत्रज्ञानाच्या आणि नव्या लोकशाहीच्या उभारणीत आपण सर्व स्त्री-पुरुष स्त्री-अभ्यासाच्या संपन्न क्षेत्रामधून महत्त्वाचे हस्तक्षेप करू शकू असा विश्वास वाटतो.

समकालीन भारतामध्ये १९९० च्या दशकाच्या टप्प्यावर 'संस्कृती' या चौकटीत विचारांचा बराच मोठा ऊहापोह होऊ लागलेला दिसतो. नव्या सहस्रकाच्या दृष्टीने या विषयासंदर्भातील परिप्रेक्ष्य आपण आत्मसात केले पाहिजे असे सर्वांच्याच लक्षात येऊ लागले आहे. संस्कृती फक्त अभिजन निर्माण करतात आणि जनसामान्यांनी त्यांचे फक्त अनुकरण करावे, या तऱ्हेच्या एकरेषीय विचारांचा जमाना आत गेला आहे हे लक्षात येते. अभिजनांच्या चौकटीतून आपल्या सांस्कृतिक वारशाविषयी जेव्हा गौरवाने बोलले जाते, तेव्हाच आपल्या देशात पायाभूत सुविधा नसणे, सार्वजनिक जीवनात स्वच्छता-

गृहांसारख्या आवश्यक सोयी नसणे या आंतरविरोधांकडे सोईस्कर दुर्लक्ष केले जाते. भरूचा यांच्या लेखातील महत्त्वाचा मुद्दा म्हणजे भारतात ज्या विविध संस्कृती नांदतात, त्या एकमेकांशी कशा व्यवहार करतात आणि त्यातून नव्या नव्या संकरित आविष्कारांना कसा जन्म मिळतो हे लक्षात घेऊन, विविध आणि भिन्न संस्कृतीच्या शक्यता खुल्या कराव्यात असे या लेखात सुचविले आहे. आणखी एक महत्त्वाचा मुद्दा या निबंधात आवर्जून मांडला आहे. तो म्हणजे जेव्हा संस्कृती एका 'कॉमनसेन्सच्या' 'सवयीच्या' पद्धतीनेच वावरत असते, तेव्हाच त्यामध्ये एका तऱ्हेची हिंसात्मकता असते. समाजामध्ये जात-जमातवादी हल्लेखोरी होते किंवा पर्यावरणीय अरिष्टांना तोंड द्यावे लागते, तेव्हासुद्धा संस्कृतीचे धागे पकडून माणसे स्वत:पुरता स्वार्थी विचार करतात. रूस्तम भरूचा हे 'संस्कृत' या विषयाचा खोलात जाऊन अभ्यास करणारे अभ्यासक आपल्याला 'भिन्नतेत एकता' या नेहरूवादी घोषवाक्याचे पुनर्वाचन करून कसे सांगतात की, सांस्कृतिक भिन्नता भारतीयपणामध्ये रिचवून टाकण्यापेक्षा, भारतामध्ये असणाऱ्या भिन्नता अथवा विविधता या घटकांकडे इतिहासामध्ये रुजलेले वास्तव म्हणून पाहिले पाहिजे. स्त्रीवादाला हा विचार महत्त्वाचा वाटतो, कारण त्यांनाही असेही वाटते की, नव्या सहस्रकाच्या दृष्टीने उत्तरोत्तर अधिक प्रश्न विचारणारी आणि तरीही परपस्परांशी जोडणारी अशी संस्कृती निर्माण झाली पाहिजे. म्हणून स्त्रीवादी राजकारणामध्ये ज्या संस्कृतींना क्रूरपणे परिघाबाहेर टाकले जाते, त्यांचे ज्ञान मिळविणे महत्त्वाचे ठरते. 'शिकायला शिकले पाहिजे' हे स्त्रीवादी राजकारणाचे महत्त्वाचे सूत्र आहे.

स्त्रीवादी राजकीय विचारामध्ये बहुसंख्याक आणि अल्पसंख्याक या साचेबंद शिक्क्यांना फोडणे महत्त्वाचे ठरते. जेव्हा तथाकथित प्रगत देशांमध्ये दहशतवादी कृतींचा अर्थ इस्लाम धर्माशी जोडला जातो, तेव्हा भारतातील मुस्लीम समाज आणि त्यातील भिन्नता आणि त्यातून घडणारा स्त्रीप्रश्न असा विचार करणे स्त्रीवादाला भागच पडते. म्हणूनच जावेद आलम यासारख्या अभ्यासकांचा विचार स्त्रीवादी राजकीय भूमिकेच्या दृष्टीने महत्त्वाचा ठरतो. मुस्लिमांची अस्मिता किंवा राजकीय एकता जेव्हा अधोरेखित केली जाते, तेव्हा भारतातील मुस्लीम समाज एकगठ्ठा समाज नाही आणि जातीनिहाय व्यवसाय करणारे मुस्लीम गट वेगवेगळ्या परिस्थितीत जगतात हे आवर्जून सांगणारी मुस्लीम ओबीसी चळवळ, कॉम्रेड विलास सोनावणे यांसारखे कृतिशील विचारवंत जे बोलत आहेत, त्याचे लक्षपूर्वक आकलन करणे स्त्रीवादी राजकीय भूमिकेमध्ये महत्त्वाचे ठरते.

आणखी एक महत्त्वाचा मुद्दा भारतीय परिस्थितीत जाणवतो तो आदिवासी जनसमुदायांच्या संदर्भात. बी. डी. शर्मा हे स्वत: नोकरशाही पदावर काम करत होते

आणि त्यांना जंगलामध्ये राहणाऱ्या आदिवासींच्या दैनंदिन व्यवहारांची चांगली माहिती असल्याने त्यांचे लेखनसुद्धा स्त्रीवादाच्या दृष्टीने महत्त्वाचे ठरते. त्यांच्या मते, स्वतंत्र भारतातील सत्ताधारी गट अजूनही वसाहतवादी साच्यामध्ये नियम घडवित असतात आणि त्यांचे एकूण गावखेड्यांच्या जमिनीवरील पिढ्यान्पिढ्या जगणाऱ्या गटांशी खरे नाळेचे नाते नसते. त्यामुळे आदिवासी जमातींना ज्ञानाचा, निर्णयाचा, आणि सत्तेचा अधिकार देण्यास ही यंत्रणा अपुरी पडते.

भारताच्या सीमारेषांवर घडणारी हिंसा सरळसोटपणे नक्षलवाद म्हणून शिक्का मारून मोडीत काढली जाते. परंतु एक लक्षात घेतले पाहिजे की, जम्मू-काश्मीर असो वा उत्तर-पूर्व भागातील माणसे असोत, त्यांना हा आपला भारत देश सैनिकी पद्धतीने कसा भिडतो याचा विचार अधिक गुंतागुंतीसह करावा लागेल. स्त्रीवादी राजकीय भूमिका घेताना शर्मिला इरोमसारख्या स्त्रियांचे लढे आणि झगडे महत्त्वाचे ठरतात. नवनिता बेहरा यांनी भारताशी जम्मू-काश्मिरचे असणारे नाते पुनर्विचाराच्या स्वरूपात मांडलेले दिसते. त्यांनी असे मांडले आहे की, १९५० नंतरच्या काळात जरी नेहरूंच्या कोटावरील काश्मिरी गुलाब ही खूण भारतातील सर्वसामान्य जनतेला आधुनिकतेची आणि धर्मनिरपेक्षतेची वाटत होती, तरीही जम्मू-काश्मिरच्या संदर्भात हिंदू विरुद्ध मुस्लीम असा विचार करून मुस्लिमांना त्या राज्यातील बहुसंख्याक ठरवून, एकगठ्ठा समूह म्हणून पाहणे चूक आहे. बेहरा यांनी असा प्रश्न उभा केला की, आम्ही भारतीय असे जेव्हा आपण म्हणतो, तेव्हा कोणाकोणाला सामावले जाते आणि कोणाकोणाला वगळले जाते? भारताने स्वतःला 'धर्मनिरपेक्ष' म्हणतानाच हिंदूंना बहुसंख्यांकता बहाल तर केलीच, परंतु महात्मा गांधींच्या विचारांच्या चौकटीतून आलेली 'रामराज्या'सारखी कल्पनासुद्धा स्वीकारली गेली. भारत नावाच्या राष्ट्रराज्याला आकार देताना राष्ट्रीय काँग्रेसने जो पुढाकार घेतला, त्यातून परिघाबाहेर पडलेल्या अस्मितांविरोधात स्वतःचे संरक्षण करण्याचा प्रयत्न केला. त्यामुळे बलिष्ठ भरभक्कम असे केंद्रित शासन आणि त्यामध्ये विरघळून जाणाऱ्या भाषावार प्रांतरचना अशी आवश्यकता निर्माण केली गेली. संपूर्ण राष्ट्राच्या संरक्षणासाठी आणि प्रतिष्ठेसाठी काश्मिरसारख्या कळीच्या राज्याने सतत पडते घ्यावे असे राजकारण कसे घडले, हे बेहरा आपल्याला दाखवून देतात. स्त्रीवादी राजकारणाच्या दृष्टीने पुन्हा एकदा लक्षात येते की, प्रत्येक राज्यामध्येसुद्धा स्त्रीप्रश्न कसा कसा घडविला जातो आहे ते पाहून, खऱ्या अर्थाने लोकशाहीवादी भूमिका घेणे महत्त्वाचे ठरते. असे करायचे तर, 'स्त्रियांनी स्त्रियांसाठी स्त्रियांपुरते केलेले राजकारण म्हणजे स्त्रीवादी राजकारण नव्हे.'

भाग २

समकालीन भारतामध्ये आपल्याला जर खऱ्या अर्थाने स्त्रीवादी राजकीय कृती आणि राजकीय गट उभे राहावेत असे वाटत असेल, तर सर्व प्रथम स्त्रीवादी अभ्यासकांनी मांडलेले कळीचे मुद्दे आपण लक्षात घेतले पाहिजेत. त्यादृष्टीने पाहिले, तर प्रथम स्त्रियांच्या भाषेचा विचार स्त्रीवादी अभ्यासकांनी कसा केला आहे ते पाहू. असे पाहणे फार गरजेचे आहे, कारण जेव्हा जेव्हा आपण भारतातील बहुविध पुरुषसत्तांविषयी आणि त्यांतील गुंतागुंतीविषयी बोलू लागतो, तेव्हा आपल्याला स्त्रियांच्या मौखिक परंपरेतून आलेल्या भाषेचे दाखले देऊन असे सांगितले जाते की, भारतीय स्त्रिया किती कौशल्याने पिढ्यानपिढ्या, वर्षानुवर्षे वाट काढत होत्या. आणि आपले जीवन सार्थकी लावतानाच आपल्या कुटुंबाचे, गोतावळ्याचे, समाजाचेही भले त्याग करून करत होत्या. स्त्रीवादी अभ्यासाच्या वाटचालीनंतर 'त्याग' आणि 'सार्थक' या शब्दांबद्दल प्रश्नचिन्हे उभी केली गेली. असे मांडले गेले की, भारतीय स्त्रिया एकेरी पद्धतीने 'पडदानशीन' 'आज्ञाधारक' अशा कधीच नव्हत्या. पहिल्या जगातील स्त्री-प्रश्नांच्या अभ्यासकांनी संदर्भरहित, इतिहासापलीकडील अशा भारतीय स्त्रियांच्या प्रतिमा रंगविल्या, परंतु त्याला अभ्यासकांनी शह दिला (चंद्रा तळपदे, १९८४). इतकेच नाही तर १९ व्या शतकाच्या उत्तरार्धात आणि २० व्या शतकाच्या पूर्वार्धात आपल्याला दोन गोष्टी दिसतात. एकीकडे ब्रिटिशांनी स्वत:ची प्रतिमा अशी रंगविली की, वसाहतवाद हे काही आक्रमक घटित नव्हते, तर 'जातींची उतरंड' आणि 'भारतीय स्त्रीत्व' यांच्या स्वातंत्र्याच्या कक्षा रुंदावण्याचे मोठे कार्य सभ्य अशा ब्रिटिश संस्कृतीने केले. १९८३ साली आशीस नंदीसारख्या लेखकांनी पाश्चात्य जगाने आपली नीतिमत्ता स्पष्ट करण्यासाठी 'अतिरिक्त पौरुष' ही कल्पना कशी मांडली हे दाखवून दिले. ब्रिटिश राजवटीमध्ये चढाई, नियंत्रण स्पर्धा, सत्ता हे सारेच गुंतलेले होते आणि याचा व्यत्यास म्हणून मग 'भारत' नावाचा देश 'बाईपणा'शी जोडलेला होता, भारतीय समाज हा स्वत:चे राज्य चालविण्यास नालायक आणि नैतिकदृष्ट्या निकृष्ट असे रंगवून पुरुषी पाश्चिमात्य जगाच्या तुलनेत ठेवला गेला. धार्मिक परंपरेच्या हुकूमशाहीला स्त्रियांनी मूकपणे मान तुकवली आहे, असे प्रतिनिधित्व मग संपूर्ण भारत देशालाच एका राजकीयदृष्ट्या उदासिनतेच्या रणनीतिच्या रूपकामध्ये अडकवून गेले.

भारतामध्ये जेव्हा गोरा साहेब आणि त्याची राजवट, व्यापार हे सर्व आले तेव्हा जे काही अस्तित्वात होते आणि जे काही त्यांच्या हाती लागले, ते त्यांनी अखिल भारतीय म्हणून स्वीकारले आणि सर्वदूर पसरविले. भारतीय राष्ट्रवादाने वसाहतवादाला शह देताना स्त्रिया या परंपरेच्या संरक्षक आणि संवर्धक असतात अशा चौकटीत मांडणी केली आणि

शेवटी महात्मा गांधींच्या काळात परंपरा या विषयीची मांडणी एकसत्वीकरण करूनच केली गेली. महात्मा गांधींनी राष्ट्रवादी हेतूसाठी सीता, द्रौपदी, सावित्री यांची व्यक्तिमत्त्वे उदात्त स्वरूपात रंगविली ही गोष्ट स्त्रीवादी अभ्यासकांना आता अधिक गुंतागुंतीच्या रूपात पहाविशी वाटू लागली. 'स्त्रीधर्मपद्धती' या संस्कृत संहितेच्या आधारे ज्युलिया लेस्ली (१९८९) या अभ्यासकाने जेव्हा मांडणी केली, तेव्हा तिने असे सुचविले की, अठराव्या शतकातील मराठा दरबारामध्ये त्र्यंबक यांनी लिहिलेली संहिता संदर्भासह अभ्यासली पाहिजे. लेस्ली असे सुचवितात की, 'त्या काळातले वाढते मुस्लीम वर्चस्व, ख्रिस्ती मिशनऱ्यांचा प्रभाव आणि वाढत्या लोकप्रिय भक्तीच्या चळवळी यांतून परंपरेला जे हादरे बसत होते, त्याला प्रतिसाद देण्यासाठी कर्मठ हिंदू परंपरेचे समर्थन या चित्रणातून दिसते. मराठा दरबारामध्ये बहुपत्नीत्वाचा जो प्रकार होता, त्यातून काही राजकीय समस्या निर्माण होत होत्या. राजांच्या राण्या आणि ठेवलेल्या बायका या जेव्हा वारसाहक्कासाठी तंटे निर्माण करू लागल्या आणि राजदरबारात गुंता निर्माण करू लागल्या, तेव्हा अशा परिस्थितीत 'स्त्रियांच्या उचित वर्तणुकीचे नियम घालणारी संहिता राजांना आणि मंत्र्यांना प्रकल्प म्हणून पायाभूत महत्त्वाची वाटली असावी.' म्हणजेच जरी 'स्त्रीधर्मपद्धती' ही संहिता धर्मशास्त्रीय संहितेमधील कालातीत प्रबंधासारखी स्त्रियांच्या आंतरिक स्वभावाबद्दल मूलभूत असे काही मांडणारी भासली, तरी त्याची बांधणी ज्या प्रकारे झाली आहे त्यात आंतरिक आणि बाय राजकीय सत्ती दिसते. ज्या विशिष्ट प्रकारे लिंगभावाचे प्रतिनिधित्व या संहितेत केले गेले आहे त्याचा हा विशिष्ट हेतू, विशिष्ट ऐतिहासिक संदर्भांमध्ये दिसतो.

स्त्रीवादाची दमदार मांडणी इतिहासाचे पुनर्लेखन करून उमा चक्रवर्ती या स्त्रीवादी अभ्यासकाने केली. उमा चक्रवर्ती म्हणतात की, 'जर आपण 'स्त्रीधर्मपद्धती'चे वाचन अगदी बारकाव्याने केले, तर त्यातून 'पतिव्रता' हे जबदरस्त प्रारूप 'स्त्रियांना माणसाळवण्यासाठी कळीची भूमिका बजावताना दिसते. एकदा का स्त्रियांनी या प्रारूपांचे आंतरिकीकरण केले की, मग स्त्रिया स्वत:च्या दुय्यमत्वाच्या प्रक्रियेशी हातमिळवणी करतात. शेवटी सामाजिक नियंत्रण ही गोष्ट अंतिमत: नियंत्रण आहे असे जाणवू न देता दुय्यमत्व प्राप्त झालेल्या व्यक्ती ते नियंत्रण स्वेच्छेने स्वीकारतात, इतकेच नाही तर त्यातूनच आपले वैशिष्ट्यपूर्ण वेगळेपण ठरते असे मानतात. १८ व्या शतकातील 'स्त्री धर्मपद्धती' नाइलाजाने जे सुचविते, ते असे की, तरीसुद्धा सर्व स्त्रियांनी सर्व काळात हे स्वीकारले होते असे नाही. तसेच सर्वांना ही आपली वैशिष्ट्यपूर्ण भिन्नतेची खूण असेही वाटत नव्हते. म्हणून स्त्रियांच्या कर्तव्यांची पुनरुक्ती, त्यात मग नवऱ्याच्या चितेवर चढण्यासाठी स्त्रियांना केलेले कळकळीचा आज्ञावजा उपदेश या गोष्टीही येतात. 'स्त्रीधर्मपद्धती' ही

एक संपूर्ण कार्यपुस्तिका होती आणि त्यातून स्त्रियांनी कसे वागावे याचा मार्ग सुचविला गेला आहे. ही पुस्तिका स्त्रियांच्या सुप्त स्वरूपातील किंवा प्रत्यक्षातील उद्दामपणाला शह देण्यासाठी लिहिली गेली होती (चक्रवर्ती, १९९१).

अनेकदा सुरुवातीच्या काळात स्त्रियांच्या मौखिक परंपरेतील गीते, उखाणे, ओव्या गोळा करून आधुनिकतापूर्व काळातील स्त्रियांचा दर्जा किंवा भोवतीच्या समाजाशी असणारे त्यांचे नाते यांचे सरळसोट अर्थ लावले गेले. परंतु स्त्रीवादी अभ्यासक समाजविज्ञानातील विविध परिप्रेक्ष्यातून ज्या नव्या मांडण्या समोर आल्या, त्याच्या आधाराने नवे विचार मांडू लागल्या. विशेषत: 'सबाल्टर्न अभ्यासपद्धती' घेऊन लेखन करणाऱ्या इतिहासकारांनी कितीतरी चिकित्सक प्रश्नांच्या मालिका उभ्या करून, दक्षिण आशियातील सामाजिक आणि राजकीय उतरंडीच्या अधिसत्तात्मक आविष्कारांना कसा सूक्ष्म पद्धतींनी प्रतिकार केला जातो ते दाखविले आहे. ते जे तपास करतात, त्यातून सबाल्टर्न आवाज जो साधारणत: आत्तापर्यंत ऐतिहासिक लेखनात ओळखलाच गेला नाही किंवा ज्याचे प्रतिनिधित्व केले गेले नाही, तो पुन्हा एकदा मिळवण्याचा प्रयत्न दिसतो. रणजीत गुहा यांनी संपादित केलेले आणि 'सबाल्टर्न स्टडीज् ' या शीर्षकाखाली प्रसिद्ध झालेले सहा खंडांतील निबंध जरी प्राथमिकत: 'जात' आणि 'वर्ग' या चौकटीमधून होणारे सीमांतीकरण आणि वसाहतवादी सत्तेला शह या विषयावर लक्ष केंद्रित करतात, तरीसुद्धा या खंडांमधील अनेक निबंध अशा ऐतिहासिक परिप्रेक्ष्यातून 'लिंगभाव' आणि स्त्रियांची व्यक्तिनिष्ठता' या विषयांचे प्रश्न हाताळतात (उदा. दास, १९८९; गुहा, १९७७). याचा आधार घेऊनच स्त्रीवादी अभ्यासकांनी 'गोतावळा' आणि 'लिंगभाव' यांविषयी ज्या प्रकारे अधिसत्तात्मक चर्चाविश्वे अस्तित्वात असतात ती एका बाजूला ठेवून, स्त्रियांच्या व्यक्तिनिष्ठतेपणाचा आणि कर्तेपणाचा विचार करण्याचा प्रयत्न केला. उत्तर प्रदेशातील पहानसू,हातछोया आणि घातियाली या अगदी परिघाबाहेर असणाऱ्या लहान प्रदेशांमधून जी विशिष्ट भाषा बोलतात, ती ओळखण्याची धडपड काही स्त्रीवादी अभ्यासकांनी केली (रहेजा ग्लोरिया आणि गोल्ड ॲन १९९६). हे संपादित पुस्तक महत्त्वाचे आहे, कारण आपल्याकडे ग्रामीण विरुद्ध शहरी असे पुस्तक मांडताना शेतीच्या उत्पादन पद्धतीमध्ये स्त्रिया कधी व्यवस्थात्मकदृष्ट्या दुय्यम नव्हत्याच असे दाखविण्याचा प्रयत्न केला जातो. मग जणू काही स्त्रिया कधी जमीन मालकी किंवा सत्तासंबंधांबद्दल काही बोलतच नव्हत्या असे भासविले जाते. कोणते बी केव्हा पेरायचे हे सांगणारी घरातली वृद्ध स्त्री ही एक कर्ता माणूस म्हणून जगत होती असेही सांगितले जाते. स्त्रीवादी अभ्यासकांनी अशा मौखिक परंपरांचा अभ्यास केला, तेव्हा भारतीय स्त्रिया काही काळात उदासीन नव्हत्या, प्रतिकार करणाऱ्या होत्या हे दाखवून दिले. इतकेच नाही, तर शेतकरी

वर्ग अक्रियाशील कसा झाला, त्या वर्गाने वर्चस्ववादी संरचनांचे आंतरिकीकरण कसे केले आणि म्हणूनच भारतीय ग्रामीण समाज नावाची एक सुसंगत व्यवस्था आहे याविषयी प्रश्न उभे केले.

या दृष्टीने रजनी पालरिवाला यांनी केलेला राजस्थानातील एका खेड्यामधील स्त्रियांच्या जीवनाविषयीचा विचार फार महत्त्वाचा वाटतो. त्यांच्या लेखनातून असे दिसते की, या खेड्यातल्या स्त्रिया सतत संक्रमणावस्थेत असणाऱ्या रहिवाशी आणि अदृश्य कामगार ही भूमिका बजावत असतात. त्या म्हणतात. 'माझे संशोधन एका कोंडीच्या किंवा पेचाच्या अनुभवातून केले गेले. त्याबद्दल अनेक अस्वस्थ करणारे प्रश्न माझ्याभोवती घोंगावत होते. स्त्रिया फक्त कुटुंबामध्ये राहतात असे नसून, त्या कुटुंबव्यवस्थेचे त्या समर्थन का करतात? त्याच वेळी असे जाणवते की, मानवशास्त्रातील अभ्यास किंवा स्थानिक पातळीवरील वाक्प्रचार आणि म्हणी तसेच विश्वास पाहिले, तर या सर्व ठिकाणी असे मांडले जाते की, एकत्र कुटुंब फोडण्याचे काम स्त्रियाच करतात, त्यांच्यापाशी तशी सत्ता असते आणि त्या तसे करतात. एकीकडे यातून कुटुंबाचा एका प्रकारचा ढाचा हा स्त्रियांच्या दृष्टीने दडपणूक करणारा आहे या मतावर शिक्का बसतो आणि दुसऱ्या बाजूला असे स्पष्ट दिसते की, या व्यवस्थेमध्येसुद्धा स्त्रियांच्या हातात एक विशिष्ट अशी तरफ असते. तिचा वापर करून स्त्रिया त्यांचा पर्याय शोधून एकत्र कुटुंबातून बाहेर पडतात.

लग्न झाल्यावर जेव्हा जोडपे वराच्या वडिलांच्या घरी राहते, तेव्हा त्याला 'पितृस्थानिक राहते घर' (Patri - virilocal resiadence) असे नाव दिले जाते. अशा तऱ्हेचे राहण्याचे घर मुलीच्या दृष्टीने खऱ्या अर्थाने स्थानबदल असते. स्त्रिया लग्न केल्यानंतर त्यांच्या वैवाहिक घरामध्ये सापेक्षत: फारशी गती नसलेल्या प्रकारे स्थिर अशा रहिवाशी बनतात. खेड्यांचा आणि गोतावळ्यांचा तपशिलवार अभ्यास करणारे अनेक अभ्यासक सहजपणे असा उल्लेख करतात की, एकदा लग्न झाले की, मुलीला विश्रांतीसाठी किंवा धार्मिक व्रतवैकल्यांसाठी माहेरी जायचे तर त्यावर निर्बंध असतात.

काही अभ्यासांमध्ये प्रत्यक्ष जगताना विवाहित स्त्रिया माहेरी आणि सासरी कशा ये - जा करतात याचे तपशीलही मिळतात.

आपण जेव्हा स्त्रिया राहत्या घरात कोणते व्यवहार करतात हे नीट समजून घेऊन अभ्यासतो, तेव्हा घरदार आणि कुटुंबाची विचारप्रणाली यांमधील भिन्नता कशी टिकवली जाते हे पाहणे गरजेचे असते. स्त्रीवादी अभ्यास जेव्हा कुटुंबसंस्थेचा विचार करू लागले तेव्हा विश्लेषणाच्या पातळीवर 'कुटुंब' (family) आणि 'घरदार' (household) यांच्या भिन्नतेचा विचार महत्त्वाचा ठरला. म्हणजे कुटुंबविषयक जी विचारप्रणाली असते, ती कळीची असते आणि त्या विचारप्रणालीतून माणसे राहते घर, उपभोग, अपत्य जन्म

आणि उत्पादन यांसाठी घरादाराच्या एककामध्ये राहणे स्वीकारतात. स्थानिकता आणि निवास यांविषयीचे जे व्यवहार असतात, ते व्यवहार गोतावळा, कुटुंब विचारप्रणाली आणि त्यांतील घटनांच्या दृष्टीने तसेच, लिंगभाव संबंध निश्चित करण्याच्या दृष्टीने महत्त्वाचे ठरतात. या गोष्टी घरातील मुलीची जी किंमत केली जाते, त्याच्याशी आंतरिकरित्या जोडलेल्या आहेत. तसेच विवाहित स्त्रीच्या हक्कांशीसुद्धा याचे नाते मोठे आहे.

आणखी एक समाजशास्त्रीय 'सत्य' या मांडणीच्या केंद्रस्थानी आहे असे दिसते. म्हणजे घरदार हे जेव्हा उत्पादनाचे एकक असते, तेव्हा 'स्त्रिया कामावर जात नाहीत किंवा त्या शेतमजुरी करत नाहीत' अशा समजांना शह बसतो. अशी विधाने किती मिथकस्वरूपी आहेत हे आता लक्षात येते आहे. कारण गेल्या दोन दशकांमध्ये स्त्रिया जे काम करतात त्याबद्दल जे संशोधन बाहेर आले आहे, त्यातून स्त्रियांच्या कामाची तीव्रता आणि विविध प्रकार स्पष्टपणे मांडलेले दिसतात. खरा प्रश्न आपल्याला पडतो, तो म्हणजे स्त्रियांच्या कामाभोवती अशी मिथके का तयार होतात? तसेच विवाहानंतर स्त्रिया कोठे राहतात त्याविषयी जे सरळसोट दृष्टिकोन असतात, ते तसे का घडतात हे पाहिले पाहिजे.'

तरुण विवाहित स्त्रिया माहेर-सासरच्या घरामध्ये ये-जा करत असत विशेषत: जाटांच्या कुटुंबांमध्ये, त्याचे अतिशय महत्त्वाचे कारण म्हणजे, लागवडीच्या काळात जी श्रमांची आवश्यकता भासत असे त्यात आहे. जमीनधारणेचा आकार जसा वाढत गेला, त्या प्रमाणात अशा घरदारांचे प्रमाणसुद्धा वाढले. आपण ६५ घरादारांच्या नमुन्यांमध्ये असे पाहिले की, शेतीच्या कामामध्ये किती श्रमांचे दिवस स्त्रियांनी दिले- तेव्हा लक्षात आले की, पावसाळ्याच्या दिवसांत ६० टक्के श्रम हे स्त्रियांनी शेतीसाठी केले होते आणि त्याचे स्वरूप गुंतागुंतीचे होते. म्हणजे अशा कामामध्ये एका प्रौढ स्त्रीपेक्षा अधिक स्त्रिया सामावलेल्या आहेत हे स्पष्ट दिसते. जी घरेदारे मान्यताप्राप्त आणि गुंतागुंतीच्या रचनेची होती, त्या घरामध्ये स्त्रियांचे योगदान सर्वाधिक दिसते आणि पावसाळ्याच्या दिवसांत ६० टक्के श्रम हे स्त्रियांनी शेतीसाठी केले होते आणि त्याचे स्वरूप गुंतागुंतीचे होते. म्हणजे अशा कामांमध्ये एका प्रौढ स्त्रीपेक्षा अधिक स्त्रिया सामावलेल्या आहेत हे स्पष्ट दिसते. जी घरेदारे मान्यताप्राप्त आणि गुंतागुंतीच्या रचनेची होती, त्या घरांमध्ये स्त्रियांचे योगदान सर्वाधिक दिसते आणि पावसाळ्याच्या दिवसांत तसेच वर्षातून आणखी एकदा स्त्रिया माहेरी आणि सासरी ये-जा करत असणार. यातून अशा घरादारांमध्ये हक्काच्या स्त्रीकामगार निश्चित केल्या गेलेल्या होत्या. जी घरेदारे सरळसोट साध्या चौकटीतील होती, तेथे मान्यता असूनही स्त्रियांचे योगदान किमान होते. 'आवनी-जावनी' ही प्रथा आणि एकूण घरादाराचा आकार आणि प्रकार (मग त्यात एकूण किती स्त्रिया आहेत,

घरातील लहान मुलांच्या तुलनेत प्रौढ किती आहेत आणि पुरुषांच्या तुलनेत स्त्रिया किती आहेत हे सर्व येते) हे सर्व घटक स्त्रियांच्या श्रमाच्या योगदानावर परिणाम करत होते असे दिसते.

कृषीविषयक क्रिया-प्रक्रियांकडे आपण पाहिले तर, प्रामुख्याने बाईचे श्रम त्यात दिसतात. स्त्रिया त्यात नियमितपणे सहभागी होत्या, परंतु त्या सर्वांत अधिक लवचिक होत्या. एका अर्थी एका ठराविक मर्यादेपर्यंत असेच चित्र घरकामाचे दिसते. 'घरकाम' फारसे श्रम या कोटिक्रमात न मानता, घरातल्या तरुण मुली ज्या काही काळापुरत्याच त्या घराचा भाग असणार असतात त्या निभावतात आणि वृद्ध स्त्रिया कृषीसंदर्भातील कामे जेव्हा शिगेला पोहचतात, तेव्हा ते त्या करतात. जेव्हा लग्न समारंभ विस्तारित काळासाठी केला जाई, तेव्हा अशा भेटायला आलेल्या स्त्रिया खूपशी कामे अंगावर घेत. धान्य कापणीच्या वेळा भिन्न असल्यामुळे जवळच्या गावातच दिलेल्या तरुण विवाहित मुली सासरी आणि माहेरी दोन्हीकडे कापणीच्या कामात सहभागी होत असत. म्हणजे शेतीच्या कामांच्या कालखंडात किती स्त्रिया आणि किती मुली असाव्यात ह्याची संख्या कामाच्या गरजेनुसार नियंत्रित केलेली असेल.

मध्यम शेतकऱ्याच्या घरांमध्ये विशेषत: लावगडीच्या काळात श्रमांच्या गरजेची मागणी वाढत जाते. कारण एकीकडे जलसिंचनाचा विस्तार वाढविला गेला आणि हिवाळ्याच्या काळातही पीक घेणे शक्य झाले. मग अशा वेळी सुरुवातीला घरादाराच्या चौकटीत उपलब्ध असणारे श्रम वापरून, नंतर कुळे आणि त्यांची कुटुंबे आणि श्रमाचा विनिमय करून तसेच, मजूर ठेवून काम पूर्ण केले जात होते. जमीनधारणेचा आकार घेऊन जर घरादारांचे गट पाडले, तर लक्षात येते की, प्रत्येक बिघ्यामध्ये घरादारांतर्गत श्रम हे तेथे किती स्त्रिया आहेत त्यांच्याशी जुळलेले असतात. पावसाच्या ऋतूमध्ये एक नांगरणी सोडली, तर सर्व कामे स्त्रिया करतात. थंडीच्या काळात जी लागवड होते, त्यामध्ये मात्र कापणी आणि कापणीनंतरची कामे वगळता स्त्रिया फारसे काम करत नाहीत. कारण या ऋतूमधील शेती प्रामुख्याने पुरुषांच्या श्रमाशी निगडित असते. जनावरांच्या देखभालींचे जे काम वाढते, त्यांच्या व्यवस्थापनासाठी स्त्रियांचे श्रम आवश्यक ठरतात. इतकेच नाही, तर बायकांची नाहीत अशी कामेसुद्धा म्हणजे नाला बंडींग आणि सिंचन इत्यादी कामेसुद्धा गरज पडल्यास स्त्रिया करतात.

पुरुषांचे देशांतर वा स्थलांतर जसे वाढते, तसे शेतीमध्ये बाईचे श्रम गरजेचे बनतात. ज्या घरादारांमध्ये मोठ्या प्रमाणावर जमीनधारणा आहे, तेथे स्थलांतरित नवऱ्यांबरोबर बायका जात नाहीत. जर अशा मोठ्या जमीनधारक घरांमध्ये शेतीवर काम करण्यासाठी पुरेसे कामगार उपलब्ध असतील, तरच स्त्रिया स्थलांतरित होतात. एखादाच पुरुष

स्थलांतरित झाला असेल, तर त्या घरादारात सरासरीपेक्षा कमी असे स्त्रियांचे योगदान दिसते. शेती ज्या काळात केली जाते, त्या काळात स्थलांतरित पुरुष परत आले तर मग स्त्रियांचे योगदान खाली ढकलले जाते. जेथे स्थलांतरित पुरुष विवाहीत होते, तेथे आवनी -जावनी प्रथेतून स्त्रियांचे श्रम आणि स्त्रियांचे योगदान या दोन्ही गोष्टी अधिकाधिक दिसतात. वैवाहिक घर आणि माहेरचे घर यांमध्ये जर फार अंतर असेल, तर स्त्रियांवर प्रवासाच्या दृष्टीने बंधने येतात. परंतु याचेही प्रमाण कमी झालेले आपल्याला दिसते. ७९ घरादारांतील १५१ विवाहांमधील ४३ टक्के स्त्रिया ३० वर्षांपेक्षा अधिक काळ माहेर-सासरचा प्रवास करताना ३० किमीपेक्षा अधिक प्रवास करतात. परंतु ३० वर्षांपेक्षा किंवा ३० पेक्षा कमी असणाऱ्या २२ टक्के स्त्रियांचे फक्त असे होते. असे झाले याचे कारण आता पुरुष वाढत्या प्रमाणावर गैरहजर असल्याने स्त्रियांचे येणे-जाणे अधिक प्रमाणावर झाले. कुटुंबामध्ये श्रमाची मागणी वाढली आणि त्यामुळे एकूण स्त्रियांच्या कामासाठी लागणारा वेळ आणि योग्य जीवनसाथी निवडण्यासाठी लागणारा वेळ या सर्वांचेच ताण वाढलेले दिसतात. गतिशील सुधारित वाहनांची उपलब्धी स्त्रियांच्या सासरी-माहेरी जाण्यास उपकारच ठरली.,

सगळ्यात लक्षात घेण्याचा मुद्दा असा आहे की, राहण्याचे ठिकाण आणि काम करण्याचे व्यवहार यांची जी गुंतागुंत आहे, त्यामुळे अवकाश आणि काळ यामध्ये स्त्रियांचे काम अधिकाधिक पसरत गेलेले दिसते. त्यामुळे कोणत्याही एका ठिकाणापासून याकडे दृष्टिक्षेप टाकला, तर त्यांचे काम एक तर दुय्यम तरी ठरते किंवा त्या काम न करणाऱ्या असे तरी दिसते. यातून मग त्यांचे काम नोंदविले जात नाही आणि अवमूल्यनही होते. आणखी एक स्पष्ट सत्य असे दिसते की किती कामगार काम करतात किंवा त्यांचे कामात सहभागी होण्याचे प्रमाण याविषयी जी माहिती नोंदविली जाते त्यामधून कुटुंबाच्या शेतात तरुण मुली श्रमाची किती गुंतवणूक करतात आणि त्याचे प्रमाण किती आहे हे समजत नाही.

चरण लोकसंख्या लहानशी होती आणि सर्वदूर पसरली होती. त्यांचे गोतावळे इतर जातींच्या तुलनेत दूर अंतरावर जगताना दिसतात. चरण गटातील स्त्रिया माहेरी जाण्याचा कालखंड अगदी अल्पसा ठेवताना दिसतात. विशेषत: एकदा मुलगे जन्माला आले की, माहेरी जाणे कमी होते. पती स्थानांतरित झाला तर मगच त्या माहेरी जात असत. ब्राह्मण जातींमध्ये मिसार आणि गौर-निवासाचे स्थान बदलणे विवाहानंतर अगदी सुरुवातीच्या काळात घडते. उलट जाटांमध्ये मात्र मुलगा झाल्यानंतरच मुलीचे अंतिम स्थलांतर होते. चरण किंवा ब्राह्मण आई-वडलांना अशी एक चिंता दिसते की, मुलींनी लवकरात लवकर त्यांच्या पतीच्या घरावर दावा सांगावा. ते भर देऊन असे सांगतात

की, 'मुलींच्या जीवावर आम्ही स्वत:ला पोसत नाही. आणि म्हणून मग त्यांच्या मते, माहेरच्या घरात मुलींनी राहू नये आणि कामही करू नये.' असे असण्याचे कारण या जातींमध्ये हुंडा आणि अनुलोमाची विचारप्रणाली या गोष्टी होत्या. इतके असूनही या जातींमध्येसुद्धा लग्न करून बाहेर पडलेल्या मुलींचे माहेरी येणे हे शेतीच्या चक्राशी जोडलेले होते.

या पूर्वी चरण, मिसार आणि पठाण या जाती स्वत: स्वत:ची जमीन कसत नव्हत्या. कुळांना कसायला देऊन, धान्य वाटून घेऊन त्या शेती करत होत्या. असे म्हटले जाते की, या कुटुंबात लग्न करून येणाऱ्या बाईला कुटुंबाचे शेत कधीच दिसत नाही. जर त्यांना शेत पाहायचे असेल, तर लपून छपून उंटावर बसून किंवा बैलगाडीतून जावे लागे. अगदी काही तुरळक उदाहरणे अशी आहेत की, जेथे घरादारातीलच व्यक्ती आपले शेत कसतात आणि तरुण मुली भाकरतुकडा देण्यासाठी शेतावर येतात. या मुली तरुण आहेत आणि मुली आहेत म्हणून शेतावर काम करत नसत. परंतु १९७० च्या दशकाच्या उत्तरार्धात आणि १९८० च्या दशकाच्या पूर्वार्धात अविवाहित आणि विवाहित मुली या दोन्ही जातीतल्या मुली पावसाळ्याच्या काळात दररोज शेतावर जात होत्या. आपल्या वडिलांना आणि भावांना जेवण पोहोचवणे, जनावरांना चारा देणे, चारा कापणे, शेतीची राखण करणे आणि तण काढणे, कापणी करणे अशी कामे त्या करत होत्या.

पठाण गटामध्ये अनेक पुरुष इतर कुठेतरी कामाला जात होते किंवा गावात मजुरीवर काम करत होते आणि म्हणून आपल्या स्वत:च्या शेतावर काम करायला उपलब्ध नव्हते. मजुरी देऊन श्रम घेणे येथे वापरले तरीसुद्धा तरुण विवाहित मुलींचे घरादारातील श्रमसुद्धा वापरले गेले. अनेक पठाण कुटुंबांची शेते एकमेकांना लागून होती. शेतीविषयक कामे नसतील, तेव्हा सगळ्या मुली एकत्र येऊन शेतावरच्या झोपडीत 'टाय आणि डाय' सारखे काम करीत असत. तसेच पिकांची राखण करण्याचे कामही त्या करीत. स्त्रियांना जरी शेतावरील कामे हवीशी वाटत होती, तरी बहुतांश पुरुषांना मात्र स्त्रियांच्या दृष्टीने ही कामे अयोग्य वाटत होती. पुरुषांना वाटत होते की, बायका शेतावर येऊन फार तर एका ठिकाणी येऊन बसून राहतात. परंतु बायका मात्र म्हणत होत्या की, 'एकूण कुटुंबाची आर्थिक परिस्थिती पाहता मजुरी देऊन विकत घेतलेल्या श्रमांपेक्षा, आम्ही काम करणे व्यवहार्य आहे. आमच्या घरातील पुरुषांचे काम कमी करण्यासाठी आम्ही काम केले पाहिजे.' त्यांनी हे पाहिले होते की, जेथे पठाणांची बहुसंख्य घरे होती तिथे स्त्रिया मुक्तपणे शेतावर काम करत होत्या.

पठाणांच्या घरच्या मुली जेव्हा स्थलांतरित पुरुषांबरोबर लग्न करतात, तेव्हा त्या माहेरच्या घरी अधिकाधिक दिवस राहण्याचा प्रयत्न करतात. आपल्या नवऱ्याबरोबर

स्वतंत्र घर होईपर्यंत त्यांचे असे चालते. या स्त्रियांना असे करणे शक्य होते कारण, 'टाय आणि डाय' चे काम करून त्या स्वतंत्रपणे कमाई करत होत्या. तसेच त्यांना आपल्या वडलांच्या संपत्तीमध्ये हक्क होते, त्याच वेळी या मुली शेतावरही काम करीत होत्या. म्हणजे गावाबाहेर ज्या मुलींची लग्न होतात, त्यांची प्रवृत्ती अशी दिसते की, जोपर्यंत सासूच्या हातात घर आहे, घरातील श्रमाचे नियोजन आणि उपभोगाचे नियोजन तिच्याच हातात आहे; तोपर्यंत या मुली माहेरी राहणे पसंत करतात. म्हणजे नवरा जर स्थलांतरित मजूर असेल, तर वैवाहिक घरामध्ये शेतावर काम करणे या स्त्रियांना तितकेसे मान्य नव्हते. अशा वेळी मग पारंपरिक विचारप्रणाली वापरून त्या म्हणत असत की, शेतावरच्या कामाला स्त्रियांना बंदीच आहे. अशा वेळी सासू-सासरे त्यांना त्या कामात खेचू शकत नसत. म्हणजे सासूने आपले आणखी शोषण करू नये याविषयी त्यांना चांगली जाणीव होती. नवरा माघारी आल्यानंतर, सासरचे घर खरे आपले वाटू लागल्यानंतरच या बायका वैवाहिक घराला स्वत:चे घर म्हणतात.

जहागीरदारी नष्ट झाली, जमीन हरवली आणि कुळांचे फुकटचे श्रमही मिळणे थांबले, तेव्हा आर्थिक तणाव वाढतात आणि मग घरातील पुरुष स्थलांतरित होतात. अशा वेळी मजुरीसाठी घरातल्या पुरुषांना बाहेर पाठवणे सुरू झाले की; पठाण, चरण, किंवा मिसार कुटुंबातील स्त्रिया घुंगट किंवा पडदा आणि उंबरठ्याच्या आतील जगणे यांतून सुटतात. म्हणूनच पंचवास गावामध्ये असे दिसते की, पठाणांच्या घरांमध्ये चातुर्मासात (पावसाळ्याचे चार महिने) स्त्रियांचे घरगुती श्रमातील योगदान इतरांच्या तुलनेत खूपच जास्त होते. अशा वेळी जेव्हा लिंगभाव आधारित श्रमाची विभागणी होते, तेव्हा शेतीमधील स्त्रियांचे योगदान वाढते. या स्त्रिया जरी जमीनधारक नसल्या आणि पुरुषांवर अवलंबून असल्या, तरी त्यांच्यात बदल घडतो. चरण गटातील घरादारांमध्ये मजुरी देऊन कामगार मिळवणे अशक्य असते, तेव्हासुद्धा स्त्रियांचे योगदान सरासरीपेक्षा कमी दिसते. उलट या ना त्याप्रकारे बंधने असतानाही, मुलींचे श्रम घरातील शेतीवर महत्त्वाचे ठरतात. मिसार गटामध्ये विवाहित मुली आपल्या घरच्या पुरुषांना सुटका देण्यासाठी माहेरी येत होत्या, तर अविवाहित मुली गुराढोरांची देखभाल आणि शेतीची लागवड याच्यात मदत करत होत्या. या जातींध्ये वयात आलेल्या मुली कामाला बाहेर जात, त्या फक्त त्या घरातील पुरुष सोबतीला असतील तरच. सुरुवातीला घरातल्या मुली स्वत:च्या शेताच्या कुंपणाबाहेर काम करत, त्यानंतर मग घरातल्या आई झालेल्या स्त्रिया आणि शेवटी अनेक सुना असे चित्र दिसते. एकूण शेतावर सुनांना पाठविणे ही गोष्ट सहज मान्य नव्हती.

जेव्हा स्त्रियांना अगदी जनानखान्यात ठेवण्याचा व्यवहार बदलू लागला, तेव्हा

पडदापद्धती बदलून घुंगट आला. यामुळे शेतीवर स्त्रियांचे श्रम वापरणे शक्य झाले. तरीसुद्धा गावाच्या केंद्रस्थानी घेऊन जाणारे स्त्रियांचे काम किंवा विशेषत: पाणी आणि जळण, इंधन आणण्याचे काम दृश्य असल्यामुळे त्यावर नियंत्रण होते. शर्मा यांनी अभ्यास करून दाखविले आहे की, स्त्रियांना कशा प्रकारे आणि कोणते अवकाश उपलब्ध नव्हते. शेतावर काम करणे याला धोकादायक मानले जायचे, कारण तेथे एकेकट्या स्त्रिया असू शकत होत्या. बाजार किंवा गावाच्या केंद्रस्थानी असणाऱ्या कामामध्ये सार्वजनिकता होती. मुली आणि बायका शेतावर काम करायला जाताना नेहमी गटा-गटाने जात. सार्वजनिक ठिकाणीसुद्धा जी दृश्यता मिळत होती, त्यावर नियंत्रण होते. एकेका घरादारातील स्वत:ची शेती असेल, तर ती शेती घराचाच विस्तार मानली जाई आणि म्हणून त्याला 'घरको काम' असे म्हणत. म्हणजे पिकांची राखण करणे किंवा ज्वारी, बाजरीचा हुरडा खाणे या तऱ्हेचे स्वातंत्र्य स्त्रिया आत्मविश्वासाने कुटुंबातील जमिनीवर येऊ शकत होत्या. परंतु सासरकडचे घर आणि शेती स्त्रियांच्या स्वत:च्या मालकीची होण्याच्या दृष्टीने, अनेक वर्षे विवाह झाल्यानंतरच ते शक्य होते. म्हणजे आवनी - जावनी आणि स्त्रियांचे माहेरी येणे या गोष्टी त्या त्या घरादाच्या कृषी विषयक श्रमाच्या दृष्टीने निश्चितता निर्माण करणाऱ्या होत्या आणि म्हणून महत्त्वाच्या होत्या. लैंगकितेवर आधारित श्रम या विषयी असणारे जे नियम होते, ते नियम मुलींच्या श्रमातून मोडले जात होते. असे करताना पडदापद्धतीला वळसा घातला जायचा, परंतु तसे केले जात आहे हे मात्र मान्य केले जात नसे. या प्रक्रियेमध्ये महत्त्वाचे म्हणजे, स्त्रियांचे काम नोंदवलेही जात नव्हते आणि अदृश्यही ठेवले जात होते.

ज्या घटकांमुळे आवनी-जावनी प्रथा बंद होत असे त्या घटकांचे तीन गट करणे शक्य आहे. स्त्रियांच्या दृष्टीने एकमेकांवर छाया धरणाऱ्या तीन जीवनक्रमांचा विचार येथे करता येईल.

१) जेव्हा नववधू 'मुलग्यां'ना जन्म देऊन आई होतात, तेव्हा त्या आपल्या पतीच्या घरी अधिक राहतात.

म्हणजे पुरुषाने आपल्या भावकीतच वाढावे, म्हणजे त्याच्यावर योग्य संस्कार होतील असे समजले जाते.

आजी-आजोबांनासुद्धा नातू आपल्याबरोबर वाढला पाहिजे असे वाटत असे आणि पोरेबाळे असणाऱ्या स्त्रियांना माहेरी फारसा अवकाश नव्हता.

२) सासवांची वये झाली, दिरांची लग्ने झाली आणि नणंदा लग्न होऊन सासरी नांदू लागल्या की, लग्न करून ज्या घरात मुलगी जाते, त्या घरातील अधिकाधिक जबाबदारी दैनंदिन कामांसह अशा स्त्रीवर पडते. विशेषत: स्वयंपाकपाणी, मोठ्या माणसांची

देखभाल, गाईगुरे, दूधदुभते आणि शेतीसंबंधी कामे. वाढत्या प्रमाणात अशा वेळी या स्त्रिया घराशी बांधल्या जातात, परंतु येथेसुद्धा सासरच्या घराची आदर्श चौकट आणि नियंत्रण तिच्यावर राहते आणि आधीच्या टप्प्याला माहेरची कन्या म्हणून जी एक लवचिकता तिच्यापाशी होती, ती संपत जाते.

३) सासरच्या घरामध्ये मिसळून जाणे आणि त्या घराची अस्मिता आपली मानणे असे घडू लागले की, मग आवनी-जावनी प्रथा संपते.

एकदा का बाई मुलग्यांची जन्मदात्री झाली की, मग ती आपल्या वैवाहिक कुटुंबामध्ये स्वत:चे हक्क सांगू शकते. आणि त्या कुटुंबामधील स्थिर आणि उत्पादक मालमत्तेवरसुद्धा हक्क सांगू शकते. मुलग्यांची आई म्हणून आपल्या वैवाहिक एकत्र कुटुंबामध्ये पूर्ण सदस्यत्व मिळविण्याच्या दिशेने या स्त्रिया वाटचाल करतात. अशा वेळी मग पतीच्या घरामध्येसुद्धा त्या स्वीकारल्या जातात, कारण त्यांचे हित आणि घरातील इतर सदस्यांचे हित यामध्ये दुहेरीपणा नसतो. असे झाले की, भावांनासुद्धा बहीण आपल्यावर अवलंबून नाही म्हणून तिच्याबद्दल आदर वाटू लागतो. स्वत:च्या घरात अशा तऱ्हेने मग ज्येष्ठता प्राप्त झाल्यावर स्त्रियांच्या हातात त्या घरातील संसाधने - म्हणजे अन्नधान्य आणि तुपाचा साठा यावर नियंत्रण मिळते आणि फक्त कामगार असण्याऐवजी त्या आता सासरच्या घरात व्यवस्थापक होतात. सासरच्या घराची देखभाल करणे, घरातील इतर सदस्यांना वळण लावणे आणि त्या घरातील प्रमुख आदर्श अंमलात आणणे अशी सारी कामे त्या करतात. यापेक्षा जरा गरीब असणाऱ्या घरादारांमध्ये विवाहित स्त्रीला लवकरच सामावून घेतले जाते. परंतु तिचा फारसा गौरव केला जात नाही. आणि भौतिक चौकटीचा विचार करता, अशा घरांतून स्त्रियांच्या हातात फारसे काही पडत नाही.

या तऱ्हेच्या जीवनचक्रातील बदलांमधून स्त्रियांच्या कामाची ओळख आणि मूल्यमापन यांबद्दल आणखी काही परिमाण लक्षात येते. म्हणजे स्त्रिया जर निवासाच्या दृष्टीने अधिक काळ सासरी राहिल्या, तर मग त्या काळात त्यांच्या पुनरुत्पादनाच्या भूमिकेवर अधिक भर दिला जातो. 'घरको काम' या शीर्षकाखाली त्यांचा सहभाग, त्यांची जबाबदारी आणि त्यांचे नियंत्रण हे सर्वच अधोरेखित केले जाते. आधीच्या टप्प्यावर त्यांच्या कामाला काम मानले जात नव्हते, कारण ते काम इतर कुठच्यातरी ठिकाणी घडत होते. आता पुनरुत्पादनाच्या चौकटीत त्यांच्या कामाची व्याख्या केली जाते आणि इतर सर्व ज्या गोष्टी त्या करत होत्या त्याकडे सोईस्कर दुर्लक्ष केले जात होते. म्हणजे गुराढोरांची देखभाल करणे आणि लागवडीच्या कालखंडात काम या गोष्टी सर्वच जातीतील स्त्रिया करत होत्या. त्यांच्या कामाची व्याप्ती योगदान म्हणून धूसर केली जात

होती. इतकेच नाही तर, जेव्हा रोकड पैसा कमावणे यावर वाढत्या प्रमाणात भर दिला जाऊ लागला, तेव्हा त्यांचे विशिष्ट आणि विनावेतन कामाचे आणखीनच अवमूल्यन झालेले दिसते...

भाग ३

आपण पुन्हा एकदा लक्षात घेतले पाहिजे की; स्त्रीवाद, स्त्रीमुक्ती असे शब्द त्यांच्या विशिष्ट अर्थांसह जेव्हा रुजलेले नव्हते, तेव्हा म्हणजे १९७० च्या दशकापूर्वी 'स्त्रीवाद' हा एक विचार असू शकतो, सिद्धांत नाही अशी भल्याभल्यांची खात्री होती. मार्क्सवाद असू शकतो, फ्रॉईडवाद असू शकतो; परंतु 'स्त्रीवाद' नावाचे सिद्धांकन उभेच राहू शकत नाही अशी खात्री होती. याचे मुख्य कारण स्त्रिया आणि पुरुष या दोहोंमध्ये एक तऱ्हेचे 'नैसर्गिक' म्हणजेच 'अपरिवर्तनीय' असे सत्त्व असते किंवा भिन्नता असते याची खात्री होती. देह पातळीवर जिला पाळी येते, जी मूल जन्माला घालते ती स्त्री आणि ज्याच्या शरीरात असे निसर्गचक्र नाही तो पुरुष, असे अबाधित आणि निर्णायक पद्धतीने मानले गेले होते. परंतु जेव्हा विज्ञान विकसित होते, तेव्हा स्त्रीदेह आणि पुरुषदेह याच्या संदर्भातील अर्थसुद्धा बदलत जातात. वैज्ञानिक संशोधनाच्या आधारे जेव्हा कळते की, पुरुषाचे पितृत्व गर्भधारणेसंदर्भात महत्त्वाचे असते, तेव्हा एका तऱ्हेचा समाज आकारास येतो आणि त्याच वेळी कृषी संस्कृतीसुद्धा उत्पादन पद्धती म्हणून आणि व्यवस्था म्हणून विकसित होते. आणखी पुढच्या काळात जेव्हा स्त्रीला आपल्या गर्भधारणा क्षमतेवरती नियंत्रण येते, तेव्हा मातृत्वाच्या चौकटीतील स्त्रीदेहाची ओळख ही गोष्ट बदलते.

स्त्रीवाद हा कोणत्याही एका नावाशी जोडलेला वाद नाही ही राजकीय जाणीव परिवर्तनवादी आहे. परंतु परिवर्तनाची दिशा एकच एक नसते. अगदी स्थूलपणे मांडायचे झाल्यास देह, लैंगिकता, जननक्षमता, पुनरुत्पादन, उत्पादन आणि सामाजिक संस्कार यासंदर्भात विविध विचारसरणीतून विचार केला जातो. म्हणूनच राजकारणाचे एक टोक हे निवडणुकीच्या राजकारणाचे असेल, तर त्यात स्त्रियांच्या हक्काचे प्रश्न, स्त्रियांना सामावून घेतले जाणे किंवा स्त्रियांना सत्ता मिळाली पाहिजे, त्यांना निर्णय घेण्यास वाव मिळाला पाहिजे अशी भूमिका असू शकते. परंतु त्याच वेळी 'स्त्रिया' या कोटिक्रमात जातव्यवस्थेमध्ये किंवा वंशभेदाच्या व्यवस्थेमध्ये, जमातवादी चौकटीमध्ये विभागलेल्या असतात. म्हणून मग अट्टाहास असतो की, 'सर्व स्त्रिया' या संहितेमध्ये सर्व जातींतील स्त्रियांना प्रतिनिधित्व मिळावे. यामागे विचार असा असतो की, देहपातळीवर स्त्री असणारी प्रत्येक व्यक्ती ज्या जात, वर्ग इ. गटांमध्ये वावरते त्यानुसार तिच्या जगण्याचा आशय बदलतो. राजकारण या शब्दाचा अर्थ स्त्रीवादाने व्यापक केला. आणि 'लैंगिक राजकारण',

'जे जे खासगी ते ते राजकीय' अशा शब्दसंहितांमधून नवा विचार मांडला.

भौतिकतेच्या बरोबरीने माणसाचे मन महत्त्वाचे असते. आणि म्हणून भौतिकतेचा विचार एकाच वेळी मानवी मेंदू आणि सामाजिक सांस्कृतिक उत्पादन यांच्यासह झाला पाहिजे हा विचार जसा रुजू लागला, तसा एका अर्थी स्त्रीवादी सिद्धांकनाच्या दृष्टीने विचारांचा पाया तयार होऊ लागला. स्त्रीवादी सिद्धांकन स्त्रीवादी राजकीय विचाराच्या दृष्टीने आणि राजकारणाच्या दृष्टीने महत्त्वाचे ठरते. या सिद्धांकनात स्त्रीवादी विवादांचा जेव्हा विचार केला जातो, तेव्हा लक्षात येते की, 'लिंग' ही गोष्टसुद्धा नैसर्गिक पायाभूत मानण्यामागे एक राजकारण असते. स्त्रीवादी अभ्यासक मानवी देहामध्ये असणाऱ्या इंद्रियांचा विचार 'सांस्कृतिक इंद्रिये' अशी संकल्पना वापरून करतात. लिंग, वंश, किंवा जात या गोष्टी जर एकसत्त्वस्वरूपी मानल्या; तर लिंगवाद, वंशवाद, जातीवाद फोफावतो हे लक्षात आणून स्त्रीवादी अभ्यासकांची मांडणी अशी आहे की, माणूसप्राणी एक सर्जनशील अस्तित्व म्हणून इतिहासाच्या भिन्न टप्प्यांवर स्वत:ला घडवित गेला. प्रत्येक टप्प्यावर स्त्री - पुरुष देहांच्या भिन्नतांना नवा नवा अर्थ लावला गेला, म्हणून मानवी जीवनशास्त्रीय अस्तित्वाची गुंतागुंत एखाद्या हत्यारासारखी वारपली जाते असे या अभ्यासकांना वाटते. 'लिंग' आणि 'लिंगभाव' या संकल्पना एकमेकींशी जोडलेल्या असतात आणि त्याचा विचार केला गेला, तर नवे चैतन्यशाली स्त्रीवादी शरीर सर्व मानवी देहांमध्ये निमाण होईल अशी आशासुद्धा हे अभ्यासक व्यक्त करतात. स्त्रीवादी राजकीय विचाराच्या दृष्टीने 'जे जे खासगी ते ते राजकीय' ही घोषणा महत्त्वाची ठरते आणि म्हणून एका टप्प्यावर या भूमिकेने सार्वजनिक, खासगी ह्या विभेदनातील खासगीकरणाचे राजकारण स्पष्ट केले.

स्वातंत्र्योत्तर भारतातील 'स्त्रीदास्य' आणि 'जातीव्यवस्था' यांच्या विरोधात डॉ. बाबासाहेब आंबेडकरांनी जे 'हिंदू कोडबिल' मांडले, ते कोडबिल म्हणजे या दोनही व्यवस्थांवरील घणाघाती हल्ला आहे असे स्त्रीवादी अभ्यासकांना वाटते (परदेशी, प्रतिमा). प्रा. शर्मिला रेगे यांच्या मते एकूणच ज्या ज्या देशांनी सरंजामी व्यवस्थेकडून लोकशाही राज्यव्यवस्थेकडे स्थित्यंतर केले, त्या सर्व देशांच्या दृष्टीने 'हिंदू कोडबिल' ही गोष्ट आंतरराष्ट्रीय पातळीवर महत्त्वाचा हस्तक्षेप होती. कारण सार्वजनिक आणि खासगी असे विभेदन झाले, तेव्हा सार्वजनिक क्षेत्रात आपल्या राजकीय जीवनात लोकशाही आली, तरी प्रत्येक घराघरामध्ये खासगीकरणाच्या चौकटीत 'आपल्या स्त्रियांवर आपलाच विशेष अधिकार असला पाहिजे,' म्हणजेच स्त्रियांवर आपले नियंत्रण राहिले पाहिजे असे केले गेले. बाबासाहेबांच्या 'हिंदू कोडबिला'ने प्रथमत: जागतिक पातळीवर हे अधोरेखित केले की, सार्वजनिक क्षेत्रातील लोकशाही वेगळी आणि कुटुंबांतर्गत लोकशाही वेगळी

असे मानणे चूक आहे (प्रा. रेगे शर्मिला, सत्यशोधक विचार परिषद, ऑगस्ट २०१२).

आपल्याकडे स्त्री-भ्रूणहत्या, ऑनरकिलींग (घराण्याच्या प्रतिष्ठेसाठी क्रूर हिंसा करणे), कामाच्या ठिकाणी होणारा लैंगिक छळ या विषयी आता सजगता निर्माण होऊ लागली आहे. यातूनही स्त्रीवादी राजकारण जर पुढे न्यायचे, तर तसे वाटणाऱ्या सर्व स्त्री -पुरुषांना हा मुद्दा नीट कळला पाहिजे. बाबासाहेबांनी राज्य घटनेतून आपला जोडीदार निवडण्याचा जो अधिकार तरुण पिढीला दिला, तो अधिकार फार महत्त्वाचा आहे. परंतु आज मात्र असे दिसते की, जात, वर्ग, धर्म, गोत्र या नियमांच्या सीमारेषा ज्या पुरुषसत्ताक व्यवस्थेतून आखल्या जातात; त्यांच्या पलीकडे जाणाऱ्या युवक, युवतींना जीव गमवावा लागतो हे लक्षात घेतले पाहिजे. स्त्रीवादी राजकारण म्हणून या सर्व घराण्याच्या इज्जतीसंदर्भातील विचाराला शह देणे ही स्त्रीवादी राजकारणाची दिशा स्पष्टपणे दिसते. महिला संघटना याच्या विरोधात उभ्या राहतात, तेव्हा पोलीस चौक्या, खालचे कोर्ट, वरचे कोर्ट या सर्वांना तोंड देत न्याय मागत असतात. परंतु असा न्याय मागताना अनेकदा बळी गेलेल्या मुलीचे संबंध कोणाशी होते किंवा ती गरोदर होती की नाही अशा तऱ्हेच्या लैंगिकतेच्या राजकारणाला सुरुवात होते. शर्मिला रेगे असे म्हणतात की, आंतरजातीय विवाहाबद्दलच अधिक व्यापक पद्धतीने विचार करून, नव्या कायद्याची मागणी करतानाच स्त्रीमुक्ती चळवळीच्या प्रवक्त्या असणाऱ्या स्त्रिया साधारणत: हा प्रश्न जाती अस्मितेच्या प्रश्नाशी जोडतात. परंतु जातीव्यवस्थेचे विश्लेषण करताना स्त्रीदास्य केंद्रस्थानी मांडणे आवश्यक आहे. तसेच फुले, आंबेडकर अध्यापनशास्त्र आणि अभ्यासपद्धती अधिक विकसित झाली, तर मग आत्ताच्या कोंड्यांना तोंड फोडण्याच्या दिशा दिसू लागतील. स्त्रीवादी राजकारण आणि राजकीय भूमिका यांना नेमके काय हवे आहे? मला असे वाटते की, सर्जनशील समाज आपल्याला घडवायचा आहे. १९६० नंतर आणीबाणीपूर्वी जेव्हा शेतकरी, आदिवासी, दलित युवक, आणि स्त्रिया यांच्या नव्या सामाजिक चळवळी उभ्या राहत होत्या, तेव्हा सर्जनशील समाज घडविण्याचे सुंदर स्वप्न त्यांच्यापाशी होते. परंतु आता याच चळवळी एकीकडे विखुरल्या गेल्या आहेत, तर दुसरीकडे चिकित्सक विचारालाच नकारात्मकता मानले जाते आणि नुसतेच सोहळे करणे स्वीकारले जाते. त्यामुळे मग तुरळक असणाऱ्या राजकीय चळवळींना 'राजकीय हिंसाचार' या कोटिक्रमात ढकलले जाते. असे होऊ नये म्हणून स्त्रीवाद नावाची राजकीय जाणीव विविध गटातील स्त्री-पुरुषांना गांभीर्याने समजली पाहिजे. आणि भ्रष्टाचार निर्मूलनाचा प्रयत्न असो अथवा जातीय हिंसाचाराचा प्रश्न असो, या सर्व प्रश्नांमध्येच लिंगभागावाचा प्रश्न गुंतलेला आहे हे पाहणे अगत्याचे ठरते.

निवडणुका जाहीर होतात आणि वेगवेगळे पक्ष आपापल्या चौकटीत स्त्रियांच्या

न्यायाविषयी घोषणा करतात. माझ्या मते अशा वेळी स्त्रीवादाचा पाया पक्का ठेऊन स्त्री - पुरुषांनी या राजकारणात शिरले पाहिजे. त्यातील राजकारण ओळखून संधी मिळेल त्या ठिकाणी सत्ता मिळवण्यासाठी प्रयत्न केले पाहिजेत. यातूनच स्त्रीवादाची पक्की बैठक असणारे औपचारिक राजकारण उभे राहू शकेल. असे करताना मोठे कुंकू लावणे किंवा साडी-मंगळसूत्र घालणे यांसारख्या तडजोडी आपण करतो आहोत याची जाणीव ठेवून, बहुजन समाजातील स्त्रियांचे खऱ्या अर्थाने प्रतिनिधित्व करत आहोत ही जाणीव ठेवून पावले टाकली पाहिजेत. असे करताना अर्थातच भ्रष्टाचार, काळा पैसा आणि हिंसाचार या वाटेने न जाण्याचा निश्चय स्त्रीवादी भूमिका घेणाऱ्यांचा असणारच याची खात्री वाटते.

येथे थोडक्यात पुन्हा एकदा स्त्रीवादाची महत्त्वाची परिमाणे लक्षात घेऊ.

- एखादी व्यक्ती स्त्रीवादी भूमिका घेते म्हणजे ती स्त्रियांचे आणि पुरुषांचे नैसर्गिकीकरण नाकारते. काळाच्या भिन्न टप्प्यांवर स्त्रिया व पुरुष या शब्दांना वेगवेगळे अर्थ प्राप्त होतात हे लक्षात घेऊन साचेबंद व्याख्यांना स्त्रीवाद शह देतो.

- स्त्रीवादी भूमिकेमध्ये स्त्री-पुरुषांचे ध्रुवीकरण किंवा अनुरूपीकरण याबद्दल प्रश्न विचारले जातात आणि स्त्री आणि पुरुष अशा चौकटींचे सत्तासंबंधी नाते दाखवून देऊन त्या संदर्भात चर्चा केली जाते. त्यामुळे अगदी मातृत्वासारखी गोष्टसुद्धा विनाचिकित्सा पूर्णत: स्वीकारली जात नाही.

- स्त्रियांची अदृश्यता दूर करणे आणि त्यांची उपस्थिती अधोरेखित करणे हे महत्त्वाचे असले, तरी केवळ स्त्रिया दृश्य झाल्या किंवा काही स्त्रिया 'उत्कृष्टतेचे बेट' झाल्या (उदा. माधुरी दीक्षित किरण बेदी इ.) म्हणून स्त्री-प्रश्नांना न्याय मिळतो असे नाही. उलट स्त्रीवाद्यांची मांडणी अशी आहे की, अशा प्रक्रियेमध्ये दैनंदिन जीवनात झगडणाऱ्या स्त्रियांच्या झगड्याचे अवमूल्यन होते.

- स्त्रीवादाचे अगदी गाभ्यापाशीचे वैशिष्ट्य असे आहे की, मानवी जीवनातील प्रत्येक पाऊल त्यांच्या मते 'लिंगभावा'ने पडते. म्हणजेच 'लिंग' हा शब्द 'आत्म', 'स्व' या अर्थाने पाहिला, तर आपण पुरुष किंवा स्त्री होतो ते लिंगभावाच्या प्रक्रियेमधून होतो. एकदा ही संकल्पना कळली आणि पुरुषसत्ताक व्यवस्थेची गुंतागुंत कळली तर मग लक्षात येते की, या स्पर्धेच्या जगात बऱ्याच वेळा स्त्रिया स्त्रियांच्या शत्रू का होतात.

- स्त्रीवादाला परिवर्तनामधून जो समाज निर्माण करावासा वाटतो. तो समाज सर्व संरचना आणि विचारप्रणाली बदलल्याशिवाय होणार नाही. विशेषत: आत्ताच्या

जुगारी, भांडवलशाही आणि बाजारवादी अर्थव्यवस्थेमध्ये स्त्रीवादी भूमिका घेताना अनेकदा अंतर्विरोध घेऊन लढावे लागते. म्हणून मग वेश्यांना 'लिंगकर्मी' (सेक्स वर्कर) म्हणावे किंवा घरकामगार स्त्रियांना संघटित करावे असे म्हणत असतानाच विवाहसंस्था, कुटुंबसंस्था या सर्व संरचना आमूलाग्र बदलाव्या अशाही मागण्या कराव्या लागतात. असे करताना राष्ट्र, राज्य आणि त्याच्या सीमारेषा याविषयीच्या एकेरी व्याख्यांनाही शह द्यावा लागतो.

- थोडक्यात स्त्रीवादी राजकारण हे आता गुंतागुतींच्या स्वरूपात उभे राहू पाहत आहे. आपण जर स्त्रिया विरुद्ध पुरूष या चौकटीतून सुटून एका मोकळ्या संवादाच्या अवकाशात आलो, तर खऱ्या अर्थाने लोकशाहीवादी समाजाच्या निर्मितीच्या दिशेने पावले टाकू शकू.

२ मार्क्सवादी आणि स्त्रीवादी चळवळ यांचा बिघडलेला संसार

मार्क्सवाद आणि स्त्रीवाद यांचा विवाह 'इंग्रजी' कॉमन लॉ मध्ये रंगविलेल्या विवाहासारखा आहे. मार्क्सवादी आणि स्त्रीवादी चळवळी एकजीव बनतात आणि उरतो तो मात्र मार्क्सवाद. मार्क्सवाद आणि स्त्रीवाद यांची सांगड घालण्याचे अलीकडचे प्रयत्न आम्हाला म्हणूनच खटकतात. असे प्रयत्न भांडवलविरोधी चालणाऱ्या व्यापक संघर्षात स्त्रीवादी संघर्षाला गिळून टाकतात.

बहुतेक मार्क्सवादी एक ठरीव युक्तिवाद करतात. स्त्रीवादी चळवळ अगदी सुरळीत चालली आहे असे मानले, तरी ती वर्गसंघर्षाच्या तुलनेत गौणच ठरते आणि उलटपक्षी ती बिघडली, तर श्रमिक वर्गात निश्चित फूट पडते असे त्यांचे म्हणणे असते. या मासलेवाई राजकीय पवित्र्यातून स्त्रीचळवळीला वर्गसंघर्षात रिचवून टाकणारे एक विश्लेषण पदरात पडते. भरीतभर म्हणजे भांडवलाचे विश्लेषण करण्याचे मार्क्सवादाचे सामर्थ्य प्रचंड आहे. त्यामुळे लिंगवादाच्या त्याच्या कठोर मर्यादा झाकल्या जातात. मार्क्सवादी विश्लेषण आपल्याला ऐतिहासिक विकासाच्या, विशेषत: भांडवली विकासक्रमाच्या कायद्यांविषयी, मर्मस्पर्शी दृष्टी मिळवून देते. पण मार्क्सवादी युक्तिवाद लिंगांधळा आहे, असे मात्र आम्हाला म्हणायचे आहे. स्त्रीवादी विश्लेषणाचा सहेतुक विकास केला, तरच पुरुष आणि स्त्रिया यांमधील जाणीवपूर्वक संबंधांचे व्यवस्थात्मक रूप उजेडात येते. मात्र निव्वळ स्त्रीवादी विश्लेषण हे इतिहासाविषी आंधळे असते आणि पुरेसे जडवादी नसते. तेव्हा ते एकटे अपुरे ठरते. पाश्चात्य भांडवलशाही समाजात स्त्रियांची झालेली कोंडी समजून घ्यायची असेल, तर आपल्यला मार्क्सवादी विश्लेषण विशेषत: त्याची ऐतिहासिक आणि जडवादी पद्धती आणि स्त्रीवादी विश्लेषण विशेषत: एक सामाजिक ऐतिहासिक रचना म्हणून पुरुषशाहीची पटविलेली ओळख - दोघांचाही अवलंब करावा लागेल.

स्त्रीवादी प्रश्न स्त्रिया आणि पुरुष यांच्यातील लैंगिक आणि स्त्रियांवरील पुरुषी वर्चस्व यांची कारणे शोधतो. समाजात स्त्रियांचे स्थान कोठे, कोणते व का असते यांसारखे संबंधित प्रश्न सोडविताना, बहुतेक मार्क्सवादी विश्लेषक स्त्रियांचे पुरुषांशी कोणते नाते

असते, हा प्रश्न प्रमेय म्हणून लक्षात घेत नाहीत, तर स्त्रियांचे आर्थिक व्यवस्थेशी कोणते संबंध असतात हा प्रश्न मानून तो सोडविण्यातच गर्क असतात. दुसऱ्या प्रश्नाचा उलगडा झाला की, जणू पहिल्या प्रश्नाचेही उत्तर आपोआप हाती येते असे ते मानत असावेत. स्त्री प्रश्नाच्या मार्क्सवादी रूपाने तीन ठळक रूपे धारण केली आहेत. स्त्रियांवरील दडपणुकीचा विचार स्त्रियांचा उत्पादनांशी असलेला संबंध कोणत्या प्रकारचा असतो (किंवा नसतो) या प्रश्नाच्या चौकटीत समाविष्ट होतो असा युक्तिवाद सारे मार्क्सवादी सरधोपटपणे करतात. भांडवलशाही ही सर्व स्त्रियांना मोलमजुरी करणाऱ्या श्रमिक दलामध्ये सतत खेचून घेत आहे व या प्रक्रियेमुळे लिंगनिष्ठ श्रमविभागणी नष्ट होत आहे, असा निष्कर्ष मार्क्स, एंगल्स, काउटस्की आणि लेनिन इ. पहिल्या पिढीतील मार्क्सवादी काढीत. आजचे मार्क्सवादी भांडवलशाहीतील दैनंदिन जीवन कसे असते, या विषयीच्या मांडणीत स्त्रीप्रश्नाला सामावून घेतात. या मतानुसार मानवी जीवनाच्या सर्व अंगोपांगातून भांडवलशाही व्यवस्थेच्या पुनरुत्पादनाचे कार्य सतत पार पाडले जात असते आणि म्हणून आपण सर्वजण भांडवली व्यवस्थेतील कामगार, श्रमिक आहोत. मार्क्सवादी मांडणीचा तिसरा प्रकार म्हणजे मार्क्सवादी स्त्रीवाद्यांचे विश्लेषण. घरकाम आणि त्यांचा भांडवलाशी असलेला संबंध यावर त्या आपले लक्ष केंद्रित करतात. घरकामामुळे अतिरिक्त (म्हणजेच वरकड) मूल्य निर्माण होते आणि अशा रितीने घरकामगार (म्हणजे स्त्रिया) भांवलशाहीकरिता प्रत्यक्षपणे राबत असतात, असा युक्तिवाद त्यांपैकी काही जणी करतात.

स्त्रियांच्या कनिष्ठ स्थानाची नोंद एंगल्सने 'कुटुंबसंस्था, खाजगी संपत्ती, आणि शासनसंस्था याचा उगम' या ग्रंथात घेतली. खाजगी संपत्ती या संस्थेमुळे स्त्रियांच्या वाट्याला हे स्थान येते अशी मीमांसा केली. बुर्ज्वा कुटुंबात स्त्रियांना आपल्या स्वामींची चाकरी करावी लागते, पातिव्रत्य पाळावे लागते व कुटुंबाच्या संपत्तीचा वारसा चालवून त्यात सतत भर घालत राहतील, अशा वारसदारांची पैदास करावी लागते असे एंगल्सचे प्रतिपादन होते. त्याच्या मते 'सर्वहारा' वर्गात स्त्रियांची दडपणूक होत नसते. कारण त्या वर्गात वारसा म्हणून संपादित करता येईल, अशा खाजगी मालमत्तेचा अभाव असतो. 'सर्वहारा' वर्गातील स्त्रिया उत्पादन प्रक्रियेत सहभागी असल्यामुळे त्या तुलनेने अधिक स्वतंत्र असतात. भांडलशाहीमुळे पुरुषशाही संबंध झपाट्याने कालबाह्य होत आहेत असे आद्य मार्क्सवाद्यांना वाटते. पण व्यवहारात ते केवळ पुराणकालीन अवशेष या रूपातच वावरताना दिसत नाहीत, तर त्यांना एक वेगळीच झळाळी प्राप्त झालेली दिसते. भांडवल आणि खाजगी संपत्तीमुळे स्त्रियांची स्त्रिया म्हणून दडपणूक नाहीशी होईल असे नाही.

अलीकडच्या बऱ्याच लिखाणात मार्क्सवादी दृष्टिकोनातला दुसरा प्रकार आढळतो.

या दृष्टिकोनाला जीवनातील दैनंदिन अनुभवांशी इमान राखणारा संप्रदाय असे आपण म्हणू. या संप्रदायातील एली झारेट्स्कीची समाजवादी क्रांतीतील लेखमाला बरीच लोकप्रिय आहे. लिंगवाद म्हणजे भांडवलशाहीने जन्माला घातलेले अपत्य, एक नवा अनुभव आहे, असे स्त्रीवादी मानत नाहीत. एली झारेट्स्की याला दुजोरा देतो, पण त्याच वेळी लिंगवादाच्या वर्तमानकाळातील रूपाची विशिष्ट घडण भांडवलशाहीच करते असा त्याचा दावा आहे. भांडवलशाही एकच; पण त्यात स्त्रिया आणि पुरुष यांना येणारे अनुभव मात्र सर्वस्वी भिन्न असतात, यावर तो भर देतो. एंगल्सनंतर भांडवलशाहीने आज एक शतक ओलाडले आहे. तरीही अशा प्रगल्भ भांडवलशाहीने अजूनही स्त्रियांना पुरुषांच्या बरोबरीने श्रमिक दलात खेचून घेतले नाही. या वस्तुस्थितीकडे झारेट्स्की लक्ष वेधतो. उलट एका बाजूला घर, कुटुंब व खाजगी आयुष्य आणि दुसऱ्या बाजूला कामाची जागा अशी एक फारकत भांडवलाने केली आहे. मोलमजुरी आणि घरकाम यांच्या फारकतीमुळे भांडवलशाहीत लिंगवाद अधिकच माजला आहे असे झारेट्स्कीला वाटते. मोलमजुरीतून स्त्रियांना कटाक्षाने वगळले गेल्याने स्त्रियांची दडपणूक होते असा झारेट्स्कीचा युक्तिवाद आहे. भांडवलशाही याला जबाबदार आहे.

झारेट्स्कीच्या विश्लेषणावर स्त्रीवादी चळवळीचा खूपच प्रभाव आहे. तरीही स्त्रीवादी चळवळीने नव्या दिशेने वाटचाल करावी असा त्याचा आग्रह आहे. लिंगवाद हा भांडवलशाहीच्या आधीपासून अस्तित्वात आहे, हे स्त्रीवादी प्रतिपादन झारेट्स्कीला मान्य आहे. भांडवलाच्या पुनरुत्पादनाकरिता घरकाम निर्णायक महत्त्वाचे असते, या मार्क्सवादी - स्त्रीवादी मताचा तो बव्हंशी स्वीकार करतो. घरकाम हे अत्यंत खडतर काम असते, ही गोष्ट त्याला मान्य आहे. तो घरकामाला कमी लेखत नाही. पुरुषवर्चस्व व लिंगवाद या दोन्ही संकल्पना तो वापरतो. पण त्याचा अंतिम निष्कर्ष मात्र स्त्रीवाद्यांहून वेगळा आहे. स्त्रियांमधील आजचे सर्व प्रश्न स्त्री आणि पुरुष यांच्यात फारकत होते म्हणून जन्माला येतात. त्याचे कारण म्हणजे आजची विशिष्ट श्रमविभागणी. त्यामुळे घर आणि उत्पादनाची जागा यात फारकत होते आणि स्त्रिया घरात आणि पुरुष घराबाहेर राबू लागतात. तेव्हा स्त्रीप्रश्नाचे मूळ भांडवलशाहीतच आहे. भांडवलशाही व्यवस्था अशा विभागणीखेरीज चालूच शकणार नाही. स्त्रिया व पुरुषांची कार्यक्षेत्रे वेगळी पण परस्परपूरक व समान दर्जाची आहेत, असा एक परस्परपूरक क्षेत्रांचा युक्तिवाद विसाव्या शतकाच्या प्रारंभी लोकप्रिय होता. झारेट्स्की त्याच्याच वळणावर जातो. परिणामी स्त्रिया व पुरुष यांच्यातील विषमतेचे अस्तित्व आणि महत्त्व तो जवळजवळ नाकारतो. स्त्रिया, कुटुंबसंस्था आणि जीवनाचे खाजगी अंग यांचे भांडवलशी कोणते नाते असते हे शोधण्यावरच झारेट्स्कीचा भर आहे. जीवनाची खाजगी व सार्वजनिक अशा दोन क्षेत्रांत विभागणी

करून भांडवलशाही जीवनाच्या खाजगी कप्प्याला जन्म देते, हे झारेट्स्कीचे मत वादाकरता एक वेळ मान्य करू या व तरी एक प्रश्न म्हणजे निरुत्तरच राहतो. तो प्रश्न म्हणजे खाजगी क्षेत्रात फक्त स्त्रियांनाच का राबावे लागते आणि श्रमिक दलात म्हणजे सार्वजनिक क्षेत्रात पुरुष का राबतात. हे का घडले? पुरुषांच्या स्त्रियांवरील व्यवस्थात्मक वर्चस्वाचा म्हणजेच पुरुषशाही व्यवस्थेचा, संदर्भ घेतल्याशिवाय हा प्रश्न सुटणार नाही.

काही मार्क्सवादी स्त्रीवाद्यांनी घरकामाचा खोलवर विचार केला आहे. पण त्याही सरतेशेवटी स्त्रीवादी लढा भांडवलविरोधी लढ्यात विसर्जित करून टाकतात. मारिया रोझा डोलाकास्टा ही त्यांपैकी एक. घरकामाचा भांडवलशाही कोणता संबंध असतो हे ती सांगते. पण घरकामाच्या रूपाने पुरुष आणि स्त्रिया यांच्या एकमेकांतील संबंधावर कोणता प्रकाश पडतो, हे ती शोधत नाही. त्यामुळे घरकामाविषयी तिचे तात्त्विक विश्लेषण अपुरे ठरते. तरीही डालाकोस्टाने घेतलेली राजकीय भूमिका मात्र कणखर आहे, हे मान्य केले पाहिजे. स्त्रियांनी घरकामाकरिता मोबदल्याची, म्हणजेच वेतनाची मागणी केली पाहिजे, असा ती आग्रह धरते. त्यामुळे स्त्रियांनी घरकामाचे महत्त्व ओळखले हे निर्विवाद. याबाबतची त्यांची जाणीव प्रचंड प्रमाणात वाढली आहे.

घरकामाचे सामाजिक महत्त्व

घरकाम ही भांडवलशाहीची एक अटळ गरज आहे, यातच सिद्ध होते, असे डाला कोस्टा म्हणते. क्रांतीच्या रणनीतीत स्त्रियांना महत्त्वाचे स्थान आहे ते यामुळेच. घरकामाकरिता मजुरीची मागणी करून आणि श्रमाच्या बाजारपेठेत सहभाग नाकारून स्त्रिया भांडवलशाहीविरोधी संघर्षांचे नेतृत्व करू शकतात. घरगुती काम सांभाळणाऱ्या स्त्रियांच्या सामाईक संघटना भांडवलाचा पाया पोखरून टाकतील. त्यामुळे त्या भांडवली अतिक्रमणाचा प्रतिकार करतील आणि या चळवळीचा व नवसमाजाचा दुहेरी पाया घालतील.

सामाजिक पायावर स्त्रिया आपल्या संघटना उभारू लागल्या की मुक्त होतील. पुरुष याला निकराचा प्रतिकार करतील, तेव्हा स्त्रियांना त्यांच्याविरुद्ध लढावे लागेल. तरीही हा लढा समाजवादाच्या अंतिम उद्दिष्टांसाठी करायच्या लढ्याला पूरक असणार आहे असे डाला कोस्टा म्हणते. तिच्या मते स्त्रियांचे लढे हे स्त्रीवादी आहेत म्हणून ते क्रांतिकारी ठरत नाहीत, तर ते भांडवलशाही विरोधी असतात म्हणून ते क्रांतिकारक ठरतात. स्त्रियांना अतिरिक्त मूल्याचे उत्पादक बनवून आणि परिणामी त्यांना कामगार वर्गाचे घटक ठरवून मगच डाला कोस्टा स्त्रियांच्या लढ्यांना क्रांतीमध्ये स्थान देते. स्त्रियांच्या राजकीय कृतीला अखेर अशा प्रकारे अभिमान्यता लाभते.

एंगल्स, झाराट्सूकी आणि डाला कोस्टा या सर्वांना कुटुंबातील श्रमप्रक्रियेचे

विश्लेषण करण्यात अपयश आले आहे. स्त्रियांच्या श्रमामुळे फायदा कोणाचा होतो? भांडवलदाराचा नक्कीच पण तेवढ्याच प्रमाणात पुरुषांचाही. पुरुष नवरे, बाप व भाऊ या नात्याने घरच्याघरी स्त्रियांकडून व्यक्तिगत सेवा उपटतात. वर्ग किंवा वंश किंवा संस्कृती यांच्यानुसार या सेवांचा आशय आणि व्याप्ती यात कदाचित फरक पडतो. पण अशा सेवा मिळविल्या जातात, ही सार्वत्रिक वस्तुस्थिती आहे. चैनीच्या वस्तूंचा उपयोग, फुरसतीचा वेळ आणि व्यक्तिगत सेवा याबाबतीत स्त्रियांपेक्षा पुरुषांचे जीवनमान अधिक उच्च दर्जाचे असते. भौतिकवादाने या महत्त्वाच्या मुद्द्यांकडे दुर्लक्ष करता कामा नये. स्त्रियांची दडपणूक चालूच ठेवण्यात पुरुषांचे भौतिक हितसंबंध गुंतलेले आहेत, ही गोष्ट ओघानेच येते.

सुरुवातीच्या मार्क्सवाद्यांनी घरकामाकडे दुर्लक्ष केले आणि श्रमिक दलातील सहभागावरच त्यांनी भर दिला. पण या उलट अलीकडील मार्क्सवादी दृष्टिकोन घरकामावर फार भर देतो. इतका की त्यामुळे श्रमाच्या बाजारपेठेतील स्त्रियांच्या वर्तमान कार्याकडे त्यांचे दुर्लक्ष होते. तरीही एका बाबतीत या सर्वांचे जमते. स्त्रिया या कामगारवर्गातच मोडतात असे ते आग्रहाने सांगतात आणि स्त्रियांवरील दडपण हा समग्र वर्गीय दडपणुकीचा भाग आहे असे ते बजावतात. स्त्रीप्रश्नाला वर्गीय प्रश्नात असे गाडून टाकल्याने स्त्रिया आणि पुरुष यांचे परस्पर संबंध काय, कसे, व का असतात; हा स्त्रीवादी विश्लेषणाचा प्रधान विषय ते चटकन निकालात काढतात.

भांडवलशाही समाजाचे वेगवेगळे पैलू नीट समजून घ्यायला मार्क्सवाद आपल्याला समर्थ करतो. त्यांच्या विश्लेषणात वर्ग, श्रमिकांचे राखीव दल, वेतन कमवणारा श्रमिक, वगैरे संकल्पना असतात. पण अमुक लोक अमुकच जागा का भरतात, याचे उत्तर तेही देत नाहीत. घरात आणि घराबाहेर पुरुषांच्या तुलनेत स्त्रियाचा गौण का ठरवल्या जातात आणि त्याऐवजी पुरुष का ठरविले जात नाहीत, याचे ते उत्तर देत नाहीत. भांडवलशाही संकल्पनेप्रमाणेच मार्क्सवादी संकल्पना लिगांधळ्या असतात.

अधिक उपयुक्त मार्क्सवादी स्त्रीवादाच्या दिशेने

मार्क्सवादी ही सामाजिक विश्लेषणाची एक पद्धत आहे. ती पद्धत म्हणजे ऐतिहासिक द्वंद्वात्मक जडवादी पद्धत. ज्युलिएट मिशेल आणि शुलामिथ फायरस्टोन या दोन्हीही पद्धत स्त्रीवादी समस्यांसाठी राबवून, मार्क्सवादी स्त्रीवादाला नव्या दिशा सुचविण्याचा प्रयत्न करीत आहेत. मिशेलच्या लेखी स्त्रियांच्या श्रमांची गणना उत्पादन म्हणून होत नाही. त्यामुळे या कामात तिला संपूर्ण यश मिळत नाही. फक्त बाजारपेठेकरिता कराव्या लागणाऱ्या श्रमांना उत्पादन म्हणून संबोधतात. जेव्हा स्त्रिया (त्यांची गोळाबेरीज

कुटुंब या सदराखाली केली जाते) अशा इतर क्षेत्रांत काम करतात, तेव्हा ती अशा श्रमांना (पाया न मानता) इमारत असे संबोधते. पुनरुत्पादन, लैंगिकता आणि बालसंगोपन यांचे संघटन पुरुषशाहीमुळे होते. मिशेलच्या मते मात्र या पुरुषशाहीला भौतिक पाया नाही. शुलामिथ फायरस्टोन पुरुषप्रधानता समजून घेण्याकरिता भौतिकवादी दृष्टिकोनाचा आश्रय घेऊन मार्क्सवाद व स्त्रीवाद यांची सांगड घालते. भौतिकवादी विश्लेषणाचा तिने केलेला वापर मिशेलइतका संदिग्ध नाही. लैंगिकतेचे द्वंद्व हे एक मूलभूत ऐतिहासिक द्वंद्व आहे असे ती म्हणते. मानववंशाच्या पुनरुत्पादनाकरिता स्त्रिया श्रम करतात. ते श्रम म्हणजेच पुरुषशाहीचा भौतिक पाया होय. पुरुषशाहीला एक भौतिक पाया आहे असे तिचे ठासून सांगणे आणि स्त्रियांच्या स्थानाचे विश्लेषण करण्यासाठी मार्क्सवादी पद्धत वापरणे, ही फायरस्टोनची फार मोठी महत्त्वाची कामगिरी आहे. तरीही जीवशास्त्र आणि पुनरुत्पादन यावर अतिरिक्त भर दिल्याने तिच्या कामगिरीला न्यूनत्व येते. लैंगिकतेचे (म्हणजेच जीवपातळीवर एका वास्तवाचे) रूपांतर लिंगभावात (म्हणजेच एका सामाजिक अनुभवात) कसे होते हे समजून घेणे आपली गरज आहे. आणि पुनरुत्पादनावर फक्त भर देण्याऐवजी, स्त्रियांच्या श्रमाचे सामाजिक आणि ऐतिहासिक संदर्भ लक्षात घेणे अत्यावश्यक आहे.

या दृष्टीने फायरस्टोनच्या लिखाणात मार्क्सवादी विश्लेषणपद्धतीचा एक नवा आणि स्त्रीवादी वापर आपल्याला आढळतो हे खरे आहे. पण जीवनातील सर्व (वर्ग, वय, वंश इ.) दडपणूक स्त्रियांवरील पुरुषी वर्चस्वाच्या पायाभूत वास्तवावरच आधारलेली असते, असा तिचा आग्रह आहे. यामुळे तिच्या पुस्तकाची गणना मार्क्सवादी - स्त्रीवादी लिखाणात होण्याऐवजी जहाल स्त्रीवादी लिखाणात होते. तिचे लिखाण जहाल - स्त्रीवादी भूमिकेची पूर्णत्वाने केलेली मांडणी म्हणून शिल्लक उरते. इतिहासाची कारक शक्ती पुरुषांनी स्त्रियांवर सत्ता प्रस्थापित करण्यासाठी व वर्चस्व गाजविण्यासाठी केलेली धडपड हीच आहे. जहाल स्त्रीवाद्यांच्या 'जे खाजगी ते राजकीयच असते' या घोषणेचा खरा अर्थ द्वंद्वात्मक लिंगवाद असा आहे. म्हणूनच मुले-मुली, स्त्रिया-पुरुष कसे बनतात, हे होताना सत्ता कोणाकडे का व कशी जाते, याची मीमांसा करण्यासाठी फायरस्टोनने फ्रॉईडचे पुनर्लेखन केले आहे.

ज्या सामाजिक व्यवस्थेत स्त्रियांवर पुरुषी वर्चस्व असते, ती व्यवस्था जहाल स्त्रीवादी पुरुषशाही व्यवस्था होय.

पुरुषशाहीच्या व्याख्येच्या दिशेने

निश्चित असा भौतिक पाया असलेला पुरुषांपुरुषांमधील संबंधांचा एक सट असतो. हा सट श्रेणीबद्ध असला, तरी तो स्त्रियांवर वर्चस्व मिळविण्यासाठी पुरुषांमध्ये एकजूट

आणि परस्परावलंबन स्थापन करतो किंवा निर्माण करतो. अशी व्यवस्था म्हणजे पुरुषशाही व्यवस्था. पुरुषशाही व्यवस्थेत श्रेणीबद्धता असते हे अगदी खरे आहे. अशा व्यवस्थेत भिन्न वर्ग, वंश, किंवा संस्कृती यांतील पुरुष भिन्न भिन्न पायऱ्यांवर असतात. परंतु हे सर्वजण आपापल्या स्त्रियांवर वर्चस्व गाजवीत असतात आणि या भागीदारीतून त्यांची एकजूट उभी राहत असते. स्त्रियांवरील वर्चस्व टिकविण्याकरिता ते एकमेकांवर अवलंबून असतात. सर्वांचेच हिंतसंबंध 'जैसे थे' परिस्थिती राबविण्यात गुंतलेले असल्याने अशी विषम उतरंड नांदू शकते. आपल्या पुरुषशाही उतरंडीमध्ये निदान काही स्त्रियांवर नियंत्रण ठेवण्याची परवानगी देऊन, सरसकट सर्व पुरुषांना (मग समाजातील त्यांचा दर्जा कोणताही असला तरी चालेल.) विकत घेण्यात येते.

स्त्रियांच्या श्रमशक्तीवर पुरुषांचे नियंत्रण असते. यावर पुरुषशाहीचा भौतिक पाया मूलत: रचला जातो. स्त्रियांना काही मोक्याची उत्पादक साधनसामग्री उपलब्ध नसते. (उदा. भांडवलशाही समाजात जीवन निर्भरपणे जगायचे, तर किमान त्यासाठी आवश्यक तेवढे वेतन देणाऱ्या नोकऱ्या हव्या असतात. अशा नोकऱ्या स्त्रियांना नाकारल्या जातात.) स्त्रियांच्या लैंगिकतेवरही मर्यादा घातल्या जातात. अशा रितीने पुरुष स्त्रियांवरील हुकमत टिकवितात. एक पती, एक पत्नी असा भिन्नलिगींय विवाह ही एक तर वरील दोन्ही क्षेत्रावर पुरुषांचे असलेले नियंत्रण टिकविण्यासाठी कार्यक्षम असलेली अगदी अलीकडील पद्धत आहे. पुरुषांना स्त्रियांच्या श्रमशक्तीवर नियंत्रण हवे असते. कारण स्त्रिया पुरुषांची व्यक्तिगत सेवा करतात, लैंगिक गरज भागवतात व मुलांचे संगोपन करतात. स्त्रियांना स्वतंत्र जगण्यासाठी आवश्यक अशी साधनसामग्री नाकारून, त्यांच्या लैंगिकतेवर बंधन घालून पुरुष नियंत्रण मिळवितात.

पुरुषशाही आणि भांडवल यांची भागीदारी

भांडवलशाही समाजातील पुरुषशाही सामाजिक संबंध आपण कसे ओळखणार आहोत? कारण प्रत्येक स्त्री ही जणू काही फक्त तिच्या स्वत:च्या पुरुषाकडून दडपली जाते असा भास होतो. तिची दडपणूक एक खाजगी बाब आहे असे दिसते. पुरुषापुरुषांमधील संबंध खंडित झाल्यासारखे दिसतात. तेच दृश्य कुटुंबाकुटुंबांच्या संबंधात आढळते. त्यामुळे पुरुषापुरुषांमधील संबंध आणि पुरुष व स्त्रिया यांच्यातील संबंध ही एक पुरुषशाही व्यवस्था आहे हे ओळखणे कठीण होते. पण भांडवलशाहीमध्ये पुरुष व स्त्रिया यांच्यातील संबंधातील एक व्यवस्था म्हणून नांदते आणि त्यायोगे भांडवल व पुरुषशाही यांच्यात दणकट भागीदारी असते असे आम्हाला म्हणायचे आहे. तरीही एक लक्षात घ्यायला हवे. जर आपण पुरुषशाही संकल्पना आणि भांडवलशाही उत्पादनपद्धत

या बिंदूपासून विचार करू लागलो, तर पुरुषशाही आणि भांडवल यांची भागीदारी अपरिहार्य नाही हे लगेच जाणवेल. पुरुष आणि भांडवलशाही यांचे हितसंबंध विरोधात्मकदेखील असतात. विशेषत: स्त्रियांची श्रमशक्ती कशी वापरायची, याविषयी त्यांच्यात दुमत असते. हा संघर्ष कसा व्यक्त होतो याचा नमुना आम्ही सांगू शकतो. बहुसंख्य पुरुषांना आपल्या घरच्या बायकांनी आपली व्यक्तिगत सेवा करीत रहावे असे वाटत राहील; पण काही मूठभर भांडवलशाही पुरुषांना मात्र (आपल्या स्वत:च्या बायकांना वगळून) बाकीच्या बहुसंख्य बायकांनी श्रमाच्या बाजारपेठत मोलमजुरी करावी असे वाटेल. स्त्रियांच्या श्रमशक्तीच्या संदर्भात पुरुषांमध्ये जे विरोधात्मक ताण निर्माण होतात त्याचे ऐतिहासिक परीक्षण झाले पाहिजे. त्यामुळे आपल्याला भांडवलशाही समाजातील पुरुषशाहीचा भौतिक पाया ओळखता येईल. या दोघांच्या भागीदारीचे स्वरूपही तेव्हाच स्पष्ट होईल.

भांडवलशाही व पुरुषशाही यांचे परस्पर संबंध जाणून घेण्याच्या दृष्टीने विसाव्या शतकाच्या पूर्वाधातील कुटुंब वेतनाच्या मुद्द्यांचा विचार करता येतो. भांडवलशाहीच्या सुरुवातीच्या काळात स्त्रिया व मुले यांनादेखील श्रमिक दलात खेचले जात होते. स्त्रिया व मुले स्वतंत्रपणे कमाई करू लागल्यावर, श्रमिकांच्या पुरवठ्यात वाढ झाली व सर्वांचीच मजुरी घटली. १८९२ साली काउटस्कीने या प्रक्रियेचे वर्णन खालीलप्रमाणे केले आहे.

'कमावत्या श्रमिकाची बायको आणि लहान मुले यांनी आपापली जबाबदारी आपणच उचलण्याची क्षमता मिळविली, तर श्रमशक्तीचा पुरवठा सतत ताजा राखण्यामध्ये (वंशसंवधर्नामध्ये) कोणताही अडथळा न येता, पुरुष श्रमिकांचे वेतन फक्त त्यांच्याच गरजा भागवील इतके खाली आणता येईल.' काऊट्स्कीप्रमाणे कामगार पुरुषांनाही स्त्रियांनी मोलमजुरी करण्यामध्ये असणारे धोके दिसत होते. स्त्रियांमुळे स्वस्ताईची स्पर्धा तर होतच होती. पण त्याच्या जोडीला कामगार स्त्रिया बायकापण होत्या आणि त्या काम करायला लागल्यानंतर त्यांच्या दादल्यांची सेव करू शकणार नव्हत्या. त्यामुळे पुरुष कामगारांनी स्त्रिया व मुले यांच्या श्रमिक दलातील प्रवेशाला प्रतिकार केला. कामगार संघटनांतून आणि खुद्द श्रमिक दलातून त्यांना वगळण्याचा प्रयत्य केला. मजुरी मिळविणाऱ्या स्त्रिया आणि मुले यांनी संघटित करून स्वस्त स्पर्धेचा प्रश्न एक वेळ सोडवता आला असता. पण भंगलेल्या कुटुंबव्यवस्थेच्या प्रश्नाला उत्तर नव्हते. खूप मजुरी देणाऱ्या नोकऱ्या पुरुष स्वत: करिता राखून ठेवण्याचा प्रयत्न करीत. पुरुषांची मजुरी वाढवून घेण्याची धडपड सर्वत्र दिसत होती. आपल्या स्वत:च्या मजुरीतून कुटुबांचे पोषण व्हावे, एवढी मजुरी पुरुष कामगारांना मिळालीच पाहिजे असा युक्तिवाद ते करीत. १९ व्या शतकाच्या अखेरीस आणि २० व्या शतकाच्या सुरुवातीपर्यंत स्थिरावलेल्या कामगारवर्गीय कुटुंबांमध्ये असे

कुटुंबवेतन मिळण्याचा प्रघात हळूहळू पडू लागला होता. अनेक निरीक्षकांनी असे जाहीर केले की, मजुरीला न जाणारी बायको हे त्या कामगाराच्या सुधारित राहणीमानाचा एक भाग आहे. स्त्री व पुरुषांना समान वेतन मिळावे यासाठी लढा देण्याऐवजी पुरुष कामगारांनी कुटुंबवेतनाची मागणी केली. कारण त्यांना आपल्या बायकोकडून सेवा हवी होती. जर पुरुषसत्ताकता नसती, तर एक एकसंध कामगारवर्ग भांडवलशाहीविरुद्ध उभा ठाकला असता. पण पितृसत्ताक सामाजिक संबंधांमुळे कामगारवर्गात फूट पडली. कामगारवर्गाचा एक भाग (पुरुष) दुसऱ्या भागाच्या (स्त्रियांच्या) बदल्यात विकत घेतला गेला. पुरुषांमधील एकाधिकारशाहीची उतरंड आणि त्यांतील एकी या दोन्ही गोष्टी हे ठरविण्याच्या प्रक्रियेत कळीच्या होता. भांडवली हितसंबंध व पुरुषसत्ताक हितसंबंध यांच्यात स्त्रियांच्या श्रमशक्तीबाबत त्या काळात गाजलेल्या झगड्यांची सोडवणूक या दृष्टीने कुटुंबवेतन याचा अर्थ लावता येईल.

विसाव्या शतकाच्या सुरुवातीला झालेली अशा प्रकारची प्रश्नाची सोडवणूक ही भांडवलाच्या फायद्याची तसेच पुरुषसत्ताक हितसंबंधांच्याही फायद्याची होती असे दिसते. भांडवलदारांनी हे ओळखले होते की, १९ व्या शतकाच्या सुरुवातीस औद्योगिकीकरणाच्या वेळेस असणाऱ्या पराकोटीच्या वाईट परिस्थितीत, कामगारवर्गीय कुटुंबे स्वत:चे नीट पुनरुत्पादन करू शकत नव्हती. मजुरी करणाऱ्या बायकांपेक्षा केवळ गृहिणी असणाऱ्या स्त्रिया अधिक निरोगी कामगारांना जन्म देत. त्यांचे पालन करीत. तसेच बिनशिकलेल्या मुलांपेक्षा शिकलेली मुले अधिक चांगले कामगार बनत हेही लक्षात आले. यावरून भांडवलशाहीला पुरुषशाहीशी जुळवून घ्यावे लागते, हे सत्य आपण कुटुंबवेतन संदर्भात जाणतो.

भांडवलशाहीला आणि पुरुषशाहीला एकमेकांशी जुळवून घ्यावे लागले हे आपण वर पाहिले. २० व्या शतकाच्या पूर्वार्धात ही प्रक्रिया कुटुंबवेतनाच्या रूपात दिसते. आता स्त्रियांचा श्रमिक दलातील सहभाग वाढतो आहे. दुसऱ्या महायुद्धानंतर त्याला अधिक चालना मिळाली आहे. तरीही, कुटुंबवेतन हे वर्तमानकाळातील लिंगनिष्ठ श्रमविभागणीची कोनशिला आहे असे आमचे स्पष्ट मत आहे. त्यामुळे स्त्रियांना घरकामाची सर्व जबाबदारी घ्यावी लागते आणि पुरुषांना मोलमजुरीची. श्रमाच्या बाजारपेठेत स्त्रियांना कमी वेतन मिळते. (मुलांची काळजी कोणीतरी घेतली पाहिजे ही गरज शिल्लक असतेच.) अशा परिस्थितीत सामाजिक पद्धतीने उत्पन्न एकत्र आणण्याचे आवश्यक साधन म्हणून कुटुंबसंस्थेचे अस्तित्व चालूच राहील याची हमी मिळते. कुटुंबवेतनावर आधारलेली कुटुंबसंस्था पुरुषांना घरात आणि घराबाहेर स्त्रियांवर हुकमत चालवायला मुभा देते.

स्त्रिया अधिक मोलमुजरी मिळवू लागल्याने कुटुंबसंस्थेत नवे तणाव निर्माण झाले

आहेत. १९ व्या शतकातल्या अशा तणावांचा उल्लेख काउट्स्की व एंगल्स यांनी केला होता. कुटुंबसंस्था व श्रमविभागणी यांविषयीच्या आजवरच्या कल्पना झपाट्याने नाहीशा होतील असे दिसत नाही. लिंगनिष्ठ श्रमविभागणी श्रमाच्या बाजारपेठेत आता नव्या स्वरूपात अवतरते. पूर्वी स्त्रिया ज्या पद्धतीची कामे घरात करीत असत, नेमक्या त्याच पद्धतीच्या नोकऱ्या त्या बाहेर करतात. उदा खाद्यवस्तूंची निर्मिती आणि त्याचे वाटप, सर्व तऱ्हेची साफसफाई आणि धुलाई, लोकांची देखभाल, वगैरे वगैरे. आजच्या काळात पुरुषशाहीचा भौतिक पाया कुटुबसंस्थेकडून रोजगाराकडे सरकतो. त्याचप्रमाणे कुटुंबसंस्थेवर आधारलेल्या पुरुषशाहीकडून उद्योगधंद्यावर आधारलेल्या पुरुषशाहीकडे आपला प्रवास चालू होता. तरी स्त्रियांच्या नोकऱ्या आज कनिष्ठ दर्जाच्या आणि कमी वेतन देणाऱ्या असल्याने पुरुषशाहीचे संबंध तसेच्या तसे टिकून राहतात.

पुरुषशाहीमुळे सर्व स्तरातील पुरुषांना निदान काही स्त्रियांवर तरी हुकमत चालविता येते. अशा रितीने पुरुषशाहीमुळे भांवलशाही नियंत्रणाला बळकटी येते.

शोध घेण्यासारखे अनेक प्रश्न अजून शिल्लक आहेत. खुद्द या लेखातच पुरुषशाही ही विश्लेषणात्मक संज्ञा नाही, तर वर्णनपर संज्ञा आहे. मार्क्सवाद अपुरा आहे आणि जहाल स्त्रीवाद अक्षम आहे. म्हणून आपल्याला नव्या कोटिक्रमाचा विकास करावा लागेल. पण हे काम अतिशय कठीण आहे. कारण श्रमविभागणीसारख्या गोष्टी एकाच वेळेला पुरुषशाही व भांडवलशाही या दोहोंना बळकटी आणत असतात. जातिवंत पुरुषशाही-भांडवलशाही समाजात तर विचारांकरितासुद्धा पुरुषशाहीला अलग करणे अशक्यप्राय आहे. आम्ही येथे काही विषयांना फक्त सुरुवात करून दिली आहे. उदा. स्त्रियांच्या श्रमशक्तीतून कोणाचा फायदा होतो हा प्रश्न, पुरुषशाहीचा भौतिक पाया स्पष्ट करण्याचा प्रश्न, पुरुषांमधील उतरंड आणि एकजूट राबवणाऱ्या यंत्रणेचा शोध, इ. विचारण्यासारखे असंख्य प्रश्न अजूनही शिल्लक आहेत.

इतिहासक्रमात आणि आजही स्त्रीवाद आणि वर्गलढा यांच्यामधील संबंध हा एकतर पूर्ण वेगळ्या मार्गाने जाणे अशा स्वरूपाचा (भांडवली स्त्रीवाद एका बाजूला, तर वर्गलढा दुसऱ्या बाजूला) आहे किंवा डाव्यांमध्ये स्त्रीवादावर मार्क्सवादाचे वर्चस्व असणे अशा प्रकाराचा तरी आहे. पैकी दुसऱ्याचे कारण हे मार्क्सवादाची विश्लेषणात्मक ताकद आणि डाव्यांमधील पुरुषांची ताकद या दोन्हीत आहे. डाव्यांतर्गत उघड संघर्ष आणि मार्क्सवादी - स्त्रीवाद्यांची आंतरविरोधी भूमिका या दोघांना त्यांनी जन्म दिला आहे.

स्त्रियांच्या चळवळीबाबत डावे नेहमीच संदिग्ध राहिले आहेत. बऱ्याचदा त्यांनी तिच्याकडे समाजवादी क्रांतीला धोकादायक म्हणूनच पाहिले आहे. जेव्हा डाव्या स्त्रिया स्त्रीवादाचा पुरस्कार करतात, तेव्हा ते डाव्या पुरुषांना व्यक्तिश: धमकावणारे वाटत असेल

आणि अर्थात अनेक डाव्या संघटनाना स्त्रियांच्या श्रमाचा फायदा मिळतो. त्यामुळे अनेक डावी विश्लेषणे (परंपरागत आणि पुरोगामी या दोन्ही स्वरूपातली) सैधांतिक व राजकीय अशा दोन्ही दृष्ट्या स्वहितपूजक असतात. स्त्रियांनी त्यांच्या परिस्थितीबद्दलची स्वतंत्र समज विकसित करण्याचा प्रयत्न सोडून द्यावा आणि पुरुषांची त्याबद्दलची समज आहे त्याचा स्त्रियांनी स्वीकार करावा, अशा प्रकारे स्त्रियांना प्रभावित करण्याचा चुकीचा प्रयत्न ते करतात.

आपल्या प्रश्नांच्या मांडणीसाठी मात्र मार्क्सवादी विश्लेषणांचा आधार आपण घेणार आहोत. म्हणजेच तो विचारव्यूह वापरणाऱ्या भाऊबंदांना सामील करून घेणार आहोत. स्त्रीप्रश्नांच्या पारंपरिक मार्क्सवादी मांडणीवर बहुसंख्य मार्क्सवादी खूश आहेत. वर्गसंकल्पनेच्या चौकटीत स्त्रियांच्या प्रश्नांचे आकलन अचूकपणे होते असे अजूनही मानतात. स्त्रिया कामगारावर्गाचा भाग आहेत. भांडवलशाहीविरोधी कामगारवर्गाच्या लढ्याला कोणत्याही स्त्री-पुरुष संघर्षापेक्षा अधिक अग्रक्रम दिला पाहिजे. लैंगिक संघर्षामुळे कोणत्याही परिस्थितीत वर्गीय एकजुटीला तडा जाता कामा नये असे त्यांना वाटते. जहाल स्त्रियांनी पोरकट प्रश्नांच्या नादी लागू नये आणि खऱ्याखुऱ्या क्रांतिकारक कामाला हात घालावा असे दडपण वाढत आहे. चलनवाढ आणि बेकारी यांच्या तुलनेत स्त्रीवादी चळवळ म्हणजे निव्वळ वेळेचा अपव्यय आहे असे म्हटले जात आहे.

स्त्रीवादी प्रश्नाचा अभ्यास व लढा वाऱ्यावर सोडून भांडवली पुरुषशाहीविरुद्धचा लढा कदापि यशस्वी होणार नाही. फक्त भांडवलशाही संबंधच नष्ट करावेत, या हेतूने चालवलेला संकुचित लढा नक्कीच फसेल. कारण अशा वेळी त्या संबंधांना आधार पुरविणारे पुरुषशाहीचे दडपशाही संबंध तसेच शिल्लक राहतील. कोणत्या आशयाचा समाजवद स्त्रियांना उपकारक ठरेल, याची व्याख्या करण्याकरिता पुरुषशाहीचे विश्लेषण करणे अत्यावश्यक आहे. भांडवलशाहीचा पाडाव करावा ही स्त्री व पुरुष दोघांचीही गरज असते. त्यामुळे ते एकत्र येतात. पण त्या वेळी आपापल्या लैंगिक गटानुसार आपापले हितसंबंध ते सांभाळत असतात. ज्या समाजवादाकरिता आपण लढत आहोत, त्याचा आशय स्त्री व पुरुष या दोहोंकरिता एकच असेल असा निष्कर्ष आपल्या विवेचनातून, इतिहासातून आणि समाजवादी पुरुषांच्या आजवरच्या अनुभवांतून स्पष्ट काढता येत नाही. कारण नवा समाज आणि निकोप माणूस कसा असावा, याविषयी प्रथम पुरुषांची मिरासदारी प्रत्यक्षात तोडावी लागेल.

रणनीती आखताना दोन गोष्टींचे भान स्त्रियांनी ठेवले पाहिजे. पहिले म्हणजे, समाजवादासाठी उभारायच्या लढ्यात वेगवेगळे हितसंबंध असलेले गट एकत्र येतात व आघाडी बनवितात. क्रांतीनंतर पुरुष आपली मुक्तता करतील असा विश्वास स्त्रियांनी

पुरुषांवर ठेवता कामा नये. स्त्रियांची मुक्तता कशी करावी हे भावी काळात पुरुषांना समजणार आहे, याला आज तरी काडीमात्र आधार नाही. किंबहुना स्त्रियांची दडपणूक चालू ठेवण्यात त्यांचा स्वार्थ गुंतलेला आहे. म्हणून स्त्रियांनी आपली वेगळी संघटना आणि स्वत:ची ताकद उभारलीच पाहिजे.

स्त्रीवादी समाजवादी म्हणून आपल्यावर एक जबाबदारी पडते. पुरुषशाहीविरुद्धचा लढा एकाच वेळी, एकजुटीने चालवता येईल. स्त्रियांना हे प्रत्यक्षात सिद्ध करावे लागणार आहे. ज्या समाजात माणसामाणसांचे एकमेकांशी असलेले संबंध लज्जेऐवजी मुक्ततेवर आधारित असतील, ज्या समाजात अपत्यसंगोपनाचा जाच न करता तो अर्थपूर्ण अनुभव ठरेल आणि ज्या समाजात पुरुषांच्या ख‍र्‍याखु‍र्‍या स्वातंत्र्याबरोबर स्त्रियांना त्यांच्या नकली स्वातंत्र्याचाही पुरस्कार करावा लागणार नाही; असा समाज आपल्याला निर्माण करायचा आहे असा आग्रह स्त्रियांनी धरला पाहिजे.

३ भारतातील धर्मनिरपेक्षतावाद आणि बंधुभाव

आपण भारतीय म्हणून एका धर्मनिरपेक्ष राजकीय व्यवस्थेचा दावा करतो. परंतु जातीयवाद, जमातवाद, आणि धार्मिक मूलतत्त्ववाद, तसेच दहशतवाद यांतून भारत नावाच्या खंडप्राय देशामध्ये विलगतावाद आणि हिंसाचार वाढतो आहे. एकीकडे जगाच्या इतिहासात आपली राष्ट्रीय चळवळ ही अत्यंत प्रभावी आणि सर्वदूर पसरलेली साम्राज्यवादाविरोधातील चळवळ म्हणून ओळखली जाते. या चळवळीमध्ये देशभक्तीचे जे घटक होते; त्यात विविध प्रदेशांमधील, देशांमधील, धर्मांमधील, जातींमधील, आदिवासी गटांमधील, शहरी आणि ग्रामीण घटक सामील होते. परंतु आत्ताच्या काळात जाती-जमातींमधील तणाव आणि हिंसाचार वाढतो आहे, दंगली वाढत आहेत, खैरलांजीसारखे प्रकार घडत आहेत. गुजराथमध्ये जे हत्याकांड झाले, त्यातून पुन्हा एकदा घटनेमध्ये दिलेले बंधुभावाचे आश्वासन किती शाब्दिक आणि कागदी होते असेच वाटू लागते. आत्ताच्या काळात भारताला जर लोकशाहीवादी धर्मनिरपेक्ष राजकीय व्यवस्था म्हणून उदयाला यायचे असेल, तर अनेक दिशांनी पुनर्विचाराची गरज आहे.

'धर्मनिरपेक्षता' हे एक असे साधन आहे की, ज्यायोगे आधुनिक राज्यव्यवस्था उभारता येईल. आपल्या एकूण राष्ट्रीय जीवनामधील पायाभूत मूल्यांमध्ये 'धर्मनिरपेक्षते'चे मूल्य महत्त्वाचे होते. 'धर्मनिरपेक्षता' म्हणजे आधुनिकता, बहुविधता, सहअस्तित्व, विवेक या सर्व गोष्टींची खूण आहे आणि बहुविध संस्कृती असणाऱ्या आपल्या समाजामध्ये ते पायाभूत तत्त्व ठरते. 'जमातवाद' ही गोष्ट धर्मनिरपेक्षतेच्या विरोधात मानली जाते. 'इतरां'विषयी गैरसमज, द्वेष, हिंसाचार असे त्यात सामावलेले असते, म्हणून जेव्हा जमातवादी राजकारण धर्म म्हणून अस्तित्वात आणले, तेव्हा ज्याला 'इतर' मानले आहे त्या समुदायाच्या विरोधात कारवाया सुरू होतात. १९९० च्या दशकामध्ये नेहरूवादी धर्मनिरपेक्षतेच्या कल्पनेला मुळामधून शह दिला गेला, परंतु तरीही ही कल्पना पूर्णतः नाकारली गेली नाही.

'धर्मनिरपेक्षता' हे मूल्य पाश्चात्य जगातील विचारचौकटीतून घेतले गेले आहे,

म्हणून ते उपरे आहे. ‘धर्मनिरपेक्षता’ या शब्दाचा जो अर्थ आहे, त्यात राज्यसंस्थेचे राजकारण किंवा प्रशासन ही गोष्ट धार्मिक विधिवैकल्य, सूत्रे या साऱ्यांपासून स्वतंत्र ठेवली गेली पाहिजे असा आग्रह असतो. धर्मनिरपेक्ष शिक्षणामध्ये व्यवस्थेच्या पातळीवर धार्मिक शिक्षणापासून वेगळे असे शिक्षण दिले पहिजे. पाश्चिमात्य जगामध्ये एक बंडखोर चळवळ म्हणून ‘धर्मनिरपेक्षता’ उदयाला आली, तत्त्वज्ञानाच्या पातळीवर प्रत्यक्षार्थवाद (Positivism) आणि उपयुक्ततावाद (Utilitarianism) यांचा प्रभाव या संहितेवर दिसतो. ‘धर्मनिरपेक्षता’ आणि ‘धर्म’ यांची व्याख्या एकमेकांपासून अलिप्त अशी क्षेत्रे म्हणून केली गेली. दैववाद किंवा अज्ञेयवाद या दोन्ही गोष्टी एकाअर्थी धर्मनिरपेक्षतेच्या योजनेमध्ये बसत नाहीत, कारण या दोन्ही गोष्टी पुराव्यानिशी सिद्ध करता येत नाहीत असा तर्क केला.

धर्मनिरपेक्षतेच्या मूलभूत तत्त्वामध्ये माणसाची परिस्थिती भौतिक साधनांनी बदलता येते यावर पूर्ण विश्वास दिसतो. यातील तत्त्वे बुद्धिगम्य आहेत आणि सर्व मानवतेला लागू करता येतील असाही दावा दिसतो. नैतिकतेकडे असे बघितले गेले होते की, ती विवेकाधिष्ठित असते आणि तिच्यामधून समाजकल्याण प्रस्थापित करता येते. म्हणूनच धार्मिक विचाराने न डळमळणारा असा विवेक माणसांमध्ये जागा करता येतो यावर येथे विश्वास दिसतो.

राष्ट्रवाद, धर्मनिरपेक्षता, आणि लोकशाही या कल्पना पाश्चिमात्य उदारमतवादी चौकटीत मांडल्या गेल्या आणि त्याचा परिणाम भारतीय बुद्धिवंतांवर मोठ्या प्रमाणात दिसतो. ब्रिटिश वसाहतवादाच्या विरोधात संघर्ष उभा करताना जे वादविवाद झाले, निष्कर्ष निघाले आणि रणनीती खेळल्या गेल्या; त्या साऱ्यांमध्ये या कल्पनांचे प्रतिबिंब दिसते. हेच मुद्दे भारतीय राज्यघटनेमध्ये घातले गेले. गेली अनेक वर्षे या संदर्भातील वादविवाद होत आहेत, परंतु १९८० आणि १९९० या दोन दशकांमध्ये ‘धर्मनिरपेक्षता’ या संकल्पनेविषयी अनेक विवाद आणि टकराव निर्माण झालेले दिसतात.

‘धर्म’ ही गोष्ट खाजगी ठेवून, मानवी जीवन खाजगी आणि सार्वजनिक जीवनात विभागावे असे भारतात कधी फारसे घडले नाही. भारतातील सामान्यजनांच्या आयुष्यायवर ‘धर्म’ या गोष्टीने कायमच पकड घेतली होती. ब्रिटिश सरकारनेसुद्धा त्यांच्या राजकीय हितांसाठी धार्मिक आणि जमातवादी चौकटी वापरल्या. एकीकडे कायदा आणि समान न्यायव्यवस्था प्रस्थापित करतानाच त्यांनी व्यक्तिगत (कौटुंबिक) कायदे आणले आणि त्यांचा पाया धर्माधिष्ठित कायद्यांच्या आणि भिन्नतांच्या साहाय्याने घडवला. असे सर्व असले, तरी राष्ट्रवादी विचाराच्याच नेतृत्वावर ‘धर्मनिरपेक्षता’ या मूल्याने मोठा अंमल बजावला आहे असे दिसते.

जवाहरलाल नेहरू आणि महात्मा गांधी या दोघांनी भारतातील धर्मनिरपेक्ष विचारप्रणालीचे प्रवक्तेपण घेतले. नेहरूंचा जो धर्मनिरपेक्षतावाद होता, त्यामध्ये वैज्ञानिक मानवतावादाला महत्त्व होते आणि ऐतिहासिक बदलांकडे पाहण्याची एक प्रगतिशील दृष्टी होती. महात्मा गांधींचा 'धर्मनिरपेक्षतावाद' हा विविध धार्मिक समूहांमधील बंधुभावावर आधारित होता आणि एकमेकांच्या धर्म चौकटींबद्दल आदर ठेवून सत्याचा पाठपुरावा करावा असा त्यांचा आग्रह होता. नेहरूंना धर्मनिरपेक्ष राज्यसंस्था ही संकल्पना महत्त्वाची वाटत होती. राजकारणामध्ये धार्मिक घटकांचे हस्तक्षेप या गोष्टीबद्दल नेहरूंना घृणा होती आणि जाती-जातींमध्ये दुभंगलेल्या समाजाला एका राष्ट्रीय राज्यसंस्थेमध्ये रूपांतरित करून सर्व धर्मीय, सर्व मतांच्या भारतीय जनांनी एकत्र येऊन धर्मनिरपेक्ष राज्यसंस्था घडवावी असा येथे आग्रह दिसतो. नेहरूंच्या मांडणीतून असे दिसते की, नीतिमत्ता आणि नैतिकता यांच्या चौकटीत धर्माचा विचार केला, तरी राजकीय चौकटीत तसा विचार केला जाऊ नये.

महात्मा गांधींचे विचार या संदर्भात अगदी विरोधातील दिसतात. त्यांना धर्म राजकारणात येऊ नये अशी मांडणी, म्हणजे धर्माविषयीचे अज्ञान आहे असेच वाटत होते. परंतु खोलात जाऊन पाहिले, तर महात्मा गांधी आणि नेहरू यांच्या भूमिका मूलत: एकमेकांपासून विरुद्ध दिशांनी जाणाऱ्या होत्या असे दिसत नाही. अत्यंत खोलवर धार्मिक असणाऱ्या महात्मा गांधीना सर्वच धर्मांमध्ये गुणवत्ता आणि सत्य दिसत होते. परंतु कोणत्याही एका विशिष्ट धर्माशी संलग्न असे राजकीय संघटन हे लोकशाहीच्या विरोधात आहे असेच गांधीना वाटत होते. नेहरूंनी स्वत:ला अज्ञेयवादी (agnostic) म्हणविले आणि कोणाच्या व्यक्तिगत श्रद्धेमध्ये हस्तक्षेप न करतासुद्धा समाजाच्या संपूर्ण संरचनेमध्ये धार्मिक संमती आणि अधिकार दिले जाऊ नयेत, असे त्यांना वाटत होते. म्हणूनच राज्यसंस्थेने सर्वच धर्मांना संरक्षण द्यावे, परंतु एकाला झुकते माप देऊन कोणताही धर्म राज्यसंस्थेचा धर्म म्हणून पुढे येऊ नये असे त्यांना वाटत होते. वेगवेगळ्या कारणांनी दोघांनाही असे वाटत होते की, भारत देशाची फाळणी होऊ नये. पाकिस्तानने इस्लामी देश होणे, म्हणजे कोणत्याही लोकशाही संकल्पनेच्या विरोधात मध्ययुगीन संकल्पना स्वीकारणे होय असे नेहरूंना वाटत होते.

नेहरूंचा आग्रह होता की, 'स्वतंत्र भारत' नावाची जमातवादी नसलेली अशी धर्मनिरपेक्ष राज्यसंस्था असली पाहिजे. म्हणूनच त्यांना अशी खात्री होती की, भारतीय घटना ही धर्मनिरपेक्ष संकल्पनेवर आधारित आहे आणि ती सर्व धर्मांना स्वातंत्र्य देते.

देशाची फाळणी झाल्यानंतर आणि पाकिस्तान स्वतंत्र देश म्हणून अस्तित्वात आल्यावरसुद्धा नेहरूंच्या धर्मनिरपेक्षतेबद्दलच्या कल्पना बदलल्या नाहीत आणि एक

आधुनिक राज्यसंस्था घडविण्याचा त्यांचा प्रयत्न होता हे स्पष्ट दिसते. स्वतंत्र सार्वभौम राष्ट्र म्हणून भारतातील सर्व जनांना काही आश्वासने दिली गेली :

- न्याय; सामाजिक, आर्थिक आणि राजकीय.
- दर्जा आणि संधी यांविषयी समता कायद्याच्या चौकटीत आणि समाजामध्ये विचार, अभिव्यक्ती, विश्वास, श्रद्धा, पूजा, व्यवसाय, कायदा आणि नैतिकतेच्या चौकटीतील कृती.
- अल्पसंख्याकांसाठी पुरेशा सुरक्षित व्यवस्था; यात मागास वर्ग, आदिवासी क्षेत्र, दपडलेल्या मागास जाती इत्यादी येतात. ही आश्वासने प्रत्यक्ष घटना अस्तित्वात येण्यापूर्वी दिली गेली होती.

भारताची घटना निर्माण केली गेली, ती फाळणीच्या पार्श्वभूमीवर. भारत, पाकिस्तान असे दोन स्वतंत्र देश निर्माण झाले, तेव्हा भल्यामोठ्या संख्येने लोकांचे स्थलांतर झाले. फाळणी झाली, तेव्हा मोठा रक्तपात आणि दोन्ही गटांमधील स्त्रियांचे अपहरण, बलात्कार मोठ्या प्रमाणावर झाले. धर्माधिष्ठित राज्यसंस्थेऐवजी भारताने धर्मनिरपेक्षता स्वीकारली, तेव्हा कलम २५ मध्ये 'व्यक्तीच्या सारासार विवेकावर आधारित स्वातंत्र्य' ही कल्पना मांडली गेली. कलम १५ द्वारे धर्म, जात, लिंग, वंश, जन्म घेण्याचे स्थळ या पायावर कोणतीही विषमता केली जाऊ नये अशी तरतूद केली गेली. कलम २७ मध्ये फक्त धर्माच्या आधारे कोणतेही कर लादले जाऊ नये असे होते आणि सरकारी शाळांमधून धार्मिक शिक्षण दिले जाऊ नये, याची तरतूद २६ मध्ये दिली गेली. कलम १.१ -१८ यामध्ये एकेरी नागरिकत्व (single) प्रस्थापित करून कायद्यासमोरील समता यांचे आश्वासन दिले गेले. तसेच कायदेशीर, सामाजिक आणि आर्थिक हक्क सर्वांसाठी असावेत असे प्रस्थापित केले गेले. परंतु त्याचबरोबर भाषिक आणि धार्मिक अल्पसंख्याकांसाठी सांस्कृतिक आणि शैक्षणिक हक्कसुद्धा अबाधित ठेवले गेले (कलम २८,३०). असे करण्यामागे हेतू होता की, अल्पसंख्याक अस्मितांच्या मनातील आपण पुसले जाऊ ही भीती नाहीशी व्हावी आणि समाजाची बहुविधता टिकावी. अनेकदा या सामाजिक हक्कांची अल्पसंख्याकांसाठी केलेली तरतूद धर्म आणि राजकारण यांना स्वतंत्र ठेवण्याच्या तत्त्वाविरुद्ध आहे असे समीक्षक म्हणतात. कलम ४० बद्दल भाजपाने आक्षेप घेतला आहे आणि शिक्षणाराख्या क्षेत्रात धर्म ही गोष्ट घालून एकाअर्थी अल्पसंख्याकांचे लाड केले जातात असेही मांडले आहे. अल्पसंख्याक या गटामध्ये कोणते लोक बसतात आणि अल्पसंख्याक आणि बहुसंख्याक यांच्या नातेसंबंधाचा आशय कोणता असेल, तसेच राज्यसंस्था आणि अल्पसंख्याक यांचे नाते काय असेल हे प्रश्न महत्त्वाचे आहेत. अल्पसंख्याकांसाठी ज्या उपसमित्या केल्या गेल्या. त्यांनी पुढील तीन गट हे अल्पसंख्याक

म्हणून मान्य केले. १) ज्या समुदायांची लोकसंख्या ०.५% आहे ती मंडळी - येथे संस्थानिक राज्ये वगळली गेली.

अ) अँग्लो - इंडियन

ब) पारशी

क) आदिवासी, भारतीय ख्रिश्चन

ड) शीख

इ) मुस्लीम

ई) अनुसूचित जाती.

कोणता गट हा अल्पसंख्याक आहे आणि कोणता बहुसंख्याक आहे हा प्रश्न विवादाचा आहे. राष्ट्रपातळीवर बहुसंख्याक समाज हिंदू हा काही राज्यांमध्ये अल्पसंख्याक असू शकतो. उदाहरणार्थ पंजाब, नागालँड, मेघालय, मिझोराम, जम्मू आणि काश्मीर. अल्पसंख्याकपणा हा फक्त धार्मिक गटांच्या संदर्भात घडत नाही; तर दडपलेल्या जाती, आदिवासी गट, भाषिक गट हेसुद्धा अल्पसंख्याक असण्याचा दावा करतात. धर्मनिरपेक्षता आणि लोकशाही या गोष्टींचा फायदा अल्पसंख्याकांनाही हवा असेल, तर मग त्यांच्या मागण्या आणि प्रश्न यांचा विचार झाला पाहिजे.

भारतीय घटनेच्या अंतर्गत स्वातंत्र्य, समता आणि बंधुता (धर्माच्या क्षेत्रामध्ये सहिष्णुता) या संदर्भात धर्मनिरपेक्षतेच्या तत्त्वज्ञानाचा पाया आहे. म्हणजेच आपल्याला स्पष्ट दिसते की, भारतीय घटना राज्यसंस्था आणि धर्म यांच्यामध्ये विभक्तता येण्यासाठी भिंत बांधत नाही. थोडक्यात घटनेने जे लिहिले आहे, ते म्हणजे धर्मनिरपेक्ष लोकशाहीच्या खास घटकांसंदर्भातील चिंतन -

i) राज्यसंस्था ही स्वतःला कोणत्याही धर्माने ओळखणार नाही आणि नियंत्रित होणार नाही.

ii) प्रत्येक व्यक्तीला आपला धर्म निवडण्याच्या हक्काची हमी राज्यसंस्था देत असली, तरी त्या पायावर कोणालाही अधिक महत्त्वाचे स्थान दिले जाणार नाही.

iii) धर्म आणि श्रद्धेच्या कारणासाठी कोणत्याही व्यक्तीला राज्यसंस्था विषमतेची वागणूक देणार नाहीत.

iv) प्रत्येक नागरिकाचा हक्क सर्वसाधारण परिस्थितीत समान स्वरूपाचा असेल, म्हणजेच सर्व नागरिक एकाच पायावर गणले जातील. भारतातील कोणताही नागरिक राज्यसंस्थेच्या उच्च पदावर जाण्याचा दावा करू शकतो.

'धर्मनिरपेक्षता' हा शब्द जरी सुरुवातीच्या संहितेच्या घटनेमध्ये नसला, तरी त्या

विषयावर प्रचंड चर्चा झालेल्या दिसतात. सुप्रीम कोर्टाने भारतीय घटना धर्मनिरपेक्ष आहे असे स्पष्ट करताना असे मांडले आहे की, राज्यसंस्थेच्या धर्मनिरपेक्षतेच्या चौकटीत कोणतेही गूढ नाही. देवाविरुद्ध किंवा देवाच्या बाजूने धर्मनिरपेक्षता नसल्यामुळे, अज्ञेयवादी आणि निरीश्वरवादी दोघांनाही समान वागणूक घटना देते. म्हणजेच राज्यसंस्थेच्या चौकटीत 'देव' ही गोष्ट येत नाही, तसेच धर्माच्या कारणाने कोणलाही विषमता सोसावी लागू नये असा प्रयत्न दिसतो.

धर्मनिरपेक्षतेचे सिद्धांकन आणि व्यवहार यांचा विचार केला तर आपल्या लक्षात येते की, नेहरूंनी धर्मनिरपेक्षतेला आधुनिकतेबरोबर जोडले आणि जात आणि धर्म यांवर आधारित असणाऱ्या भावना किंवा जाणिवा यांना 'मागास' आणि 'कालबाय' ठरविले. भारतीय संस्कृतीच्या गुणधर्माने जी धर्मनिरपेक्षता असते, तिच्यामधून धार्मिक सहिष्णुता व्यक्त होते असे त्यांनी मांडले. परंतु नेहरू एवढेच म्हणत नव्हते. नेहरूंच्या मांडणीत असे दिसते की; लहान लहान धर्मगट, त्यांची बांधिलकी किंवा निष्ठा या गोष्टी वगळून लोकसंख्येतील काही घटक एकत्र आणून 'हिंदू राष्ट्रवाद' निर्माण केला जावा. म्हणजे एकाअर्थी; हिंदू, मुस्लीम, ख्रिश्चन असे राष्ट्रवाद निर्माण होण्याला त्यांची सहमती दिसते आणि मग 'भारतीय राष्ट्रवाद' असे काही यात दिसत नाही. ज्या देशामध्ये भिन्न धार्मिक गट असतात, तेथे खरा राष्ट्रवाद निर्माण व्हायचा, तर त्यासाठी 'धर्मनिरपेक्षता' ही गोष्ट पायाभूत ठरते. परंतु येथे आपल्याला दिसते की, धर्मनिरपेक्ष राज्यसंस्था म्हणजे काय याविषयी नेहरूंना जे नेमके म्हणायचे होते, त्यासाठी चांगला शब्द सापडला नाही म्हणून ते 'धर्मनिरपेक्षता' म्हणजेच 'सेक्युलर' हा शब्द वापरत असे दिसते. म्हणजेच त्यांच्या चौकटीत 'धर्मनिरपेक्षता' ही गोष्ट धर्मविरोधी नाही, परंतु धर्म नसलेली राज्यसंस्था आहे. राज्यसंस्थेच्या चौकटीत जगणाऱ्या सर्व जिवांना धार्मिक स्वातंत्र्य असावे, तसेच विविध धर्मगट एकत्र नांदावेत आणि समान नागरी हक्कांची संकल्पना निर्माण व्हावी असा प्रयत्न दिसतो. म्हणजे अल्पसंख्याक आणि बहुसंख्याक धार्मिक गटांनी अशी एक मनोवृत्ती धारण करावी की, ज्यायोगे सर्वांना समान पायावर नागरिक म्हणून जगता यावे.

के. एन. पणिकर यांनी आपल्या मांडणीमध्ये धर्मनिरपेक्ष राज्यसंस्थेचे तीन गुणधर्म मांडताना भारतीय चौकटीत काही दावा केला गेला आहे असे सांगितले आहे. त्यांच्या मते, धर्मनिरपेक्ष राज्यसंस्था स्वत:ची संरचना मांडताना; राजकीय संस्था ही आर्थिक आणि सामाजिक हित साधताना, संपूर्ण समाजाचा विकास करेल असे गृहीत धरते. म्हणजे एकीकडे धर्म, वंश किंवा सामाजिक स्थान यांत कोणालाही झुकते माप न देता समान हक्क दिले गेले. परंतु त्याच वेळी धर्माच्या पायावर कोणत्याही गटाला विशेष दावे करता येतील अशी तरतूद आहे. दुसरे म्हणजे, व्यक्ती-व्यक्तींमधील आणि गटागटांमधील

विभागणी ही वांशिक आणि श्रद्धांच्या पायावर होऊ नये याची काळजीसुद्धा घेतली गेली आहे. तिसरा मुद्दा असा की, अशी 'संमिश्र धर्मनिरपेक्ष राज्यसंस्था' आपल्या पायाशी 'वितरणात्मक न्याय' ही कल्पना महत्त्वाची म्हणून मान्य करेल आणि त्यातून सर्व समूहांना सत्ता, कर्तव्ये आणि जबाबदाऱ्या नागरिक म्हणून दिल्या गेल्या पाहिजेत.

सर्व जगभरच लोकशाहीसाठी आवश्यक असणारी धर्मनिरपेक्षता आदर्श रूपात अस्तित्वात आहे असे दिसत नाही. भारतामध्येसुद्धा स्वातंत्र्योत्तर काळात समान नागरी न्यायव्यवस्थेच्या संदर्भात प्रश्न आले. भिन्न धार्मिक गटांमध्ये लिंगभावविषयक न्याय आणि समानता एकाच पद्धतीने आणता येईल असे चित्र कधी दिसले नाही, कारण सनातनी मुस्लीम धर्मगुरूंना व्यक्तिगत कायद्यांमध्ये बदल करणे ही गोष्ट म्हणजे समुदायाच्या धर्माधिष्ठित कायद्यांमध्ये हस्तक्षेप अशी वाटत होती. हिंदू विवाह कायद्यामध्ये बदल करणारे 'हिंदू कोड बिल' अमलात आणले गेले, परंतु तरीसुद्धा 'समान नागरी कायदा' या चौकटीत खडाजंगी वाद होत आहेत. पुढे धार्मिकतेचे वळण मिळाले असे अनेक प्रश्न राज्यसंस्थेच्या धोरणाच्या दृष्टीने समस्यात्मक ठरले.

राज्यसंस्था ही धर्मसंस्थेपासून विभक्त वा अलिप्त करणे याचा अर्थ काय, असा प्रश्न अनेक अभ्यासक उपस्थित करतात. राज्यसंस्था विविध धर्मांविषयी एक समान अंतर ठेवणार, की तटस्थ भूमिका घेणार, की हस्तक्षेप न करण्याची भूमिका घेणार. राजीव भार्गव यांनी असे मांडले आहे की,

१) आधुनिक धर्मनिरपेक्षता या भूमिकेमध्ये विषमता सोसणाऱ्या नागरिकांचे संरक्षण वा समर्थन शक्य आहे.

२) राज्यसंस्थेची धर्मनिरपेक्षता ही फक्त पूर्ण हस्तक्षेप न करणे किंवा समान अंतर ठेवणे एवढीच नसून, उलट ज्या ज्या घटनेमध्ये आवश्यक आहे त्याप्रमाणे धोरण राबविले गेले पाहिजे.

म्हणून भार्गव यांची मांडणी अशी आहे की, सर्व धर्मांमध्ये समान अंतर ठेवण्यापेक्षा प्रत्येक 'गटाबद्दलची संवेदनक्षमता' आणि 'तत्त्वनिष्ठ अंतर' या गोष्टी महत्त्वाच्या ठरतात. अर्थात, हे 'तत्त्वनिष्ठ अंतर' कशाला म्हणावे त्याबाबतही विवाद आहे. भिखू पारेख यांना असे वाटते की, आधुनिकता ही परिदृष्टी आणि हिंदू असे भारताचे स्वरूप या दोन्ही गोष्टी चुकीच्या अर्थाने राबविल्या जातात. भारताची आधुनिकतावादी प्रतिमा ही पूर्णत: राजकीय आणि मर्यादित सांस्कृतिक आशयाच्या चौकटीत मांडली जाते. दुसऱ्या बाजूला भारताचा हिंदुत्वाच्या दृष्टीने केलेला विचार, हा सुप्त स्वरूपात बऱ्याच मोठ्या प्रमाणात खोडसाळ आहे. कारण त्यामध्ये असहिष्णुतेची प्रवृत्ती वाढीला लागते, तसेच अल्पसंख्याक आणि बहुसंख्याकामधीलसुद्धा मोठा विभाग हा परात्म केला जातो आणि

राष्ट्रीय एकतेच्या विरोधात असे हिंदुत्व काम करते. १९६० च्या दशकात पणिकरांनी केलेली मांडणी आजसुद्धा चांगली वाटते. आपला समाज ज्या तऱ्हेने बहुविध आहे, त्यामध्ये राज्यसंस्थेविषयी एकनिष्ठा ही गोष्ट अधिकच महत्त्वाची ठरते. एकमेकांच्या कल्पनांबद्दल सहिष्णुता आणि भिन्न गटांचे एकमेकांमध्ये विरघळून न जाणे, याला एकात्मीकरण मानले गेले पाहिजे. भारताच्या ऐतिहासिक उत्क्रांतीच्या दृष्टीने जबरदस्तीने कोणत्याही गटाला एकतेसाठी आत आणणे चुकीचे आहे. बिपीन चंद्र यांनीसुद्धा अल्पसंख्याकवाद या भाषेमध्ये सत्याचा अंशसुद्धा नाही असे मांडून; मग हिंदू, मुस्लीम इत्यादी धर्मांची एकमेव विचारप्रणाली जमातवादाची असते असे मत व्यक्त केले. जमातवादाच्या भिन्न प्रवृत्तींच्या विरुद्ध युद्ध केले गेले पाहिजे कारण, ते एकमेकांना खतपाणी घालतात. जमातवादामधील जो विवेकहीन तिरस्काराचा, असहिष्णुतेचा, कर्मठपणाचा सूर असतो; तो दोन्ही समूहांच्या दृष्टीने घातकच असतो. सर्व जमातवाद हा घातक आहे; परंतु अल्पसंख्याक जमातवादामध्ये तुटून स्वतंत्र होण्याची प्रवृत्ती दिसते, तर बहुसंख्याक जमातवादामध्ये हुकूमशाही वा फासीवाद येतो.

अशा तऱ्हेने गेली कितीतरी वर्षे नेहरूंच्या धर्मनिरपेक्षतेच्या संकल्पनेला सर्व परिमाणांमधून चिकित्सक उलट तपासणी करणारे प्रश्न विचारले जात आहेत. ही परिदृष्टी आता आदर्शवादी, अवास्तव आणि परकीय पाश्चिमात्य कल्पनांनी प्रभावित आहे असे मांडले गेले. भारतीय पर्यावरणामध्ये ही दृष्टी रुजू शकणार नाही, असा एकूण सूर निर्माण केला गेला. आशिष नंदींसारख्या अभ्यासकांनी धर्माधर्मांमधील दंगली या विशेषत: शहरांमध्ये, औद्योगिकीरण झालेल्या क्षेत्रांमध्ये होतात असे मानले. नंदींच्या मते, धर्माधिष्ठित हिंसाचार शहरी औद्योगिक जीवनदृष्टीशी आणि राजकीय प्रक्रियांशी जोडलेला आहे आणि एकदाच काहीतरी राडा करून टाकू, अशी संस्कृती निर्माण होते असे त्यांचे मत आहे. नंदींप्रमाणेच 'आधुनिक भारताला' सर्व विनाशक गोष्टींसाठी जबाबदार धरण्याचा विचार बरीच मंडळी मांडू लागली. उदाहरणार्थ, समाजशास्त्रज्ञ मदन यांच्या मते धर्मनिरपेक्षता हे एक अल्पसंख्याकांचे स्वप्न आहे, ज्यामधून बहुसंख्याकांना स्वत:च्या प्रतिमेनुसार आकार देण्याचा त्यांचा प्रयत्न असतो; परंतु तसे करण्याची शक्ती मात्र त्यांच्यात नसते. मदन यांच्या मते, एक वेळ दगडालासुद्धा आपण धर्मनिरपेक्ष म्हणू शकू, परंतु भारतीय समाजाला मात्र म्हणू शकणार नाही. बहुसंख्याकांना माहितीच नाही की, धर्माचे खाजगीकरण करणे चांगले आहे की वाईट. इतकेच नाही, तर धर्म खाजगी करायचा म्हणजे नेमके काय करायचे हेही समजत नाही. म्हणूनच 'धर्मनिरपेक्षता' ही एक 'सामाजिक दंतकथा' आहे आणि परकीय असणारी 'सांस्कृतिक दंतकथा' आहे आणि परकीय असणारी 'सांस्कृतिक विचारप्रणाली' आहे. या विचारप्रणालीने राज्यसंस्थेचा पाठिंबा

घेतला आणि त्यामुळे या विचारप्रणालींना भारतामध्ये जो मार्ग निर्माण करायचा होता, तो मार्ग तर निर्माण करता आलाच नाही; परंतु यातून निष्पन्न झाले, ते म्हणजे हिंदू पुनरुज्जीवनवादाचे आणि मुस्लीम आणि शीख मूलतत्त्वादाचे संकट! नंदी यांचे मत आहे की, आधुनिकतेमुळे धर्मनिरपेक्षता अपयशी ठरली; तर मदन यांना असे वाटते की, आपल्याकडे आदिम पातळीवर असणाऱ्या समाजामुळे असे घडते. धर्मनिरपेक्षतेला एक संख्याशास्त्रीय परिमाणसुद्धा आहे. बिलग्रामी यांच्या मते, आधुनिकतावादी अत्याचारीपणा अशा संख्याशास्त्रीय आघातामुळे घडतो, संकुचित जमातवादाइतकेच हे घातक आहे आणि पारंपरिक श्रद्धा असणाऱ्या धर्मांमध्ये जी एक बहुविधता आणि सहिष्णुता होती, ती आधुनिकतेच्या विकृतीमुळे बिघडली. बिलग्रामींनी ही जी नेहरूवादी धर्मनिरपेक्षतेवर टीका केली आहे, त्यात एक महत्त्वाचा मुद्दा असा येतो की, राज्यसंस्थेच्या पातळीवर निर्णय घेऊन लोकांवर लादण्यापेक्षा भिन्न समुदायांमधून विचारांची देवाण-घेवाण करून राजकारणापासून धर्माची फारकत करण्याचा प्रयत्न व्हायला हवा होता. बिलग्रामींचं म्हणणं असं आहे की, अगदी स्वातंत्र्य काळातसुद्धा काँग्रेसचा दावा होता की, आपण सर्व समाजांचे प्रतिनिधित्व करतो. काँग्रेसने भिन्न जमातींच्या हितांचा प्रश्न वाटाघाटासाठी कधी महत्त्वाचा मानला नाही. इतकेच नाही तर, स्वत:ला राष्ट्रीय पक्ष म्हणवून घेताना इतर कोणी धर्मनिरपेक्ष असूच शकत नाही असा दावा केला. एकदा का धर्मनिरपेक्षता या पक्षाचा मक्ता झाला की, मग धर्मनिरपेक्षता मर्यादित स्वरूपातच यशस्वी होणार हे स्पष्ट दिसते. अशा तऱ्हेने डळमळीत पायावर सुरू झालेला धर्मनिरपेक्षतेचा प्रवास शेवटी अयोध्या घटना आणि बाबरी मशिदीचे कोसळणे यापर्यंत पोहोचला. बिलग्रामी सुचवितात की, 'धर्मनिरपेक्षता' ही गोष्ट खऱ्या अर्थाने उदयाला यायची, तर धार्मिक समुदायांच्या निष्ठांमध्ये विचारांची देवाणघेवाण होऊन, अगदी दडपलेल्या समुदायांपासून वरच्या स्तरापर्यंत एक समन्वय निर्माण करावा लागेल. सौम्य वा मवाळ राजकीय नेतृत्वाने त्याचा आशय आणि रीत ठरवावी असे ते सुचवितात.

हे सर्व मुद्दे लक्षात घेतले, तर कोणीही 'धर्मनिरपेक्षता' ही संकल्पना नाकारत नाही. परंतु भारतीय संदर्भात राज्यसंस्था आणि समाज यांच्यामध्ये एक विसंगती आहे असे मात्र सर्वजण मानतात. म्हणजे धर्मनिरपेक्षतेचे धोरण एकीकडे ठेवले जाते, परंतु राजकारणामध्ये जमातवादी पक्ष आणि संघटनासुद्धा कार्यरत राहतात आणि धर्मनिरपेक्षतावादी पक्षसुद्धा जमातवादी भावभावनांना राजकीय लाभासाठी खतपाणी घालतात. जमातवादी आणि विलगतावादी चळवळींना जेव्हा बाहेरून पाठिंबा मिळू लागतो, तेव्हा सरकार त्या तणावाखाली मग आकाशवाणी, दूरचित्रवाणी यावरून धार्मिक प्रवचने सुरू करते.

न्यायव्यवस्थेलासुद्धा अशा परिस्थितीत निष्कर्षात्मक भूमिका बजावणे कठीण होऊन बसते. सुप्रीम कोर्टाचे अलीकडच्या काळातील अनेक निकाल या संदर्भात पाहिले, तर त्यातही धर्मनिरपेक्षता विरुद्ध जमातवाद याविषयीचे प्रश्न दिसतात.

न्यायव्यवस्था देशातील धर्मनिरपेक्षतेसाठी आवश्यक असणारी परिस्थिती आणि एखाद्या राजकीय पक्षाच्या सदस्याचा हक्क, जो धार्मिक चौकटीत उभा आहे, यामध्ये समतोल राखू शकत नाही. खरे तर फक्त निवडणूक जिंकण्यासाठी धर्माचा वापर करणाऱ्या व्यक्तींपेक्षा, देशाच्या पातळीवरील धर्मनिरपेक्षतेचा मुद्दा महत्त्वाचा ठरतो. निवडणुकीच्या काळात भाषिक किंवा जमातवदी शत्रुत्वावर आधारित जो प्रचार केला जातो, तो विषारी प्रचार असतो आणि त्यातून लोकशहीवादी राजकारणाचा घात होतो. परंतु न्यायालयेसुद्धा न्यायव्यवस्थेच्या चौकटीत अशी बंदिस्त असतात की, गुन्हा घडला आहे हे ठरविता आल्याशिवाय ते खऱ्या अर्थाने कृती करू शकत नाहीत. म्हणूनच असे व्यवहार थांबविण्याचे व्यासपीठ कोर्ट-कचेऱ्या हे असू शकत नाही. शिक्षण आणि आधुनिक विचार यांचा गांभीर्याने विचार करून राजकीय नेतृत्व उभे राहिले, तरच हा तिढा सुटू शकेल.

स्त्रीवादी परिदृष्टीतून बंधुभाव

.....आपण भारतातील स्त्रीप्रश्नाच्या दृष्टीने विचार केला, तर घटनेतील बंधुभावाचे आश्वासन स्त्रियांच्या स्वातंत्र्य आणि समतेच्या दृष्टीने कसे दिसते हे पाहणे महत्त्वाचे ठरते. 'सर्व भारतीय स्त्रिया' नावाचा एक साचा आहे, असा जेव्हा दावा केला जातो, तेव्हा या काल्पनिक चौकटीमध्ये फार तर काही मूठभर स्त्रियाच येऊ शकतात. परंतु अल्पसंख्याक मानल्या गेलेल्या भिन्न धार्मिक समुदायांमध्ये आणि जाती गटांमध्ये विभागलेल्या स्त्रियांचे बाईपणाचे वास्तवसुद्धा एकासारखे एक नसते, हे लक्षात घेतले गेले पाहिजे.

विशेषत: १९७५ नंतर स्त्रीप्रश्नाची दृश्यता तर सगळीकडेच वाढली. परंतु वास्तव गुंतागुंतीचे होऊ लागले. एकीकडे दडपलेल्या स्त्रिया या आपल्या वर्चस्ववादी संस्कृतीच्या प्रतिनिधी असतात हे लक्षात घेता, सर्व स्त्रिया ही संकल्पना वास्तवात आणण्यासाठी समाजातील संरचनांमध्ये क्रांतिकारी परिवर्तन झाले पाहिजे असे लक्षात येऊ लागले. स्त्रीवादी चळवळीपाशी स्त्रिया नावाचा एक तयार गट असू शकत नाही, हे १९८० च्या दशकामध्ये शहाबानो खटल्याच्या निमित्ताने आणि १९९० च्या दशकामध्ये स्त्रियांच्या राखीव जागांविषयीच्या विधेयकाच्या निमित्ताने अनुभवास आले.

कायदेविषयक स्त्रीवादी सिद्धांकन गेल्या दोन दशकांत विकसित झाले. सुरुवातीला १९६० नंतरच्या दशकात स्त्रीवाद्यांनी समान हक्क आणि स्वातंत्र्य यांसाठी आधुनिक

कायदे साहाय्यक ठरतील या दृष्टीने पाहिले. असे करताना गृहीत असे होते की, भारतीय समाज पुरुषसत्ताक मूल्ये आणि व्यवहाराने बुजबुजला असल्याने न्यायव्यवस्था आणि राज्यसंस्था यांची असणारी ताकद आणि अधिकृतता लक्षात घेऊन त्यांच्या सहाय्याने लोकशाहीवादी सामाजिक परिवर्तन आणता येईल. परंतु १९६० ते १९८० या दोन दशकांमध्ये घडलेल्या स्त्रीप्रश्नविषयक घटनांकडे पाहता, १९८० नंतरच्या काळात कायदेविषयक चर्चाविश्वाची स्त्रीवाद्यांनी केलेली धारदार चिकित्सा साहजिकच वाटते. स्त्रीवाद्यांनी प्रामुख्याने चार चिकित्सक प्रश्न उभे केले.

१) न्यायव्यवस्था स्त्रियांना न्याय देण्याऐवजी कृतिशीलपणे त्यांना समान हक्क नाकारण्यामध्ये अग्रभागी आहे.

२) कायद्याची अंमलबजावणी करणारी मंडळी पुरुषसत्ताक पद्धतीने कायद्याचा अर्थ लावत असल्याने, व्यापक पातळीवर दिले गेलेले समानतेचे आश्वासन शाब्दिकच राहते.

३) कायदा कितीही स्त्री-पुरुष समानतेवर आधारित केला गेला तरी मानवी समाजामध्ये पुरुष आणि स्त्रिया यांचे स्थान विषम आणि उतरंडीचे असल्याने सांस्कृतिक, सामाजिक, आर्थिक घडणीमधून स्त्रिया दुय्यम माणूस म्हणून घडविल्या जातात. म्हणून एका अर्थी विषमतेतून घडलेल्यांना समान नागरिक म्हणून वागविणे हेच अन्यायकारक आहे.

४) न्यायव्यवस्था, कायदा आणि राज्यसंस्था स्त्रियांना त्यांच्या व्यक्ती म्हणून असणाऱ्या दडपणुकीच्या अनुभवासह अदृश्यताच स्वीकारण्यास भाग पाडते. कारण या साऱ्यांनाच जी वस्तुनिष्ठता अपरिहार्य वाटते, त्यामुळे कायदा हाच मूलतः पुरुषी होतो आणि त्यामुळे स्त्रियांच्या वाट्यास येणाऱ्या दुःखाचे आकलनच अपुरे असते.

वरील आक्षेप आणि चिकित्सा महत्त्वाची असली, तरी इतर सामाजिक चळवळींप्रमाणेच स्त्रीचळवळीला कायद्यांकडे परिवर्तनाचे आणि स्वातंत्र्याचे हत्यार म्हणूनच पाहावे लागते. या संदर्भात नुकताच झालेल्या स्त्रियांच्या वारसा हक्कासंदर्भातील 'हिंदू वारसा सुधारणा कायदा', २००५ हा लक्षात घेऊ.

लिंगभेदाच्या संरचनेला शह देण्याच्या दृष्टीने अतिशय ठोस पावले 'हिंदू वारसा (सुधारणा) कायदा', २००५ याद्वारे उचलली गेली. १९५६ साली 'हिंदू वारसा कायदा' झाला आणि त्याद्वारे भारत नावाच्या नव्याने उदयाला येऊ पाहणाऱ्या देशाला, वसाहतवादी शासनापेक्षा आपण वेगळ्या वाटेने भारताच्या स्त्रीप्रश्नाची सोडवणूक करणार आहोत हे या कायद्याद्वारे दाखविण्यात आले. उदाहरणार्थ : शेतजमीन, मिताक्षराअंतर्गत एकत्र

कुटुंब, संपत्ती, आई-वडलांचे राहते घर आणि काही प्रमाणात विधवांचे हक्क यांबाबत क्रांतिकारक पावले उचलली गेली आहेत. २००५ च्या कायद्यानुसार सर्व शेतजमीन ही आता अन्य संपत्तीच्या पातळीवर आणली गेली आहे आणि त्यामुळे हिंदू स्त्रियांचा जमिनीसंदर्भातील वारसा हक्क कायद्यानुसार सर्व पुरुषांच्या हक्कांशी समान प्रमाणात मानला जाणार आहे. ही कायद्यातील तरतूद सर्व राज्यांना लागू आहे. उदरनिर्वाहासाठी शेतीवर अवलंबून असणाऱ्या लाखो स्त्रियांना याचा फायदा होणार आहे का, हा प्रश्न तरीही शिल्लक राहतोच.

हिंदू चौकटीत बहुसंख्याक असा गट निर्माण करण्याच्या हेतूने हिंदू स्त्रियांना एकीकडे सुधारित कायदे बहाल केले जात आहेत, परंतु त्याच वेळी मुळातील पुरुषसत्ताक चौकट मात्र नव्या जगाच्या घडणीतसुद्धा अधिकाधिक कर्मठ होताना दिसते. म्हणूनच जाती - जातींच्या तटबंदींमध्ये मुलींची लग्ने अधिकाअधिक प्रमाणात सक्तीने केली जात आहेत. इतकेच नाही, तर जमिनींच्या तुकड्यांवर स्त्रियांची, मुलींची नावे अधिकृतरित्या घातली गेली, तरी कुटुंबाच्या दडपणाखाली शेवटी स्त्रिया या संपत्तीचा वापर स्वायत्तपणे करू शकत नाहीत. एकूणच तरुण मुलींवर नव्याने वाढत जाणारा हिंसाचार, रोख रकमेच्या रूपाने आणि घसघशीत सोन्याच्या रूपाने हुंड्याचे झालेले स्वरूप पाहता, तथाकथित उदारमतवादी हिंदू कायदा नुसताच वायदा ठरतो आहे असे दिसते. म्हणजेच हा सुधारित कायदा आपल्या समाजात अमलात येण्यासाठी फार मोठे प्रयत्न करावे लागतील असे दिसते. एकीकडे कायदेविषयक साक्षरता वाढविणे, दुसरीकडे स्त्रियांना संपत्तीत अधिकार दिल्याने होणारे फायदे संपूर्ण कुटुंबाने मान्य करण्यासाठी प्रयत्न करावे लागतील. तसेच ज्या स्त्रिया आपले हक्क बजावू पाहतील, तेव्हा त्यांना कायदेशीर आणि सामाजिक बळ देण्याचे काम करावे लागेल. येथे आणखी एक महत्त्वाचा मुद्दा लक्षात घेतला पाहिजे तो असा की, या सुधारित 'हिंदू वारसा कायद्या'ची खरी पूर्तता सर्व धर्मातील स्त्रियांना तो कायदा लागू होईल, तेव्हाच होऊ शकेल. थोडक्यात, आपल्याला पुन्हा एकदा १९७५ पासून व्यक्तिगत कायद्यासंदर्भातील झालेले वादविवाद स्त्रीप्रश्नाच्या दृष्टीने लक्षात घेऊन, समान (नागरी) कुटुंब कायदा ह्या संकल्पनेचा पुनर्विचार करावा लागेल.

भारतात कुटुंबविषयक कायद्यांना 'व्यक्तिगत कायदे' असे म्हटले जाते. याचे कारण एक तर ते व्यक्तिगत नात्यांच्या क्षेत्रामध्ये लागू पडतात, तसेच ते व्यक्तीच्या जीवनाशी निगडित असतात. प्रत्येक व्यक्तिगत कायदा वैशिष्ट्यपूर्ण रितीने आपापल्या धार्मिक गटांशी बांधलेला असतो आणि त्यात स्थानिक पातळीवरील चालीरितींचीही एका अर्थी दखल घेतलेली दिसते. भारतातील धर्मभिन्नता लक्षात घेऊनच कुटुंब कायदे नागरी कायद्यांशी जोडले गेले. चार प्रमुख धर्मसमूहांशी कुटुंब कायद्यांची निर्मिती निगडित

आहे. हिंदू, मुसलमान, ख्रिश्चन आणि पारशी या चार धार्मिक गटांच्या धर्मविषयक रूढ नीतिनियमांना येथे महत्त्व प्राप्त होते. प्रत्यक्षात असे होते की, या भिन्न धार्मिक समुदायांमधील वर्चस्ववादी गट राजकीयदृष्ट्या सबढब करून, आपल्या सोयीच्या चालीरिती आणि व्यवहार यांना अधिकृतता देतात. म्हणूनच आपले सगळे व्यक्तिगत कायदे वर्चस्ववादी गटाचे प्रतिनिधित्व करतात. प्रदेश, जात, वर्ग आणि लिंगभाव या चौकटीमधील सामाजिक, राजकीय वर्चस्व ज्यांच्या हाती असते, अशीच मंडळी व्यक्तिगत कायद्यांचा आशय ठरवितात. असे कायदे कुटुंबाच्या चौकटीत स्त्री-पुरुष नात्याची व्याख्या करतात. व्यक्तिगत कायदे विवाह, घटस्फोट, पोटगी, मुलांचे पालकत्व, दत्तक, वंशपरंपरागत तसेच संपत्तीविषयीक वारसा हक्क यांवर नियंत्रण ठेवतात. या सर्व गोष्टींचा आशयही या कायद्यांमधून ठरतो. उदा. हिंदू धर्माच्या चौकटीतील विवाहाचा आशय सात जन्मांच्या नात्याचा असेल, तर इस्लाम धर्माच्या चौकटीत तो तसा नसतो. या सर्व प्रकारात महत्त्वाचा मुद्दा पुढे येतो तो असा की, या घटकांमधून स्त्रियांचे जीवन ठरवले जाते. परंतु त्यांना मूलत: दुय्यम मानून, पुरुषांवरील त्याचे अवलंबित्व नैसर्गिक म्हणून अपरिवर्तनीय मानून अधिक ठोस केले जाते. या प्रक्रियेत कुटुंबप्रमुख म्हणून 'पुरुष' ही संकल्पना रचली जाते आणि स्त्रियांना संपत्तीतील अधिकार नाकारून पुरुषांबरोबरीचे हक्क नाकारले जातात.

चार भिन्न धार्मिक समूहांसाठी स्वतंत्रपणे व्यक्तिगत कायदे तयार केले गेले आहेत आणि हे कायदे फक्त चालीरितींशी निगडित नसून, त्यांना वैधानिक (Statutory) दर्जा आहे. सर्वधर्मसमभाव अथवा धर्मनिरपेक्षता मानणाऱ्या भारत नावाच्या राष्ट्राला हे धर्माधिष्ठित कायदे अन्य धर्मनिरपेक्ष कायद्यांसमवेत नागरी आणि गुन्हेगारी क्षेत्रांत अमलात आणावे लागतात. म्हणून १९३० पासून जेव्हा हे आंतरविरोध लक्षात येऊ लागले, तेव्हा समान नागरी कायद्याची मागणी वेळोवेळी केली जाऊ लागली. व्यक्तिगत कायद्यांऐवजी धर्मनिरपेक्ष लोकशाहीवादी तत्त्वे अंगीकारणारे कायदे असावेत, असा विचार सुरुवातीला या मागणीच्या पायाशी होता. परंतु वसाहतवादाचे सावट असलेल्या आपल्या देशात आपापल्या धर्मांमध्ये शासनसंस्थेने हस्तक्षेप करू नये अशी जाणीव जनसामान्यांमध्ये मोठ्या प्रमाणात असते आणि तिचा वापर राजकीय शक्ती आपापल्या धार्मिक गटांमध्ये आपली सत्ता स्थिर करण्यासाठी करतात. खरे तर राज्यसंस्थेने कठोर होऊन ब्रिटिशांनी पंडित, मौलवी अशांना हाताशी धरून धर्मांचे कायद्यात जे रूपांतर केले गेले, त्याविषयी एक धर्मनिरपेक्ष भूमिका घेतली गेली पाहिजे.

विशेषत: आपल्या लक्षात येते की, फाळणीच्या कटू, रक्तबंबाळ अनुभवानंतर भारतीय राज्यसंस्थेला आपण सर्व धर्मांविषयी आदर बाळगतो हे दाखविण्यासाठीच

जणू काही व्यक्तिगत कायद्याचे क्षेत्र निर्माण केले गेले. प्रत्यक्षात मात्र भिन्न संस्कृतीचे रक्षण करण्याच्या हेतूने आलेल्या अशा कायद्यांमधून धार्मिक समुदायांच्या राजकीय अस्मितेला खतपाणी घातले जाते आणि यातूनच जमातवादी शक्ती वाढू लागतात. १९७५ नंतर उदयाला आलेल्या स्त्रीवादी संघटना या प्रश्नाबाबत वेगवेगळे पर्याय सुचवितात. यामध्येसुद्धा महत्त्वाचा मुद्दा येतो, तो म्हणजे धर्मनिरपेक्षता, हक्क, कायदेशीर अधिकार यांसाठी लढाया लढणे आर्थिकदृष्ट्या सुबत्ता असणाऱ्या शिक्षित स्त्रियांना कदाचित शक्य होईल, परंतु राज्यसंस्थेच्या भरभक्कम आधार आणि हस्तक्षेपाशिवाय सर्वसामान्य स्त्रियांना न्याय मिळणे कठीण आहे.

सामाजिक न्यायाचा विचार करताना बंधुभावात्मक सामाजिक करार हा अनेकदा दुहेरी पद्धतीने मांडला जातो असे कॅरॉल पेटमनसारख्या राज्यशास्त्र विषयातील सैद्धान्तिक मांडणी करणाऱ्या विचारवंताने मांडले आहे. पेटमन यांच्या मते, सामाजिक करारामध्ये काही पुरुषांना सार्वजनिक जीवनात स्वातंत्र्य मिळते आणि त्यातून खाजगी अवकाशात स्त्रियांचे दुय्यमत्व निश्चित केले जाते. पेटमन असे दाखवतात की, बंधुभावाच्या चौकटीखाली दडलेला एक लैंगिक करार असतो की, ज्यामुळे स्त्रिया या मूलत: शरीरच आहेत आणि त्या लैंगिकतेपलीकडे जाऊच शकत नाही असे गृहीत धरले जाते. व्यक्ती अथवा नागरिक म्हणून स्त्रियांचा विचार केला जात नाही हे लक्षात घेता पेटमन असे म्हणतात की, स्त्रिया सार्वजनिक जीवनात जो सहभाग घेतात, तो अत्यंत खोल स्वरूपात त्यांच्या प्रजननाच्या भूमिकेशी जोडला आहे. थोडक्यात बंधुभावाचा अर्थ खऱ्या अर्थाने स्त्रियांपर्यंतही पोहोचायचा, तर स्त्रियांच्या देहाचा आणि त्यांच्या जननक्षमतेचा नवा राजकीय आशय मांडला गेला पाहिजे.

जेव्हा जेव्हा सामाजिक न्याय निर्माण करण्यासाठी कायद्यात सुधारणा केली जाते, तेव्हा तेव्हा स्त्रिया, दलित, आदिवासी किंवा अल्पसंख्याक गटातील माणसांना व्यक्ती होण्याचे आवाहन केले जाते. परंतु अशा गटातील स्त्रिया अस्तित्वात राहण्यासाठी, प्रतिष्ठेसाठी, संरक्षित राहण्यासाठी त्या त्या गटाचा अतूटपणे भाग असतात. त्यामुळे व्यक्ती, नागरिकत्व हे शब्द लिंग, जात, धर्मनिरपेक्ष याच्याऐवजी येतात का किंवा वापरल्यास कोणती काळजी घेतली पाहिजे याचा ऊहापोह राजकीय सिद्धांकनाच्या पातळीवर झाला पाहिजे. त्यामुळे राजकीय समाजाच्या जडणघडणीचा इतिहास आणि समकालीन प्रश्नांची गुंतागुंत यावर अधिक प्रकाश पडेल.

४ नर्मदा परिक्रमा : रणनीतीच्या फेरआखणीची गरज

१८-१९ दिवसांचे मेधा पाटकरांचे अत्यंत खरे उपोषण आणि नरेंद्र मोदी यांचे काही तासांचे ढोंगी, सरळसरळ खोटे, एखाद्या 'फार्स'सारखे उपोषण संपले. या सर्व घडामोडी चालू असताना आणि नंतरही सरदार सरोवर धरणाचे बांधकाम चालूच राहिले आणि पुन्हा एकदा पुनर्वसनासाठी तीन महिन्यांचा कालावधी दिला गेला. सर्वोच्च न्यायालयाच्या आदेशानुसार जर योग्य पुनर्वसन झाले नाही, तर धरणाचे काम रोखले जाईल. गुजरात, मध्यप्रदेश, महाराष्ट्र, अल्प प्रमाणात राजस्थान या राज्यांवर न्याय्य पुनर्वसनाची जबाबदारी टाकली गेली. मोदींसारख्यांनी लगेच धरणाचा प्रकल्प पूर्ण करण्याची जबाबदारी आमची, पण पुनर्वसन वगैरे करायचे ते केंद्राने करावे अशी चलाख नोकरशाही पद्धतीची चर्चा सुरू केली. अमीर खान, राहुल बोस या झगझगीत व्यक्तिमत्त्वांनी किंवा अरुंधती रॉयसारख्या महत्त्वाच्या लेखिकेने 'नर्मदा बचाव आंदोलना'ला ठोस पाठिंबा देऊन, विस्थापितांचा प्रश्न राजकीय पक्षांच्या संकुचित राजकारणापलीकडे नेऊन हाताळला पाहिजे हे स्पष्ट केले.

२९ मार्च २००६ रोजी मेधा पाटकर आणि त्यांच्या दोन सहकाऱ्यांनी नर्मदा धरणाची उंची आणखी वाढविण्यापूर्वी विस्थापितांचे योग्य पुनर्वसन केले जावे, आतापर्यंत जे पुनर्वसनाचे प्रयत्न झाले त्यांचे परीक्षण झाले पाहिजे, अशी आग्रही मागणी करून आमरण उपोषण घोषित केले. मेधा पाटकरांच्या नेतृत्वाखाली जवळजवळ गेली वीस वर्षे शांततामय पद्धतीने, सहकार्य आणि संवाद न तोडता हे आंदोलन चालू आहे. कधी सत्याग्रह, धरणे, मेळावे, मूक मोर्चा; तर कधी 'डुबेंगे पर हटेंगे नही' सारखी डूबक्षेत्रात जलसमाधीची तीव्र भूमिका; तर त्याच वेळी काही 'नबआं' कार्यकर्ते जाणीव, जागृती, पर्यायी विकासाबद्दल मांडणी, आदिवासी मुलांसाठी शिक्षण असे उपक्रम राबवतात. अनेक मार्गांनी या चळवळीने आपले धोरण/कार्यक्रम व्यापक करण्याचे प्रयत्न केले. मेधा पाटकर स्थिरपणे या आंदोलनाचे नेतृत्व पेलत उभ्या आहेत. त्यांच्याबरोबर काम करणाऱ्या सहकाऱ्यांच्या विविध फळ्या बदलल्या.

या आंदोलनाला जसे यश मिळाले, तसेच अनेक आरोप, अपप्रचारांना तोंड द्यावे लागले. कोणी आंदोलनाला मिळणाऱ्या जागतिक पाठिंब्याबद्दल संशय व्यक्त केले, तर कोणी मीडियामधून मिळणाऱ्या प्रसिद्धीबद्दल! या आंदोलनाच्या विकास विषयक भूमिकेबद्दल मतभेद दिसतात, तर वेळोवेळी भारतातील विकासाला खीळ घालणारे देशद्रोही आंदोलन असेही त्याकडे पाहिले गेले. परंतु आज घडीला गेल्या वीस दिवसांमधील नाट्यमय घटनांनंतर भारतीय समाज आणि राज्यसंस्था यासंदर्भात अधिक गंभीर आणि गुंतागुंतीचे वास्तव समोर आले, त्याकडे लक्ष पुरविले पाहिजे.

एका महत्त्वाचा मुद्दा येथे लक्षात येतो की, आता मेधा पाटकर आणि 'नबआं'ने मोठी धरणे मूलत: हानिकारक ही भूमिका बाजूला ठेवून, फक्त 'न्याय्य पुनर्वसन' हा सर्वांना मान्य होणारा मुद्दा स्वीकारून लढा पुकारला. पुनर्वसन योग्य झाले नाही याची प्रत्यक्ष पाहणी 'सत्यशोधन समिती'तील तीन सदस्यांनी सैफुद्दीन सोझ यांच्या नेतृत्वाखाली केली आणि त्यातून पुनर्वसन अपुरे राहिले असा निष्कर्ष काढला. या परिस्थितीवर तोडगा न काढता बांधकाम पुढे रेटले जाऊ नये असा रास्त आग्रह आंदोलनकर्त्यांनी धरला. असे करताना ऑक्टोबर २००० ते मार्च २००५ या काळातील सर्वोच्च न्यायालयानेच दिलेल्या निकालाचा आधार घेतला. धरणाच्या बांधकामाची गती पुनर्वसनाच्या कामाच्या गतीच्या तुलनेत अधिक नसावी असा स्पष्ट निवाडा दिला गेला. आत्तापर्यंत ११० मी. इतकी उंची धरणाने गाठली आणि पुनर्वसन काम अयोग्य राहिले, याबद्दलही रिव्यू कमिटीमधील सहा सदस्यांमध्ये एकमत नाही. ऑक्टोबर २००० च्या निर्णयामध्ये सर्वोच्च न्यायालयाने अशी परिस्थिती येऊ शकेल हे लक्षात घेऊन स्पष्ट केले होते की, समितीमध्ये जर असे मतभेद झाले, तर भारताच्या पंतप्रधानांनी निर्णय घेण्याची जबाबदारी घ्यावी. अशा वेळी त्यांनी पुन्हा वळून सर्वोच्च न्यायालयावर हा प्रश्न सोडविण्याची जबाबदारी टाकू नये. (अय्यर, 'दि हिंदू', १७ एप्रिल २००६, पृ. ११) परंतु प्रत्यक्षात, गुजराथमधील काँग्रेसच्या नेत्यांनी धरण प्रकल्पाला पाठिंबा देताना भाजपपेक्षाही जो लढाऊ पवित्रा घेतला, तो लक्षात घेऊन आपले पंतप्रधान मनमोहन सिंग यांनी एका अर्थी 'हेही खरे तेही खरे' अशी बोटचेपी भूमिका घेतली. धरणाचे बांधकाम थांबविले नाही, पण तीन महिन्यांत योग्य पुनर्वसन झालेच पाहिजे अशी तंबी दिली गेली.

नरेंद्र मोदी म्हणजे गुजराथेतील गोध्रा हत्याकांडाला जबाबदार असणारा, हिंसक, उद्धट, आपल्या मस्तीत जगू पाहणारा नेता! परंतु गुजराथमधील बहुसंख्य जनता (फक्त मध्यमवर्गीयच नाही) मोठ्या प्रमाणावर त्याच्या पाठीशी उभी आहे. या नेत्याची पाठराखण करणाऱ्यांनी बडोद्यातील 'नबआं'च्या कार्यालयाची विध्वंसक तोडमोड केली किंवा अमीर खानच्या भूमिकेला झुंडशाही प्रतिक्रिया दिली यात आश्चर्य नाही. परंतु अशा

नेतृत्वापुढे मनमोहन सिंगांसारखे नवउदारमतवादी अर्थशास्त्री राजकीय नेतृत्व नमते घेते याचे दुःख वाटते, पण नवल मात्र वाटत नाही. आपले पंतप्रधान नवे आर्थिक धोरण आणि जागतिकीकरण यांचे घोडे पुढे दामटणारे आहेत. असा माणूस मोठ्या धरणातील कोट्यवधी रुपयांची गुंतवणूकच महत्त्वाची मानणार. विस्थापितांकडे पाहण्याचा त्यांचा दृष्टिकोन म्हणजे 'विकासाच्या वाटेमधील अडथळा' असाच असणार. भाजपा आणि काँग्रेस या दोनही मोठ्या पक्षांची अर्थनीतीच्या अवकाशात हातमिळवणी आहे. इतकेच नाही, तर त्यांच्या हिंदुत्ववादी अथवा धर्मनिरपेक्षतावादी अशा भिन्न भूमिकाही कचकड्याच्या, साधनात्मक आहेत. त्यामुळे हे लक्षात घेतले पाहिजे की; गरीब, कष्टकरी स्त्रिया-पुरुष आणि एकूण निसर्ग यांचा साधनात्मक वापर ही रीत त्यांना खटकत नाही. म्हणून तीन महिन्यांच्या कालावधीत कदाचित फार तर कागदावर पुनर्वसन झाल्याचे नीट मांडले जाईल. म्हणूनच एकीकडे कष्टकरी स्त्रिया, दलित बहुजन जाती, आदिवासी, अल्पसंख्याक म्हणविणाऱ्यातील दबलेले गट यांच्याशी विकासनीतीच्या विनाशकतेबद्दल अत्यंत धीमेपणाने संवाद साधण्याची गरज आहे. 'नबआं' हे काम करीतच आहे. परंतु इतर झगडणारे, लढणारे गट या अशा कामात आहेत. या लांब पल्याच्या लढाईत रिलेच्या रेससारखे नेतृत्वही नव्यांच्या हातात गेले पाहिजे. 'आमरण उपोषण' हा मार्ग आत्ताच्या मुर्दाड, जुगारी भांडवलशाहीच्या टप्प्यांवर काही घडवून आणेल का, असा प्रश्न मनात येतो. मेधा पाटकरांची लहानशी देहाची कुडी असे आघात सहन करू शकेल का? आणि किती काळ? उपोषणाने किडनीवर होणारे परिणाम भयानक असतात, पण नरेंद्र मोदींवर त्यांचा काय प्रभाव पडणार? देशातील काही नागरिकांना 'भंगारा'चा दर्जाही न देणे, राज्यसंस्थेने अत्यंत बुळचट नाकर्तेपणा करणे आणि बळी जाणाऱ्यांनाच दोषी वा गुन्हेगार मानणे अशा षड्यंत्राचा आपण सर्वच भाग आहोत. अशा वेळी व्यक्तिशः मेधा पाटकरांच्या आत्मक्लेशाची किंमत राज्यकर्त्यांच्या लेखी शून्य ठरू नये असे वाटते.

आजच्या काळात घरोघरी माणसे कॅन्सर, अल्सर, एड्स वा डिप्रेशनने हैराण आहेत. मरण स्वस्त होत आहे, हा अनुभव पावलोपावली येतो आहे. एकीकडे शेतकऱ्यांच्या आत्महत्या, तर दुसरीकडे त्यांच्या बायका कर्ज, दारिद्र्य, म्हातारी, मुलेबाळे यांच्या जगबाबदाऱ्या पेलताना मेचल्या आहेत. अशा वेळी मेधा पाटकरांसारख्या समर्थ संवेदनक्षम नेतृत्वाने उपोषणासारखी जीवघेणी अग्निपरीक्षा द्यावी का, असा प्रश्न पुनः पुनः मनात येतो.

आणखी एक महत्त्वाचा परिणाम जाणवतो, तो म्हणजे संपूर्ण जगातच आता काही बहुराष्ट्रीय कंपन्या, जागतिक बँक, जागतिक व्यापार संघटना कोणत्या देशात कोणते निर्णय पुढे न्यायचे हे ठरवतात. देशादेशांच्या स्वायत्तता, सीमारेषा मोडीत काढल्या जात

आहेत. नरेंद्र मोदी गुजराथची अस्मिता म्हणून सरदार सरोवर धरण साकारत असतानाही, जागतिक पातळीवरील कोणत्या शक्ती त्यांना बळ देत आहेत हाही महत्त्वाचा प्रश्न आहे. 'नबआं' सारख्या स्थानिक पातळीवरील प्रश्नांची पूर्ण जाण असलेल्या आणि जागतिक पातळीवरील धरणांविषयीच्या भूमिका, माहिती, आणि ज्ञान असलेल्या चळवळीने म्हणूनच अधिक सावध, सर्वांना सामावून घेणाऱ्या रणनीतीची आणखी करणे शक्य होईल असे वाटते. गेल्या पन्नास वर्षांत विस्थापित झालेल्या जाती, जमाती, असंख्य सामान्य माणसे या सर्वांना बरोबर घेऊन नेतृत्व देण्याची क्षमता या आंदोलनामध्ये यायची, तर जिवंत राहून तसू तसू लढणे आणि इतरांचे लढणेही समजावून घेणे याला पर्याय नाही. गेल्या पन्नास वर्षांपेक्षाही अधिक कालखंडात ज्यांचे जातिनिहाय व्यवसाय गेले, जे अकुशल भूमीहीन ठरविले गेले; त्या सर्वांना ऊर्जा देणारी चळवळ निर्माण करण्याचे देशव्यापी, विश्वव्यापी स्वप्न पाहण्याची ताकद कमावणे फार मोलाचे वाटते.

५ ‘हिंदू संदर्भातील टिपण’

‘हिंदू’ ही कादंबरी एक अत्यंत महत्त्वाची कादंबरी आहे. केवळ मराठी साहित्यातील मोलाचे योगदान म्हणून या कादंबरीचा गौरव करावा एवढेच नाही; तर दक्षिण आशिया, त्यातील भारत देश, तसेच जागतिकीकरण नावाचा भांडवलशाहीचा जुगारी टप्पा, या सर्व संदर्भामध्ये ही साहित्यकृती महत्त्वाची आहे. धार्मिक/आर्थिक मूलतत्त्ववाद, दहशतवाद आणि त्याला शह देऊ पाहणारे नवे पर्याय वा विचार - जे लहान लहान प्रतिकारांमधून व्यक्ती आणि समूह पातळ्यांवर दिसत आहेत, त्या संदर्भातही हिंदूची संहिता महत्त्वाची वाटते.

शहरे - खेडी यांच्या सीमारेषा आज घडीला पुसल्या जात आहेत. गावे, खेड्यांमधील शेती संपते आहे. हरित क्रांती नंतरच्या काळात शेती नगदी पिकांच्या रूपात आल्यावर गरिबी-श्रीमंतीचे धृवीकरण झाले, परंतु तोही टप्पा आता बदलतो आहे. आता शहरांतून पैसा कमावलेली मंडळी ग्रामीण भागामध्ये फार्महाऊसेस बांधत आहेत आणि त्याच वेळी भूमीहीन शेतमजूर किंवा उखडलेला शेतकरी स्थलांतरित होऊन शहरांमध्ये उपजीविका शोधत आहे.

‘स्त्री प्रश्नाच्या’ दृष्टीने पाहिले, तर शहरांमध्ये वेश्या/गर्ती या विभेदनाची पुनर्रचना होते आहे. विशेषत: सेवाक्षेत्र पुनर्रचित होते आहे, त्यात स्त्रियांचा सहभाग वाढतो आहे. कला आणि क्रीडा या क्षेत्रांचे जागतिक पातळीवर महत्त्व देश म्हणून वाढते आहे, त्यातून भारत देशाची अस्मिता घडविली जाते आहे.

नेमाडे एक विशिष्ट भूमिका घेऊन लिहिणारे लेखक आहेत. स्पष्टवक्तेपणा हे त्यांचे वैशिष्ट्य आहे. त्यांच्या समीक्षेचा मराठी साहित्याच्या अभ्यासकांमध्ये एक दरारा आहे. स्त्रीवाद्यांना तर हा दरारा दहशतीच्या स्वरूपात जाणवतो. नेमाडे यांचा अभ्यास वादातीत आहे. त्यांचे देशीवादाचे परिप्रेक्ष्य पौर्वात्त्यवादाला शह देण्यासाठी अतिशय खणखणीतपणे उभे राहिलेले दिसते. परंतु अगदी पहिल्या कादंबरीपासून पुरुषसत्ताक व्यवस्था नावाची संरचना आणि विचारप्रणाली तसेच दडपणुकीची यंत्रणा इतिहासामध्ये कोणत्या प्रकारे

कार्यरत आहे, याबद्दल मात्र लेखक या दृष्टीने त्यांची आस्था कमी पडते की काय असा प्रश्न मनात येतो. तसेच जातींच्या उतरंडींचा विचार फक्त जातीजातींची 'भिन्नता' एवढ्यापुरताच करून, एक वेगळेच परस्परावलंबन कल्पिले आहे आणि त्यात शोषण-दडपणूक नव्हती असा दावाही केलेला दिसतो. या विषयासंदर्भात नेमाडे यांचा देशीवाद पुरुषप्रधान मूल्यव्यवस्थांमधूनच घडतो की काय असा प्रश्न जाणवतो.

माझ्या या लहानशा टिपणीमध्ये मी या कादंबरीतील फक्त पहिल्या भागावर लक्ष केंद्रित करून या संहितेतून 'स्त्रीप्रश्न' कसा घडविला गेला आहे हे शोधण्याचा/तपासण्याचा प्रयत्न करणार आहे.

नेमाडे जसे देशीवादाची भूमिका घेतात आणि ती घेण्याची त्यांची कारणे ही त्यांच्या बालपणात शेतकरी कुटुंबातील अनुभवात रुजलेली आहेत, त्याप्रमाणेच मीसुद्धा स्त्रीवादी परिप्रेक्ष्य गांभीर्याने, अभ्यासपूर्व स्वीकारलेले आहे. माझे स्वत:चे बालपण ज्या आई-वडलांबरोबर गेले त्या दोघांचीही मूळ गावे, कुटुंबे उद्ध्वस्त झाली होती आणि मग उदरनिर्वाहासाठी मुंबईच्या परिघाबाहेर उपनगरांमध्ये सक्तीने विभक्त झालेल्या कुटुंबात गेले. गाव नाही, शेती नाही, आजोळ नाही आणि तरीही मोठ्या उमेदीने घर-कुटुंब उभारू पाहणाऱ्या आईबापांची धडपड, निरक्षर विधवा आजीने माझ्या वडलांच्या बालपणी उदरनिर्वाहासाठी हाती घेतलेले लाटणे आणि घरातील अनेक स्त्रियांनी प्राथमिक शिक्षिका, शिवणकाम इत्यादी कामे करून उभारलेली कुटुंबे हा माझ्या अनुभवाचा भाग आहे.

'स्त्रीप्रश्नाची अभ्यासक'या नात्याने मला पटले आहे की, मानवी जीवनातील प्रत्येक पाऊल हे लिंगभावाने घडलेले असते. प्रत्येक उत्पादनव्यवस्थेमध्ये वर्गीय संरचना घडते आणि भारतामध्ये ती उत्पादनव्यवस्था जातीव्यवस्थाही घडवते. जात आणि वर्ग या चौकटींमध्येच लिंगभाव नावाची रचनाही घडते. स्त्री आणि पुरुष मूलत: काहीतरी सत्त्व स्वत:त बाळगतात अशी एक भूमिका घेतली जाते, तर माणसातील अशी सत्त्वे मूलत: वैश्विक वा मानवी नसतात, तर ती त्या त्या समाजव्यवस्थेमध्ये घडतात अशीही भूमिका घेतली जाते. समूह, समाज, धार्मिक गट यांच्याबरोबरीनेच लिंगभाव व्यवस्थाही घडविली जाते. त्यामुळेच एखाद्या कादंबरीत स्त्रीचे अथवा स्त्रीसमाजाचे चित्रण आले आहे की नाही या निकषापेक्षा, कोणत्या मूल्यव्यवस्थेचा विचार ती संहिता करते हे महत्त्वाचे ठरते. थोडक्यात माझ्या मते लिंगभाव, जातव्यवस्था, उत्पादनव्यवस्था या गोष्टी परस्परांना घडवित असतात. त्यात उतरंडीची रचना निर्माण होते आणि त्यातून व्यवस्थात्मक पातळीवर स्त्रीप्रश्न घडविला जातो.

स्त्रीवाद हे एक राजकीय भान आहे. त्यामध्ये परिवर्तनवादी विचार आहे. एकच एक स्त्रीवाद नसतो, बहुविध रितीने स्त्रीवादी परिप्रेक्ष्ये विकसित झाली आहेत. परंतु त्या

सर्वांची स्त्रीचे दुय्यमत्व आणि स्त्री-पुरुष नात्यातील सत्तासंबंध या गोष्टी मानवी समाजात इतिहासाच्या टप्प्यावर भिन्न परिस्थितीत घडतात आणि त्यामध्ये परिवर्तन शक्य आहे अशी भूमिका दिसते. माझे हे थोडक्यात लिहिलेले टिपण मोठ्या निबंधाचा भाग आहे आणि त्यातून मी कोणत्या दिशेने विचार मांडणार आहे त्याचे दिग्दर्शन होऊ शकेल. मार्क्सवादी स्त्रीवाद, जहाल स्त्रीवाद आणि दलित/बहुजन स्त्रीवाद यांमधून मिळणाऱ्या आंतरदृष्टी घेऊन हिंदूंचे आकलन करण्याचा माझा प्रयत्न आहे. अर्थात ह्या लहानशा टिपणात मी पहिल्या भागावर लक्ष केंद्रित केले आहे.

मार्क्सवादी-स्त्रीवादी परिप्रेक्ष्याने एकीकडे भांडवली अर्थव्यवस्थेत खाजगी/सार्वजनिक असे विभेदन होते, तेव्हा त्यातून खाजगी जगात सक्तीने ढकलल्या गेलेल्या स्त्रियांवर चार तऱ्हेची नियंत्रणे येतात असे दाखवून दिले. स्त्रियांचे उत्पादन आणि श्रम, त्यांचे पुनरुत्पादन, लैंगिकता-जननक्षमता आणि सामाजिक संस्कार ही चारही क्षेत्रे नियंत्रित असतात. त्यांवर त्यांना व्यक्ती म्हणून निर्णयाचा अवकाश नसतो. भिन्न वर्गातील स्त्रियांचे शोषण आणि दुय्यमत्त्व भिन्न असते. परंतु या सर्व घटनांचा एकात्म परिणाम म्हणून, त्या त्या काळातील अर्थव्यवस्था पुरुषप्रधानतेसह अधिक स्थिर आणि बळकट होते. जगून तगून राहण्यासाठी स्त्रिया अशा व्यवस्थांना खिंडारेसुद्धा पाडत असतात. जहाल स्त्रीवादाने स्त्रीदेह केंद्रस्थानी ठेवून इतिहास आणि पुरुषसत्ताक व्यवस्थेचा विश्लेषणाच्या पातळीवर विचार केला आहे. दलित बहुजनवादी स्त्रीवाद भारतीय संदर्भात महत्त्वाचा वाटतो, कारण या स्त्रीवादातून जात अधिक लिंभागव यांचा एकत्रित विचार मांडला आहे आणि त्यांच्या मते, या दोन्ही गोष्टींना भौतिक पाया असतो. या स्त्रीवादाचे वैशिष्ट्य असे की, पाश्चिमात्य जगातून वसाहतवादी काळातच फक्त आधुनिकता आली आणि स्त्रीचे शोषण आले, हे दोन्हीही मुद्दे त्यांना मान्य नाहीत. पाश्चिमात्य जगातसुद्धा जुडाईझम/ख्रिश्चन धर्माचा पगडा असताना आधुनिकतेसाठी एक संघर्ष दिला गेला हे लक्षात घेऊन, आपल्याकडील भक्ती ही अगदी सुरुवातीची आधुनिकता होती असे हा स्त्रीवाद मांडतो. भारतामध्ये जे स्थानिक पातळीवर दिसते ते फक्त प्रादेशिक नसते, तर ते एका वैश्विक/जागतिक घडणीशी जोडलेले असते. त्या अर्थाने आधुनिकता हा पाश्चिमात्य जगातून आयात केलेला विचार नाही असे या स्त्रीवादाला वाटते.

आपण मांडणीच्या सोयीसाठी या कादंबरीमधून राज्यसंस्था, ग्रामीण समाज, कुटुंबसंस्था, संस्कृती आणि धर्म या पाच मुद्यांसंदर्भात काय आणि कसे मांडले गेले आहे हे पाहून, त्या मांडणीमधून लिंगभावविषयक कोणती परिदृष्टी दिसते हे समजावून घेऊन, मग लिंगभावातूनच म्हणजेच मूलतः पुरुषी वर्चस्वात्मक जातीय श्रेष्ठतेतून यातील विचार येतो का असेही पाहू. देशीवाद हा उलट्या बाजूने मांडलेला पौर्वात्यवाद अशा नव्या

रुपात अवतरतो की काय अशी शंका मनात येते. या टिपणाच्या मांडणीमध्ये संहितेतील पहिल्या विभागातील काही निवडक वेचे लक्षात घेऊन मांडणी करण्याचा मी प्रयत्न केला आहे. हीच पद्धत मोठा सविस्तर निबंध तयार करताना मी अवलंबणार आहे.

''आपले आजचे वक्ते येन केन पत्रिकेतून प्रसिद्ध झालेले पुरातत्त्वज्ञ मिस्टर खंडेराव विठ्ठल अजून पीएचडी आटपेना, परंतु आपल्या मनाला येईल तसा सिंधुलिपीचा अर्थ लावून दाखवणार आहेत. हे दक्षिण भारतातल्या पश्चिम किनाऱ्याजवळील उत्तर महाराष्ट्रातल्या पूर्व खानदेशात मोरगाव खेड्यात शेतकऱ्याच्या घरात जन्मले, एवढी ओळखही खूप झाली किंवा म्हणा, एवढीही ओळख खूप झाली. मिस्टर खंडेराव, सुरू करा तुमचा शोधनिबंध (पृष्ठ क्र. ४).''

पहिल्या भागात या संहितेमध्ये खंडेराव नावाचा ओळख हरवलेला माणूस स्वत:ची ओळख दुसऱ्याच्या तोंडून करून देतो आहे. येथे दक्षिण भारत, पश्चिम किनारा, उत्तर महाराष्ट्र, पूर्व खानदेश, मोरगाव नावाचे खेडे, शेतकरी नावाची अस्मिता आणि व्यवसाय अशी ओळख दिली गेली आहे. तिसऱ्या जगातील देशीवाद मांडताना आपली विशिष्ट जात आणि त्यात घडविले जाणारे आपले पुरुषत्व याविषयी स्पष्टता असणारा खंडेराव, अशी स्पष्टता मंडी किंवा झेंडी या स्त्रियांच्याबद्दल 'मांडणे'-'बाळगणे' महत्त्वाचे मानत नाही असे दिसते.

''मित्रहो, उझबेकिस्तानापासून कच्छपर्यंत निर्मनुष्य झालेल्या या सर्व महानगरी संस्कृतीपासून काय धडा घ्यावा? आमची सिंधुसंस्कृती लयाला गेल्यापासून या उपखंडात आणि जगात अन्यत्रसुद्धा भाषा सार्वभौम होत गेली. मंत्र म्हटल्याशिवाय तुमचा जन्म झाला हेही सिद्ध होत नाही, की विवाह ही सामाजिक संस्था होत नाही आणि अंत्यकर्माचे मंत्र पुटपुटले गेले नाहीत, तर तुम्ही भुतंखेतं होणार असता. अशा रितीनं श्रमाला केंद्रस्थानी ठेवून नैसर्गिक पिकांनी पृथ्वीची शान वाढविणारी आत्ममग्न स्वायत्त कृषिसंस्कृती हळूहळू परावलंबी होत गेली. याउलट, भाषेला केंद्रस्थानी ठेवून शोषण करणाऱ्या नागरी ऐतखाऊ औद्योगिक, व्यापारी, कोळसा-पेट्रोलादी खनिजांवर धावणाऱ्या शोषण संस्कृतीची-जमिनीतील मुळं नष्ट-इलेक्ट्रॉनिक-जागतिकीकरण-जगण्याचा कस (पृष्ठ क्र.४).''

या संहितेत एका प्रकारचे धृवीकरण केलेले दिसते. या धृवीकरणात 'श्रमकेंद्री नैसर्गिक पिकांनी पृथ्वीची शान वाढविणारी आत्ममग्न स्वायत्त कृषिसंस्कृती' विरुद्ध 'भाषेला केंद्रस्थानी ठेवणारी ऐतखाऊ नागरी संस्कृती' अशी मांडणी दिसते. कधीतरी स्वत:पुरते, स्वत:ला पोसणारे, आत्मनिर्भर असे जग होते आणि त्याविरुद्ध जे आले, ते सर्व विकृत विकासाचे जग आले अशी मांडणी दिसते. सिंधुसंस्कृती लयाला गेली, धसली त्याची कारणे कोणती होती, कृषिसंस्कृतीची सुरुवात संगोपक-संवर्धक पद्धतीने कोणाच्या श्रमातून

झाली, मडक्यात पाणी भरून ठेवण्यामध्ये आणि दोरखंड तयार करण्यामध्ये, गर्भधारणा करू शकणाऱ्या स्त्रियांचा वाटा नेतृत्व जागी होता की नव्हता? पुरुषांना पितृत्वाची भूमिका, त्यावरील आपला हक्क हे सारे कळल्यानंतरच 'आत्ममग्न स्वायत्त कृषिस्कृती' उभी राहिली की नाही, याचा ऊहापोह तसा केलेला दिसत नाही. त्यामुळे जातीय विषमता, स्त्री-पुरुष विषमता यांपेक्षा देशीवादांतर्गत काहीतरी 'अस्सल' शोधण्याचा येथे प्रयत्न दिसतो. हे 'अस्सल' शोधताना 'आधुनिकता' या कल्पनेशी सर्वस्वी वैर घेतलेले दिसते.

''वस्तुत: कुठल्याही नागरी संस्कृतीच्या घडणीतच त्यांनी आपोआप नष्ट व्हावं, असं पायाभूत तत्त्व जडलेलं असतं. आता हे न्यूयॉर्क-इसवी सनापूर्वी ३०००, ऊर इसवी सनापूर्वी २८०० असं म्हणता म्हणता प्राचीन काळातील म्हणून मुंबई, लंडन, न्यूयॉर्क या महानगरींचीही नावं घेऊन म्हणतो, या शोषण करणाऱ्या नागरी व्यवस्था नव्हत्या? (पृष्ठ क्र.५).''

''गेल्या पाच हजार वर्षांत कोणती महानगरं टिकली आहेत? महानगर उद्ध्वस्त व्हायला कुऱ्हाडी नि रथ कशाला लागतात? ऐतखाऊ नागरी समाज आधीच स्वत:च्या आतल्या हिंसेच्या भुसभुशीत पायावर उभा असतो. शिवाय कच्चा माल येणं थांबलं, पाणी बंद झालं, पेट्रोल संपले, गॅस संपला, व्यापार कोसळला, निसर्गाचा कोप झाला, नदीनं पात्र बदलवलं, की हे फुग्यासारखे फुटतात. (पृष्ठ क्र.१०).''

ही संहिता वाचताना असे जाणवते की, महानगरे शोषक आणि पोकळ फुग्यांसारखी आहेत, तर त्याविरुद्ध काहीतरी टिकाऊ आहे. तो टिकाऊपणा जुन्या काळात आत्ममग्न कृषिसंस्कृतीमध्ये जणू काही आहे. नागरी भाषा केंद्रितता 'ब्राह्मणी' आहे, म्हणजेच ज्ञानात्मक नाही असे निरीक्षण दिसते. ही टीका महत्त्वाची वाटते, परंतु या धृवीकरणातून ब्राह्मणीकरणाला विरोध करून नवी आधुनिकता आत्मसात करणाऱ्या महात्मा जोतीराव फुलेंसारख्या विचारवंताच्या प्रयत्नांनासुद्धा मोडीत काढल्यासारखे दिसते.

''या पंचाहत्तर वर्षांच्या, एकोणिसाव्या शतकात जन्मलेल्या फाळणीपूर्व हिंदुस्थानी पिढीनं तर किती उलटंसुलटं झालेलं पाहिलं. वतन, राष्ट्र, वंश, धर्म, संस्कृती, भाषा, इतिहास सगळा गुंता झालेला. तरी आपण ते सरळ करून पाहतो. म्हणजे हिंदू लोक समजून चालतात की, फक्त हिंदूंच्याच कत्तली पाकिस्तानात झाल्याआणि मुसलमान लोक समजून चालतात की, फक्त मुसलमानांच्याच कत्तली हिंदुस्थानात झाल्या. यामुळे आमच्या पिढीला जगणं सोपं गेलं (पृष्ठ क्र.१७).''

अशा मांडणीतून एक सरळसोट पद्धतीने केल्या गेलेल्या राष्ट्रवादी इतिहासाच्या स्वरूपाच्या विरोधी भूमिका घेतलेली दिसते. परंतु येथेसुद्धा हिंदूंच्या कत्तली, मुसलमानांच्या कत्तली मांडताना हिंदू आणि मुसलमान स्त्रियांवर झालेले बलात्कार आणि अशा स्त्रियांचे

राष्ट्रराज्यांच्या सीमारेषा राखणाऱ्या प्रतिकांमध्ये केले गेलेले निघृण प्रातिनिधीक रूप, या गोष्टी मात्र चुकूनसुद्धा मांडल्या जात नाहीत.

"कॅम्पकडे येताना एका पिंपळाच्या झाडाखाली कुणा हजरत तखदूम बालेमियाँची उद्ध्वस्त मजार होती. त्याला तवाफ करून मगच हे सगळे मजूर कामावर यायचे. आमच्यातल्या परदेशी युरोपी-अमेरिकी लोकांना आणि पाकिस्तानी ऑफिसरांनाही हा अडाणी, क्षुद्र अंधविश्वासाचा हास्यास्पद प्रकार वाटायचा. अली, आपणसुद्धा या पीराला डोकं टेकवून येऊ. धार्मिक स्थळं, मोठमोठ्या टोलेजंग चर्ची नू मशिदी नू मंदिरं अशीच फक्त चांगली, पवित्र का समजायची? लहान लहान शेंदूर लावलेल्या देवतांची टिंगल आमच्या मोठमोठ्या संतांनीसुद्धा का म्हणून करायची? अशा शेंदऱ्या दगडासमोर डोळ्यांत पाणी आणून आर्त सुरात एकदा गावाची एक बाई म्हणताना मी पाहिली आहे, देवा तू दिऊ केलास पण झेल्याने पदर नाही व्हता. आम्ही अपेशी. ही भक्ती अस्सल का नाही समजायची? आणि गगनचुंबी सेंट पॉल आणि मक्का मस्जिद आणि तिरुपती ही फायू स्टार महागडी श्रद्धा फक्त अस्सल समजायची? अली, भांडवलीकरण हाच अंधविश्वास आहे (पृष्ठ क्र.१८)."

"आमच्याकडे गावोगाव पाळला जाणारा सत्पंथ ज्या इमामशहांनी पंधराव्या शतकात स्थापन केला होता, तेही मुलतानचे सत्पुरुष होते. आमची फैजपूरची मावशी तर कट्टर सत्पंथी होती. इमामशहाच्या सत्पंथी मठात लहानपणी तिच्याबरोबर पारायणाला गेलो की, मुलतानाच्या मुसलमान इमामशहाची योगविद्या वगैरे ग्रंथांमधली शिकवण कानावर पडायची- चैतन्य स्वरूपातली ही सृष्टी म्हणचे नारायणाची क्रीडा आहे. दृढनिश्चय, प्रतिज्ञांचे पालन, ज्ञानदृष्टी, शरीरशुद्धी, हृदयशुद्धी, व्रत, सत्य, क्षमा, परोपकार, समानभाव-मी झोपू नये म्हणून मावशी आंगठा चोळते- माणसाला आत्मोन्नती आवश्यक आहे. त्यांच्या मुलतानशी माझा काहीतरी संबंध लागला होता. आणि तो अत्यंत जवळचा होता (पृष्ठ. क्र.१९)."

तळागाळातील माणसांच्या श्रद्धांचा आदराने उल्लेख करताना मोठ्या मोठ्या संतांच्या कार्याकडे उपेक्षेने पाहिले गेले आहे. म्हणजेच पाश्चिमात्य जगातून आधुनिकतेची जी काही त्यांच्या जमिनीत उगवलेली व्याख्या दिसते, तिचा एकच एक साचा मानला आहे. ती वर्चस्ववादी आधुनिकता आहे असे मानून मग, वर्तमानकाळातील जी गरीब बाई देवाला "तू दिऊ केलास पण झेल्याने पदर नाही व्हता" असे म्हणते आणि स्वत:ला अपयशी समजते, त्या बाईच्या भक्तीला 'अस्सल' मानले आहे. या गरीब बाईला जात वा धर्म नाही. येथे सर्व भांडवलीकरणाला 'अंधविश्वास' मानताना फुले यांची ईश्वराला 'निर्मिक' मानून, धर्म हा दडपणुकीचा स्रोत आहे असे सांगून; शेटजी, भटजी या दोहोंवर

टीका करणारी आधुनिकता लक्षात घेतली जात नाही.

"आम्ही गरीब देशातले पुरातत्त्वज्ञ ऐकून घेण्यापलीकडे दुसरं काय करणार? साधी भाजीपोळी खाऊन केलेली आमची उत्खननं आम्हांला फार बळ देत नव्हती (पृष्ठ क्र.१९) गुरुवर्य सांखळिया या कोणत्याच तर्काला पुरातत्त्वाचा आधार नाही असं, पण फार नम्रपणे सांगायचे. कारण अमेरिका-युरोपमधल्या विद्वानांना असतं तेवढं पैशांचं अखंड पाठबळ हिंदुस्थानातल्या विद्वानांना नसल्यानं फार जोरात बोलणं अवघड होतं (पृष्ठ क्र.१९-२०)."

या संहितेमध्ये अमेरिका युरोपमधील विद्वान आणि साधी भाजीपोळी खाऊन उत्खनन करणारे देशी पुरातत्त्व यांच्या परिस्थितीतील अंतर नेमकेपणाने दाखविले आहे. परंतु असे दाखविताना तिसऱ्या जगातील हा खंडेराव 'मोठ्या शेतकऱ्याचा मुलगा' आहे हेही लक्षात घ्यायला हवे. जागतिक विरुद्ध स्थानिक, पाश्चिमात्य विरुद्ध पौर्वात्य अशा द्वैधी मांडणीमध्ये आपल्याला जो अवकाश मिळालेला आहे, त्याविषयीची जाणीव संहितेमध्ये फारशी मांडलीच जात नाही आणि मांडली गेलीच, तर ती तोंडी लावल्यासारखीच दिसते.

"आमच्या मोरगावातील सुप्रसिद्ध गणिका झेंडी हिच्या घरात स्वत: राहून डॉ.मंडीनं गुप्त कामशास्त्रीय माहिती जमवली होती. तिच्या मते, मोहेनजोदडो वगैरे हडाप्पासंस्कृतीच्या नगरांमधली चाळीवजा घरं दुसरंतिसरं काही नसून कुंटणखाने होते. पाच हजार वर्षांपूर्वी समुद्री वाऱ्यांची वाट पाहत ईजिप्त, मध्यपूर्वेकडचे व्यापारी कुंटिणींकडेच मुक्काम ठोकत असावे. मुरळ्या, देवदासी, गणिका, नर्तकी, कोल्हाटणी, कोठीवाल्या गाणाऱ्या, डोंबारणी- या सगळ्यांमध्ये राहून तिचं असं मत झालं होतं की, या बाया सिंधुसंस्कृतीपासूनच हा उद्योग इमानाने करत आहेत. वात्स्यायनाची मुळंही आर्यपूर्व सिंधुसंस्कृतीतच आहेत. इंग्रजांनी या सगळ्यांना वेश्याव्यवसायात ढकललं, कारण इंग्रजांना लैंगिकतेची उदात्तच काय, शारीरिक बाजूसुद्धा कधीच कळली नव्हती, वगैरे. नुकत्याच झालेल्या सर्वेक्षणांमध्येही हिंदुस्थानच्या पश्चिम किनाऱ्यांकडून थेट मलबारपर्यंत अनेक जातींमध्ये गोरा रंग ज्यास्त असण्याचं कारणही हा प्राचीन काळापासून चालत आलेला वंशमेळ आहे. असा गोरा रंग पूर्व किनाऱ्यावर का असू नये? वगैरे. मंडी जगातल्या सर्वोत्तम पुरातत्त्वज्ञांपैकी एक होणार, यात आम्हा डेक्कन कॉलेजातल्या सहकाऱ्यांना शंका नव्हती (पृष्ठ क्र.२०-२१)."

या पहिल्या विभागातील हा उतारा फार महत्त्वाचा वाटला. पूर्वीचे कुंटणखाने आणि त्यात व्यवसाय करणाऱ्या स्त्रिया यांच्याबद्दल पुन्हा एकदा मुरळ्या, देवदासी, गणिका, नर्तकी, कोल्हाटणी, कोठीवाल्या गाणाऱ्या, डोंबारणी यांना फक्त इंग्रजांनी वेश्या

व्यवसायात ढकलले अशी मांडणी धक्कादायक वाटते. येथे सर्व इंग्रजांचाही एक साचा केला आहे आणि पाश्चिमात्य जगाबद्दल सर्वसाधारण विधाने करून त्याचाही एक ठोकळा तयार केला आहे. सगळ्यात वाईट म्हणजे सिंधु संस्कृतीपासून बाया शरीरविक्री इमानदारीत करीत होत्या आणि त्या व्यवसायाला फक्त शारीरिक बाजू होती असे मांडणे कोणत्या नैतिकतेत बसते हे समजत नाही. स्त्रियांचे शारीरिक श्रम आणि लैंगिक श्रम या दोन्ही गोष्टी वसाहतपूर्व काळात परात्म नव्हत्या असे म्हणता येईल का? मग जेव्हा शेतात राबणाऱ्यांच्या श्रमांचे अपहरण झाले, त्याच काळात 'भक्ती'चा उदय कसा झाला? भांडवलपूर्व समाजात सर्व नातीगोती सुसंगत, आनंददायी होती असे म्हणता येईल का?

परंतु मला पटलेलं जाणिवांचं महत्त्व मी कसोशीनं त्यांना पटवून देत राहिलो. सर मग त्या त्या काळातल्या जाणिवा जातात कुठे? लिपी, घरांची रचना, रस्त्यांची रचना, नगररचना, तटबंदी, मुद्रा, चित्रं, मूर्ती या गोष्टींच्या मागे जाणिवा नसतात काय? असल्या तर शोधणं आपल्या कार्यक्षेत्रात का घेऊ नये?

''नॉनसेन्स. फाशीवर लटकलेला माणूस - मातृभूमीसाठी बलिदान म्हणून, का चोरदरोडेखोर म्हणून टांगला हे प्रेतावरून कसं ठरवणार? या अर्थशून्य विश्वव्यापारात जाणिवा म्हणजे आपल्या नगण्य जगण्याला आधार देण्याच्या फारच कृत्रिम सबबी आहेत. तुम्हांला पुरातत्त्वाची पद्धती पाळायची असेल, तर गृहीतकृत्यंही याच पद्धतीनं शोधलेली पाहिजे. बोला, डॉक्टर मंडी, तुमच्या नव्या पिढीला काय वाटतं. मनापासून काय वाटतं ते सांगा (पृष्ठ क्र. २२).''

या उताऱ्यात पुरातत्त्व कार्यक्षेत्राचा ढाचा बदलण्याचा प्रयत्न दिसतो. येथे आपल्या लक्षात येते की, आधुनिकतेशी झगडा घेताना ब्रिटिशांनी आणलेली सरकारी दफ्तरखान्याची रीत ही जाणिवा मारून टाकणारी रीत आहे. त्यातून ज्ञानाचे सत्ताकारण ठरते असे संहितेतून सुचविले आहे. परंतु लिपी, घरांची रचना इत्यादी गोष्टींच्या मागे असणाऱ्या जाणिवा शोधणे, ही रीतसुद्धा नव्या वेगळ्या प्रकारचे दफ्तर निर्माण करणे नाही का? म्हणजेच पुरातत्त्वाच्या पद्धतीतून वासाहतिक चौकटीत ज्ञानाचे सत्ताकारण जे झाले आहे, ते उखडून काढण्यासाठी नवी गृहितके निर्माण करण्याचा हा प्रयत्न दिसतो. अशा ज्ञानाच्या निर्मितीतूनसुद्धा एक प्रकारचे सत्ताकारण उभे राहणार नाही का?

''खंडेराव, मला ते जमलं नाही, पण तू खूप शीक. इंग्रजी राज्यामुळे आपण होतो तसेच रायलो. तुझ्यासारख्यांनी समाजाला नवा विचार द्यावा. या युरोपातल्या बाया केवढ्या आत्मनिर्भर? किती यांचा आत्मविश्वास? हा आत्मविश्वास या बायकांना कशामुळे मिळतो? आपल्या बायका या पातळीवर आणखी किती शतकांनी जातील? या विदुषी बाईमुळेच मला कळलं की, लैंगिकदृष्ट्या मुक्त झाल्याशिवाय असा निधडेपणा बायकांना

येणार नाही. बस. बाकी दुसरं काही नाही. मुक्त या संस्कृत शब्दाऐवजी आपला देशी शब्द मोकाटच या संदर्भात वापरला पाहिजे. बस. तेवढं एक झालं की, आपल्या मुली सुधारल्याच समज. लैंगिकदृष्ट्या लहानपणापासून या बाया मोकाट असल्यानं पुढे काही भीड राहत नाही. व्यभिचाराचीही शक्यता यात गृहीत धरली जाते. प्रत्यक्षात लैंगिक अतिचार अशाच बाया करतात, असं नाही. पण आपण हिंदू पुरुषच या आपल्या बायकांच्या मागासलेपणाला जबाबदार आहोत (पृष्ठ क्र. २६).''

हा उतारा युरोपातील बायांच्या आत्मनिर्भरतेबद्दल आणि आत्मविश्वासाबद्दल काही बोलतो. लैंगिकदृष्ट्या मोकाट असलेल्या - पाश्चिमात्य विदुषी असलेल्या स्त्रिया अशी मांडणीसुद्धा साचेबंद वाटते. पाश्चिमात्य जगातील स्त्रियांनी दिलेला संघर्ष येथे लक्षातही घेतला गेला नाही. इतकेच नाही तर, एकदा हिंदू पुरुषांना बायकांच्या मागासलेपणाबद्दल जबाबदार धरले की, मग शतकानुशतके पाश्चात्त्य बायकांच्या पातळीवर आपल्या स्त्रिया जाणार नाहीत असा सूर शेतकरी भाऊ लावतो. नवा विचार देण्याचे काम खंडेरावाने करावे आणि मोकाट होऊन विदुषी होण्याचे काम युरोपातल्या बायांनी करावे अशी ही विभागणी दिसते.

''साधेपणा किती उदात्त असू शकतो, हे आधुनिकतेच्या लाटेत नष्ट न होवो. ही खेडी अशी निष्पाप, साधी, उदार मनाची राहतील? राहतील. राहतील. हिंदू लोक काहीही फेकून देत नाहीत. सिंधुकाळापासून सगळी अडगळ आम्ही तळघरात गच्च जपून ठेवलेली आहे. सगळं तिथे अंधारात कुठेतरी ठेवलेलं असतं. ते न दिसू दे. हरवू दे. स्मृतीतूनसुद्धा जाऊ दे. काही बिघडत नाही. केव्हातरी सापडेलच. सिंधु धर्म आहे. बौद्ध धर्म आहे. जैन धर्म आहे. वैदिक ब्राह्मणही आहे. पिंपळाखालचा मुंजा आहे. दिवाळीची लव्हाळ्यांची धेंडवाळी आहे, बाशिंग आहे. आणि लभान्यांची नावं - हरखू हे शरयू नदीचं अफगाण पुश्तू नाव आहे. खरखोती हे सरस्वतीचं पुश्तू रूप. तुमच्या एवढ्याशा मोरगावात आठ धर्म आणि पंथ, २२ जाती आजही आहेत (पृष्ठ क्र. २७).''

हिंदू लोक सगळी अडगळ गच्च जपून ठेवतात आणि त्यातून आठ धर्म आणि पंथ, बावीस जाती असे मोरगावातले चित्र स्थानिक पातळीवर दिसते. परंतु भिन्नता व बुहुविधता म्हणजे समानता नाही हे लक्षात घ्यायला हवे. एकूणच या संहितेत अनेकांच्या तोंडी वक्तव्ये आली आहेत. ही वक्तव्ये कधी वर्चस्ववादी आधुनिकतेच्या चौकटीमधून बोलतात, तर कधी देशीवादाच्या. विशेषत: 'उत्तरवसाहती परिस्थिती दोन्हीकडे सारखीच असणारी' (पृष्ठ २९८-२९९) असे म्हणणारा खंडेराव पाकिस्तानातील हुकूमशाही आणि सैनिकीकरण आणि भारतातील सामान्यजनांचे लोकशाही मार्गाने निवडणुकांच्या चौकटीत आपले प्रतिनिधी शोधणे हे सारे एका पातळीवर आणतो.

''अली म्हणत होता, फाळणीमुळे श्रीमंत लोकांनाच पळावं लागलं, तरी ते दोन्हीकडे पुन्हा प्रस्थापित झालेच आहेत. प्रश्न बिचाऱ्या गरीब लोकांचे मिटलेले नाहीत. आणि गरीब लोकांमध्ये मुसलमान जास्त होते. अजूनही तसंच आहे... दोन्हीकडच्या दीड कोट लोकांना आपलं वतन सोडावं लागलं. तुम्हाला नुस्तं इथून बाहेर जा म्हटलं तरी संताप येतो. धमक्या देऊनही लोक आपली जागा सोडत नाहीत (पृष्ठ क्र. ४३).''

''फाळणीमुळे झालेले हे आमचे मोठमोठे तोटे - जमिनीचं जाऊ द्या, पण सांस्कृतिक अवकाशाचंसुद्धा पार्टिशन?

मुसलमान भारतीय असो, पाकिस्तानी असो, फाळणीच्या विरोधातच असला पायजे. फाळणीमुळे सगळ्यात जास्त फटका मुलसमानांना बसला आहे, यारू.

भारताला एवढा मोठा मुस्लीम वारसा तुम्ही सोडून द्यावा? हिंदूंनी पाकिस्तानातला हिंदू वारसा नाही सोडला. सोडणारही नाहीत.

खंडेराव हा एक प्रकारचा हिंदू साम्राज्यवादच नाही वाटत? पाकिस्तानी मुसलमानाला असं नाही वाटलं, तर ते चुकतं?

पाकिस्तानचा तोटा फाळणीमुळे काहीच नाही झाला? स्वतंत्र तर होणारच होतो आपण सगळे (पृष्ठ क्र. ४४) अशी पराकोटीची सहनशीलता व्यक्तिमत्त्वात नैसर्गिकत:च आलेली ग्रेट पिढी आता तयार होते आहे- पाकिस्तानात? हिंदुस्थानात? उपखंडात? पाहाल तुम्ही (पृष्ठ क्र.४६).''

या सर्व विधानांमधून फाळणी आणि हिंसाचार यांविषयी बोलताना एकीकडे राष्ट्रराज्य घडविले गेले या गोष्टीलाच समस्या मानले आहे. अशा देशांच्या सीमारेषांसंदर्भात टीका उभी करताना आधुनिकतेशी जे वैर ही संहिता मांडते, ते पाहण्यासारखे आहे. देशपातळीवर माणसांची सामूहिकता नाकारली, तर एकीकडे राज्यसंस्थाविहिन समूहात्मतेची कल्पना केली जाते आणि मग ही कल्पना हिंदू एकत्र अविभक्त कुटुंबाशी तर जोडली जात नाही ना? तसेच कोंडमारा झालेला पराकोटीचा सहनशील असलेला हिंदू आणि मुसलमान पुन्हा एकदा अपरिहार्यपणे पुरुषच आहे.

''अली म्हणतो, आज लाखांनी सैन्यात कोवळे तरुण जगभर भरती केले जातात, सक्तीनं. त्यापेक्षा हे शांतताप्रिय संन्याशी पोसण्यात काय वाईट आहे? बौद्ध मठव्यवस्था या मिलिटरीपेक्षा किती उदात्त होती.

यारू तू बरोबर बोललास. सव्वीस जानेवारीचं सैन्याचं संलचन पाहताना एकसारख्या युनिफॉर्ममधले आपण मारायला तयार ठेवतो असे कोंबड्यांसारखे सैनिक. केवढी ऊर्जा धुडूमदिशी वाया घालवण्यासाठी जय्यत ठेवलेली असते? मला तर हुंदका आल्यासारखं होतं ते दृश्य पाहताना. भयंकर. अमानुष (पृष्ठ क्र.४९).''

येथे अलीच्या तोंडी सैनिकीकरणाबद्दलची विधाने येतात. पुन्हा एकदा ही सर्व विधाने शांतताप्रिय संन्याशी, बौद्ध मठ व्यवस्था यांविषयी बोलताना पुरुषांच्या जगाविषयीच बोलतात आणि मग खंडेरावसुद्धा सैनिकीकरण भयंकर अमानुष ठरवितो. एकत्र कुटुंबे, हिंदूंचे संन्यास घेणेआणि बौद्धांच्या मठांमधील वातावरण यांविषयी झालेले स्त्रीवादी संशोधन पाहता असे वाटते की, या संहितेत एक जाणीवपूर्वक आंधळेपण स्वीकारलेला दिसतो. जर आधुनिकता ही वर्चस्ववादी रूपात स्वीकारायची नसेल, तर मग एतद्देशीयपणा करू पाहणारा देशीवाद हा फक्त भारत पाकिस्तानातील पुरुषांच्याच आवाजात का बोलतो, हा प्रश्न शिल्लकच राहतो.

''हरित क्रांतीमुळे आलेलं हे पुढारीपण. एकाच पिढीत केवढे उलटेसुलटे बदल. स्वातंत्र्य. राजकारण. आपल्या आपल्या लोकांसाठी झिजणं. सत्तेचा मोह टाळून वडलांच्या फुकट महाजनक्या. आधी आमच्या लहानपणी इंग्रजी राज्यात शेतकऱ्याला काय किंमत होती? आता डझनभर सोसायट्यांची संचालक मंडळ, बँकांचे अध्यक्ष, आमदार-खासदार-पुढारी किती लोकांचं वडलांच्याशिवाय पान हलायचं नाही... इंग्रजी राज्यात फायदे फक्त शहरी जातींचे. वडलांची गोल काळी टोपी. तिच्या मागच्या शिवणीच्या टोकावर एकदोन टाचण्या टोचलेल्या. त्या मेड इन इंग्लंड. पायात काटागिटा काढायला, नखं साफ करायला, फोड फोडायला, टाचायला एक दुर्मीळ बहुमोल हत्यार. केवढा बुद्धिमान इंग्रज मनुष्य - इतक्या बारीक टोकाच्या टाचण्या करतो. आपले साले लोहार, यांना पुराण्याची आरसुद्धा नीट येत नाही (पृष्ठ क्र. ६१, ६३).''

शेतीचे आधुनिकीकरण हरित क्रांतीमुळे झाले आणि त्यातून नवी नोकरशाही निर्माण झाली. या विषयीची टीका आणि घृणा मांडताना शेतकऱ्याचे पुढारीपण, त्यातून लोकांना मदत करण्याची कृती, एक वेगळाच सामाजिक कारभार उभा राहतो याबद्दल उपेक्षा आहे; पण एवढ्यावरच हे थांबत नाही. आपले लोहार बारीक टाचणी बनवू शकत नाहीत, तितका अचूकपणा आपल्याकडे नाही, याचीही खंत व्यक्त होते. आपल्या कारूनारूंचे अनुद्योगिकरण झाले, अकुशलीकरण झाले; त्या काळात ब्राह्मण-नोकरशाही आणि शैक्षणिक क्षेत्रामुळे, व्यापारी-आर्थिक क्षेत्रामुळे आणि जमीनधारक शेतकरी या साऱ्यांचे फायदे झाले. अलुतेदार-बलुतेदार यामुळे भूमीहीन मजूर झाले आणि एक सांस्कृतिक भणंगीकरण झााले. ज्या काळात आधुनिकता आपल्याकडे अवतरत होती, तेव्हाच बहुसंख्य भारतीय औपचारिक-अनौपचारिक शिक्षण व्यवस्थेतून बाहेर फेकले जात होते. या सर्व प्रक्रियेबद्दल सहानुभव ठेवून, या सांस्कृतिक आंतरविरोधांना तोंड देण्याचा प्रयत्न करणारी एतद्देशीय आधुनिकता; जी महात्मा फुले, ताराबाई शिंदे, पंडिता रमाबाई इत्यादी मांडतात, त्यातून बळ घेणे देशीवादाला का शक्य होत नाही? जेव्हा

भारतात महात्मा फुले, थॉमस पेनच्या विचाराने प्रभावित होतात, तेव्हा वसाहतवाद हा फक्त खंडितता आणणारा राहत नाही. एकदा आपण हे जाणून घेतले की, आधुनिकता वेगवेगळ्या जमिनींमध्ये, वेगवेगळ्या प्रकारे उगवत असते, तर मग एतद्देशीय आधुनिकता मांडणे देशीवादाला शक्य होईल.

''पुन्हा खंड्याऽऽ लक्ष कुठेय तुझं? फाऽट - फाऽट. पाय घसरून मी कुटावर उबडा पडतो. तोंडात कूट. सालदार सांडू आणि भावडू पडत येतात. मातेरं पाखडत बसलेली धनाबाय महारीण मला जवळ घेते. सोनूफुई चांभारीण, अंबू मांगीणमाय बलुत्यासाठी उभ्या असतात. त्या आपसात म्हणतात, कुणब्याची जात अशी राक्षसच माय. मारतो किती रे इटू पोराले? एवढासा जीव दुपारभर अढी उभा आहे. आमची पोऱ्ह नाही ऐकणार भौ असं. मी हमसून हमसून धनाबायच्या ओच्यात रडतो (पृष्ठ क्र.६४).''

कुणब्याच्या घरातल्या मुलग्यांना केली जाणारी मारहाण ही शिस्त आणि शिक्षा/दंड या स्वरूपात येथे मांडली आहे. असे मांडताना महारीण, चांभारीण, मांगीण अशा स्त्रिया या संगोपनाच्या रितीबद्दल बोलतात आणि आपल्या घरांमध्ये अशी बापाची हुकूमशाही नसते, असेही सांगतात. हे जे परस्पर मायेचे भिन्न-भिन्न जातींच्या चौकटीतील स्त्रियांचे नाते आहे. ते दाखविताना येथे बलुतं नैसर्गिक करून टाकले आहे. बलुत्यामध्ये जे मिळेल ते खावे लागते होते, त्यामध्ये एकतऱ्हेचे आश्रयदातेपण, उपकार होते हे सत्य या उताऱ्यात ओघामध्येच लपवलेले दिसते.

''एक दिवशी जाहीर झालं गुरुदासपूर पाकिस्तानात आलं. की सगळे शीख नू हिंदू तिकडे हिंदुस्थानात पळत सुटले. धूम लुटालूट. नंतर काय अचानक चक्रं फिरली माँ की च्यूत, ते हिंदुस्थानात गेल्याचं पक्कं झालं, की आपले लोक रातोरात प्रॉपर्ट्या टाकून इकडे निघून आले. हॉ हॉ हॉ. रिकामा झाला सगळा गुरुदासपूर इसकी माँ की च्यूत. अछूत लोग फक्त या दोन्ही वेळी तिथेच रायले होते, ते साले मालेमाल झाले, दोन्हीकडच्या बेवारस इस्टेटी बळकावून (पृष्ठ क्र. ७५). मी म्हणालो, अली-त्यावर तो म्हणाला खंडेराव - बस्स. खुदा हाफिज. खुदा हाफिज. जीप उलटी जोरात मागे गेली. ही आमची शेवटची भेट. तीन महिन्यांच्या भावासारख्या समविचारी सहवासाचा हा शेवट. भूतकाळातल्या प्रचंड हिंदुस्थानातून आम्ही भविष्यकाळातल्या एकमेकांवर भुंकणाऱ्या लढाईखोर राष्ट्रांचे शत्रू नागरिक झालो. काटेरी तारा. हाऱ्याचे टावर. प्रखर प्रकाशझोतांमागे स्टेनगनी धरलेले युनिफॉर्म. दोष, मित्रा, आपल्या ग्रहदशेतच असतो (पृष्ठ क्र.८०).''

फाळणीनंतरच्या काळात देशांच्या सीमारेषा पुढे-मागे होताना जे घडले, त्याचे दोन ड्रायव्हर मंडळींच्या तोंडातून तपशील येतात. असे करताना अस्पृश्यांचे स्थलांतरित

न होणे आणि बेवारस इस्टेटी बळकावणे अधोरेखित करून मांडलेले दिसते. अस्पृश्य जाती अशा वादळी परिस्थितीत तिथल्यातिथे का चिकटून राहिल्या याबद्दल एकही विधान येत नाही. अस्पृश्य जातींवरील राग मात्र अभिव्यक्त होतो. या संहितेत पहिल्या विभागात तरी सतत कष्टकरी पुरुषांचा एकमेकांशी आणि संशोधक सहकारी म्हणून अली आणि खंडेराव यांचा बंधुभाव मांडलेला दिसतो. हा बंधुभाव तुटतो, कारण ही मंडळी 'भूतकाळातल्या प्रचंड हिंदुस्थानातून आम्ही भविष्यकाळातल्या एकमेकांवर भुंकणाऱ्या लढाईखोर राष्ट्रांचे शत्रू नागरिक झालो.' (पृष्ठ क्र.८०) अशा 'काटेरी' 'ग्रहदशेत' फेकली जातात.

वर मांडलेल्या निरीक्षणांमधून जाणवते की; सामाजिक, आर्थिक, राजकीय चौकटींच्या संदर्भात भारत नावाच्या आपल्या देशासमोर दक्षिण अशियाचा एक भाग म्हणूनसुद्धा आपण आधुनिकतेकडे कसे पाहणार? आधुनिकता वर्चस्ववादी आणि एकसाची दिसते, ती भांडवलशाही जागतिक उद्योगांना शरण गेलेली वाटते, तर मग आपल्या जमिनीत पूर्वीपासून रुजलेली आधुनिकता जातीय वर्चस्वाद आणि पुरुषी वर्चस्ववाद यांना शह देणारी होती हे नाकारता येईल का? जसे वसाहतवादी चौकट स्वीकारून भांडवलाच्या शोषणापासून श्रमिकांना मुक्त होता येत नाही, त्याचप्रमाणे प्रबोधनवादी विवेकाच्या ओझ्याखाली विविध संस्कृतींची समानता विचारात घेता येणे शक्य नाही. या दृष्टीने पाहिले, तर या संहितेतील वसाहतवादातून ज्या स्वातंत्र्याकडे आपण आलो त्याची केलेली चिकित्सा महत्त्वाची वाटते. परंतु या संहितेतील 'स्व' जो देशीवादातून मांडला आहे, त्याने 'इतर' म्हणून आधुनिकताच मोडीत काढली आहे. उत्तराधुनिक विचारातून येणारा 'स्व' हा प्रवाही असतो आणि असे असताना जी अर्थव्यवस्था अशा प्रवाही 'स्व'ला जन्म देते, ती लवचिक संचयाच्या स्वरूपाची असते. अशा चौकटीत सत्तेमध्ये दडपणाखाली आलेली व्यक्ती स्वायत्त असते आणि अशा स्वायत्ततेतून कोणतीही राजकीय कृती शक्य नाही, असा सूर दिसतो आणि असाच सूर या लेखनात दिसतो. आधुनिकतेच्या भूताने जणू काही पछाडलेली अशी ही संहिता दक्षिण आशियातील भारतीय समाजाच्या दृष्टीने महत्त्वाची गुंतागुंत मांडते, परंतु जणू काही ही गुंतागुंत आपल्या समाजाचे भागधेय आहे असे वाटू लागते. या संहितेत इतिहासाचे भान आहे; परंतु पुढचा इतिहास कसा घडवायचा, विशेषतः दलित, कष्टकरी, स्त्रिया तो कसा घडवित आहेत आणि कसा घडवायचा या संदर्भात एक दिशाहीनता, नैराश्य आणि कुंठितता दिसते. मार्क्सवादी, दलित, बहुजन, स्त्रीवादी या विचार चौकटीतून मला खेदाने म्हणावे लागते की, ही संहिता सर्जनशील ऊर्जा देणारी ठरत नाही.

६ कमल देसाईंच्या लघुकादंबऱ्या : मराठी सामाजिक दस्तऐवज

'स्त्री अभ्यास' नावाच्या आंतरशाखीय स्वरूपाच्या ज्ञानशाखेचा उदय १९८० च्या दशकात अधिक जोमाने झाला, तेव्हा या ज्ञानशाखेला स्वत:साठी बळ मिळविण्याचा प्रयत्न करावा लागला. विज्ञान, समाजविज्ञान, कला, मानव्य अशा सर्व शाखांमध्ये होणाऱ्या घडामोडी लक्षात घेणे भाग पडले. स्त्री-अभ्यासाच्या दृष्टीने मानवी इतिहासाचा वेध घेऊन, भिन्न टप्प्यांवर 'स्त्रीप्रश्न' कसा घडला आणि स्त्रीप्रश्नाच्या त्या विशिष्ट प्रकारच्या घडवणुकीमुळे त्या त्या टप्प्यांचे स्वरूपही कसे बदलले हे पाहणे महत्त्वाचे ठरते. म्हणून स्त्री-अभ्यासाच्या दृष्टीने 'साहित्य' या ज्ञानशाखेकडे सामाजिक इतिहासाचा स्रोत किंवा सामाजिक दस्तऐवज म्हणून पाहणेही महत्त्वाचे ठरते. या दृष्टीने स्त्रियांचे साहित्य साहजिकच अधिक महत्त्वाचे ठरते. पुरुषसत्ताक व्यवस्थेमुळे इतिहासात अदृश्य केली गेलेली स्त्री-लेखनाची परंपरा शोधणे; कोणत्या टप्प्यावर, कोणत्या प्रकारचे साहित्य स्त्रिया लिहित होत्या हे पाहणे आणि असे करताना लेखक म्हणून स्त्रियांनी काय मिळविले आणि त्यांच्या हातून काय निसटले याचा अभ्यास करणेही महत्त्वाचे ठरते.

१९९२-९३ या काळात भारतातील स्त्री-लेखनाची परंपरा शोधणारे दोन खंड इंग्रजीत प्रसिद्ध झाले. या पुस्तकाच्या प्रस्तावनेमध्ये असे सुचविले आहे की, ब्रिटिश साम्राज्य आणि भारत नावाचे नव्याने उदयाला येणारे राष्ट्र यांचे एकमेकांशी नाते नेहमी विरोधाचे होते का, या प्रश्नाचा गंभीरपणे विचार केला गेला पाहिजे. विशेषत: स्त्रियांचे लेखन कधी आणि कसे अश्लील ठरविले जाते; वर्ग, लिंगभाव, साम्राज्य यांसंबंधी कोणती विचारप्रणाली प्रभावी ठरते; कोणती रणनीती वापरली जाते हे सारे नीट तपासून घेतले पाहिजे.

भारतातील स्त्री-लेखनाची परंपरा शोधण्याचा प्रयत्न झाला, तेव्हा बुद्ध काळातील 'थेरीगाथा'पासून सहाव्या शतकातील पाली भाषेत लिहिलेल्या मुत्ता, सुमंगलमाता, मेत्तिका यांचे लेखन लक्षात घ्यावे लागले. तमिळमधील संगम कविता, विशेषत: स्त्रियांच्या नावाने असलेल्या संगम कविता (ख्रिस्तपूर्व १०० ते इ.स. २५० च्या काळातील) गोळा

करून इंग्रजीत भाषांतरित कराव्या लागल्या. बाराव्या शतकातील अक्का महादेवी आणि सुळेसनकव्वा या कानडी भाषेत लिहिणाऱ्या संत स्त्रियांबरोबरच तेराव्या शतकातील महाराष्ट्रातील जनाबाई 'डोईचा पदर आला खांद्यावर' या आपल्या उक्तीसह स्त्री-लेखन परंपरेमध्ये ठळकपणे सामील झाली. सतराव्या शतकातील बहिणाबाई मराठी भाषेतून आत्मनिवेदन लिहित होती, हे भारतातील स्त्री-लेखनाच्या परंपरेत महत्त्वाचे पाऊल म्हणून नोंदविले गेले. प्रपंच आणि परमार्थाचा मेळ घालताना प्रपंचाला अध्यात्म्याची, उच्चतर ध्येयाची जोड देणारी बहिणाबाई ही जर मराठीतील स्त्री-लेखनाचा वारसा असेल, तर मग वसाहतकाळातील छापखान्यांच्या उदयानंतर, आधुनिक शिक्षणाच्या स्पर्शानंतर ताराबाई शिंदे, पंडिता रमबाई आणि आनंदीबाई जोशी आणि अशा इतर अनेक स्त्री-लेखनाच्या झगझगीत आविष्कारानंतर असे काय घडले असावे की, ज्यामुळे पुन्हा एकदा इंदिराबाई सहस्रबुद्धे आणि त्यानंतरच्या शिक्षित ब्राह्मण स्त्रियांना 'आधुनिकता' आणि 'परंपरा' यांचा मेळ घालत आपले साहित्य लिहावे लागले?

येथे एक नोंदविले पाहिजे की, एकदा का औद्योगिकरण, तंत्रविज्ञान आणि भांडवलशाहीचा उदय झाला की; मग अपरिहार्यपणे 'आधुनिकता' या शब्दाची व्याख्या परंपरेच्या संदर्भात आणि काही वेळा परंपरेच्या विरोधात केली जाते. परंतु हे दोन्ही शब्द एकच एक अर्थ असणारे देवदत्त, निसर्गदत्त असू शकत नाहीत हे भान ठेवले पाहिजे. नवे युग उदयाला येते, तेव्हा विशिष्ट प्रकारे आधुनिकतेची व्याख्या केली जाते आणि त्यातूनच परंपरेचे रचितसुद्धा घडविले जाते. परंतु विशेषत: सर्जनशील लेखकांच्या लेखनात आपल्याला दिसते की, आधुनिकतेमध्ये परंपरा सामावलेली असते आणि परंपरेत आधुनिकता. ही दोन रचिते एकमेकांना शह देत, आव्हान करत कशी उभी राहतात, हे लक्षात घेतले; तर मग कदाचित भारतातील शहरे आणि खेड्यांमधील सर्वसामान्य माणसांच्या जीवनातील गुंतागुंत पाहणे सोपे होईल.

जेव्हा भारतातील स्त्री-लेखनाच्या परंपरेचा मागोवा अगदी ख्रिस्तपूर्व ६०० ते वर्तमानापर्यंत घेण्याचा प्रकल्प हैदराबाद येथील स्त्रीवादी गटाने हाती घेतला आणि त्या धडपडीतून सुझी थारू आणि के. ललिता यांच्या संपादनाखाली दोन खंड प्रसिद्ध झाले. तेव्हा प्रादेशिक संपादक या नात्याने मी मराठी साहित्यातील स्त्री-लेखनाचा मागोवा घेऊ लागले. २० व्या शतकातील स्त्री-लेखनाची परंपरा सांगताना कमल देसाईंचे लेखन अपरिहार्यपणे त्यात सामावले गेले पाहिजे असे जाणवले. त्यांची 'तिळाबंद' ही शांता गोखले यांनी भाषांतरित केलेली कथा या संग्रहात जेव्हा सामावली गेली, तेव्हाही मला स्वत:ला स्त्रीप्रश्नाच्या सोडवणुकीच्या दिशेने आणि एकूण स्त्री-पुरुष नात्याच्या आकलनाच्या दृष्टीने कमल देसाईंचे लेखन नेमके काय म्हणते आहे, याबद्दल संभ्रम

निर्माण होत होता. नेमके आकलनात न येणारे हे धूसर, संदिग्ध लेखन भारतातील स्त्री-लेखनाच्या परंपरेत सामावले गेले पाहिजे असे मात्र आवर्जून वाटले. हे संपादनाचे काम करताना प्रत्यक्ष कमल देसाईंना भेटत राहिले, तेव्हा त्यांच्याशी झालेल्या संवादातून लक्षात आले की, लेखक होण्यासाठी कमल देसाईंनी विवाहाची चौकट नाकारली आणि आत्यंतिक एकटेपणा स्वीकारतानाच, त्यांनी दोन कठीण विषय त्यांच्या लेखनाचा गाभा म्हणून स्वीकारले. त्या जेव्हा लिहू लागल्या, तेव्हा 'देव', 'धर्म' आणि 'एकूण विश्व' तसेच 'लैंगिकता' या विषयांवर 'पुरुषी दृष्टिकोना'ची वर्चस्ववादी छाया होती. कमल देसाईंनी ध्यास घेऊन हे दोन विषय शोधण्याचा प्रयत्न केला, तेव्हा एकीकडे बाईपणाचे एकसत्त्वीकरण नाकारले, परंतु तसे करताना जीवशास्त्रीय पातळीवर पुरुषापेक्षा स्त्रीची जी भिन्नता आहे, त्याकडेही बारकाव्याने लक्ष दिले. कमल देसाईच्या लेखनाच्या सुरुवातीच्या काळात, आधुनिक नवा भारत घडविण्याचा प्रयत्न होत होता. एकीकडे स्त्रियांसाठी शिक्षण, मतदान अशा सुधारणा सार्वजनिक पातळीवर उदयाला येत होत्या, तेव्हा बाईचे नागरिक आणि व्यक्ती होणे मात्र कठीण केले जात होते. तिच्या मनामध्ये पछाडून, घेरून टाकणारी भयाची आणि चिंतेची भुते तर भोवती होतीच; परंतु कुटुंब, विवाह, गोतावळा, जात या खासगी कप्प्यात ठेवल्या गेलेल्या संरचनांची बंदिस्तीसुद्धा अधिक कर्मठ होऊ लागली होती. अशा काळात निर्मितीक्षम लेखक होण्याचा कठीण वसा कमल देसाईंनी घेतला.

कमल देसाईंच्या लेखनाचा स्त्रीवादी दृष्टिकोनातून शोध घेणे वा समीक्षा करणे असे फारसे झालेले नाही. सुखमणी रॉय यांनी या दोन लघुकादंबऱ्यांचा इंग्रजी अनुवाद करून त्यावर प्रस्तावनेमध्ये आपले आकलन मांडले. दुर्गा भागवत, स्वाती कर्वे अशा काही तुरळक समीक्षकांनी त्यांच्या लेखनाची आणि व्यक्तिमत्त्वाची दखल घेतली. परंतु मराठीत स्त्रियांच्या लेखनाबद्दल 'चिंता आणि चिंतन' करणाऱ्या अभ्यासामध्ये भालचंद्र फडके यांनी १९८० साली, मराठी स्त्री-लेखनाचा आढावा घेताना खरे तर कमल देसाईंचे लेखन अपवादात्मक आहे असे सतत अधोरेखित केले. त्यांनी असे मांडले, 'उद्ध्वस्तपणाचा अनुभव व्यक्त करण्याचा कमल देसाई यांचा प्रयत्न दिसतो.' 'रात्रंदिन आम्हा युद्धाचा प्रसंग' (१९५९), 'काळा सूर्य' (१९६८), 'हॅट घालणारी बाई' (१९७०) या तीन लघुकादंबरिका! कमल देसाई यांचे कादंबरीलेखन सर्व लेखिकांपेक्षा वेगळ्या जातीचे आणि वेगळ्या जाणिवेचे. त्या सगळ्या प्रतिकात्म कादंबऱ्या आहेत. त्यामागे कमलताईंची एक जीवनविषयक तात्त्विक भूमिका आहे. माणसाच्या वाट्याला दुःख भोग येतात, ते भोगण्यावाचून गत्यंतर नाही. अजस्र, आंधळ्या नियतीशी झुंज घेणारा माणूस पार मोडून जातो. हा विचार जसा त्यांच्या लेखनातून आविष्कृत होतो, तसा

त्यांना 'सतत सलत राहणारा प्रश्न म्हणजे, 'स्त्री कशी स्वतंत्र होईल?' एक भग्न विश्व व्यक्त करताना त्यांना 'फँटसी' अधिक युक्त वाटते. फँटसीचा घाट, संज्ञाप्रवाही निवेदन, स्पर्शरेषेसारखी चाटून जाणारी प्रतीके-प्रतिमा, भावनिक ताण निर्माण करणारी निवेदनरीती यामुळे कमल देसाई यांचे लेखन वाचकांना गुदमरून टाकते असे म्हणता येईल. कमलताईंना जाणवणारे प्रश्नही मूलभूत आहेत आणि त्यांची उत्तरे जीव, जगत व ईश्वर यांच्यातील परस्परसंबंधातच शोधावी लागणार. त्यामुळेही त्यांच्या कादंबरिका आकलनसुलभ वाटत नाहीत' (फडके भालचंद्र, 'मराठी लेखिका : चिंता आणि चिंतन.' १९८०, पृ. २१४-२१५)

परंतु कमल देसाईंच्या लेखनाला केवळ अपवादात्मक, दुर्बोध अथवा गुदमरवून टाकणारे ठरवून एका अर्थी अन्याय झाल्यासारखे वाटते. कारण त्यांच्या कादंबरीमध्ये स्त्रिया-स्त्रियांमधील आणि स्त्रिया-पुरुषांमधील तसेच पुरुषा-पुरुषांमधील सत्तासंबंधाविषयी जाणीव दिसते. तसेच परंपरा विरुद्ध आधुनिकता अशा द्वैतीकरणापलीकडे जाण्याचा प्रयत्न दिसतो. हे सारे त्यांचे श्रेय त्यांना दिले गेले नाही आणि त्यामुळे १९७५ नंतर स्त्रीवादाच्या भोवती जे वादळ निर्माण झाले, तेव्हा त्यांच्या लेखनाचे योग्य वाचन झाले नाही असे वाटते.

मला असे वाटते की, स्त्रीवादी चळवळीने महाराष्ट्रातील स्त्री-जीवनाचा विचार करताना अशा लेखनाचे 'वाचन' वा 'विचार' केला पाहिजे आणि त्यातील अंतर्दृष्टी घेऊन नवे साहित्यही निर्माण झाले पाहिजे. 'जातप्रश्न' आणि 'स्त्रीप्रश्न' यांचे गुंतागुंतीचे नाते समजावून घेताना कमल देसाई नावाच्या लेखिकेच्या जात, वर्ग, धर्म यांचा विचार, त्यांच्या काळात बदलणाऱ्या अर्थव्यवस्थेशी त्यांचा आलेला संबंध आणि संघर्ष या सर्वांसह केला पाहिजे. असे केले तरच या लेखनातील बंदिस्ती आणि खुल्या वाटा शोधता येतील आणि एका व्यापक पटावर या लेखनाची पाळेमुळे संवादी स्वरूपात सापडतील.

कमल देसाईंनी 'अस्तित्ववाद' नावाचे तत्त्वज्ञान महत्त्वाचे मानले असे दिसते. ज्येष्ठ समीक्षक रा. भा. पाटणकरांच्या मते 'खऱ्या 'मी' चा शोध' हे कमल देसाईंच्या कथावाङ्मयातील एक प्रमुख सूत्र आहे. आपण विशिष्ट प्रेरणांसह जन्माला येतो. जगात येणाऱ्या अनुभवांमुळे या प्रेरणांना नवे वळण मिळते, त्यांतल्या काही कायमच्या बंदिस्त केल्या जातात आणि आपल्या मूळ व्यक्तित्वाऐवजी एक नवे व्यक्तित्व निर्माण होते. यांपैकी आपले खरे व्यक्तित्व कोणते? जन्मजात नैसर्गिक प्रेरणांनी सिद्ध झालेला 'मी' हा खरा, की जगाशी तडजोड करून झालेला 'मी' हा खरा? इतर लोक आपली एक प्रतिमा तयार करतात, तिचा आणि 'मी' चा संबंध काय? प्रत्येक 'मी'चा, जाणिवेच्या केंद्राचा

विशिष्ट शरीराशी संबंध असतो असे आपण मानतो. पण विशिष्ट जाणीव अनेक देहांशी संलग्न झालेली असेल, तर 'मी' कोठे आहे असे म्हणायचे? 'मी' म्हणजे शरीराचा तोचपणा की मनाचा अथवा स्मृतीचा? इतरांशी जुळलेल्या अनेकविध नात्यांच्या जाळ्यातून 'मी' सिद्ध होतो का?' (पाटणकर रा.भा., १९८४). स्वत: कमल देसाई म्हणतात, 'मला स्वत:ला व्यक्ती म्हणून प्रस्थापित करायचे आहे, हे भान ठेवून मी हे केले. कारण हे जाणवत होते की, पुरुषसत्तेमध्ये हे आपल्याला भाव देत नाही आणि आपले जगणे नाकारतात, आपले अस्तित्व नाकारतात आणि यांना कुणी हा अधिकार दिला हो, आपले जगणे आणि अस्तित्व नाकारण्याचा? कोण लागून गेलेत हे? पशू-पक्षी काय, माणसे काय, या सगळ्यांना या जीवनामध्ये 'अस्तित्व' आल्यानंतर त्या अस्तित्वाचा सन्मान करायला तुम्ही शिकणार आहात की नाही? हे कोणी सांगितले तुम्हाला, की हे नाकारायचे आहे म्हणून?' (देसाई-कमल, लोकसत्ता, १९ जून २०११).

मला असे वाटते की, त्यांच्या काळात 'स्त्रिया' हा विषय ज्या प्रकारे हाताळला जात होता; त्याच्याभोवती असणारा मूक, नि:शब्द कट त्यांना उघडकीस आणायचा होता. त्यांनी पुरुषसत्ताक चौकटीत स्त्रियांविषयी पसरविल्या गेलेल्या दंतकथांचा विचार केला, इतकेच नाही तर 'धर्म', 'देव', 'अंधश्रद्धा' या गोष्टींनाही उलट्यासुलट्या स्वरूपात पाहून, त्यातील कृतकपणा आणि वायफळपणा काढून टाकण्याचा प्रयत्न केला. 'असुरक्षित जीवनाला न भिता, अंधारात उडी घेऊन, कुतूहलाने जीवनाचा शोध घेतल्याशिवाय आज आपल्याला पर्याय नाही, असे प्रत्येक स्त्रीने व्यक्ती म्हणून स्वप्न डोळ्यांसमोर ठेवले पाहिजे' (देसाई कमल, लोकसत्ता, १९ जून २०११). 'काळा सूर्य'मध्ये त्या लिहितात,

'हा तुझा उन्मत्त गंध तू आवरायला हवा आहेस.

मी एक मोहाचं फूल वेचण्याकरता खाली वाकले. तर त्याच्या शेजारी बिब्याची फुली. लाल अन काळी. म्हणजे आपल्याला वाटतं, ती काळी कुळकुळीत असली तरी लाल आहे म्हणून! आणि चर्र असा आवाज येतो.

इथं सर्वत्र रेषा, वर्तुळं आणि फुल्या आहेत. तुम्ही कुठंही पाऊल टाकलं तरी फुलीत तरी पडेल किंवा वर्तुळात. आणि तिथंच तुम्ही गरगरत भोवंडत राहाल. असाच गुण आहे त्यांचा. तुम्हांला कळत नाही की या वर्तुळाबाहेर भीती आहे की आत?

पुढं गेलात की लाल गुलालानं भरलेलं सुयाळ लिंबू

पुढं गेलात की पत्रावळीत ठेवलेला लालभडक भात.

सर्वत्र कूट पसरलेली. सराट्यासारखी.

इथंच कुठंतरी काळ्या जादूचा पार पिकलेला मांत्रिक राहतो. त्याची उमर कोणालाच

माहीत नाही. परंतु सांगतात की, त्यानं कृष्णाचं मरण पाहिलं होतं आणि वडाच्या पानावरचं बाळ पण. जुनाट पै म्हातारा. त्याचे डोळे आर्त शहाणे आणि करुण आहेत. त्याचे हात अपक्व, राकट आणि कठोर आहेत. तो हातानं करतो आणि त्यावर डोळ्याचे आसू गाळतो' (देसाई कमल, 'काळा सूर्य', १९६८, पृ. २७)

येथे आपण थोडा अस्तित्ववादाचा विचार करू. जाँ पॉल सार्त्र आणि सिमॉन दि बूव्हा यांनी 'अस्तित्ववाद' कसा मांडला हे पाहणे कदाचित फलदायी ठरेल. सार्त्रचा अस्तित्वावाद माणसापासून सुरू होतो, निसर्गापासून नाही. हे कर्त्या माणसाचे तत्त्वज्ञान आहे, वस्तू किंवा अचेतनाचे नाही. हे तत्त्वज्ञान माणसांकडे, अस्तित्वात असलेला (as Existent) म्हणून पाहते. विचार करणारा विषय म्हणून पाहत नाही. एकदा अस्तित्व अधोरेखित केले की, अस्तित्ववाद्यांना निसर्ग किंवा सत्य या संकल्पना माणसाच्या संदर्भात मांडता येत नाही. या तत्त्वज्ञानाचा असा विश्वास आहे की, माणसाची व्याख्या करणे शक्य नाही कारण माणूस हा 'शून्य', 'काहीच नाही' असा असतो. म्हणून स्वातंत्र्य, निर्णय, जबाबदारी हे शब्द अथवा ही सूत्रे व्यक्तीच्या असतेपणाची महत्त्वाची, गाभ्याची सूत्रे आहेत. पृथ्वीवरील अन्य प्राण्यांपासून माणसाचे भिन्नत्व हे तो किती स्वातंत्र्य राबवून आपले भविष्य घडविण्याची किती क्षमता आत्मसात करतो त्याच्याशी जोडलेले असते. (भागवत, 'स्त्रीवादी सामाजिक विचार', २००८, पृ. ७०)

'अस्तित्व' हा शब्द इंग्रजीतील 'एक्सिस्टन्स' या शब्दात असणारा मुळापाशीचा जो अर्थ आहे : 'बाहेर उभे राहणे', त्याच्याशी अस्तित्ववादी विचारवंत लावतात. पृथ्वीवरील माणूस हा असा एकच प्राणी आहे की, जो अन्य कुठेतरी सतत वाटचाल करत वेगळा होऊन उभा राहू शकतो. माणसाचा स्वभाव अनिश्चित असतो. दुसऱ्या शब्दांत सांगायचे, तर माणूस जो असतो त्याला पार करून तो पलीकडे जातो. अस्तित्वाचा पहिला मूलभूत गुणधर्म हा आहे की, माणसामध्ये सतत वाढणारे असे पारलौकिक अलौकिकत्व स्वभावत: असते. या मानवतेच्या संदर्भात माणसाचे पशुत्व परावर्तित होते म्हणून संख्यात्मक निरीक्षणासाठी असणारे शारीरिक अस्तित्व एवढेच माणसाचे नसते. केवळ कृतीतूनच नाही, तर माणूस त्या कृतीला जे खोलवरचे अर्थ देतो, त्यातून तो इतर सचेतन प्राण्यांपेक्षा वेगळा ठरतो.

व्यक्तीच्या अस्तित्वाचा दुसरा महत्त्वाचा गुणधर्म हा की, प्रत्येक व्यक्ती एकमेव अद्वितीय असते. माणसामधील 'मी' हा कोणत्याही एका वर्गाचे केवळ प्रतिनिधित्व करणारा नमुना नसतो, तर मी आहे आणि मी असाधारण आहे हे त्याचे रूप असते.

अस्तित्वाचा तिसरा मूलभूत गुण जो आहे, तो आहे स्वसंबद्धतेचा (Self relatedness). अस्तित्वात असणारे जे असते, ते नेहमीच प्रवाही असते. (म्हणजेच

नेहमी पारलौकिकाकडे वा अलौकिकाकडे प्रवास करणारे) कारण प्रत्येक व्यक्ती असाधारण असते. असा माणूस एकतर स्वत: असतो किंवा तो एकमेव अस्तित्व म्हणून अस्तित्वात असतो. सर्व वस्तूंच्या जगाच्याबाहेर तो उभा राहू शकतो आणि आपल्या स्वत:च्या कोणत्याही स्थितीच्या बाहेर जाण्याची त्यामध्ये क्षमता असते किंवा तो माणूस स्वत: नसतो, तेव्हा तो वस्तूंच्या जगामध्ये आणखी एक फक्त वस्तू म्हणून पूर्णत: बुडालेला असतो. तो माणूस स्वत:साठी कोणतेही निर्णय घेत नाही. (म्हणजे शून्यता व्यवहारात आणतो.) पण त्याच्यासाठी बायघटक सर्व काही ठरवतात. (भागवत, 'स्त्रीवादी सामाजिक विचार', २००८, पृ. ७१)

प्रत्येक अस्तित्वाला अन्य वा इतर माणसांची, म्हणजे ज्यांना मी सह-अस्तित्व असलेली माणसे मानतो आणि जे मला या जगात भेटतात, त्या सर्वांची स्वत:साठीच गरज असते. ही इतर अस्तित्वे मला साधनात्मक पद्धतीने उपलब्ध नसतात. ती माझ्याचप्रमाणे कर्ती माणसे असतात. तेसुद्धा जगाला आकार देत असतात. मानवी परिस्थितीच्या या विशिष्टतेमुळे प्रत्येक अस्तित्व हे व्यक्ती आणि समूह या अस्तित्वाच्या दोन ध्रुवांमध्ये कापले जाते. सार्त्रच्या 'नो एक्झिट' (निघून जाण्यास परवानगी नाही) या नाटकामध्ये एक प्रसिद्ध वाक्य येते. ते असे की, त्याचे पात्र 'अन्य लोक म्हणजे नरक' असे उद्‍गार काढते. असे का तर माणसाला सार्थकता मिळवण्याची जबरदस्त इच्छा असते. प्रत्येक परिमित अस्तित्वाला देव बनण्याची इच्छा असते. परंतु माणसाची ही इच्छा पूर्ण होत नाही, कारण आपण ज्या जगात राहतो त्या जगात बहुविध अस्तित्वे असतात. त्यामुळे वैफल्यग्रस्तता येते. आपण सगळेच देव बनू शकत नाही. अशा तऱ्हेने जे इतर असतात, त्यांच्याकडे प्रामुख्याने आपल्या अस्तित्वाची सार्थकता या अर्थाने बघितले जाते. (भागवत, 'स्त्रीवादी सामाजिक विचार', २००८, पृ. ७१)

एखाद्या लेखकाच्या संहितेचे आकलन स्त्रीवादी परिप्रेक्ष्यातून करताना हे लक्षात घेतले पाहिजे की, 'स्त्रीवाद' ही परिप्रेक्ष्याची एकच एक चौकट नसते. त्यामध्ये अनेक छटा असतात, अनेक तऱ्हेची वाचने त्यातून निर्माण होऊ शकतात. इतकेच नाही, तर ज्या लेखकाच्या (मग ती स्त्री असो वा पुरुष) संहितेचे असे वाचन करण्याचा प्रयत्न होतो, तेव्हा ती लेखन करणारी व्यक्ती स्वत:ला स्त्रीवादी म्हणविते की नाही याच्याशीही फारसा संबंध नसतो.

कमल देसाईंनी तीनच कादंबऱ्या लिहिल्या आणि त्याही लघुकादंबऱ्या. या तीन कादंबऱ्यांचा लेखनकालसुद्धा १९६० च्या दशकातीलच दिसतो. त्या बाई/स्त्री होत्या, ही त्यांची एक ओळख असली, तरी त्यांच्या व्यक्तिमत्वाचा विचार करता; त्यांनी भरपूर पाश्चात्य साहित्य, तत्त्वज्ञान आणि साहित्य-समीक्षा वाचली होती. जन्मत:च त्यांच्या

वाट्याला एक चांगले सुस्थित आणि स्थिर घरदार आले होते आणि आनंदाने बागडणारे बालपण त्यांनी अनुभविले होते. त्यांनी ज्या काळात लेखन करण्यास सुरुवात केली, तेव्हा त्यांच्या आधी विभावरी शिरूरकर यांचे लेखन बंडखोर म्हणून गाजले होते. त्याच्याही आधी इंदिराबाई सहस्रबुद्धे यांनीही तीन कादंबऱ्या लिहिल्या.

'मनोरंजन', 'नवयुग', 'उद्यान' आदी मासिकांमधून १९१० च्या आगेमागे सुधारणावादी लेख लिहिणाऱ्या इंदिराबाईंनी आपली पहिली कादंबरी 'गोदावरी' (ही मूळ तमीळ भाषेतून अनुवादित केलेली), 'बालविवाह' या विषयावर लिहिली. या पहिल्याच कादंबरीच्या प्रस्तावनेमध्ये इंदिराबाईंनी 'विवाह' नावाच्या संस्थेचा, नवऱ्याच्या घरी नांदायला जाण्याच्या प्रथेचा 'तुरुंग', 'कैद' अशा भाषेत उल्लेख केला आहे.

१९२४ साली इंदिराबाईंनी आपली दुसरी कादंबरी लिहिली. तिचे नाव 'केवळ ध्येयासाठी' असे होते. या भाषांतरित कादंबरीत 'विवाह' या संस्थेकडे लेखिकेने अधिक धिटाईने पाहिले आहे आणि विवाहसंस्थाच रद्दबातल ठरविली आहे. यातील नायिका ध्येयवादी आहे आणि कोणी आपल्याला अप्रगल्भ चिद्वादी मानले तरी चालेल असे म्हणते. परंतु विवाहसंस्था 'प्रेम' या संकल्पनेवरच घाला घालते असे स्वच्छपणे मानते. या कादंबरीच्या प्रस्तावनेत इंदिराबाई म्हणतात की, अगदी पाश्चात्य शिक्षित पात्रेसुद्धा इंग्रजी कादंबरीमध्ये स्त्रियांना घर, विवाह आणि मातृत्व यापलीकडचे काही हवे असेल याबद्दल मान्यता देत नाहीत.

'बाळूताई, धडा घे' ही इंदिराबाईंची तिसरी आणि शेवटची कादंबरी. १९३१ साली प्रसिद्ध झालेली ही कादंबरी लांबलचक आत्मकथनात्मक पत्राच्या रूपात लिहिली गेली आहे. आईने मुलीला, मुलीच्या भावी आयुष्यात कोंड्या येऊ नयेत म्हणून लिहिलेली ही कादंबरी आहे. बाळूताईची आई सोनू आपल्या जीवनाची कहाणी सांगते, तेव्हा या कथनातून नव्याने शिक्षित झालेल्या ब्राह्मण कुटुंबांच्या कानाकोपऱ्याचे आपल्याला दर्शन होते. लेखिकेला हे पक्के माहिती आहे की, ब्राह्मण कुटुंबांमध्ये आलेले आधुनिकीकरण वरवरच्या स्वरूपाचे आहे. या कुटुंबांनी स्त्रीशिक्षणाचा झेंडा हाती घेतला हे खरे आहे, परंतु अत्यंत अर्ध्या-कच्च्या स्वरूपात स्त्रीशिक्षणाची धुरा पेलली. या कादंबरीतील नायिका सोनू ही जेव्हा स्वातंत्र्य आणि स्वायत्तता या दोहोंची खात्री देणारे आधुनिक शिक्षण घेते, तेव्हा सुधारणावादी चळवळ जणू काही प्रत्यक्ष जीवनात साकारू पाहते. असे केल्यावर मात्र सोनूचा धिक्कार होतो आणि तिच्या जीवनावर चहूबाजूने हल्ला होतो. तिच्या वयात येण्याच्या काळामधील विकसित झालेले नाते सक्तीने कापले जाते आणि वडिलांच्या निवडीनुसार तिचे वयाने प्रौढ, विधुर असलेल्या माणसाशी सक्तीने लग्न होते. या आपल्या पहिल्या विवाहाला ती 'पुनर्विवाह' म्हणते. याबाबत आपल्या मुलीला पत्र लिहिताना ती

सतत ‘स्त्रियांची गुलामगिरी’ अशी शब्दसंहिता वापरते आणि आधुनिकतेमध्ये या गुलामगिरीचे सातत्य कसे राहते हे सांगते. (भागवत, ‘बाळूताई, धडा घे’, प्रस्तावना, लोकवाङ्मय, २०१०)

ही कादंबरी त्या काळात बऱ्यापैकी वादास्पद ठरली असावी. कारण पती-पत्नीच्या लैंगिक नात्याबद्दल ती प्रश्न उभे करते. इतकेच नाही तर एखाद्या विवाहित स्त्रीला आपण आई व्हायचे की नाही, याविषयी निवड करण्याचा हक्क आहे असेही अधोरेखित करते. कमल देसाईंच्या लेखनाचा हा वारसा लक्षात घेणे महत्त्वाचे आहे.

कमल देसाईच्या तीन कादंबऱ्यांची शीर्षके पाहिली तर लक्षात येते की, एक तीव्र संघर्ष आणि मानवी जगातील एकटेपणा, अनिकेतपणा आणि दुःख हे सर्व त्यात भरपूर आहे. त्यांच्या लेखनात सतत एक ताण आणि तीव्रतासुद्धा जाणवते. ‘रात्रंदिन आम्हां युद्धाचा प्रसंग’ या पहिल्या लघुकादंबरीचे शीर्षक तुकारामांशी नाते सांगणारे आहे आणि जगाशी आणि मनाशी चालू असणाऱ्या अंतर्बाह्य संघर्षाबद्दल ही लघुकादंबरी बोलू पाहते. आपण या लेखामध्ये कमल देसाईंच्या ‘काळा सूर्य’ आणि ‘हॅट घालणारी बाई’ या दोन गाजलेल्या लघुकादंबऱ्यांचा विचार करणार आहोत. एक लक्षात येते की, कथाकार कमल देसाई एका टप्प्यावर ‘रात्रंदिन...’ या लघुकादंबरीमध्ये शिरतात, तेव्हा एक जाणीवपूर्वक मोठा अवकाश मांडण्याचा त्यांचा प्रयत्न दिसतो. रा.भा. पाटणकर असे सुचवितात की, ‘रात्रं दिन...’ही लघुकादंबरी ‘रंग’ मधील कथांपेक्षा आणखी काही बाबतीत वेगळी आहे. त्या कथा खच्चून भरल्यासारख्या वाटतात, तशी ‘रात्रंदिन’ वाटत नाही. तिचा पोत जरा सैल आहे; कथा तीव्र, खूप ताणाच्या, काही ठिकाणी जरा वरच्या सुरातल्या वाटतात. त्या मानाने ‘रात्रंदिन...’ मध्ये ताण कमी आहे. जीवनाचे शांतपणे चित्रण करायला लेखिकेला उसंत आहे असे येथे वाटते. जीवनातील हिंस्रता, दुःख, एकाकीपणा यांच्या पहिल्या दर्शनाने जो धक्का बसतो, जी तगमग होते ती कमी झाली आहे. (पाटणकर रा. भा., ‘कमल देसाई यांचे कथाविश्व’, १९८४)

१९६८ साली ‘काळा सूर्य’ प्रसिद्ध झाली आणि १९७० साली ‘हॅट घालणारी बाई’ प्रसिद्ध झाली. पाटणकरांना दिसलेली विषण्ण चिंतनशीलता पुढच्या दोन लघुकादंबऱ्यांमध्ये असली, तरी त्यात आधीच्या कथांमध्ये दिसणारे ताणतणावसुद्धा भरपूर दिसतात. या दोन्ही कादंबऱ्या १९६० च्या दशकात लिहिल्या गेल्या हे लक्षात घेतले, तर कमल देसाईंच्या भोवती असणारे वातावरण कसे होते याची कल्पना करता येते. या दशकातच धारवाडच्या निसर्गसंपन्न परिसरातून त्या मुंबई नावाच्या महानगरीत आल्या आणि त्यातच बकाल आणि परिघावरील उपनगरांमध्ये शिक्षक म्हणून राहिल्या आणि त्यांतील अनुभव त्यांनी घेतला. १९५० नंतर नवी घटना घेऊन भारतीय प्रजासत्ताक

आपली वाटचाल करू लागले, तेव्हा नेहरूवादी परिदृष्टीतील काही गोष्टी कमल देसाई नावाच्या व्यक्तीच्या वाट्याला नक्कीच आल्या असाव्यात. भारताची अर्थव्यवस्था स्वायत्त आणि आत्मनिर्भर असावी असे जे नेहरूवादी परिदृष्टीमध्ये होते, त्याचा नकळत परिणाम लेखक होऊ पाहणाऱ्या कमल देसाईंवर दिसतो का? त्या स्वत:ला स्वायत्त आणि आत्मनिर्भर करण्याची जी प्रतिज्ञा करतात, तो त्या परिदृष्टीशी नाते सांगण्याचाच प्रयत्न होता का? स्वतंत्र, स्वायत्त, विदेशी आयात न करणारा असा देश घडविण्याचा प्रयत्न जेव्हा होत होता, तेव्हा त्या देशाच्या महानगरीतील शिक्षित, बुद्धिवान माणसेसुद्धा स्वत:ला तसेच काही करू पाहात होती का? कमल देसाईंच्या घरात इंग्रजी साहित्याचा अभ्यास आणि वाचन भरपूर होते. परंतु त्यांनी स्वत: मात्र मराठी साहित्याचा पदव्युत्तर अभ्यास केला आणि मराठी भाषा, साहित्य शिकविण्यास सुरुवात केली. त्यांना नित्शे माहिती होता, त्यांचा अस्तित्ववादाचा अभ्यास होता. परंतु त्यांनाही नेहरूंप्रमाणेच भारताच्या भूतकाळात शोध घेऊन 'आपले' विज्ञान, 'आपली' कला, 'आपले' सौंदर्यशास्त्र शोधावे अशीच तीव्र आस होती असे दिसते. 'धर्मनिरपेक्षतेच्या राजकीय' अर्थाशी कमल देसाईंनी जरी झुंज घेतली असली, तरी मानवी जीवनातील विशेषत: दुसऱ्या महायुद्धाच्या संहारानंतर धर्म या गोष्टीचा प्रत्येक व्यक्तीच्या नीतिमत्तेशी सांधा जुळविला पाहिजे असेही त्यांना वाटत असावे. त्यांच्या दोन्हीही लघुकादंबऱ्यांमध्ये स्त्रीधर्माचासुद्धा पारंपरिक अर्थ बाजूला सारून, विचार करण्याची धडपड दिसते. १९६० चे दशक, विशेषत: या दशकाच्या उत्तरार्धाच्या काळात महत्त्वाचे होते, कारण एकीकडे नऊ राज्यांमध्ये काँग्रेसचा पराभव झाला होता. त्यातही दोन सरकारे डाव्यांच्या नेतृत्वाखाली होती आणि ती पराभूत झाली होती. माओवादी-नक्षलवादी चळवळ १९६७ नंतरच कार्यरत झाली होती. एकूण हा काळ देशाच्या दृष्टीने आणि भारतीय माणसांच्या दृष्टीने उलथापालथीचा होता.

कमल देसाईंच्या कादंबऱ्यांचा विचार-केवळ एक बाई असूनही इतके गुंतागुंतीचे लेखन कसे केले अशा कौतुकाच्या चौकटीत पाहणे चुकीचे ठरेल. तसेच त्यांच्या कादंबऱ्यांच्या संहिता इतक्या आव्हानात्मक आहेत की, काही वेळा संहितांशी झुंज घेऊन, टकराव घेऊन, वाचकाचे डोके फुटेल, परंतु संहिता मात्र तशाच राहतील आणि अद्वितीय अनाकलनीय अशा चौकटीत नोंदविल्या जातील अशीही भीती वाटते. 'कमळीला मी 'सदेही फँटसी' म्हणते. (फँटसीचे मराठी रूपांतर मी भ्रान्तिका असे केले आहे.) साध्या गोष्टी, पण-पुढे कथा आणि नवकथा या नावाने प्रसिद्ध झालेला प्रकार- लिहिणारी कमळी पुढे भ्रान्तिका लिहिताना स्वत:च फँटसी कशी बनून गेली.' (भागवत दुर्गा, महाराष्ट्र टाईम्स, रविवार, १९ जून २०११) कमल देसाईंना जवळून जाणणाऱ्या

आणि त्यांच्या लेखनाबद्दल आदर असणाऱ्या दुर्गा भागवत जेव्हा 'कमळी फँटसीत का शिरली? नियतीचे क्रूर प्राबल्य, मानवाचा पराभव यांच्या तीव्र जाणिवेने ती भारलेली आहे. तिची मानवी व्यवहाराची निरीक्षणे खोल व सुजाण आहेत आणि ती व्यक्त करण्याची तिची पद्धत पण अप्रूप आहे. हे कमळीकडे कसे आले?' या प्रश्नाशी भिडतात, तेव्हा त्या उत्तर शोधतात ते व्यक्तिगत जीवनात कमल देसाईंच्या मोठ्या बहिणीच्या मृत्यूच्या प्रसंगामध्ये. त्या म्हणतात की, स्वतःच्या आत स्वतःला दडविणाऱ्या कमल देसाई, फँटसीच्या अतुलनीय शक्तीने आपल्या मनातील भयाच्या बागुलबुवाला कायम सोबती करतात. आपल्याच आत बुडण्याची कला कमल देसाईंना अजब रितीने साधली आहे असे म्हणताना, दुर्गा भागवत त्यांना हे मानसचित्र कसे दिसते हे सांगतात. त्या लिहितात की, 'एक पॅरॉनॉइड म्हणजे स्थिरभ्रम वृत्तीचे दर्शन.' या दोन्ही लघुकादंबऱ्यांमध्ये मुख्य पात्र स्त्रीच आहे हे विशेष. पॅरॉनॉइड वृत्तीची ती नायिका सबंध गावात नाशाला कारणीभूत झालेले सुंदर शिल्पाकृती असलेले काळ्या सूर्याचे मंदिर स्फोट करून त्यात आपला बळी देते. हॅट घातलेली बाईदेखील स्टुडिओला आग लावते. या दोन्ही कथांतले चित्रण मॅसोचिस्ट-आत्मपीडक वृत्तीने आतोनात भरलेले आहे. दुर्गा भागवतांचा निर्वाळा असा आहे की, कमल देसाईंमध्ये सुद्धा आत्मपीडनाची वृत्ती दिसते.

मला लेखकाच्या मानसिकतेचा असा सरळसोट अर्थ लावून, त्याच्या सर्जनशीलतेचा मागोवा घेणे काहीसे दिशाभूल करणारे वाटते. कारण पुरुषसत्ताक व्यवस्था जेव्हा नव्या अर्थव्यवस्थेच्या टप्प्यावर पुनर्रचित होते, तेव्हा त्या व्यवस्थेत जगू-तगू पाहणाऱ्या आणि वाट काढू पाहणाऱ्या, विशेषतः स्वतःची वेगळी वाट काढू पाहणाऱ्या स्त्रीला एकतर बालिका बनविले जाते किंवा वेडाच्या सीमेपाशी नेऊन वेडी ठरविली जाते किंवा आत्महत्येसाठी योग्य असे वातावरण तरी निर्माण केले जाते. अशा वेळी कमल देसाईंसारखी लेखक, लेखनाचे व्रत पाळताना या तीनही पर्यायांचा वापर प्रतिशह देण्याच्या दृष्टीने करते आणि व्यक्ती म्हणून, माणूस म्हणून स्वतःला या पर्यायांपासून दूर ठेवते हेही लक्षात घेतले पाहिजे.

दुर्गा भागवतांच्या विश्लेषणाच्या पद्धतीपेक्षा जर आपण महाराष्ट्रातील स्त्रियांच्या लेखनाकडे गांभीर्याने पाहून, स्त्रीवादी अभ्यास पुढे नेण्याच्या दृष्टीने मराठीसारख्या प्रादेशिक भाषेमध्ये लिहिल्या गेलेल्या या संहिता एक 'सामाजिक दस्तऐवज' म्हणून पाहिल्या, तर तसे पाहणे अभ्यासक म्हणून मला महत्त्वाचे वाटते. या संहितांमध्ये, महाराष्ट्र प्रांतातील प्रादेशिक पातळीवर घडताना कमल देसाई यांना काय दिसत होते आणि त्याची घडण आणि विघटन त्या आपल्या संहितेच्या अवकाशात कशा मांडत होत्या, हे पाहणे महत्त्वाचे वाटते. तसेच देश घडविण्याबद्दलसुद्धा या संहितेत कोणती दिशा दिसते, हे पाहणे महत्त्वाचे

वाटते. त्यांची पहिली लघुकादंबरी १९५९ साली प्रसिद्ध झाली, तरी ती पुस्तकरूपाने आली १९६४ मध्ये. परंतु आपण ज्या दोन लघुकादंबऱ्यांचा विचार करणार आहोत, त्या लघुकादंबऱ्या मात्र अनुक्रमे १९६८ आणि १९७० साली प्रसिद्ध होऊन 'सत्यकथा' आणि 'मौज' यांसारख्या त्या काळातील अभिजनांमध्ये मान्यता पावलेल्या मासिकांमध्ये, मोठ्या प्रतिष्ठित पद्धतीने प्रसिद्ध झाल्या. एकीकडे या लघुकादंबऱ्यांना आणि एकूण कमल देसाई नावाच्या व्यक्तीला लेखक म्हणून चांगल्या साहित्याच्या पंगतीत मान मिळाला, परंतु एकदा प्रसिद्ध झाल्यानंतर या कादंबऱ्यांच्या आवृत्त्याही निघाल्या नाहीत. इतकेच नाही तर बी. ए, एम. ए. च्या मराठीच्या अभ्यासक्रमातही त्यांचा समावेश केला गेला नाही.

कमल देसाईंच्या लेखनाचा गौरव भालचंद्र नेमाडे, रा.भा. पाटणकर आदींनी केला असला, तरी एकूण १९७० च्या दशकात उदयाला आलेल्या दलित, आदिवासी, युवक आणि स्त्रियांच्या चळवळी यांना या लेखनातील ताणतणाव कधी आपले वाटले का? कमल देसाई स्वत:सुद्धा हिंदू-मुस्लीम दंगली आणि इतर सामाजिक चळवळी यांचा अनुभव घेत होत्या. परंतु त्याबाबत त्यांचा स्वत:चा असा आवाज उमटलेला दिसत नाही, तसा त्यांचा दावाही नव्हता. परंतु अभिजनांना रुचणाऱ्या भाषेत गुंतागुंतीसह लिहिणाऱ्या कमल देसाई, पर्यावरणवादी अथवा स्त्रीवादी चळवळींसंदर्भात त्यांच्या उत्तर आयुष्यात अधिक खुल्या झालेल्या दिसतात. 'तुमचे लेखन स्त्री-केंद्रित आहेच, परंतु चांगल्या अर्थाने स्त्रीवादीही आहे असे म्हटले तर तुम्हाला मान्य होईल का?' या प्रश्नाला उत्तर देताना कमल देसाई म्हणतात, की 'हो हो. का नाही मान्य होणार? आवडेल मला. मात्र हेही खरं की, मी लिहित असताना मात्र असे काही करते आहे हे मला माहीत नव्हते. एवढेच की, मी स्त्री असल्याने मला माहीत असलेल्या गोष्टी लिहायच्या, एवढाच उद्देश होता. मग पाटणकरांचे पुस्तक आले, तेव्हा कळले की त्याच्यात असे काहीतरी आहे म्हणून. नंतर लोकांनी त्याच्यात आणखीही शोधले. (देसाई कमल, लोकसत्ता १९ जून २०११)

'काळा सूर्य' वाचताना...

'काळा सूर्य'चे पुनर्वाचन करताना एक जाणवते की, ब्रिटिशांच्या साम्राज्यावरून न माळणारा सूर्य जेव्हा मावळला आणि भारत नावाचा देश मोठ्या उभारीने आपला सूर्योदय घडवू लागला, त्यानंतरच्या १५ वर्षांत मोठे बदल झाले. कोणाला वैज्ञानिकतेतून आलेल्या नव्या विवेकाच्या साहाय्याने भारतातील माणसे व्यक्ती होऊन, जाती-पातीपलीकडे जाऊन, अंधश्रद्धा टाळून वावरू लागतील असे वाटत होते; तर कमल

देसाईंसारखी साधीसुधी बाई नोकरी करून स्वत:च्या पायावर उभी राहणारी व्यक्ती बनू पाहात होती. तिला मात्र भारतातील एका विरंची नावाच्या गावाला ग्रासणारा 'काळा सूर्य' नोकरीच्या निमित्ताने दिसला होता. एकाच वेळी अतिसूक्ष्म पातळीवर मानवी मनातील गुंतागुंत पाहणाऱ्या या लेखनात, आपल्याला एक भव्यदिव्य असा मानवी जीवनाचा अर्थ लावू पाहणारा पट दिसतो. 'काळ्या सूर्या'चा अनुभव तेथील माणसांना तीक्ष्णपणे गोंदत असताना, स्त्रियांच्या अंगावर अणकुचीदार सुयांनी गोंदण्याची जी पूर्वापार चाललेली प्रथा होती, तिच्या आधाराने कमल देसाई या संहितेतून आपल्याला सांगतात की, लहानपणी लाथा मारून गोंदवून घेणे त्या नाकारू शकत होत्या, परंतु प्रौढपणी आपले पोट भरण्याची जबाबदारी घेतल्यावर; नोकरीच्या निमित्ताने उजाड, सडक्या, कोरड्या विरंचीमधील 'काळा सूर्य' त्यांना नाकारता येत नव्हता.

येथे लक्षात येते की १९६० च्या दशकाच्या उत्तरार्धात जेव्हा संपूर्ण मध्यमवर्ग आपापल्या मुलाबाळांना इंजिनिअर, डॉक्टर करण्याची आणि इंग्लंड, अमेरिकेमध्ये आणखी शिक्षण घेऊन मोठ्या पगाराच्या नोकऱ्या मिळविण्याची स्वप्ने पाहात होता, तेव्हा या संहितेतील कथन करणारी व्यक्ती मात्र आपल्या वाट्याला आलेल्या पडझडीच्या जगातील पोस्टातील कारकुनी स्वीकारण्याला गत्यंतर नाही हे लक्षात घेते. 'काळ्या सूर्या'चे प्रकाशसूक्त वाचताना या कथनामध्ये 'पापाचं' 'काळोखाचं' आकर्षण आपल्याला वाटले आहे असेही नमूद केले आहे.

पालवी नसणाऱ्या एरंडांनी भरलेल्या विरंचीमध्ये बुद्धविहार आहेत अशी एक नोंद येते. भारतात बौद्ध धर्माचा पाडावा का झाला, याची एक लोकप्रिय पातळीवर केली जाणारी मांडणी अशी आहे की, बुद्धविवाहारामध्ये बुद्ध भिक्षुणींना जेव्हा प्रवेश मिळाला, त्यानंतर एक अनाचार माजला आणि मग शंकराचार्यांनी स्वत:ला 'प्रच्छन्न बुद्ध' म्हणवून हिंदू धर्माची पुन्हा एकदा निर्मितीक्षम मांडणी केली. अनाचार संपवून माणसांना गृहस्थाश्रमाच्या प्रमुख प्रवाहामध्ये राहूनसुद्धा, वयाच्या वेगळ्या टप्प्यावर वानप्रस्थाश्रम आणि संन्यासाश्रम घेण्याची चांगली सोय केली गेली. यामधून मग बुद्ध धर्माचा अध:पतीत व्यवहार संपविला गेला असे साधारण मांडले जाते. बुद्धाला शह देणारा मार, हे या कथनात उचलून धरलेले प्रतीक दिसते आणि धर्म जर अत्याचारी झाला, तर 'अधर्म' आणि शांती जर ढोंगी बनली, तर 'अशांती' स्वीकारावी असे या कथनाचे सूत्र दिसते.

या संहितेत विवाहित स्त्री आणि शरीर विक्रय करणारी स्त्री, पौरुषयुक्त पुरुष आणि त्याच्या पोटी जन्मलेला गलितगात्र पुरुष अशा जोड्या येतात. काहीतरी गोष्टरूपाने आपल्यापर्यंत पोहचत जाते. देह विक्रय करणारी बाई पराभूत केली जाते, ती विवाहित स्त्रीकडून, 'सटवे माझ्या घरात शिरतेस? इथे माझ्या घरात? दीडदमडीची बाजारबसवी

तू! ही तुझी हिंमत? मर मर तू-तू मरायला हवंस - मारेन मी तुला. तुझं रक्त पीन... मी नाही मरणार. तुला मारणार. तू मेली पाहिजेस' (देसाई कमल, 'काळा सूर्य' १९६८, पृ. १२) येथे स्त्रिया-स्त्रियांमधील गर्ती विरुद्ध वेश्या हे विभेदन दाखविले आहे. इतकेच नाही तर स्त्रियांच्या नात्यातील पुरुषसत्ताक व्यवस्थेतून येणारी हिंसाही नोंदविली आहे.

विवाहाच्या चौकटीत मूल न होणारी स्त्री, 'आदिशक्ती, प्राणवरूपिणी जगन्माता, मंगलदायिनी, वरदायिनी तू! अग तू माझ्याशी वैर मांडायचंस? का गं? माझ्यासारख्या दुबळ्या, नि:सहाय, निराधार अशा स्त्रीशी वैर? (देसाई कमल, 'काळा सूर्य,' १९६८ पृ. १३) असा संवाद करते आणि या संवादातून कमल देसाई त्यांचे अस्तित्ववादी सूत्र मांडतात. मेणबत्तीच्या प्रतिमेतून त्या स्त्रीच्या देहधारणेसंदर्भात विशेषत: गर्भधारणेसंदर्भात अस्तित्ववादी पातळीवर असे मांडतात, 'पण मेणबत्ती स्वत:हून काही जळत नाही? तिला कोणीतरी लावावं लागतं आणि ज्याचं जळणं हेच कुणावरतरी अवलंबून आहे, त्यांना कसला आला आहे स्वधर्म? झुरळानं खाणं हासुद्धा एक उपयोगच. कुणा प्राण्याचं पोट नाही भरलं? जळावंच असं का? आणि आपण व्यर्थ असणं हाच एक उपयोग आहे. त्यामुळं दुसऱ्यांना उपयुक्त होता येतं ते.' (देसाई, कमल, 'काळा सूर्य', १९६८, पृ. १९) म्हणजे बाईच्या देहात असणारा 'उन्मत्त गंध' नियंत्रित करून जगतानासुद्धा, वाट्याला येणारं लादलेलं गर्भारपण आणि त्या संदर्भातील निसर्गाचा कायदा याविषयी पुन्हा एकदा या संहितेत काही मांडलेले दिसते. या उलट फसवून गर्भात जिवाचे रोपण झाल्यावर रक्ताचे सातत्य आणि आईपणातून मृत्यूवर मात करण्याच्या शक्यता असतानाही, असे आईपण आपल्या समाजात अशक्य आहे हे लक्षात घेऊन, पुन्हा एक अपरिहार्य विनाशाची वाटच दाखविली जाते.

हा सगळा भूतकाळ या कथनामध्ये अशा युक्तीने योजला आहे की, यातील नायिका एकीकडे 'घर' ही गोष्ट नाकारते, पण 'टेकायला जागा हवी' म्हणून शोध घेते. विरंची गावाचे दुसरे नाव 'काळा सूर्य' आहे. त्या गावाचे वर्णन असे येते, 'आता विरंचीत धान्य पिकत नाही. कुठं चिमूटभर गवत डुलत नाही. इथं शेतीच नाही. इथून पाच मैलांवर मातीचं तुम्हाला दर्शन होतं. इथं धड तुम्ही आकाशातले नसता, धड पृथ्वीवरचे नसता. इथं एकही देऊळ नाही, देव नाही. तसा कोणी प्रयत्न केलाच, तर तो त्या कुह्यात कोसळतो. अश्वरथ अजूनही विरंचीला छळतो असं म्हणतात.' (देसाई कमल, 'काळा सूर्य,' १९६८, पृ. ३७) देवांचा, माणसांचा, पृथ्वीचा शत्रू असलेला अश्वरथ काळ्या पाषाणाचे कोणतीच मूर्ती नसलेले मंदिर बांधतो. आपल्याला गुदमरून टाकणाऱ्या अशा तपशिलांचे वाचन आज करताना मनात येते की, १९६० च्या दशकात जेव्हा आदिवासी, दलित तरुण नवे प्रश्न विचारू लागले आणि 'स्वातंत्र्य म्हणजे काय? विकास म्हणजे

काय? प्रगती म्हणजे काय? आणि हे सर्व आमच्या वाट्याला कधी येणार?' असे विचारू लागले, तेव्हा या संहितेतूनही कुटुंबाबाहेर, जातीबाहेर, विवाहचौकटीबाहेर टाकलेल्या स्त्रीच्या जगण्याचे प्रश्न मांडलेले दिसतात. परंतु हे प्रश्न एका व्यक्तीचे प्रश्न म्हणून मांडताना, व्यक्तीच त्याला उत्तर शोधेल अशी सोडवणूकही दिसते. स्त्रियांच्या समूहात्मतेची शक्यता येथे नाकारली आहे. तसेच अपंग, विद्रूप, कुरूप अशा सर्वांचे अस्तित्वसुद्धा येथे सुट्या सुट्या स्वरूपातच मांडलेले दिसते. कमल देसाईंना माणसांच्या समूह होण्याच्या शक्यता दिसत नव्हत्या का?

परिघाबाहेरील विरंचीमध्ये आणखीनच परिघाबाहेर टाकलेल्या चित्रकाराची गोष्टही यात दिसते. हा चित्रकार सुवर्णमध्य कल्पनेचा धिक्कार करतो. 'थोडे चांगले, थोडे वाईट, थोडे सभ्य, थोडे असभ्य, थोडे नागर, थोडे ग्रामीण, थोडे नैतिक, थोडे अनैतिक, थोडे धार्मिक, थोडे अधार्मिक असे इकडेही नाही, तिकडेही नाही (देसाई कमल, 'काळा सूर्य,' १९६८) असा सुवर्णमध्य सर्वांना हवा असतो, तो नाकारतो. पापी माणसाचे जगणे जाणीवपूर्वक स्वीकारणाऱ्या या चित्रकाराला, या कथनातील स्त्री त्याच्या जहरी मिठीत संपवून जाण्याची इच्छा बाळगते.

मला प्रश्न असा पडतो की, या संहितेत स्पृश्य-अस्पृश्यतेच्या कल्पनेच्या चौकटीत गावकुसाबाहेरच्यांचे जगणे येत नाही, जातीच्या उतरंडीचा प्रश्न येथे मांडला जात नाही. यातली सगळी माणसे आपल्या नशिबाने दरिद्री, अपंग आणि कोंडलेले आयुष्य जगत आहेत. यातील माणसांच्या आयुष्यात येणारे विपरीत प्रसंग जीवनाच्या असंबद्धतेबद्दल आपल्याला सांगतात. परंतु उतरंडी आणि सत्तेची समीकरणे खोडून काढून, नव्या परिदृष्टीतील नव्या शक्यता घडवू शकू असे काही येथे येत नाही.

इतकेच नाही, तर स्वतःच्या पायावर उभे राहू पाहणारी ही स्त्री आईचे अंत्यसंस्कार करण्यास पुढाकार घेते, पण आईच्या पेटीतील जमिनीच्या तुकड्याचा कागद किंवा अस्सल सोन्याची मोहनमाळ यांचा मात्र निसटता उल्लेख करते. म्हणजे येथे असे जाणवते की, यातील दारिद्र्य, वंचितता जी या स्त्रीच्या वाट्याला येते, त्यामध्ये एक वेगळे सांस्कृतिक भांडवल पण आहे. म्हणजे अश्वरथ, विरंची, पुरुषसुक्त अशा सगळ्या भारतातील गतवैभवातील मिथकांचा ती वापर करू शकते. इतकेच नाही, तर काही प्रमाणात भौतिक पाठबळसुद्धा मेलेल्या आईच्या बंदिस्त पेटीत आहे असे दिसते. स्वतंत्र भारतामध्ये नव्या कायद्यांच्या चौकटीत त्यावरही पोलिसी पहारा आहे असेही संहिता सांगते. मग पापाचे आणि काळोखाचे एवढे आकर्षण वाटणारी ही स्त्री, त्या बंद पेटीवरील ताबा मिळविण्यासाठी पोलिसी दंडेलशाही विरोधात समूहाच्या पाठिंब्याने उभी राहू शकत नाही, असे का होते असा प्रश्न मनात येतो. म्हणूनच मग शोकात्म चित्रणाशिवाय

त्यांना गत्यंतर राहत नाही.

बाई म्हणून जगताना, स्वत:ला समूळ नष्ट करण्याच्या या प्रक्रियेकडे पाहताना ही संहिता केदारनाथच्या तोंडी असे म्हणते, 'काय मिळवायचं आहे तुला? काय शोधते आहेस तू? देहाचे आणि मनाचे का तू असे हाल चालवलेस? एक वेळ पुरुषानं असं केलं तर मी समजू शकतो. पण स्त्रीनं म्हणजे-मला तेही सहन होत नाही- आई गेल्यापासून तर कहरच झालाय तुझ्या वागण्याचा- काय विचार काय आहे तुझा?' (देसाई कमल, 'काळा सूर्य,' १९६८, पृ. ७२) येथे केदारनाथ, म्हणजे संहितेतील पूर्ण पुरुष स्त्रीची एक व्याख्या देतो. ती व्याख्या नायिकेला मान्य आहे असे दिसत नाही. उलट आपल्या संगीतासारख्या कलेच्या आधाराने पूर्णपणे एकटेपणाचा अनुभव घेणारा केदारनाथ, स्त्री-पुरुष प्रेमाच्या संदर्भात शरण यायला नकारतो आहे. नायिकेला मात्र असे दिसते की, तिच्याकडे असणारी जी नितळ शक्ती आहे तिलाच हा पुरुष घाबरतो आहे. येथे केदारनाथ पापाचा प्रतिनिधी आहे आणि स्त्रीदेहधारिणी नायिका विकृतीची प्रतिनिधी आहे. हे लक्षात घेतले तर दि. के. बेडेकर जे सुचवित आहेत, त्याचा अर्थ कळतो. येथे प्रयत्न असा दिसतो की, या संहितेतून भोंगळ आशावाद आणि स्त्री-पुरुष समतेच्या वरवरच्या आणि पाश्चात्त्यांच्या अनुकरणातून आलेल्या कल्पनांवर बेभान प्रहार केले आहेत. म्हणूनच या संहितेमध्ये एकीकडे नवसंकेतांची निर्मिती करण्याचा आटोकाट प्रयत्न केलेला दिसतो; परंतु त्याचवेळी पुराणकथा, दंतकथा, मिथके, 'कृष्णाची मीरा' अशा सर्व सांस्कृतिक आयुधांनिशी 'सर्वत्र अमंगल' असे जे आहे, ते संपविण्याचा तिचा प्रयत्न दिसतो.

अगदी साध्यासुध्या पद्धतीने विचार केला तर लक्षात येते की, या संहितांचा वाचकवर्ग कोण होता? १९६० च्या दशकात नेहरूवादी चौकटीमध्ये जेव्हा कुटुंबसंस्था नव्याने उभारली जात होती, तेव्हा नोकरी वा करिअरची आत्यंतिक गरज असलेल्या स्त्रिया नाईलाजाने अर्थार्जन स्वीकारत होत्या आणि प्रौढ कुमारिका हा काळा शिक्का घेऊन जगत होत्या, तर ज्या स्त्रियांना कुटुंबापुरेसे नवऱ्याचे उत्पन्न होते, त्या गृहिणीपणाचे आधुनिकीकरण करण्यात मग्न होत्या. या दोन्ही तऱ्हेच्या स्त्रिया कमल देसाईंच्या वाचनाच्या वाट्याला गेल्या नसाव्यात. उरलेल्या सर्व स्त्रिया एकाअर्थी परिचारिका, बालवाडी-शिक्षिका, खाण कामगार किंवा सफाई कामगार म्हणून काम करीत होत्या. त्यांना या सांस्कृतिक भांडवलाने भरगच्च असलेल्या संहितेचे अर्थच कळत नसतील. त्यामुळेच रा. भा. पाटणकर, भालचंद्र नेमाडे अशा काही समीक्षकांना या साहित्याला उचलून धरावे लागले आणि एकाअर्थी १९७५ मध्ये नवी स्त्रीवादी लाट येण्यापूर्वी, या संहितेने केलेले योगदान सांभाळून ठेवण्याचे काम त्यांनी केले.

येथे एक जाणवते की या संहितेचा काळ केशवसुतांच्या 'एक तुतारी द्या मज

आणून' या काव्यातील 'जुने मरणालागी टाकून सडत न बसण्याच्या' निर्धारापेक्षा वेगळा होता. पण ही निराशा नेमकी कोणत्या स्वरूपाची आहे? ज्या गावाला वाचविण्यासाठी मूर्ती नसलेलं देऊळ सुरुंग लावून फोडण्यास ही स्त्री तयार आहे, त्या गावाशी तिचे नाते काय होते? गावातील रोजच्या भाजी-भाकरीसाठी धडपडणाऱ्या आणि जगूनतगून राहणाऱ्या माणसांशी तिला बोलता का येत नव्हते? देवळाचा भुगा करून समाधानाने मरणाऱ्या तिला, एकेका व्यक्तीने स्वत:ला संपवून, टोकाला जाऊन न्याय मिळणार आहे याची खात्री कशी वाटली? नेहरूंचे आधुनिक स्वायत्त भारताचे स्वप्न, महात्मा गांधींचे स्वायत्त भारतीय खेड्यांचे स्वप्न आणि आंबेडकरांचे जातीची उतरंड मोडून लोकशाहीवादी सामाजिक न्यायाचे स्वप्न; यांतील कशाशीच हातमिळवणी करू न शकणारी ही स्त्री स्त्रीजीवनाच्या बंदिस्तीबद्दल अथवा बळी जाण्याबद्दलचा विचार संरचनांच्या संदर्भात करत नाही. येथे माणसाच्या एकटेपणाचा उदोउदो इतका दिसतो की, समूह पातळीवरील जोडलेपणा त्यांना दिसलाच नाही का असा प्रश्न मनात येतो.

१९६० नंतरच्या काळात महाराष्ट्रातील सुशिक्षितांना एकूण समाजाच्या मनाची पकड घेण्याची इर्षा, आकांक्षा, आत्मविश्वास वाटेनासा झाला असे जे द. के. बेडेकर यांनी आपल्या 'मराठी वाङ्मयाची सामाजिक पार्श्वभूमी' या लेखात लिहिले आहे, ते येथे महत्त्वाचे वाटते. त्या काळातील सुशिक्षित मनाभोवती पडलेल्या चक्रव्यूहांचे परीक्षण झाले पाहिजे असे बेडेकर मांडतात. 'ज्या सर्वंकष भ्रमनिरासामुळे ही साहित्यिक अनवस्था निर्माण झाली, त्याच परिस्थितीमुळे एकंदर मराठी सुशिक्षित वर्गच अधांतरी व किंकर्तव्यमूढ झाला होता हे या अनावस्थेचे मूळ कारण आहे. जळात राहून माशांशी वैर करता येत नाही आणि जळाच्या बाहेरही पडता येत नाही, अशा जलचरासारखी सुशिक्षिताची अवस्था होती. कोणी हुसकावून लावले नसले, तरी राहत्या जागी आपण निर्वासित आहोत अशा विलक्षण व विपरीत भावनेने सुशिक्षिताचे मन व्यथित होते. माणसाला धन, संसार व प्राणही प्रसंगी कुर्बान करणे शक्य होते, पण भ्रम टाकता येत नाहीत- ते भ्रम आहेत हेच मुळी कळत नाही. तसा काहीसा प्रकार होऊन सुशिक्षितांपैकी बऱ्याच जणांना या निर्वासनाच्या वैराग्याने ग्रासले होते. तिकडे युरोपीय सुशिक्षितांपैकी काहीजणही निर्वासनपंथी झाले होते. कारण फॅसिझम व कम्युनिझम यांच्याबाबतीत त्यांच्याही श्रद्धांचे दोर कापले गेले होते. पण सामाजिक परिवर्तनात सगळ्या गोष्टी सुयंत्र व सरळ होत नाहीत, तसेच येथे अनुभवाला येते. 'निर्वासन', 'स्वायत्तता' या इष्ट कल्पनांचा स्वीकार सर्व वाङ्मयसेवकांना मानवला नाही व ज्यांना मानवला, त्यांनी त्याचा पुरस्कार करताना काळ्या पहाडाच्या आवेशाने जुन्या संकेतांचे मूर्तिभंजन केले. एकीकडे स्वायत्त कला ही नीतिनिरपेक्ष असल्यामुळे अनीतिपोषक ठरेल, असा विरोधकांनी पवित्रा घेतला. दुसरीकडे

नवसाहित्यिकांनी दुराग्रह धरला की, समाजपरिवर्तनाबद्दल जो भोंगळ आशावाद, लैंगिक व्यवहाराबद्दल जी खोटी जुगुप्सा लोकमनात आहे, तिच्यावर बेभान प्रहार केल्याशिवाय आपण नवसंकेतांची निर्मिती केल्यासारखे होणार नाही. (बेडेकर दि.के., मराठी वाङ्मयातील सामाजिक पार्श्वभूमी, पृ. १७८-१७९) कमल देसाईंच्या संहितांमध्ये आपल्याला दिसते की, त्या स्वत: बाईपणाच्या तुरुंगातून सुटण्याचा प्रयत्न करतात. एकटे माणूस होणे स्वीकारतात. 'निर्वासन' आणि 'स्वायत्तता' या कल्पनांचा त्यांनी स्वीकार केलेला दिसतो आणि म्हणूनच त्यांच्या संहितेतील नायिका चुका करण्याचे स्वातंत्र्य घेण्याचा आणि पेलण्याचा प्रयत्न करते.

'हॅट घालणारी बाई'चे पुनर्वाचन करताना

कमल देसाई यांच्या ज्या दोन लघुकादंबऱ्यांचा आपण येथे विचार करत आहोत, त्यांचा विचार इतक्या खोलात जाऊन करणे आवश्यक वाटते. कारण १९६० नंतरच्या प्रत्येक दशकामध्ये त्यांचे लेखन वाचकाला नवा अर्थ देऊ शकले. चांगल्या साहित्याचे लक्षण असे असते की, अशा साहित्यातून नवे शब्द निर्माण होतात आणि भाषेची व्याप्ती विस्तारते. कमल देसाईंच्या साहित्यात भाषा जबरदस्त शक्तीने अवतरते. इतकेच नाही तर स्त्रीवादाचे नवे राजकीय आविष्कार घडविण्यास मदत करते. कदाचित कोणाला हा दावा अतिरेकी वाटेल, परंतु १९७४-७५ मध्ये भारतात महानगरांमध्ये आणि उपनगरांमध्ये जी नवी स्त्रीवादी चळवळ उभी राहिली आणि त्या चळवळीमधून लैंगिकतेच्या राजकारणाचे नवे भान उभे राहिले, त्याचे पायंडे पाडण्याचे काम कमल देसाईंचे लेखन करत होते हे लक्षात घेतले, तर आपण कमल देसाईंच्या लेखनाला आणि त्यांच्या भाषेला फक्त वास्तवाचे प्रतिनिधित्व करणारे साहित्य असे मानणे चुकीचे ठरेल. त्यांच्या साहित्याकडे सरळसोट रानटी पद्धतीने पाहण्याची चूक करायची नसेल, तर त्यांच्या साहित्यातून भाषेच्या मर्यादांपलीकडे जाण्याचा जो प्रयत्न दिसतो, त्याचा विचार समतोलाने केला पाहिजे. त्यांच्या भाषेत ज्या दऱ्या, मूकपणा आणि अडथळे, तसेच कोलाहाल दिसतो, तो वाचण्यासाठी वाचकांचीसुद्धा एक तयारी असली पाहिजे. या अर्थाने वाचक म्हणून आपल्याला त्यांच्या लेखनातील दऱ्या आणि शब्दहीनता शोधाव्या लागतील.

'हॅट घालणारी बाई' हे शीर्षक पुन्हा एकदा अनेक अंगांनी आपल्या समोर आव्हाने उभे करते. 'हॅट' हे डोक्यावर घालण्याचे वस्त्र, गोऱ्या साहेबाकडून वसाहत काळात आले आणि त्याला विरोध करणारी 'गांधी टोपी' स्वातंत्र्य चळवळीत भारतात स्थिरावली. आपल्या संहितेतून कमल देसाई या दोन्ही प्रतीकांना शह देत, स्त्रीदेह धारण करणाऱ्या अस्तित्वासाठी 'हॅट' घालण्याचा अवकाश निर्माण करतात.

मला आठवते की, एकदा 'बाईच्या डोक्यावर हॅट कशासाठी?' या प्रश्नाशी डोकेफोड करताना असे जाणवले की, माणसाचे मूल गर्भाशयातून पुढे सरकताना डोक्यानेच पुढे सरकते. त्या मुलाची आई प्रत्येक पुढे सरकण्याच्या तसू तसू टप्प्यावर एकेका कळेचा अनुभव घेते. ती कळ देते आणि अर्भकाचे डोके पुढे सरकते. ही प्रक्रिया मुलगा-मुलगी दोघांच्याही बाबतीत घडते. पण बाईच्या डोईवर मात्र पदर, बुरखा, हिजाब येतो; तेव्हा त्या त्या समुदायाची खूण पटविण्याची जबाबदारी तिच्यावर येऊन पडते. या संहितेत कमल देसाईंच्या शीर्षकामधील 'हॅट' एका अर्थी बाईला प्रतीक होण्यापासून मुक्त करते. आपल्याच गर्भाशयाला उलटे करून, जैविक पातळीवरील पुनरुत्पादनापासून सोडवून, मग ही बाई 'अपरासृष्टी' निर्माण करण्याचा प्रयत्न करते.

म्हणजे या संहितेत जगाची गुदमरवून टाकणारी बंदिस्ती अगदी काळ्याभोर रंगात रंगविण्याऐवजी; काही प्रमाणात आशा, पुढचे पाहण्याची क्षमता अभिव्यक्त करण्याचा प्रयत्न दिसतो. या संहितेतील नायिका चित्रपट निर्माण करण्याचे स्वप्न पाहते. मला असे स्वप्न पाहणे फार सुसंगत वाटते. १९४७ साली जेव्हा भारताला स्वातंत्र्य मिळाले आणि त्याच वेळी देशाची फाळणी झाली, त्याच काळात भारतीय चित्रपट उद्योगाने मात्र मानदंड ठरावे असे चित्रपट काढले. फाळणीचे गुंतागुंतीचे वास्तव अशा चित्रपटांमधून आले नाही. उलट मुस्लीम कथासूत्रे आणि कथने अशा काही चित्रपटांनी ऐतिहासिक दरबारी प्रेमांच्या चौकटीत मांडली. कमल देसाई जेव्हा समजत्या, जाणत्या वयात येत होत्या; त्या कालात हिंदी भाषेला राष्ट्रभाषेचा दर्जा मिळाला होता आणि बंगाली, मराठी, तमीळ यांसारख्या आणखी दहा भाषा प्रादेशिक पातळीवर महत्त्वाच्या मानल्या गेल्या होत्या. एकूणच राज्यसंस्थेने आर्थिक चौकट बळकट करण्याचे ठरविले, तेव्हा त्या काळात सांस्कृतिक घटकांकडे दुय्यम घटक म्हणून पाहिले गेले. म्हणजे राष्ट्र उभारणीसाठी बळकट अर्थव्यवस्थेबरोबरच मुक्तिदायी सांस्कृतिक घटक निर्माण व्हायला हवेत याचे भान नव्हते. फार तर फार अशी चिंता होती की, जनसामान्यांच्या कनिष्ठ दर्जाच्या संस्कृतीचा आघात प्रतिष्ठित अभिजनांच्या आधुनिक संस्कृतीवर होऊ नये.

म्हणजे या काळात जे व्यापारी आणि गल्लाभरू चित्रपट निघाले, त्यांच्याकडे राज्यसंस्थेने महसूल वसूल करण्याचा स्रोत म्हणून पाहिले. असे चित्रपट नैतिकदृष्ट्या अध:पतन करणारे आहेत असे समाजधुरिणांना वाटत होते. अशा व्यापारी चित्रपटांमध्ये गोतावळा, भडक भावना यांचा वापर भरपूर प्रमाणात केला जात होता. कमल देसाई खासगीत बोलताना नेहमी सहजपणे सांगत की, असे चित्रपट त्या 'टाईमपास' म्हणून आनंदाने पाहात असत.

दुसऱ्या महायुद्धाच्या अखेरीला जी एक जुगारी आर्थिक लाट आली, त्यामधून

चित्रपट उद्योगामध्ये भांडवलाची नवी वाढ झाली. परंतु या काळात जनसामान्यांसाठीचे चित्रपट आणि अभिजनांसाठी काढलेले चित्रपट यामध्ये दरी दिसते. 'अस्सल भारतीय सिनेमा' काढावा आणि त्यात राज्यसंस्थेने प्रामुख्याने गुंतवणूक करावी असे वारे वाहू लागले. म्हणजे खरा राष्ट्रीय भारतीय चित्रपट हा राज्यसंस्थेच्या पुढाकाराने राज्यसंस्थेचे प्रतिनिधित्व करणारा असा असावा असे मांडले गेले. कमल देसाईंच्या हॅट घालणाऱ्या बाईने व्यक्ती होऊन स्वत:ला काढायच्या चित्रपटासाठी वित्तसहाय्य मिळविण्याचा प्रयत्न करावा यात एक अर्थ दिसतो. म्हणजे १९६० साली भारत सरकारने 'फिल्म फायनान्स कॉर्पोरेशन' आणि पुण्यामध्ये 'फिल्म इन्सिट्यूट' प्रस्थापित केली. सत्यजीत रे यांच्या चित्रपटांचा हा काळ होता. रे यांच्या चित्रपटांमधून दिसणारी उद्दिष्टे नेहरूवादी चौकटीतीलच होती. त्यात भूतकाळाचे एक सुसंगत कथन होते. बंगाली भद्रलोक मंडळी जेव्हा स्वतंत्र भारताचे प्रतिनिधित्व करू लागली, तेव्हा महाराष्ट्रातील मराठी अभिजनांना हेवा वाटला असावा. कमल देसाई एक मराठी लेखक म्हणून, साहजिकच महाराष्ट्राच्या प्रादेशिकतेचा संदर्भ लक्षात घेऊन आणि बालकवींसारख्या कवीच्या रोमँटिक काव्याच्या आधारे आपल्या कल्पकतेतून नवी सृष्टी उभारू पाहत होत्या हे समजण्यासारखे आहे. १९६० साली महाराष्ट्र राज्याची भाषिक तत्त्वावर स्थापना झाली आणि १९६०-७० हे दशक लक्षात घेतले तर ओरिसा, महाराष्ट्र आणि दक्षिण भारतातील तेलंगणासारखे प्रदेश तसेच आंध्र प्रदेश, केरळ, तामिळनाडू येथे शेतकऱ्यांच्या आणि विद्यार्थ्यांच्या चळवळी दमदारपणे उभ्या राहत होत्या. 'हॅट घालणारी बाई' ही संहिता १९७० साली प्रसिद्ध झाली. या संहितेमध्ये त्या काळातील पोलिसी आणि सैनिकी शक्ती, ज्या विद्यार्थ्यांच्या चळवळी दडपून टाकत होत्या, त्यांचा प्रत्यक्ष उल्लेख नाही. परंतु १९७० च्या दशकाच्या पूर्वार्धात जी आर्थिक मंदी आली होती, अन्नधान्याच्या तुटवडा होता आणि एकूणच कष्टकरी स्तरावरील माणसे अस्वस्थ होती हे लक्षात घेता, आपल्याला हॅट घालणाऱ्या बाईच्या संहितेतील अस्वस्थता समजण्यास मदत होते.

या संहितेच्या सुरुवातीलाच एखाद्या चित्रपटाच्या प्रारंभी दाखवावे असे अष्टकोनी दिवाणखाना असलेले घर आपल्याला दिसते. या दिवाणखान्याला नेमके दार कुठे आहे हे कळत नाही. वसाहत काळातील प्रशस्त, ऐसपैस, जातिवंत सागवानी फर्निचर येथे आहे. परंतु ते आता मोडकळीला आले आहे. दिवाणाखान्यामध्ये एरवी शिस्त असली, तरी हवा तो गोंधळ घालणाऱ्या, कौमार्यातून तारुण्याकडे जाऊ पाहणाऱ्या सविताचा भूतकाळ आहे. मला ठायी ठायी आठवणीत असलेल्या सविताबद्दल वाचताना असे वाटले की, सत्यजीत रे यांच्या 'पाथेर पांचाली' चित्रपटामध्ये अकाली मृत्यू पावणाऱ्या अप्पूच्या बहिणीसारखेच हे चित्रण आहे. सविता आपल्या घरात परकेपणाने जगताना

निघून गेली होती आणि मग एके दिवशी खूप काळोखात, मरणाची थंडी असताना ही हॅट घालणारी बाई जिच्या हातातील दिवाही विझला आहे अशी अवतरते.

दृश्य माध्यमाचा विचार करून कमल देसाईंचे शब्द या संहितेत आलेले दिसतात. आपले नावही विसरलेली ही दुबळ्या कुडीतील बाई, चित्रपटाची संहिता डोक्यात घेऊन एक योजना आखून असे जाहीर करते की, 'मी काही भिकारी आहे का? पुढल्या दारी जा म्हणायला? माझ्या योजनेला काही किंमत आहे, हे मला नक्की माहीत आहे आणि असे प्रयोग व्हायला हवेत. हा हक्क आहे. ही हवं असण्याची बाब आहे.' (देसाई कमल, 'हॅट घालणारी बाई,' १९७०, पृ. ९८)

या बाईला पैसा आणि नाव तरी कमवायचे आहे का? ती काहीतरी आधार शोधत त्या एका विशिष्ट दिवाणखान्याच्या गावात कशीबशी अवतरते. 'चित्रपट काढायचा म्हणजे नेमकं काय करायचं हे नीटसं तिला माहीत नाही. पण तिच्या डोक्यात गच्च गिचमीड आहे कल्पनांची आणि तिनं या फाइलमध्ये खूप काही करून ठेवलं आहे.' (देसाई कमल, 'हॅट घालणारी बाई', १९७०, पृ. १०१) या संहितेतील नायिका ना. सी. फडके यांच्यासारख्या लोकप्रिय मराठी कादंबरीकारांच्या नायिकांपेक्षा खूपच वेगळी आहे. ती भणंग आहे, रेल्वे स्टेशनवरील वेटिंगरूममध्ये कपडे बदलणारी आहे. इतकेच नाही तर ती उत्पादक, उद्योजक आणि प्रामाणिक यांतले काहीच नाही. ती स्वतःला 'कारण की मी आळशीढोण आहे ना! मग मला प्रामाणिक राहताच येत नाही.' (देसाई कमल, 'हॅट घालणारी बाई', १९७०, पृ. १०२) असे म्हणते. येथे जाणवते की, किती प्रयत्नपूर्वक पद्धतीने नेहरूवादी दृष्टिकोनातील चटपटीत, प्रामाणिक, वैज्ञानिक, कार्यक्षम नागरिकत्वापासून कमल देसाई आणि त्यांची संहिता फारकत घेते.

ही विलक्षण भांबावलेली बाई आपले अस्तित्व घेऊन प्रवाही होते. परंतु तिच्या वाट्याला वर्तमानपत्रातल्या बातम्यांमध्ये येणारी गुंडगिरी मात्र येत नाही. येथे नाव हरवलेल्या या बाईच्या अस्तित्वाविषयी ही संहिता असे सांगते की, 'आपण सोडून सर्वांना आपण ओळखतो. ते सर्व जण ओळखतात. फक्त आपल्या चेहऱ्याची आपल्याला भीती वाटते, म्हणून तो न दिसण्याची ईश्वरी सोय आहे.' (देसाई कमल, 'हॅट घालणारी बाई', १९७० पृ. ११८)

काहीशी भरकटलेली ही बाई तिला ओळखणाऱ्या भावालासुद्धा ओळखत नाही. मरण पाहायचं होतं, म्हणून झोपेच्या गोळ्या घेणारी ही बाई भावाचे आणि कुटुंबाचे धिंडवडे करते अशी नोंद या संहितेत आहे. भाऊ म्हणतो, 'त्या वर्तमानपत्रवाल्यांना आणि पोलिसांना तोंड देता देता हैराण झालो. हजारभर पैसे ओतले आणि ही अवदसा तमाशा करत हिंडते! लाज नाही हिला! एकेकाला कसल्या गोजिरवाण्या बहिणी असतात.

फॉरिनला जातात. लग्न करतात. अहो, त्यांच्या मुलांच्या मुंजी होतात आणि आम्ही बघा! असलं खत्रूड नशिबाला येतं!' (देसाई कमल, 'हॅट घालणारी बाई', १९७०, पृ. १२१)

येथे जाणवते की, मध्यमवर्गाच्या त्या काळातील घडणीमध्येसुद्धा काहींच्या वाट्याला सुखसमृद्धी आणि यश येते, तर काहींच्या वाट्याला जीवघेणा अपघात येतो, स्मृती हरविणे येते आणि एक भणंग अस्तित्व घेऊन जगणे येते. परंतु तेवढेच येथे नाही. ही नाव-गाव नसलेली बाई अष्टकोनी दिवाणखान्याच्या गावात येते, तेव्हा तिला कोणीतरी मदत करणारा 'ऐटबाज केसांचा' राम भेटतो. अहिलेल्या शिळा होण्यापासून वाचविणारा हा राम, या नव्या काळात नवा माणूस होऊन तिला मदत करण्यास तयार होतो. कैलासशेट चित्रपट काढण्यासाठी भांडवल देतील, स्टुडिओ देतील याची त्याला खात्री वाटते. बालकवींची 'फुलणारी' काढताना रामला वाटते की, असा चित्रपट काढणे आत्यंतिक महत्त्वाचे आहे - 'त्यानं साऱ्या महाराष्ट्रात एक नवीन चैतन्य येईल. मग बंगाल्यांनीच काही नको एवढं चढून जायला. आपणही थोरच अशी 'फुलणारी' काढतो. लिरिकल क्वलिटी! इतकी विलक्षण नाजूक-सारं प्रेक्षावृंदच जणू लग्नाला येईल ना आणि त्यात भाग घेईल आणि हळूच त्यातला तो एकाकी पक्ष्याचा शॉट - कातर करणारा - तिची कल्पना ग्रेट आहे यात शंकाच नाही. आरंभी एवढं जमलं तरी खूप होईल.' (देसाई कमल, 'हॅट घालणारी बाई', १९७०, पृ. १२६)

कमल देसाईंनी या संहितेत बालकवींच्या कवितेवर चित्रपट काढण्याची योजना आपल्या नायिकेला बहाल करून नेमके काय साधले? मला त्यांनी बालकवींची केलेली निवड दोन प्रकारची वाटते. एकीकडे केशवसुतांच्या तुतारी फुंकण्याचा आणि 'जुने जाऊ द्या मरणालागुनि' यासारख्या घोषणावजा साहित्यिक आविष्कारापासून दूर राहायचे असावे. बालकवींच्या सहज मुलायम, मधुर, कवितेचा त्यांनी स्वीकार जाणीवपूर्वक केला असावा. बालकवींच्या कवितेत नाद आणि ताल होता आणि 'फुलराणी'सारख्या कवितेतील 'प्रणयखेळ' निरागस आणि शरीरापलीकडील आनंदाकडे नेणारा म्हणूनसुद्धा त्यांनी निवडला असेल.

कमल देसाईंनी आपल्या एका मुलाखतीमध्ये स्वतःच्या बालपणाबद्दल बोलताना आपण अगदी तिसऱ्या वर्षापासून एकटे-एकटे बागडत असू असा उल्लेख केला आहे. 'मला आवडायचं. एकटं असण्यात गोडीच होती. नुसतं इकडे-तिकडे आपलं आपण हिंडायचं. आपलं आपण राहायचं. आमच्या कुटुंबात इतकी माणसं होती ना, तरी माझं मला आपलं एकटं एकटं असण्यात आनंद वाटायचा. गवतातच नाच, कुठे याच शेतात जा, तिकडेच जा, कुठेही जा' (देसाई कमल, 'चैतन्य आणि चिंतन', लोकसत्ता, पुणे,

रविवार १९ जून २०११) असे निरागस, निर्भर, मंगल, पवित्र अस्तित्त्व त्यांना हवे होते आणि ते कदाचित बालकवींच्या कवितेत दिसले असावे.

आणखी एक जाणवते की,एकूण कमल देसाईंच्या काळात १९६० च्या दशकात एकीकडे औद्योगिकरण, शहरीकरण यांची घोडदौड वाढत होती आणि दुसरीकडे माणसाचे एकटेपण, तुटलेपणही वाढत होते. अशा परिस्थितीला तोंड देणाऱ्या कमल देसाईंना, लेखक म्हणून स्त्रीच्या अस्तित्त्वाचा वेध घेताना तीन दिशा दिसत होत्या. एकतर स्त्रीचा प्रवास पुरुषसत्ताकतेच्या आणि बाजारूपणाच्या विणीमध्ये वेडाच्या दिशेने तरी होईल किंवा आत्महत्येच्या दिशेने होईल किंवा मग स्त्रीने स्वत:च बालिका होण्याचे स्वीकारून, वेगळ्याच निर्मितीचा ध्यास घेऊन. स्वत:चे जग निर्माण करण्याकडे होईल. गुंथर ग्रास यांच्या 'टिन ड्रम' नावाच्या चित्रपटात, एक लहान मूल वयाच्या बाराव्या वर्षानंतर वाढण्याचेच नाकारते. भोवतीचा प्रौढांचा अध:पतीत समाज पाहून आणि त्यातील किळसवाणा, ओंगळ शरीरसंबंधांचा व्यापार पाहून, ते पोर बाराव्या वर्षीच स्वत:ला त्याच वयाला खुंटवून जगण्याचे ठरवते. अजूनही मला त्या चित्रपटात पाहिलेले, टेबलाच्या पृष्ठभागाच्या उंचीइतकेच जेमतेम पोहचणारे त्याचे डोके आणि डोळे आठवतात. या संहितेमध्ये कमल देसाईंचे 'बालिका' रूप देऊन नायिकेची निर्मिती करणे, काहीसे तसेच वाटते. या संहितेमध्ये जरी शेवटी स्वत:ची निर्मिती आणि स्टुडिओ जाळून टाकून ती हॅट घालणारी बाई दिसेनाशी होते, तरी ह्या संहितेत आत्महत्येचा दुबळेपणा नाही, तर स्वत:हून निवडलेला 'बालिकापणा' आहे. या अर्थाने 'बालकवी' या कवीची आणि त्याच्या 'फुलणारी' या कवितेची निवड आपल्याला समजावून घेणे महत्त्वाचे ठरते. बालकवींनी ज्या प्रकारे जिवाची इंद्रिये करून निसर्गाकडे पाहिले आणि ते स्वत: संवेदनामय बनून जाण्याची एक वाट दाखवत होते, ती वाट या संहितेत नायिकेला शोधायची होती. परंतु बालकवींच्या काळातील समाज आणि भोवतीचे जगणे १९७० च्या आसपास मोठ्या प्रमाणात बदलले होते.

आपले स्वप्नातले जग निर्माण करण्यासाठी ही नाव-गाव नसलेली बाई जाहीरपणे कैलासशेटची रखेल म्हणून राहण्यास तयार होते. क्षणभरही विचार न करता तिने हा विनिमय स्वीकारलेला पाहून कैलासशेट चकित होतात. 'आता आश्चर्य वाटतं ते कैलासशेटना. त्यांना वाटलं होतं, ती नाही म्हणेल. तांडव करेल. ते लाल संतप्त नैतिक दर्शन. त्यांची निराशा झाली की नाही? तिला काही उलगडलेलं दिसत नाही. तिच्या होय म्हणण्यानं तो अदुभत स्टुडिओ मिळणार, एवढंच तिला समजलं आहे. तिच्या हॅटवरची फुलं सकाळीच शेटला हसतात.' (देसाई कमल, 'हॅट घालणारी बाई', १९७०, पृ. १२८-१२९) येथे लक्षात येते की, भरपूर पैसा असणाऱ्या कैलासशेटला अशा कल्पक

बाईला उघडपणे रखेल बनविण्यात सुख मिळत होते. रखेल होऊनही हॅटवरच्या निरागस फुलांप्रमाणे आपले मांगल्य अबाधित ठेवून, आपल्या मनातील स्वप्न पूर्ण करण्याच्या शक्यता ही बाई राबवते आहे. म्हणजे शरीर आणि निर्मितीक्षम मेंदूतून निर्माण होणारे मन यांच्यामध्ये येथे फारकत केलेली दिसते. शरीराचे भौतिक पातळीवर असणे आणि त्याचा व्यवहार मनाच्या सर्जनशीलतेपासून येथे दूर ठेवण्याचा प्रयत्न दिसतो. स्त्रीच्या अस्तित्त्वाचा हा एक वेगळा अर्थ लावण्याचा येथे प्रयत्न दिसतो.

या संहितेत ज्या स्त्रियांना घर भेडसावतात अशा स्त्रियाही आहेत आणि घरावर प्रेम करणाऱ्या देवकीसारख्या स्त्रियाही आहेत. परंतु संहितेतील नायिका मात्र सहजपणे कैलासशेटच्या बंगल्यावर त्याच्या बागेत-रमणे पत्करते आणि कैलासशेटना एका अपूर्व स्वप्नाचा अनुभवही देते. बंगल्यात - बागेत राहताना तिला पाठिंबा देणारे तिच्यापासून दुरावतात. अष्टकोनी दिवाणखान्यात देवकी परत येते आणि फुलराणीच्या चित्रपटासाठी ती स्टुडिओत अधिकाधिक वेळ घालवते. ही संहिता हे सारे किमान शब्दात मांडते कैलासशेटच्या शब्दांमध्ये, 'पण ती सदाच स्टुडिओत गेलेली. बघावं तेव्हा ती नाही. हे काय? चाललंय काय हे? यावं तेव्हा ही नसते. याचा अर्थ काय? कागद रद्द करीन. स्टुडिओ जाळून टाकीन. त्या वेळी तू भेटायलाच हवंस - मी येतो त्या वेळी' (देसाई कमल, 'हॅट घालणारी बाई', १९७०, पृ. १३०) आपल्याला अपूर्व स्वप्न खऱ्या अर्थाने उपभोगता येत नाही, हे कैलासशेटला कळल्यावर तो स्टुडिओ आणि फिल्म या दोन्ही गोष्टी नष्ट करण्याची निदान भाषा बोलू लागतो.

या संहितेत या स्त्रीचे आपल्या निर्मितीशी एक अतिशय तरल असे नाते आहे. स्त्रीला गर्भधारणेऐवजी जर अशी चित्रपट निर्मिण्याची धारणा झाली, तर तिची प्रक्रिया समजून घेणारा पुन्हा एक 'राम' हवा असतो. जीव ओतून नवे जग उभारू पाहणारी ती त्या उभारणीनंतर असे म्हणते, 'हे आपलं काही खरं नव्हे. फक्त रामचाच त्या फुलराणीशी संबंध होता. तिचा काही नव्हता. ती उगाचच आगंतुक. जीव ओतला तरी काहीच कसं कळलं नाही? आपण अगदी रिक्त रिक्त आहोत. सगळं झरझरून ओसरून गेलं आहे. कोणी फसवलं तर व्यर्थ वाटतं. एकाकी होतो माणूस. पण काही मिळूनसुद्धा इतकं रितं, हे कसलं भाग्य म्हणायचं?' (देसाई कमल, 'हॅट घालणारी बाई', १९७०, पृ. १३६) येथे पुन्हा एक तिढा दिसतो. चित्रपट निर्मितीमागे असणारे तंत्रज्ञान/विज्ञान याची तिला काहीच माहिती नाही. हे सारेच राम पाहतो आहे. म्हणजे असे दिसते की, शरीरातला कणनूकण घेऊन ती आपल्या नव्या कल्पना अमूर्त स्वरूपात सांगत असावी. परंतु ते प्रत्यक्षात आणण्याचे काम दुसरेच कोणीतरी करत आहे, हे जाणवल्यावर, ते पूर्ण झालेले काम तिला तिचे वाटत नाही आणि ती 'विद्ध' 'पराभूत' होते.

येथे असे जाणवते की, स्त्री-पुरुषांच्या एकत्र येण्यातून जैविक पातळीवरसुद्धा जी गर्भधारणा होते, ती मूल जन्माला आल्यानंतर बाईला निर्वासनाचा, परात्मतेचा अनुभव देते, हे लेखक म्हणून कमल देसाईंना चांगले जाणवले असावे. त्यांनी जाणूनबुजून निरागस, निर्व्याज होऊन नवी सृष्टी निर्माण करण्याच ध्यास आपल्या नायिकेला दिला आणि तेथेही आपल्या निर्मितीपासून ती दुरावली. मला असे वाटते की, निरागस बालकाप्रमाणे राहण्याचा अधिकारसुद्धा बाईच्या अस्तित्वाला मिळत नाही. 'ती स्टुडिओत आली की अनोळखी जगात वावरत असल्यासारखी वावरायची. आपली पावलं - खूप न उमटू देता. आपलं अस्तित्व न उमटवता. अगदी अलिप्त. तटस्थ. परकी. पण मग ती बोलायची. आपल्या कल्पना सांगायची, तेव्हा साऱ्या अंगानं बोलायची. शरीरातला सर्व कणनकण जागा व्हायचा' (देसाई कमल, 'हॅट घालणारी बाई', १९७०, पृ. १४०). येथे एकीकडे नवी सृष्टी घडवू पाहणारी नायिका आहे; परंतु विज्ञान, तंत्रज्ञान मात्र तिला ज्ञात नाही आणि त्यामुळे एकाअर्थी एका निरक्षर, अडाणी चौकटीत ती अडकली आहे. तिच्यापाशी आहे फक्त तिची बोली.

आधुनिक भांडवली बाजारपेठी जगामध्ये, बाईपणाची गुंतागुंत कशी घडते याचे दर्शन या संहितेत अत्यंत तरल पद्धतीने घडविले आहे. ही गूढ, न समजणारी, केवळ अस्तित्व होऊ पाहणारी; नेमकी कोण, कशी होती हे संहितेत अंधातरित ठेवले आहे. एखाद्या फुलाप्रमाणे बाईपणसुद्धा सम्यकत्वाने जाणून घ्यावे आणि बाईपणाची व्याख्या करून सैद्धांतिक चौकटीत स्त्रीप्रश्न बंदिस्त करून नये असे काहीसे ही संहिता सुचविते असे वाटते. आत्ताच्या काळात जेव्हा नव्या नव्या तंत्रज्ञानाच्या आधारे स्त्रियांची दृश्यता, स्त्रीदेहाचे वस्तुकरण केले जाते आहे; यशस्वी, आनंदी, सार्थक प्राप्त झालेल्या स्त्रियांच्या जाहिराती मासिकांमधून, चॅनल्समधून वारेमाप पद्धतीने केल्या जात आहेत; अशा वेळी कमल देसाईंच्या या दोन्ही संहिता काय सांगत आहेत, कोणती दिशा दाखवत आहेत हे अंतर्मुख होऊन समजावून घेण्याला पर्याय नाही असे वाटते. हॅटवरच्या नाचणाऱ्या फुलांना फार हाताळू नये, गच्च धरायला पाहू नये असे जे या संहितेत सुचविले आहे, ते फार महत्त्वाचे वाटते. फुलाचा गंधकण धरला, तर हरवून जातो तसेच काहीसे बाईपणाचे आहे असे ही संहिता सुचविते. म्हणजे पौरुषयुक्त पुरुष आणि भावुक स्त्री अशा साचेबंद प्रतिमांपलीकडे निर्भयपणे जावे असेही ही संहिता सुचविते. स्त्रीदेहाच्या पावित्र्याचा, मातृत्वाचा नवा अर्थ लावण्याचा यात एक अनोखा प्रयत्न दिसतो.

हा निबंध लिहिताना शर्मिला रेगे आणि स्वाती देहाडराय या स्त्रीवादी अभ्यासक मैत्रिणींशी केलेल्या चर्चेची विशेष मदत झाली. तसेच प्राध्यापक रेखा इनामदार साने यांच्या साहित्यविषयक समीक्षादृष्टीचीही मदत झाली हे मी कृतज्ञतापूर्वक नोंदविले पाहिजे.

७   श्यामची आई : संहितेचे पुनर्वाचन

आमच्या लहानपणी मला आठवते की, आम्ही सर्वांनी (म्हणजे दोन भाऊ, आमच्या घरी कोकणातून आलेला आमच्यापेक्षा थोडासा मोठा गणपत बाबू भुवड ऊर्फ गणू) शेजारपाजारच्या आमच्याच वयाच्या मुलांबरोबर, 'श्यामची आई' हा आचार्य अत्रे यांचा सिनेमा, पुस्तक वाचण्यापूर्वीच पाहिला. खूप ढसा ढसा रडत आम्ही हा सिनेमा पाहिला आणि त्या वेळी 'आई... आई' असा टाहो फोडणारे त्यातील गाणे आमच्या कानाच्या आणि मेंदूच्या आरपार गेले होते. नेमका त्याच दिवशी संध्याकाळी आमच्या आईला थोडासा ताप होता. वडील पोलिसात क्राईम ब्रांचमध्ये असल्याने ते कधीच घरी नसायचे, तसेच ते नव्हते. कधीही पडून न राहणारी आमची आई आडवी होती. रात्री निजानीज झाल्यावर बहुतेक १२-१ च्या सुमाराला माझा धाकटा भाऊ मला गदागदा हलवून उठवत म्हणाला, ''श्यामच्या आईप्रमाणे आपली आई मण्णाण (मरणार) नाही ना?'' त्यानंतर कितीतरी दिवस आम्ही मध्यरात्री उठून झोपलेल्या आईच्या छातीला कान लावून, ती धडधडते का हे पाहत असू आणि दिवसभराच्या घरकामाने आणि आमच्या उस्तवाऱ्यांनी कातावलेली आई आम्हाला फटाफट फटके देऊन शिव्या घालत असे.

खरोखरच आचार्य अत्रे यांच्या त्या सिनेमाने आमचे निर्भय, आनंदी, खेळकर लहानपण भयग्रस्त केले होते. त्यातही माझे दोन भाऊ 'आईचे मुलगे' होण्यास या चित्रपटाने नक्कीच मदत केली असावी. आईबापाविना आमच्या घरी राहणारा गणूसुद्धा आमच्या आईला 'आई' मानून, प्रचंड आज्ञाधारक होण्याचा निदान प्रयत्नतरी करत होता. त्या वेळी फारसे काही कळत नसताना ही 'स्वामी तिन्ही जगाचा आईविना भिकारी' या ओळीने मला पछाडले होते. म्हणजे पुरुषांनी तिन्ही जगाचे स्वामित्व मिळवावे आणि अशा विजिगीषू पुत्रावर बाईने आई होऊन मायेची पाखर घालावी असे प्रारूप त्या वेळी माझ्याही मनात घट्ट रुजले. आदर्श घर, आदर्श समाज, आदर्श देश घडविण्यासाठी शिक्षित सवर्ण स्त्रियांनी फक्त आदर्श माता व्हावे अशी ही रचना दिसते.' हे ध्येय आणि

त्यात आई मंडळींना सत्ता प्रदान केली गेली. हे ध्येय गांभीर्याने घेणाऱ्या या आया, छळवादी आया झाल्या हेही लक्षात घ्यायला हवे.

आचार्य अत्रे हे त्यांच्या एकूण राणा भीमदेवी थाटात स्पष्टपणे भाषा वापरण्यात त्या काळात अग्रेसर होते. आम्ही वयात येताना आचार्य अत्रे यांनी चित्रपटात त्यांच्याबरोबर असणाऱ्या सहकारी तरुण स्त्रियांच्या लैंगिकतेवर केलेले अश्लील विनोद आम्ही ऐकले होते. नंतर जेव्हा हळूहळू 'स्त्री प्रश्ना'चा अभ्यास, विचार करू लागले, तेव्हा एक प्रश्न खाडकन मनात येत राहिला तो म्हणजे, 'एकीकडे स्त्री-पुरुषांच्या लैंगिक नात्याच्या संदर्भात किळसवाणे उद्गार काढून, आपल्या सहकारी स्त्रियांना आणि पुरुषांनासुद्धा नामोहरम करणारे अत्रे, 'श्यामच्या आई'च्या निमित्ताने एकदम एवढा गळा का काढतात?' मला या प्रश्नाचे उत्तर जेव्हा मी 'श्यामची आई' हे पुस्तक वाचले, तेव्हा काही प्रमाणात मिळाले.

अत्रे म्हणतात, ''ज्ञानेश्वरीप्रमाणेच 'श्यामची आई' हे मराठी भाषेचे एक अमर भूषण आहे, यात काही शंका नाही. स्फूर्तीच्या, प्रसादाच्या आणि तन्मयतेच्या एका दिव्य अवस्थेतच अशा तऱ्हेचे अलौकिक लेखन संभवते. पुन्हा पुन्हा अशा अद्भुत कृती निर्माण होत नाहीत. मातेचे प्रेम हे सर्व प्रेमांत थोर आहे. ममतेची ती गंगोत्रीच आहे म्हणतात. बाकीच्या सर्व प्रेमांचा उगम मातृप्रेमातूनच होतो. तथापि, निव्वळ मातृप्रेमाचा गौरव इतक्या विस्ताराने आणि आळवून क्वचित एखाद्या लेखकाने केला असेल. पाश्चात्त्य वाङ्मयात स्त्रीच्या प्रणयाचा फार गवगवा झालेला आहे. तथापि आईचे प्रेम हा केवळ हिंदू संस्कृतीचा वारसा आहे. देवाला माऊली म्हणायचे, धर्मग्रंथाला आई म्हणायचे, देशाला माता म्हणायचे; ही फक्त आपल्या संस्कृतीचीच शिकवण आहे. या प्रेममयी, त्यागमय आणि सेवामय संस्कृतीचे स्तन्य साने गुरुजींच्या आईनेच त्यांच्या मुखात घालून त्यांना वाढविले.'' ('श्यामची आई', २००७ एप्रिल, पृ. ११). या एका परिच्छेदात आपल्या लक्षात येते की, पाश्चात्य विरुद्ध पौर्वात्य; पाश्चात्य (ख्रिस्ती) स्त्री विरुद्ध भारतीय (हिंदू संस्कृतीतील) स्त्री (खरेतर सवर्ण स्त्री); स्त्री-पुरुष शारीरिक नाते विरुद्ध पवित्र मातृप्रेम; भारतीय संस्कृतीचे एकमेव अद्वितीयत्व 'प्रेम, त्याग, सेवा' चौकटीतील स्त्रीत्वाचे जोडणे असे बरेच काही येते. येथे जाणवते की, केवळ आचार्य अत्रेच नाही, तर एकूणच स्वतंत्र भारताची अस्मिता घडविताना त्या अस्मितेचे सत्त्व इतर प्रगत पाश्चात्य देशांपेक्षा वेगळे ठरविताना 'भारतीय स्त्री' मातेच्या रूपात, एकसत्त्वीकरण करून उभी करणे भारतातील सर्वच विचारवंतांना त्या काळात महत्त्वाचे वाटले असावे.

आईचा मृत्यू झाल्यानंतर अथवा त्यामुळेच स्वातंत्र्य लढ्यात पडण्याचे 'स्वातंत्र्य घेणारे' साने गुरुजीसुद्धा लढा लढण्यासाठी त्यात गेले नव्हते तर, 'भारतमातेची सेवा'

करण्यासाठी त्यात गेले होते असे अत्रे म्हणतात. भारत स्वतंत्र झाला, तेव्हा देशपातळीवर भारतातील स्त्रियांना अनंतकाळच्या माता बनवून टाकले गेले. नवा वैज्ञानिक, औद्योगिक उमदा भारत घडविण्याचे काम करण्यासाठी उमदे व्यावसायिक पुत्र जन्माला घालून, मंगल-पवित्र माता होण्याची जबाबदारी मात्र सर्व स्त्रियांच्या खांद्यावर घातली गेली. या प्रस्तावनेमध्ये आचार्य अत्रे शेवटी म्हणतात की, 'श्यामची आई' ही भारताच्या मुलाबाळांची अन् तरुणांची 'अमर गीताई'च आहे असे म्हटले पाहिजे. अत्रे यांनी भाकीत केल्याप्रमाणेच 'श्यामची आई' ह्या पुस्तकाची ४७ पुनर्मुद्रणे झाली. पिढ्यानूपिढ्या ही संहिता मध्यमवर्गीय घरात वाचली गेली आणि वेळोवेळी तिची कौतुके गायली गेली.

अगदी अलीकडच्या काळात १९९० साली, शांता गोखले यांनी 'श्यामची आई' या पुस्तकातील 'साने गुरुजींची आई' या विषयावर एक लेख इंग्रजीत प्रसिद्ध केला. २००५ मध्ये जपानला महाराष्ट्र परिषदेला गेले असता, तेथे एका जपानी अभ्यासक विदुषींनी 'श्यामची आई' या संहितेवर पेपर लिहिला होता. इतकेच नाही, तर 'श्यामची आई' या पुस्तकाचे जपानी भाषेत भाषांतर होऊन त्या काळात ते लोकप्रियही झाले होते. थोडक्यात सांगायचे तर 'श्यामची आई' हे पुस्तक पुन्हा पुन्हा मला भेटत राहिले. येथे असे जाणवते की, साने गुरुजी नावाच्या संवेदनक्षम माणसाने, एका संवेदनक्षम रितीने हे पुस्तक तुरुंगात बसून भोवतीच्या तरुण स्वातंत्र्य सैनिकांना कहाण्या सांगत सिद्ध केले आणि महात्मा गांधींच्या 'हिंद स्वराज' या संवादात्मक पुस्तकाप्रमाणेच, हे पुस्तकही सोपे, सरळ आणि थेट असे होऊन पिढ्यानूपिढ्यांच्या संस्कारांचा भाग झाले यात शंका नाही. परंतु हे पुस्तक निरागस, सर्वांना जोडून घेणारे, राजकारणापलीकडे होते का?

शांता गोखले यांनी आपल्या लेखाच्या निष्कर्षात असे मांडले आहे की, या पुस्तकातील कथनाची विश्वासार्हता दोन कारणांनी घडलेली दिसते. एक तर त्यांच्या मते, या पुस्तकाची कारागिरी कौशल्यपूर्ण रितीने केली गेली आहे. लेखकाची जीवनदृष्टी आणि निवडलेली घटना यांच्यामध्ये एक चांगली जुळवणूक या पुस्तकात दिसते. शांता गोखले म्हणतात की, यात एक आंतरविरोध आपल्याला दिसतो. लेखकाचे राजकीय कार्य, आणि कौटुंबिक भूमिका आणि संरचना या संदर्भात लेखकाची असलेली धारणा यामध्ये हा आंतरविरोध दिसतो. पंढरपूरच्या विठ्ठल मंदिराची दारे हरिजनांसाठी उघडी व्हावी म्हणून झगडा देणारे साने गुरुजी म्हणतात की, 'केवळ देवळाची दारे उघडण्यासाठी हा लढा नव्हता, तर लोकांची मने खुली करण्यासाठी होता.' म्हणजे साने गुरुजींना राजकीय कृतीतून कायदेविषयक बदल होऊन, सार्वजनिक जीवनाचे बाह्य स्वरूप बदलेल याची खात्री होती. परंतु त्यांना ते पुरेसे वाटत नव्हते. शांता गोखले असा मुद्दा मांडतात

की, मानवी मन उदात्त करण्याची लढाई 'श्यामची आई' या पुस्तकात दिसते. परंतु जी मूल्ये या पुस्तकातून मांडली आहेत, ती स्वीकारून आणि व्यवहारात आणून माणसे बदलतील असा विश्वास ठेवणे म्हणजे चिद्वादी भूमिका घेणे. अशा आदर्शात्मक चिद्वादामध्ये जगणाऱ्या अनेकांप्रमाणेच शेवटी सानेगुरुजींच्या वाट्यालाही कडवट भ्रमनिरास आला. (शांता गोखले, इ.पी.डब्ल्यू, ऑक्टो २०-२७, १९९०)

भित्री माणसे जेव्हा उत्कट आणि अस्वस्थ असतात, तेव्हा अहिंसा नावाच्या योग्य आणि शक्य अशा निषेधाच्या मार्गाचा अवलंब करणे हे अपरिहार्य होते. परंतु ते सोपे नसते. शांता गोखले यांच्या मते, साने गुरुजी भित्रे आणि अशक्त होते आणि कुटुंबाचे प्रेम आणि कुटुंबातून मिळणारा निवारा त्यांना हवा होता. साने गुरुजींची अहिंसेच्या मार्गाने जाणारी धडपड आणि हिंसक पद्धतीने स्वत:ला संपविणे याचा अर्थ लावताना शांता गोखले यांनी फार चांगले विश्लेषण मांडले आहे. भावुक, नैतिकतावादी, चिद्वादी पठडीतून महाराष्ट्रामध्ये जे साहित्य लिहिले गेले, त्या साहित्याचे चमकदार, झगझगीत उदाहरण म्हणजे साने गुरुजी आहेत. थोडक्यात शांता गोखले असे सुचवितात की, आत्मिक छळ झालेले आणि आंतरिकरित्या खूप संघर्ष सहन करीत असलेले असे साने गुरुजी व्यक्ती म्हणून आणि लेखक म्हणून चित्रित करण्यापेक्षा अधिक स्वच्छ आणि सलगपणे आपण साने गुरुजींकडे पाहू शकतो. उदारमतवादी ब्राह्मणी मध्यमवर्गीय कुटुंबामध्ये जेव्हा भरपूर कष्ट आणि दारिद्र्य होते, तेव्हा त्या अंधारात 'प्रेम' आणि 'निष्ठा' यांचा दिवा लावण्याची जबाबदारी अशा पुस्तकातून आदर्शात्मक स्वरूपात आईवर कशी येते हे या संहितेत दिसते. भावना भळभळीतपणे मांडून आणि फक्त बोलभांडपणा करणाऱ्या कृतिहीन विकृत मध्यमवर्गाला, स्वत:बद्दल चांगले वाटावे असे या संहितेत बरेच काही आहे. या लेखात शांता गोखले यांनी जे मांडले आहे त्याच्याशी मी सहमत आहे, कारण खरोखरच या पुस्तकातील व्यक्तिरेखा आम्हा सर्वांच्या रक्तात घुसल्या असा प्रत्यय मलाही आला.

आईने कसे असावे? सौम्य आणि चिरंतन सोशिक! परंतु असे असतानाच प्रभावी आत्मप्रतिष्ठा ठेवून तिने स्वत:चा आवाज उमटवावा. या पुस्तकातील आई अशी असली, तरी ती व्यक्ती नाही; ती पूर्णत: आणि फक्त 'आई' आहे, मातृत्वाचा अवतार आहे आणि हीच कल्पना विस्तारित होऊन मग मातृभूमी आणि जगन्माता या शब्दसंहिता येतात. प्रतिक्रांतीवादी किंवा सनातन मूल्ये योग्य ठरवण्यासाठी परंपरेच्या चौकटीत भावनांचा वापर केला जातो. परंतु शांता गोखले यांच्या मते ज्या व्यक्तीला पुढचे पाहायचे आहे, तिला विवेकनिष्ठ आसक्तीचे स्वच्छ डोळे असले पाहिजेत. साने गुरुजी मात्र भावविवशता हेच एक मूल्य मानतात. गळा भरून हुंदके देत रडणे याची वर्णने या पुस्तकात अनेकदा

येतात. त्या संदर्भात शांता गोखले असा विचार मांडतात की, ज्या काळात हे पुस्तक लिहिले गेले, त्या काळात इतकी उलथापालथ होत होती की, अनेक आदर्श आणि संकेत मोडून काढले जात होते. असे असताना या पुस्तकातून साने गुरुजी मात्र स्त्रियांच्या जीवनाविषयी व्यापक प्रश्न उभे करत नाहीत असे का होते?

शांता गोखले म्हणतात, या पुस्तकाच्या उपशीर्षकामध्ये पुढील शब्द येतात: 'आईच्या प्रेममय थोर शिकवणुकीचे, सरळ, साध्या व सुंदर संस्कृतीचे एक करुण व गोड कथात्मक चित्र.'

'सरळ', 'साध्या', 'सुंदर', 'करुण' व 'गोड' असे शब्द जेव्हा येतात, तेव्हा खरोखरच कोणत्याही प्रकारे नवा विचार जन्माला येत नाही आणि या रितीने मग नव्या घडणाऱ्या इतिहासातसुद्धा शोषित जन शतकानुशतके शोषितच राहतात. शांता गोखले यांच्या लेखाचा माझ्या या पुनर्वाचनामध्ये मी जाणीवपूर्वक आढावा घेतला आहे, कारण त्यांच्या मांडणीशी मी सहमत आहे. परंतु त्याचबरोबर मला असे वाटते की, 'जात', 'लिंगभाव' या दोहोंचा एकत्रित विचार करून या पुस्तकासंदर्भात मांडणी झाली पाहिजे. या पुस्तकाच्या समीक्षेची गरज फार जाणवते.

'श्यामची आई' या पुस्तकाचे पुनर्वाचन करताना मला अपरिहार्यपणे महात्मा जोतीबा फुले आणि डॉ. बाबासाहेब आंबेडकर या दोघांची आठवण येते. महात्मा जोतीबा फुले यांनी भारतातील स्त्रीप्रश्नाला एक भरीव सैद्धांतिक चौकट दिली. शूद्रातिशूद्रांबरोबर स्त्रीचा विचार करून त्यांनी जातिव्यवस्थेच्या संदर्भात भिन्न जाती-गटांमधील स्त्रियांमध्ये असणारी भिन्नता दाखवतानाच, स्त्रियांच्या मातृत्वासंदर्भातील औरस-अनौरस संततीचा तिढाही लक्षात घेतला. जोतीबा कृतिशील विचारवंत होते. एक व्यवस्था म्हणून समाज घडवला पाहिजे याची त्यांना खात्री होती, म्हणूनच त्यांनी स्वतःला मूल न झाल्यावर ब्राह्मण विधवा स्त्रीचे मूल आपले मानले. तसेच तरुण ब्राह्मण विधवांना आपल्या 'अनौरस' संततीला जन्म देऊन, पुन्हा एकदा माणसासारखे जगता यावे म्हणून अनाथगृहही काढले. आपल्या पत्नीला जैविक पातळीवर 'आई' होता आले नाही, तर तिला सामाजिक मातृत्वाचा वसा दिला आणि मग सावित्रीबाई नावाची क्रांतिज्योत, फातिमा बीसारख्या स्त्रियांबरोबर शिक्षक झाली हे फार महत्त्वाचे वाटते. फुले यांनी स्त्री-पुरुषांच्या संवादात्मक तुलनेमध्ये स्त्रीला पुरुषापेक्षा निःसंशय श्रेष्ठ मानले आणि याचे कारण देताना ती आई होते हे दिले.

परंतु महात्मा फुले यांचा काळ लक्षात घेतला तर जाणवते की, वसाहतवादाने भारतातील जीवनात निर्णायक आणि कळीचे आंतरविरोध निर्माण केले होते. भारत नावाच्या देशाला आधुनिकतेची मूल्ये आणि व्यवहार-म्हणजेच विवेक, विज्ञान,

आधुनिक तंत्रज्ञान, परिवहन आणि संप्रेषणाच्या नव्या व्यवस्था आणि आधुनिक उदार मूल्यव्यवस्था या गोष्टी परिचयाच्या झाल्या. दुसऱ्या शब्दांत सांगायचे तर व्यक्तिवाद आणि भांडवलशाही या दोहोंना तोंड देतानाच आधुनिक पाश्चात्य जगामध्ये जसे घडले, तसे येथे घडले नाही. आपल्याकडे शेतीचे औद्योगिकरण आणि आधुनिकीकरण झाले नाही, तसेच वसाहतवादी राज्यव्यवस्थेने इथल्या जनसामान्यांशी आपले उत्तरदायित्व आहे असे मानले नाही आणि नागरी समाजाचा विकासही झाला नाही. महात्मा फुले यांच्या काळात कृषीचा ऱ्हास झाला होता आणि कृषी समाजाची उत्पादकताही खालावली होती. हुंडी, व्यापार आणि कारागिरी नष्ट झाली, तेव्हा भारतीय लोकसंख्येचे ओझे मोठ्या प्रमाणात शेतीवर आले. एकीकडे मोठी लोकसंख्या, दुसरीकडे दारिद्र्य त्यामुळे भारतीय जीवन भविष्य काळातील स्वप्ने पाहण्यासाठी प्रवाही असायला हवे होते तसे नव्हते. या तऱ्हेच्या व्यवस्थेचा फटका अस्पृश्य, परिघाबाहेर टाकलेल्या जातींना, शूद्रांना, स्त्रियांना मोठ्या प्रमाणात बसला. फुले यांच्या काळात सती, भ्रूणहत्या, विधवांचे पुनर्विवाह, स्त्रियांचे शिक्षण यासंदर्भात विवाद चालू होते आणि जोतिबांसारख्या थॉमस पेनचे विचार वाचलेल्या क्रांतिकारकाला त्यामुळेच स्त्रियांची कोंडी शूद्रातिशूद्रांच्या, आदिवासींच्या कोंडीशी जुळलेली आहे हे दिसले. महात्मा फुले यांच्या पठडीत तयार झालेल्या ताराबाई शिंदे जेव्हा वेश्या व्यवसायाचे वाढणे, भ्रूणहत्येचा गुन्हा या गोष्टी बदलत्या अर्थव्यवस्थेशी जोडतात, तेव्हा आपल्याला लक्षात येते की, फुले यांनी मातृत्वाचा गौरव का केला होता. राज्यकर्त्या गोऱ्यांच्या डोळ्यात जे अध:पतित भारतीय स्त्रीजीवन दिसत होते, त्याला उत्तर देताना ब्राह्मणेतर चौकटीतून सामाजिक, राजकीय चालना देऊन, फुले 'स्त्री-प्रश्न' मांडतात. 'बाई सती जाते तर पुरुष का सती जात नाही?' असे प्रश्न धारदारपणे मांडणारे फुले स्त्रीच्या सर्व प्रकारच्या मातृत्वाच्या मांगल्याचा मुद्दा एका वेगळ्या परिप्रेक्ष्यातून मांडतात.

डॉ. बाबासाहेब आंबेडकरांचा विचार करताना एक लक्षात घ्यावे लागते की, 'श्यामची आई' ही संहिता सर्वप्रथम १९३७ साली प्रसिद्ध झाली. याच वर्षी 'जनता'मध्ये आंबेडकरांनी 'मनुष्य असूनही भाकरीसाठी स्वाभिमानशून्य होणार काय?' असा प्रश्न उभा केला. अस्पृश्यांना, परिघाबाहेर फेकलेल्यांना तुम्ही माणूस आहात असे सांगणारे आंबेडकर स्त्रियांना, प्रबुद्ध मातृत्व स्वीकारण्यास सांगतात, तेव्हा दडपलेल्या जातीतील मुलांना भीक मागण्यापासून मागे वळविण्याचा सल्ला देतात.

याच काळात आंबेडकरांनी खोती पद्धती नष्ट करणाऱ्या बिलाला पाठिंबा दिला. त्यांनी असे मांडले की, 'खोती पद्धती व इनामदार पद्धती या आर्थिकदृष्ट्या नुकसानकारक व सामाजिकदृष्ट्या जुलमी असल्यामुळे या पद्धती भरपाईसह अगर भरपाईशिवाय नष्ट

करण्यासाठी कायदा करण्याची व्यवस्था ताबडतोब झाली पाहिजे. त्याचप्रमाणे कुळांकडून खंड वसूल करण्यासाठीव त्यांना छळण्यासाठी जमीनदार जे जे मुदती दाव्यासारखे जुलमी उपाय योजतील अगर योजण्याचा बेत करतील, ते ते सर्व ताबडतोब बंद पडले पाहिजेत व करायला सरकारने यासाठी योग्य ती व्यवस्था करायला पाहिजे.' 'डॉ. बाबासाहेब आंबेडकर लेखन व भाषणे,' 'जनता' १५ जानेवारी १९३८) जमीन कसणाऱ्या कुळाला तीन वर्षे काम केले, तर कायम कूळ मानावे आणि कुळांकडून जास्त खंड घेतला जाऊ नये याची जबाबदारी घ्यावी असेही आंबेडकरांनी मांडले.

साने गुरुजींचे पुस्तक त्यांच्या वडिलांच्या खोत असण्याशी बांधलेले आहे. 'खोताचे घराणे साधारणत: वैभवसंपन्न व श्रीमंत समजले जाते व त्यांच्या आजोबांच्या वेळची परिस्थिती तशी होतीही. पण सदाशिवरावांच्या वेळेपासून मात्र घराण्याची आर्थिक स्थिती घसरत गेली; ती इतकी की, सदाशिवरावांचे घरदारही जप्तीत नाहीसे झाले. अशा रितीने 'बडे घर पण पोकळ वासा' झालेल्या या घराण्यात २४ डिसेंबर, १८९९ रोजी गुरुजींचा जन्म झाला. ('श्यामची आई', साने गुरुजींचा त्रोटक जीवन परिचय, पृष्ठ ७) म्हणजे एकाअर्थी खोतीशाही रद्द झालेल्या कुटुंबाची पडझड आणि त्यातील दारिद्र्य हा संदर्भ या संहितेच्या दृष्टीने महत्त्वाचा आहे. आंबेडकरांच्या चळवळीतून स्वतंत्र मजूर पक्ष स्थापन झाल्यावर 'मुख्य व मोठ्या सभा खोतांच्याच बालेकिल्ल्याच्या ठिकाणी घेण्यात आल्या.'

आंबेडकरांचा प्रयत्न जातिभेद, धर्मभेद दूर सारून खोतशाही नामशेष करण्यासाठी सर्व कुळांनी आपली एकच जात आहे असे समजावे असा होता. सर्व कुळांनी खोताला 'मक्ता' देण्याचे बंद केले पाहिजे असा लढाऊ पवित्रा घेऊन, आंबेडकर जातिभेद विसरून एकत्र आलेल्या कुळांना वेळ पडल्यास तुरुंगात जाण्याची तयारी करण्याचा सल्ला देतात. हे सर्व लक्षात घेतले, तर मग 'श्यामची आई'मधील घसरणारी आर्थिक स्थिती आणि विसाव्या शतकाच्या उंबरठ्यावर साने गुरुजींचा जन्म या गोष्टी लक्षात घेऊन, त्यांच्या कृतीपासून दूर जाणाऱ्या भित्रेपणाचा अर्थ लक्षात येतो.

या संहितेत श्यामची आई 'खरी' शिक्षणदात्री होती असे नमूद करताना, त्याला त्याच्या 'भाग्याने' 'थोर माता' मिळाली होती असेही नमूद केले आहे. सावित्रीबाई फुले यांचे शिक्षक होऊन महारा-मांगांच्या मुलींसाठी शिकविणे आणि श्यामच्या आईचे घराच्या चौकटीत शिक्षक होणे यातील भिन्नता लक्षात घेतली पाहिजे. तुरुंगात आजाऱ्यांची सेवा- शुश्रूषा करणारा श्याम 'खोत' या शब्दाची व्याख्या अशी करतो, 'खोत म्हणजे गावचा ठरीव शेतसारा वसूल करून सरकारकडे पाठविणारा बिनपगारी दलाल', ('श्यामची आई', सावित्री व्रत, पृष्ठ १) या व्याख्येत कुळांच्या राबण्याचा, शोषणाचा, खोत आणि कूळ या नात्याचा अजिबात उल्लेख नाही. इतकेच नाही, तर ज्या शेतसाऱ्याचे हप्ते देऊ

नका असे आंबेडकरांनी जाहीर केले होते, त्या शेतसाऱ्याची वसुली झाली नसली तरी पदरचे पैसे खोताला भरावे लागत असत. असा उल्लेख या संहितेत येतो. श्यामच्या वडिलांची खोती ही पूर्वजांची प्रथा होती आणि त्यांच्या भाषेत 'कुणबट', 'महारडा' असे अपशब्दही होते. असे अपशब्द वापरू नयेत असे श्यामला वाटते. त्यामुळेच श्यामच्या वडिलांच्या छातीवर बसून मांगाने चमकणाऱ्या सुऱ्याने हल्ला केल्यावर या संहितेत असे शब्द येतात- 'सृष्टीचे अंतिम स्वरूप प्रेम आहे, युद्ध नाही. सहकार्य आहे, द्वेष वा मत्सर नाही.' ('श्यामची आई', सावित्री व्रत, पृष्ठ ४)

राम, सीता, सावित्री या सर्व महाकाव्यांतील, पुराणात असलेल्या व्यक्तिरेखांना उजाळा देताना या संहितेत वटपोर्णिमेचेही गौरवशाली वर्णन आहे. संपूर्ण संहितेत अर्थातच व्यसने, चैन करणे या विरोधातील नैतिक भूमिका दिसते. येथे भोवतीच्या समाजव्यवस्थेतील भौतिक पायावरील भेदभाव आणि विषमता, तसेच अनिश्चितता आणि शोषण यापेक्षा एक भावनिक नीतिमत्तेची मांडणी दिसते. अशी नीतिमत्ता पेलण्यासाठी सर्व भार सवर्ण स्त्रियांच्या खांद्यावर घातलेला दिसतो. साने गुरुजींच्या जन्मापूर्वीच्या शतकात सती, केशवपन, विधवा पुनर्विवाह बंदी असे सर्व मनुस्मृतीच्या साहाय्याने; शिस्त, नियंत्रण आणि शिक्षा अशा चौकटीत होतेच. आता स्वतंत्र भारतात शुद्ध, पवित्र, मंगल अशा मातृत्वाचे ओझे घालून पुन्हा एकदा स्त्रियांची बंदिस्ती तर केली आहेच, परंतु त्याच वेळी वेगवेगळ्या दडपलेल्या जातींतील स्त्रियांना अर्थार्जनासाठी घराबाहेर पडावे लागते. त्यांच्या समोरसुद्धा 'आदर्श माता' ही एकेरी चौकट उभी केली गेली आहे. सुरुवातीच्या चार पंचवार्षिक योजनांमध्ये भारतातील स्त्रियांचा नियोजनाच्या पातळीवर विचारच नव्हता आणि पाचव्या योजनेत जेव्हा असा विचार केला गेला, तेव्हा 'स्त्रियांचे कल्याण' या चौकटीत स्त्रिया आणि बालके यांना एकत्र आणले गेले आणि मग कल्याणकारी योजनांचे प्रारूपसुद्धा पुरुषाने घराबाहेर काम करायचे आणि बाईने संगोपन-संवर्धन करायचे असेच गृहीत धरून उभारले गेले. प्रतयक्षात मात्र गरीब घरातील स्त्रीला ही गृहिणीपणाची चैन कधी परवडत नव्हती आणि त्याच वेळी श्रमिक म्हणून आपल्या अर्थार्जनाबद्दल मान ताठ करून अभिमानाने जगताही येत नव्हते.

आंबेडकरांनी जातिव्यवस्थेच्या उतरंडीचे विश्लेषण करताना, प्रत्येक जातीच्या चौकटीची बंदिस्ती सांभाळण्याचे काम स्त्रिया करतात आणि म्हणून त्या आपापल्या 'जातीचे प्रवेशद्वार' असतात अशी जी मांडणी केली, ती येथे पुन्हा लक्षात घ्यावीशी वाटते. खरोखरीच मनात प्रश्न येतो की, जातींच्या बंदिस्तीमध्ये स्त्रियांच्या जननक्षमता, लैंगिकता, घरातले आणि घराबाहेरचे काम आणि सामाजिक संस्कार यांवर नियंत्रण ठेवून, मग त्या व्यवस्थेच्या पातळीवर दुय्यम होतात. हा मुद्दा 'श्यामची आई' या संहितेत

'प्रेम', 'त्याग', 'सेवा' या गोड शब्दांच्या झाकणाखाली दडविला गेला आहे. साने गुरुजींनी खोतपणामधला उद्दामपणा टाळतानाच, गांधीवादी चौकटीतील 'हरिजन' हा शब्द स्वीकारला आहे. या संहितेमध्ये कांडप करायला, गुरांना पाणी घालायला, शेण काढायला असणाऱ्या माणसांचे सतत उल्लेख येतात. कष्टकरी मदतनीसांना औषधपाणी करणे, लहान-सहान अडचणींसाठी मदत करणे, चहा देणे वगैरे गोष्टी येतात. परंतु त्यात सामाजिक न्यायापेक्षा दया, करुणा अधिक दिसते. मग पुन्हा एकदा आंबेडकरांचे शब्द आठवतात, 'दिवाळीत महारणीने पाटलास ओवाळण्यास जावे आणि म्हणावे 'बळीचे राज्य येवो.' आत्तापर्यंत त्याने पुष्कळ राज्य भोगले आहे. मग पाटलाच्या बायकोने महारास का ओवाळू नये? दसऱ्याच्या दिवशी महाराने आपटा आणावा व तो पाटलाने खुशाल लुटावा. अशा वेळी पाटलाला आपटा आणायला काय झाले? पंचायती वगैरे महत्त्वाच्या कामासाठी सर्व लोकांस बोलविण्याकरिता महारास पाठविले जाते. पण पंचायतीमध्ये बसण्याचा अधिकार महारास का नसावा?' ('डॉ. बाबासाहेब आंबेडकरांची लेखने आणि भाषणे' जनता : २० नोव्हेंबर, १९३७; पृष्ठ ५४) येथे एक मांडावेसे वाटते की, आंबेडकर 'महार' हा शब्द जातिवाचक पद्धतीने वापरत नसून, एकूण शूद्रातिशूद्र गटासाठी वापरतात असे दिसते.

साने गुरुजींच्या 'श्यामची आई' या अमर पुस्तकाच्या अमरत्वाचे रहस्य कशात आहे? एकाच एका कारणाशी आपण या रहस्याची किल्ली शोधू लागलो, तर उत्तर सापडणार नाही. परंतु अनेक परिमाणांमधून या पुस्तकाच्या टिकण्या-टिकविण्याच्या प्रक्रियेकडे पाहिले पाहिजे. असे एखादे पुस्तक जेव्हा काळाच्या भिन्न टप्प्यांवर पुन्हा पुन्हा वाचले जाते, भरपूर खपते आणि आवृत्त्यांवर आवृत्त्या निघतात, तेव्हा त्याची दखल सरळसोटपणे घेणे चुकीचे वाटते.

मला आठवते की, या पुस्तकाची पारायणे गृहिणीपणा हिरिरीने स्वीकारलेल्या आमच्यासारख्या घरांमध्ये बायकांनी (आई, मुली इत्यादींनी) अधिक केली. अशा सवर्ण ब्राह्मणी घरातील मुलगे या पुस्तकाची थट्टा करीत असत. आईने केलेली अळणी भाजीसुद्धा चवीने खाणे, आईने आपले काळीज ओतून केलेली भाजी अशी कल्पना करून 'कलेजा फ्राय' असे नावही टारगटपणे, माझ्या भावांनी आणि मित्रांनी दिलेले आठवते. कोणी म्हणेल की, मध्यमवर्गीय होऊ पाहणाऱ्या घरातील गृहिणीपण गांभीर्याने घेणाऱ्या स्त्रिया आणि मुलगी असण्याचा एकच एक अर्थ (सेवा, त्याग असा) लावणाऱ्या मुली तसे का करतात? मला असे वाटते की, कोणत्याही परिस्थितीत जगून-तगून राहताना प्रतिष्ठेने जगणेसुद्धा हवे असते. जेव्हा १९५० च्या सुमाराला काही स्त्रिया शिक्षक, डॉक्टर, परिचारिका अशा कामांमध्ये जात होत्या, तेव्हा काही स्त्रिया गृहिणीपणाचे पद स्वेच्छेने

स्वीकारल्यासारखे दाखवित होत्या; परंतु ही स्वेच्छा रचलेली होती आणि ते शिक्षित स्त्रियांना कळत होते. आमच्या घरात माझ्या आईनेच स्वत: मुंबईमधील म्युनिसिपालिटी शाळेतील कायमस्वरूपी प्राथमिक शिक्षिकेची नोकरी सोडून दिली, तेव्हा वडिलांनीही माध्यमिक शिक्षकाचा पगार पुरेसा पडत नाही, म्हणून पोलिसाची सरकारी नोकरी धरली. आईने गृहिणीपणाचा हिरिरीने स्वीकार केला, तेव्हा तिला घराला घरपण देण्याची चौकट 'श्यामची आई'या पुस्तकाने दिली. वडिलांनाही कदाचित पोलिसाची सरकारी नोकरी करणे, म्हणजे देशासाठी, राष्ट्रउभारणीसाठी काम करणे असेच वाटत असावे. अशा वेळी पोलिसाच्या नोकरीमुळे मिळालेली मुंबईतील जागा, त्यातली अस्थिरता आणि अनिश्चितता, बदल्या तसेच गर्भपातला कायदेशीर संमती नसल्यामुळे झालेल्या आमच्यासारख्या लागोपाठच्या तीन मुलांचे संगोपन-संवर्धन एकेरीपणे करण्याची सक्ती आणि हे सारे हसून साजरे करण्याची ताकद हे या संहितेने तिला नक्कीच पुरविले. लागोपाठची मुले, त्यांना होणारे गोवर, कांजण्यांसारखे एकाच वेळी येणारे आजार, आवडत असूनही काही वाचण्यासाठी निवांतपणा न मिळणे अशा परिस्थितीत सोपे, सुटसुटीत 'श्यामची आई'सारखे पुस्तक घरोघरी आवडीने वाचले गेले त्यात नवल नाही.

असे असूनही या संहितेच्या निरागस हेतूंविषयी प्रश्न उभे करावेसे वाटतात. कारण या पुस्तकाचे रूप प्रचारकी वाटते. मानवी अस्तित्वाचा अर्थ सांगण्याचा यात जो प्रयत्न आहे, तो प्रयत्न अभिनिवेशी आहे. इतकेच नाही, तर त्यात जीवनाचा एक विशिष्ट अर्थ सांगण्याचाच प्रयत्न दिसतो. आपल्या जात, वर्ग, धर्माच्या भिंगातून; आपल्या अनुभवांमधून आपण केवळ विशिष्ट अर्थच सांगत आहोत हे लक्षात न घेता, आपल्याला कळलेला जीवनाचा अर्थ हे निखळ सत्य आहे, असा या संहितेत दावा दिसतो. मी असे म्हणेन की, साने गुरुजींनासुद्धा नकळत स्वीकारलेली भूमिका घेऊन आपण आपलाच लाडका अर्थ सांगतो आहोत, याचे भान दिसत नाही. म्हणजे एकाअर्थी, दि. के. बेडेकर यांनी 'साहित्यातील बीभत्स गारठा' (१९७३) या निबंधात ज्या गारठलेल्या दृष्टीचा उल्लेख केला आहे, तशीच गारठलेली दृष्टी साने गुरुजींची वाटते. त्या दृष्टीमुळे या संहितेचे वाचन करणाऱ्यांनासुद्धा मोहनिद्रेची/हिपनॉसीसची अवस्था प्राप्त होत होती का, असा प्रश्न विचारला पाहिजे. साने गुरुजींना मानवी जीवनाचा साक्षात्कार मातृत्वाच्या रूपात झाला, तरी या मातृत्वाच्या अस्तित्वाच्या सीमेवर धडक देण्याचे स्वातंत्र्य आणि सामर्थ्य स्त्रीमध्ये आहे याचे भान येथे दिसत नाही.

१९५५ पासून २००४ पर्यंत 'श्यामची आई' या पुस्तकाची ४४ पुनर्मुद्रणे निघाली. या काळात भा. रा. भागवतांनी बालसाहित्य म्हणून जे लिहिले त्यात पुराणकथा, दैवी

चमत्कार आणि पोकळ नैतिकता टाळून मुलांना विज्ञानावर आधारित, साहसाला उत्तेजन देणारे असे साहित्य लिहिले. त्यांनी पाश्चात्य, पौर्वात्य असे विभेदन मोडून 'रॉबिन हूड,' 'ॲलिस इन वंडरलँड'सारख्या अनेक अभिजात साहित्याचे मुक्त अनुवाद मराठीत आणले. येथे खरोखरीच प्रश्न विचारावासा वाटतो की, साने गुरुजींना इतके तीव्रपणे भारताच्या भूतकाळात सरंजामी मूल्यव्यवस्थेमध्ये का घुसावेसे वाटले? म्हणजे जाती-जातींमधील स्पर्धा आणि वैमनस्य हिंसक होऊ नये असे वाटणे योग्यच आहे. परंतु म्हणून पूर्वीच्या काळच्या जातिव्यवस्थेतील परस्परावलंबन चांगले होते असे मानणे घातक वाटते. समाजामध्ये नवे तंत्रज्ञान, नवी उत्पादनव्यवस्था आली की बदल होणारच आणि ते बदल समजावून घेताना आणि पचविताना आपल्या आधीच्या संस्कारांमधील काय जोपासावे आणि काय टाकून द्यावे याचा जर तोल साधला नाही, तर माणसाला प्रवाही होता येत नाही.

'श्यामची आई' या संहितेत सीता, सावित्री असोत; बाईने 'आई' होऊन केलेले स्तनपान असो, की मोळी विकणारी म्हातारी महारीण असो या प्रत्येक उल्लेखामधून संस्कृतीचा अतिशय स्थिर आणि कधीच न बदलणारा अर्थ मांडला जातो असे वाटते. श्यामला नाका-तोंडात पाणी गेले तरी हरकत नाही, पण पोहायला शिक असे सांगणारी आई त्याचा भित्रेपणा घालवताना त्याला 'भिकारड्या' म्हणते आणि मुली फजिती करतील म्हणून 'पुरुषासारखा पुरुष' होण्यास सांगते. धीट मुलांनी स्वाभिमानी पद्धतीने श्रम करून स्वतःचे आयुष्य घडवावे असे सांगणाऱ्या या संहितेत, वैभवशाली राष्ट्र घडविण्यासाठी कोणी पुढे यावे हे पुढीलप्रमाणे सांगितले आहे. 'उन्हातान्हात काम करणारा मजूर, रस्ते झाडणारा झाडूवाला, मलमूत्र नेणारा भंगी, मेलेले गुरे फाडणारा ढोर, वहाणा बांधणारा चांभार हे सारे आयतेखाऊ लोकांपेक्षा पवित्र आहेत, श्रेष्ठ आहेत. काहीतरी निर्माण करा. विचार निर्माण करा, धान्य निर्माण करा, स्वच्छता निर्माण करा.' येथे राष्ट्रउभारणीसाठी उत्पादक, उद्योजक जातींची दखल घेतली आहे हे खरे आहे. परंतु येथेसुद्धा पुन्हा एकदा या सर्वांच्या स्त्रियांनी काय करायचे असा प्रश्न श्यामला पडला नाही आणि महत्त्वाचाही वाटला नाही.

या पुस्तकाच्या भाषेकडे आणि शैलीकडे पाहिले की, त्यातील एक वेगळाच कृत्रिम गोडपणा सारखा जाणवत राहतो आणि तरीही ही गोड भाषा वाचकाला आपल्यापाशी खेचताना नेमके काय करते? स्त्रीप्रश्नाच्या अभ्यासकांनी जेव्हा भाषेच्या अभ्यासातून स्त्रीवादी भाषाशास्त्र मांडण्याचा प्रयत्न केला, तेव्हा त्यात पुढील मुद्यांवर भर दिला गेला. (१) भाषा जेव्हा बोली म्हणून वापरली जाते तेव्हा आणि शब्दातीत अशा संवादांमध्ये लिंगाधारित भिन्नता आणि साम्ये दिसतात का? (२) भाषेमध्ये लिंगभेदवाद (sexism)

दिसतो का? म्हणजे भाषेची संरचना आणि आशय यावर भर देताना लिंगभेदवादी दृष्टी दिसते का? (३) भाषेची संरचना आणि भाषेचा वापर या दोहोंमध्ये कोणते नाते दिसते? स्त्रीवादी अभ्यासकांना असे वाटते की, 'भाषा' या चौकटीचीच मुळामध्ये चर्चा केली गेली पाहिजे.

ज्युलिया क्रिस्तेवा नावाची स्त्रीवादी अभ्यासक आहे. तिने 'स्त्रिया' आणि 'स्त्रीवाद' यावर लेखन केले, भाषाशास्त्राचा अभ्यास केला आणि मनोविश्लेषणशास्त्रामध्येही प्रशिक्षण घेतले. 'लैंगिकता', 'स्त्रीत्त्व' आणि 'प्रेम' या संदर्भातील समस्यांवर लक्ष केंद्रित करताना, तिने मातृत्वाचा प्रश्नही सतत मांडला. तिच्या मते पुरुषसत्ताक समाजामध्ये बाई दडपली जात नाही, परंतु मातृत्व दडपले जाते. 'पुनरुत्पादन' आणि 'स्त्रीत्त्वाचे सत्त्व' यांचे अतूट असे नाते जोडले जाते, तेव्हा ते नाते समस्यातमक होते. लिंगभेदाचा मुद्दा जर बाईपणा आणि पुरुषपणा यांच्या बंदिस्त अर्थामध्ये गुंतविला गेला, तर त्यातून फारसे काही हाती लागत नाही. क्रिस्तेवाने स्पष्टपणे 'बाई' या शब्दाची व्याख्या करणे नाकारलेले दिसते. तिच्या मते आपण बाई आहोत किंवा पुरुष आहोत ही गोष्ट मानणेच absurd (असंबद्ध) आहे. पुरुषत्ताकतेतून बाईपणाची व्याख्या केली जाते आणि त्यानुसार दडपणूक होते, म्हणून स्त्रियांच्या नावाने चळवळी उभ्या कराव्या लागतात. क्रिस्तेवाचे वैशिष्ट्य असे की, तिने स्त्रीत्वाचे आणि बाईपणाचे सिद्धांकन मांडले नाही; पण तिच्या सिद्धांकनात परिघावर असणे, केंद्रिततेला उलथवून टाकणे आणि मतभिन्नता असणे या गोष्टींना महत्त्व आहे. म्हणजे पुरुषसत्ताक व्यवस्थेच्या परिघाबाहेरील अस्तित्व या दृष्टीने ती स्त्रियांकडे पाहते. क्रिस्तेवा स्त्रिया आणि दडपलेले गट यांचे संघर्ष एकच असतात असे मानते. तिच्या मते गर्भाशयातून बाहेर पडून जेव्हा अर्भक श्वास घेऊ लागते, तेव्हा त्या अर्भकाला आईच्या कुशीतच पौरुष आणि स्त्रीत्त्व या दोहोंचा अनुभव येतो. आई आणि मूल (मुलगा मुलगी किंवा आणखी काही असलेले) यांच्यामध्ये एका टप्प्यापर्यंत लैंगिक भिन्नता नसलेली चिन्हव्यवस्था अस्तित्वात असते. या चिन्हव्यवस्थेला जर सबळ बनविले, तर पारंपरिक लिंगभाव विभागणी दुबळी होऊ शकेल आणि मग त्यातून पारंपरिक किंवा सांकेतिक स्त्रीत्वाच्या संकल्पनांना महत्त्वही दिले जाणार नाही. साने गुरुजींच्या या पुस्तकात 'पुरुषसत्ताक व्यवस्था' आणि 'भाषा' या दोन्हीही गृहीत धरलेल्या दिसतात आणि त्यामुळे 'दडपलेले वर्ग' आणि 'स्त्रिया' परिघाबाहेर आहेत असेच जाणवते.

आणखी असे की, आपण ज्युलिया क्रिस्तेवाची मांडणी जेव्हा लक्षात घेतो, तेव्हा त्यात असे सुचवायचे नाही की, ज्युलिया क्रिस्तेवा मूलत: पुढचे पाऊल उचलते किंवा पुढची दिशा दाखविते. खरे तर सुचवायचे असे आहे की, कोणत्याही संहितेचे पुनर्वाचन करताना आंतरशाखीय विचारांची आणि अभ्यासाची गरज असते. विशेषत: स्त्रियांच्या

दुय्यमत्वाचा विचार करताना, मातृत्वाला पुनरुत्पादनाशी जोडून ते स्त्रीत्त्वाचे सत्त्व मानले गेले आहे हा मुद्दा पुढे कसा सरकवायचा, विशेषत: आपल्यासारख्या दक्षिण आशिया खंडातील देशामध्ये हा एक प्रश्न आहे. मातृत्व हा शब्द जैविकतेतून तर सुटलाच पाहिजे, एकसत्त्वीकरणातून तर सुटला पाहिजे आणि त्याच वेळी मातृत्वाला सर्जनशील आणि मंगल असा अर्थ देण्यासाठी समाजाची पुनर्रचनाही झाली पाहिजे, असे मला दिसते. बाईपणाची व्याख्या करून बाईपणाला ठोक अर्थ देऊ नये हे जे क्रिस्तेवा किंवा इतर अभ्यासकांनी मांडले आहे, ते जितके खरे, तितकेच क्रांतीच्या काळात रशियामध्ये स्त्रिया रणांगणावर मुलाला जन्म देताना युद्धालाही सामोऱ्या जातात किंवा झाशीच्या राणीने मूल पाठीशी बांधून तटावर घोडा चढवला, यामध्येसुद्धा असणारा अर्थ आपण लक्षात घेतला पाहिजे. परंतु जागतिकीकरणाच्या अवकाशात आता जेव्हा उत्पादनापेक्षा पुनरुत्पादनाला अधिक महत्त्व येऊ लागले आहे, त्या वेळी स्त्री-पुरुष नात्याच्या लोकशाहीवादी नात्याचे महत्त्व मोठ्या प्रमाणात कळीचे ठरते आहे. म्हणजे असे की, पुनरुत्पादनाच्या क्षेत्रातच आता अधिकाधिक अर्थार्जनाच्या शक्यता वाढत आहेत. कॉल सेंटर्स असो अथवा डीटीपी असो किंवा सौंदर्य आणि संस्कृतीच्या क्षेत्रातील नव्या नव्या संधी असोत, स्त्रियांना अर्थार्जनाच्या वाटा मोकळ्या होत आहेत. अशा वेळी संस्कारांपासून संस्कृतीपर्यंत नव्या घड्या निर्माण करायला पाहिजेत, नव्या पठड्या निर्माण करायला पाहिजेत. त्यात केवळ पुरुष आणि स्त्रियांच्या पारंपरिक भूमिकांची अदलाबदल करून चालणार नाही; तर नवी भाषा निर्माण झाली पाहिजे, नवे व्यवहार अस्तित्वात आले पाहिजेत. परंतु आपल्याकडे मात्र नेमका उलटा प्रवाह दिसतो. चेहरा हरवलेला हिंसाचार वाढतो आहे, भाषेमध्ये आई-माईवरून दिल्या जाणाऱ्या शिव्या यालाच पौरुष समजले जाते आहे आणि मुख्य म्हणजे नवा विचार मांडू पाहणाऱ्या स्त्रिया जर धीटपणे काही बोलू लागल्या, तर त्यांनाही धाकदपटशा करून जागा दाखविली जाते आहे. स्त्रिया आणि पुरुषांमध्ये जर फक्त वैमनस्य वैरभाव आणि हिंसाचार येऊ नये असे वाटत असेल, तर आपल्याला खरोखरीच पाश्चात्त्य विरुद्ध पौर्वात्य, स्त्रिया विरुद्ध पुरुष, मातृत्व विरुद्ध शौर्य अशा ध्रुवीकरणातून बाहेर पडावे लागेल आणि संवादाच्या वाटा खुल्या कराव्या लागतील. हा लेख त्यातीलच एक प्रयत्न आहे, हे समजून घ्यावे ही वाचकांना विनंती.

८ सुजाता तेव्हा आणि आता

विभाग १

१९५९ साली प्रदर्शित झालेला 'सुजाता' सिनेमा, १२ ते १५ वयाच्या टप्प्याला मी किमान ५-६ वेळा पाहिला. त्या काळात एखाद्या सिनेमाला पुन्हा पुन्हा जाणे, ही गोष्ट तशी सोपी नव्हती. डी.व्ही.डी, व्ही.सी.डी.चा जमाना नव्हता तो. प्रचंड हट्ट करून, चोरून हा सिनेमा मी पाहात गेले. आता वाटते या सिनेमाने मला माझ्या बालपणात जाणवलेल्या कोंड्यांना काही प्रमाणात तोंड फोडले, काही प्रमाणात 'खऱ्या' बाईपणाचे अर्थ ज्या प्रकारे समजावून सांगितले, त्यातून पुढच्या काळात मी स्वतःच माझी कोंडी करून घेतली आणि काही प्रमाणात या सिनेमाने मला पळवाट पुरविली.

अगदी लहानपणीचे काय आठवते असे म्हटले की, मला दोनच वर्षांनी लहान असलेला माझा भाऊ आणि त्याचे बोबडे बोलणे आठवते. हेसुद्धा खरे तर माझ्या आठवणीत रुतून बसले आहे. माझ्या जन्माआधी आई प्राथमिक शिक्षिका आणि वडील माध्यमिक शिक्षक होते. पण मग लागोपाठची आम्ही तीन मुले, आईला न झेपणारी घरादारातील कामे आणि शिक्षिकेची नोकरी, सरकारी पोलीसच्या नोकरीमध्ये मुंबईसारख्या ठिकाणी मिळणाऱ्या मोठ्या मोठ्या जागा, रुबाब या साऱ्यांचे प्रलोभन; यामुळे वडील 'पोलीस अधिकारी' आणि आई 'गृहिणी' असे आमचे घर झाले. सिनेमा ही गोष्ट आम्हाला लहानपणी कळली असेल, तर ती बाळूमामामुळे. तीन मुली, त्यानंतर भाईमामा, बाळूमामा, मधूमामा अशी पोरांची रांग आईच्या माहेरी होती. बाळूमामा नेहमी छान कपडे घालून हसतमुखाने यायचा. त्याच्या बोलण्यात सहजपणाने 'परख', 'बंदिनी', 'मेमदीदी', 'सुजाता' अशी सिनेमांची नावे यायची. तो राहायचा जोगेश्वरीला. मला वाटते की, साचेबंद अभ्यास, शाळा, परीक्षा अशा मार्गाने जायला त्याला संधी नव्हती. आमचे आजोबा तापट आणि 'एकच प्याला'छाप दारूमध्ये असायचे. जोगेश्वरीला राहताना बाळूमामा, मधूमामा सिनेमातल्या मंडळींना दारूच्या बाटल्या पोहोचवण्याचे

काम करत असत आणि काहीतरी कमाई करत असत. तिथेच त्याला मयेकर फिल्म एडिटर भेटले असावेत. दादा धुरंधर, बाबराव पटेल, अब्दुल नावाचा त्यांचा सहाय्यक, प्रकाश मेहरा, मोहन स्टुडिओ ही सगळी नावे बाळूमामाच्या तोंडूनच ऐकली.

एकदा मी बाळूमामाशी गप्पा मारताना विचारले होते की, 'सिनेमाचे एडिटींग म्हणजे काय?' तेव्हा तो हसून म्हणाला, 'इथे कट... तिथे कट आणि मग जोडायचे.' बाळूमामा हसरा, उमदा होता आणि आमच्या शिस्तशीर, नैतिक आई, मावशीपेक्षा आम्हा मुलांना तो भारी आवडायचा. आइसक्रीम खायला देणारा, जरा चकचकीत, झगझगीत कपडे भेट म्हणून आणणारा हा मामा, अकराव्या-बाराव्या वर्षी मला आणि माझ्या मावसबहिणींना स्वप्न पाहायला शिकवायचा. आईचा शिस्तीचा बडगा मोठा असायचा. त्यामुळेच की काय; पण सिनेमाचे, सर्कसचे जग खूपच भुलवून टाकायचे. वडील पोलिसात होते, तोपर्यंत सर्कस पाहायलासुद्धा पुढच्या रांगेत बसता यायचे. मला आठवते की, 'सुजाता' पाहण्यापूर्वी आम्ही 'यलोगेट पोलीस स्टेशन'च्यावर असलेल्या पोलीस क्वार्टर्समध्ये राहात होतो. आठ-नऊ खोल्यांच्या त्या मोठ्या घरात एका खोलीत आम्ही सर्कस सर्कस खेळायचो. तेव्हा छत्री घेऊन, जमिनीवरच्या रेषांवर तोल सांभाळत नाच करणारी मुलगी व्हायला मला फार आवडायचे.

पण एका टप्प्याला साधारण मी आठ-नऊ वर्षांची असताना वडिलांची पोलीसची नोकरी संपली, मोठी घरेही गेली आणि मग त्यांना सुरक्षा अधिकारी म्हणून 'बर्माशेल' (तेव्हाचे... तोपर्यंत ते भारत रिफायनरी झाले नव्हते.) मध्ये नोकरी लागली आणि आम्ही गिरगाव, बॅलार्ड पीअर, सँडहर्स्ट रोड या भागामधून एकदम आर. के. स्टुडिओ, चेंबूर या मुंबईतल्या परिघावर आलो. चेंबूरच्या पंजाबवाडीत राहायला लागलो, तेव्हा राज कपूरचा स्टुडिओ तर जवळ होताच, पण समोरच 'बेनाची वाडी' होती. तिथे शेती, गुरांचे गोठे, पंजाबी लोकांच्या तंदूर रोट्या करण्याच्या भट्ट्या सगळेच वेगळे होते. 'यलोगेट पोलीस स्टेशन'च्यावर राहताना पोलीस स्टेशनमध्ये चोरटी दारू आणणाऱ्या गुन्हेगारांना होणारी मारहाण आम्ही पाहिली होती, शिवीगाळ ऐकली होती आणि सेवासदनसारखी अतिशय सोज्ज्वळ, संस्कारी शाळाही अनुभवली होती. शारीरिक शिक्षण शिकवायला आम्हाला एक पारशी टीचर होत्या. व्यायामसुद्धा त्या 'मी हाय किटली चाय गाळ' अशा गाण्यातून शिकवायच्या. आठवणींचे हे सगळे तुकडे मजेशीरपणाने काही शिकवत होते. म्हणजे त्यात पोलिसांच्या बदल्या होत असल्याने बदलणाऱ्या शाळा होत्या, नवी नवी वेगवेगळी जगं दिसत होती, तसेच भाषांची सरमिसळही अनुभवायला येत होती. पोलीस क्वार्टर्समध्ये राहताना मूल नसलेले एक पारशी जोडपे आमचे खूप लाड करायचे. त्या बाईंनी आपल्या रॉबिन नावाच्या कुत्र्याचे इतके लाड

केले होते की, ते कुत्रे कधी चार पायांवर उभेच राहिले नाही. तांदूळ निवडायला त्या बसायच्या. त्यांच्याजवळ रॉबिन बसायचा आणि मग त्यांचे गाणे चालायचे, 'माझ्या रॉबिनचा पाय मोडला' आणि त्यांच्या गाण्याला आम्ही हसलो की, त्या आम्हाला मारायला धावायच्या. या साऱ्या मालमसाल्यावर आधारित आम्ही नाटक लिहायचो आणि करायचो.

पण पंजाबवाडी आणि चेंबूर हा एक वेगळाच अनुभव होता. खूप सिनेमाची शूटिंग्ज दिवस दिवस पाहाण्याची संधी होती. आईचा डोळा चुकवून पळून गेलो तर दिवसभरात कधी तिच्या हाती लागत नसू. शूटिंगमध्ये सतरंजी किंवा चादर झटकत एक वाक्य बोलणारी हिरॉइन 'बापू आज कितनी देर कर दी,' आम्हाला 'शूटिंग शूटिंग' खेळायला मदत करायची. बाळूमामा घरी आला की, तो नूतन, अशोककुमार, तनुजा यांच्या सुरस आणि चमत्कारिक कहाण्या सांगायचा. नूतन आणि तनुजा मुळात सीकेपी जातीच्या आहेत, याचा त्याला फार अभिमान वाटायचा. त्या आपल्यातल्या आहेत आणि एकूणच 'सीकेपी' मुली कशा सुंदर असतात हे सांगायचा. आम्हालाही आम्ही 'सीकेपी मुली' असल्याचा म्हणजे आपोआपच सुंदर असल्याचा आनंद व्हायचा. त्या काळात मयेकर नावाचे फिल्म एडिटर होते, त्यांच्याकडून तो एडिटींग शिकला आणि असिस्टंड एडिटर म्हणून आणखी दोन नावांबरोबर त्याचे नाव झळकले ते 'सुजाता' सिनेमातच. बाळूमामामुळे अधिकृतपणे 'सुजाता' पाहायला मला वाव मिळाला. माझ्या भावांनी 'रडका सिनेमा' म्हणून मोडीत काढलेला 'सुजाता' माझ्या मात्र हृदयाच्या अंतर्हृदयात घर करून बसला.

त्या काळात बाराव्या-तेराव्या वर्षी वयात येताना मी खूपच स्वत:ला एकटी समजायचे. खरे तर 'काळी अम्मा' 'काळी अक्का' असे जे चेष्टा करून मला सगळे हाक मारायचे त्यात काही तथ्य होते. आई आणि दोन्ही मावश्या गोऱ्यापान, मी सोडून उरलेल्या तीन बरोबरीच्या मावसबहिणी सगळ्या गोऱ्यापान. मग मला 'काळी अक्का' नाव का पडणार नाही! त्यातून उन्हातान्हात सायकलवर भटकणे, शाळा लांब म्हणून बसपेक्षा चालतच जाणे, बर्माशेलच्या स्वीमिंग पूलमध्ये पोहणे; असे सगळे केल्याने मी किडमिडी काळी झाली असेन तर नवल नव्हते. पण मग बारा-तेराव्या वर्षी 'आपले' या घरात कोणी नाही, जगात कोणी नाही अशा 'टिपिकल टीनएज' भावनेने मला घेरले होते. अशा वेळी 'सुजाता' सिनेमातील सुजाताचे गोरेपण, एकटेपण मला अगदी माझे वाटले. इतके माझे वाटले की, सुजाताच्या जन्मानंतर कॉलरा, पटकीची साथ येऊन तिचे आई-वडीलच काय, पण संपूर्ण बिरादरी मरून जाणे हेसुद्धा मला तेव्हाच काय, पण जवळजवळ १९७५ पर्यंत कधी खटकले नाही. उलट नैसर्गिक वाटले.

सुजाताची आई 'चारू' हिने तरीही सुजाताला दूर ठेवून सांभाळले. ते मला अनुभवातले वाटू लागले. गोरी गोरी, हसताना गुलाबी होणारी माझी आई माझ्यासारख्या काळुंद्रीला तशीच सहन करत असेल, हे मला तेव्हा पटले. 'नन्ही कली सोने चली' हे अंगाईगीत तर माझ्यात असे रुतले की, मी जेव्हा माझ्या मुलीची आई झाले, तेव्हा ते गाणे अंगाईगीत म्हणून सहजच म्हणायचा प्रयत्न करू लागले. गंमत म्हणजे भागवत होऊन मी ज्या घरात आले होते, तिथल्या सर्वच बायका म्हणजे माझ्या आतेसासवा आणि प्रत्यक्ष सासूबाई या स्वत:ची अंगाईगीते लिहिण्यात माहीर होत्या. आपापल्या आवाजात यांतील प्रत्येक स्त्री स्वत:चे म्हणून एक बालगीत मला ऐकवायची. त्यात 'रमतगमत कोळी भिंतीवर चढे' अशासारखी गाणी असायची. पण माझे मात्र 'नन्ही कली'शी असणारे नाते तोवर तुटले नव्हते. नंतर जेव्हा एकटीच्याच खांद्यावर दोन वर्षांची मुलगी सांभाळण्याची जबाबदारी आली, तेव्हा मग 'नन्ही कली'चा उपायसुद्धा चालेना आणि मला मातृत्वाभोवती असणारी मिथके आणि दंतकथा यांबद्दल संशय वाटू लागला.

अगदी वयात येण्याच्या टप्प्यावर जेव्हा 'सुजाता' तेव्हा सिनेमा पाहिला, तेव्हा सिनेमा पाहताना मी भरपूर रडून घ्यायचे. आता वाटते ते रडणे स्वत:साठीच होते. म्हणजे 'सुजाता' हे नाव मिळालेले छोटे बाळ पटकी, कॉलरा अशांसारख्या साथीच्या रोगात निराधार झाले आणि त्याच वेळी सरकारी नोकरीत असलेल्या, सुजाताला घर देणाऱ्या तिच्या दत्तक आई-वडिलांच्या घरात या साथीच्या प्रार्दुभावाचा लवलेशसुद्धा नव्हता, याचे दु:ख मला झाले नाही. इतकेच नाही तर ते बाळ घरात आले, तेव्हा घरात आधीच असलेल्या 'रमा' नावाच्या त्यांच्या स्वत:च्या लेकीचा त्याच दिवशी वाढदिवस आहे. वाढदिवसाला त्या काळाच्या मानाने मोठा थाटमाट आहे, खाण्यापिण्याची रेलचेल आहे आणि घरकाम करणाऱ्या आयाच्या हातात नव्याने पोरक्या झालेल्या बाळाला सोपवून, 'तिची काही तरी सोय लावा' असे सांगणारे सुधारक घरातले आई-वडील मला खटकले नाहीत, तर उलट ती माणसे नैसर्गिकरित्याच किती 'चांगली' आहेत, यावर विश्वास बसला. 'बुद्धन'ची मुलगी असून तिला अचानक 'सुजाता' हे नाव दिले जाते; तिचे 'उन्नयन' केले जाते, हे सगळे मला फार उदार आश्रय देणारे, म्हणजेच न्याय देणारे वाटले. या लहानग्या अर्भकाची 'सोय' लागत नाही म्हणून नाइलाजाने त्या एवढ्या मोठ्या घरात आयावर भिस्त ठेवून हे बाळ वाढू लागते, रमाचे जुने कपडे वापरू लागते आणि रमासाठी गायली गेलेली अंगाई, भरल्या ताटातून सांडणाऱ्या उष्ट्या-खरकट्याप्रमाणे त्या बाळापर्यंत पोचते, हेसुद्धा मला खटकले नव्हते. उलट मलाही मुलगी म्हणून, काळी म्हणून वाट्याला आलेली विषमता मी जरा अधिकच फुगवून मनात सजवू लागले आणि भावाने वापरलेली पुस्तके वापरायला लागतात म्हणून थैमान

करू लागले. त्या माझ्या दु:खाचे स्वरूप सुजाताच्या दु:खासारखेच आहे असे समजू लागले.

सुजाता सिनेमामध्ये सुजाताची जबाबदारी घेऊ पाहणारे, केवळ पैशाच्या लोभाने, तिच्या जात गोतावळ्यातील येणारे पुरुष कितीतरी कळकट, ओंगळ, दारूडे असे दाखविले होते. परंतु तेही मला नैसर्गिक वाटले. खालची जात, दारिद्र्य, वंचितता आणि अमानुषता या सगळ्याचे समीकरण माझ्या मनात पक्के बनले. आपल्या गोतावळ्यात हे लहानसे बाळ जाऊन त्याचे हाल होण्यापेक्षा, 'सुजाता' नावाची नवी अस्मिता जी त्या बाळाला मिळाली, ती फारच सुरक्षित आणि चांगली गोष्ट आहे याची मला मनोमन खात्री पटली. त्यामुळेच मग कोणत्याही नात्यातली नसणारी कर्मठ 'बुवा', धार्मिक 'पंडित' आणि लहानगा 'अधीर' त्या घरात येतात, तेव्हा 'सुजाता'ला 'रमा' समजून जवळ घेणारी आणि 'अछूत' कन्या आहे असे कळल्यावर भिरकावणारी बुवासुद्धा मला समजावून घेता येत होती. शेंडीवाल्या पंडिताचा तिरतिराट, पोरक्या झालेल्या अधीरला सांभाळणाऱ्या बुवाचा सनातनी विचार हे सगळे मी हसून उडवून लावताना, सरकारी नोकरीत गोऱ्या साहेबाच्या जीवनशैलीमध्ये मुरलेल्या काळ्या साहेबाच्या सुधारकी शैलीबद्दल मला हे पुरोगामी पाऊल आहे असेच वाटत राहिले. इतके की लहानग्या सुजाताला आपल्या ताटातला हलव्याचा घास जेव्हा सुजाताचे 'बापू' खिलवतात, तेव्हा ते किती 'महान' आहेत असेच वाटत राहिले. रमाने आई वडिलांना 'माँ आणि पिताजी' म्हणणे आणि सुजाताने 'अम्मी आणि बापू' म्हणणे, यातला गुणात्मक फरक माझ्या मनातून पुसला गेला. रमाचा वाढदिवस होतो, आपला होत नाही याचे तिचे दु:खसुद्धा मला तसे फारसे स्पर्श करून गेले नाही. उलट आमच्या घरात मोठ्या भावाचे तान्हेपणाचे फोटो होते आणि माझे नव्हते या माझ्या अनुभवाशी मी ते जोडत गेले.

रमाला शिकवायला घरी येणारे मास्तर सुजाताच्या हट्टामुळे तिलाही शिकवायला नाइलाजाने तयार होता. रामायणाचा मोठा ग्रंथ मास्तरांपुढे आपटून शिकण्याचा हट्ट धरणारी सुजाता, पुढच्या काळात औपचारिक शिक्षणासाठी वेळ न देता 'घरकाम', 'बागकाम', घरातल्या वयाने वडील असणाऱ्या मंडळींची 'सेवा शुश्रूषा' या गोष्टी शिकते, तेव्हासुद्धा ही तफावत माझ्या मनात कोणत्याही अर्थाने दु:ख निर्माण करणारी झाली नाही. उलट वयात आलेल्या या दोघी मुली 'बचपन के दिन भी क्या दिन थे।' असे सुंदरसे गाणे म्हणतात, तेव्हा त्यांच्यातली भिन्नता मला नैसर्गिक वाटली. सुजाताचे कपडे वाळत घालणे, अम्मी बापूंना चहापाणी देणे, सौम्य हसणे आणि दिसणे हे सारे मला मूलत: बाईपणाचे गुण वाटले आणि आधुनिक शिक्षण घेणारी, चंचल, अल्लड, लाडिक लाडिक बोलणारी रमा म्हणजे, बाईच्या जातीने कसे असू नये तसे वाटले. येथे आता

लक्षात येते की बाईपणाचे स्वत्व म्हणून मला जे दिसले ते म्हणजे 'घर' नावाच्या खाजगी अवकाशात घरकाम, सेवा शुश्रूषा करतानाच, कपडे वाळत घालताना किंवा बागेला पाणी घालताना त्यातच आपल्या सुखाचे निदान शोधण्यात असते याची मला खात्री झाली. आधुनिक शिक्षण घेतलेल्या बायकांचे उथळ पाश्चात्त्यीकरण होते आणि त्या बालिशच राहतात असे एक ध्रुवीकरणात्मक चित्र माझ्या मनात त्या काळात पक्के झाले. यातूनच मग कदाचित मीसुद्धा इंटरआर्ट्सनंतर अर्थशास्त्र आणि इतिहास या विषयात बऱ्यापैकी मार्क मिळाले असूनही, 'होऊन टाक बी.ए.' (ही माझ्या आईची उक्ती) अशा वाटेने मराठी, संस्कृतची पदवी आणि विज्ञानवादी पुरोगामी नवरा शोधणे ही वाट धरली असावी.

सुजाता सिनेमात 'अधीर' मोठा होऊन प्रवेश करतो. तेव्हा तो मात्र भद्रलोकातील सभ्य, सुसंस्कृत, 'भारतीय', मोठे मोठे ग्रंथ वाचणारा, गोड हसणारा असा पुरुष आहे. त्याला अल्लड, बडबड्या रमापेक्षा सौम्य, सोज्ज्वळ सुजाता आवडते, भावते. यातूनही एक संदेश दिला गेला आहे. परंतु मला मात्र त्याचे ते तसे करणे मनाला पटले. निसर्गात, पानांफुलांत, आपल्या कामात रमणारी 'सुजाता' आणि बॅडमिंटन खेळायला जाणारी, मोकळे हावभाव करणारी, आधुनिक शिक्षित मुलगी 'रमा' मलाही तितकी 'भारतीय' वाटली नाही. खरे तर मी त्या काळात बास्केट बॉल, खो खो खेळत होते. सायकल चालवत होते, स्विमिंग करत होते आणि गृहिणीपणा सांभाळणाऱ्या माझ्या आईचे वैफल्य आणि चिडचिड पाहत होते. परंतु तरीसुद्धा मला 'आदर्श भारतीय स्त्री' च्या प्रारूपात 'सुजाता'च वाटू लागली. साडी नेसली तर काठापदराचीच, ब्लाऊज घातले तर बंद गळ्याचे आणि लांब हाताचे आणि लाजाळूच्या झाडाच्या लाजणाऱ्या पानांसारखे होणे म्हणजे 'बाई' होणे, या गोष्टीचे माझ्या मनात अंतरिकीकरण झाले. रमापेक्षा सुजाताचा बांधासुद्धा अधिक सशक्त दिसतो आणि घरकामातले कष्ट करून, किंबहुना म्हणूनच सुजाता अधिक उमललेली दाखविली होती की काय असे आता वाटते.

'मी कोण आहे?' हा प्रश्न सुजाताच्या मनात जेव्हा तीव्रपणे येतो, तेव्हा प्रतिकार आणि संघर्षाची एक ठिणगी त्या घरात पडण्याची शक्यता निर्माण होते. परंतु त्याआधीच अनाथ आश्रमात दाखल होण्यासाठी निघालेल्या सुजाताला खिडकीआडून दिसणारी अम्मी खेचून माघारी आणते, तेव्हा मला असे वाटले होते की, या 'माँ किंवा अम्मी'चा 'चारू' नावाच्या भद्रलोकातील आदर्श स्त्रीचा प्रेमळपणा आणि उदारपणा किती महान आहे. परंतु माझ्या मनात हे आले नाही की, सरकारी नोकरीतील सतत बदल्या होणाऱ्या या घरामध्ये पोटच्या मुलीला शिक्षण घेण्यासाठी भरपूर वाव द्यायचा तर, या घरातील जेवणाखाणासह सर्व तऱ्हेच्या गोष्टींची ऊठसबस करण्यासाठी सुजाताचे श्रम उपयोगी

होते. ते विनामूल्य तर होतेच, पण त्यातून चारू आणि उपेन बाबू या जोडप्याला आपण महान सुधारक, उदारमतवादी आहोत असे स्वत:बद्दल चांगले वाटणारे सारे काही निर्माण होत होते. माझ्याही मनात कधी आले नाही की, सुजाताच्या खांद्यावर या घराचे ओझे टाकून, मग रमाला आधुनिक शिक्षणाचा सार्वजनिक अवकाश उपलब्ध होत होता. त्या दोघींच्या लाडिक आणि भावुक देवाण-घेवाणीतून कुठेही 'समानता' हे मूल्य येत नाही, हेही माझ्या लक्षात आले नाही. सुजाता वाचू शकत नाही, आपल्यासारखा अभ्यास करत नाही याबद्दलची रमाची जाण अशी आहे की, 'पण तिला झाडं, पानं किती कळतात किंवा ती किती तत्परतेने घरकाम करते.' म्हणजे सुजाताचे सार्थक आणि रमाचे सार्थक भिन्न असणे येथे नैसर्गिक केलेले दिसते. आज जाणवते की, हे किती प्रातिनिधिक स्वरूपात घडत होते. सर्वच मध्यमवर्गीय सवर्ण घरांमध्ये १९५० नंतर ज्या स्त्रिया डॉक्टर, इंजिनिअर झाल्या किंवा समाजकार्य, विदेशी भाषा शिकणे, शिकविणे अशा नव्या क्षेत्रांमध्ये आल्या, त्या साऱ्यांनीच घरकामासाठी गरीब आणि दलित जातीतील स्त्रियांचे श्रम वापरले. त्यातही स्वयंपाकाला मराठा, ब्राह्मण स्त्रिया; धुण्या-भांड्याला स्थलांतरित इतर मागासवर्गीय जातीतल्या स्त्रिया आणि झाडूपोछा, संडास बाथरूम स्वच्छ करायला अस्पृश्य जाती अशी विभागणी तथाकथित उद्योग नगरी होणाऱ्या मुंबई, कलकत्यासारख्या शहरांमध्ये घडत होती हे आता लक्षात येते.

आपण अस्पृश्य म्हणजेच नीच जातीत जन्मलो आहोत हे जाणवल्यावर सुजाताला जीव देण्यापासून वाचवतात ते 'महात्मा गांधी'. महात्मा गांधींच्या डोळ्यांतले अश्रू, सुसाट वारा आणि पाऊस यांचे चित्रण आणि पाण्याच्या लाटेबरोबर स्वत:ला विसर्जित न करण्याचा महात्मा गांधींनी दिलेला संदेश, हे सारे तेव्हा मला फार उदात्त वाटले होते. 'आत्महत्या करणे भित्रेपणाचे आहे, जीवनाशी संघर्ष देणे महत्त्वाचे आहे, प्रतिकूल परिस्थितीमध्ये माणूस म्हणून उभे राहणे महत्त्वाचे आहे.' असे सांगणाऱ्या महात्मा गांधींबरोबर डॉ. बाबासाहेब आंबेडकरांचा उल्लेख या चित्रपटात येत नाही. खरे तर 'शिका, संघटित व्हा, संघर्ष करा!' असे सूत्र देणारे बाबासाहेब मला १२ ते १५ या वयामध्ये एक महत्त्वाचे विचारवंत म्हणून माहितीच नव्हते. त्या काळात 'दलित' हा शब्द जन्माला आला नव्हता. 'अछूत' ऐवजी 'हरिजन' या शब्दाने प्रश्न संपतो, अस्पृश्यता संपते असे मलाही वाटत होते. सुजाता पुन्हा एकदा आपली अस्पृश्यता स्वीकारून अम्मी-बापूंच्या घरात आश्रितपणा आणि उपरेपणा पचवून येते, तेव्हा मला हायसे वाटले होते. उन्हामध्ये छत्री न घेता जाणाऱ्या बापूंची काळजी घेणारी, अम्मीला वेळच्यावेळी औषध देणारी अशी सुजाता होणे हीच तिची सुरक्षितता आहे आणि प्रतिष्ठा आहे असे मला वाटले. 'अछूत कन्या' नाटक सादर करणारी रमा आणि ते नाटक सोडून एकट्या सुजाताला

भेटायला येणारा अधीर ही दृश्ये मला खूप रोमॅन्टिक वाटली होती, त्याचा मोठेपणा सांगणारी वाटली होती.

अधीरच्या 'गळ्यातली माळ' होऊन स्वत:च्या जीवनाचे सार्थक साधणे हाच मार्ग सुजाताला सार्थकता देणारा आहे असे वाटत राहिले. विशेषत: टेलिफोनवर गायलेले 'जलते हे जिसके के लिए' हे गाणे त्या काळात आम्हा सर्वांचेच लाडके झाले होते. म्हणजे अधीरने सूर जन्माला घालायचे, त्याला बोल द्यायचे आणि सुजाताने मात्र फार तर फार 'काली घटा छाए' असे म्हणत, 'आपल्याला कोणी तरी भेटणं यात काय चूक आहे, त्यात कोणाचे काय जाते?' असा प्रश्न विचारायचे मला छानच वाटले होते. त्या वेळी माझी आई चिडून मला म्हणाली होती की, 'शीऽऽऽ किती घाणेरडे गाणे आहे हे. एक वयात आलेली मुलगी, पावसाळी ढग, ओलेचिंब वातावरण यात कोणीही भेटले, तरी कोणाचे काय जाते असं कसं म्हणू शकते?' मला आईच्या संतापाचा अर्थ कळला नव्हता. पण इतके जाणवले होते की, सुजाताला फक्त तिची अस्पृश्यता स्वीकारावी लागली असे नाही, तर अधीरसारखा सवर्ण मुलगा 'नवरा' म्हणून नाकारलाच पाहिजे हेसुद्धा स्वीकारावे लागत होते.

परंतु सुजाताला रमाच्या वाट्याला येऊ शकेल ते सुख मिळविण्याचा अधिकार जसा नव्हता, त्याचप्रमाणे लग्न न करता अम्मी-बापूंची सेवा करण्यात आयुष्य घालवावे असे म्हणण्याचाही अधिकार नव्हता. सुजाताच्या जातीतीलच वयाने मोठा, पैशाने मातबर माणूस इतरांनी निर्णय घेतल्यानंतर, नवरा म्हणून स्वीकारावा लागत होता. या टप्प्यावर या सिनेमातील कथा अधीरचे एक वेगळेच रूप दाखवते. आतापर्यंत सौम्य, मवाळ वाटणारा अधीर सुजाताचे लग्न तिच्या जातीत मालदार माणसाशी होणार असे कळल्यावर, त्वेषाने तिला 'तू नीच जातीतील आहेस, म्हणून तुझी संस्कृतीसुद्धा नीचच आहे' अशा अर्थाचे काहीसे बोलतो. म्हणजे अधीरसुद्धा तिला जात दाखवतो. परंतु अशा कृतीचाही राग येण्याचा 'माणूस' म्हणून तिला अधिकार नाही. मला आठवते की, सर्वप्रथम आणि पुन्हा पुन्हा हा सिनेमा पाहताना इतक्या घायाळ करणाऱ्या आरोपाला सुजाताचे उत्तर तेव्हासुद्धा फार गुलामगिरीचे वाटले होते. तिच्या मनाविरुद्ध होणाऱ्या लग्नाला ती अधीरला आमंत्रण देते आणि म्हणते की, 'निरोप घेताना अधीरच्या पायाची धूळ आपल्या भांगामध्ये ती भरणार, कारण इतका अलौकिक, दैवी माणूस आपल्या आयुष्यात आला याची कृतज्ञता तिला व्यक्त करायची होती. मला त्या काळात या संवादाची थोडी चीड वाटली होती आणि अस्वस्थताही नक्की आली होती. परंतु हे लक्षात आले नव्हते की, अधीर जात काढून तीव्र बोलतो, तरीसुद्धा तो देवतास्वरूपी आहे असे सुजाताला वाटणे या चर्चाविश्वात नेमके काय घडते आहे. म्हणजे 'सवर्ण', 'सुशिक्षित', 'सुधारक' आणि

'पुरुष' असलेला अधीर; सुजाताच्या ओठांवर आपले गीत जिवंत राहावे असे म्हणणारा अधीर; सुजाताने जर आर्थिक स्तर बदलून जातीत लग्न करायचे ठरवले, (खरे तर ते तिने ठरवलेच नव्हते) तर तिला जवळ जवळ पैशांसाठी देहविक्रय करणारी वेश्या ठरवतो. यातील भयानक क्रौर्य मला कळलेच नव्हते.

या सिनेमामधील ज्याला क्लायमॅक्स म्हणता येईल तो म्हणजे, सुजाताचा आणि तिच्या अम्मीचा समोरासमोर झालेला सामना आणि त्यानंतर अम्मीचे तिची निर्भत्सना करून एकतर्फी बोलणे, जिन्यावरून गडगडणे आणि मृत्यूच्या दाराशी असताना तिला रक्ताची निकड निर्माण होणे. सुजाताचा आणि अम्मीचा रक्तगट एक निघाल्यावर सुजाताने रक्तदान करणे आणि विज्ञानाच्या कसोटीवर सगळी माणसे जातीपातीत विभागली असली, तरी एकमेकांसारखी असू शकतात असे घटीत या कथेत येते. त्या वेळी मला असे वाटले होते की, केवढे मोठे सत्य 'वैज्ञानिक सत्य' म्हणून या सिनेमाने धैर्य करून पुढे मांडले. एकीकडे सुजाताचे अधीरला चिठ्ठी लिहून नाकारणे, दुसरीकडे रक्तदान करणे आणि तिसरीकडे एवढ्या सगळ्या हादऱ्यांमधून गेल्यानंतरही पुन्हा चहाचा ट्रे घेऊन विनम्रपणे अम्मीच्या खोलीच्या सीमारेषेपलीकडे उभे राहणे, हे सारे प्रेक्षक म्हणून त्या काळात विलोभनीय वाटले होते. पण १९७५ च्या स्त्रीवादी विचारांचा प्रभाव म्हणा किंवा त्या काळातील दलित पँथरची मांडणी म्हणा - 'गोलपिठा' सारखी नामदेव ढसाळांची कविता असो - या साऱ्यांतून मला 'सुजाता' सिनेमामधील क्रौर्य आणि दलित जातींच्या वाट्याला येणारा, खोलवर रुजलेला विषम अनुभव आणि त्यातील राजकारण हे लक्षात आले.

सुजाता 'एकटी' आहे, 'अछूत' आहे. पण तिला तिचा समुदाय नाही. ती उपेन आणि चारू यांच्या कुटुंबात वाढली, म्हणून तिच्यावर उच्च दर्जाचे संस्कार झाले आहेत असे मानले आहे आणि तरीही त्या घरातली 'खरी' पोटची मुलगी होण्यासाठी तिला अनेक नकार पचवावे लागत होते. इतकेच नाही तर आपले स्वत:चे रक्त देऊन आपली निष्ठा सिद्ध करायला लागत होती. एवढे करून अविवाहित राहण्याचा अधिकार नसल्याने अधीरची इच्छा म्हणून तिला लग्न, कन्यादान आणि 'आपले' मानलेले घर सोडून, एका 'ब्राह्मणी' भद्रलोक स्वरूपी घरामध्ये जाणे भाग पडले. आता सुजाता लग्नाच्या संस्काराने उन्नयनित झाली, तिची मुले सवर्ण ठरणार आणि मग ते दोघे आनंदाने, सुखाने नांदणार असा निष्कर्ष या सिनेमातून निघतो. शिकलेली सुधारक रमा कॉलेजात शिकलेल्या अछूत मुलाच्या प्रेमात पडली असे येथे येत नाही.

मुख्य म्हणजे 'जातिव्यवस्था' ही केवळ श्रमांची विभागणी नसून, श्रमिकांची विभागणी आहे हा विचार येथे दडपलेला दिसतो. सौम्य, सोज्ज्वळ, सेवाभावी आदर्श स्त्री म्हणून सुजाताचे रूप येते, तेव्हा एकाप्रकारे 'लिंगभाव' रचला जातो. तर जात

वास्तवाच्या चौकटीत तिचे 'सर्वहारा' असणे- म्हणजेच संपत्ती, सत्ता, ज्ञान या त्रयींपासून तिचे वंचित असणे, या चित्रपटात 'दया, करुणे'च्या चौकटीत आच्छादित केले जाते. 'सुजाता' सिनेमामध्ये भिंतीवर लटकविलेल्या महात्मा गांधी, विवेकानंद आणि रवींद्रनाथ टागोर यांच्या तसबिरी मला त्या वेळेला खटकल्या नाहीत, पण आंबेडकरी विचार वाचल्यानंतर हे भयानक राजकीय षड्यंत्र होते असे वाटू लागले. महात्मा गांधींचे योगदान सांगायचे आणि आंबेडकरांनी निर्माण केलेला चिकित्सक प्रश्न आणि विचार पूर्णतः अदृश्य करायचा, हे किती भयानक आहे असे वाटू लागले. 'जातव्यवस्था आणि जातीची उतरंड ही शोषणावर आधारली जाते, तेव्हा स्त्रिया त्या जातीचे प्रवेशद्वार असतात', हा जो महत्त्वाचा मुद्दा बाबासाहेब आंबेडकर मांडतात त्याकडे या सिनेमात पूर्णतः दुर्लक्ष झाले आहे. सुजाताचे उन्नयन झाल्यावर तिचे जातवास्तव अदृश्य करून तिला होणारे मूल अधीरचेच असणार आणि त्या अर्थाने त्याला मिळणारे सांस्कृतिक आणि सांपत्तिक भांडवल हे अधीरच्या बाजूने मिळणार हे स्पष्ट दिसते.

विभाग २

१९७४-७५ मध्ये स्त्रीमुक्ती चळवळीचा आविष्कार स्त्रियांवर होणाऱ्या ढळढळीत हिंसाचारासंदर्भात जोरकसपणे झाला. याच काळात भारतीय स्त्रियांच्या दर्जाविषयक अहवालाचे प्रकाशनही झाले. यापूर्वी पाश्चात्त्य प्रगत देशातील स्त्रीमुक्ती चळवळीने जोर धरला तो १९६० च्या दशकात. बेटी फ्रिडनने 'स्त्रीत्त्वाचे गूढ' हे पुस्तक लिहिले आणि सिमॉन दि बूव्हाने 'पुरुष हा कर्ता आणि बाई इतर' (Man the Subject Woman the Other) अशा तऱ्हेने तत्त्वमीमांसात्मक पाया देऊन स्त्रियांच्या दुय्यमत्वाविषयी विचार मांडला.

भारतात मोठ्या शहरांमध्ये स्त्रीमुक्ती चळवळीने हस्तक्षेपी कृती करण्यास सुरुवात केल्यावर, जवळ जवळ त्याच काळात 'स्त्री अभ्यास' नावाचे ज्ञानक्षेत्र विकसित होण्यास सुरुवात झाली. स्त्रीअभ्यासाअंतर्गत साहित्याचा, चित्रपटांचा अभ्यास सुरू झाला, तेव्हा सुरुवातीलाच 'स्त्रियांच्या प्रतिमा' हा मुद्दा प्रामुख्याने मांडला जात होता. परंतु 'जात', 'धर्म' आणि 'वर्ग' या चौकटींमध्ये भारतीय राष्ट्राच्या भिन्न टप्प्यांवर राजकीय अर्थव्यवस्थेशी नाते असलेले भारतातील भिन्न प्रकारे स्त्री पुरुष नाते घडते हे लक्षात आल्यावर 'स्त्रीअभ्यास' या ज्ञानक्षेत्राला एक व्यापक पाया प्राप्त झाला आणि त्याच वेळी सांस्कृतिक अभ्यास (cultural studies), चित्रपट अभ्यास (films studies) अशी नवी नवी अभ्यास क्षेत्रे संशोधनाच्या क्षेत्रात खुली होऊ लागली.

माझ्या वाचनात ज्योतिका विर्दी यांचे २००३-२००४ या काळात प्रसिद्ध झालेले

एक पुस्तक आले. या पुस्तकातून भारतीय लोकप्रिय चित्रपटांचा आढावा सामाजिक इतिहास म्हणून विर्दी यांनी घेतला आहे. सिनेसृष्टीतील कल्पकतेचा वेध घेताना युरोप केंद्रिततेपासून आपल्या विचारांची मुक्तता करण्याचा विर्दी यांचा प्रयत्न दिसतो. हॉलीवूड किंवा पाश्चिमात्य जगातील सिनेमा या गोष्टी केंद्रस्थानी न ठेवता, विर्दी यांनी बिगरपाश्चिमात्य संस्कृतीचा अभ्यास केलेला दिसतो. आणखी महत्त्वाचे म्हणजे विर्दी यांनी एकीकडे पाश्चिमात्य जगाचे एकसाचीकरण टाळले आहे, तर दुसरीकडे भारत नावाच्या देशाचे एकेरी गौरवीकरणसुद्धा टाळले आहे.

आपल्या 'सुजाता' सिनेमाच्या आकलनासंदर्भात विर्दी यांच्या पुस्तकाची दखल घेणे महत्त्वाचे वाटले, कारण त्यांनी हिंदी सिनेमाच्या संकरित स्वरूपाचे विश्लेषण दमदार पद्धतीने केले आहे. असे करताना 'राष्ट्रवाद' ही गोष्ट एक आंतरविरोधी शक्ती म्हणून समोर मांडली. विर्दी यांनी राष्ट्रवादाच्या मांडणीमधील गुंतागुंत स्पष्ट केली आहे. अभिजनांच्या चर्चाविश्वामधून राष्ट्रवाद मांडला जातो. असे झाले की, मग साम्राज्यवादी मांडणीही त्यातून होते. म्हणजे 'भारत देश नावाचा एक महान खंडप्राय देश' असे मानणारा अभिजन वर्ग भारतीय संस्कृतीचे एकसाचीकरण करतो आणि नेहरूंनी घेतला तसा भारतातील शहरी संस्कृतीचा शोध घेतो. हिंदी सिनेमांमध्ये विर्दी यांच्या मते, एकाच वेळी प्रादेशिक आणि पाश्चिमात्य जगाला शह दिला जातो. असे झाले की, मग सर्वसामान्य जनांना एक अधिसत्तावादी आदर्श प्रारूप पुरविले जाते. भारतीय माणसांच्या अनुभवांच्या दृष्टीने धार्मिक आणि वांशिक अस्मितेच्या अंतर्गत राष्ट्रवादाचे आकलन केले जाते, असे विर्दी यांचे निरीक्षण आहे (विर्दी, प्रिफेस, पृ. ९)

११ सप्टेंबर २००१ रोजी, ज्या घटना घडल्या त्यामुळे जागतिक-भौगोलिक राजकारण स्पष्ट दिसू लागले. सांस्कृतिक अभ्यासांमधून संस्कृतीच्या चौकटीत कोणाला 'इतर' ठरविले जाते, हा प्रश्न पुन: पुन्हा विचारला जाऊ लागला. विर्दी यांच्या मते अशा अभ्यासांमधून 'राष्ट्रवाद' आणि 'फासीवाद' या दोहोंमध्ये अगदी थोडासाच फरक आहे, अशी नवी मांडणी येऊ लागली. क्रांतिकारक राष्ट्रवादी सैनिक आणि दहशतवादी यांच्यामध्ये फरक असेल तर नेमका कोणता, असा प्रश्न आला, तेव्हा नवी चिकित्सक जाणीव विकसित होऊ लागली. (विर्दी, प्रिफेस, पृ. ९).

विर्दी यांनी लोकप्रिय हिंदी चित्रपटांच्या सांस्कृतिक आविष्कारांचा अभ्यास केला तेव्हा असे घडत होते की, ग्रांटा किंवा न्युयॉर्कर अशा प्रमुख प्रवाही चौकटीत भारतीय लेखकांना महत्त्व प्राप्त झाले होते. पहिल्या जगातील मंडळींना त्यांची अभिरुची पोसणाऱ्या अशा संहिता, तिसऱ्या जगातून दिल्या जाऊ लागल्या होत्या. विर्दी यांच्या मते, खरे तर भारतातील लिखित साहित्य संहिता या ज्या मानाने लोकांकडून वाचल्या जात होत्या,

त्यापेक्षा कितीतरी अधिक पटीने त्यांना महत्त्व दिले गेले. विर्दी असे म्हणतात की, एडवर्ड सईद यानेसुद्धा माध्यम या गोष्टीकडे लक्ष दिले पाहिजे असे मांडले, तरी संस्कृतीचा विचार करताना साहित्याचाच विचार केला. परंतु काळ्या स्त्रीवादी जगातून जेव्हा रॅप संगीताबद्दल बोलले गेले, तेव्हा संस्कृतीच्या शिल्पामध्ये या तऱ्हेच्या संगीताला महत्त्व आहे हा मुद्दा कोरला गेला. असेच काहीसे लोकप्रिय चित्रपटांच्याबाबतीत झाले. विर्दी म्हणतात की, माध्यमाविषयीचे अभ्यास जेव्हा आंतरराष्ट्रीय स्तरावर गेले, तेव्हा अभ्यासकांना तथाकथित मिश्र संस्कृतीच्या स्थानिक आणि जागतिक संदर्भात घडलेले 'वर्गीय' राजकारण ठळकपणे अभ्यासावे असे वाटू लागले. अशा अभ्यासांमधून जे जे लोकप्रिय पातळीवर वावरते, ते सारे खालच्या पातळीवरचे असते या दाव्याला शह दिला गेला. विर्दी यांच्या मते, लोकप्रिय सिनेमा हे एकाच वेळी अधिसत्ता गाजवणाऱ्या चर्चाविश्वांच्या साम्राज्याला शह देतात आणि त्याच वेळी त्यांना बळही देतात, हा मुद्दा खूप महत्त्वाचा आहे. लोकप्रिय चित्रपटांमधून एकाच वेळी 'सुधारणावाद' आणि 'पुनरुज्जीवनवाद' या दोन्ही गोष्टी घडू शकतात हे निरीक्षण महत्त्वाचे आहे.

विर्दी यांनी असा दावा केला आहे की, लोकप्रिय चित्रपटांमधून जी 'लोकप्रिय संस्कृती' नावाची गोष्ट अभिव्यक्त होते, ती म्हणजे अशी एक अधिकृत जागा आहे जिच्या आधाराने सामाजिक इतिहास वाचता येतो. लोकप्रिय चित्रपट आपल्या संहितांमधून 'राष्ट्र' नावाच्या गोष्टीला फार महत्त्वाचे स्थान देतात. विर्दी यांनी वसाहतोत्त चौकटीतून चित्रपट माध्यमाचा विचार करताना सामाजिक इतिहास आणि स्त्रीप्रश्न या दोहोंचाही विचार केला. परंतु त्यांच्या या लेखनातही 'जात' आणि 'लिंगभाव' यांच्या परस्पर संबंधांचा विचार केला गेला नाही.

म्हणजे वसाहतोत्तर काळातसुद्धा इंग्रजी ही भाषा एक वेगळीच चिन्हात्मक आणि भौतिक सत्ता प्राप्त करते आणि प्रादेशिक भाषांना मात्र ही सत्ता मिळत नाही हे लक्षात घेतले पाहिजे, हा मुद्दा विर्दी यांच्या ग्रंथात येतो. येथे विर्दी भारतीय सांस्कृतिक राजाकारणात हिंदी चित्रपटांचे किती महत्त्व आहे, हे सांगायचा प्रयत्न करतात. परंतु ज्या हिंदी चित्रपटांचा अभ्यास दीर्घ कालपटावर विर्दी यांनी केला आहे, तो नुसता पाहिला तरी लक्षात येते की, बिमल रॉय यांच्या 'सुजाता'सारख्या अभिजात म्हणून गणल्या गेलेल्या चित्रपटाची नोंद आहे ती गुरूदत्त, बिमल रॉय आणि राज कपूर या १९५० च्या दशकातील सामाजिक आशय मांडणाऱ्यांबरोबर आणि एका पानामध्ये. विर्दी म्हणतात की, असे चित्रपट एक तऱ्हेचे युटोपिया (सुखनिधान, आदर्शराज्य) म्हणून भविष्याचे चित्र रंगवितात - असे भविष्य की, जेथे जातीय विषमता, भ्रष्टाचार आणि वर्गीय ध्रुवीकरण सगळेच अदृश्य होईल. परंतु 'सुजाता' या चित्रपटाची दखल घेताना सुजाता आणि अधीरचे लग्न आणि

मग ते सुखाने नांदू लागले या तऱ्हेचे सूचन, याबद्दल विर्दी यांचे काहीही भाष्य आले नाही. त्या फक्त यातील काल्पनिक भविष्य हे किती अनिश्चित आहे यावर लक्ष केंद्रित करतात आणि मग पुढच्या काळात ७० च्या दशकानंतर राष्ट्र आणि राष्ट्रविरोधी कृती यावर लोकप्रिय हिंदी चित्रपट कसा प्रकाश टाकतात हे नोंदवितात.

म्हणजे एकीकडे विर्दी यांनी लोकप्रिय सिनेमाचे महत्त्व कला, वास्तुशिल्प, साहित्य आणि धर्म यांइतकेच महत्त्वाचे मानले आहे. त्याच प्रमाणे 'लिंगभाव', 'लैंगिकता' आणि 'समुदाय' याबरोबरच 'राष्ट्र' या कल्पनेला महत्त्व दिले आहे. परंतु तसे करताना 'राष्ट्रीय अस्मिता' ही गोष्ट मात्र अधिकृत किंवा गाभ्याचा भाग मानण्याचे नाकारले आहे. 'विशेष म्हणजे विर्दी 'भारतीय राष्ट्र' नावाची गोष्ट देवदत्त आहे किंवा एकसंध आहे असे मानत नाहीत आणि नेहरूंनी लिहिलेल्या 'डिस्कव्हरी ऑफ इंडिया' या संहितेला भारतीय इतिहासाच्या दृष्टीने कळीची संहिता असेही मानत नाहीत. म्हणजे भारताकडे काहीतरी एकमेव अद्वितीय सांस्कृतिक इतिहास आहे असे न मानता, त्यांनी राष्ट्राचा आशय, आकार आणि इतिहास तसेच सिद्धांकने विरचित करून असे दाखविले आहे की, भारतीय लोकप्रिय सिनेमांमधून या साऱ्या मानवनिर्मित स्मारकांना कसे नैसर्गिक करून टाकले आहे.' (विर्दी, प्रिफेस, पृ. १४)

'हिंदी सिनेमांचा 'उद्योग' मोठा आणि त्यातून दरवर्षी किमान ८०० तरी चित्रपट निर्माण होतात. प्रत्येक वर्षी जवळजवळ १५ दशलक्ष लोकांसाठी हे चित्रपट दाखविले जातात. हिंदी सिनेमा म्हणजे एक 'वर्चस्ववादी सांस्कृतिक संस्था' आहे आणि भारतात हिंदी सिनेमाचे उत्पादन हे शहरांमधील कष्टकरी वर्गातील माणसांना परवडू शकेल अशा पैशांत करतात. 'हिंदी' ही भाषा प्रादेशिकदृष्ट्या उत्तर भारतीय असली, तरी देशामध्ये भाषिक आणि प्रादेशिक सीमारेषांच्यापलीकडे जाणारा असा हिंदी सिनेमाचा प्रेक्षक असतो. अगदी आफ्रिका, पूर्व युरोप, रशिया आणि मध्यपूर्व या भागातील पाश्चिमात्य नसलेल्या प्रेक्षकांना हा चित्रपट आकर्षित करतो. माणसे जेव्हा स्थलांतरित होतात, देशांतर करतात; तेव्हा त्यांच्या घराशी जोडणारा दुवा म्हणून हिंदी सिनेमा काम करतात. अगदी ऑस्ट्रेलिया, आफ्रिका, ब्रिटन, कॅनडा, करेबियन बेटे, दक्षिणपूर्व आशिया आणि अमेरिका या सर्व भागांमधील माणसे हे सिनेमे बघतात - खरे तर इंग्रजी न जाणणारे, परंतु पोटापाण्यासाठी स्थलांतर, देशांतर करणारे लोक पिढ्यान्‌पिढ्या हिंदी सिनेमा पाहून आपली देशाशी असणारी नाळ जोडत असतात.' (विर्दी, प्रस्तावना, पृ. २)

हिंदी लोकप्रिय सिनेमांविषयीचा हा अभ्यास महत्त्वाचा आहे. हिंदी सिनेमांमध्ये अतिशय अद्वितीय पद्धतीने 'कुटुंब' नावाचे रूपक वा चौकट प्राथमिक पातळीवर वापरले जाते. कुटुंब चौकटीच्या माध्यमातून जात, वर्ग, समुदाय, लिंगभाव विभागणी आणि

त्यातूनच मग 'राष्ट्र' आणि 'राष्ट्रवादी कल्पकता' हे सर्व मांडले जाते. हिंदी सिनेमा भावनिक पद्धतीने हाताळला जातो आणि त्यामुळेच 'राष्ट्र' नावाची लिपीसुद्धा तशीच वापरली जाते. कुटुंब, विवाह, भिन्न लैंगिकता, पुरुषत्व, स्त्रीत्व आणि राष्ट्रवादाचे सार्वजनिक चर्चाविश्वाचे हे सर्व तेथे एकत्रित येते. विर्दी यांच्या मते, 'हिंदी सिनेमामधून 'कल्पनेतले राष्ट्र' ही गोष्ट कुटुंब, भिन्न लिंगियता आणि समुदाय यांचे जे टकराव होतात, त्या भूक्षेत्रावर रेखाटली जाते.' (विर्दी, प्रस्तावना, पृ. ७) परंतु अभिजात मानल्या गेलेल्या आणि लोकप्रिय मानल्या गेलेल्या चित्रपटांमध्ये 'जातीची उतरंड' आणि 'लिंगभावाची उतरंड' यांची गुंतागुंत कशी घडते, याविषयीचे भाष्य येत नाही. याचे कारण असे दिसते की, 'जातव्यवस्था' ही भौतिक पाया असणारी व्यवस्था आहे असे मानले जात नाही आणि विर्दी यांनी तेच केले आहे. जातीला एकदा अस्पृश्यतेशी निगडित केले की, मग राष्ट्रीय संसाधनातील भिन्न जातीगटांचा अधिकृत वाटा हा मुद्दा बाहेर राहतो. असे झाले की, १९५० पासून प्रत्येक दशकात निर्माण झालेल्या चित्रपटांचे सामाजिक इतिहास म्हणून केले गेलेले वाचन अपुरे राहते. थोडक्यात आपण जो 'सुजाता' ह्या एका चित्रपटाचे आकलन करण्याचा जो खटाटोप केला, तसे प्रयत्न लोकप्रिय चित्रपटांच्या आकलनाचे व्हायला हवेत तरच भारताचा सामाजिक इतिहास प्रभावीपणे आणि चिकित्सक चौकटीत लिहिला जाईल.

९ 'त्या वर्षी'चे एक वाचन...

शांता गोखले यांनी लेखक, पत्रकार, समीक्षक, भाषांतरकार अशा विविध भूमिका बजावून अस्सल लेखन केले आहे. गेल्या वर्षी २००८ साली त्यांची 'त्या वर्षी' ही मराठी भाषेत लिहिलेली दुसरी कादंबरी प्रसिद्ध झाली. इंग्रजी आणि मराठी या दोन्ही भाषा सहज आणि समर्थपणे हाताळणाऱ्या शांता गोखले, वर्तमानकालीन भारतीय समाजात निर्माण होणाऱ्या अनेक कोंड्या आणि समस्या या संदर्भात जागरूक आहेत. त्यांची पहिली कादंबरी 'रीटा वेलिणकर' मौज प्रकाशनाने १९९० साली प्रसिद्ध केली. तब्बल १७ वर्षांनी प्रसिद्ध झालेली 'त्या वर्षी' ही कादंबरीसुद्धा मौज प्रकाशनानेच नेटक्या स्वरूपात प्रसिद्ध केली. मराठी साहित्याच्या क्षेत्रात स्त्रीप्रश्नाची गुंतागुंत लक्षात घेऊन योगदान करणाऱ्यांमध्ये शांता गोखले यांचे नाव महत्त्वाचे वाटते. 'रीटा' या पहिल्याच कादंबरीमध्ये कोणत्याही एका जातीच्या चौकटीत न बसणाऱ्या, आई ब्राह्मण तर वडील देवदासीच्या पोटी जन्मलेले म्हणून बिनजातीचे किंवा पैकी या नावाने ओळखल्या जाणाऱ्या जातीचे, अशा आई-बापांच्या कुटुंबातील आणि कुटुंबाला मुकलेल्या रीटाची ही कहाणी आहे. या कादंबरीवर आता मराठीमध्ये नवा चित्रपटही आला आहे. 'त्या वर्षी' ही कादंबरी प्रसिद्ध झाल्या झाल्या मोठ्या उत्सुकतेने, आस्थेने आणि आत्मीयतेने पुन:पुन्हा वाचली.

शांता गोखले यांच्या दोन्ही कादंबऱ्या मुंबई महानगरीच्या जगण्यामध्ये रुजलेल्या दिसतात. 'त्या वर्षी' या कादंबरीतून मात्र सूरगाव नावाचे, मुंबईपासून फार दूर नसलेले गाव कादंबरीच्या विणीमध्ये सामावलेले दिसते. अनिमा आणि अशेष अशी खूपच अर्थपूर्ण नावे असलेली, ब्राह्मण कुटुंबातील 'व्यक्ती' झालेली दोन भावंडे आणि त्यांचे आयुष्य हा या कादंबरीचा गाभा आहे. अशेष हा चित्रकार आहे. परंतु कलावंत म्हणून जगताना विचाराचा कप्पा बंद करून जगणे त्याला जमत नाही. अनिमासुद्धा शाळेमधे शिक्षिका आहे. परंतु चौकटीतले घोकंपट्टी करणारे शिकवणे ती करू शकत नाही. दडपल्या गेलेल्या मध्ययुगीन जगाचा इतिहास सांगणारे 'गाथा सप्तशती'सारखे काव्य शिकवल्याबद्दल

तिला बडतर्फ केले गेले आहे. ही दोन्ही भावंडे मनस्वीपणे आपल्या जीवनाची सूत्रे आपल्या हातात घेऊन, आपल्या यशापयशाची जबाबदारी खांद्यावर घेऊन जगू पाहताहेत.

त्यातही अनिमा मध्यमवर्गीय घरामधील मुलगा-मुलगी या विषमतेला तोंड देत जगल्यामुळे अधिक धीट, अधिक भक्कम पायावर उभी आहे. अनिमाच्या आयुष्यात तिचे वडील अण्णा फार महत्त्वाची भूमिका बजावतात. म्हणजे मुलगी बापाची आणि मुलगा आईचा, या बालपणीच लैंगिकता घडवणाऱ्या संस्कारात आणि वातावरणात अनिमा वाढली आहे. त्या संगोपनामध्ये अनिमाला इतिहासाच्या नावडत्या विषयामध्ये शिरण्यासाठी उत्तेजन देणारे असे वडील मिळाले. हे सांस्कृतिक भांडवल किती संपन्न होते हे सांगताना अण्णा लहानग्या अनिमाला सांगतात की, 'नशिबानं या सर्व बदलांच्या पलीकडे समुद्र अजून टिकून आहे. कधी न आटणारा अरबी समुद्र; ज्याच्यावरून पोर्तुगीज आले, फ्रेंच आले, इंग्रज आले आणि भारताच्या किनाऱ्यांवर आपापल्या वसाहती वसवल्या.' त्या समुद्राकडे बघत अण्णा अनिमाला एकदा म्हणाले होते, 'आपला इतिहास फार मजेदार आहे. ते आले हे सत्य आहे. पण आपण त्यांना येऊ दिले हेही सत्य आहे. हे आपलं आदरातिथ्य होतं, की आळस, की झापडं लावून जगण्याची सवय?' अण्णांनी तिचा हात हातात घेतला होता आणि म्हणाले होते, 'हा गुंतागुंतीचा प्रश्न आहे. मोठी झालीस की आपला इतिहास वाच. इतरांचे इतिहास वाच. तुलना कर. तरच तुला आजचं जग कळेल.' (प्रकरण ७, पृ. ३२)

अनिमाचे स्वत:चे नावही इंग्रजी भाषेतील अत्यंत जटील अर्थ असणारे आहे. तिची आई अनिमा या शब्दाचा इंग्रजीतील अर्थ शोधते, तेव्हा 'अनिमा म्हणजे मानवी मनाचा तो भाग, जो अंतर्मनाचा वेध घेतो आणि नेणिवेच्या संपर्कात असतो,' अशा वडिलांनी निवडलेल्या अत्यंत खास नावाची अनिमा ही व्यक्तिरेखा सर्वसामान्य भारतीय कुटुंबात जन्मणाऱ्या मुलींना हेवा वाटावा अशीच आहे. अनिमा म्हणजे जीवनाची शक्ती किंवा ऊर्जा, किंवा अनिमा म्हणजे आत्मा असे इंग्रजीतील थिसॉरसमध्ये पर्याय सापडतात. रंगाने काळी म्हणून उपेक्षिलेली अनिमा आपल्या नावामुळे जीवनोत्सुकतेने जगली यात नवल नाही.

कादंबरीच्या सुरुवातीलाच मुंबईमध्ये अलीकडच्या काळात झालेली दंगल आणि हिंसा आहे. दंगल आणि हिंसा शिक्षित उच्चमध्यमवर्गीय घरापर्यंत थेटपणे येऊन पोचते, तेव्हा 'सिद्धार्थ आणि आरिफ' ही दोन हिंदू-मुसलमान नावे असणारी व्यक्तित्वे मुंबईच्या दंगलग्रस्त भागातून घडणाऱ्या घटनांशी आपला काहीच संबंध नाही, अशा प्रकारे फिरत असताना दंगलीने घेरली जातात. त्यात सिद्धार्थ चिंध्या होऊन मारला जातो. नेमके काय झाले ते आरिफच्या सांगण्यामधून जुळवून अनिमा नोंदवते.

'ते लोक आले. आम्ही बाजूला झालो असतो तर काहीच झालं नसतं. पण आम्ही चाललो होतो, तसे चालत राहिलो. ते त्यांना आवडलं नाही. त्यांनी आम्हाला हटकलं. सिद्धार्थची दाढी पकडली. ''कोण आहे रे तू? हिंदू का मुसलमान,'' म्हणाले. सिद्धार्थ म्हणाला, ''माणूस.'' ते लोक खवळले. त्यांनी त्याला लोळवला. मी सिद्धार्थवर आडवा पडलो. त्यांनी मला उचलून बाजूला फेकला. तुला नंतर पाहून घेतो म्हणाले. पण मी बेहोष झालो. शुद्धीवर आलो तर ते लोक गेलेले. आणि सिद्धार्थ इथं... आरिफची घायाळ नजर जमीन पकडायची. कहाणीचा शेवट नेहमी तोच आणि तसाच असायचा. तिच्या डोळ्यांतली आशा पुन्हा एकदा मरायची.' (प्रकरण १, पृष्ठ ४)

येथे आपण हे लक्षात घेतले पाहिजे की, ही कादंबरी ज्या काळात लिहिली गेली तो काळ विशेषत: मुंबईतील उच्चमध्यमवर्गीयांच्या दृष्टीने अती असुरक्षिततेचा काळ होता. स्त्रियांची, दलितांची, आदिवासींची, विद्यार्थ्यांची तसेच पर्यावरणवाद्यांची तथाकथित पर्यायी चळवळ, अरुंद अशा आंधळ्या बोळात कोंडल्यासारखी दिसत होती. एककलमी कार्यक्रम, मागण्या आणि चळवळी यांतील नेतृत्वाच्या जागी असणाऱ्या माणसांना अगदी आंतरराष्ट्रीय प्रकाश मिळाला, तरी ज्या प्रश्नांच्या सोडवणुकीसाठी या चळवळी उभ्या राहिल्या होत्या, त्यांतील दम वा जोर निघून गेल्यासारखे दिसत होते. पर्यावरणवाद्यांची, स्त्रीवाद्यांची पर्यायी जगण्याची रीत आता शैलीदार जगण्याची रीत झाली. त्यामुळे या काळापूर्वी लिहिलेल्या 'रीटा वेलिणकर' या कादंबरीतील 'एकमेकांना बळकट कोमल शक्तीने सांभाळणाऱ्या बायका जगात सर्वत्र आहेत. इथे त्यांची नावे आहेत. रीटा, सरस्वती, संगीता.' असा आशावाद 'त्या वर्षी' मध्ये दिसत नाही. उलट आरिफच्या दु:खमय अनुभवातले निष्कर्षात्म विधान हे कादंबरीत सूत्रासारखे वावरते.

'आपल्यात जो हैवान घुसलाय तो आता कायम आपल्यात राहणार. बकासुरासारखा निष्पाप लोकांचे बळी घेत. मी जायचा, त्याऐवजी माझा उमदा दोस्त गेला. कोणीही कधीही मारला जाणार. ज्यांनी या हैवानाला जन्म दिलाय, तेही खाल्ले जाणार आहेत.' (प्रकरण १, पृ. क्र. ५)

सिद्धार्थच्या मृत्यूनंतर १२ वर्ष तो क्षण जगणारी अनिमा १२ डायऱ्यांमध्ये रोजनिशी लिहिते आणि शेवटी एका निर्णयाच्या क्षणी त्या डायऱ्यांची पानेच्या पाने कापून कचरा करून टाकते. आत्महत्येच्या टोकापर्यंत जाऊन, जगण्यावर पुन्हा एकदा ताबा मिळवल्यानंतर अनिमाला जाणवते की, 'सिद्धार्थचं मरण लाखोचं मरण झालं. जर्मनीतल्या ज्यूंचं. १९४७ मधल्या भारत-पाकिस्तानच्या उभारणीतल्या अगणितांचं. ३० जानेवारी १९४८ मधल्या एका महात्म्याचं. १९८४ मधलं दिल्लीतलं. २००२ मधलं गुजराथमधलं.

मुडदे पडतच राहिले. यातला सिद्धार्थचा एक. संहाराच्या या प्रचंड सागरात त्याच्या हत्येचा जेमतेम एक थेंब. त्याला किती दिवस तळहातावर घेऊन फुंकरत बसायचं?' (प्रकरण १, पृ.क्र. ५)

चित्रकार असलेला अनिमाचा भाऊ अशेष हा अशा वाटेवर आहे की, अमूर्त चित्र निर्मितीमधून तो रंगरेषांचे अनेक प्रयोग करण्याच्या टप्प्यामधून, त्याच्या चित्रांमधून राखाडी, करड्या, मातकट रंगांच्या साहाय्याने माणसांची चित्रे काढू लागला. या टप्प्यातूनही सुटून त्याला काळे त्रिकोण माणसांशिवाय वेगळ्या स्वरूपात दिसतात. अनिमाची दु:खद अनुभव घेण्याची रीत आणि अशेषचे आतल्या आत घुसमटणे आपल्यासमोर येते. तेव्हा काळ्या रंगाबद्दल त्याला कृष्णराव पंडितांकडून मिळालेले सांस्कृतिक भांडवल आठवते. अशेषला जाणवते की, कलावंत म्हणून भोवतीचे जग पाहताना विचार करणे आवश्यकच आहे. त्यामुळे काळ्या रंगाबद्दल त्याला पटणारे चिंतन म्हणजे, 'काळ्या रंगाचा आदर करणं ही रंगाची मागणीच आहे. तिथं तडजोडीला जागा नाही. काळ्याचं शरीर डोळ्यांना सुखावत नाही. इतर कोणत्याही ज्ञानेंद्रियाला ते चाळवत नाही. काळा रंग विकाऊ नाही. तो वेश्याव्यवसाय कधीच करत नाही. तो तुमच्या भावनांशी खेळत नाही. तो फक्त आणि केवळ बुद्धीचा हस्तक असतो.'

कोणतीही साहित्यकृती अथवा कलाकृती जेव्हा चांगली वठली आहे असे जाणवते, तेव्हा साहित्यामध्ये काय आणि चित्रामध्ये काय, त्या त्या काळातील परिस्थिती या किंवा त्या रूपात डोकावताना दिसते. विशेषत: कादंबरीसारखा साहित्य प्रकार जेव्हा लिहिला जातो, तेव्हा एकीकडे या साहित्याचे वाचन सामाजिक, राजकीय घडामोडींच्या बिंब, प्रतिबिंब स्वरूपात करता कामा नये हे सतत लक्षात ठेवले पाहिजे. त्याचबरोबर 'त्या वर्षी' सारख्या कादंबरीचे वाचन करताना, त्यामधून येणारे भोवतीच्या घटनांसदर्भातील भाष्य आणि त्या घटनांचे भिन्न व्यक्तिरेखांच्या साहाय्याने लावलेले अन्वयार्थ लक्षात घ्यावेच लागतात. अनिमाप्रमाणेच अशेषसुद्धा जेव्हा विचाराच्या एका टप्प्यावर येतो, तेव्हा अमूर्तपणे नेणिवेमध्ये दिसणारे काळे त्रिकोण मूर्तपणे साकारायचे ठरवतो.

'अशेष कॅनव्हासचे काळे त्रिकोण अजमावतो. बघता बघता शांत होतो. ठरवतो. हे आव्हान आपण स्वीकारायचं. बघू हा आपल्याला कोणकोणत्या नव्या दिशा दाखवतो ते.' (प्रकरण २, पृ. क्र. १४)

या कादंबरीमध्ये मराठी, अमराठी, परदेशी, भिन्न धर्मीय अशा मंडळींचे जग आहे. जगाच्या वेगवेगळ्या टोकांवर लांब, लांब जगणारी ही माणसे अमानवी हिंसेला तोंड देऊ पाहात आहेत. असे तोंड देतानाही एकेका प्रामाणिक व्यक्तीच्या दैनंदिनीतून, छापील

मजकुरामधून अमेरिका नावाच्या साम्राज्यवादी जगाला हादरा बसणार नाही, हे जाणून कलाकाराची असाहाय्यता या कादंबरीत, या माणसांच्या अभिव्यक्तीतून अशी व्यक्त होते.

'जग जेव्हा राक्षसांच्या हाती जातं, तेव्हा कलाकार काय करू शकतो? आपण आपल्यातच डोकावून पाहायचं. आपण अजून किती माणूस आहोत? माणूस होतो तेव्हा जे करत होतो, त्यातलं अजून काय काय करू शकतो? आपल्यात अंशत: का होईना, सृजनशक्ती उरली आहे का? मग ती एकवटून निर्मिती करत राहू बस्स.' (प्रकरण ४, पृ. क्र. १८)

येथे लक्षात येते की मराठी, गुजराथी, मारवाडी, दक्षिण भारतीय तसेच मुस्लीम, ख्रिश्चन आदिंचे हे जग एखाद्या समूहासारखे नाही. जगण्या-मरण्याच्या सीमारेषेवरचे मूलभूत प्रश्न पाडणाऱ्या या व्यक्ती जागोजागी सुट्या आणि एकट्या आहेत. त्यांच्या परस्परांमधील संवादातून 'नेट' तयार होते. ते एकमेकांशी गंभीरपणे 'चॅट' करतात. परंतु त्यांचा समूहात्म असा आविष्कार नाही. तर दुसरीकडे आजच्या तीव्र जीवनकलहामध्ये बुडालेल्या माणसांचे जे समूह होते, त्यांचे विखंडित गट होतात. इतकेच नाही, तर आंधळी झुंड तयार होते. मात्र कलावंत वगैरे असणाऱ्या संवेदनशील व्यक्ती फारतर 'स्वत:ला पडताळून पाहतात' आणि मग हरिदाससारखी व्यक्ती ई-मेल पाठविताना मनात विचार करते की, 'लाखो निष्पाप माणसं मारणारा बुश स्वत:ला प्रो-लाईफ म्हणवून घेतो. अमेरिकेतला दोन आठवड्यांचा गर्भ देखील एक जिताजागता जीव असतो. तो पाडणं म्हणजे पाप. का? कारण माणसाचं जगणं-मरणं ईश्वराच्या हाती आहे. त्यात आपल्याला ढवळाढवळ करण्याचा अधिकार नाही. मग अफगाणिस्तान, इराकमधली जन्मून वाढलेली मुलं? त्यांचा जीव घेण्याचा अधिकार बुशला आहे? आहे. कारण ती मुलं मरतात त्याला जीव घेणं म्हणतच नाही. त्याला कोलॅटरल डॅमेज म्हणतात. (प्रकरण ४, पृ. क्र. १८)

स्वत:ची बंदिश गाऊ पाहणारी शारदा नावाची गायिका आणि तिला सर्वार्थाने समजून घेणारा शेखर यांना जेव्हा झुंडीवर नेतृत्व गाजविणाऱ्या दहशतवादी माणसाच्या नातवाने केवळ खेळ म्हणून छऱ्याची बंदूक घेऊन कावळे मारलेले दिसतात, तेव्हा शारदाला एक नवे गाणे सुचते. झोपडपट्टीतील कृपाशंकर ड्रायव्हर म्हणून या जोडप्याशी जोडलेला, बारा-पंधरा कावळे अचानक का मेले याचे स्पष्टीकरण असे देतो. 'वो नखातेसाब है ना? म.रा.प.के उनका पोता। वो बंदूक चलाने सीख रहा है। बंदूक मतलब गोलीवाली नही। दुसरीवाली पंछी मारनेवाली। उसकी आवाज सिर्फ फुक्क ऐसी आती है। बंगले के वाचमन को लडका बोला, 'पेड के नीचे दाना डालो.' जैसे कव्वे दाना

खाने आएंगे मैं उनको मार डालुंगा । लडका अच्छी नेमबाजी कर लेता है... (प्रकरण ३, पृ. क्र. १६, १७)

मुंबई महानगरीमध्ये एक निवांत असे अभिजनांचे, कलावंतांचे जगणे होते. १९५० नंतरच्या काळात जी काही विकासाची पावले टाकली गेली, त्याचा लाभ गाठीशी बांधून हा अभिजन वर्ग तयार झालेला आहे. झोपडपट्ट्यांमधून या वर्गाला अत्यावश्यक सेवा पुरविणारे लोक तयार होतात आणि या लोकांवर नेतृत्व मिळविणाऱ्यांच्या माध्यमामधूनच 'राजकारण' नावाच्या क्षेत्रात सत्तेसाठी होणारी हिंसक स्पर्धा या अभिजनांच्या दारात येऊन उभी ठाकते. कधी कृपाशंकर ड्रायव्हरच्या मार्फत, तर कधी पावय्या आणि जानम्मा या श्रीमंत पारशी घरात राबणाऱ्या जोडप्यामार्फत किंवा फिरोझ नावाच्या एकटा राहून स्टुडिओत काम करणाऱ्या माणसाच्या घराला घरपण देणाऱ्या जीजाभाऊ या व्यक्तीमार्फत. आपल्याला या अभिजनांचे या कष्टकरी माणसांशी असणारे नाते उलगडते. स्वत: मरेपर्यंत पावय्या आणि जानम्मा यांना राबविणारी फ्रेनी, मेल्यानंतर मात्र आपल्या संपत्तीतील 'त्या दोघांनी कधी स्वप्नातही पाहिली नसेल अशी घसघशीत रक्कम त्यांच्यासाठी पेन्शन म्हणून ठेवून गेली. त्यात त्यांचं उर्वरित आयुष्य निवान्तपणे गावच्या लोकांना मुंबईचा शहाणपणा शिकवत जाणार होतं. मग पावय्याला लागले तिकडचे वेध.' (प्रकरण ६, पृ. क्र. २३)

म्हणजेच मुंबई महानगरीच्या एका भागात एक अत्यंत सुखवस्तू, निवांत, भिन्न प्रकारच्या कला जोपासणारे संवेदनक्षम जग आहे आणि या जगाच्या पायाभूत गरजा भागविणारे कष्टकऱ्यांचे, झोपडपट्ट्यांचे जग आहे. गावाकडून स्थलांतरित होऊन मुंबईत काम शोधणारी माणसे या संपन्न जगाला अजिबात धक्का न लावता साहाय्य करतात. याचे वर्णन या संहितेमध्ये असे येते, 'पांडुरंगचा चुलतभाऊ म्हणजे फिरोझच्या घराला घरपण देणारे जीजाभाऊ. त्यांच्या आदरातिथ्यानं प्रोत्साहित होऊन फिरोझचे मित्र आता त्याच्याकडे सर्रास येऊ-जाऊ लागले आहेत. त्यांच्या येण्याजाण्याचा फिरोझला कधीकधी पत्ताही नसतो. तो स्टुडिओत काम करत असताना ठाणे, दहिसर, कांदिवली इथला एखादा पेंटर किंवा फिल्मवाला मित्र टपकतो. जेवतो. वाटल्यास झोपा काढतो आणि पुढच्या कार्यक्रमाला निघून जातो.' (प्रकरण ६, पृ. क्र. २५)

असे हे वरवर पाहत ध्रुवीकरण झालेले, हे 'आहे रे' आणि 'नाही रे' यांचे जग आहे. केवळ जगून-तगून राहण्यासाठीच अथवा पायाभूत सुविधांसाठीच ही दोन जगे एकमेकांवर विसंबून आहेत असे नाही; तर कष्टकरी जगातली डोक्यावर टोपली भरून स्टिलची चमकणारी भांडी आणि पाठीला जुन्या कपड्याचं बोचकं घेणारी भांडीवाली बाई अशेषसारख्या सगळे शून्यवत आहे असे जाणणाऱ्या कलावंताच्या मनात एक

उत्स्फूर्त 'बाकदार कमान तयार होते. तीतून एक प्रतिमा आकार घेते. तो लगेच कागदावर त्याचं रेखाटन करतो. बाईच्या हाकेचा बाक तिच्या आकृतीत उतरतो. ती वाळवंटात उभी आहे. क्षितिजापर्यंत वाळूचे ढीग आहेत. तिचा एक हात कानाला लावलेला आहे. शेजारी टोपली आहे. टोपलीत भांडी आहेत. त्यांना हात लावावा इतकी ती खरी आहेत.' (प्रकरण १७, पृ. क्र. ९६)

संहितेमध्ये तुकड्या तुकड्यांनी खंडित स्वरूपात अनेक जगं असली, तरी अशेष आणि अनिमा या दोन व्यक्तींच्या जगण्याचे सूत्र या कादंबरीत निश्चितच आहे. सर्व घडामोडींच्या तळाशी काही उरत नाही अशा जाणिवेचे अशेष हे एक टोक आहे, तर मानवी जीवनातील किंवा सचेतन जगातील ऊर्जा म्हणून अनिमा आहे. या दोघांचे जन्मगाव सूरगाव आहे आणि या सूरगावात त्यांचे परागंदा झालेले वडील (अण्णा) आहेत. आणि त्यांच्यापेक्षा भिन्न व्यक्तित्व असलेली, परंतु वडिलांच्या इच्छापत्रानुसार सूरगावातील घर आणि भोवतीच्या परिसराची मालकीण अशी आई आहे. अण्णा आपल्या रोजनिशीतून अनिमाला भेटतात. अण्णांचा वारसा महात्मा गांधींचा आहे. अनिमा कॉलेजमध्ये असताना वकिलीपेशातील तिचे वडील भरपूर पैसा-प्रतिष्ठा मिळवून इंग्रजी, मराठी वृत्तपत्रीय लिखाणात जीव ओतत राहिलेले तिने पाहिले आहेत. अशा तऱ्हेने आपल्या भोवतीच्या समाजातील स्वातंत्र्यानंतर सात वर्षामध्येच प्रशासनामध्ये चालणारी वशिलेबाजी, नात्यागोत्यांतील माणसांना देण्यात येणाऱ्या नोकऱ्या, सरकारी पदे आणि कंत्राटे यांचे होणारे वाटप यांबद्दल पोटतिडकीने अण्णा लिहित असत. असे अण्णा अचानक निघून जातात, त्याबद्दल अनेक वर्षांनी कात्रणे वाचताना अनिमाला वाटते की, 'अण्णांचं इंग्रजी आता जुन्या वळणाचं वाटत होतं; पण मजकूर आजही प्रस्तुत होता. अनिमानं कात्रणावरची तारीख पाहिली ४ मार्च १९५४. योगायोगानं अण्णा गेले तो दिवसही ४ मार्च होता. चाळीस वर्ष ते मनात तडफडत हेच बघत आले. मग एके दिवशी त्यांच्या लाडक्या मुलीच्या नवऱ्याची अशीच कोणतंही कारण नसताना हत्या झाली. या सर्वामुळं त्यांना नैराश्य आलं असेल का?' (प्रकरण ७, पृ. क्र. ३९)

अण्णा आणि बच्चूकाका ही आधीच्या पिढीतील एक जोडी या कादंबरीत बोलके सुधारक आणि कर्ते सुधारक अशा स्वातंत्र्यपूर्व काळातील चौकटींमध्ये मांडलेली दिसते. बच्चूकाका अण्णांच्या लेख लिहून समाजसुधारणा करू पाहणाऱ्या कृतिशून्यतेबद्दल रागावत असत. तर अशेष आणि अनिमा यांना मूल्य म्हणून, विचार म्हणून अण्णांकडून काय मिळाले असा प्रश्न मनात येतो. बदललेल्या मुंबईमध्ये, मुंबई मराठी माणसांची राहिली नाही असे जाणवणारा म्हातारा जेव्हा अशेषला विचारतो. 'ब्राह्मण का?' म्हातारा पुन्हा एकदा त्याला वरखाली न्याहाळून विचारतो. अशेष गोंधळतो. जातिव्यवस्था मोडून

काढायची असेल, तर प्रथम आपल्याला आपली जात विसरायला हवी हे अण्णांनी पुन्हा पुन्हा उच्चारलेलं वाक्य कानात घुमत असताना या आजोबांना काय उत्तर द्यायचं?'

येथे जाणवते की, जातिव्यवस्थेच्या विषमतेच्या उतरंडीमध्ये अगदी शिखरावर असणाऱ्या ब्राह्मण जातीने या शोषक व्यवस्थेच्या संदर्भात आपली जबाबदारी कशी निभावायची? ब्राह्मणांनी फक्त जात 'विसरून' ही जबाबदारी संपते का? जात विसरलेली अनिमा प्रभु जातीत लग्न करते. तर अशेष मुस्लीम मुलीशी मैत्रीचे आणि प्रेमाचे नाते जोडूनही लग्न टाळतो.

हे सारे वाचताना मनात काही प्रश्न उभे राहतात. एक वाचक म्हणून मी सतत शोधत राहिले की, येथे संहितेची स्वत:च्या गाभ्यापाशी असणारी जीवनविषयक भूमिका अथवा पाया काय आहे? कादंबरीतून मांडलेले सारेच अलिप्त, तटस्थ शैलीतून येते हे खरे आहे. म्हणून निव्वळ शैलीपेक्षाही त्यामागे असणाऱ्या संहितेच्या भूमिकेचा विचार करावासा वाटतो. झोपडवस्त्यांमधल्या माणसांचे माणूसपणा हरविलेले जगणे किंवा आपल्याच गटातील लोकांकडून मारली जाणारी गिरजी, तसेच विकासाच्या उद्दाम वाटचालीत विरळ झालेली जंगले आणि त्सुनामीच्या लाटा या साऱ्यांचे उल्लेख कादंबरीत येतात; परंतु संवेदनक्षम विचारवंत, कलावंत म्हणून त्यांचे परस्परांमध्ये जोडलेपण, अडकलेपण शोधण्याचे काम वाचकांवर सोडून दिलेले दिसते.

गिरजीच्या हत्येबद्दल बच्चूकाकांचे कथन येते, तेव्हा गिरजीला चेटकीण मानण्यामध्ये उजव्या विचारसरणीतल्या डॉक्टर भास्करांच्या माणसाचा हात आहे असे सुचविलेले दिसते. सर्व विधवांना चेटूक करणाऱ्या असे ठरविणारा भगत हा उजव्या शक्तीच्या शिकवणुकीतून घडला आहे असे दिसते. बच्चूकाका सांगतात की, 'भगत म्हणाला, घेऊन ये तिला. सोमा घेऊन आला. तिला सर्वांनी मिळून चेचून मारली. सर्वजण आपापल्या घरी गेले.' (प्रकरण २९, पृ. क्र. १६३)

कादंबरीत ब्राह्मण जातीचे ब्राह्मणी कर्मठ रूप भिन्न परिमाणांमध्ये मांडले आहे. गुरू-शिष्य परंपरेच्या कठोर शिस्तीत शारदासारख्या कलावंताची होणारी घुसमट येथे दिसते. तर अनिमा अशेषच्या आईच्या रूपाने ब्राह्मणी पुरोगामी घरातील, नव्या व्यवसायात जाणाऱ्या पुरुषांच्या तुलनेत मागे राहिलेल्या आणि संकुचित विचारात अडकलेल्या स्त्री-जीवनाचे चित्रण येते. ब्राह्मणी चौकटीत नवरा-बायकोच्यामध्ये असणारे वयातले अंतर आणि विचारांतील दरी वाचताना मला सतत एक प्रश्न भेडसावत गेला की, जेव्हा बाबरी मशीद फोडून राम मंदिर उभारण्यासाठी ब्राह्मण घरातील स्त्रिया विटा घेऊन रस्त्यावर आल्या, तेव्हा त्या फक्त दिशाभूल झालेल्या, पुरोगामी विचारांपासून तुटलेल्या एवढ्याच होत्या का? आधुनिकतेच्या जोडीने आलेले विज्ञान आणि विवेक त्यांना असे शिकवित

असते की, नव्या तंत्रज्ञानातून जे हिडीस, उघडे-बोडके, व्यापारी आणि माणसाची प्रतिष्ठा हरविणारे जगणे येते त्याच्या विरोधात उभे राहिले पाहिजे. म्हणजेच मानवी जीवनाच्या 'मांगल्याकडे' वळले पाहिजे. म्हणून झुंडीत सामील झालेच पाहिजे.

अनिमाच्या आईला कर्तेपणा दिला गेला नाही हे उगीच नव्हे. आपला नवरा, आपली दोन मुले यांच्याशी संवादाचे आणि स्पर्शाचे नाते संपल्यानंतर, डॉक्टर भास्करांशी नाते जुळवणारी आई अतिशय एकरेषीय पद्धतीने रंगविलेली दिसते. आईला संपत्तीचा विनियोग कसा करावा हे कळले नाही. डॉक्टर भास्करांच्या आहारी जाऊन ती आपले घर, वाडी आणि पैसे असे सारे दुबळेपणाने नाही त्या माणसावर विश्वास ठेवून, देऊन टाकते असे दाखविले आहे. एके काळी हसरी आणि आनंदी आई उतारवयात केवळ 'भावनिक' बोलते, म्हणून केवळ तिच्याशी संवाद होऊ शकत नाही हा जो अनिमाचा विचार आहे, त्यात भावना विरुद्ध विचार, समानता विरुद्ध सरंजामीपणा अशी द्वैधीवस्था दिसते. चिकित्सक दृष्टीने परंपरेकडे पाहता आले, तर तिच्यामध्येही आधुनिकतेच्या शक्यतेचे अनेक क्षण लपलेले असतात हे ओळखले गेले असते, तर कदाचित कॅन्सरसारख्या दुर्धर आजाराने ग्रस्त असलेली आई अधिक सक्षमतेने डॉक्टर भास्करांच्या खोटेपणाशी झुंज घेताना दाखवता आली असती. मायलेकींच्या संवादाचे अपरिहार्यपणे तुटत जाणे जणू काही देवदत्त आहे असे या कादंबरीतून येते आणि ते खटकत राहते.

विशेषत: येथे मुंबईतील कष्टकरी समाजातील संत परंपरेची सर्जनशील जपणूक करणाऱ्या व्यक्तीचे वर्णन असे येते. 'सातशे वर्षे टिकून राहिलेली अभंगवाणी. नदीत बुडाल्यावरसुद्धा तरंगत वर आलेली. अवघ्या महाराष्ट्रात पसरलेली. त्याचा मौल्यवान ठेवा बनवलेली. त्याची अखंड परंपरा झालेली. जनजीवनाचा पाया बनलेली. त्या परंपरेतले हे चौघे. एक व्ही.टी. स्टेशनवर हमाल, एक भाजी विक्रेता, एक सरकारी कचेरीत प्यून, एक फिरोझ नामक पारशी चित्रकाराच्या घरचा एकमेव खांब. ते आता पंचारती म्हणतायत, विठ्ठल-रखुमाईचा गरज करतात, एकमेकांच्या पाया पडतायत. सगळेच भक्त आणि सगळेच विठोबा.'(प्रकरण ९, पृ. क्र. ४९-५०)

परंतु या सगळ्यांच्या जगण्याचे नाते अनिमा, अशेषशी कसे आहे? त्यातून त्यांचे जग काही नव्याने बदलते का? आणि केवळ फिरदोसच्या घराचा एक खांब होण्यापलीकडे या कष्टकरी जगाला दुसरी काही गती आहे की नाही?

कादंबरीतील कॉस्मॉपॉलिटन, शहरी, आधुनिक जग मोठ्या तपशिलात रंगविले आहे. या जगात 'सौंदर्यवादी' सदाशिव बापट गोरेगोमटे आणि साचेबंद स्वरूपात दिसतात. तर कृतिका जठार या नावाने जे येते, ते म्हणजे पर्यावरणवादाच्या चौकटीत मोठ्या धरणांना विरोध करणाऱ्या शहरी मध्यमवर्गीयांचा साचेबंद आविष्कारच दिसतो. या

साऱ्यांचा गोळाबेरीज निष्कर्ष म्हणून संयोजकाची मांडणी येते. ती अशी 'इतिहासातून आपली संस्कृती घडत गेली, समृद्ध होत गेली. संस्कृतीच्या सीमारेषा भुसभुशीत असतात. आपल्याकडून पाश्चात्त्यांनी शून्य ही गणितातली सर्वात चक्रावून टाकणारी संकल्पना जर घेतली नसती, तर त्यानंतर त्यांनी जी तंत्रज्ञानात प्रगती केली, ती ते करूच शकले नसते. राष्ट्रीय अभिमान, अहंकार या गोष्टी इतरांकडून उपयुक्त ज्ञान, वेगळे विचार घेण्याच्या आड येऊ नयेत. आपण इतरांकडून जे घेतो, त्याचा आपण उपयोग कसा करतो यावर आपलं स्वत्व ठरतं.''

'वाद, विसंवाद, सुसंवाद यातून कलाकाराला आणि रसिकाला आपण कुठं उभे आहोत याची जाणीव व्हावी. एवढंच या चर्चासत्राचं उद्दिष्ट होतं. ते कुठपर्यंत साकार झालं हे आपण सर्वांनी ठरवावं.'

कादंबरीच्या शेवटच्या टप्प्यातील अपरिहार्य संहार किंवा त्सुनामीच्या लाटांच्या तांडवामुळे होणारा विनाश हे सारे असेच घडणार अशा चौकटीत येते. पेंटिंग करणाऱ्या फिरोझकडे जाणारी अनिमा फिरोझला कृष्णकथा उलगडून सांगून एक नवे सृजनशील पेंटिंग पुरे करण्यास मदत करते. या चित्राचे वर्णन कादंबरीमध्ये असे येते. 'चित्राच्या वरच्या डाव्या कोपऱ्यापासून कृष्णाची कथा सुरू होते. ती वळणं घेत घेत खालच्या उजव्या कोपऱ्याशी संपते. वरच्या कोपऱ्यात कृष्ण सारथी आहे. मध्यभागी त्याचं विश्वरूपदर्शन आहे. खालच्या कोपऱ्यात तो नि:शस्त्र, असाहाय्य झाला आहे. चित्रभर माणसांचे मृतदेह पडले आहेत. त्यांच्या आजूबाजूला झाडं-फुलं आहेत, जंगलातले प्राणी आहेत, डोंगर आहेत, घर आहेत. चित्राच्या शेवटच्या प्रतिमेत त्याचा सर्व अर्थ एकवटला आहे. कृष्णाचा सळसळीत निळा रंग इथं पांढरा पडला आहे. या मनुष्यदेवाच्या हातात ना शस्त्र आहे, ना अंगावर कापडाचं सूत. तो बाईही नाहीये आणि पुरुषही नाही. कारण त्याचं शरीर निराकाराच्या मार्गावर आहे. समोर समुद्राची नितळ निळी रेषा आहे. तिच्याकडे तो एकाग्र नजरेने बघतोय. पेंटिंगचं शीर्षक आहे संहार.' (प्रकरण ३८, पृ. क्र. २०५)

'या संहार चित्रात जो संहार आहे, त्याचाच पाहता पाहता चार धटिंगण हल्लेखोर संहार करून टाकतात.

जाता जाता ते चौघे म्हणतात, ''तुझ्या पैगंबराला असा नागवा कर आणि विक. आमच्या कृष्णाला हात लावलास तर याद राख, लांड्या!''

''लांड्या?'' अनिमा वेड्यासारखी हसते. ''नाव फिरोझ बनातवाला.''

पण ते चौघे नाहीसे झाल्येत.' (प्रकरण ३८, पृ. क्र. २०६)

चित्राच्या चिंध्या होणे आणि फिरोझ बनातवालाने या चिंध्यांचेच कोलाज

बनविण्याचे ठरविणे, तसेच जानकीने वृत्तपत्रात त्या संदर्भात लेख लिहिणे असे सारे घडते. यातून दंगल माजते आणि मग वृत्तपत्राचे संपादक सिंग साहेब जानकीला सांगतात. ''मी अजूनही तसं म्हणेन. पण आजच्या वातावरणात लिखाण कितीही संयमित असलं, तरी ते जर गंभीर असेल, तर त्यातून अर्थाचा अनर्थ होऊ शकतो. त्यासाठीच मी तुला पुन्हा पुन्हा सांगत होतो, की अवर पीपल डोट डिझर्व्ह धिस काइंड ऑफ रायटिंग. त्यांना काहीतरी वरवरचं दिलं की, आपल्याला असले प्रॉब्लेम्स येत नाहीत. एनी वे...'' (प्रकरण ३९, पृ. क्र. २१०)

ही कादंबरी वाचून संपविताना लक्षात येते की, मा. रा. पक्षासारखा राजकीय पक्ष आणि त्यात सामील झालेली झुंड असे एक जग कल्पिले आहे. तर दुसरीकडे मुंबईतील कष्टकऱ्यांचे सेवा पुरविणारे, 'मनाने निर्मळ' असे जग कल्पिले आहे आणि तिसरीकडे अभिजन वर्गातील कलावंतांचे कॉस्मॉपॉलिटन जग आहे. ही तीनही जगं या कादंबरीत समांतरपणे चालली आहेत आणि त्यांच्या सीमारेषा एकमेकांशी भिडतात, तेव्हा अनेक वेळा संहारच होताना दिसतो. मात्र सार्वजनिक जगामध्ये डोक्यावर भांडी विकणारी 'सुटी व्यक्ती' स्त्री-कलावंत म्हणून अशा अशेषला सर्जनशीलता देते; परंतु एरवी सार्वजनिक जीवनात गट वा समूह म्हणून माणसे एकत्र येतात, काही राजकीय कृती करतात, तेव्हा मात्र ती झुंडच आहे. येथे अतिउच्चभ्रू अभिजन वर्गाच्या मनात राजकारण व राजकारणी मंडळी यांबद्दलची असणारी घृणा स्पष्टपणे दिसते. अनिमा, फिरोझ किंवा अशेष, जानकी पुढच्या काळात आपापले जगणे चिवटपणे जगणारच आहेत. परंतु या मंडळींचे मुंबईसारख्या महानगरीमधील एकाकीपण आपल्याला भव्य शोकात्मतेचा प्रत्यय का देत नाही, असा प्रश्न माझ्या मनात सतत घोंगावत राहिला. गट किंवा झुंड यांऐवजी माणसांचा सर्जनशील समूह होण्याची शक्यता ज्यांना वाटते, त्यांना आपले खऱ्या अर्थाने प्रत्येकाचे असलेले एकटेपण पचवूनच समूहाशी नाते जोडण्याची वा भिडण्याची कला आत्मसात करावी लागेल आणि मग राज्यसंस्था, धर्मसंस्था, बाजारपेठ आणि त्यातूनच फैलावलेली अमेरिकी साम्राज्यशाही अशा चौकटीशी टकराव घेताना हरलेली माणसे, एका अर्थी भव्य शोकात्मतेचा प्रत्ययही देऊ शकतील असा प्रत्यय या कादंबरीतून येत नाही असे खेदाने म्हणावे लागेल.

भाग ४

स्त्रीप्रश्न : स्त्रीदेह, राजकीय अर्थ आणि संस्कृतीचे गौडबंगाल

या विभागातील ७ लेख २००८ ते २०१५ या कालखंडात लिहिले गेले. 'राष्ट्रवादी', 'सत्यशोधक' 'एल्गार', 'परिवर्तनाचा वाटसरू' आणि 'मिळून साऱ्याजणी' अशा वेगवेगळ्या व्यासपीठावरून संपादकांनी विनंती केली म्हणून लिहिले गेले.

पहिला लेख आहे तो स्त्रीप्रश्नाच्या गुंतागुंतीमध्ये भर टाकणाऱ्या अर्भकाव्यवस्थेतील बालिकांचा गर्भपात लिंग निवड करून केला जातो या संदर्भात. या लेखाचे वैशिष्ट्य असे आहे की, त्यात आवर्जून असे सांगितले आहे की, पुन्हा एकदा अशा गर्भपातांमधून वास्तवाच्या भूमीवर आणि सर्वसामान्य स्त्रियांच्या दृष्टीने काय घडते आहे आणि त्याच वेळी नव्या पद्धतीचा स्त्री–नागरिकांचा साचा कसा बनविला जातो आहे याकडे लक्ष द्यायला हवे. या बिकट परिस्थितीला तोंड देण्याचे सामर्थ्य प्राप्त करायचे, तर सूक्ष्म आणि गुंतागुंतीची वीण लक्षात घेऊन, नवउदारमतवादाच्या ऐतिहासिक टप्प्यावर स्त्रीवादी रणनीती नव्याने आखली गेली पाहिजे. जागतिक बँकेच्या अजगरी विळख्यातून या रणनीतीने स्वत:ला सोडविले पाहिजे हा मुद्दा मला महत्त्वाचा वाटतो.

शेतकरी संघटनेवरील लेख अनेक व्यासपीठांवरून पुनर्मुद्रित झाला. अंतर्नादसारख्या शेतकरी प्रश्नावर प्रकाश टाकू पाहणाऱ्या मासिकाच्या एका विशेषांकातही आला. येथे आपण 'सत्यशोधक एल्गार'ने पुनर्मुद्रित केलेला हा लेख देतो आहोत. कारण शरद जोशी काळाच्या पडद्याआड गेले, परंतु अजूनही खुल्या बाजारपेठेचे राजकारण आणि ग्रामीण भागातील स्त्रियांचे परिघाबाहेर फेकले जाणे, या प्रक्रिया तशाच चालू आहेत हे अधोरेखित करण्याचा प्रयत्न आहे.

मेरी जॉन यांच्या लेखनाचे मराठीकरण आपण आधीच्या विभागात पाहिले. त्या संदर्भात 'राष्ट्रोत्तर' या संकल्पनेबद्दल मनात येणारे प्रश्न मांडण्याचा प्रयत्न या लेखात केला आहे.

संस्कृतीविषयक लेखामध्ये स्त्री–पुरुषांच्या सांस्कृतिक जडणघडणीत भिन्नता आणि दुटप्पीपणापण असतो हे दाखवून दिले

आहे. संस्कृतीचा विचार करताना लैंगिकतेचा विचार अढळपणे पुढे येतो. त्यातून स्त्रियांवर कसे नियंत्रण लादले जाते याचा ऊहापोह येथे केला आहे.

धर्मविषयक लेखामध्ये धर्माच्या आणि अर्थव्यवस्थेच्या चौकटीत स्त्रियांकडे कसे पाहिले जाते हा कळीचा मुद्दा येतो. धर्मव्यवस्थेचे वाहकत्व स्त्रिया करतात. त्याचबरोबर त्या धर्मसंस्थेचे प्रतीकही ठरतात. वर्तमानात घरवापसी हा संवेदनशील विषय आहे. याविषयी येथे चिकित्सा केली आहे आणि ऐतिहासिक आढावा घेतला आहे.

संस्कृतीच्या नावाने समकालीन महाराष्ट्रामध्ये, विशेषत: दूरदर्शन आणि इतर वाहिन्या जी करमणूक, मनोरंजन या नावांखाली स्त्रियांची दृश्यता जोपासत आहेत, त्याविषयीची मांडणी येथे येते.

या नंतरच्या लेखांमध्ये स्त्रीप्रश्न आणि हिंसाचार यांबद्दल चर्चा केली आहे.

१ नवउदारमतवाद, नवश्रीमंती आणि लिंगभेदी गर्भपात

नवउदारमतवादी आर्थिक धोरणांच्या साह्याने विकसित होणाऱ्या भारत देशात 'स्त्री प्रश्न' घडविला जातो आहे आणि तो सोडविण्याचे प्रयत्नही मोठ्या प्रमाणात चालू आहेत. स्त्री-पुरुष विषमतेची भारतातील परिमाणे पाहताना लिंग-गुणोत्तरातील (Sex-ratio) विषमता; लोकसंख्यातज्ज्ञ, सामाजिक शास्त्रज्ञ आणि आरोग्य विशेषतज्ज्ञ सतत अधोरेखित करतात. १९७० च्या दशकात स्त्रियांचे सतत खालावत जाणारे प्रमाण या समस्येची दखल घेण्यास आणि त्याची व्याप्ती हुडकण्यास प्रारंभ झाला. xx अशी दोन गुणसूत्रे स्त्रियांच्या पेशीतील केंद्रकात असल्यामुळे जीवशास्त्रीयदृष्ट्या स्त्रिया पुरुषांच्या तुलनेत अधिक श्रेष्ठ ठरतात. परंतु २००६ मधील भारतातील लिंग-गुणोत्तर पाहिले तर १००० पुरुषामागे ९४३ स्त्रिया असे प्रमाण दिसते. १९८१ च्या जनगणनेनंतर लिंग-गुणोत्तराविषयी जेव्हा गंभीर चर्चेस प्रारंभ झाला, तेव्हा सतत वाढत असणारा मातांचा मृत्युदर, मुलींच्या आरोग्यविषयीच्या गरजांकडे दुर्लक्ष, अर्भकाव्यवस्थेतील मुलींची हत्या आणि एकूण जनगणना करताना बाळगला जाणारा पुरुषी पूर्वग्रह या दोषांवर भर देत भारतातील स्त्रियांचे प्रमाण घटले आहे असे मांडले गेले.

नवे तंत्रज्ञान आणि निर्घृण व्यावसायिकता यांची जेव्हा हातमिळवणी होते, तेव्हा त्याचे परिणाम भयानक पद्धतीने समाजात दिसू लागतात. याचे उदाहरण घ्यायचे झाले, तर भारतातील अर्भकाव्यस्थेतील मुलींचा जो नि:पात केला जातो आहे, त्याकडे बोट दाखविता येईल. बालिकांना मिळणारी विषम वागणूक आणि लिंग-गुणोत्तरामध्ये त्यांचे खालावत जाणारे प्रमाण याबद्दल गेली तीन दशके राज्यसंस्था, माध्यमे आणि बिगर शासकीय संघटना धोक्याची सूचना देत आहेत. २००७ साली जो राष्ट्रीय पातळीवरील कुटुंब, आरोग्य सर्व्हे ।।। प्रसिद्ध झाला, त्यातही या परिस्थितीमध्ये काही सुधारणा होण्याची चिन्हे दिसत नाहीत.

राज्यसंस्था या प्रश्नांबाबत अनेक पद्धतीने प्रतिसाद देताना दिसते. भारतातील भिन्न राज्यांमधील सरकारे बालिकांसाठी विशेष कार्यक्रम जाहीर करीत आहेत आणि

केंद्र सरकारसुद्धा बालिकांच्या शिक्षणासाठी योजना जाहीर करते. या साऱ्यातून भारतातील कुटुंबाना असा संदेश दिला जात आहे की, मुलगा आणि मुलगी यातील विषमता नष्ट करणे आवश्यक आहे. परंतु प्रत्यक्षात मात्र हे सर्व प्रयत्न अपयशी ठरताना दिसतात. केंद्र सरकारने अगदी अलीकडे एक नवी योजना आखली आहे. या योजनेतून 'आयुर्विमा कार्पोरेशन'च्या साह्याने पालकांना एक लाख रुपयांपर्यंत अर्थसाहाय्य दिले जाणारे आहे. असे अर्थसाहाय्य मिळण्यासाठी कुटुंबात मुलींचे वय १८ पूर्ण झाल्याशिवाय त्यांचा विवाह केला जाऊ नये अशी अट आहे. या योजनेद्वारे काही निवडक जिल्ह्यांमध्ये, काही अटी घालून पालकांना ७५०० रुपयांपर्यंत अर्थसाहाय्य प्रत्येक टप्प्यावर दिले जाणार आहे. मुलीच्या जन्मनोंदणीपासून उच्च माध्यमिक शिक्षण संपेपर्यंत ही योजना टप्प्या-टप्प्याने राबविली जाणारे आहे.

सुरवातीच्या काळात कुटुंबामध्ये स्त्री-भ्रूणहत्या घडते, कारण मूलत: अशी कुटुंबे दरिद्री असातात असे मानले जात होते. परंतु याबद्दलचा भ्रमनिरास होऊन असे लक्षात येते की; हरियाणा, पंजाबसारख्या अत्यंत सधन प्रदेशांमध्ये लिंग-गुणोत्तराचे प्रमाण खालावलेले दिसते. हरियाणा आणि पंजाब सरकारांनी इतर राज्यांप्रमाणेच अनेक योजना बालिकांच्या परिस्थितीत सुधारणा व्हावी म्हणून जाहीर केल्या आहेत. उदाहरणार्थ, 'लाडली' आणि 'शगुन' (या द्वारे बालिकांच्या पालकांना पैसे आणि पेन्शनचे आश्वासन दिले जाते आणि मुलींच्या विवाहाच्या खर्चासाठी आर्थिक साहाय्यही केले जाते.) मुलींना पदवीपर्यंतचे शिक्षण मोफत आणि अनेक प्रकारच्या सवलती जाहीर केल्या गेल्या. पंजाबातील प्रशासनाने जेव्हा बालिकांच्या गर्भपातावर आळा बसावा म्हणून जोरकस प्रयत्न केले, तेव्हा तेथे अर्भकाव्यवस्थेतील बालिकांना टाकून देण्याचे प्रमाण वाढलेले दिसते. पंजाबातील 'शिरोमणी गुरद्वारा प्रबंधक समिती'ने गुरुद्वारांमध्येच पाळणे ठेवून, सोडून दिलेल्या अर्भक बालिकांना मातृत्व पुरविण्याची इच्छा प्रदर्शित केली. तामिळनाडूमधील पाळणे पुरविण्याचा कार्यक्रम अशाच प्रकारचा आहे.

बालिकांच्या गर्भपाताचे सामाजिक परिणाम काय होतील याबद्दल देशभर विचारमंथन चालू आहे. देशातील अत्यंत गरीब प्रदेशांमधून मुलगे न होणाऱ्या स्त्रियांना विकत घेतले जाते आणि घरादारांतील आणि शेतीतील कष्टाची कामे अशा स्त्रियांवर लादली जातात. एखाद्या कुटुंबात एखादीच मुलगी असते, तेव्हा तिच्यावर सर्व तऱ्हेची बंधने घालणे आई-वडलांना सक्तीचे होते. आपल्या मुलीची सुरक्षितता हा त्यांच्या दृष्टीने चिंतेचा विषय असतो. भारतात २००३ सालानंतरच्या टप्प्यावर गर्भजलपरीक्षा करून बालिकांचा गर्भपात थांबविण्यासाठी, जुना कायदा बदलून नवा कायदा केला गेला. आता नियंत्रणाऐवजी अर्भकाच्या लिंगाची निवड करण्याला बंदी घालण्यावर भर

दिला आहे. परंतु या कायद्यानुसार काम करणाऱ्या कार्यकर्त्यांच्या आणि नोकरशहांच्या अनुभवातून असे दिसते की, वैद्यकीय व्यावसायिक अनेक मार्गांनी या कायद्याला बगल देऊन, पुरुषसत्ताक समाजाच्या सायाने अर्भकाव्यवस्थेतील मुलींचे गर्भपात सर्रास घडवून आणत आहेत. जिल्हा पातळीवरील काही सजग अधिकाऱ्यांमुळे काही डॉक्टर्स, कुटुंबे यांच्यावर प्रशासकीय दबाव आणून असे गर्भपात थांबविण्याचा प्रयत्न होतो आहे हे खरे आहे. परंतु आजही अशी उदाहरणे अपवादात्मक मानायला हवीत.

अर्भकाव्यवस्थेतील लिंगाची चाचणी करणे अधिक अर्भक बालिकांचे गर्भपात घडविणे हा एक मोठा उद्योग तयार झाला आहे आणि त्यामध्ये बडे बडे उद्योजक सामील आहेत. अल्ट्रासाऊंड यंत्रे तयार करणारे प्रमुख निर्माते मोठ्या हिरिरीने भारतात कृतिशील आहेत आणि तज्ज्ञांच्या अंदाजानुसार २००६ मध्ये अशा यंत्रांची विक्री ३०० कोटी रुपयांपेक्षा अधिक झाली. घरातल्याघरात अशी चाचणी करता येईल अशी उपकरणे खुल्या पद्धतीने जाहिराती देऊन उपलब्ध केली जात आहेत आणि इंटनेटद्वारा त्याची माहिती दिली जात आहे. भारतातील वैद्यकीय व्यावसायिकताही नित्याचा व्यवहार म्हणून, आई होऊ पाहणाऱ्या स्त्रीला अल्ट्रासाऊंड चाचणी करायला सांगतात. असे करताना मूल निरोगी आहे की नाही हे पाहण्यासाठी आपल्याकडे अशी चाचणी पालकांच्या मनात एका प्रकारे भीती निर्माण करूनच केली जाते. इंग्लंडसारख्या देशांमध्ये मात्र आईवडलांवर अशी चाचणी करायची की नाही ते सोपविले जाते.

थोडक्यात सांगायचे, तर वैद्यकीय व्यावसायिक आणि लिंग निवड करण्यास बंदी घालणारा कायदा राबवणारे नोकरशहा यांना आता कठोरपणे असे समजले पाहिजे की, अर्भकाव्यस्थेतील बालिकांचा गर्भपात हा अत्यंत गंभीर गुन्हा ठरू शकतो आणि त्याला कठोर शिक्षाही दिली जाऊ शकते.

खरोखरीच, आपल्या देशातील सरकारांना मुलींना चांगले संगोपन मिळावे म्हणून पालकांना रोकड रक्कम देण्याचे आमिष दाखवावे लागते ही लाजिरवाणी गोष्ट आहे. आपल्या पोटी जन्मणाऱ्या मुलीला लालनपालन करून, चांगले शिक्षण देऊन, प्रौढत्वाकडे सुरक्षितपणे न्यावे असे पालकांना वाटत नाही ही शोकात्मिका आहे. परंतु परिस्थितीच इतकी गंभीर आहे की, बालिकांचे आयुष्य वाचविण्यासाठी भारतातील काही राज्यांमध्ये आर्थिक करार करावे लागत आहेत.

जागतिक बँक, बहुराष्ट्रीय कंपन्या आणि सॉफ्टवेअर इंटरनेटचे जग यांच्या चष्म्यातून पाहिले, तर भारत नावाचा देश गेल्या दशकामध्येच जगाच्या पटावर ठळकपणे आपली मुद्रा उठवू लागला आहे. सर्वसाधारणत: सर्व तज्ज्ञांचे भारतातील दारिद्र्य आणि विषमता यांच्या कारणांचा शोध घेताना एकमत दिसते. लोकसंख्येचा विस्फोट असल्याने भारत

देशात दारिद्र्य आहे असे ठामपणे मांडले जाते आणि गेल्या २० वर्षांत वेळोवेळी राज्यकर्त्यांनी लोकसंख्या नियंत्रणासाठी वेगवेगळे उपाय आणि औषधोपचार अमलात आणले. बाजारपेठेतून गर्भनियंत्रणाचे अनेक उपाय जाहिरातबाजीने सर्वदूर पसरविले. परंतु एक टप्पा असा झाला की, एकीकडे जागतिक बँक, तर दुसरीकडे नोबेल पारितोषिक विजेते अमर्त्य सेनांसारखे तज्ज्ञ बालिकांच्या घटत्या प्रमाणाविषयी चिंता व्यक्त करू लागले. अमर्त्य सेनही मान्य करतात की, लिंगभावात्मक विषमता ही काही फक्त भारतातच आहे असे नसून अगदी जपान ते मोरक्को, उझबेकिस्तान ते अमेरिका अशा सर्व देशांमध्ये आहे. ('सेनरॅडक्लिफ इन्स्टिट्यूट', 'हारवर्ड विद्यापीठ' येथील व्याख्यान, एप्रिल २४-२००१) स्त्रिया आणि पुरुषांमधील विषमता अनेक प्रकारे अभिव्यक्त होते असे मांडून अमर्त्य सेन यांनी ज्या सात प्रकारच्या विषमतांचा उल्लेख केला आहे त्या अशा-मृत्यूविषयक, गर्भधारणाविषयक, पायाभूत सुविधांविषयक, विशेष संधीविषयक, व्यवसाय विषयक, कुटुंब किंवा घरदार विषयक. अमर्त्य सेन असे मांडतात की, लिंगभावविषयक विषमतेच्या दुष्ट आविष्कारांमुळे पुरुष आणि स्त्रिया दोघांनाही समस्यांना तोंड द्यावे लागते. दक्षिण आशियातील भारत नावाच्या उपखंडातील लिंगभावविषयक विषमता मांडताना सेन पुन्हा पुन्हा सांगतात की, अमेरिका किंवा पश्चिम युरोप येथेही हे प्रश्न सुटलेले नाहीत. परंतु भारतातील स्त्रियांच्या विषम गुणोत्तरामध्ये स्त्रियांच्या आरोग्याची, पोषणाची आणि अन्य मानवी विकासाच्या गरजेसाठी आवश्यक असणाऱ्या अवकाशाची जी गळचेपी केली जाते, त्यावर सेन भर देतात. युरोप किंवा उत्तर अमेरिकेच्या तुलनेत भारतातील स्त्रियांकडेच दुर्लक्ष होते आणि भारतातील स्त्रिया ० ते ६ या वयोगटात अदृश्यच झाल्या आहेत अथवा हरविल्या आहेत, असे त्यांनी आकडेवारीच्या साह्याने मांडले. सेन यांच्या मते ही परिस्थिती केवळ आर्थिक स्वातंत्र्य म्हणजेच रोजगाराची उपलब्धता निर्माण करून सुटणार नाही. स्त्रियांची साक्षरता, त्यांची कौशल्ये आणि त्याने अर्थार्जन महत्त्वाचे असले, तरी त्याचबरोबर स्त्रियांना संपत्तीतील अधिकार, बाहेरच्या जगाशी व्यवहार करण्यासाठी आवश्यक असणारा वाव आणि अतिशय प्रभावी पद्धतीने स्त्री-पुरुष समतेची जाणीव या गोष्टी सेन यांनी अधोरेखित केल्या.

सेन यांनी एकूणच दक्षिण आशियामधील बालिका अर्भकावस्थेतून वाढीस लागतात, तेव्हा त्यांचे कुपोषणही मोठ्या प्रमाणात वाढते याचे कारण मुलांपेक्षा मुलीला मिळणारी उपेक्षेची वागणूक होय असे मांडले आहे. त्यांच्या मते वयाच्या १५-१६ व्या वर्षी आई होणाऱ्या बहुसंख्य स्त्रिया कुपोषित असतात आणि जवळजवळ २१% अर्भके वैद्यकीयदृष्ट्या आवश्यकतेपेक्षा कमी वजनाची असतात. थोडक्यात, मुलींची आणि स्त्रियांची सर्वसाधारण उपेक्षा आणि लिंगभावविषयक पूर्वग्रहदूषितता यामुळेच दक्षिण

आशियातील आणि विशेषत: भारतातील स्त्रीजीवनविषयक अतीव चिंतेचे वातावरण आहे असे सेन सातत्याने अधोरेखित करतात. भारतातील बळी जाणाऱ्या स्त्रियांच्या प्रश्नाला उत्तर शोधताना स्त्रियांचे कर्तेपण जाणीवपूर्वकरित्या वाढवणे, त्यांच्या क्षमतांचा वाव वाढविणे आवश्यक आहे हे लक्षात घेऊन, स्त्रियांच्या सक्षमीकरणाची जी संकल्पना उदयाला आली, तिचे महत्त्वही स्त्रीवादी अभ्यासकांना तसेच उदारमतवादी अर्थतज्ज्ञांना वाटते. बचतगटासारखे प्रयोग अथवा पंचायत व्यवस्थेतील स्त्रियांचा वाढता सहभाग या गोष्टी महत्त्वाच्या असल्या तरीही ० ते ६ या वयोगटातील मुलींचे प्रमाण १९९१ पासून २००१ या काळात घटलेले दिसते. पुन्हा एकदा आपल्या लक्षात येते की, पंजाब, हरियाणा, गुजरात आणि महाराष्ट्र ही राज्ये जसजशी श्रीमंत होत गेली, तसतसे बालिकांच्या गर्भपाताचे तसेच बालिकांच्या मृत्यूचे प्रमाण वाढलेले दिसते. कोरिया, चीन या देशांमध्येसुद्धा बालिकांचे प्रमाण असेच घटते आहे. आपण सिंगापूर, तैवान, द.कोरिया काही प्रमाणात चीन यांच्यासारखे व्हायचे नसले, तर आर्थिक सुबत्ता आणि भरभराट यांची अधिक खोलवर चिकित्सा झाली पाहिजे असे सर्व जाणकारांना वाटते.

जागतिकीकरणाच्या छायेखाली आपण जेव्हा खाजगीकरण, उदारीकरण अशी घोडदौड देशपातळीवर स्वीकारतो, तेव्हा वेगवेगळ्या थरांतील पायाभूत संसाधने असणारे भिन्न गट अचानक नवी श्रीमंती अनुभवू लागतात. अशी नवश्रीमंती कुटुंबे एका नव्या पायावर सांस्कृतिक, सामाजिकदृष्ट्या अधिक कर्मठ बनू लागतात. अशा कुटुंबामध्ये लागोपाठ होणाऱ्या मुली ओझ्यासमान होतात आणि उद्योगपूर्व काळातील सरंजामी चौकटीत मुलग्यांना जसे महत्त्व होते, तसेच महत्त्व नव्याने या मुलग्यांना दिले जाते. उच्च तंत्रज्ञानाच्या अगदी वैज्ञानिक सायाने अशा वेळी गर्भधारणेच्या पातळीवरच विषमता रुजवली जाते. आई होणारी अशा वर्गातील स्त्रीसुद्धा बालिकांच्या या हत्येमध्ये जेव्हा सामील होते, तेव्हा लक्षात येते की, कुटुंबामध्ये स्वत:चे स्थान सुरक्षित करणारी एक स्त्री पुढच्या पिढीतील जन्मू पाहणाऱ्या बालिकेला बळी देऊन आपले स्थान पक्के करते. पारंपरिक मूल्यव्यवस्थेला प्रश्न विचारणाऱ्या, प्रसंगी त्यासाठी झगडणाऱ्या स्त्रिया अशा सधन नवश्रीमंत कुटुंबामध्ये क्वचितच दिसतात. डॉक्टर मंडळीसुद्धा सहजपणे सांगतात की, समाजातील सधन वर्ग म्हणजे मारवाडी, पटेल, लेवा पाटील (रविंद्र पं. १९९२) यांच्या कुटुंबामध्ये हुंड्याची किंमत भरपूर असल्यामुळे स्त्रीभ्रूणहत्येला मान्यता दिली जात होती परंतु अल्पावधीत स्त्रीभ्रूणहत्येचे अनुकरण इतक्या जोरात होऊ लागले आणि त्यात शिक्षित मध्यमवर्ग आघाडीवर आला, तेव्हा लिंगभेद गर्भपाताचा धंदा तेजीत आला. (रविंद्र रु. पं., 'समाज प्रबोधन पत्रिका', वर्ष ४६, अंक १८१, जाने. मार्च २००८, पृष्ठ ४२ ते ५३)

रविंद्र रुं. पं. यांनी आपल्यावर उल्लेख केलेल्या विश्लेषणात्मक संशोधनपर लेखात लिंगभेदात्मक गर्भपाताला समाजमान्यता कशी मिळते याविषयी अत्यंत ठोस आणि तर्कशुद्ध मांडणी केली आहे. त्यांच्या मते लिंगभेदात्मक गर्भपात काही ठराविक भौगोलिक पट्ट्यात का घडतात, एका विशिष्ट कालखंडात ही प्रथा का फोफावते अथवा प्रदेशवार वा समुदायानुसार या पद्धतीत फरक वा सातत्य का असते हे प्रश्न महत्त्वाचे आहेत. भारतीय समाजात एकूण स्त्रियांकडे पाहण्याची पुरुषशाही वृत्ती, मुलगा हवा असणे या वृत्तीला असणारे नैतिक अधिष्ठान, कायद्याच्या दृष्टीने लिंगभेदात्मक निर्दलनाला फारसा आळा नसणे, यासंबंधित तंत्रज्ञान सहजपणे उपलब्ध असणे आणि एकूण भारतातील प्रचंड लोकसंख्येला आळा बसला पाहिजे याविषयीच्या विचाराला समाजसुधारणा करणाऱ्यांची असणारी मान्यता, त्यातून जन्मणारे पुरुषप्रधान लहान कुटुंब या साऱ्याचे विश्लेषण सदर लेखात केले आहे.

एकीकडे बालिकांच्या संख्येचे घटते प्रमाण, तर दुसरीकडे एकूण अर्थव्यवस्थेच्या घोडदौडीमध्ये आलेला जुगारीपणा माणसांना माणूसपणापासून ओरबाडून हिंसक बनवतो आहे. अशा वेळी भारतासारख्या देशात शासन, नागरीसमाज, वैद्यकीय समुदाय या साऱ्यांनीच लिंगभेदात्मक पूर्वग्रहांवर अंकुश ठेवला पाहिजे. हे खरे आहे की, हा प्रश्न फक्त स्त्रीवादी चळवळीने सोडविण्याचा नाही. परंतु तरीसुद्धा स्त्रीवादी चळवळीने हा प्रश्न अधिक धारदारपणे मांडला पाहिजे. विज्ञान, तंत्रज्ञान हे जेव्हा जुगारी भांडवली व्यवस्थेबरोबर हातमिळवणी करते, तेव्हा अशा प्रतिष्ठित वैद्यकीय तज्ज्ञांना, कायदे तज्ज्ञांना प्रश्न विचारण्याचे बळ पुन्हा एकदा तरी स्त्री-चळवळीने आत्मसात केले पाहिजे. अपत्याच्या लिंगाची निवड करण्याचा अधिकार ही टोकाची व्यक्तिवादी, स्वार्थी मागणी आहे आणि तसे करणारे सर्व प्रतिष्ठित गुन्हेगार आहेत, असे वातावरण निर्माण होण्यासाठी खरोखरच भरभक्कम स्त्री-चळवळीची आणि समर्थक स्त्री-अभ्यासाची गरज वाटते.

भारतातील स्त्री चळवळ एकोणिसाव्या शतकाच्या उत्तरार्धात आणि विसाव्या शतकाच्या पूर्वार्धात सुधारणावादी कार्यक्रम घेऊन हक्काची भाषा बोलत होती. १९५० नंतरच्या काळात एका अत्यंत आशावादी वातावरणात घटनेतून जेव्हा भारतातील स्त्रियांना समानतेचे आश्वासन दिले गेले, तेव्हाही 'हिंदू कोड बिला'तील स्त्रियांच्या संपत्तीतील अधिकाराचे वडिलोपार्जित संपत्तीसंदर्भातील कलम गाळले गेले आणि समान नागरी कायद्याची शक्यताही फेटाळली गेली. १९६० नंतरच्या काळात जेव्हा मोठ्या प्रमाणात शेतकरी, कामगार, आदिवासी यांचे उठाव झाले, तेव्हा स्त्री-चळवळीने बलात्कार, कुटुंबातर्गत हिंसाचार आणि विकासाच्या नावाखाली होणाऱ्या पर्यावरणविषयक विनाशाचा मुद्दा उचलून धरला. १९७५ ते १९७७ या काळातील आणीबाणी आणि त्यानंतर उभे

राहिलेले स्त्रीप्रश्नविषयक लढे पाहिले तर लक्षात येते की, स्त्रियांवर होणाऱ्या हिंसाचार, अत्याचारांविरुद्ध राज्यसंस्थेने नवे नवे कायदे केले. स्त्री-चळवळीला या काळात लक्षात आले की, असे कायदे करून राज्यसंस्था पोलीस यंत्रणेच्या आधारे एकीकडे प्रबळ होते. परंतु लिंगभावात्मक विषमता नष्ट करण्यासाठी सामाजिक कायद्याची चौकट निष्ठेने राबवावी, असे मात्र राज्यसंस्थेच्या आधाराने घडत नाही. १९८० च्या दशकात गिऱ्हाईकी संस्कृती वाढीला लागत होती. जमातवाद पोसला जात होता. त्या काळात महाराष्ट्रात जळगाव, मालेगावासारखे तरुण मुलींना वेश्या बनविणारे अपप्रकार घडले. तर १९९३ साली भंवरीदेवीच्या निमित्ताने लक्षात आले की, स्थानिक स्वराज्य संस्थेतून निवडून आलेल्या अथवा सरकारने नेमलेल्या स्त्रिया या उघडपणे वरिष्ठ सत्ताधारी वर्गाकडून बलात्काराच्या बळी ठरू शकतात. या काळातच स्त्री-चळवळीचा एक टप्पा संपल्यासारखा दिसतो.

१९७५ साली भारतातील स्त्री-चळवळीने मोठ्या प्रमाणात स्त्रियांवरील हिंसचाराविरुद्ध दाद मिळवली आणि त्याच काळात भारतातील स्त्री-अभ्यास नावाचे आंतरशाखीय अभ्यासक्षेत्र विकसित होऊ लागले. स्त्री-अभ्यासाचा पाया दैनंदिन जीवनात स्त्रिया जे अनुभवतात त्यातून घडतो, तसेच ऐतिहासिकदृष्ट्या विविध ज्ञानशाखांमध्ये मानवी ज्ञान तसेच सामाजिक संस्थांविषयी असणारे पुरुषकेंद्री आकलन आणि प्रक्रिया या प्रस्थापित चौकटीला शह देऊन नवे मुद्दे मांडतो. स्त्री-अभ्यासाचे परिप्रेक्ष्य प्रस्थापित ज्ञान आणि त्याची वस्तुनिष्ठा या कल्पनांना शह देते, तसेच प्रचलित ज्ञान मिळवण्याच्या रीतीविषयी प्रश्न उभे करते आणि या सर्वांमधील राजकारण उघड करते. म्हणून स्त्री-अभ्यास करणेही एकाअर्थी सामाजिक परिवर्तनाचे काम असून, स्त्री-अभ्यास हा अस्तित्वात असणाऱ्या सामाजिक संरचनांसंदर्भात प्रश्न उभे करून, स्त्रियांच्या दुय्यमत्वाविषयी चिकित्सक जाण निर्माण करतो. स्त्री-अभ्यासातून असे मांडले गेले की, आजवर ज्याला ज्ञान मानले गेले आहे, त्या ज्ञानाच्या चौकटीतून स्त्रिया नावाचा गट वगळला जातो. अशा तऱ्हेने वगळले गेल्यानंतर सामाजिक, राजकीय, आर्थिक सत्ता पुरुषांच्या हातात अबाधित राहून स्त्रियांचे चित्रण अपूर्णपणे मांडले जाते. या साऱ्यांतून व्यवस्थात्मक पातळीवर स्त्रिया नावाचा गट दुय्यम होतो. ज्ञानाच्या क्षेत्रात संकल्पीकरण किंवा ज्ञाननिर्मिती यामध्ये स्त्रियांना नकार मिळतो. स्त्री-अभ्यासातून हे लक्षात येते की, बराच काळ स्त्रिया या विविध अभ्यासांच्या वस्तुविषय होत्या आणि त्यातून स्त्रियांविषयी गूढत्व अथवा स्त्रियांचे इतर (Other) होणे घडले. स्त्रीवाद्यांनी दाखवून दिले की, स्त्रियांचा स्वायत्त अस्तित्व म्हणून असणारा अनुभव वगळण्यासाठी भिन्न सत्तासंबंध कार्यरत असतात. कप्पेबंद पद्धतीपलीकडे जाणारा स्त्री-अभ्यास खऱ्या अर्थाने ज्ञाननिर्मितीसाठी

परिपूर्ण आणि लोकशाहीवादी पाया तयार करतो.

गर्भावस्थेत बालिकांच्या होणाऱ्या हत्येच्या विषयासंदर्भात अधिक भरीव आणि चिकित्सक जाणीव निर्माण करण्याची क्षमता स्त्री-अभ्यास क्षेत्रातील स्त्रीवादी विचारवंतांत आहे. त्यांनी ज्याप्रकारे विविध ज्ञानचौकटींच्या चिकित्सा केल्या आहेत, त्या पाहणे फार महत्त्वाचे आहे. या अभ्यासकांनी वस्तुनिष्ठता ही संकल्पना नाकारत विज्ञानातील खरी वैज्ञानिकता पुरुषप्रधान विचारप्रणालीपासून तोडून मांडण्याचा प्रयत्न केला आहे. विज्ञान हे खऱ्या अर्थाने मानवी ज्ञान व्हावे आणि ते पुरुषी ज्ञान नसावे असा त्यांचा प्रयत्न दिसतो. भावना आणि तर्क यांची कप्पेबंद विभागणी नाकारून, पुरुषांची मक्तेदारी असणाऱ्या विज्ञानाच्या क्षेत्रात स्त्रीवादी अभ्यासक विज्ञानसंदर्भातील नव्या संकल्पना अथवा व्याख्या मांडतात.

१९६० च्या दशकात विज्ञानाची जेव्हा सामाजिक अभ्यासाच्या क्षेत्रात छाननी झाली, तेव्हा सामाजिक-राजकीय संदर्भात विज्ञानाच्या विकासाचा चिकित्सक विचार सुरू झाला. टी.एस. कुहन यांचे 'वैज्ञानिक क्रांतीची संरचना' (The Structure of Scientific Revolution - 1962) हे पुस्तक प्रसिद्ध झाले, तेव्हा विज्ञान हे स्वायत्त आणि सर्वथैव प्रगतीपथावर नेणारे असते या विचाराला शह बसला.

पाश्चिमात्य जगात विज्ञानाच्या अगदी सुरवातीच्या काळापासूनच स्त्रियांना संपूर्ण सहभाग दिला गेला नव्हता आणि स्त्रीत्व आणि वैज्ञानिकता या दोहोंमध्ये शत्रुभाव असल्याचे सांगून, पदार्थ विज्ञान आणि गणित या विषयांसाठी स्त्रिया लायक नाहीत असे मानले गेले. त्यामुळे पाश्चिमात्य जगातील स्त्रीवाद्यांनी, 'विज्ञानाचे क्षेत्र हे अतिशय प्रभावी तंत्र वापरून स्त्रियांचे आणि इतर परिघाबाहेर फेकलेल्यांचे दमन करून प्रस्थापित सत्तासंबंध स्थिर करण्यास मदत करते' असे मांडले. स्त्रियांच्या शरीराच्या विशिष्टत्वाचा वापर करून शरीरविज्ञानातील स्त्रीरोगचिकित्सा आणि प्रसूतीशास्त्र ही ज्ञानशाखा उभी राहिली. स्त्रियांच्या शरीरात 'भरकटणारे गर्भाशय' असते आणि म्हणून स्त्रिया या पुरुष नावाच्या माणसांपेक्षा मूलत: पथभ्रष्ट अस्तित्व धारण करतात असेही मांडले गेले. पाश्चात्त्य स्त्रीवाद्यांनी एक महत्त्वाचा निकर्ष काढलेला दिसतो. तो म्हणजे, वैज्ञानिक सत्याचा दर्जा दिल्या गेलेल्या निष्कर्षांसंदर्भात जो शरीरपातळीवरील पुरावा दिला जातो, तो फक्त नैसर्गिक आणि शुद्ध स्वरूपात असतो असे मानणे चूक आहे. खरे तर या अभ्यासकांनी असे ठामपणे मांडले की, वैज्ञानिकतेच्या सायाने सामाजिक संबंधांचे नियंत्रण केले जाते.

आपण विज्ञान, तंत्रज्ञानाच्या साह्याने बालिकांच्या गर्भावस्थेतील होणाऱ्या हत्येसंदर्भात अधिक विवेकी आणि समतोल दृष्टी बाळगायची, तर आताचे सधन व्यापारी जग तसेच तज्ज्ञ वैद्यकीय व्यावसायिक तसेच कायदा जाणणारे कायदेतज्ज्ञ यांच्या वैचारिक

चौकटीतील पुरुषसत्ताक व्यवस्थेतून आलेल्या मूल्यांची वीण तपासून पाहिली पाहिजे. असे करताना एकूणच भारतातील स्त्री-प्रश्न सोडविण्याच्या आणि घडविण्याच्या या तज्ज्ञांच्या रितीबद्दल प्रश्न उभे केले पाहिजेत.

स्त्री-प्रश्नासंदर्भात गेली काही दशके जी काही गृहीते आणि रणनीती योग्य म्हणून आखल्या गेल्या, त्यासंदर्भातही प्रश्न उभे करण्याची वेळ आता आली आहे. नवउदारमतवादाच्या अनिर्बंध संचारामुळे, धर्माधिष्ठित मूलतत्त्ववादामुळे पितृसत्ताक व्यवस्था नव्याने डोके वर काढते आहे असे मानून, लिंगभावात्मक काही मिथके तयार होतात. त्यातील एक मिथक म्हणजे गरीब घरातील स्त्रियांना जर आर्थिक संसाधनांची सुविधा मिळाली, तर त्यातून एक सर्वांगीण सक्षमीकरण होईल. परंतु पाहता पाहता स्त्रीवादी मंडळींनी स्त्रियांच्या हातात आर्थिक संसाधने आली पाहिजेत अशी जी मागणी केली, त्याचे रूपांतर गरीब स्त्रियांना उद्योजक बनविण्याच्या खटाटोपात होऊन विकासाचा नवामंत्र जपला गेला. गरीब स्त्रिया नावाची चौकट आर्थिक आणि राजकीय गुंतवणुकीसाठी सोयीची ठरली. आंतरराष्ट्रीय पातळीवर वर्ल्ड बँकेपासून USAID सारख्या अनेक आंतरराष्ट्रीय उद्योगांनी याला पाठिंबा दिला. परंतु मेरी जॉन सारख्या अनेक स्त्रीवादी अभ्यासकांनी असे निरीक्षण मांडले आहे की, श्रमशक्तीसारख्या स्वयंरोजगाराच्या प्रयत्नातून गरीब घरांतील स्त्रियांवरील दुहेरी ओझे वाढले आणि नवउदारमतवादी तज्ज्ञांनी शोषणाचा मुद्दा बाजूला ठेवून त्यांच्या 'तत्पर' दारिद्र्यनिर्मूलनाच्या क्षमतेचा उदोउदो केला. नवउदारमतवादी कार्यक्रम पत्रिकेतून नागरिक या दृष्टीने स्त्रियांना राज्य संस्थेची एक सुधारित अस्मिता दिली जाते. ती म्हणजे, आता राज्यसंस्था सामाजिक अथवा व्यक्तिगत जीवनाला अधिक बरे रूप देणार नाही, तर ती फक्त 'सवलती देणारी' चौकट आहे. यातून नागरिक आणि व्यक्ती म्हणून आता दोन जुळ्या अस्मितांची अपेक्षा केली जाते. एक म्हणजे सामाजिकदृष्ट्या जबाबदार नागरिक होणे आणि दुसरे म्हणजे सामाजिकदृष्ट्या जबाबदार व्यक्ती होऊन स्वत:चे दैव स्वत:चे घडविणे. महाराष्ट्रातील किंवा आंध्रप्रदेशातील स्त्रियांच्या बचतगटांचे अथवा स्वयंसिद्धपणाचे जे प्रयोग होत आहेत, त्यांतील संदेश अभ्यासाकांना पुढीलप्रमाणे दिसतो. आपल्या घरादाराची आर्थिक परिस्थिती तुम्हीच सुधारा; तुमच्यापाशी वेळ असेल, तर स्थानिक समाजविकासात भाग घ्या; स्थानिक पातळीवरील स्वयंसाहाय्यता गटांसारख्या अराजकीय गटांमध्ये भाग घ्या आणि असे सर्व करताना या नवउदारमतवादाला शह देण्याची राजकीय वा शारीरिक शक्ती गमावून बसा. (श्रीलता बाटलीवाला आणि दीपा धनराज, २००८) या अभ्यासकांच्या मते गरीब स्त्रियांचे अराजकीकरण किती भयानक असते याचे उदाहरण गुजरातमधील २००२ साली झालेल्या मुसलमान समाजावरील हत्याकांडातून स्पष्ट होते.

भारतातील किंवा जगातील स्त्रियांच्या संदर्भात आणखी एक मिथक वापरले जाते, ते म्हणजे राजकीय सत्ता मिळाल्यानंतर स्त्रिया सामाजिक आणि लिंगभावात्मक समतेचे, शांतीचे, चिरंजीवी विकासाचे राजकारण आणि धोरण आत्मसात करतील. या गृहीतातील तथ्य पंचायत व्यवस्थेतील ग्रामीण भागातील स्त्रियांच्या धीट वावरातून काही प्रमाणात सिद्ध झाले असले, तरी बचतगटांमधली पैशाचा विनियोग करण्याची यंत्रणा कोणाच्या हातात असते किंवा एकूण कोणत्या जात, वर्ग, धर्मातील स्त्रिया त्या चौकटीतील प्रस्थापित मूल्यव्यवस्था घेऊन उभ्या राहतात, हा प्रश्नही महत्त्वाचा वाटतो. सर्वसामान्य घरातील शहरी भागातील स्त्रिया या सर्व प्रयत्नांतून कर्मठ आणि मूलमत्त्ववादी विचारांच्या पकडीत सापडलेल्या दिसतात. अमेरिकेतसुद्धा जे घडते आहे, त्यात कर्मठ सनातनी विचारांतून स्त्रिया विभागल्या जात आहेत आणि गर्भपातविषयक हक्कांना आता स्त्रियांच्याच समतीने पुन्हा नवे धार्मिक वळण देण्याचा प्रयत्न होतो आहे. प्रगतिशील विचारांची अशी पीछेहाट सर्वसामान्य स्त्रियांना सक्षम केल्याचे भासवून केली जाते आहे. दक्षिण आशिया आणि भारतातसुद्धा तरुण सामान्य परिस्थितीतील स्त्रियांना एक गट म्हणून कृतिशील बनविले जात आहे. अनेक बाबाबुवांच्या पुढे संख्येने मोठया प्रमाणात बसणाऱ्या स्त्रिया किंवा कायदा हातात घेऊन झुंडशाही वृत्तीने तोडमोड करणाऱ्या स्त्रिया असे एक विचित्र राजकारण यातून फोफावते आहे.

आपल्या दृष्टीने सधन कुटुंबातील बालिकांच्या हत्येला संमती देणाऱ्या स्त्रियांचा गटही याच पठडीत दिसतो. या स्त्रियांना आपण पितृसत्तेशी हातमिळवणी करून स्त्री-प्रश्नाचा पाडाव करीत आहोत, याचे भान असते की नसते हा प्रश्नच आहे. परंतु यातून स्त्री अभ्यासकांनी एक धडा शिकायला हवा, तो म्हणजे नवउदारमतवादाच्या या ऐतिहासिक टप्प्यावर स्त्रीवादी चिकित्सा परिघाबाहेर फेकल्या जात आहेत आणि स्त्रीवादी रणनीती मात्र जागतिक बँकेसारख्या अजगरी विळख्यात गिळली जाते आहे. स्त्रीवादी अभ्यासकांना आपली विश्लेषणे आणि अभ्यासाच्या रिती पुन्हा एकदा नव्याने घडवाव्या लागतील. पुन्हा एकदा वास्तवाच्या भूमीवर सर्वसामान्य स्त्रियांचे काय होते आहे हे जाणून घेऊन; मग हिंसक पितृसत्ता, नवउदारमतवादी अर्थशास्त्र आणि मूलतत्त्ववाद यांच्या हात-मिळवणीतून नव्या पद्धतीचा स्त्री नागरिकाचा साचा बनविला जातो आहे त्याची घडण लक्षात येईल. घोषणाबाजीपलीकडे सूक्ष्म आणि गुंतागुंतीच्या तसेच संदर्भासहित आत्मसात केलेल्या पद्धतीमधूनच या परिस्थितीला शह देण्याचे सामर्थ्य आपण प्राप्त करू शकू.

२ शेतकरी संघटना आणि स्त्री प्रश्नांचे आकलन

१९८० साली शेतकरी संघटनेचे आंदोलन सुरू झाले. त्या काळात मी स्वत: या पूर्वीच्या युक्रान्द, मागोवा तसेच दलित पँथर चळवळ यांकडे आस्थेने पाहत होते आणि जमेल तसा या चळवळींमध्ये सहभागही घेत होते. शेतकरी संघटनेच्या आंदोलनाने जेव्हा आक्रमक स्वरूप धारण केले, तेव्हा साहजिकच 'शेती मालाला रास्त भाव' ही मागणी घेऊन रस्त्यावर उतरणाऱ्या शेतकरी समूहाबद्दल उत्सुकता आणि आस्था वाटली. शरद जोशी या नव्याने उदयाला आलेल्या समर्थ नेतृत्वाबद्दल अतिशय भारावून जाऊन लिहिलेले 'शेतकरी योद्धा' हे पुस्तकही त्या काळात वाचण्यात आले होते. मुंबई महानगरीत उभ्या राहिलेल्या शिवसेनेला जसा कष्टकरी थरातील, कामगार चळवळीतून बाहेर पडलेल्या, मराठी माणसांचा पाठिंबा मिळाला, तसेच काहीसे शेतकरी संघटनेच्या आंदोलनांचे ग्रागीण भागातील स्वरूप दिसत होते. बऱ्याच मंडळींना 'उत्पादन खर्चावर आधारित शेती मालाला रास्त भाव' हा एक कलमी कार्यक्रम फक्त बड्या शेतकऱ्यांच्या नफ्यासाठी हाती घेतलेला कार्यक्रम वाटत होता.

विश्लेषणाच्या पातळीवर हे आकलन महत्त्वाचे होते. मागे वळून पाहताना, ३० वर्षांपूर्वी महाराष्ट्रातील शेतीविषयक परिस्थितीचा टप्पा लक्षात घेतला, तर हरितक्रांती, नगदी पिके यांच्या जोरावर महाराष्ट्रात एक सधन शेतकरी वर्ग तयार झाला होता. आपले उत्पादन थेट बाजारपेठेत नेण्याची क्षमता आणि उत्सुकता असणाऱ्या या शेतकऱ्यांना शरद जोशींची एक कलमी मागणी महत्त्वाची वाटली असणारच. परंतु १९८०-१९८६ ही शेतकरी संघटनेची वाटचाल पाहिली, तर त्यात जसे कापूस उत्पादक होते; कांदा उत्पादक होते, तसेच ज्वारी, बाजारी, मूग, मटकी काढणारे आणि कोरडवाहू शेती करणारे शेतकरीही होते. १९८० चे दशक हे खरोखरच नव्या सामाजिक चळवळीचे दशक होते. भारतातील स्त्री-चळवळीने स्त्रियांवर होणाऱ्या (घरात आणि घराबाहेर) हिंसाचाराविरुद्ध आवाज उठविला होता. रुपकुँवर आणि शहाबानो या घटनांमुळे भारतातील स्त्रीवादी चळवळ एका अर्थी राजकारणाच्या प्रांगणातही आली आणि त्याच वेळी शासकीय

वा बिगर शासकीय चळवळीत कल्याणकारी उपाय योजनांच्या कामांमध्येही अडकली.

या काळात 'नर्मदा बचाव आंदोलना'ने एकीकडे मोठी धरणे विस्थापितांच्या पुनर्वसनाचे प्रश्न हाती घेतले. तसेच 'डुबेंगे पर नही हटेंगे' यासारख्या घोषणा देत आपले आंदोलन पुढे सरकविण्याचा प्रयत्न केला. परंतु या आंदोलनातसुद्धा स्त्रियांचा आणि आदिवासी स्त्रियांचा दुय्यम प्रश्न अग्रक्रम म्हणून हाती घेतला नाही. त्या काळात क्रांतिकारी महिला संघटना बांधून डॉ. नीलम गोऱ्हे आणि त्यांचे सहकारी दलित चौकटीत तयार होणारा दलित स्त्री-प्रश्न मांडताना, स्त्रियांच्या कष्टाबद्दल बोलत होत्या, परंतु प्रस्थापित राजकीय पक्षांना शह देणारा व दलित स्त्रीला नेतृत्व देणारा स्त्रीवादी पक्ष उभा करण्याचा प्रयत्न मात्र करत नव्हत्या. या सर्व प्रक्रियेमध्ये मी कमी प्रमाणात होते आणि नव्हतेही, कारण एकीकडे भारतीय स्त्री-प्रश्नाच्या सोडवणुकीसाठी भारतातील जातिव्यवस्था, वर्गवस्था, धर्मव्यवस्था या साऱ्यांच्या गुंतागुंतीमध्ये घडणाऱ्या भारतीय स्त्रियांच्या जीवनाचा अभ्यास नव्या विचारा-आधारे झाला पाहिजे असे वाटत होते. तर दुसरीकडे मोठ्या जनसमुदायांच्या, नव्याने जन्माला येऊ पाहणाऱ्या चळवळींमध्ये सहभागी होणाऱ्या स्त्रियांचे जगणे, प्रत्यक्ष समजून घेणेही आवश्यक वाटत होते. १९८० सालीच 'प्रतिशब्द ८०' या डाव्या विचारसरणीच्या मंडळींनी घेतलेल्या परिषदेमध्ये शरद पाटील यांनी भारतातील वर्गीय लढ्यांच्या कोंडीची मीमांसा करून जातीचा प्रश्न आणि प्रत्येक जातीत दडपल्या जाणाऱ्या स्त्रियांचा प्रश्न यांविषयी विचाराला चालना देणारी मांडणी केली होती. शरद पाटील यांनी आदिवासी स्त्रियांना 'हिंदू कोड बिल' लागू करावे अशी मागणी केली होती आणि त्यासाठी आदिवासी स्त्रियांना चळवळ उभारण्यास पाठिंबा दिला होता. अशा या पार्श्वभूमीचा विचार करता, तब्बल सहा वर्षे उग्र आंदोलन केल्यावर शेतकरी संघटनेने १९८६ साली चांदवड येथे केवळ स्त्रियांसाठी अधिवेशन भरविले. सहा वर्षांनंतर का होईना, पण स्त्रियांच्या प्रश्नांभोवती जन आंदोलन उभे राहण्याची शक्यता निर्माण झाली.

मी स्वत: त्या काळात ग्रामीण भागातील विद्यार्थ्यांची शाळेतून गळती होण्याच्या संदर्भात जे अनौपचारिक शिक्षणाचे प्रयोग झाले होते, त्यामध्ये भाग घेतला होता. पाबळ, पानशेत, खेड शिवापूर आणि बारामती या भागातील मुलामुलींसाठी त्यांच्या सोयीनुसार अनौपचारिक शिक्षणाचे वर्ग चालविताना, मला ग्रामीण भागातील शेतकरी कुटुंबांतून आलेल्या तरुण मुलींच्या जगण्याची कोंडी तीव्रतेने जाणवली. शहरात दहावी, बारावी झालेली मुलगी जेव्हा पाच-दहा एकर जमीन आहे म्हणून ग्रामीण भागात दिली जाते, तेव्हा एकीकडे घरातील वृद्ध, मुले बाळे, गुरे-वासरे यांची देखभाल आणि दुसरीकडे स्वत:च्या वा इतरांच्या शेतावर मजुरी करणारी ग्रामीण स्त्री; अगदी 'केसांना लाल रिबीन

बांधली' या कारणानेसुद्धा नवऱ्याची मारहाण सहन करीत जगत होती. त्याच काळात मी 'भारतीय अर्थविज्ञान वर्धिनी'च्या ग्रामीण भागातील स्त्रियांना नेतृत्व - प्रशिक्षण देणाऱ्या प्रकल्पातही काम केले. या प्रकल्पामध्ये जी शिबिरे होत, त्या शिबिरांमध्ये दलित आणि ओबीसी जातींतील महाराष्ट्राच्या ग्रामीण भागात राहणाऱ्या स्त्रिया, आपल्या गावाच्या विकासाबद्दल आपली परिदृष्टी मांडत होत्या. विकास या चौकटीमध्ये प्राथमिक आरोग्य सेवा, सुरक्षित पिण्याचे पाणी, शिस्तशीर इंग्रजी-मराठी भाषांमधून दिले जाणारे शिक्षण हे या स्त्रियांचे अग्रक्रम होते. १९८६ पूर्वी चांदवड अधिवेशनाची तयारी चालू असतानाच, मी सर्वप्रथम 'शेतकरी महिला आघाडी'च्या शिबिरामध्ये अनेक व्याख्यात्यांपैकी एक व्याख्याती म्हणून सहभागी झाले. त्या वेळी त्या शिबिरामध्ये, त्या काळात मला समजलेली स्त्रियांच्या दुय्यमत्वाची कारणे मांडली. परंतु त्या शिबिरात असे जाणवले की, शेतकरी संघटनेच्या आंदोलनातून तयार झालेल्या स्त्रिया, एका वेगळ्या दृष्टीने आपल्या स्वत:च्या प्रश्नांकडे पहात होत्या. एकत्र मोठे कुटुंब हे त्यांना त्यांचे बळ वाटत होते. कुंकू, मंगळसूत्र घेऊन; शेतकरी संघटनेतील इतर सर्व पुरुषांना भाऊ मानून; आपल्या कुटुंबासह आपल्या परिस्थितीची कोंडी सोडविण्यासाठी स्त्रिया सज्ज होत्या. एकेका घरातील एक स्त्री स्वत:च्या कुटुंबातील चूल सांभाळत होती, तर दुसरी स्त्री शेतकरी संघटनेच्या पसाऱ्यामध्ये आपल्याला जमेल ती जबाबदारी हाती घेत होती. या स्त्रियांना शेतकरी संघटनेने स्वप्न पाहण्यास अवकाश निर्माण केला होता हे खरे आहे. आंबेठाणचे शरद जोशींचे घर आणि त्याला लागून असणारी प्रशिक्षणाची वास्तू हे सारे 'शेतकरी महिला आघाडी'च्या दृष्टीने कल्पनेतल्या आदर्श माहेरासारखे होते.

शेतकरी संघनेटमध्ये अगदी १९८० सालापासूनच शेतकरी स्त्रिया सामील झाल्या. आंदोलनात सहभागी होऊन, अटक करून घेऊन, तुरुंगात जाण्याचा आग्रह धरणाऱ्या या स्त्रिया लाठी हल्ल्यालाही तोंड देत, सत्याग्रहाच्या मार्गाने होणाऱ्या लढाईत उभ्या होत्या. खरोखरच शेतकरी संघटनेच्या सभांमध्ये आणि प्रत्यक्ष आंदोलनांमध्ये महाराष्ट्रातील ग्रामीण भागातील स्त्रिया मोठ्या संख्येने उपस्थित राहिल्या. त्यामुळे शेतकरी बाईच्या विपन्नावस्थेचे जे प्रश्न शरद जोशींना जाणवले होते, ते प्रत्यक्ष हाती घ्यावेच लागले.

मला स्वत:ला त्या काळात एक प्रकारची कोंडी जाणवत होती. असे वाटत होते की, एकीकडे १९७५ साली सुरू झालेल्या स्त्री-चळवळीने महत्त्वाचे प्रश्न उभे केले असले, तरी या चळवळीतून जे शिक्षित, मध्यमवर्गीय ब्राह्मणी चौकटीतील नेतृत्व उभे राहिले; त्यातून स्त्रीवादी राजकीय विचार, संघटना आणि कार्यक्रमांच्या पातळीवर दमदारपणे उभा राहिला नाही. एक व्यापक समूह म्हणून स्त्रियांच्या जाणिवा जाग्या करण्याचे काम या स्त्री-चळवळीला जमले नाही. स्त्रियांच्या संघटना, त्यांना जाणवणाऱ्या गाभ्याच्या

मागण्या आणि त्यासाठी स्त्रियांनी एक राजकीय भान घेऊन उभे राहणे असे काही घडत नव्हते. उलट कोंडीत सापडलेल्या स्त्रियांना 'केस' मानून समुपदेशन करणे यातच अनेक संघटना अडकलेल्या दिसत होत्या. त्यामुळेच शेतकरी संघटनेचे चांदवडचे अधिवेशन त्या काळात एक इतिहास घडविणारे अधिवेशन वाटले. या चळवळीबद्दल मला कॉ. मालिनीबाई तुळपुळे म्हणाल्या होत्या की, 'खरे कामगार लढे आणि जनसमुदायांच्या दमदार चळवळी तुमच्या पिढीने पाहिल्या नसल्याने, तुम्हाला शेतकरी संघटनेच्या अधिवेशनांचे आकर्षण वाटते आहे.' हे काही अंशी खरे असेलही, परंतु चांदवड अधिवेशनाला उपस्थित असलेल्या मृणाल गोरे, प्रमिलाताई दंडवते यांनाही या अधिवेशनातील ग्रामीण भागातील स्त्रियांचा प्रतिसाद आश्चर्यकारक वाटला होता. चांदवड अधिवेशनाच्या ऐन प्रक्रियेत शरद जोशी मृणालताईंना आणि प्रमिलाताईंना हसत हसत म्हणाले होते की, 'तुम्ही एवढी स्त्रियांची चळवळ चालवता, मोर्चा काढता; पण तुमच्या सभांमध्ये कधी एवढा मोठा स्त्रियांचा जनसमुदाय आला होता का?' त्या दोघींनी या थट्टेला फक्त हसून प्रतिसाद दिला होता.

मी स्वत: चांदडवला आवर्जून गेले होते. दोन-तीन लाख शेतकरी स्त्रियांचा समूह तेथे दिसला. या स्त्रियांना कोणी लाच-लुचपत देऊन भाड्याने आणले नव्हते. ''शरद जोशी आगे बढो, हम तुम्हारे साथ है।'' अशा घोषणा, मूठ वळवून कष्टकरी स्त्रिया मोठ्या आशेने देत होत्या. या अधिवेशनाच्या निमित्ताने 'स्त्रियांचा प्रश्न चांदवडची शिदोरी।' ही शरद जोशींनी लिहिलेली पुस्तिका 'शेतकरी प्रकाशन' म्हणून प्रसिद्ध झाली. या पुस्तकाच्या प्रस्तावनेमध्ये शेतकऱ्यांच्या आर्थिक सुधारणेमुळे शेतकरी स्त्री आपल्या समस्यांमधून मुक्त होणार नाही असे मान्य करून, एका मूलगामी विचाराची आवश्यकता आहे म्हणून आपण हे पुस्तक लिहिले असे शरद जोशी लिहितात. परंतु या पुस्तकाचे श्रेय ते शेतकरी आया-बहिणींना देतात. त्यांच्याच शब्दात सांगायचे तर, 'संघटनेचा महिला प्रश्नावरचा विचार आणि चांदवडचा जाहीरनामा याच्या खऱ्या लेखिका या शेकडो शेतकरी आया-बहिणी आहेत.' या आया-बहिणींच्याबद्दल कळवळा वाटून स्त्री प्रश्नाचे सिद्धांतन करू पहाणाऱ्या अनेकांबरोबर आपले सिद्धांतन मांडले. त्या काळात जगाच्या पातळीवर होणाऱ्या स्त्री संघटनांच्या परिषदांपैकी नैरोबी येथील परिषदेतील आकडेवारी हाताशी घेऊन शरद जोशी 'स्त्रियांची अवस्था' या शीर्षकाचे प्रकरण लिहितात. शहरातल्या स्त्रियांवर होणाऱ्या अत्याचाराला वृत्तपत्तातून वाचा फुटते, परंतु ग्रामीण भागातील स्त्री मात्र पाय घसरून आडात पडताना, त्याचेही नैसर्गिकीकरण होते असे एकीकडे मांडून, शरद जोशी ग्रामीण स्त्रियांच्या झगड्याची विशिष्टता मांडतात. मुख्य म्हणजे विकास हा स्त्री प्रश्नाच्या दृष्टीने विनाशात्मक कसा होतो हे सांगताना, ते शहरी

मध्यमवर्गीय सुशिक्षित स्त्रीचाही समावेश करून एकूण स्त्रियांविषयी लिहितात. परंतु जोतिबा फुले यांनी ज्या ठामपणे 'स्त्री आणि पुरुष या उभयतांमध्ये जास्ती श्रेष्ठ स्त्रीच आहे.' असा निर्वाळा दिला, तो ठामपणा मात्र या शिदोरीत नव्हता. शरद जोशींना 'अडाण्यातल्या अडाण्यापासून सुशिक्षित सुसंपन्न स्त्रीच्या मनातील सार्वत्रिक असंतोषाला तोंड फोडण्याची ताकद उभी रहाताना दिसत नाही,' अशी खंत वाटत होती. परंतु स्त्रियांच्या 'मनातील' असंतोष हा भोवतीच्या समाजातील कुटुंब, जात, वर्ग, धर्म या संरचनांमधून, पुरुषसत्ताक मूल्यव्यवस्थेतून घडविला जातो. इतिहासाच्या प्रत्येक टप्प्यावर त्याची पुनर्रचना होते, हे सूत्र मात्र या लेखनात मांडले गेले नाही. इतकेच नाही, तर एकीकडे शरद जोशी स्त्रीला 'मूळ मानव' मानतात, तसेच जीवशास्त्राने स्त्री-पुरुषात केलेला फरक 'किरकोळ' मानतात; परंतु त्याच वेळी वंशसातत्याच्या दृष्टीने श्रेष्ठ असलेली स्त्री 'असामान्य बुद्धिमत्ता' या चौकटीत त्यांच्या लेखी सामान्य ठरते. बुद्धिमत्तेचे, अमूर्त संकल्पनांचे जग पुरुषांना वाव देणारे कसे ठरले, याच्या संरचनात्मक विश्लेषणात शरद जोशी जात नाहीत. त्यामुळे शेतीचा शोध, मानवी संस्कृतीचा पाया स्त्रियांनी मानला आणि घातला यासारख्या विचारांची दखलही ते घेत नाहीत. थोडक्यात सांगायचे, तर स्त्रियांची प्रजननाची जबाबदारी आणि पुरुषांची हाणामारी आणि हिंसाचाराची क्षमता अशा लैंगिकतेवर आधारित श्रम विभागाबद्दल कोणतीही उलट तपासणी न करता, ते नैसर्गिक मानून ही शिदोरी एका 'नव उदारमतवादी' चौकटीत स्त्रीच्या समाजातील दुय्यम स्थानाबद्दल विचार करते.

'चांदवडची शिदोरी' या पुस्तिकेमध्ये शेतकरी संघटनेने स्त्री प्रश्नाची मांडणी केलेली दिसते. मार्क्सवादातील खाजगी मालमत्तेच्या वारसा संदर्भात स्त्रियांची गुलामगिरी जन्मली, या विश्लेषणांना शह देऊन, तसेच स्त्रीवादामधील जहाल गटाच्या जीवशास्त्रीय वास्तुवादाला सुद्धा शह देऊन, शेतकरी संघटनेने आपली 'शास्त्रशुद्ध' मांडणी केली. त्यांच्या मते त्रुटीच्या अनेक तऱ्हांनी ऐतखाऊंचे वर्चस्व तयार झाले. शेतकऱ्यांच्या लुटालुटीतून आणि आक्रमणांच्या हल्ल्यांमधून दुसऱ्यांच्या श्रमावर मौज मारू इच्छिणाऱ्यांचे फायदे झाले. अशा तऱ्हेने शेतीच्या हंगामामध्ये लढाया आणि लूटमाऱ्या होऊन, स्त्रियांचे अपहरण होऊन, मध्ययुगाच्या गदारोळात स्त्रियांचे संरक्षण करण्यासाठी निवारा म्हणून कुटुंब जन्माला आले असा तर्क या पुस्तिकेत मांडला आहे. स्त्रियांचा प्रश्न शेतकरी प्रश्नाशी जोडताना, शेतकऱ्यांची केली जाणारी लूट आणि स्त्रियांवर होणारा हिंसाचार अशी सांगड घालून अशा काळात 'असुरक्षित राष्ट्र' कसे निर्माण होत होते हे मोठ्या प्रभावीपणे या प्रकरणात मांडले आहे. स्त्रिया या प्रत्येक लढाईत पराभूतच होत होत्या असा निष्कर्ष काढलेला दिसतो.

लुटारू मंडळीनी स्थिर होऊन जेव्हा राज्ये, साम्राज्ये स्थापन केली, तेव्हा शास्त्र आणि विज्ञान यांच्या प्रगतीमुळे तंत्रज्ञानाचा विकास झाला. म्हणून प्रत्येक नव्या तंत्रज्ञानाच्या टप्प्यावर शेतीतील वरकड उत्पन्नाची लूट तशीच राहिली आणि स्वतंत्र भारतात, भारत आणि इंडिया अशी दोन जगे निर्माण झाली. एका लेखणीच्या फटकाऱ्यात १३ व्या शतकापासून इंग्रजी आमदानी आणि त्यानंतरचे औद्योगिकीकरण असे सगळे मांडून स्त्रिया नेहमीच असुरक्षित होत्या आणि राहिल्या, तसेच त्यांच्या दर्जाचेही अध:पतनच झाले अशी मांडणी येथे दिसते. कागदोपत्री आणि कायद्यांच्या पुस्तकात काही तरतुदी मिळविल्या, तरी असुरक्षिततेच्या वातावरणात स्त्री-मुक्ती हे मृगजळच राहणार असा निर्वाळाही या पुस्तिकेत दिलेला दिसतो.

येथे असे दिसते की, शेतकरी संघटनेने स्त्रियांची लढाई आणि पुरुषांची लढाई भिन्न असते असे मानले होते. इंडिया आणि भारत यामध्ये जेते आणि जित असे नाते असले, तरी या दोन्ही जगातील स्त्रिया एकत्र येतील असा आशावाद या लेखनात दिसतो. इंडियातील स्त्रियांनी आपल्या प्रश्नाकडे व्यापक दृष्टीने पाहिले पाहिजे, तर भारतातील स्त्रियांनी केवळ आर्थिक शोषण या प्रश्नाकडे लक्ष देऊ नये. शेतकरी संघटनेतील पुरुष मंडळी जेव्हा आर्थिक आघाडीवर लढाईची जमवाजमव करतील, तेव्हा भारतातील स्त्रियांनी तिहेरी लढाई करावी असे सुचविले आहे. १. कष्टकरी म्हणून कष्टाचा मोबदला मिळविण्याचा लढा. २. स्त्री म्हणून सहन कराव्या लागणाऱ्या अन्यायाच्या विरुद्धचा लढा. ३. तंत्रज्ञानाच्या साहाय्याने समाजातील असुरक्षितता नष्ट करून आपल्या सर्वश्रेष्ठ अशा गुणांचा उपयोग करणे. भारतातील सर्व स्त्रियांची या तिन्ही आघाड्यांवर एकजूट होऊ शकते, अशीही आशा येथे व्यक्त केलेली दिसते. ग्रामीण भागातील स्त्रिया वर्षातील काही दिवसच मजुरीचे काम मिळवू शकतात हे लक्षात घेऊन, या स्त्रियांना घराजवळ शेतात, तिच्या सवयीचे आणि मजुरीचे काम मिळाले पाहिजे अशी मागणी येथे दिसते. शासनाने दिलेल्या रोजगार हमीपेक्षा शेतकरी संघटनेने वेगळ्या कामाचा पर्याय सुचविलेला दिसतो. 'चांदवडच्या शिदोरी'मध्ये स्त्रियांच्या विशेषत: शेतकरी कुटुंबातील मुलीच्या आर्थिक असुरक्षिततेबद्दलही आस्थेने मांडणी केली आहे. शेतकऱ्यांच्या घरातील जमिनीचे वाटप करण्याऐवजी, माहेरच्या मालमत्तेत स्त्रीला हक्क मिळायचा असेल, तर शेतीतून वरकड उत्पन्न योग्य प्रमाणात निर्माण झाले पाहिजे असा तर्क शेतकरी संघटना मांडते. म्हणजेच ज्या शेतकऱ्याकडे भरपूर वरकड उत्पन्न असेल, तो मुलांना जमिनीची वाटणी देईल आणि मुलींना त्याच तोलामोलाचे वरकड उत्पन्न देईल असा हा आशावाद दिसतो. येथे लक्षात येते की, औद्योगिक जगातील उद्योगपतींप्रमाणेच कृषी उत्पादनातून धनाढ्य शेतकरी निर्माण करणे आणि त्यांच्या स्त्रियांसाठी काही प्रमाणात मालमत्ता उत्पन्न करणे

राखीव ठेवावी.' प्रकल्पातील शिबिरांमध्ये ज्या ग्रामीण स्त्रिया सहभागी होत, त्या विकाससंदर्भातील आपले प्रारूप मांडताना पिण्याच्या स्वच्छ पाण्याची सोय, संडासाची सोय, प्राथमिक आरोग्य केंद्रे आणि सकस अन्न अशी 'व्यावहारिक' आणि 'शहाणी' यादी करीत असत. खरोखरीच असे दिसत होते की, एका पातळीवर ग्रामीण भागातील स्त्रियांची आयुष्ये, पुरुषप्रधान व्यवस्थेची भांडवलशाहीशी हातमिळवणी झाल्यानंतर ग्रामीण पुरुषांपेक्षा वेगळ्या प्रकारे घडत होती. गावखेड्यामध्ये जे काही प्रमाणात सधन झालेले तरुण होते, त्यांच्या जगण्याची रीत भरपूर पैसा कमविणे, दारू पिणे, बायकोला मारणे, चावडीवर गप्पा ठोकताना गल्लीतून दिल्लीला जाणयाच्या गावगप्पा करणे, मटका-जुगार खेळणे, मोटार सायकली उडविणे अशी होती. आपल्या गावाचे, कुटुंबाचे आणि स्वत:चे हित साधण्याची प्रगल्भता या पुरुषांमध्ये नव्हती. खरोखरीच मला स्वत:ला त्या काळात ग्रामीण भागातील स्त्रिया वेगळे जगताना दिसत होत्या. त्यांच्या अंगावर लहानपणीच संसाराची जबाबदारी पडल्यामुळे मुले-बाळे घरातले वृद्ध आणि गुरे-वासरे या सगळ्यांचे करताना या स्त्रियांची भोवतीच्या जगाची आणि स्वत:ची जाणीव व्यापक होण्याची अधिक शक्यता वाटत होती.

त्या काळात 'शेतकरी महिला आणि पंचायत राज्य' या शीर्षकाची एक पुस्तिका मी संपादित केली. या पुस्तिकेचा मार्गदर्शक म्हणून समग्र महिला आघाडीत सामील होणाऱ्या जात, वर्ग, धर्म, वंश, पक्ष यांमध्ये विभागल्या गेलेल्या परंतु त्यापलीकडे जाऊ पाहणाऱ्या शेतकरी स्त्रियांना उपयोग होईल असा आशावाद होता. ग्रामीण भागातील स्त्रियांनी निर्भयपणे आपापल्या भागात प्रचारासाठी फिरून; स्वत: स्त्रियांचे प्रश्न सोडवून; भ्रष्टाचाराला, गुंडगिरीला आळा घालून पंचायत राज्य हातात घेण्याची ऐतिहासिक कामगिरी बजावावी असे हे स्वप्न होते. आता आठवते आहे की जेव्हा मी 'समग्र महिला आघाडी'च्या घडणीमध्ये सहभागी होऊन 'महासचिव' म्हणून जबाबदारी घेतली, तेव्हा मला गीता साने यांचे पत्र आले. त्या पत्रात त्यांनी लिहिले होते की, 'केवळ पद मिळाले म्हणून कोणत्याही चळवळीत जाऊ नये. आपली व्यक्ती म्हणून असणारी प्रतिष्ठा काळजीपूर्वक जतन करावी.' थोडक्यात शरद जोशी या 'व्यक्ती'ची मर्जी सांभाळण्यावर जर हे 'महासचिव' पद अवलंबून असेल, तर मी ते घेऊ नये असेच त्या सुचवित होत्या.

प्रत्यक्षात हजारोंवर स्त्रियांचे निवडणुका लढविण्यास संमती दाखविणारे अर्ज आले असताना, हा प्रयोग रद्दबादल ठरविला गेला. शरद जोशींची, शंकरराव चव्हाण महाराष्ट्राच्या मुख्यमंत्री पदावरून हलल्यानंतर आणि शरद पवार मुख्यमंत्री झाल्यानंतर, समीकरणे बदलली. आता सर्व महिलांची पॅनल्स ही भाषा बदलली. असे निर्णयातील बदल 'समग्र महिला आघाडी' नावाच्या चौकटीला कळविले गेले नाहीत. महिला प्रश्नाकडे

शेतकरी संघटना किती साधनात्मक पद्धतीने पाहते हे तेव्हा लक्षात आले आणि त्याचा लाभ काँग्रेस भाजपामधील निदान काही धुरीण जातीतील स्त्रियांना नक्कीच झाला. इतकेच नाही तर असेही दिसते की, जेथे भरभक्कमपणे शेतकरी संघटनेचे काम होते, तेथील पंचायत समित्यांमध्ये स्त्रिया अधिक भरीव कामगिरी करू शकल्या. केवळ स्त्रिया राजकारणात आल्याने स्त्री-पुरुष विषमतेचा प्रश्न धसाला लागणार नाही, तर स्त्री व पुरुष दोघांनाही कर्तेपणा, माणूसपणा कमवावा लागेल आणि आत्ताच्या परिस्थितीत आत्मसन्मान, दुसऱ्याबद्दलचा आदर आणि स्वतंत्र आत्मनिर्भर देशाबद्दलची आस्था निर्माण करावी लागेल. हे सर्व खरे असले तरी सर्व स्त्रियांनी हिंसेच्या आणि दडपणुकीच्या विरोधात उभे राहून, आपली नवी परिदृष्टी मांडावी ही कल्पना महत्त्वाची होती. परंतु शरद पवार मुख्यमंत्री झाले आणि त्यांनी महिला सबलीकरणाची भाषा बोलून, महाराष्ट्र पातळीवर 'महिला धोरण' आखणे सुरू केले आणि शेतकरी संघटनेचा 'समग्र महिला' या संकल्पनेतील रस संपला. मागे वळून पाहताना आता वाटते की, शरद पवारांनी शरद जोशींच्या कार्यक्रम पत्रिकेला अधिक साकार करून, शेतकरी स्त्रियांचे नाव पुढे करून, शेतकऱ्यांच्या जमिनी विकण्यास मदत तर केली नाही ना? म्हणजे या दोघांचे शत्रुत्वही वरवरचे होते की काय, असा प्रश्न मनात येतो. नव्या आर्थिक धोरणानुसारच या दोघांचे वर्तन दिसते आणि त्या चौकटीत त्यांची हातमिळवणी झाली होती की काय असे वाटते.

त्या नंतरच्या काळात या संघटनेने वेळोवेळी 'लक्ष्मी मुक्ती', 'सीता शेती', 'माजघर शेती' यांसारख्या आकर्षक शीर्षकांचे कार्यक्रम घेतले. परंतु हे सर्वच कार्यक्रम ज्या शेतकऱ्यांपाशी जमीन आणि मालमत्ता होती, त्यांच्या स्त्रियांना लक्षात घेऊन हाती घेतले होते. अमुक इतकी वर्षे विवाहामध्ये टिकून राहिलेल्या बाईला सातबाराचा उतारा तिच्या नावावर करून जमिनीचा तुकडा द्यायचा आणि त्यावर तिने माजघर शेती करायची असा हा प्रयत्न होता. परंतु या सर्व प्रयत्नांमध्ये बड्या शेतकऱ्यांच्या घरात दोन-दोन, तीन-तीन बायका असण्याचे वास्तवसुद्धा लक्षात घेतले गेले नव्हते. 'माजघर शेती'तून स्त्रियांनी 'सीता' होऊन आपल्या कौटुंबिक गरजांपुरते पिकवावे आणि आंतरराष्ट्रीय बाजारपेठेत नगदी पिके घेऊन धडक मारण्याचे काम बड्या शेतकऱ्याने निर्धास्तपणे करावे असा स्त्री-प्रश्नाचा उलगडा येथे केला गेला होता.

प्रश्न एवढ्यावरच थांबत नाही. जेव्हा 'समग्र महिला आघाडी' उभारली गेली, तेव्हा तिच्यावर शेतकरी संघटनेचे वर्चस्व नसावे, म्हणून तिच्या स्वायत्ततेबद्दल लिहिले गेले, बोलले गेले. परंतु प्रत्यक्षात मात्र जेव्हा शिवसेनेच्या पुढाकाराने चंद्रपूर येथे एका दलित स्त्रीची नग्नधिंड काढली गेली, तेव्हा 'समग्र महिला आघाडी'च्या पुढाकाराने सर्व 'शेतकरी महिला आघाडी'ने सह्या करून भारतातील स्त्रीच्या विटंबनेच्या विरोधात निषेध

पत्रक काढले, परंतु ते छापण्यास परवानगी मिळाली नाही. शेतकरी संघटनेतून किमान हजार बाराशे स्त्रियातरी सार्वजनिक जीवनात आपला विचार मांडण्यासाठी तयार झाल्या होत्या. परंतु त्यांच्या पतीने व्यक्तीन होऊन बोलणाऱ्या नेतृत्वाने त्यांना कधीही ज्ञाननिर्मितीचे श्रेय दिले नाही. इतकेच नाही, तर जेव्हा जेव्हा स्त्री-प्रश्नाच्या दृष्टीने हस्तक्षेप करण्याची वेळ आली, तेव्हा तेव्हा या नेतृत्वाने ब्राह्मणी पुरुषसत्ताक मूल्यव्यवस्थेच्या आधारे निवाडा केला.

काही वेळा शेतकरी संघटनेतल्या, इतर सर्व पुरुषांना भाऊ मानणाऱ्या स्त्रियांना कामानिमित्त गेस्ट हऊसमध्ये रहावे लागे. अशा वेळी त्यांच्या चारित्र्य हननाची आवई उठल्यावर इतरत्र होते, तसेच येथेही स्त्रियांवरील शिस्तीचा आणि नियंत्रणाचा बडगा कठोर केला गेला. जी सवलत नेतृत्वाच्या जागी असणारे पुरुष घेत होते, ती सवलत वा तो अवकाश कार्यकर्त्या असणाऱ्या 'आया-बहिणींना' उपलब्ध नव्हता. इतकेच नाही, तर एकूण राजकारणामध्ये शेतकरी संघटनेचे नेतृत्व एकदा राज्यसंस्था, बाजारपेठ आणि राजकीय शक्ती यांच्याशी देवाण घेवाण करू लागले, वाटाघाटी करू लागले; तेव्हा एकूणच शेतकरी समूहाला आपली संघटना कोणती दिशा घेत आहे हे समजेनासे झाले. 'कधी विश्व हिंदू परिषद' तर कधी व्हि. पी. सिंग तर कधी मनमोहन सिंग असे हेलकावे सुरू झाले, तेव्हा मला असे वाटते की, शेतकरी संघटनेला असणारा जनाधार कोसळत गेला.

लाखोंच्या सभा घेणारी शेतकरी संघटना हळूहळू तुटत गेली. परंतु स्त्री-प्रश्नाला या संघटनेनी दिलेली चालना मात्र आजही महत्त्वाची वाटते. कारण आजही महाराष्ट्रातील खेड्यापाड्यांत, गावागावांत, उपनगरांमध्ये आणि शहरांमध्ये ब्राह्मण, मराठा, ओबीसी, दलित, काही प्रमाणात आदिवासी स्त्रिया; हिंदुत्वाच्या पवित्र, शुद्ध, पतिव्रता धर्मातील आंधळेपणाला शह देत सार्वजनिक जीवनात येत आहेत. मुस्लीम, ख्रिश्चन अशा विविध धर्मांमधून आलेल्या स्त्रिया समूह म्हणून सार्वजनिक जगात वाटा शोधत आपली लोकशाही, धर्मनिरपेक्षता मांडत आहेत. शेवटी मला असे वाटते की, 'समग्र स्त्रिया' ही आपल्या कल्पकतेतून निर्माण झालेली रचना वा चौकट आहे. त्यामध्ये एक असा आशावाद असतो की, एका पातळीवर समानता नाकारलेल्या सर्व स्त्रियांना शतकानुशतके स्त्रियांवर लादल्या गेलेल्या अत्याचारांचे, दुय्यमत्वाचे भान देईल आणि त्यांतून सर्व स्त्रियांची एकजूट निर्माण होईल. परंतु भारतासारख्या देशात वर्ग, जात, धर्म या उतरंडीमधून स्त्री-पुरुष विषमतेची उतरंडही घडविली जाते. म्हणून स्त्रीवादाचे राजकीय भान, जातीच्या उतरंडीमधून घडविल्या जाणाऱ्या भिन्न जातीतील स्त्री जीवनाविषयीच्या खऱ्या अर्थाने 'स्त्रीवादी' राजकारण जेव्हा उभे राहील तेव्हा नव्या भांडवलशाही, ब्राह्मणशाही, पुरुषशाही

वर्चस्ववादाच्या विरोधातच असे राजकारण उभे राहील. तसेच नव्या भांडवलशाही, ब्राह्मणशाही, पुरुषशाहीविरुद्ध लढणाऱ्या 'सेझ'सारख्या आंदोलनांना अथवा जातीअंताच्या लढ्यांना 'स्त्रीवादी' राजकीय भान कमवावे लागते. तसे झाले त्यामुळे एक कलमीपणा आणि एका व्यक्तीच्या हातात केंद्रित निर्णय प्रक्रिया त्यामुळे संघटना विदीर्ण झाली. शरद जोशींना जसे आपल्याला मार्क्स, गांधी आणि फुले कळले असे वाटत होते, तशीच जाणीव आणि स्वप्ने घेऊन हजारो शेतकरी कुटुंबे आणि त्या कुटुंबांतील स्त्रिया या चळवळीत सामील झाल्या होत्या. परंतु ज्ञान, सत्ता आणि निर्णय-प्रक्रिया यांमध्ये खऱ्या अर्थाने लोकशाहीकरण अथवा विकेंद्रिकरण केले गेले नाही हे मात्र खरे.

१९८० साली जेव्हा शेतकरी संघटना उदयाला आली, तेव्हा नुकतीच आणीबाणी संपून जनता पक्षाचा प्रयोगही संपला होता. या काळात वेतन वाढीसाठी आणि ट्रेड युनियनच्या हक्कासाठी कामगारांचे संघर्ष उभे राहिले होते. विद्यार्थ्यांच्या चळवळी उभ्या राहिल्या होत्या; स्त्रियांच्या चळवळींनी हुंडाविरोधी, बलात्काराविरोधी आवाज उठविला होता. इतकेच नाही तर पोलीस दलामध्येसुद्धा (मे १९७९) उद्रेक झाला होता. या पार्श्वभूमीवर एकीकडे जरी १९८० साली काँग्रेस पुन्हा सत्तेवर आली, तरीसुद्धा या सत्तेचे स्वरूप शेतकरी शक्ती (Peasant Power) आणि त्यांच्या लाखोंच्या रॅलीज यांनी भारलेले होते. हे नवे शक्तिशाली नेतृत्व आपला सत्तेतील वाटा मागत होते. हे काही फक्त 'ग्रामीण विरुद्ध शहरी' अशा विभागणीतून घडत नव्हते, तर प्रामुख्याने कनिष्ठ आणि मध्यम जातीतील, आपल्या बोलीभाषेमध्ये अभिव्यक्त होणारे अभिजन, आपल्या आकांक्षा घेऊन या सत्तेत आले होते. बऱ्याच लोकांनी या मंडळींना 'कुलक' किवा 'श्रीमंत शेतकरी' असे मानले, तरी नेहरूवादी धर्मनिरपेक्ष चौकटीत ज्यांना वगळले होते, त्या साऱ्यांना आणीबाणीच्या दडपणुकीनंतर एकत्र आणले गेले होते. शरद जोशींचे नेतृत्व या शेतकरी नेतृत्वामध्ये अधिक प्रगल्भ, सुशिक्षित असे होते. परंतु तरीही शेवटी राजकारणाच्या घुसळणीतून त्यांच्या किंवा शेतकरी संघटनेच्या हाती फार मोठे आंदोलन करण्याचे आणि महाराष्ट्राचे राजकीय चित्र बदलण्याचे श्रेय आले नाही. नेहरूवादी धोरणामधील औद्योगिकीकरणाचे प्रारूप नाकारून, आंतरराष्ट्रीय व्यापार खुला करू पाहणाऱ्या धोरणाला एकीकडे शरद जोशी पाठिंबा देत असतानाच, 'राजीव वस्त्रा'ची होळी करण्याचा कार्यक्रम शेतकऱ्यांना देत होते. सुती कापडाऐवजी सिंथेटिक वस्त्र नाकारायला सांगणारे शरद जोशी 'राजीव वस्त्र' घालून येणाऱ्या महाराष्ट्रातील हजारो शेतकऱ्यांना भेटणेसुद्धा नाकारू लागले. परंतु 'राजीव वस्त्रा'ची होळी करण्याचे कार्यक्रम बघता बघता थांबले. आंतरराष्ट्रीय बाजारपेठेशी हातमिळवणी मात्र चालू राहिली. या बाजारपेठेत स्त्रियांच्या नाही तर पुरुषांच्या देहाचेही वस्तुकरण होते. अशा खुल्या बाजारपेठेचे स्वागत करणारे

शरद जोशी आणि ग्रामीण भागातील शेतकरी स्त्रीला 'सीता', 'लक्ष्मी' मानून खडी फोडण्यापासून वाचवू पहाणारे शरद जोशी, या दोघांचा मेळ कसा घालायचा असे मनात येत राहीले. अशा अनेक आंतरविरोधातून शेवटी बघता बघता स्वत: शरद जोशी राष्ट्रपातळीवरील शेतकऱ्यांचे प्रतिनिधित्व करणारे नेते, कृषी प्रश्नाचे तज्ज्ञ झाले. परंतु ज्या लाखांनी त्यांच्या सभा गाजविल्या, त्यांचे पाय मात्र अनवाणी राहून, उन्हा तान्हात पोळून आणखी निबर झाले. स्त्री-प्रश्नाच्या सोडवणुकीसाठी त्यांनी जे 'इंडिया विरुद्ध भारत' हे द्वैत मांडले, त्यात या दोन्ही जगातील स्त्रियांच्या जीवनातील भिन्नता दाखविली, परंतु त्यातील परस्परावलंबन दाखविले नाही. शहरी शिक्षित स्त्रियांच्या मनात फक्त अपराधीपण जागवून आणि ग्रामीण भागातील स्त्रियांना त्यांच्या दडपणुकीचे भान देऊन सर्व स्त्रिया एकत्र येणार नव्हत्या. तसेच भांडवलशाही चौकटीतील शेतीचा प्रश्न फक्त बाजारभावाशी जोडण्यातही गल्लतच होती. कारण शेवटी जमिनीची मालकी या प्रश्नाचा विचार केला, तर इतिहासाच्या ज्या टप्प्यावर जमीन मालकी घडली, त्याच टप्प्यावर पुरुषसत्ताक व्यवस्थेची पुनर्रचना झाली. स्त्रियांच्या जमीन मालकीचा प्रश्न, जगभरात घडविल्या जाणाऱ्या पैशाचा प्रश्न, पुरुषांकडून होणाऱ्या हिंसाचाराचा प्रश्न हाती घेणे महत्त्वाचे होते. त्याऐवजी फक्त उत्पादन खर्चावर आधारित योग्य भाग, ही मागणी म्हणजे शेतकऱ्यांच्या सधन घरांची भर करणारी ठरली. त्यातून अगदी त्या चौकटीतील स्त्रियांनाही न्याय मिळाला असे दिसत नाही. ब्रिटिश राज्यकर्त्यांप्रमाणेच शरद जोशीही झिरपण्याच्या सिद्धांतावरच भर देत होते असे नाइलाजाने म्हणावे लागेल. इतिहास नाकारून उभे राहिलेले हे आंदोलन कुंठित झाले तर नवल नाही.

३ | स्त्री-प्रश्नाची प्रतिगामी वाटचाल?

'संयुक्त महाराष्ट्र चळवळी'नंतर मराठी भाषिकांचे महाराष्ट्र राज्य-अगदी मुंबईसह प्रस्थापित झाले, तेव्हा महाराष्ट्र राज्यातील वातावरण एकूणच उत्साहाचे होते. १९६० चे दशक म्हणजे भारतातील इतर राज्यांपेक्षा पुरोगामी राज्य असा नावलौकिक मिळवायचा, याची खात्री असलेले नेतृत्व उदयाला आले होते. औद्योगिक विकास, शेती-पाणी, सहकार, शिक्षण, सामाजिक सलोखा, समाजसुधारणा, समाजप्रबोधन याबाबतीत महाराष्ट्राचे नाव घेतले जायचे. परंतु त्याचबरोबर १९६० च्या दशकातील वातावरण असे होते की, महाराष्ट्रातील अगदी पुणे-मुंबईच्याच नाही; तर मराठवाडा, विदर्भ या भागातीलही स्त्रिया नेतृत्वाच्या जागी दिसू लागल्या होत्या. 'पाणीवाली बाई', 'लाटणं मोर्चा', 'महागाई विरोध' अशा चळवळींमध्ये तर स्त्रिया होत्याच, परंतु 'अखिल भारतीय विद्यार्थी परिषद', विद्यार्थ्यांच्या डाव्या चळवळीत किंवा 'युक्रान्द', 'मागोवा'सारख्या युवक चळवळींमध्येसुद्धा मुलींचे प्रमाण भरपूर होते. विचार करणाऱ्या, वादविवादात न हटणाऱ्या अशा स्त्रिया हे महाराष्ट्राचे वैशिष्ट्य होते.

परंतु गेल्या ४-५ वर्षांत, एकीकडे मराठीची आणि महाराष्ट्राची इतरांपासून स्वतःला विलग करणारी अस्मिता अधोरेखित केली जात आहे आणि त्याच वेळी 'स्त्रीप्रश्नाचा' व्यापक संदर्भ सोडून, स्त्रियांच्या समस्यांकडे संकुचित चौकटीत डागडुजी करण्याच्या पद्धतीने पाहिले जात आहे. जागतिकीकरणाच्या बडग्याखाली नव्या नव्या संधी, काम करण्याच्या सुविधा समोर येत असतानाच; घर, कुटुंब, गोतावळा, जात आणि धर्माचे प्रतीक म्हणूनसुद्धा त्या त्या चौकटीत स्त्रीजीवन गोठवले जात आहे. एकाच सुरात एकच मागणी करणारी स्त्रीचळवळ महाराष्ट्रातच काय, पण संपूर्ण जगभरच आता उभी राहणे शक्य नाही. परंतु स्त्रीचळवळीचे स्थानिक पातळीवरील घडविले जाणारे रूप आणि देशाच्या सीमारेषांचा आब राखला जावा अशी स्त्रीचळवळीवर असणारी सक्ती आणि त्याच वेळी आंतरराष्ट्रीय पातळीवर स्त्रीवादी म्हणून स्त्रीचळवळीतील विचारवंत करत असणारी आदानप्रदान ही गुंतागुंत आपण समजावून घेतली पाहिजे.

निरीक्षण म्हणून आसपास पाहिले, तर बरेच आंतरविरोध दिसतात. महाराष्ट्र राज्यातील सरकार कधी सांस्कृतिरक्षक होऊन स्त्रियांच्या चारित्र्याच्या संरक्षणाची भाषा बोलते, तर त्याच वेळी पोलीस दलात नव्याने भरती होऊ पाहणाऱ्या, तरुण प्रशिक्षण घेणाऱ्या स्त्रियांचे लैंगिक शोषण केले जात आहे अशी बातमी हाती येते. वर्तमानपत्रांतून स्त्रियांवरील हिंसाचार आणि अत्याचारांच्या बातम्या दैनंदिनपणे त्याच त्या भाषेत मांडल्या जातात. अनैतिक संबंधांच्या संशयामुळे चिडून खून करणाऱ्या; दिवसाढवळ्या गोळी घालणाऱ्या; तरुण, तडफदार, अस्वस्थ तरुणांचे पेव फुटलेले दिसते. परंतु त्याच वेळी माध्यमांमधून मात्र या ना त्या सोहळ्यांच्या निमित्ताने 'एकापेक्षा एक' स्पर्धात्मक कार्यक्रमांमध्ये मुली जीव तोडून 'लावण्या ते साल्सा' अशा अनेक नृत्यप्रकारांचा आविष्कार करतात. परंतु हे करतानाच सूत्रसंचालक पुरुष या मुलीच्या जशा फिरक्या घेतात, जे विनोद करतात; हे पाहून हसावे की रडावे कळत नाही. महाराष्ट्रातल्या कलावंत स्त्रिया अगदी माधुरी दीक्षितपासून त्यानंतरच्या सर्व; संसार, कुटुंब यांच्याशी तडजोड करत बाजारपेठेत आपली दृश्यता टिकवू पाहतात. एक बिनडोक, कोणताही खणखणीत विचार न करण्याची परंपरा प्रस्थापित होऊ लागली आहे आणि गोड गोड चेहऱ्याच्या 'ब्राह्मणी' संस्कारांना ठळकपणा दिला जातो आहे. त्यातच जाड, बुटक्या, तोतऱ्या वगैरे मुलींना आपल्या व्यंगाची, रूपाची महाराष्ट्रातील दृश्यता एका विकृत पद्धतीने दिसू लागली आहे आणि त्याच वेळी रोजच्या जगण्यात 'पदर तर पेटला नाही पाहिजे, निखारा तर विझला नाही पाहिजे' ही तारेवरची कसरत स्त्रीजीवनाला नवे धुमारे फुटू देत नाही, असे खेदाने म्हणावे लागते.

आणखी असे की, एकूण आकडेवारी पाहिली तर महाराष्ट्रामध्ये पुरुषांच्या तुलनेत स्त्रियांचे घटते प्रमाण, स्त्री भ्रूणहत्या प्रकाराचे वाढते प्रमाण, ०-६ वयोगटातील मुलींचे घटते प्रमाण असे उदास चित्र दिसते. परित्यक्ता, अविवाहित स्त्रियांची दारिद्र्यरेषेखाली जगण्याची रीत किंवा वेश्याव्यवसायात कनिष्ठ जातीतील, वर्गातील, धर्मातील स्त्रियांचे खेचले जाणे हेसुद्धा वाढत्या प्रमाणात घडते आहे. पुणे-मुंबईमध्येसुद्धा अगदी रात्री आठ साडेआठनंतर मुलींनी रस्त्यावरून जाणे दुरापास्त झाले आहे. गळ्यातली एखादी साखळी किंवा बोटातील एखादी अंगठी यांसाठी जीव घेणारे, हल्ला करणारे, चेहरे हरविलेले गुंड या वास्तवाला तरुण स्त्रिया तोंड देत आहेत.

प्रामाणिकपणे सांगायचे तर, स्त्रीवाद किंवा स्त्रीचळवळ यांच्या स्वरूपामध्ये जसा बदल होतो आहे, तसाच बदल राज्यसंस्थेच्या स्वरूपामध्येही होतो आहे. पूर्वीही फक्त स्त्रीचळवळीचा धाक असे कधी होते असे वाटत नाही. परंतु ताराबाई शिंदे, सावित्रीबाई फुले, पंडिता रमाबाई आणि मुक्ता सावळे यांची बाजू घेण्यासाठी महात्मा फुले यांना

आपली लेखणी परजावी लागली होती. न्यायमूर्ती रानडे, लोकहितवादी यांच्यापासून थेट आगरकरांपर्यंत स्त्री-सुधारणेच्या चौकटीचा गांभीर्याने विचार झाला होता. इतकेच नाही, तर लोकमान्य टिळकांनीही राष्ट्रउभारणीमध्ये भारतातील स्त्रीशिक्षणाचे स्वरूप कसे असेल याची गांभीर्याने मांडणी केली रहोती. महात्मा गांधींच्या चळवळीत मोठ्या प्रमाणात निर्भयतेने स्त्रिया घरदार, कुटुंब ही चौकट मोडून कृतिशील झाल्या होत्या. अगदी मागे वळून पाहिले, तर महानुभव आणि वारकरी संप्रदाय या महाराष्ट्राच्या परंपरेमध्येसुद्धा महादाईसा ते मुक्ताबाई, जनाबाई, सोयराबाई अशी विचारवंत, कृतिशील स्त्रियांची दमदार परंपरा दिसते. म्हणजे लक्षात असे येते की, जेव्हा जेव्हा धर्माच्या कर्मकांडाविरुद्ध, ढोंगीपणाविरुद्ध, जातीच्या उत्पादन व्यवस्थेतील स्थानाला धक्का बसल्यानंतर त्याविरुद्ध माणसे उभी राहिली, तेव्हाच स्त्रीप्रश्नालाही तड लागण्याची शक्यता निर्माण झाली. १९७५ नंतर मात्र स्वायत्त स्त्रीवादी चळवळ जेव्हा स्त्रीप्रश्नाची गुंतागुंत मांडू लागली, त्या काळात हळूहळू दलित, आदिवासी आणि एकूण तरुण पिढीच्या प्रश्नांची मांडणी करणाऱ्या चळवळी कोंडीत सापडल्यासारख्या झाल्या.

स्त्रीवाद, स्त्रीचळवळ ही मक्तेदारी पद्धतीने काही उच्चशिक्षित, महानगरीय, उच्चजातीय, वर्चस्ववादी धर्मामधील स्त्रियांच्या हाती जाईल की काय, अशी भीती यानंतरच्या काळात निर्माण झाली होती. परंतु १९९० च्या दशकापासून, बहुजन समाजातील परिघाबाहेरील जिणे जगणाऱ्या स्त्रिया मोठ्या प्रमाणात समूह म्हणून एकत्र येतानाही दिसत आहेत. म्हणजे डाऊ कंपनीला उखडून लावताना किंवा समुद्रकिनाऱ्यावर मच्छीमारांना हुसकावून लावण्याच्या विरोधात, त्या त्या स्थानिक पातळीवर स्त्रिया कृतिशीलपणे हस्तक्षेप करताना दिसतात. अर्थात या प्रतिकाराच्या 'बातम्या' प्रसिद्ध केल्या जात नाहीत. म्हणजे महाराष्ट्रात तळागाळाच्या पातळीवर एक असंतोष, अस्वस्थता धुमसते आहे आणि त्या अस्वस्थतेचे स्त्रीप्रश्नाशी नाळेचे नाते आहे.

जर आपण अगदी वरवरच्या पद्धतीने स्त्रियांच्या चळवळीची तपासणी केली, तर त्यातून असे दिसून येईल की, ही चळवळ सातत्याने स्थानिक आणि जागतिक शक्तींच्या मदतीने अगदी सुरुवातीपासून म्हणजे १९ व्या शतकापासून आजतागायत उभारली गेली. स्त्रियांचे प्रश्न वसाहतवादाच्या आणि राष्ट्रवादाच्या गुंतागुंतीच्या इतिहासामध्ये गुंतलेले आहेत, मग त्यात स्त्रियांच्या हक्कांची उत्क्रांतीसुद्धा येते. म्हणजेच एकगठ्ठा सहमती असणारी स्त्रियांची चळवळ कधी दिसली नाही, तरी तिचे अस्तित्व मान्य करावेच लागते. १९५० चे दशक आणि १९६० चे दशक हे लक्षात घेतले, तर देशातील बहुसंख्य नागरिकांमध्ये राष्ट्र या गोष्टीला सार्वभौमत्वाचा दर्जा होता, परंतु अशा काळालाही स्त्रियांच्या चळवळीच्या दृष्टीने 'मूक कालखंड' असेच नाव सुरुवातीला मिळाले. परंतु १९७० चे

दशकच अनेक चळवळींच्या दृष्टीने आणि स्त्रियांच्या चळवळींच्या दृष्टीने एक नवीनच सुरुवात म्हणून नोंदविले गेले आहे, कारण या वर्षामध्ये स्वातंत्र्यानंतरच्या काळात पहिली प्रमुख राष्ट्रीय कोंडी साक्षीभूतरितीने पाहिली.

'स्त्रीवाद' हा शब्द बदनाम करून त्याची सांगड पाश्चात्त्यीकरणाशी घातली गेली. असे करताना अनेकदा जे जे स्थानिक पातळीवरील ते ते अस्सल असाही दावा केला गेला.

चळवळींचा गतिमार्ग

लैंगिकतेचे प्रश्नसुद्धा तितक्याच प्रमाणात दूरगामी आणि संघर्षात्मक आहेत. वेश्याव्यवसाय, एड्सविषयक जागतिक मोहिमा, लेस्बियन, गे, द्विलिंगीय आणि लिंगभावापलीकडे जाणाऱ्या प्रक्रिया बिगरशासकीय संघटना या साऱ्या गोष्टींना प्रमुख स्त्रीवादी संघटना आणि स्त्रीअभ्यासक्षेत्र आता कोठे महत्त्व देऊ लागले आहेत.

४ सांस्कृतिक जडणघडणीतील राजकारण : पुरुषांसाठी आणि स्त्रियांसाठी

अगदी जन्मजात मुलगी म्हणून होणारी जाणीव म्हणजे आपली भिन्नता. विशेषत: भावांच्या पाठीवर पाय देऊन जन्म घेतला असेल, तर आणखीनच ही जाणीव तीव्र असते. 'मुलीची जात' या नावाची जात कोणत्याही जातीपेक्षा आधी आपल्यापाशी पोचते. त्यातच जर गोऱ्या घरात सावळी मुलगी असेल, तर 'काळी अम्मा, काळी अक्का' अशी विशेषणे मिळतात आणि 'जरा माती कमी पडली म्हणून मुलगी झाली' हेही स्वीकारावे लागते. ही अशी मानवी संस्कृती फक्त भारतातच आहे असे नाही, तर जगभरच स्त्री पुरुषांची भिन्नता वेगवेगळ्या मार्गांनी अभिव्यक्त होत मानवी समाज घडत असतात. बुरखा, पडदा, कुंकू, मंगळसूत्र, खांदे उघडे किंवा संपूर्ण शरीर झालरीच्या कपड्यांनी झाकलेले अशी विविधता असली, तरी 'स्त्रीजीवन', 'स्त्रीजात' नावाची गोष्ट अनादी कालापासून घडत आलेलीच आहे आणि अशा घडणीला नैसर्गिक मानायचे की, त्यामागील दडपणूक करणाऱ्या संरचना आणि विचारप्रणाली उघड करून त्याविरुद्ध बंड करायचे आणि त्यातील शोषण दाखवायचे की, संस्कृतीच्या या भिन्नतेचा उपयोग करून तिचे आंतरिकीकरण करून वाटा काढायच्या; हेही प्रत्येक समाजातील स्त्रियांचे गट ठरवितात, तशी कृती करतात आणि त्या त्या जमातीतील पुरुषांबरोबर कधी दोन हात करून, कधी वाटाघाटी करून, कधी 'दादा पुता' करून, चुचकारून पुढे जातात.

प्रत्येक मानवी समाज स्त्री-पुरुषांच्या एकत्र असण्यातूनच 'मानवी' होतो आणि त्या एकत्र असण्यातून पुढची पिढी जन्माला येते. समाजाचे गाडे अविरत चालू राहते आणि युद्ध असो वा तह, नैसर्गिक आपत्ती असो वा ताजमहाल बांधणे असो या प्रत्येक कृतीच्या पायापाशी स्त्री-पुरुष नात्याचे अस्तर असते. कोणत्याही पुरुषाला आपण कितीही पौरुषयुक्त सिकंदर आहोत असे वाटले, तरी त्याचा जन्म आईच्याच पोटी झालेला असतो. तंत्रज्ञानाने या पुनरुत्पादनाच्या स्त्री-क्षमतेला पर्याय शोधण्याचे प्रयत्न केले; परंतु तरीसुद्धा गर्भधारणा, जननक्षमता आणि अपत्य संगोपन या गोष्टी प्रत्येक समाजात भरणपोषणाच्या बरोबरीने कळीच्या ठरतात. संस्कृतीचा विचार या सर्व कृतींच्या भोवती गुंफला जातो.

स्त्रीला संस्कृतीचे प्रतीक मानणे, तिला मूर्तिमंत संस्कृती मानणे, तिने सांस्कृतिक आविष्कारांचे उल्लंघन करू नये असे मानणे आणि त्यातून समाजाचे सातत्य टिकवण्याचे काम तिनेच केले पाहिजे किंवा जर ते सातत्य मोडते आहे असे वाटले, तर तिला जबाबदार धरून सगळ्या तोडमोडीची चीड तिच्या अस्तित्वावर काढणे, यात दुहेरीपणा आहे. आपल्याला या लेखात संस्कृतीचे बदलते अर्थ, विशेषत: अत्ताच्या परिस्थितीत कसे घडत आहेत आणि त्यातून पुन्हा एकदा स्त्री-पुरुष विषमतेची रचिते नुसती निर्माण होत नाहीत, तर असे जाणवते की, भारतातील स्त्रियांमध्ये असणारी जातीनिहाय, वर्गनिहाय, धर्मनिहाय विविधता, भिन्नता आणि विषमतासुद्धा वाढीस लागते आहे. यातून मग स्त्रियांची सामूहिकता, स्त्री-जीवनाच्या भिन्न आविष्कारांबद्दलची एक परिवर्तनवादी राजकीय जाणीव बोथट होत जाते आणि शिक्षित स्त्रिया विरुद्ध निरक्षर स्त्रिया, ग्रामीण विरुद्ध शहरी, सवर्ण विरुद्ध दलित अशा दुफळ्या माजून, मानवी जीवनातील मांगल्याच्या, सार्थकतेच्या दिशाच धूसर होत जातात. जो तो आपापल्या बंदिस्त अशा चौकटीमध्ये आपल्यापुरताच श्वास घेण्याचा अवकाश शोधू लागतो आणि त्यालाच आपण मुक्ती वा मोक्ष असे म्हणू लागतो. फार मागे न जाता अगदी मराठीतील संत साहित्याचा विचार केला तरी लक्षात येते की, अगदी १३ व्या शतकातील मुक्ताबाईपासून सर्व संत स्त्रिया एकाच वेळी व्यापक अशा समाजाच्या, जनसमुदायाच्या दु:खाबद्दल बोलत होत्या आणि त्याच वेळी स्वत:चे अनुभवही, आपली देह भिन्नताही अधोरेखित करून सांगत होत्या. ही व्यापक समाजाशी नाळेचे नाते जोडण्याची क्षमता आत्ताच्या भांडवलशाहीच्या बाजारपेठी टप्प्यावर तुटते आहे आणि समाजापासून तुटणे, आत्मकेंद्री होणे, हे भांडवलशाही संस्कृतीचा भाग आहे. व्यवस्थाप्रणित संस्कृतीविरुद्ध, अन्यायाविरुद्ध, स्त्री-चळवळ लढा देते खरी, पण या व्यवस्थेतील काही प्रतिबिंब अपरिहार्यपणे चळवळीच्या व्यवहारात आपल्याला दिसतात.

स्त्रीवादी प्रथेप्रमाणे या लेखाची सुरुवात मी स्वत:च्या अनुभवातूनच करणार आहे. म्हणजे वयात येणे, घर नावाच्या चौकटीतून सुटावेसे वाटणे, नवे काही शिकावेसे वाटणे आणि प्रौढ आणि निर्भय आयुष्य जगावे असे वाटणे; हे सगळे लग्न न करता शक्य नाही हे मला १५-१६ व्या वर्षीच लक्षात आले. खो-खो, बास्केट बॉल खेळ बंद झाले, सातच्या आत घरात सुरू झाले आणि एकूणच थोड्यासुद्धा मोकळ्या वागण्याचे अर्थ विपरीतच लागतात याचे अनुभव आल्यावर; लग्न हा एकच मुक्तिदायी पर्याय समोर उभा होता. त्यातही भाषा, साहित्य, संस्कृती आणि रोमॅन्टिक कल्पना घेऊन जगणारी मी आणि तंत्रज्ञान, विज्ञान, विवेक घेऊन बोलण्याची किमान आवश्यकता वाटणारा जोडीदार असा टिपीकल प्रवास सुरू करून, मगच मला प्रौढ जगामध्ये एका प्रतिष्ठित माणसासारखे

जगण्याची निदान संधी लाभली. विवाहाच्या चौकटीत भांडणे नाहीत, मारहाण नाही, जागेच्या टंचाईअभावी का होईना, पण एक लहानसे स्वतंत्र खोली वजा घर स्वत:चे म्हणून मिळणे हे मध्यमवर्गीय बाईचे सार्थक माझ्याही वाट्याला आले. त्या वयात वसतिगृहात राहण्याचा अनुभव, मुली-मुलींनी प्रवासाला जाणे किंवा व्यावसायिक शिक्षण घेऊन आपल्या पायावर उभे राहणे अशी कोणतीच शक्यता आपल्याला मिळाली नाही असे न जाणवता, जे काही मिळाले त्याच्यातच आनंद मानायलाही मी शिकले. आपल्यालासुद्धा करिअर करणे, महत्त्वाकांक्षा असणे, एखाद्या आवडणाऱ्या विषयात ध्यास घेऊन काम करायला मिळणे हे हवे आहे, हेच मुळी मनात आणू न देणे म्हणजेच संस्कृतीच्या चौकटीतील सर्व आदर्शाचे आंतरिकीकरण करणे होय. तसेच मुलांचेही काही प्रमाणात वेगळ्या मार्गाने होतच असणार. घरातला मोठा मुलगा कर्तबगार व्हावा म्हणून त्याला पैसे हाताळण्याचे, करिअर करण्याचे किंवा अगदी चुका करण्याचेसुद्धा स्वातंत्र्य मिळते. पण त्याच्या आतमध्ये एक सुप्त प्रवाह असतो, तो म्हणजे मोठा मुलगा म्हणजे आई-वडलांची जबाबदारी त्याचीच. त्याने अर्थार्जनासाठी खडतर मार्ग स्वीकारला, तर त्याच्या बायकोने त्याग करून त्या खडतर मार्गाला पाठिंबा देणे हे तिचे आद्य कर्तव्य आणि त्यासाठी घर, संसार सांभाळून तिने शिकवण्या कराव्या, अर्धवेळ नोकऱ्या कराव्यात किंवा अगदी सेल्सगर्ल म्हणून काम करावे. त्यानेही सुबत्ता, स्थिरता घरासाठी आणताना त्यातला मोठा वाटा हा कुटुंबासाठी, आई-वडलांसाठी ठेवणे; हे दोघांनाही स्वीकारले की, 'भारतीय अविभक्त एकत्र कुटुंब' (Hindu Undivided Family) या सांस्कृतिक चौकटीत दोघेही फिट बसतात. आपल्याला वाटत असते की, आपण निवड करून आपले आयुष्य जगतो आहे. परंतु ते आयुष्य समाजाच्या मान्य अपेक्षांच्या चौकटीपलीकडे फारसे नसते. म्हणजे राजकारण्यांच्या घरात असाल, तर राजकारणामध्येच जायचे आणि कलावंताच्या घरात असाल, तर तोच मार्ग स्वीकारायचा; यातून भारतातील कुटुंब संस्था टिकवून ठेवण्याचे काम घडले असे वाटते. प्रश्न आला तो आधुनिकतेच्या नव्या घडणीमध्ये ज्या जातींचे जातीनिहाय व्यवसाय तुटले आणि ज्या जातींना स्थलांतर करावे लागले, त्या जातीच्या कुटुंबांचा. आपण दलित साहित्य जर वाचले, तर सर्व महत्त्वाच्या लेखनांमधून हा सूर दिसतो की, गावखेडे सोडले, पण मुंबईतली मलबारहीलची चमक कधी आपल्या वाट्याला आली नाही. मुंबईत एका कंगाल, भकास चौकटीत काम करत जगताना मुलाबाळांना नव्या आधुनिक शिक्षणाची संधी निर्माण करत ही मंडळी गावखेडी जातीची डबकी असतात असे म्हणत, परंतु शहरांमध्ये त्याहीपेक्षा मोठे खड्डे अनुभवत जगत होती. या जगण्यातून आलेले जे जिवंत साहित्य, तेच दलित साहित्य. त्यानेच मराठी मध्यमवर्गीय गोठलेल्या साहित्याला हादरवून काढले आणि त्यातून नव्या

बंडखोर विचारांना जन्म दिला. ज्ञानेश्वर, तुकारामांशी नाते सांगणारे दलित साहित्य हे महाराष्ट्राच्या संस्कृतीचे भूषण आहे आणि मराठी भाषेला प्रवाही बनवणारी शक्ती आहे. कारण एकीकडे जसे ज्ञानेश्वरांनी, तुकारामांनी तत्कालिन धार्मिक चौकटीविरुद्ध बंड केले, तसे दलित साहित्यही बंड करतेय; पण हे बंड करताना इतिहासाशी, इथल्या संस्कृतिक जडणघडणीशी नातेही सांगते.

वसाहत काळामध्ये भारतामध्ये जी खंडितता आली, ती याच अंगाने आली आणि त्यामुळे ब्राह्मणांची भिक्षुकी गेली. जमिन पाणी या गोष्टींवर नियंत्रणे आल्यावर शेतीच्या परस्पर अवलंबित्वाचा साचा बदलला आणि अलुतेदार, बलुतेदारांना आपली आधीची कौशल्ये सोडून नवी कौशल्ये घेऊन उभे राहणे भाग पडले. १८१८ नंतरच महाराष्ट्रात वसाहतवादी अर्थव्यवस्था स्थिरावल्यावर स्त्रियांच्या वेश्याव्यवसायात खेचल्या जाण्याच्या प्रमाणात वाढ झाली आणि औरस, अनौरस संततीचा प्रश्नसुद्धा मोठ्या प्रमाणात उभा राहिला. आणि म्हणूनच ताराबाई शिंदे यांच्या 'स्त्री पुरुष तुलना' या निबंधात स्पष्ट उल्लेख येतो की, 'वेश्यांचा जन्मही तुमच्या आमच्यांच्या घरात होतो.' पण हातमाग गेले, पोट भरण्याची साधने संपली; अशा वेळी जगून तगून राहायचे, तर पैसा कमावणे भाग पडते आणि तरुण वयातल्या स्त्रिया वेश्याव्यवसाय स्वीकारतात. बाईपणाचे अध:पतन करणारा हा व्यवसाय कोणच्या वाट्याला येतो हा प्रश्न महात्मा फुले यांनी विचारला, नवा विचार मांडला आणि त्यातून मुक्ताबाई साळवे, ताराबाई शिंदे आदी विचारवंत स्त्रिया पंडिता रमाबाई, आनंदीबाई जोशी यांच्याबरोबरीने उभ्या राहिल्या. म्हणजे संस्कृतीचे रूप हे कधीच न बदलणारे, चिरंतन नसते; ते घडत, मोडत असते. पुन्हा पुन्हा त्या त्या टप्प्यावर जो अभिजन वर्ग घडतो, तो अभिजन वर्ग पुन्हा एकदा समाजाला स्थैर्य यावे म्हणून एक तऱ्हेची कर्मठ बांधणी करू लागतो. त्यातच मग अभिजात संगीत येते आणि त्याला शह देत लोकप्रिय संगीतसुद्धा जन्मते. आतासुद्धा बाजारपेठेत आपण पाहतो वॅन यूसन, पीटर इंग्लंड असे ब्रँडेड कपडे दुकानात येतात आणि त्याची सही सही नक्कल स्वस्त दरात फूटपाथवर विकायला येते. त्यांची निर्मिती गरीब, दारिद्री, वंचित जगामधून होते. प्रगत देशांमध्ये अतिशय सुस्थित आणि सुरक्षित आयुष्ये असणारी नवी पिढी गुडघ्यावर फाटक्या जिन्स आणि चिंध्या जोडलेल्या कपड्यांचा गौरवाने वापर करू लागते. फॅशन्स अशा येतात. संस्कृती अशीही घडते आणि महानगरांमध्ये पौरुष आणि स्त्रीत्व यांचे विस्कळीत अनुभव घेत माणसे जगत राहतात.

संस्कृतीचा विचार करताना, लैंगिकतेचा विचार करणे भाग पडते. संस्कृतीच्या पवित्र चौकटीत माणसांनी आपल्या लैंगिकतेची घडण कशी घडवावी याचे काही नियम पाडले जातात. असे नियम आले की, काही स्त्रियांच्या वाट्याला कडक नियंत्रण येते

आणि फक्त मुले जन्माला घालून वंश सातत्य टिकविण्याची जबाबदारी येते. काही स्त्रियांना आपली शारीरिकता पवित्र वगैरे न मानता सत्ताधारी वर्गातील पुरुषांसाठी उपलब्ध करून द्यावी लागते आणि त्याच वेळी काबाडकष्टाचे काम करून बाईपणाचे सौंदर्य आणि नाजूकपण नाकारावे लागते. विशेषत: स्वातंत्र्य, समता, बंधुता ही मूल्ये औद्योगिकीकरण, आधुनिकता यांच्याबरोबर आली आणि नवे विचार जन्मले तेव्हाच या दुहेरीपणाशी झुंज घेण्याची ताकद दडपलेल्या जातीतील स्त्री-पुरुषांना आली. तरीही जरा सुबत्ता आली, स्थिरता आली की, बाईने उंबरठ्याच्या आत जगत आपापल्या घराची प्रतिष्ठा जपावी आणि सार्वजनिक जीवनात पुरुषांनी पुरुषार्थच गाजवावा अशी लैंगिकतेवर आधारित श्रमविभागणी तयार झालीच. म्हणून आत्ताच्या काळात लैंगिकतेचा विचार संस्कृतीच्या संदर्भात खूप महत्त्वाचा ठरतो आणि विशेषत: एकीकडे ज्यांच्या हातात सत्ता आहे, निर्णय घेण्याचा अवकाश आहे अशा जातीतील मुलांना दारू, वेश्या व्यवसाय, अमली पदार्थ, जुगार या विळख्यात पडून न देण्यासाठी पवित्र विवाहसंस्था, कुटुंबसंस्था फार महत्त्वाची ठरते. त्याच वेळी कष्टकरी थरातली माणसे खेडी उजाड झाली, अर्थार्जन करणे शक्य नाही म्हणून जेव्हा मुंबई, कलकत्त्यासारख्या महानगरीमध्ये येतात, तेव्हा ते आपल्या लैंगिकतेच्या वाटा कशा शोधतात हे पाहणे महत्त्वाचे ठरते. कारण अशा शहरांमधले स्त्री-पुरुष संस्कृतीच्या सापळ्यातून आणि पोलीस किंवा शासन यंत्रणा यांच्या बडग्यातून कोणत्या पद्धतीने सुटून जगू पाहतात हे संस्कृतीचा अभ्यास करताना फार महत्त्वाचे ठरते.

आणखी एक महत्त्वाचे म्हणजे अर्थव्यवस्था बदलली, तशी आपल्याकडे राज्यवस्थाही बदलली. नवे नेतृत्व आले. भारतातील स्त्रियांवर होणाऱ्या अत्याचाराबद्दल पाश्चात्त्य देशांमध्ये गवगवा सुरू झाला आणि त्यात स्त्री-भ्रूणहत्या, स्त्रियांचे बाळंतपणातले मरणे आणि वाढत्या प्रमाणात लैंगिक अत्याचार आणि बलात्कार यांबद्दल मोठ्या चर्चा सुरू झाल्या. परंतु भारतातील डिप्लोमॅट्सना (परराष्ट्रीय धोरणे ठरविणारे मुत्सद्दी) मात्र हा प्रश्न फारसा गंभीर वाटत नाही. भारतातील राज्यकर्त्यांना नवी धोरणे आखावी, स्त्री-प्रश्नाची दखल घ्यावी असे वाटत नाही. उलट महत्त्वाच्या स्थानावर कोणत्याही बाईला नेमले की झाले अशी वृत्ती दिसते. अमर्त्य सेन यांनी 'हरवलेल्या मुली' (missing girls) ही कल्पना मांडली, लहानपणीच मृत्यू पावणाऱ्या मुलीचा प्रश्न मांडला. परंतु अजूनही आमचे पंतप्रधान बांगलादेशच्या पंतप्रधान हसीना शेख यांची स्तुती करताना, 'बाई असूनही दहशतवादाच्या विरोधात कठोर पावले उचलणाऱ्या' असे शब्द वापरतात. थोडक्यात स्त्रियांच्या दुय्यमत्वाचा प्रश्न आणि एकूणच भारतातील विकास यांचे काही नाते आहे हेच विसरले जाते. म्हणून विकास आणि संस्कृती याचा विचार करताना स्त्री-

पुरुष विषमतेचा विचार गांभीर्याने झाला पाहिजे असे आवर्जून सांगावेसे वाटते. मुख्य म्हणजे संस्कृतीच्या नावाखाली सध्या जे रुजविले जात आहे ते असे की, युगपुरुष व्हायचे तर बलवान, हिंसा करू शकणारे असे पौरुष तयार करायचे आणि असे करताना बायकांच्या बायकी जगाशी साधा संवादही करायचा नाही. उदाहरणार्थ 'लोकमान्य एक युगपुरुष' हा चित्रपट पाहावा. त्यात राष्ट्रराज्य घडविणारे टिळकांसारखे नेतृत्व आपल्या पत्नीशी खाजगीतसुद्धा फारसे काही बोलत नाही याचे मोठे गौरवीकरण केले आहे. नथुराम गोडसे होण्याचे आव्हान तरुण पिढीला पेलायला सांगितले जाते आहे, म्हणजे पौरुषाच्या उभारणीमध्ये वीर्यनाश टाळणे, वीर्य स्तंभन करणे आणि पाप योनी असणाऱ्या स्त्रियांच्या वाट्याला शक्यतो जाऊ नये; पण गेल्यास तेवढ्यापुरतेच असाही संदेश दिला जातो आहे. हे सर्व एक भयानक षड्यंत्र आहे. कारण यातूनच आता पुढे जेव्हा चकचकीत फलाटे आणि स्वच्छ अशी स्वच्छतागृहे तयार केली जातील, तेव्हा घाण म्हणून फक्त विष्ठाच साफ केली जाईल असे नसून पदपथावरील जगणाऱ्या माणसांचीही कत्तल केली जाईल अशी भीती वाटते. हिंसेला, आक्रमकतेला प्रतिष्ठा देणारी संस्कृती वाढवली जाते आहे आणि त्या संस्कृतीलाच जगाच्या पातळीवर मान मिळणार आहे असा दावा केला जातो आहे, ही चिंतेची गोष्ट आहे.

नुकताच माझ्या वाचनात एक लेख आला. त्यात दिल्ली, मुंबईमध्ये असणाऱ्या लिंगरोग चिकित्सालयांचा अभ्यास मांडला आहे. शहरी राजकीय आणि सांस्कृतिक अर्थव्यवस्थेमध्ये राहणारी, परिघावर जगणारी कष्टकरी पौरुषे कशी घडतात आणि बिघडतात त्याचा या लेखात अभ्यास आहे. या अभ्यासासाठी लेखकाने (संजय श्रीवास्तव) मध्यमवर्गीय चौकटींपासन दूर जाऊन लैंगिकता आणि संस्कृती यांबद्दल स्पष्टपणे मांडणी केली आहे. शहरांमध्ये कष्टकरी थरातून वयात येणाऱ्या पुरुषांना वीर्यपतनाबद्दल वाटणारी चिंता, तसेच उदयाला येणारे मातृदेवता पंथ आणि गांधीवादाची झिलई दिलेला लैंगिकतेचा विचार हे हाताशी घेऊन संशोधन करताना, पुरुषी लैंगिकता आणि भारतामधील सर्व माणसांमध्ये असणारा हिंदूपणा या दोन गोष्टी पायाभूत गृहीते म्हणून मांडल्या आहेत. भारतामध्ये अलीकडच्या काळात लैंगिकतेसंदर्भात उदयाला येणाऱ्या संस्कृतीचा शोध घेणाऱ्या या अभ्यासकाने आपल्या लेखनातून 'लैंगिकता' आणि 'पुरुषत्व' यांच्या व्याख्या वगैरे केल्या नाहीत, उलट मिशेल फुको (१९९०) या महत्त्वाच्या लेखकाच्या अभ्यासाचा आधार घेतला आहे. असे करताना 'नॉर्मल' म्हणजे काय, 'विकृत' म्हणजे काय या विषयी फुकोने घेतलेली भूमिका त्यांना महत्त्वाची वाटते. परंतु त्याचबरोबर भारतीय संदर्भात पुरुषत्व आणि भिन्न लैंगिकता यांचाही शोध त्या लेखात घेतला आहे.

उत्तर भारतामध्ये जे रेल्वे आणि बस यांमधून ये-जा करतात, त्यातील बहुतेकांना विशिष्ट प्रकारच्या जाहिरातीशी परिचय असतो. हिंदी आणि इंग्रजी भाषेमध्ये ठळक अक्षरांमध्ये खरडलेला हा मजकूर असतो. शहरी भागांच्या अगदी प्रवेशद्वारापाशी आणि शहरांमधील विविध प्रकारच्या भिंतींवरती, बस डेपो आणि रेल्वेचे रूळ यांच्या परिसरात लैंगिक समस्या हाताळणाऱ्या रोगचिकित्सालयांच्या जाहिराती असतात. 'लैंगिकता आणि शारीरिक ऊर्जा रोगचिकित्सालये' (Sex and Vitality Clinics) असे ज्यांना नाव दिले जाते, ती रोगचिकित्सालये प्रामुख्याने शहरांमध्येच अस्तित्वात आहेत. त्यांचे मोठ्या प्रमाणावरील गिऱ्हाईक म्हणजे पुरुष (आणि काही वेळा स्त्रिया) असतात आणि ही गिऱ्हाइके कनिष्ठ सामाजिक-आर्थिक कोटिक्रमांमधून आलेली असतात. आपल्या गिऱ्हाईकांना ही रोगचिकित्सालये अनेक प्रकारच्या सेवा पुरवितात. उदाहरणार्थ, 'लैंगिक संबंधातून पसरणाऱ्या आजारांवर उपचार', 'नपुंसकत्त्व', 'अकाली वीर्यपतन', 'लैंगिक प्रयोग अधिक काळ टिकण्यासाठी आवश्यक असणारे मार्ग' आणि 'मुलगा व्हावा म्हणून अंमलात आणायच्या पद्धती' इत्यादी. अशी रोगचिकित्सालये जे चालवितात, ते वैद्यकीय आणि वैज्ञानिक शब्दसंहिता वापरतानाच पुरुषत्त्व, लैंगिकता आणि लैंगिक निरोगीपणा यांच्या संदर्भात असणाऱ्या पारंपरिक कल्पनांचाही वापर करून गिल्हाईकांना आकर्षित करतात.

ही जी लैंगिक आजारांची चिकित्सा केली जाते, त्या आयुर्वेद आणि युनानी म्हणजे पाश्चिमात्य नसणाऱ्या अनेक रोगनिवारक व्यवस्था आहेत. म्हणूनच एकीकडे सापेक्षत: कमी किंमतीत उपचार करणारी ही रोगचिकित्सालये, ऐतिहासिकदृष्ट्या एक भारतीय वारसा घेऊन थाटली जातात. जनसामान्यांच्या आठवणीमध्ये अशा चिकित्सा करणाऱ्या रोगचिकित्सालयांना स्थान असते, त्याच प्रमाणे पारंपरिक उपचार करणाऱ्या व्यवस्थांमधून अजूनही अंमलात आणल्या गेलेल्या व्यवहारांमध्येही त्यांना स्थान असते. असे दवाखाने प्रामुख्याने शहरातील गरिबांसाठी असतात, तरीसुद्धा वाढत्या प्रमाणावर असे दवाखाने बऱ्या परिस्थितीतील गिऱ्हाईकांसाठीसुद्धा सेवा देतात. अशी लैंगिक रोगांवर उपचार करणारी रोगचिकित्सालये तीन प्रकारच्या ठिकाणी वसलेली असतात: रेल्वे स्थानक आणि बस डेपोच्याजवळ जेथे प्रमुख परिवहन होते तेथे, तसेच महानगरांमध्ये नव्याने प्रस्थापित वसाहती ज्यांच्या आवतीभोवती झोपडपट्ट्यांची वस्ती असेल, हलक्या प्रकारची औद्योगिक एकके (उदाहरणार्थ, रंगरंगोटीचा व्यवसाय) आणि नवीन आणि जुनी पक्की घरे, तसेच व्यापारी वस्त्या इत्यादी. ज्या भागामध्ये औद्योगिक आणि निमऔद्योगिक श्रमशक्ती खेड्यापाड्यांतून किंवा जिल्ह्याच्या क्षेत्रांतून आलेली असतात, तेथेसुद्धा ही रोगचिकित्सालये असतात. म्हणजे शहरी लैंगिकतेचासुद्धा एक भूगोल असतो.

याच्याशीच संबंधित एक संदर्भ आहे तो म्हणजे हिंदी भाषेमध्ये उपलब्ध असणारे पदपथावरील पिवळ्या पुस्तकांचे साहित्य. अशी पोर्नोग्राफी बहुतांश शहरांमध्ये आणि वसाहतींमध्ये उपलब्ध असते. जर आपण ही लिंग-चिकित्सालये आणि ढिसाळपणे निर्माण केलेल्या लैंगिक पिवळ्या पुस्तकांचे साहित्य एकत्रितपणे पाहिले, तर आपल्याला एक भूमिगत असलेले भलेमोठे जग त्यात सामावलेले आहे हे लक्षात येईल आणि नागरी समाजाचे चित्रही हाती लागेल. हे एक असे विश्व आहे की, जे गुप्त आहे, परंतु सार्वजनिक आधुनिकतेचे जग आहे. हिंदी भाषेतील कामजीवनावरील लैंगिक पुस्तके/ पोर्नोग्राफी ही मस्तरा आणि कामिनी देवी अशा 'आख्यायिका' बनलेल्या लेखकांच्या लेखनातून जन्मलेली आहेत. त्यांच्या पुस्तकांची नावे अशी दिसतात- 'सेक्सी, सेक्सी, सेक्सी, मुझे लोग बोले', 'सुलगती चाहत', 'मचलते अरमान', 'काय समस्याएं' आणि 'लैंगिकशक्ती वाढविण्याच्या पद्धती' (How to Increase Sex Power) इत्यादी. याबद्दल विशेषच लक्षात घेण्याची गोष्ट अशी आहे की, यातून एक सांस्कृतिक व्यासपीठ तयार होते आणि हे व्यासपीठ उत्तम रितीने आकलन करायचे, तर मग त्याकडे नैतिकतेची एक समस्या म्हणून न पाहता एक उद्योग म्हणून शरीरसंबंधांविषयीचे पोर्नोग्राफी साहित्य कसे असते आणि कसे निर्माण होते याचे विश्लेषण करणे महत्त्वाचे आहे.

या संहितांतून आपल्याला ठांबेठोक बदल कळत नाहीत. परंतु बदल कुठल्या दिशेने होत आहे याची कल्पना येते. शहरी अधुनिकतेच्या संदर्भातील आस्थेचे, चिंतेचे विषय कळतात. या प्रकारच्या साहित्यात (ज्याला सहसा नाक मुरडले जाते), सर्जनशीलता आपल्याला दिसते. कधी ती आशयाच्या संदर्भात असते, तर कधी ती अभिव्यक्तीच्या संदर्भात असते.

येथे खरा प्रश्न आहे, तो पाश्चिमात्य नसलेल्या अधुनिकतेकडे पाहण्याची क्षमता आपल्यासारख्या सुबुद्ध, सजग नागरिकांमध्ये कशी निर्माण होईल याचा. स्तर सहभागी आहेत, या स्तरांमध्ये आता न भूतो न भविष्यती असं चलनवलन होत आहे. ग्रामीण आणि निमग्रामीण भागातून शहरांकडे लोंढे येत आहेत. आजच्या घटकेला तरी गांधीवादी कल्पना, पौराणिक कथांचा भारतीय मानसिकतेवर पडणारा प्रभाव-यासंबंधीचे गांधीवादी आकलन, याचा समकालीन भारतीय पुरुषभानावर किती परिणाम होतो हे आपल्याला निश्चित सांगता येत नाही. 'समकालीन भारतीय पुरुषत्व' आणि 'लिंगभाव' यासंबंधी चर्चा जरूर होतात, पण अभ्यासकांमध्ये संशोधन पातळीवर होणाऱ्या चर्चा आणि सर्वसामान्यांच्या पातळीवर होणाऱ्या चर्चा यात प्रचंड दरी आहे. ही दरी अधिकच रुंद होते, कारण अभ्यासकांचे वाचन-विवेचन इंग्रजी माध्यमातून होते. अशा संशोधकांचे समकालीन (वसाहतोत्तर) समाजाविषयी, त्यांच्या अत्यंत वेगानं बदलणाऱ्या संस्कृतीबद्दल

आकलन फारच सदोष असते. बहुसख्यांक सर्वसामान्य जनता महात्मा गांधी, स्वामी विवेकानंद यांचे विचार वाचत नाही. दैनंदिन कामाच्या रगाड्याखाली आयुर्वेदासारख्या ऐतिहासिक ज्ञान परंपरेसंबंधी विचार करायला लोकांना वेळ नसतो. शहरी जीवनाच्या तणावात माणसांची इच्छा अशी असते की, 'उदयाला येणाऱ्या वस्तू संस्कृती'चा आपण भाव व्हावे. या वस्तू-संस्कृतीतून, त्यातून व्यक्त होणाऱ्या समाजाच्या आवडीनिवडीतून अधुनिकता बहरताना दिसते. पण ही आधुनिकता पाश्चात्त्यांची सहीसही नक्कल नाही. तिचे स्वत:चे असे भारतीयत्व आहे. पण हे भारतीयत्व म्हणजे सरधोपटपणे गांधी, द्रौपदी, सावित्री यांच्या प्रतिमा नाहीत. अशी सरधोपट समीकरणे मांडून आपण वास्तवातल्या सामाजिक, सांस्कृतिक गुंतागुंतीकडे दुर्लक्ष करतो. कालबाह्य झालेली सामाजिक प्रारूपे आदर्श म्हणून समोर ठेवली तर वास्तवाच्या गुंतागुंतांची उकलच करता येत नाही. आपल्या विचाराच्या परिप्रेक्ष्यात आता परिघावर जगणारेही असायला हवेत. कारण ही परिघावरची अस्तित्वे मंद, सुस्त नसतात. उलट ही अस्तित्वेसुद्धा समाजावर दखलपात्र असे परिणाम करत असतात.

येथे जाणूनबुजून महानगरे आणि जनसामान्य यांच्या जगण्यातून संस्कृतीविषयक पर्यायी विचार, पर्यायी वाटा कशा निघत आहेत याची आपण दखल घेतली. पांढरपेशा मध्यमवर्गामध्ये तरुण-तरुणीसुद्धा या मुशीतून घडत आहेत, हे लक्षात घेऊन आपल्याला हिंसाचार, अत्याचार या प्रश्नांचा विचार करावा लागेल. संजय श्रीवास्तव निष्कर्षात असे म्हणतात, की ' 'लैंगिकता' ही आपल्याला आपल्याबद्दल काहीतरी सांगते, या आकलनाला आपण बहुसंख्यांक समाजाच्या परिप्रेक्ष्याची जोड द्यायला हवी.' निव्वळ लैंगिकतेचा स्वीकार आपल्याला वैचारिकदृष्ट्या परिपूर्ण करीत नाही. कारण लैंगिकतेचे अस्तित्व स्वायत्त कधीच नसते. तिची पाळे-मुळे सामाजिक स्तर, संस्कृती बदलाची प्रक्रिया यात खोलवर असतात. हे लक्षात घेतले, तर पदपथावरची पोर्नोग्राफी आपल्याला वेगळा अर्थ सांगते.

५ धर्म, धर्मांतर आणि स्त्रीप्रश्नाची गुंतागुंत

'धर्म' आणि 'धर्मांतर' या विषयाचा विचार समकालीन संदर्भातच करावा लागेल. नवे सरकार आणि झपाट्याने बदलणारी अर्थव्यस्था लक्षात घेता, एकीकडे सर्व धर्मांना समभावाची आश्वासकता देतानाच, दुसरीकडे बहुसंख्य भारतीयांची अस्मिता 'हिंदू' आहे आणि म्हणून गरीबातील गरीब गटांनी, कनिष्ठ जातीतील गटांनी पूर्वी केलेले धर्मांतरसुद्धा सोडून देऊन 'हिंदू' अस्मिता धारण करावी असा प्रचार चालू आहे. 'हिंदू' नावाचे सर्वसमावेशक रूप निर्माण करताना मदर तेरेसांसारख्या दया-करुणेच्या चौकटीत 'ख्रिस्ती धर्म अस्मिता' घेऊन काम करणारी मंडळी आता अडचणीची झाली आहेत. जागतिक पातळीवर पॅन ख्रिश्चन, पॅन इस्लाम असे त्या त्या धर्माचे रूप भांडवलशाहीच्या आताच्या टप्प्यावर वावरताना दिसते आणि त्यातूनच आपल्यापेक्षा दुर्बळ अशा देशांवर आक्रमणे होत आहेत, माणसांच्या कत्तली होत आहेत आणि सुबत्ता, संपन्नता असतानाही पायाभूत खनिजांसाठी, इंधनांसाठी इतर देशांवर-ज्यांना मागास समजले जाते, अशा देशांवर तथाकथित प्रगत देशांना अवलंबूनही राहावे लागत आहे. म्हणूनच मग आपल्या धर्माची सर्वश्रेष्ठता गृहीत धरून, इतरांना मूलतत्त्ववादी हिंसक ठरवून आक्रमणे केली जात आहेत. हा गुंतागुंतीचा संदर्भ घेऊनही आपण भारतातील, महाराष्ट्रातील वास्तव लक्षात घेता, स्थानिक पातळीवर आपल्या अनुभवाच्या स्त्रीप्रश्नाची गुंतागुंत कशी वाढते आहे ते लक्षात घेतले पाहिजे.

धर्माच्या आणि अर्थव्यवस्थेच्या चौकटीत स्त्रियांकडे कसे पाहिले जाते हा कळीचा मुद्दा आहे. धर्म आणि धर्मसंस्थेमध्ये 'कोऽहं, सोऽहं' असे ज्ञानात्मक उद्गार काढणारा 'तो' आहे. परंतु धर्माची धर्मसंस्था झाल्यावर मात्र त्याचे वाहकत्व 'स्त्रिया' नावाचा गट करतो, म्हणजे उपास-तापास, व्रत-वैकल्ये, मठांची किंवा संघांची देखभाल, सेवा-शुश्रूषा या सर्व गोष्टी स्त्रियाच करतात. म्हणजे 'जातीचे प्रवेशद्वार' 'अस्मिता' म्हणून 'स्त्रिया' असतात. त्याप्रमाणे धर्मसंस्थेच्या वाहकही त्या असतात आणि त्या धर्मसंस्थेचे प्रतीकही असतात. बदलत्या अर्थकारणातही पूर्वी स्त्रिया आणि बालके या कल्याणकारी

योजनांची लाभधारक होती, तर आता बाजारपेठेमध्ये आपल्या देहासह कला, सेवा-शुश्रूषा, संगणक तज्ज्ञता आणि गिऱ्हाईक म्हणून स्त्रियांची दृश्यता वाढते आहे. एकीकडे त्यांना 'कजरा रे, कजरा रे' म्हणून नाचण्याची मुभा आहे, परंतु त्याच वेळी आपल्या कुटुंबातील पती, सासू-सासरे यांसह नांदण्याची त्याचप्रमाणे आई-वडील, भाऊ-बहीण ह्या जन्मजात कुटुंबाला दुय्यम मानण्याची आणि पतीचा वंश पुढे नेण्याची सक्तीही आहे. त्यामुळे एकीकडे सरस्वतीच्या अश्लील चित्र प्रदर्शनामुळे एखाद्या चित्रकाराला देशद्रोही ठरविले जाईल, तर त्याच वेळी कमीत कमी कपडे घालून, जास्तीत जास्त नग्न स्वरूपात स्त्रीदेहाचे प्रदर्शन करताना, सर्वच स्त्रियांच्या असुरक्षिततेचा डोह खोलवर चरत जाताना दिसतो आहे.

धर्मांतराचा प्रश्न 'धर्म' आणि 'राष्ट्रवाद' या प्रश्नाशी जोडून पाहताना, एकूणच स्त्रीजीवनाचे व्यवस्थात्मक दुय्यमत्व कसे निश्चित केले जाते हे भारताच्या किंवा महाराष्ट्र नावाच्या प्रदेशाच्या संदर्भात सोप्या पद्धतीने उलगडून दाखविणे अत्यंत कठीण आहे. तरीही हे शिवधनुष्य पेलण्याची कसरत आपल्याला करावी लागेल, कारण विशेषत:, १९९० च्या नव्या खुल्या अर्थव्यवस्थेमध्ये आपण फक्त निधर्मीपणा किंवा धर्मापलीकडे जाणाऱ्या व्यक्ती आहोत म्हणून स्वत:ला घोषित करणे घातक आणि दिशाभूल करणारे आहे. कारण अजूनही नव्यानेच बालविवाह, वैधव्य, सती प्रथेकडे काही स्त्रियांना सक्तीने ढकलून मोठी मोठी संगमरवरी सती मंदिरे उभारली जात आहेत आणि अशा मंदिरांमध्ये हजारोंच्या संख्येने स्त्रिया भारतातून या टोकापासून त्या टोकापर्यंत प्रवास करून शरण जाताना दिसत आहेत. तसेच महालक्ष्मी देऊळ असो की सिद्धीविनायकाचे किंवा मोठी मोठी चर्च असोत वा दर्गे असोत, त्यात भक्तस्वरूपी मोठा गट हा स्त्रियांचाच असतो. इतकेच नाही, तर अनेक बाबाबुवांच्या समोर सांघिकरित्या योगाच्या कसरती आणि श्वसनांचे प्रकार करतानाही स्त्रिया दिसतात. या स्त्रियांना फक्त बळी गेलेल्या किंवा अंधश्रद्ध मानायचे का, असा प्रश्नही सतत पुढे येतो.

दुसरे असे की, अंधश्रद्धा निर्मूलनाची चळवळ असो किंवा टोलविरोधी घेतलेली भूमिका असो किंवा नथुराम गोडसे यांच्या स्मारकाविरोधी उठविलेला आवाज असो, या सर्व चळवळींचा बाजसुद्धा एका परीने स्त्रीप्रश्नाची गुंतागुंत किती लक्षात घेतो असा प्रश्न मनात येतो. त्या त्या गटातील स्त्रियांना फक्त बळी जाणाऱ्या किंवा फक्त वाहक किंवा प्रतीक समजण्यामध्ये काही चूक तर होत नाही ना, या प्रश्नाचा उलगडा करण्याच्या दृष्टीनेसुद्धा, आपल्याला सर्व स्त्रिया या रचितामध्ये खऱ्या अर्थाने राजकीय जाणीव आणायची झाल्यास आणि खऱ्या अर्थाने परिवर्तन आणायचे झाल्यास कशी पावले उचलावी लागतील?

या लेखापुरते आपण असे ठरवू या की, आत्ताच्या घडीला 'सर्व स्त्रिया' या अभ्युपगम सैद्धांतिक चौकटीत मांडणी करायला गेल्यास, सर्वसाधारणत: सवर्ण हिंदू उच्च जातीतील स्त्रियांचीच उदाहरणे दिसू लागतात. परंतु पंडिता रमाबाई, लक्ष्मीबाई टिळक अशासारख्या उदाहरणांमध्ये धर्मांतराचा प्रश्न कसा घडविला गेला आणि त्यातून या दोघींचे बाईपण कोणत्या कोंडीत आले, हे पाहणेसुद्धा उद्बोधक ठरेल. वसाहतकाळापासूनच 'घर', 'राष्ट्र' या प्रवासामध्ये काळ, अवकाश आणि श्रद्धा यांची गुंतागुंत कशी घडत होती, या दोघीजणी नेमक्या कोणत्या रणनीती आत्मसात करून जगून तगून राहत होत्या आणि आपल्या जगण्याचा अर्थ त्या कसा लावत होत्या, हे या लेखात आपण पाहू या. लिंगभाव नावाच्या विश्लेषणात्मक कोटिक्रमाचा विचार आपण एकदा स्थलांतर, देशांतर, धर्मांतर याविषयीच्या विवादांशी लावू लागलो की, प्रकर्षाने जाणवते ते असे की स्त्रिया या संदर्भात फक्त 'अवलंबून असणाऱ्या' नव्हत्या. वसाहतवादाच्या छायेखाली त्यांनी ख्रिस्ती धर्मामध्ये जेव्हा धर्मांतर केले, तेव्हा हे धर्मांतर देशांतर कसे ठरते हेही पाहणे उद्बोधक ठरेल.

खरे तर धर्मांतराचा विचार करताना इस्लाम, बुद्ध, ख्रिस्ती आदी धर्मांचा विचार करणे भाग पडते. आपल्याकडे डॉ. बाबासाहेब आंबेडकरांनी जातीच्या उतरंडीमध्ये ज्यांना अस्पृश्य मानले गेले, त्यांना बुद्ध धर्माचा पर्याय दिला. त्याचप्रमाणे, मुस्लीम धर्मामध्येसुद्धा धर्मांतर करून मुस्लीम झालेल्या समाजाला खरोखरच भारत देश हा धर्मनिरपेक्षतेच्या निकषाने आपल्याला न्याय देणार आहे, असा विश्वास वाटतो का? इस्लामच्या चौकटीत तर भारतातील इतिहास असा आहे की, गेली कित्येक शतके माणसे इस्लामला मानत होती, पण फाळणीनंतर जेव्हा दोन देश जन्माला आले, तेव्हा पाकिस्तान हा धर्मवादी देश ठरला, तर भारताने मात्र आपली अस्मिता विविध धर्म, जातींमधील एकात्मता अशा पद्धतीने धर्मनिरपेक्ष ठरविली. ज्या त्या समाजाला आपला धर्म दैनंदिन जीवनात सांभाळण्याची मुभा दिली गेली. इतकेच नाही, तर वैयक्तिक कायद्याच्या चौकटीत प्रत्येक समाज गटातील स्त्रियांसाठी वेगळे नियम बनविले गेले. मुल्ला, मौलवी, धर्मगुरू आणि पाद्री मंडळी या साऱ्यांनाच कायद्याच्यावरचे स्थान दिले गेले असे लक्षात येते. अशा तऱ्हेने भारतातील स्त्रिया या भिन्न धर्मांच्या चौकटीत वाटल्या गेल्या आणि स्त्रीप्रश्न गुंतागुंतीचा आणि राजकीय बनविला गेला. 'आमच्या स्त्रिया' 'तुमच्या स्त्रिया' या विवादात अस्मितेच्या अंगाने स्त्री-जीवन विभागले गेले.

मुस्लीम किंवा ख्रिस्ती धर्मांमध्येसुद्धा जातीनिहाय उतरंड असते आणि आंतरजातीय विवाहांना विरोध असतो. कोणताही धर्म हा त्या त्या समाजाला एकसाची करायला पाहात असतो, परंतु भारतीय संदर्भात जातीव्यवस्था नावाची उत्पादनव्यवस्था धर्म नावाच्या

अस्मितेच्या बरोबरीनेच आपले काम करत असते. सर्वच धर्मातील कष्टकरी माणसे आता बदलत्या अर्थव्यस्थेत जातीनिहाय व्यवसाय सोडून नव्या तऱ्हेच्या कामांमध्ये नवे कौशल्य, नवे ज्ञान निर्माण करत आहेत. अशा वेळी त्या त्या गटातील स्त्रियांचे काय होते, हा प्रश्न विचारला पाहिजे. १९७४-७५ मध्ये जेव्हा मी पुण्यातील 'अंजुमान खैरूल इस्लाम संस्थे'च्या महाविद्यालयात शिक्षक म्हणून गेले, तेव्हा माझे विद्यार्थी बहुतांश मुस्लीम होते. परंतु त्यांची भाषा दखनी होती आणि त्यांना प्रमुख-प्रवाही मराठी शिकविणारी म्हणून मी तेथे होते. त्या वेळी हे विद्यार्थी मंडईत काम करणारे, रिक्षा चालविणारे आणि बरेच जण दुष्काळी भागातून स्थलांतर करून पुण्यात आलेले होते. पोटासाठी तसेच पुढचे शिक्षण घेण्यासाठी आणि चांगल्या भविष्याच्या उभारणीसाठी शहरात आलेली ही मंडळी होती. त्यातील मुलींना अचानकच बुरखा घालण्याचे फर्मान आले की काय आठवत नाही, परंतु बुरखा प्रथा सुरू झाली. खरेतर तलाक, तलाक म्हणून जुबानी घटस्फोट देणे आणि एक पतीपत्नी ऐवजी अनेक विवाह करणे, एवढेच मला मुस्लीम समाजाबद्दल माहिती होते. परंतु अधिक खोलात गेल्यावर लक्षात आले की, या संपूर्ण समाजाचा अश्रफ अजलफ (जमीनधारक विरुद्ध भूमिहीन) अशा चौकटीतही विचार करावा लागतो. मुस्लीम समाजाला केवळ अल्पसंख्याक करून, मशिदी फोडून, कत्तली करून, धाकात ठेवून हिंदू धर्माच्या आश्वासकतेवर विश्वास ठेवायला लावणे जवळ जवळ अशक्यच आहे.

उतरंडीमध्ये असणाऱ्या स्त्रिया आणि पुरुष यांचे 'बाईपण' आणि 'पुरुषपण' सामाजिक संबंधांमध्ये घडविले जाते आणि तरीही ती माणसे असतात म्हणून आपापल्या परिस्थितीशी झुंज घेऊन, ही माणसे काही प्रमाणात पलीकडेही गेली असेही दिसते. कदाचित आपल्याला पूर्वीची उदाहरणे पाहून, आत्ताच्या परिस्थितीतील कोंड्या सोडविता येती. कारण अलीकडच्या काळात मी पाहते आहे की मातंग, बुरुड आदी जातींतून कॅथलिक ख्रिश्चन चौकटीत गेलेली कुटुंबे, स्थलांतर करता करता पुण्या-मुंबईसारख्या शहरांच्या जवळ येतात आणि त्यांची मुले जेव्हा नव्या तऱ्हेच्या कामांमध्ये जातात, फँड्री, पीके असे सिनेमे पाहतात, तेव्हा आपल्याबरोबरच्या एखाद्या मित्राच्या प्रेमात जर मुलगी पडली, तर मग आई म्हणते 'आपण कॅथलिक आहोत, तो आंबेडकर आहे म्हणून आपल्याला नको', ही गुंतागुंत सहिष्णूपणे समजून घेतली पाहिजे. कारण आपल्या ब्राह्मण, सारस्वत, सीकेपी घरातल्या मुली जेव्हा सिरियन किंवा कॅथलिक ख्रिश्चन कुटुंबातील मुलाशी लग्न करतात किंवा बंगाली मुली भद्रलोक घरातील मुलाशी लग्न करतात, तेव्हा जो उदारपणा आपल्या सवर्ण चौकटीतून आपण दाखवितो, त्यात वर्गीय समतोल तर असतोच, पण एकाअर्थी आहेरे वर्गातून आहेरे वर्गात जाणे असते आणि

अनेकदा हेही विस्कटले तर येणाऱ्या समस्या सोडविण्याची ताकद आपल्या चौकटीत असते. परंतु कॅथलिकमधून आंबेडकर होऊ पाहणाऱ्या मुलीला १६-१७ व्या वर्षीच धाकदपटशा दाखवून भागले नाही, तर आयुष्य संपवावे लागते.

आपण आता १९ व्या शतकातील धर्मांतराच्या प्रश्नाचा वसाहतवादी संदर्भासह विचार करू. बाबा पदमजींनी लिहिलेली 'यमुना पर्यटन अथवा हिंदू विधवांच्या स्थितीचे निरूपण' ही कादंबरी १८५७ साली प्रसिद्ध झाली. मराठी भाषेला पद्याची जशी परंपरा होती, तशी गद्याची सुदृढ परंपरा नव्हती. महानुभावीय साहित्य बराच काळ लुप्तच होते. बखर वाङ्मय, आज्ञापत्र आणि ऐतिहासिक कागदपत्रांसारखे साहित्य वगळता गोष्टी, कादंबरीच्या रूपाने अव्वल इंग्रजीच्या काळातच गद्याचा नवा आविष्कार होऊ लागला. मराठीतील ही पहिली सामाजिक कादंबरी म्हणून वाङ्मयाच्या इतिहासातही तिला महत्त्वाचे स्थान आहे. 'मराठी साहित्य प्रेरणा व स्वरूप' (१९५०-१९७५) या पुस्तकात भालचंद्र नेमाडे यांनी मराठी समाजात कादंबरी निर्मिणाऱ्या प्रेरणांच्या उगमस्थानी तीन प्रवृत्ती आढळतात, असे म्हटले आहे. त्यातील समाजचिंतन करणाऱ्या व कृतिप्रधान कादंबरी प्रकाराला 'यमुनापर्यटन प्रवृत्ती' म्हटले आहे. प्रा.स.ग. मालशे आणि नंदा आपटे यांनी संपादित केलेली 'विधवाविवाह चळवळ' (१८००-१९००) या अभ्यासपूर्व पुस्तकातही 'हिंदू विधवांच्या दारूण स्थितीचे, त्यांच्या अध:पतनाचे आणि आत्मघातांचे प्रत्ययकारी चित्रण' अशा शब्दांत या कादंबरीला संपादक द्वयीने गौरविले आहे. या पुस्तकाच्या चौथ्या आवृत्तीच्या प्रस्तावनेत मुंबई विश्वविद्यालयाने विशेष अध्ययनासाठी या कादंबरीला मानाचे स्थान दिले अशी नोंद आहे. तसेच न्यायमूर्ती रानडे यांनी १८१८ पासूनच्या मराठी वाङ्मयाचा आढावा घेताना उत्तमोत्तम पुस्तकांमध्ये 'यमुनापर्यटना'चा उल्लेख केला अशीही नोंद आहे.

१८५४ साली बाबा पदमजींनी ख्रिस्ती धर्म स्वीकारल्यानंतर 'यमुनापर्यटन' ही कादंबरी लिहिली. या कादंबरीत विनायकराव आणि यमुना या आधुनिक जोडप्याची आणि खरे तर त्या जोडप्याने केलेल्या प्रवासाची हकिकत आहे. यमुना म्हणजे त्या काळातही सासरच्या धास्तीत, खरे तर सासूच्या धास्तीत जगणारी सून आहे. वाचण्या-लिहिण्याची गोडी असलेली यमुना सत्यवादी आहे, तर तिची कजाग सासू तिला खोटे बोलायला शिकविणारी, हळदीकुंकवास सक्तीने नेणारी आणि एकूण निरर्थक गोष्टीत वेळ घालविणारी अशी आहे. यमुना सासूरवासामुळे खंगू लागली. त्यातच शेजारच्या घरातली विधवा केशवपनाच्या भयापोटी विहिरीत जीव देते आणि आपल्यावरही असा प्रसंग आला तर काय करायचे, या विचाराने यमुनेची गाळण उडते. पुढे नवऱ्याबरोबर प्रवासानिमित्त गावोगाव जाताना यमुना हिंदू कुटुंबामधील विधवांची दयनीय स्थिती पाहत

जाते. वेणू नावाच्या विधवेच्या कहाणीत नवरा जिवंत असताना वेणीफणी करणाऱ्या, न्हाऊमाखू घालणाऱ्या सासूबाई, आजे सासूबाई; नवरा गेल्यावर अन्वनित छळ करतात असा तपशील येतो. नवरा आजारी असताना तिच्यावर निरर्थक व्रतवैकल्ये करण्याची सक्ती केली जाते. विधवा झाल्यावर तिच्या चीजवस्तू जप्त होतात आणि दळणकांडणासारखी कामे तिच्या वाट्याला येतात. आपल्याला घरात काडीइतकी सत्ता नाही असे सांगणाऱ्या वेणूबाईला यमुना परिस्थितीवर मात करण्याचा मार्ग म्हणून येशूला आठवायला सांगते. येशू ख्रिस्त पृथ्वीवर माणूस होऊन आला, तेव्हा त्याला तरी डोके ठेवायला जागा कुठे होती, असा विचार यमुनेच्या मनात येतो. यमुना वेणूबाईला शांती आणि आनंद प्राप्त करण्यासाठी ख्रिस्ती धर्माची तत्त्वे जाणून घेण्याचा सल्ला देते. पुढे विनायकरावांबरोबर प्रवास करत यमुना नागपुरात पोचते. तिथे विनायकरावांची दौलतराव या उच्चकुलीन मराठा माणसाशी भेट होते. विनायकराव विचारतात, ''नागपूर वगैरे ठिकाणी मराठ्यांच्या बायकांत फार व्यभिचार चालतो असे मी ऐकिले, ही गोष्ट खरी आहे की काय?'' त्याला दौलतराव उत्तर देतात, ''आम्हा लोकांत विधवांच्या पुनर्विवाहाची चाल नसल्यामुळे जे गुप्तपणे अनर्थ होतात, ते फारच भयंकर आहेत. कोणी तरुण विधवा व्यभिचार कर्मास प्रवृत्त झाली आणि ते तिच्या आईबापांस किंवा सासू-सासऱ्यांस कळले म्हणजे तिला एक-दोन महिने ते काहीच बोलत नाहीत. मग एकाएकी तिला विषप्रयोग करून नाहीसे करतात.''

थोडक्यात उच्चकुलीन मराठा मंडळी ब्राह्मणांच्या पावलांवर पाऊल टाकतात असा निष्कर्ष या प्रकरणात निघतो. व्यभिचारी विधवा हा प्रश्न भुंग्यासारखा १८१८ पासून महाराष्ट्रात आणि भारतातील इतर राज्यांतही अखंडित गुणगुणता दिसतो. असे का? तरुण विधवा या कुटुंब, जात, धर्म या कोणत्याही बडग्याने नियंत्रित करता येत नव्हत्या की काय? आणि तसे असेल, तर या विधवा स्वेच्छेने, स्वातंत्र्याचा आविष्कार म्हणून हा व्यभिचाराचा मार्ग अवलंबित होत्या का? संघटित क्षेत्रात राजरोसपणे काम न मिळणाऱ्या आजच्या परिस्थितीतल्या गरीब स्त्रिया ज्याप्रमाणे असंघटित क्षेत्रांत, घराघरांत छोटीमोठी उत्पादक कामे जीव जगविण्यासाठी करतात, तसाच हा जीव जगविण्याचा मार्ग होता का? या कादंबरीत 'केशांचा टोप' प्रकरणात विनायकराव आणि यमुनाबाई एका विधवेच्या घरी मुक्काम करतात. केसांचा टोप घालून रात्री चोरून व्यभिचार करणाऱ्या या स्त्रीला एखाद्या चोराला पकडावे तसे विनायकराव पकडतात. येथेही हिंदुधर्मांतर्गत पापे फार होतात आणि पापांपासून सुटका करायची, तर येशू ख्रिस्ताचा धर्म स्वीकारावा असा सूर आहे.

इथे स्पष्टच दिसते की, तरुण विधवांच्या परिस्थितीच्या पोटात अनौरस संततीचे

आणि जातिव्यवस्थेची चौकट मोडण्याचे भय हिंदुधर्मवाद्यांना दिसत होते, तर ख्रिस्ती धर्मप्रसारकांना या दरिद्री स्त्रियांवर दया करून पुनर्विवाहामार्गे आपल्या धर्मात त्यांना आणाव्या असे वाटत होते.

या कादंबरीतील विनायक पुढे अपघातात मरण पावतो. मरताना विनायकास बाप्तिस्मा देण्याचे काम यमुना करते. पुढे यमुनेचे केशवपन करावे अशी सूचना येते व त्या दिशेने हालचाल सुरू होते, तेव्हा ती ख्रिस्तीधर्म स्वीकारलेल्या विनायकच्याच एका मित्राकडे पळून जाते. धर्माच्या शांतीने तिला वैधव्याचे दु:ख कमी वाटू लागते. आणि पुढे ती ख्रिस्ती रितीप्रमाणे लग्नही करते आणि इतर अनेक परीकथांप्रमाणे 'सुखाने नांदू लागते.'

'यमुनापर्यटन' या संपूर्ण कादंबरीतून प्रामुख्याने ख्रिस्तीधर्म व हिंदूधर्म यांची तुलना येते. स्त्रियांचा प्रश्न या चर्चेचे साधन म्हणून येतो, सर्व प्रश्नांच्या सोडवणुकीचा मार्ग म्हणून धर्मांतर आणि पुनर्विवाह ही उपाययोजना पुन:पुन्हा पुढे येते, यातून अप्रत्यक्षपणे पुढे येते ते स्त्रियांचे सत्ताहीन जिणे. त्यावर उपाय म्हणून वारसाहक्क, घरावरचा पतीच्या संपत्तीचा हक्क किंवा घरावरचा हक्क असे विषय चुकूनही येत नाहीत. सूचित होते ते असे की, विधवा नावाचा एक घातक गट आहे. त्यांना नियंत्रित ठेवले पाहिजे. त्यांची लैंगिकता नियंत्रित करून त्यांना योग्य वळणावर आणले की समाज सुधारेल. स्त्रिया म्हणे जनावरासारखी लैंगिकता असणारे अप्रगल्भ प्राणी असेही चित्र यातून प्रतीत होते. नव्या इंग्रजी राजवटीच्या संक्रमणकाळात जुन्या सासवाही अडथळाच होत्या की काय अशीही शंका येते. नव्या सुनेला नवी विद्या आणि वाचन-लेखनासारखी नवी कौशल्ये देताना जुने पारंपरिक ज्ञान असणाऱ्या सासूला मोडीत तर काढले गेले नाही ना? इतकेच नाही, तर या धर्मासंबंधीच्या चर्चांमुळे भारतातले मुळातले आर्थिक आणि राजकीय प्रश्न अचानक नैतिकतेच्या मानसशास्त्राच्या चौकटीत सोईस्करपणे सुधारून तर घेतले गेले नाहीत ना असे प्रश्न मनात येतात.

येथे बाबा पदमजींचे चरित्रही जरा जवळून पाहणे महत्त्वाचे वाटते. 'अरुणोदय' या आपल्या आत्मचरित्रात त्यांनी दिलेल्या वैयक्तिक तपशिलातून पुढील माहिती मिळते. बाबा पदमजी कासार जातीत, सधन प्रतिष्ठित कुळात १७३१ साली जन्मले. त्यांचे लहानपण सोवळ्या ब्राह्मणांच्या वस्तीत बेळगाव येथे गेले. त्यांच्या घरात ब्राह्मणी संस्कार, सोवळे, संध्या इत्यादी सर्व होते. घरात हरीकीर्तने, सणावारी कलावंतिणींचा नाच, यल्लमाच्या जोगतिणी व खंडोबांच्या मुरळ्या यांचे गाणे होत असे. ख्रिस्ती मिशनरी शाळेत त्यांना हिंदूच्या देवांवरील टीका वाचायला मिळाली. शाळेत असतानाच बाबांची मुंज झाली, तेव्हा त्यांना ब्राह्मण नसल्याने गायत्री मंत्र जपायचा अधिकार मिळाला नाही. त्याचा त्यांना राग आला. वयाच्या १७ व्या वर्षी त्यांचे हिंदू लग्न झाले. वडिलांबरोबर ते

एडनला गेले, तेव्हा परदेशी राहणाऱ्या हिंदूंनी दोन कावळे श्राद्धपक्षासाठी पाळलेले बाबांनी पाहिले आणि त्यांना हिंदू धर्माबद्दल शंका येऊ लागल्या. मुंबईला 'फ्री चर्च' विद्यालयात ते दाखल झाले, तेव्हा मुंबईत सुधारणेची लाटच आली होती. डॉक्टर विल्सन, डॉक्टर मरे मिचल, रेव्हरंड निसबर आदींच्या प्रभावाखाली त्यांच्या मनातील ख्रिस्ती धर्माच्या इमारतीचा पाया भरत चालला. सगुण मूर्तिपूजा त्यांना अपुरी वाटू लागली. १८५१ ते १८५४ या काळात बाबांनी 'स्त्रीविद्याभ्यास', 'निबंध', 'हिंदू लोकांच्या सणाविषयी निबंध', 'व्यभिचार निषेधक बोध', 'कुटुंबसुधारणा' व 'निबंधमाला' ही पुस्तके प्रसिद्ध केली. १८५४ मध्ये आईवडिलांच्या अनेक तऱ्हेच्या विनवण्या, विनंत्या डावलून बाबा ख्रिस्ती व्हायला निघाले, तेव्हा त्यांची हिंदू बायको गरोदर होती.

३ सप्टेंबर, १८५४ रोजी बाबांनी बाप्तिस्मा घेतला आणि ही बातमी कळताच त्यांच्या सासऱ्यांनी येऊन आपली मुलगी तिच्या मनाविरुद्धच परत नेली. तिला आपल्या नवऱ्याबरोबर राहायचे होते, म्हणून तिने त्यांना शिवून पाणी प्यायले, तरीही तिला सक्तीने वडलांनी नेलेच. कोर्टात हे प्रकरण गेले, तेव्हा जबानीत तिने नांदण्यास नकार दिला. पुढे बाबांनी ख्रिस्ती लग्न केले. आणि दोनच वर्षांनी वडील वारल्यावर त्यांची बायको त्यांच्या आश्रयाला आली. आता ख्रिस्ती धर्मात दोन विवाह मंजूर नाहीत, म्हणून बाबांनी तिला सांगितले, ''जर ख्रिस्ती होण्याची तुझी इच्छा असेल, तर माझ्याबरोबर पुण्यास चल. तेथे तुला दुसऱ्या ठिकाणी ठेवून विद्या व धर्म शिकवीन आणि मग तुझी इच्छा असेल, तर दुसरे लग्न कर अथवा शाळा वगैरे शिकविण्याचे कार्य कर.''

ते अर्थातच मान्य न होऊन त्यांची बायको परत गेली. बाबांच्या आयुष्याचा उत्तरार्ध मुंबईतच गेला.

येथे लक्षात येते की, बाबा पदमजींच्या हिंदू बायकोपर्यंत त्यांची धर्माविषयी चाललेली उलघाल पोचलीच नव्हती. इतकेच नाही तर गंमत अशी की, संपूर्ण आत्मचरित्रात आपल्या बायकोचा उल्लेख 'हिंदू बायको' असाच बाबा करतात. तिचे नावही लिहीत नाहीत. विवाहित बाईची अशा सुस्थित पुरोगामी घरात जर ही परिस्थिती, तर इतरत्र काय असेल! बाप्तिस्मा घेतल्याने दुरावली गेलेली बाबांची आई त्यांना निरोप पाठवते, ''तू प्रकाशात गेलास, आमच्या घरात अंधार पडला.'' यावरून बाबांची आई, त्यांची हिंदू बायको आणि ख्रिस्ती बायको सेरा यांचे आयुष्य तरी काय मोठे चांगले गेले असे विचारावेसे वाटते.

'अरुणोदय' या बाबा पदमजींच्या आत्मचरित्रातील पुरवणीत एक परिच्छेद रे. ना. वा. टिळक यांनी लिहिला आहे. त्यात ते म्हणतात, ''१८७२ साली बाबासाहेबांची ख्रिस्ती पत्नी सेराबाई या निर्वतल्या. पालकाचे काम सोडून देण्याला त्यांना कारणे झाली,

त्यांत या गोष्टीला पहिली जागा दिली पाहिजे... अपत्निक मनुष्य कितीही चांगला असला, तरी त्याला पालकाचे कर्तव्य पूर्ण करण्यास अनेक अडचणी येतात.''

बाबा पदमजींना आपल्या आवडीचे पालकाचे काम करायला जो अवसर मिळाला, त्याचा केवढा भार सेराबाईंना उचलावा लागला असेल. याची आपल्याला यावरून सहजच कल्पना येते.

थोडक्यात सांगायचे, तर हिंदू धर्मातून ख्रिस्ती धर्मात जाऊन आपल्या विकासाचा मार्ग शोधताना बाबा पदमजींसारख्या सहृदय माणसालाही आई, बायको आदी स्त्रियांना पायाखालचे दगडच बनवावे लागले. बाबा पदमजींनी हिंदू स्त्रियांच्या दारूण स्थितीवर प्रकाश टाकला अशी ऐतिहासिक ग्वाही देताना, त्यांतील वर उल्लेखिलेले बारीक बारीक पण महत्त्वाचे तपशील, आधुनिक स्त्रीवादी जाणिवांच्याअभावी अभ्यासकांच्या दृष्टीतून निसटले तर नाहीत ना?

६   'मराठी संस्कृती'च्या नावाने : मनोरंजन, करमणूक आणि 'स्त्रीप्रश्ना'ची जडणघडण

१९९०-९१ च्या सुमारास जेव्हा मी विद्यापीठीय चौकटीत 'स्त्रीअभ्यास' क्षेत्रात काम करू लागले, तेव्हा मोठ्या प्रमाणात नव्या आर्थिक धोरणाची चर्चा चालू होती. या टप्प्यावर स्त्रियांच्या समस्या सुट्या करून पाहणे आणि त्यांची वर्णनात्मक चर्चा करणे यांतील फोलपणा जाणवू लागला होता आणि म्हणूनच 'स्त्रीअभ्यास' असे जरी नव्या ज्ञानशाखेला नाव द्यावे लागले होते, तरी 'लिंगभाव' (gender) आणि 'संस्कृती' (cultural studies) या दोन्हीही कोटिक्रमांचा विचार आपण केला पाहिजे हे परिस्थितीच्या रेट्यातून जाणवत राहिले. खुल्या अर्थव्यवस्थेमुळे राज्यसंस्था आता कल्याणकारी योजनांपासून हात झटकून बाजारपेठेच्या नियमानुसार 'तगेल तो जगेल' या चौकटीत चालणार हे हळूहळू स्पष्ट होऊ लागले. ती आता 'मायबाप सरकार' नाही, तर लोकांना शिस्तीत ठेवणारी, राज्यकारभार (governance) चालवणारी केवळ अनेक यंत्रणांपैकी एक यंत्रणा आहे, म्हणजेच ती महाराष्ट्रातली कष्टकरी मराठी माणसांसाठी वेगळे काही करेल असे नाही हे स्पष्ट होऊ लागले.

एकाच वेळी स्थानिक आणि जागतिक जगाचे भान ठेवत स्त्री-पुरुष विषमतेचा प्रश्न यानंतरच्या दशकांमध्ये वेगळ्या परिमाणांनी बघावा असा प्रयत्न आम्ही केला. तेव्हाच महाराष्ट्रासारख्या राज्याने प्रामुख्याने मराठी भाषकांचे राज्य आहोत असा दावा केला आणि खरे तर मुंबईसारख्या संमिश्र वस्ती असणाऱ्या महानगरीला राजधानीचा दर्जा असूनही ग्रामीण आणि शहरी, मराठी महाराष्ट्र एक वेगळेच 'मी मराठी' असे अस्मितेचे वळण घेताना दिसत होता.

आत्ताच्या काळात भारताच्या 'वर्ल्ड कप' जिंकण्याचे किंवा हरण्याचे सोहळे घडतात, तर कधी 'अण्णा हजारे' यांचे उपोषण ई-मेल्स, एस.एम.एस., ट्विटर, फेसबूक आदी गोष्टींमधून गाजविले जाते. तसेच 'रामदेव बाबा' नावाचे योगगुरू कधी उपोषण करतात, तर कधी कसरती करून दाखवितात. सगळेच एका करमणुकीच्या टप्प्यावर दिसते आणि तरीही ते आभासी आहे हे जाणवते. एकीकडे राजकीय आणि कॉर्पोरेट

सत्ता वेगवेगळ्या प्रकारे चेहरा हरविलेली, दहशत घालणारी हिंसा घडविते आहे. भ्रष्टाचार होतो आहे, करोडो रुपयांचा अपहार होतो आहे आणि त्याच वेळी गरिबीत राहणारी माणसे शोषण आणि दडपणूक यांचा अनुभव अनेक दिशांनी घेत आहेत. असे दिसते की, सरकारचे हात असे बांधले गेले आहेत की, राजकीय आणि कॉर्पोरेट सत्तेच्या विरोधात उभे राहण्याची ताकदच सरकारपाशी नाही. तर दुसरीकडे असे दिसते की, अशा सुस्त सरकारमुळे जी पोकळी निर्माण झाली आहे, ती भरण्यासाठी अनेक शक्ती कार्यरत झाल्या आहेत आणि त्या शक्तींना जनाधार आहे, तो ज्यांना कम्प्युटर, फेसबूक, ई-मेल अशा नव्या तंत्रज्ञानामधून वाव आहे त्यांचा. एक राजकीय दिवाळखोरी रोजच्या रोज दूरदर्शनच्या माध्यमांमधून आपण अनुभवीत असताना 'लोकप्रिय संस्कृती' (popular culture) नावाचे अभ्यासक्षेत्र उदयाला येत आहे आणि ते महत्त्वाचे आहे. कारण लोकप्रिय चौकटीत जे नवे संगीत, चित्र, कलेबद्दलचे आकलन येत आहे त्यात एक वेगळ्या दिशेने जाण्याची शक्यता दिसते. मोठ्या शहरांमध्ये निवासाबद्दल, व्यवसायाबद्दल, पोटापाण्याबद्दल तसेच शिक्षणाबद्दल अनिश्चितता अनुभवणारे अनेक गट तरंगत जगतात. त्यांच्याकडे फक्त आर्थिकदृष्ट्या नाकारलेले जगणे म्हणून न पाहता, त्यांच्या रोजच्या जगण्या-तगण्यामध्ये योगदान करणारे पदपथावरील साहित्य, लोकप्रिय चित्रपट, मालिका तसेच लोकप्रिय पातळीवर निर्माण होणारी मासिके या साऱ्यांचा विचार 'लोकप्रिय संस्कृती'त केला जातो.

खरे तर, 'संस्कृती' हा शब्द शिक्षित माणसाच्या मनात घर करून असतो. तो असा की, जे बहुजनांपाशी नाही, सर्वसामान्यांपाशी नाही आणि जे मूठभर अभिजनांपाशी आहे, ती म्हणजे 'संस्कृती.' मला आठवते की लहानपणी आमचे घर जरा स्थिरस्थावर मध्यमवर्गीय होऊ लागले; तेव्हा शास्त्रीय संगीताची मैफल ऐकणे, अमूर्त चित्रकलेचे प्रदर्शन पाहणे, नवकाव्य झटापट करून समजून घेणे या गोष्टी आत्मसात करून, विशिष्ट प्रकारची साहित्यिक भाषा बोलून आम्ही आणि आमच्यासारख्या अनेकांनी सर्वसामान्य लोकांपेक्षा आपण वेगळे आहोत, असे समजण्याचा आणि दाखविण्याचा अट्टाहास केला. जे साहित्य सामान्यांना कंटाळवाणे आणि दुर्बोध वाटते, ते वाचणे म्हणजे 'खरी संस्कृती' आत्मसात करणे असे समीकरण मांडलेले त्या काळात मला चांगले आठवते. मौज, सत्यकथा, लघू नियतकालिके यांमधून येणारे साहित्य हे खरे साहित्य, त्यातून संस्कृतीला नवा आविष्कार मिळतो. असे भाषासाहित्य शिकणाऱ्या आम्हा विद्यार्थ्यांना वाटत असे. या सर्व गृहीतांना मुळापाशी धक्का देण्याचे काम जातिव्यवस्थेच्या उतरंडीला चिकित्सक प्रश्न विचारून दलित साहित्याने केले. त्यानंतरच्या काळात 'लोक संस्कृती'चा विचारही गांभीर्याने होऊ लागला आणि दलित साहित्यामध्येही येणारा तोचतोपणा प्रश्नचिन्हांकित

करणारा नवा विचार नव्या संहितांमधून (विशेषत: १९९० नंतरची अनेक नवी नाटके आणि अनेक नवे चित्रपट) आलेला दिसतो आणि त्याचा मागोवा या परिप्रेक्ष्यातून घेतला गेला पाहिजे.

येथे लक्षात घेतले पाहिजे की, 'महाकाय माध्यमे' उदयाला आल्यानंतर अनेक मोठे बदल झाले. दूरदर्शन आणि त्यानंतरच्या काळात आलेल्या विविध चॅनल्समुळे एका वेगळ्या प्रकारे राज्यसंस्थेला, सत्ताधारी सरकारला, अस्मितेचे राजकारण करणाऱ्या गटांना आव्हान दिले गेले. या साऱ्यांमुळे राजकारणाला जशी नवी गती आली, तशीच गती 'संस्कृती' या विषयालाही आली. एकीकडे कोणाचीच मक्तेदारी चालणार नाही असे वातावरण निर्माण होऊ लागले. त्याच वेळी बाजारपेठेचे स्वरूपसुद्धा एकसाची राहिले नाही. एक नवी 'उपभोग संस्कृती' जन्माला आली आणि तिचा स्पर्श सर्व स्तरातील माणसांना झाला. त्यामुळे एक प्रकारचा नफ्फट, तत्कालिक, क्षणिक, सुखोपभोगाचा, आनंदाचा आस्वाद घेण्याचा 'बाज' निर्माण झाला आणि म्हणूनच पाहता पाहता राजकीय नेतृत्वांची झिलई काळवंडू लागली. कोणीही ताई, बाबा, बुवा फार काळ संपूर्ण निरागस नाहीत हे समोर येऊ लागले आणि क्रांतीच्या पूर्वीच्या कल्पना आता तपासून पाहाव्या अशी वेळ आली.

१९७१ नंतरच्या प्रत्येक निवडणुकीमध्ये हळूहळू निरक्षर, ग्रामीण भागातील, दलित जातीतील, ओबीसींमधील तसेच मुसलमान आणि आदिवासी गटांमधील मतदारांची संख्या वाढली आहे. म्हणजे 'दारिद्र्य' आणि 'निरक्षरता' असूनही भारतातील लोकशाही तगून-जगून राहते आहे. कारण भारतातील गरीब जनता लोकशाहीतील राजकीयतेवर विश्वास ठेवते आणि ही जनता राज्यसंस्थेला ताळ्यावरही आणते. म्हणजे भ्रष्टाचाराचा मुद्दा आत्ता जो गाजतो आहे, त्यातून असे लक्षात येते की, भारतातील अभिजनवर्गाने अतिशय सफाईदार पद्धतीने टाळाटाळ करण्याची आणि दडपणूक करण्याची 'संस्कृती' आत्मसात केली आहे. याउलट 'लोक संस्कृती'मध्ये मात्र आपल्याला 'अर्थव्यवस्था विरुद्ध संस्कृती' असे ध्रुवीकरण दिसत नाही आणि राज्यसंस्था आणि अर्थव्यवस्था या दोहोंवर ही 'जनांची संस्कृती' दडपण आणत आहे. भारतात साध्यासुध्या माणसांना आता हा अवकाश जपून ठेवावासा वाटतो, परंतु या अवकाशात प्रतिकाराची रूपे फक्त मार्चे, घोषणा, घेराव किंवा उपोषण अशीच नाहीत; तर दैनंदिन जीवनातील जगण्यामधूनही प्रतिकार उभे राहत आहेत. म्हणजे अभिजनांना जेव्हा आता नोकरशाही नको असे म्हणताना लोकशाहीविषयीच संशय वाटू लागला आहे; त्याच काळात 'लोकप्रिय संस्कृती' उभारणारे जनसामान्य लोकशाही मूल्यांना आणि प्रक्रियांना महत्त्व देत आहेत.

येथे लक्षात येते की, एक असा गट आहे की जो वैफल्यग्रस्त आहे आणि तरीही अभिजन आहे. त्यांना आत्ताचे जगणे निरर्थक संवादांच्या आणि प्रतिमांच्या भेंडोळ्यांसारखे वाटते. तसेच त्यांना आत्ताचे सेलिब्रेशन, जोक्स, कमेन्ट्स आणि गिफ्टसचे देणे-घेणे हे सर्वच तंत्रज्ञानाने शूद्र करून टाकलेल्या माणसाच्या विचित्र शोकांतिकेची कहाणी वाटते. फेसबूक, इंटरनेट, एस.एम.एस., ब्लॉग, ट्विटर यांतून प्रत्येक माणूस एकाकीपणे फक्त स्वत:शी संवाद साधतो आहे असेही त्यांना दिसते. परंतु हे निरीक्षण अर्धसत्य आहे, आणखीही काही घडत आहे. केवळ घड्याळ, कमळावर किंवा झाडूवर शिक्का मारण्याचे काम निवडणुकीत होत नाही, तर निवडणुकांच्या माध्यमातून सार्वभौम सत्ता मिळाल्यावरही काहीच करून न शकणाऱ्या नेतृत्वाला प्रश्न विचारण्याचे, दैनंदिन जीवनात त्या संदर्भात प्रतिकार करण्याचे धैर्य ही माणसे दाखवत आहेत. यात आत्महत्या करणे, वेड लागणे, मनोरुग्णता स्वीकारणे असे काही घडते आहे आणि त्यातच स्त्री-पुरुषांचे जग घडते आहे.

भारतीय कुटुंबातील स्त्रियांनी संस्कृती जपायची असते, वाढवायची असते, एका कुटुंबातून दुसऱ्या कुटुंबात जाऊन आपल्या संस्कृतीच्या बळावर घरातील मुलेबाळे आणि पुरुष मंडळी यांना काबीज करायचे असते असे गृहीत धरले जाते. स्त्रिया संस्कृतीच्या वाहक असतात तसेच मूर्तिमंत प्रतीक असतात, या विचाराचे आंतरिकीकरण भारतातील सर्व स्त्रिया करतात.

संस्कृतीप्रमाणे 'विकास' ही संकल्पनासुद्धा शहरीकरणाच्या प्रकियेशी मनात जोडली गेली आहे. चांगले रस्ते, सांडपाण्याची व्यवस्था, वाहतुकीची साधने, दवाखाना, शाळा, दुकाने अशा सुविधा हाकेच्या अंतरावर असणे; रेडिओ, टेलिफोन, दूरदर्शन हे सारे उपलब्ध असणे म्हणजे विकास होणे असे मानले जाते आणि त्यात काही चूकही नसते. लहानपणी ऑपेरा हाऊस, लॅमिग्टन रोड या मुंबईच्या गजबजलेल्या गतिशील ठिकाणी राहिल्यानंतर, ठाण्याला राहणाऱ्या खारकर आळीतील आत्याकडे जाणे नकोसे वाटे. तिथले टोपलीचे संडास, उघडी गटारे, लहान गल्लीबोळ मागास वाटत असत.

'लिंगभाव' हा शब्द स्त्री-अभ्यासामध्ये शक्यता खुल्या झाल्यानंतरच माझ्या शब्दकोशात सामील झाला. 'लिंग' ही संकल्पना जैन साहित्यात 'आत्म' वा 'स्व' (self) या अर्थाने येते याचे भान होते. स्त्रिया, बायका, बाया अथवा साऱ्याजणी या शब्दांना व्यवहारात जो सर्वसाधारण अर्थ असतो, सामान्यज्ञानाच्या चौकटीत एका फटकाऱ्यात सर्व स्त्रियांना तो ज्याप्रकारे लागू होतो; त्याप्रकारे स्त्री-अभ्यासात विनाचिकित्सा, विश्लेषण न करता हे शब्द वापरणे चूक आहे हे लक्षात घेऊन आपण पुढे जाऊ.

१९७५ नंतर भारतातील स्त्रियांनी सुरुवातीला शहरांमध्ये स्त्रियांवर होणाऱ्या

हिंसाचाराचे प्रश्न हाती घेऊन स्त्रियांच्या व्यवस्थात्मक दुय्यमत्वाचे मुद्दे मांडण्यास सुरुवात केली. मुंबई, बंगलोर, दिल्ली, हैदराबाद अशा शहरांमधून 'हुंडाबळी' आणि 'बलात्कार' या प्रश्नांसंदर्भात तरुण मुलींचे मोर्चे निघू लागले. या काळातच विकासाची चिकित्सा करून, 'पर्यावरणीय विनाश' हा मुद्दा घेऊन स्त्रियांच्या निसर्गाशी असणाऱ्या आंतरिक नात्याची मांडणी केली गेली. स्त्रिया मूलत: संगोपक, संवर्धक काम करतात आणि त्या मूल जन्माला घालतात, या वास्तवाच्या आधारे स्त्रियांचे निसर्गाशी काही 'विशेष' नाते असते हा विचार आमच्यातील बऱ्याच जणींना मनोमन पटला. 'चिपको आंदोलन', वंदना शिवा यांची 'प्रकृती पुरुष' या जोडीच्या आधारे स्त्री शक्तीविषयक मांडणी, मधू किश्वर यांचे पाश्चात्य जगात घडलेले स्त्रीवादाचे प्रारूप नाकारून; अस्सल 'भारतीय स्त्रीत्व' शोधणे, तसेच मनेका गांधी यांचे प्राण्यांविषयीचे प्रेम आणि कोंबड्या वा गायींना यांत्रिक प्रकारे मांस निर्माण करणारे जीव मानणे या बाजारपेठी प्रवृत्तीला विरोध करणे हे सर्व क्रांतिकारी वाटण्याचेच ते दिवस होते. मोठ्या धरणांना विरोध करणारे 'नर्मदा बचाव आंदोलन' तसेच शेती मालाला रास्त भाव मागणारे परंतु स्त्रियांना 'माजघर शेती', 'सीता शेती' करण्याची वाट दाखविणारे 'शेती आंदोलन' अशा एक कलमी, एक नेतृत्व छायेखाली वाढणाऱ्या आंदोलनांचा हा काळ होता. बघताबघता आमच्या डोळ्यांसमोरच स्त्री चळवळीतून अनेक बिगरशासकीय संघटना जन्माला आल्या. त्यांतील कित्येकांना परदेशातूनही पैसा मिळाला. कोणी 'पाणी प्रश्ना'वर काम करू लागले, तर कोणी लहानलहान गावखेड्यांमध्ये स्त्रियांच्या सामूहिक पापड, लोणच्यांऐवजी रांगोळ्या काढण्याच्या कौशल्यालाच 'सांस्कृतिक एकात्मता' हे नाव देऊ लागले. स्त्रियांच्या शोषणाचा, दडपणुकीचा व्यवस्थात्मक मुद्दा; धर्म, जात, समुदाय या चौकटीत घडणाऱ्या भारतातील बहुविध पुरुषसत्ताकता आणि त्यातून जागतिक भांडवलशाहीशी केली जाणारी हातमिळवणी, दडपलेल्या जातींमधील स्त्रियांचे केले जाणारे वेश्याकरण असे अनेक मुद्दे मागे पडू लागले. त्यानंतर विशेषत: १९९० च्या दशकात बाजारपेठी मूलतत्त्ववादाबरोबरच धार्मिक मूलतत्त्ववाद फोफावू लागला आणि दंगलींचे रण माजले. अल्पसंख्याक गटांना दहशत बसविताना त्या गटांतील स्त्रियांना त्या गटांचे प्रतीक मानून बलात्कार, हिंसा आणि एका अर्थाने सर्वतोपरी अवमूल्यनाला तोंड द्यावे लागले. 'सेवा' सारख्या स्त्रियांच्या सक्षमीकरणाचे काम करणाऱ्या संघटनांचा आवाज अशा विनाशक, हिंसक दंगलींच्या काळात हरवला. स्त्रीवाद या राजकीय भानाचे हिंदुत्ववादी, वर्चस्ववादी रूप दिसू लागले. पुन्हा एकदा एक निरुत्तर करणारी अवस्था समोर आली. या टप्प्यावरच लिंगभाव, संस्कृती आणि विकास यांचे परस्पर संबंध जगाच्या पातळीवर पाहिले गेले पाहिजेत असे जाणवत राहिले.

ही संदर्भ चौकट लक्षात घेऊन आपण आता मराठीतील एखादा नवा चित्रपट आणि एखादी नवी मालिका यांचा उदाहरणादाखल विचार करू. अशा तऱ्हेच्या संहितांचा विचार करताना त्यामध्ये उपसंहिता काय आहे, त्यात काय दडविले जाते आहे, काय अधोरेखित होते आहे, मानवी जगण्याकडे कोणत्या प्रकारे पाहण्याचा प्रयत्न आहे आणि त्याच वेळी स्त्री-पुरुष विषमता यासारख्या सनातन विषमतेच्या रितीकडे कशा प्रकारे बघितले जाते आणि तसे बघितल्याने कोणत्या चौकटी पुन्हा एकदा जुन्याच पद्धतीने अधोरेखित होतात हे पाहायला पाहिजे. त्यातच महत्त्वाचा मुद्दा असा आहे की, दृष्टीला भुलविणारे, चमकवून वा गुंगवून टाकणारे, स्वप्नांच्या दुनियेत नेणारे, परंतु तरीही आभासी असे येथे काय आहे असे सारे पाहण्याची क्षमता आपल्याला आत्मसात करावी लागेल. असा विचार करताना आपल्याला बऱ्याच मर्यादा आहेत आणि खरे तर अशा तऱ्हेच्या समकालीन संहिता घेऊन, अभ्यासाच्या अंगाने बरेच काही करण्यासारखे आहे हे लक्षात येते. परंतु आपला प्रयत्न असा असेल की, बदलणारे तंत्रज्ञान, बदलणारे आणि अनिश्चितता देणारे रोजचे जगणे आणि ९० नंतर जन्माला आलेली नवी पिढी आणि त्यानंतरच्या नव्या पिढ्या मुख्यत: लक्षात घेऊन आपल्याला काही प्रमाणात काळाबरोबर चालता येते का एवढेच आपण पाहू शकू.

मराठी चित्रपट सध्या गाजत आहेत. मराठी चित्रपट न पाहणारे मराठी जग फार मोठे होते, कारण यापूर्वी मराठी चित्रपट अपवादानेच दोन-अडीच तासांत अनेक तऱ्हेच्या प्रेक्षकांना खिळवून टाकणारे आणि तंत्रज्ञानाच्या दृष्टीनेही गतिशील असणारे असे होते. परंतु आता ग्रामीण, शहरी मराठी जगणे एकत्रितपणे चित्रपटांमधून येऊ लागले आहे. नव्या जातीतील अभिनय करणारी मंडळी पुढे आली आहेत आणि एकीकडे प्रादेशिकतेमध्ये रुजलेले प्रश्न मांडतानाच, हे प्रश्न 'दया-करूणे'चा विषय न बनवता माणसांच्या गुंतागुंतीच्या जगण्याचा विषय बनविण्याचा प्रयत्न दिसतो. साधारण ९० च्या दशकात एक नव्या तऱ्हेची कुटुंबव्यवस्था आणि एक नव्या तऱ्हेचा मध्यमवर्ग निर्माण झाला. अशा वर्गाने अभाव आणि वंचितता खूप अनुभवली. यातील बहुतांश कुटुंबे ग्रामीण आणि शहरी अशी दोन्ही जगे जगत होती आणि एकाच वेळी जरा काही बरे जगावे अशी स्वप्ने पाहतानाच; अकाली मृत्यू, न बरे होणारे रोग आणि बदलणारे ऋतू हे सारे अनुभवत होती.

'टाईमपास' हा असाच एक चित्रपट आहे. अगदी वयात येणाऱ्या मुलांची ही कहाणी आहे आणि त्यांची परिस्थिती एकमेकांपासून भिन्न आहे आणि तरीही त्यातील असुरक्षितता सारखी आहे. या चित्रपटात मध्यमवर्गीय घरातली मुलगी वाढविताना येणारा दुहेरीपणा दाखविला आहे, तर कष्टकरी घरातला मुलगा ज्या प्रकारे स्वप्ने पाहतो, कष्ट

करतो आणि तरीही माणूस म्हणून परिपूर्ण जगण्याचा प्रयत्न करतो हे येते. एका प्रकारे गतिशीलपणाने हा चित्रपट पुढे सरकतो. मुख्य म्हणजे 'टाईमपास' प्रत्यक्ष सिनेमागृहात पाहणे आणि तोही तरुण पिढीबरोबर पाहणे हा एक वेगळाच अनुभव असतो.

येथे घरामध्ये मुलांना आणि बायकोला ब्राह्मणी चौकटीतील संस्कार लादत असताना, स्वत: मात्र बाहेरील आयुष्य आपल्याला हवे तसे मनमोकळे जगण्याची संधी घेताना मध्यमवर्गीय चौकटीतील 'पुरुष' दिसतो. आपल्या मुलांनी आपली संस्कृती, प्रतिष्ठा राखावी यांसाठी मग त्यांच्या प्रेमाच्या भावनादेखील पायदळी तुडविल्या गेल्या तरी हरकत नाही असे वागणारा कुटुंबप्रमुख आहे. बाहेरील जगासारखे वागले, तर ते वायफळपणाचे लक्षण आहे असे शिकवून; शास्त्रीय संगीत शिकणे, ग्रंथालयातील पुस्तके वाचण्याची सवय करून घेणे म्हणजे आपण प्रतिष्ठित असल्याची खूण आहे असे मानून या गोष्टीची येथे सक्ती होते. तर दुसऱ्या बाजूला कष्टकरी वर्गातील रिक्षा ओढणारा बाप मात्र घरखर्च भागवण्यासाठी, मुलाने शिकावे यासाठी धडपड करताना दिसतो; पण कुठेतरी मुलाला नको तितके कष्ट पडले, तर त्याच्या डोळ्यांत पाणीदेखील येते. सुशिक्षित घरात मुलांना स्वत:ची मते मांडता येत नाहीत आणि दुसरीकडे कष्टकरी कुटुंबामधील मुलांमध्ये मनमुरादपणे जगण्याची रीत असते, पण शिक्षणाला फारसे महत्त्व नाही असे चित्र येथे मांडले आहे. या चित्रपटामध्ये वर्गीय भिन्नता मोडण्यासाठी, फक्त शिक्षण घेणे हा एकच उपाय आहे असे सुचविलेले दिसते. शिक्षण तेही आधुनिक शिक्षण हा या चित्रपटाचा खरा नायक आहे. त्यासाठी वर्गीय विषमता, शिक्षण, कौटुंबिक जीवन यांतील भिन्नता चित्रपटाच्या सोयीने मोजक्या स्वरूपात पण अर्थपूर्ण पद्धतीने दाखविली आहे.

'दिल दोस्ती दुनियादारी' ही झी मराठीवरील मालिका थोड्याच दिवसांत खूप गाजलेली दिसते. या शीर्षकामुळे आपल्याला यातील आशय लक्षात येतोच. मुंबईसारख्या महानगरीमध्ये जागेचे भाडे, खाण्या-पिण्याची सोय आणि सुरक्षितता या सगळ्या गोष्टींचा एकंदरीत विचार करून एकाच रूममध्ये मुले-मुली एकत्र राहत आहेत असे दाखविलेले आहे. हिंदीमध्ये यापूर्वी दिल्लीसारख्या शहरामध्ये राहणाऱ्या तरुण मुला-मुलींचे जगणे दाखविणारा 'वेक अप सिद' सारखा चित्रपट निघाला होता. येथे एकाच घरामध्ये सहा वेगवेगळ्या धर्मांची, विचारांची, वर्गांची माणसे एकमेकांचे मित्र म्हणून, कधी-भाऊ बहिणीचे नाते जोडून जगण्याचा कसा प्रयत्न करतात याचे उत्तम चित्रण केले आहे. या मालिकेमध्ये तरुण पिढीचा एकसाची विचार न करता त्यांच्यामध्येही सामाजिक संस्कारांसंदर्भात असणारी भिन्नता दाखविली आहे आणि असे करताना ते सर्वच एका अर्थाने वर्गीयदृष्ट्या समान पातळीवर आहेत. पूर्वीच्या काळी म्हणजे खरे तर ६० ते ७० या दशकात कम्युनमध्ये राहण्याची कल्पना नवा विचार करणाऱ्या स्त्री-पुरुषांनी आणली

होती. म्हणजे एकत्र राहायचे, सर्व संसाधने एकत्र करायची आणि न्याय्य पद्धतीने राहून एका दिशेने काम करायचे. येथे असे दिसत नाही, परंतु एक तऱ्हेची लोकशाही दिसते. एकमेकांबद्दल वाटते ते स्पष्ट बोलतानाच एकमेकांची थट्टा करणे, कोणताही औपचारिकपणा न बाळगणे; त्याचप्रमाणे पवित्र-अपवित्रतेच्या कल्पना, पूजा-अर्चा, लग्न झालेल्या नवऱ्याबरोबर एकनिष्ठ वागण्याची रीत हेही येथे येते; पण ज्या व्यक्तिरेखा त्यात आहेत त्या साचेबंद नाहीत. दुसरीकडे स्वत:च्या पायावर उभे राहिल्यामुळे येणारा आत्मविश्वास, नफ्फटपणा, रोखठोक बोलण्याची आणि कृती करण्याची निर्भीडताही मुलगे आणि मुली दोघांमध्ये दिसते. कोणी नोकरीच्या निमित्ताने, कोणी आई-वडलांच्यामध्ये असणाऱ्या बेबनावामुळे येणारा एकटेपणा सोसत, तर कोणी घरच्यांच्या मध्यमवर्गीय चौकटीत कलेकडे पाहण्याचा दृष्टिकोन सहन होत नाही म्हणून आपल्या आवडीच्या क्षेत्रात नाव मिळविण्यासाठी, कोणी मीडियामध्ये करिअर करण्यासाठी, तर कोणी हिंसक प्रवृत्ती टाळून नवे आयुष्य उभारण्यासाठी शहरासारख्या ठिकाणी आपले अस्तित्व टिकवून ठेवून जगताना यात दाखविले आहे. म्हणजे आत्ताच्या नवीन पिढीसाठी ही मालिका जगण्याची एक शक्यता, नवी रीत सुचविते. आई, वडील, कुटुंब, गोतावळा या साऱ्यापासून मुक्त अशा वातावरणात जगताना आलेले अनुभव आणि त्यांतून मिळालेली विचारांची नवीन दिशा यात मांडली आहे. स्त्री-पुरुषांमधील स्पर्शाची जाणीव कशी निर्माण होते किंवा सर्वच स्पर्श हे फक्त लैंगिक नसून त्याचे अर्थ कसे लावावेत हेही अगदी सोप्या भाषेत येथे दाखविले आहे. या मालिकेमधून शारीरिक, सामाजिक, आर्थिक आणि राजकीय प्रश्न अगदी छोट्या छोट्या गोष्टींमधून मांडलेले दिसतात. ही मालिका मराठी घरातील वेगवेगळ्या वयोगटातील माणसे पाहतात आणि त्यातून आपल्याला हवा तो बोध घेतात असे मला बऱ्याच कुटुंबातील मंडळींनी सांगितले हे महत्त्वाचे आहे.

या दोन्ही उदाहरणांमधून मराठी जगामध्ये माध्यमांच्या आधारे शक्यतेचे राजकारण उभे करण्याचा जो प्रयत्न दिसतो, तो मला महत्त्वाचा वाटतो. सगळेच निर्भया नसतात, सगळेच आधुनिक तंत्रज्ञान तुम्हाला माणूसपणापासून दूर नेणारे नसते; तसेच 'मराठी' नावाचे काहीतरी एकरात्त्वीकरण केलेले अस्तित्वही नसते असे किती तरी चांगले मुद्दे येथे पुढे येतात, ही आशादायी गोष्ट आहे.

७ हिंसाचार आणि स्त्री-प्रश्नाची गुंतागुंत : 'भारतीय' संदर्भात

२०१२ च्या शेवटच्या महिन्यात आपण 'निर्भया' प्रकरण पाहिले आणि त्यानंतर सतत भारतातील स्त्रियांवर होणाऱ्या विशिष्ट हिंसाचाराच्या संदर्भात उलटसुलट चर्चाही ऐकल्या. भारतीय स्त्रियांना खऱ्या अर्थाने 'भारतीय' व्हायचे तर, संरक्षित राहिले पाहिजे असा निष्कर्ष काढला जातो आहे आणि पुन्हा एकदा वयात येताना वडील, भाऊ त्यानंतर पती आणि शेवटी पुत्र यांच्या छायेखाली बाईने आपले जगणे स्वीकारावे असा एक सूर लावला जातो. त्याच वेळी प्रगत पाश्चात्य देशांमध्ये वेंडी डॉनिजर, लेसली वुडवीग अशांसारख्या अभ्यासक, वृत्तपत्रकार स्त्रिया भारतातील पुरुषसत्ताक व्यवस्थांच्या गुंतागुंतीबद्दल बोलतात आणि आपण सर्व अचानक 'भारतीय' होऊन अशा हल्ल्यांना तोंड देताना, आपल्या जगण्याचे समर्थनही करू लागतो. नुकतीच एक 'The World Before Her'-Nisha Pahuja यांनी निर्माण केलेली डॉक्युमेटरी पाहिली. त्यात उजव्या छावणीत तरुण मुलींना तलवार, दांडपट्टा चालवायला शिकविणारी, शिस्तशीर प्रशिक्षण देणारी मंडळी; विवाह आणि कुटुंब ही चौकट मात्र बदलायची नाही असा संदेश देतात. तर अगदी सौंदर्य स्पर्धेमध्ये भाग घेऊन जागतिक पातळीवर भारतीय सुंदरी म्हणून निवडली जाणारी साधी खेड्यातली मुलगी शेवटी जेव्हा पराभूत होते; तेव्हाही तिचे भविष्य, या न बदलणाऱ्या कुटुंब, गोतावळा, विवाहसंस्था या चौकटीशी जोडलेले दिसते. आपण हे सारे कसे पाहतो? भयानक गोष्टी घडल्या की चर्चा करतो, मग कधी अरुणा शानबाग आणि तिच्या वाट्याला आलेले क्रौर्य किंवा चौथ्या मजल्यावरून चार महिन्यांच्या मुलीला फेकून देणारी आई अशा बातम्यांच्या चर्चा करतो.

हिंसाचार आणि राष्ट्र उभारणी आणि स्त्री-प्रश्न हे एकमेकांत गुंतलेले आहेत. आपण भारताच्या इतिहासाकडे पाहिले तरी लक्षात येते की, वसाहत काळामध्ये भारताला मागास देश ठरविले गेले, तेव्हा दोन प्रश्न पुढे आणले गेले. या देशातील स्त्रियांना बरोबरीचे स्थान नाही आणि दडपलेल्या जातींना माणूसपणाची वागणूक नाही, म्हणून भारत देश हा मागास आहे आणि वसाहतवादी अधिकारी मात्र येथे न्याय प्रस्थापित

करण्यासाठी, नागरी समाज निर्माण करण्यासाठी आले आहेत असा प्रचार केला गेला. त्यातूनच मग वसाहतवादाला विरोध करणाऱ्यांनी आणि वसाहतवादाच्या खंडिततेमधून मिळणाऱ्या वाटा शोधणाऱ्यांनी, भारतातील स्त्रियांविषयी वेगवेगळे विचार मांडण्याची सुरुवात केली. 'मदर इंडिया'सारखे पुस्तक लिहिले गेले ते अशा काळात की, जेव्हा भारताबाहेर भारतीय संस्कृतीचे वैशिष्ट्य मांडणारे विवेकानंदांसारखे विचारवंत एक वेगळा विचार पाश्चात्त्य प्रगत देशांपुढे मांडत होते. भारतातील बालविवाह हा क्रौर्य आणि हिंसेने भरलेला आहे अशी मांडणी या पुस्तकातून केली गेली आणि मग त्याला शह देण्यासाठी महात्मा गांधीनी भारतातील विवाह संस्थेच्या वैशिष्ट्यांबद्दल अधिकच हिरिरीने मांडणी सुरू केली. फाळणीनंतरसुद्धा ज्या प्रकारे नौखालीला अत्याचार झाले, त्यात दोन्हीही गटांतील स्त्रियांना पळविणे, त्यांच्यावर अत्याचार करणे या गोष्टी घडल्या आणि त्याविरुद्ध महात्मा गांधींनी पुनर्विचाराची भूमिका घेऊन स्वातंत्र्य दिनाच्या सोहळ्यात जाण्याचेही नाकारले. हा इतिहास पाहणे महत्त्वाचे आहे, कारण हिंसाचार ही गोष्ट कधी अधांतरी घडत नाही. त्याला एक इतिहास असतो आणि संदर्भही असतो. विषम परिस्थिती, खोलात चरत जाणारी शोषणाची रीत निर्माण होते; तेव्हाच स्त्री-पुरुषांच्या नात्यामध्येही क्रौर्य आणि वैरभाव येतो.

आपण महाराष्ट्रातील स्त्री-चळवळीचा जरी विचार केला, तरी या चळवळीचा जन्मच स्त्रियांवर होणाऱ्या हिंसाचाराविरोधात आवाज उठवून झाला. सुरुवातीला मथुरा बलात्कार घटना आणि त्या खटल्यात दिल्या गेलेल्या निकालाविरुद्ध आवाज उठविला गेला आणि स्त्री-चळवळीचा नवा टप्पा सुरू झाला. कुटुंबांतर्गत हिंसाचाराचा प्रश्न ८० च्या दशकात मोठ्या प्रमाणात उभा केला, तेव्हा 'जे जे खाजगी ते ते राजकीय' अशी एक महत्त्वाची घोषणा दिली गेली आणि स्त्रियांवरील विशिष्ट हिंसाचाराच्या प्रश्नाला हात घातला गेला.

भारतात विविध पुरुषसत्ताक व्यवस्था कार्यरत आहेत. जात, वर्ग, धर्म या व्यवस्था आणि स्त्री-पुरुष विषमतेची व्यवस्था या सर्वांमधून व्यवस्थात्मक हिंसाचार घडतो. उदाहरणार्थ, जेव्हा खैरलांजीला भोतमांगे कुटुंबाचे हत्याकांड झाले, तेव्हा खैरलांजी येथील संपूर्ण गाव एकत्र आले आणि त्यांची खात्री पटली होती की; प्रियांका, सुरेखा या नेतृत्व करणाऱ्या, आधुनिक होऊन पाहणाऱ्या स्त्रिया गावाच्या दृष्टीने घातक आहेत. म्हणजे फक्त पुरुषप्रधानता एवढे एकच कारण अशा हिंसाचारामागे कधीच नसते. त्यात संपूर्ण गावाची असुरक्षितता गुंफलेली होती, घाट्यात जाणारा शेतीचा व्यवहार होता आणि त्याचबरोबर राज्यसंस्था आणि शासनसंस्था विशिष्ट जातींनाच मदत करते याबद्दलची खात्रीही होती. परंतु असा विचार करताना प्रत्यक्षात आपल्याला दिसते की,

एका गटातील स्त्रियासुद्धा स्त्रियांवर होणाऱ्या हिडीस अत्याचारात सहभागी होतात, त्यामुळेच जाणवते की, एकीकडे जरी स्त्री चळवळ सर्व स्त्रियांविषयी बोलत असली, तरी जाती-जातींमध्ये दडपलेल्या, धर्माच्या चौकटीत अडकलेल्या वेगवेगळ्या स्त्री-जीवनाविषयीची संवेदनक्षमता चळवळीतून प्रभावीरित्या व्यक्त होताना दिसत नाही.

आधुनिक जगाच्या घडणीमध्ये घर आणि घराबाहेरील जग यांमध्ये विभेदन होते, परंतु त्यात लैंगिकतेवर आधारित जे विभेदन होते, त्यातून ज्या विचारप्रणाली जन्म घेतात, त्या विचारप्रणाली काही विश्वासांवर पोसल्या जातात. प्रत्येक घरात मुलगा जन्मला पाहिजे आणि तोच वंशाचा दिवा असतो, म्हणून त्यासाठी कोणत्याही टोकाच्या प्रयत्नांना माफी केली पाहिजे असा समज आपल्या समाजात खोलवर रुजलेला आहे आणि तो समज नव्या अर्थव्यवस्थेमध्ये पुन्हा एकदा रचला जातो.

आपण जर सती जाणे या घटनेकडे नीट पाहिले, तर त्या घटनेला एखाद्या स्थानिक पातळीवर ज्या प्रकारे महत्त्व दिले जाते, त्याचे गौरवीकरण होते ते पाहता, हा प्रश्न फक्त बहुविध पुरुषसत्ताक व्यवस्थांचा आहे असे नसून, त्यांच्याशी जोडलेल्या इतर संरचनांचाही आहे. या संरचना एकतर बदलत असतानाच पुनर्निर्मित होतात किंवा त्यांच्यात बदल करण्यासाठी प्रयत्नपूर्वक शोधल्याही जातात. म्हणजे 'सती मंदिरे' नावाचा एक आर्थिक स्रोत तयार होताना दिसतो, परंतु तो तयार करण्यासाठी जो त्याग लागतो, तो विधवा स्त्रीच्या संमतीने तिला 'सती माता' बनवून करवून घेतला जातो आणि त्यात राज्यसंस्थासुद्धा सहभागी असते.

येथे आपण फक्त 'सती'विषयक झालेल्या विवादांचा विचार करणार नाही. परंतु 'विधवांची जळिते' ही सर्वात हिंसक अशी पुरुषसत्ताक प्रथा आहे आणि तिला भारतीय संदर्भात प्रतीकात्मक महत्त्व दिले गेले आहे हे लक्षात घेतले पाहिजे. इतर पुरुषसत्ताक व्यवहारांपेक्षा हा व्यवहार अत्यंत हिंसक आहे, कारण एक तर ज्या प्रमाणात या व्यवहाराला सहमती मिळते, ती भयावह आहे आणि दुसरे म्हणजे वरच्या जातीतील विचारप्रणाली या प्रथेला आदर्शाचे रूप देतात आणि ज्या संस्था या प्रथेला पाठिंबा देतात, ज्या संरचना या आदर्शाला खतपाणी घालतात; त्यांचे मिश्रण भीतिदायक आहे. खरे तर असा हिंसाचार, अशी सहमती आणि संस्थांची गुंतागुंत, विश्वास, विचारप्रणाली या सर्वच गोष्टी एकमेकांशी जोडलेल्या आहेत. त्यामुळे अशी घटना पुराणकथा होऊ शकते किवा पुराणात रूपांतरित होऊ शकते. कारण या सर्व घटनेच्या आत असणारा जो हिंसाचार आहे त्याच्या तीव्रतेचे प्रमाण तेवढेच असते हे लक्षात घेतले पाहिजे. विधवेचे सती जाणे याबद्दल घडणारे जे प्रसंग आहेत, ते जात, वर्ग आणि लिंगभाव संबंध यांच्यामधून उदयाला येतात; परंतु त्याच वेळी (राजकीय, सांस्कृतिक, कौटुंबिक, सामुदायिक) या क्षेत्रांत सत्तेसाठी केले

गेलेले भिन्न प्रकारचे संघर्ष आणि प्रभागीय हितसंबंध यांतूनही उदयाला येतात. तरीसुद्धा प्रत्येक घटना ही विशिष्ट स्वरूपाची असते आणि त्या घटनेची निर्मिती विषम आणि परिवर्ती घटकांच्या संचातून होते. म्हणजे असे की, प्रत्येक घटना भिन्न परिस्थितीत आणि भिन्न संदर्भामध्ये संरचित होते. विधवांचे सती जाणे किंवा जळून जाणे हे तथ्य केंद्रस्थानी असते. घडणाऱ्या घटना एकासारख्या एक नसतात. तरीसुद्धा अशा घटनांचे विचारप्रणालीयुक्त प्रातिनिधिक रूप तयार केले जाते आणि नंतरच्या काळात संस्थांमार्फत, सर्वदूर पसरलेल्या विचारप्रणालीच्या घडणीमार्फत आणि विश्वासांविषयीच्या संरचनांमार्फत अशा प्रसंगांना 'एकजिनसी' रूप दिले जाते, त्यांचे एकसाचीकरण केले जाते. विधवांचे बळी देणे हे 'सती'मध्ये परिवर्तीत होते आणि असे करण्यासाठी संस्था, विचारप्रणाली आणि विविध प्रकारच्या श्रद्धा एकत्र गोळा होऊन, विधवा जळिताचे अर्थ लावतात. या साऱ्यांची कार्यप्रणाली एकाच वेळी सहमतीचे प्रतिनिधित्व करणाऱ्या संरचनांशी जोडलेली असते, (म्हणजे स्त्रियांची, कुटुंबाची, समुदायाची सहमती) आणि त्याला विरोध करणे म्हणजे (या सर्व गटांपासून) ही सहमती हिसकावून घेणारी गोष्ट म्हणूनही केली जाते. असे झाले की, विधवांच्या जळिताच्या घटनांना प्रतिष्ठेचे रूप येते आणि जणू काही ही प्रथा अंमलात आणणे हा त्या त्या समाजाचा हक्क आहे असे दाखविले जाते.

स्त्रियांच्या चळवळीने अशा घटनांच्याविरुद्ध आवाज उठविला. भँवरी देवीसारख्या खटल्यामध्ये तिला बोलते केले, परंतु आज जाणवते की, हा प्रश्न स्त्री-चळवळीने मोर्चा काढणे, कायद्यात सुधारणा व्हावी अशी मागणी करणे एवढ्याने सुटणारा नाही उलट त्यातली गुंतागुंत जाणून घेऊन नवी रणनीती आखण्याची वेळ आता आली आहे. म्हणून विचारप्रणाली, श्रद्धा आणि प्रस्थापित समाजव्यवस्था यांबद्दल गंभीर विचार केला गेला पाहिजे.

विचारप्रणालींमध्ये सत्ताधारी गट, भिन्न वर्गांमध्ये असणारे संघर्ष एकत्रित येतात. भूतकाळ आणि वर्तमानकाळ यांना जोडणारा असा विशिष्ट इतिहास तयार होतो. तरीसुद्धा जर विचारप्रणालींना धार्मिक श्रद्धांचे पाठबळ नसेल, तर त्या टिकत नाहीत. श्रद्धा आणि विचारप्रणाली या दोहोंमध्ये संघर्ष झाल्याचा इतिहास आहे आणि या कथा दंतकथा आहेत. ह्या कथा त्या प्रांतातील स्त्रिया आणि पुरुषांपाशी वेगवेगळ्या पद्धतीने पोचतात; परंतु माणूस म्हणून पुरुषांना ज्याप्रमाणे देशासाठी, धर्मासाठी, कुटुंबासाठी मृत्यूही स्वीकारावा; पण लाचारी, गुलामी नको असे वाटून, मृत्यूनंतर आपले नाव जगात राहावे असे वाटते तसेच ते स्त्रियांनाही वाटते. स्त्रिया स्वत:च त्यागाच्या, हिंसाचार सहन करण्याच्या वाटेने का जातात, कशा जातात, याचा सहानुभावाने अभ्यास व्हायला हवा.

म्हणजे त्या फक्त हिंसेच्या बळी किंवा वाहक आहेत असे नाही, तर काही प्रमाणात पोषकही आहेत असे लक्षात घेतले, तर हिंसा आणि स्त्रीप्रश्नाची घडण याचा परस्पर संबंध उलगडू शकेल.

माध्यमांतून स्त्रियांना होणाऱ्या मारहाणीच्या भडक घटना प्रसारित होत असतात. सामान्यत: या घटनांच्या तपशिलातच आपण अडकतो, पण त्याबद्दल सखोल विचार मात्र आपण करीत नाही. लहानपणापासून मुलगा, मुलगी यांत भेदभाव केला गेल्याने मुलींना अपमान गिळण्याची, पचविण्याची सवय होते आणि विवाह झाल्यानंतरसुद्धा अगदी जखमा होण्याइतकी मारहाण नसेल; तर तिरकस बोलणे, बिनडोक ठरविणे वगैरे गोष्टी हसत हसत घेत स्त्रिया जगून-तगून राहतात. स्त्रियांना मारहाण करणे ही गोष्ट भारतीय संदर्भात अपवादात्मक नाही आणि खरे तर अगदी कोणत्याही देशामध्ये स्त्री-पुरुषांमधील वैरभाव आणि हिंसा हा प्रश्न सुटलेला नाही. स्त्रियांचे वैवाहिक आणि कौटुंबिक जीवन, दररोजच्या व्यवहारातले स्त्रीभान या सर्वांशी हिंसेचा प्रश्न संलग्न आहे.

वैवाहिक चौकटीतील नातेसंबंध हे क्षेत्र संघर्षमय होत चालले आहे. खरे तर विवाहांतर्गत जे प्रेम असते, ते फक्त लैंगिक अनुभव हिंसक होणे अशा स्वरूपाचे नसते. वर्तमानात हिंसा हा एक आकार असतो आणि तो लैंगिक प्रेम म्हणून वैवाहिक संदर्भात गृहीत धरला जातो. संशय या गोष्टीच्या गुंतागुंतीच्या भाष्यामधून ही हिंसा सक्षमपणे अस्तित्वात येते आणि तिची संरचना सामाजिक आणि आर्थिक व्यवस्थेतून केली जाते. यामधून एकपती-पत्नीत्व, पुरुषसत्ताक कुटुंब, वैवाहिक प्रेम अशा अस्मितेच्या नीतिमत्तेची दखल घेतली जाते. यातून पुरुषीपणाचा गौरव होतो. याच्या बदल्यात स्त्रीच्या सत्त्वाचे काय? तिची शरणता आदर्श म्हणून ती स्वत:ला स्थित करते आणि तेच सामाजिक आणि सांस्कृतिक लक्षण ठरते. नेमके हेच सांस्कृतिक लक्षण म्हणून समाजमनावर ठसविले जाते. पुरुषत्व या गोष्टीने संवेदनक्षम इंद्रियानुभव आणि शृंगार यांची क्षेत्रेसुद्धा गिळून टाकली आहेत आणि पुरुषांना हव्या त्या पद्धतीने या क्षेत्रांची व्याख्या केली आहे. लालसा, वासना आणि त्याची तृप्ती यांची दखल घेतली आहे हे आपण पाहिले आहे, परंतु त्यामागे सत्ता आणि अधिकार यांची तर्कप्रणाली आहे आणि नियंत्रण आणि स्वामित्व या गोष्टीची इच्छाही आहे.

पुरुषी लैंगिक आणि शृंगारिक आदर्श रूपे ही फक्त उदासीन (Passive), बळी गेलेल्या बाईच्या देहावर लादली जातात असे नाही. अशा लादण्यात फक्त पुरुषांचा हात नसतो. म्हणजे सर्वच प्रसंगांमध्ये निर्णायकरित्या पुरुषांकडून जबरदस्ती होते असे नाही. विशेषत: स्त्रिया आपले बळी जाणे सहमती देऊन स्वीकारतात. तेव्हा त्या पुरुषी अहंकाराच्या इंजिनात कोळसे टाकणाऱ्या माणसाची भूमिका करतात आणि त्या हिंसा

स्वीकारण्यासाठी स्वत:चे मन वळवितात. इतकेच नाही, तर त्यातूनच लैंगिक प्रेम आणि वैवाहिक जीवनात चांगली श्रद्धा ही चिरंतन होते असे मानून त्या हिंसाचाराचा अनुभव स्वीकारतात. स्त्रीवाद्यांच्या दृष्टीने येथे जे पणाला लागते, ते अर्थातच बाईच्या वासनेचे क्षेत्र. तरीही आपण हे लक्षात घेतले पाहिजे की, पुरुषीपणाच्या कार्यप्रणालीमधील गुंतागुंत आणि ढोंगी अभिव्यक्ती; त्यातली संरचना, जाणीव आणि व्यवहार लक्षात घेता आपण शृंगारिकता वेगळी काढू शकत नाही. कारण शृंगारिकतासुद्धा पुरुषाच्या सही शिक्क्यानिशी मान्य केली जाते. आपण जरी शृंगाराला प्राधान्य द्यायचे ठरविले, तरीसुद्धा त्यातून शृंगारिकता ही गोष्ट पुरुषी संरचनात्मक तर्कापासून मुक्त होत नाही. शृंगारिकता तरल आहे. लवचिक आहे. स्त्रीची इंद्रिय संवेदनाक्षमता आणि प्रेम शृंगारिकतेतून प्रभावीपणे व्यक्त होईल असे आपण मानले तरी ती चूक ठरेल. कारण स्त्रीची वासना, लैंगिकता, आपल्या गावीही नाही. स्त्रीच्या लैंगिक जाणिवा, शृंगार आपण त्वरित व्यक्तिगत जीवनशैलीचा भाग समजतो. तिचा सामाजिक सांस्कृतिक आशय नाकारतो. त्यामुळे स्त्रीची लैंगिकता ही सामाजिक पातळीवर कधीच समजून घेतली जात नाही. वैयक्तिक आयुष्य अपवादात्मक समजले जाते. या अपवाद असलेल्या उदाहरणात पती-पत्नी- मधली समाजमान्य नैतिकतेची, विषमभावाची चौकट मोडली गेली एवढेच फक्त म्हटले जाते.

मग आपल्याला नेमके हवे तरी काय? मला असे वाटते की, प्रश्न आहे पुनर्खोदकामाचा - इतिहासाचे सम्यक आकलन करून त्यासंदर्भात नैतिकता, त्यावर आधारित व्यवहार यांची पुनर्बांधणी करण्याचा. शृंगार ही गोष्ट कुटुंब, वैवाहिक जीवन यांच्याशीच संबंधित का असावी? ज्या व्यवस्थेत लोकशाही मूल्ये रुजली आहेत, परस्परांमध्ये जात-जमात-बंधने ओलांडणारा संवाद आहे; अशा सामाजिक अवकाशाचा शृंगारही भाग होऊ शकतो. मानवी संबंध, त्यात स्त्री-पुरुष संबंधही आले; यात राजकारण असते, सत्ताकारण असते. लोकशाही, समानता अशी मूल्ये आधारभूत असलेल्या सामाजिक पर्यावरणात शृंगारामागचे कौटुंबिक पातळीवरचे आणि अधिक व्यापक सामाजिक पातळीवरचे राजकारण उलगडू शकते. जात, वर्ग, भाषा अशी बंधने ओलांडता येतात. स्त्रियांची वेदनेलाच सुख मानण्याची वृत्ती नष्ट होऊ शकते. अशा प्रगल्भ, विस्तारित अवकाशात स्त्री-पुरुष संबंधांचाही अवकाश असेल; तो स्वातंत्र्य, समता, प्रतिष्ठा यांवर आधारित असेल असे अवकाश गुणाकार पद्धतीने वाढायला हवे.

जेम्स बाल्डविनने म्हटले आहे की, 'देह पातळीवर किंवा इंद्रियपातळीवर जागे राहणे याचा अर्थ मला असे वाटते की, मुळातील जीवनाची शक्ती आदराने स्वीकारणे आणि त्याबद्दल आनंद मानणे. आपण जे काही करतो, त्या सगळ्यामध्ये आनंद असला

पाहिजे. मग ते प्रेम करणं असो की पावाची भट्टी लावणं असो. त्यात निखळ आनंद, आमोद असायला हवा.'

(Reference - Sudesh Vaid, Kumkum Sangari, 'Institutions, Beliefs, Ideologies - Widow Immolation in Contemporary Rajasthan', Economic and Political Weekly, April 27, 1991; V. Geetha, 'On Bodily Love and Hurt' - A Question of Silence? The Sexual Economies of Modern India, Eds. - Mary E. John and Janaki Nair, Kali for Women, 1998)

भाग ५

भारतीय स्त्रियांचे कर्तेपण : समकालीन स्त्री-अभ्यासाच्या भिंगातून

---

४) स्त्री-अभ्यासाची उभी-आडवी वाटचाल

हा शेवटचा निष्कर्षात्मक विभाग महत्त्वाचा आहे. कारण आत्ताच्या काळात स्त्रीजीवनच दोन कप्प्यांमध्ये दुभंगलेले आहे असे दाखविले जाते. एकतर स्त्री म्हणजे नेहमी आणि सतत बळी जाणारे अस्तित्व असे दाखविले जाते किंवा विजिगिषू स्वरूपात उच्च शिखरे पादाक्रांत करणारे अस्तित्व असे तरी चित्र रंगविले जाते. या विभागातील पंडिता रमाबाईंवरील लेख किंवा अगदी आपल्यासमोर घडलेल्या मलालाच्या झळाळत्या अस्तित्वावरील लेख वाचकांनी वाचल्यास, त्या मागचे वास्तव कसे जटिल आहे हे लक्षात येईल.

आणखी एक लेख या विभागात येतो, तो दोन गाजलेल्या लोकप्रिय मालिकांविषयी. आपल्याकडे असा प्रयत्न दिसतो की, मागे घडून गेलेल्या जाती-जातींमधील स्त्रियांवर होणाऱ्या अन्याय, अत्याचाराचे आणि दडपणुकीचे कारण परिस्थितीमध्येच कसे आहे हे दाखविणे. म्हणजे पुरुषसत्ताक व्यवस्थेचा सिद्धांत नाकारून स्त्रिया आणि पुरुष एकत्रितपणे, गुण्यागोविंदाने भारतीय समाज घडवत होते आणि जर काही हिंसाचार झाला, तर त्याला कारणीभूत बाहेरच्या शक्ती म्हणजे मुसलमानांचे आक्रमण किंवा वसाहतवादाचा घाला होता असे दाखविण्याचा हा प्रयत्न दिसतो. त्यामुळे ब्राह्मण आणि ब्राह्मणी यांतील गुंतागुंत स्पष्ट करू पाहणाऱ्या मालिका येथे मुद्दाम उलगडून दाखविण्याचा प्रयत्न केला आहे. एखादी व्यवस्था टिकविण्याच्या प्रयत्नांमध्ये नवऱ्याला पौरुषयुक्त होणे आणि स्त्रीला पड खाणे कसे भाग पडते, ते या संहितांमध्ये येते. त्याकडे प्रेक्षकांनी कसे पाहावे हे सुचविण्याचा प्रयत्न आहे.

शेवटचा लेख कळीचा आहे, विशेषत: स्त्री-अभ्यासाच्या दिशेने अभ्यास करणाऱ्या विद्यार्थ्यांसाठी आणि विचारवंतांसाठी. हा लेख माझ्या स्वत:च्या वाटचालीबद्दलही बोलतो, परंतु त्याच वेळी स्त्री-अभ्यासाची आंतरशाखीय जडणघडण करणे कसे आवश्यक आहे हेही सांगतो.

१ पंडिता रमाबाई एक झंझावाती व्यक्तित्व : समकालीन संदर्भात

स्त्री-प्रश्नाच्या अभ्यासाच्या दृष्टीने पंडिता रमाबाईंचे आयुष्य नीट पाहणे आणि त्यातील गुंतागुंत समजून घेणे महत्त्वाचे आहे. आपण जेव्हा इतिहासाच्या एका टप्प्यावर जगलेल्या स्त्री-जीवनाकडे पाहतो आहोत, तेव्हा आपला संदर्भ आजचा आहे. इतिहासामध्ये ही स्त्री कशी घडली, कशी घडविली गेली आणि पंडिता रमाबाईंनी केलेले संघर्ष आणि त्या संघर्षांमधून काढलेल्या वाटा याचा वेध आपण घेणार आहोत. असे करताना त्यांना त्यांच्या समाजाच्या, इतिहासाच्या, अर्थव्यवस्थेच्या संदर्भापासून तोडून; व्यक्ती म्हणून फक्त समजावून घेणे पुरेसे नाही हे जाणवते. परंतु हेही लक्षात येते की, पंडिता रमाबाईंना १८५० नंतरच्या काळात व्यक्ती होण्यास काही प्रमाणात वावही मिळाला होता आणि तो वाव त्यांनी कृतिशीलपणे घेतला हेही जाणवते. आपल्याभोवतीच्या समाजाशी त्यांनी संवाद कसा केला, त्यांनी कोणत्या रणनीती आत्मसात केल्या हे पाहणे मोठे रोचक आहे.

अगदी थोडक्यात आपण असे म्हणू की, वसाहतवादाने भारतीय जीवनात एक निर्णायक आंतरविरोध आणला. म्हणजे एकीकडे भारतामध्ये या प्रक्रियेत सर्वात आधी आधुनिकतेची मूल्ये आणि व्यवहार अस्तित्वात आले. विवेक, विज्ञान, आधुनिक तंत्रज्ञान, नव्या पद्धतीच्या परिवहनाची साधने, संप्रेषण आणि आधुनिक उदारमतवादी मूल्यव्यवस्था - यांतूनच स्वातंत्र्य, समता, न्याय, म्हणजेच दुसऱ्या शब्दांत सांगायचे, तर व्यक्तिवाद आणि भांडवलशाही या दोन्ही गोष्टींचा उदय झाला. हा संदर्भ लक्षात घेतला, तर आपल्याला पंडिता रमाबाई यांच्या आयुष्यातील तपशिलांमधून ते तपशील जोडणाऱ्या साखळ्या समजतात. आपण हेही लक्षात ठेवले पाहिजे की, आपल्याकडे आधुनिक राजकीय अर्थव्यवस्था आली. त्यात औद्योगिकीकरण, आधुनिकीकरण आणि कृषी यांमध्ये जे बदल झाले, त्यात वसाहतवादाने एकाच वेळी आधुनिक मूल्ये आणली, आकांक्षा आणि जीवनशैली आणल्या, परंतु अनुद्योगीकरणसुद्धा आणले. त्यातून कृषी व्यवस्था धसली आणि एकूणच उत्पादकता कमी झाली. या तऱ्हेच्या आंतरविरोधातून

जे सामाजिक आंतरविरोध तयार होतात, त्यात असे दिसते की, सामाजिक पातळीवर एकीकडे नवे अवकाश निर्माण झाले, संधी निर्माण झाल्या आणि संघर्षाची हत्यारे निर्माण झाली; त्याचप्रमाणे परिघाबाहेर फेकल्या गेलेल्या, ज्यांच्यावर वर्चस्व गाजविले गेले त्या दडपलेल्या घटकांचे प्रतिकारही उभे राहिले. या संदर्भात आपण लक्षात घेतले पाहिजे की, अस्पृश्यांचे, शूद्रांचे जसे झगडे उभे राहिले त्याच प्रमाणे स्त्रियांचे संघर्षही उभे राहिले, पंडिता रमाबाईंच्या आयुष्यात 'खाजगी' आणि 'सार्वजनिक' या दोन्ही अवकाशात त्यांनी व्यक्ती म्हणून केलेले संघर्षही दिसतात, त्याचप्रमाणे समाजाशी, पारंपरिक मूल्यव्यवस्थेशी टकराव घेणेही दिसते, तसेच आधुनिकतेचा एक भक्कम पाया म्हणजे शिक्षण, ज्ञानप्राप्ती आणि समाजामध्ये स्त्री-प्रश्नाविषयी जागरूकता निर्माण करणे हे घटकही दिसतात.

या काळात सती, भ्रूणहत्या, पुनर्विवाह, स्त्रियांचे शिक्षण या संदर्भात जरी १८५७ नंतर म्हणजे खरे तर ब्रिटिश सत्तेविरुद्ध भारतीयांनी केलेले बंड संपल्यानंतर, साम्राज्यवादी गोऱ्या शासनाने काही बदल करण्याचा प्रयत्न केला. तरी सर्वसाधारणत: धोरण असेच होते की, 'आम्ही तुमच्या खाजगी जीवनामध्ये म्हणजे सामाजिक, सांस्कृतिक व्यवहारांमध्ये हस्तक्षेप करणार नाही.' त्याचप्रमाणे सांस्कृतिक पातळीवर या काळात असे घडले की, ब्राह्मणवर्ग, व्यापारी वर्ग आणि जमीनदारवर्ग यांना मोठा दर्जा, सत्ता आणि सवलती मिळाल्या आणि त्याचा परिणाम शूद्र, अतिशूद्र स्त्रिया आणि आदिवासी गटावर झाला. नवे कायदे, नवी श्रीमंती यांतून वसाहतवादाच्या काळात नव्या पुरुषसत्ताक व्यवस्थेची रचनाही झाली. भारतातील पाटाचा विवाह कष्टकरी जातींमध्ये होता, परंतु या सांस्कृतिक व्यवहाराकडे दुर्लक्ष केले गेले आणि वरच्या जातीतील मूल्यव्यवस्थेचे भारतीय म्हणून गौरवीकरणही झाले. या काळात बहुसंख्य भारतीयांना औपचारिक किंवा अनौपचारिक शिक्षणाचे दरवाजे बंद होते. म्हणजे आधुनिकतेच्या आगमनानंतर शिक्षणाची वंचितता होती, त्यामुळे आपल्या लक्षात येईल की, इंग्रजी, मराठी, संस्कृत भाषा शिकून पंडिता रमाबाई नेतृत्वाच्या जागी, दृश्यतेच्या जागी आल्या तर यात नवल असे काहीच नाही. त्या अपवादात्मक वाटाव्या इतके त्यांचे आयुष्य त्या काळाच्या संदर्भात वेगळे होते आणि तसे पाहिले तर आजही घर, संसार आणि शिक्षण, करिअर यांमध्ये तडजोड करून जेमतेम घरची आणि बाहेरची नोकरी करणाऱ्या अनेक अदृश्य स्त्रियांचे आयुष्य पाहिले, तर पंडिता रमाबाई आजही अनुकरणीय आणि अपवादात्मक वाटतात.

पंडिता रमाबाई (२३ एप्रिल १८५८ - ५ एप्रिल १९२२) हे नाव घेतले की, आपल्या डोळ्यांसमोर अगदी तरतरीत चेहऱ्याचे, आखूड केस असलेल्या व्यक्तीचे चित्र येते. एक वादळी झंझावती आयुष्य त्या जगल्या आणि शेवटी केडगाव येथे आपले जग

निर्माण करत मृत्यू पावल्या अशी जाणीव होते. पंडिता रमाबाईंच्या जीवनाचे तपशील ख्रिस्ती मिशनऱ्यांनी अधिक जपले. विशेषत: राष्ट्रवादी चळवळीला जेव्हा जोर आला, तेव्हा लोकमान्य टिळकांच्या नेतृत्वाच्या उदयानंतर पंडिता रमाबाईंचे नेतृत्व परिघाबाहेर ढकलले गेलेले दिसते. एके काळी 'सरस्वती' म्हणून गौरविलेल्या या स्त्रीने धर्मांतर केले, तोही ख्रिस्ती धर्म स्वीकारला, म्हणजे जणू काही त्यांनी राज्यकर्त्यांची गुलामगिरी राज्यकर्त्यांचा धर्म स्वीकारून मान्य केली, असा अर्थ लावला गेला. अनेक अभ्यासक पंडिता रमाबाईंना आपल्या काळातील सर्वसामान्य जनांचे जगणे कळले नव्हते असा अर्थ लावतात. आणि काही प्रमाणात कदाचित हे खरेही असेल, कारण पंडिता रमाबाई संस्कृतज्ज्ञ अनंतशास्त्री डोंगरे यांच्याकडून सुरुवातीला संस्कृत शिकल्या, त्यानंतर त्यांनी इंग्रजी भाषा आत्मसात केली. परंतु त्या अर्थाने त्यांना मध्ययुगीन भक्तिपरंपरेतील मुक्ताबाई, जनाबाई आदी संत स्त्रियांचे लेखन माहिती नसावे किंवा भक्ती ही परंपरा, विज्ञान, विवेक, न्याय या चौकटीपेक्षा मागास, विशेषत: वसाहतवादी काळात शिक्षितांना कळलेल्या आधुनिकतेच्या संदर्भात तशी वाटली असावी.

पंडिता रमाबाईंनी अल्पकाळासाठी शूद्र जातीतील बिपिन बिहारी मेधावी यांच्याशी विवाह केला आणि एक मुलगी झाल्यानंतर त्यांना वैधव्यही आले. त्या काळात ब्राह्मण जातीतील स्त्रियांच्या वैधव्याची परिस्थिती अंधार कोठडीत कोंडलेल्या गुन्हेगारापेक्षा वेगळी नव्हती. या परिस्थितीमध्ये उभ्या राहिलेल्या पंडिता रमाबाई म्हणजे स्त्री-प्रश्नाच्या दृष्टीने एक महत्त्वाचे इतिहास घडविणारे व्यक्तित्व होते. आर्थिकदृष्ट्या आपले स्वातंत्र्य जतन करू पाहणाऱ्या पंडिता रमाबाई आपल्या विचारांची आणि प्रकल्पांची स्वायत्तता आणि एकात्मतासुद्धा जपत असत. वयाच्या चोविसाव्या वर्षी 'स्त्री-धर्मनीती' हे आपले पुस्तक त्यांनी जून १८८२ मध्ये छापले आणि सहा महिन्यांच्या आतच या पुस्तकाची दुसरी आवृत्ती निघाली. त्या काळात दादोबा पांडुरंगांनी शिफारस केल्यावर मुंबईतील सरकारने पहिल्या आवृत्तीच्या ५० टक्के प्रती खरेदी केल्या. (टिळक, देवदत्त नारायण, १९६०)

या पुस्तकात बदलत्या अर्थव्यवस्थेत स्त्रियांनी कसे बदलावे याचे मार्गदर्शन केले आहे. 'स्त्री-धर्मनीति' या पुस्तकाची तुलना त्या काळातच लिहिल्या गेलेल्या 'स्त्री-पुरुष तुलना' या ताराबाई शिंदे यांच्या जहाल भूमिका घेऊन लिहिल्या गेलेल्या निबंधाशी करण्याचा प्रयत्न केला, तेव्हा जाणवते की, एका पातळीवर पंडिता रमाबाई मवाळ पद्धतीने, परंतु आपल्याभोवतीच्या समाजामधील पुरुषसत्ताकतेच्या विरुद्ध बोलतात. ताराबाई शिंदे यांना महात्मा जोतिबा फुले यांच्यासारखे पाठबळ मिळाले, तसे पाठबळ पंडिताबाईना मिळाले नाही. इतकेच नाही, तर 'सरस्वती' म्हणून गौरविलेल्या समाजाने

त्यांना 'रेव्हरंडा' अशी शेलकी शिवीसुद्धा नंतरच्या काळात बहाल केली. पंडिता रमाबाईंना सामाजिक क्रांतिकारकत्व देण्यास अलीकडच्या काळात अभ्यासकांना अडचणीचे वाटते आणि त्या धार्मिक क्षेत्रातील क्रांतिकारी व्यक्ती होत्या अशी मान्यता जेमतेमच दिली जाते.

मे १८८२ ते एप्रिल १८८३ या काळात पंडिता रमाबाई पुणे आणि पश्चिम महाराष्ट्रात वावरल्या. त्या काळात त्या 'प्रार्थना समाजा'तील सुधारक, 'आर्य समाजा'तील मंडळी आणि 'आंग्ल चर्च' वर्तुळातील काऊली धर्मगुरू आणि वॉटिज सिस्टर्स यांच्याबरोबर विचारांची देवाणघेवाण करत होत्या. मुंबई प्रेसिडेन्सीच्या सर्व भागांमध्ये जाऊन त्यांनी 'आर्य महिला समाजा'च्या शाखा सुरू केल्या. परंतु आपण इंग्लंडमध्ये जाऊन उच्चशिक्षण घ्यावे असे जेव्हा त्यांनी ठरविले, तेव्हा आपल्या आत्म्याला स्मरून त्यांनी हा निर्णय घेतला. त्या काळात काही मिशनऱ्यांनासुद्धा त्यांनी जाऊ नये असे वाटत होते. तर हिंदू मित्र-मंडळींना त्यांचा धर्म हरवेल असे वाटत होते. सातासमुद्रापलीकडे प्रवास करणारी स्त्री म्हणजे भ्रष्ट स्त्री असा समज अगदी उच्चवर्गीय, उच्चवर्णीय भारतीयांमध्येही होता. म्हणजे बदल घडावेत ते पुरुषांच्या जीवनात घडावेत, त्यांनी प्रवास केले तर चालतील. इतकेच नाही, तर विवेकानंदांसारखे नेतृत्व जगभर फिरून भारतीय संस्कृतीविषयी प्रचारात्मक बोलू शकत होते. परंतु पंडिता रमाबाईना मात्र परदेशी जाण्यासाठी 'स्त्री-धर्मनीती' हे पुस्तक लिहून प्रवासाचे पैसे कमवावे लागले आणि त्यानंतर त्यांचे प्रत्यक्ष धर्मांतर घडले, तेव्हा त्या 'भारतीय स्त्री' या चौकटीत अध:पतित ठरल्या, त्यांची विद्वत्ता राष्ट्रवादाच्या चौकटीत परकीय ठरली.

आपल्याला जाणवते की, त्या काळात पंडिता रमाबाईंना निरोगी आणि सशक्त असे स्त्री-पुरुष नाते शक्य आहे असे दिसत होते आणि सहकार्याचे कुटुंब-जीवन हवे असे वाटत होते. त्यासाठी त्यांनी निर्भयपणे 'धर्म' या चौकटीचा विचार केला आणि म्हणूनच हिंदू-ब्राह्मणी चौकटीत स्त्रियांना मोक्षाचा अधिकार नाही हे जाणवल्यावर स्त्री-पुरुष समानतेच्या शोधात ख्रिस्ती धर्म स्वीकारला. असे करताना कुठेतरी जाणवते की, प्रत्यक्ष भारतीय समाजामध्ये स्त्री-पुरुषांच्या समान नात्यांची घडण घडू शकणार नाही असे वाटूनच कदाचित त्या 'धर्म' आणि 'आत्मिक शक्ती' या चौकटींना महत्त्व देत, स्त्रियांना जाणवणारे सत्य निर्भयपणे मांडता येण्याचे क्षेत्र म्हणून धर्मांतराकडे पाहतात.

पंडिता रमाबाईंनी हिंदू आणि ख्रिस्ती धर्मांच्या प्रस्थापित चौकटींच्यापलीकडे जाण्याचा प्रयत्न केला. ब्राह्मणी चौकटीतील वर्चस्ववाद जसा त्यांना मान्य नव्हता, त्याचप्रमाणे कॅथलिक आणि प्रोटेस्टंट यांच्यामधील विवादही त्यांनी चिकित्सकपणे, निर्भयपणे पाहिले आणि त्याविषयी प्रश्न उभे केले. त्यामुळे शेवटी जेव्हा स्वातंत्र्य चळवळीमध्ये त्या परिघाबाहेर फेकल्या गेल्या, तेव्हा त्यांनी 'केडगाव मिशन'मध्ये अगदी

नाइलाजाने आश्रय घेऊन, स्त्रियांसाठी पर्यायी जगच निर्माण करण्याचा प्रयत्न केला. त्यांना अर्थातच हे पर्यायी जग कोंडवाड्यासारखे व्हावे असे वाटत नव्हते. परंतु ज्या काळात त्या जन्मल्या, ज्या परिस्थितीमध्ये त्या होत्या; ती लक्षात घेता, व्यापक समाजामध्ये नेतृत्व घेणे अशक्य होऊन त्यांचे शेवटचे दिवस एकाकी झाले. आपण त्या धार्मिक किंवा सामाजिक क्रांतिकारक होत्या की नाही याचा विचार करण्यापेक्षा असा प्रश्न विचारला पाहिजे की, भारतातील बहुविध पुरुषसत्ताक व्यवस्थांची गुंतागुंत, वसाहतवादी काळाच्या संदर्भात ब्राह्मण जातीतील स्त्रियांना सती जाण्यास ज्याप्रमाणे भाग पाडत होती, त्याप्रमाणेच पंडिता रमाबाईंसारख्या सर्व तऱ्हेचे नेतृत्वगुण असलेल्या म्हणजे अगदी इंग्लंडच्या प्रवासाबद्दल आणि ब्रिटिश राज्यव्यवस्थेबद्दल बोलणाऱ्या, हंटर कमिशनपुढे साक्ष देणाऱ्या आणि आपल्या देशभगिनींबद्दल कळकळ बाळगणाऱ्या व्यक्तीचे असे का झाले याचा विचार केला पाहिजे.

मला 'धर्मांतर आणि देशांतर' यासारख्या विवादामधून उभारली जाणारी 'राष्ट्रवाद' ही संकल्पना तपासून पाहावीशी वाटते. एका मोठ्या गटाला बहुसंख्येच्या जोरावर स्वत:ला जेव्हा राष्ट्रवादी विशेषत:, हिंदू राष्ट्रवादी ठरविता येते; तेव्हा त्या आड येणाऱ्या भारतातील वेगवेगळ्या घटना, व्यक्ती आणि भिन्न विचार यांना राष्ट्रासंदर्भात द्रोही ठरविणे सोपे ठरते. मग कधी 'ख्रिस्ती मिशनरी इतिहास' नीट न तपासताच, संपूर्ण ख्रिस्ती धर्मालाच भारतासारख्या देशातील आदिवासींना, कष्टकऱ्यांना बाटविणारे आणि सक्तीने धर्मांतर करायला लावणारे ठरविले जाते. अशा वेळी भारतातील ख्रिस्ती धर्म वेगवेगळ्या धर्मप्रचारकांच्या माध्यमातून जेव्हा आला, तेव्हा त्यात अनेक मुक्तिदायी, स्वातंत्र्यशील विचार करणारे धर्मप्रचारक होते हे विसरले जाते. त्याच प्रमाणे केवळ विहिरीत पाव टाकून गावेच्या गावे बाटविली गेली असा जेव्हा प्रचार केला गेला, तेव्हा राजारामशास्त्री भागवतांसारखे अनेक धर्मसुधारक धर्माच्या या कर्मकांडांच्या संदर्भात प्रश्न उभे करतच होते. घरात संध्या, जपतप करणाऱ्या राजारामशास्त्रींनी चहा-पाव खाऊनसुद्धा माझा धर्म बुडत नाही असे जाहीर केले. मला हे संदर्भ खूप महत्त्वाचे वाटतात. कारण आज आपण धर्मचिकित्सा धीटपणे करू शकत नाही आणि ख्रिस्ती मिशनरी मंडळीनी केलेल्या आदिवासी टप्प्यांमधील कामाचीही नोंद घेत नाही. अशा वेळी पंडिता रमाबाईंचे धर्मांतर आणि त्यांचे लेखन आपण अधिक बारकाव्याने तपासले पाहिजे. त्यांचा जो माणसाच्या दु:खाचा, जन्म मृत्यूचा अर्थ लावण्याचा प्रयत्न होता; तो लोकमान्य टिळकांपेक्षा कितीतरी अधिक पटीने आपला विचार खोलात नेणारा वाटतो. खरे तर लोकमान्य टिळक विरुद्ध पंडिता रमाबाई असा विचार करण्याचीही गरज नाही. कारण त्या काळात टिळक काय आणि रानडे पती पत्नी काय, या साऱ्यांनाच कोणती दिशा योग्य वाटली आणि ती तशी

का वाटली हे आपण अभ्यासले पाहिजे. परंतु त्याच वेळी टिळक 'लोकमान्य' ठरतात, महात्मा गांधी 'महात्मा' ठरतात, त्याआधी जोतिबा फुले 'महात्मा' ठरतात असे पाहिले तर मग प्रश्न पडतो की, आपल्या समाजात तितक्याच तोलाचे काम करणाऱ्या स्त्रियांचे नेमके काय होते? इतिहासात कोणत्या स्त्रियांचे नाव शिल्लक राहते? सावित्रीबाई फुले यांचे नाव जोतिबांची पत्नी म्हणून अधिक घेतले जाते आणि तसा सन्मान बाबासाहेब आंबेडकरांच्या उत्तर आयुष्यातील विवाह झालेल्या सविताबाईंना मिळत नाही. याकडे आपण अधिक खोलात जाऊनच विचार केला पाहिजे. म्हणजे पतीविरहित स्त्री समाजात उभी राहून नेतृत्व करू शकते यावर भारतीय म्हणून आपला विश्वास नाही का?

चुका करण्याचे स्वातंत्र्य मिळणे हे माणसाच्या प्रगतीच्या दृष्टीने आवश्यक असते. हे लक्षात घेतले, तर पंडिताबाई ज्या प्रवाही पद्धतीने जगल्या आणि तसे जगताना आवश्यक असे निर्णय घेत गेल्या, त्याकडे पाहता कदाचित लोकमान्य टिळकांसारखे लोकांना मान्य असणारे तेल्या, तांबोळ्यांचे पुढारीपण मिळवू शकण्याचा अवकाश त्यांच्याकडे नव्हता. म्हणूनच त्या ब्राह्मणी चौकटीतून उठून शूद्र विवाहात गेल्या, तेथेही वैधव्य हाती घेऊन लहानग्या लेकीला सांभाळत, त्या परदेशी का गेल्या असतील हे समजण्यातलेच आहे. त्यांच्या भोवती असणारा भारतीय समाज इतका कर्मठ होता, इतका कोंडी करणारा होता की; ती कोंडी सोडविण्यासाठी नव्या देशात, नव्या हवामानात, नव्या आव्हानांना तोंड देत पंडिता रमाबाई धर्मचिकित्सेच्या वाटेने जाताना दिसतात. त्या काळात, आनंदीबाई जोशी या वैद्यकीय शिक्षण पूर्ण करत होत्या. त्यांनाही पाठिंबा देण्याचे काम पंडिताबाईंनी केले. स्त्रियांची एकजूट, भगिनीभाव यांविषयी विचार करताना खरोखरच आपण पंडिता रमाबाईंचा वारसा महत्त्वाचा मानला पाहिजे.

(अधिक वाचनसाठी : भागवत, विद्युत, 'स्त्रीप्रश्नाची वाटचाल : परिवर्तनाच्या दिशेने' विभाग - १, महाराष्ट्राचा सामाजिक इतिहास लिंगभाव परिप्रेक्ष्यातून, पृ. १-९२, प्रतिमा प्रकाशन, ८ मार्च २००९; भागवत, विद्युत संपादन, 'स्त्रियांचे मराठीतील निबंधलेखन', प्रस्तावना पृ. 1 - XXXIV, साहित्य अकादेमी, २०१३; Bhagwat, Vidyut, Women's Studies - Interdisciplinary Themes and Perspectives, Chapter 5-6, pp 88-162, Diamond Publication, 2012; Kosambi, Meera, "Crossing Thresholds - Feminist Essays in Social History' pp. 311-329 Permanent Black Publication, 2007, Bapat, Ram, Pandita Ramabai; Faith and Reason in the Shadow of the East and West, in Representing Hinduism; The Construction of Religious Traditions and Natonal ldentity, edited by Vasudha Dalmia and Heinrich von Stitencron, New Delhi : Sage Publications, 1995, pp. 224-52)

२ मलालाचे झळाळते अस्तित्व आणि गुंतागुंतीचे 'जागतिक' वास्तव

मलाला युसूफझई गोड चेहऱ्याची, १७ वर्षे वयाची, पाकिस्तानातील मिगोरा येथील उत्तर-पश्चिम परगण्यातील, अगदी पश्तून वंशाची, इस्लाम धर्म मानणारी मुलगी. मुलींचा शिक्षणाचा हक्क अधोरेखित करून आणि स्त्रियांच्या दुयमत्वाविरुद्ध उभी राहणारी एक कृतिशील आधुनिक व्यक्ती! मलालाचे शिक्षण इंग्लंडमधील बर्मिंगहॅममध्ये झाले आणि आजवर नोबेल पारितोषिक मिळविणाऱ्यांमध्ये ती सगळ्यात अल्पवयीन आहे. शांततेचा 'नोबेल पुरस्कार', 'सखारोव पुरस्कार', 'सिमॉन दि बूव्हा पुरस्कार' मिळविणारी; कॅनडातील मानद नागरिकत्व मिळविणारी; त्याचप्रमाणे 'राष्ट्रीय युवा शांती पुरस्कार'ही मिळविणारी आहे. म्हणजेच मलाला हे अतिशय झळझळीतपणे दृश्य व्यक्तित्व आहे आणि त्याच वेळी ती एका समुदायाचा अपरिहार्य भाग आहे. परंतु तिच्या प्रशिक्षणातून, शिक्षणातून त्या समुदायातील चुकीच्या प्रथांविरुद्ध आणि विशेषत: हिंसक हल्ल्यांविरुद्ध ती उभीही राहिलेली आहे. स्वात खोरे जे खैबर पख्तूनख्वा परगण्यात उत्तर-पश्चिम पाकिस्तानात आहे, जेथे स्थानिक पातळीवर तालिबानी मंडळींनी अनेक वेळा मुलींनी शाळेमध्ये शिकू नये म्हणून फतवे काढले, त्या विरोधात ती उभी आहे. मलालाने जे काम केले आहे, त्यातून आता एक आंतरराष्ट्रीय चळवळ उभी राहिलेली दिसते.

आज म्हणजे १७ डिसेंबर २०१४ रोजी 'तालिबानी क्रौर्याची परिसीमा' या शीर्षकाने सर्व वर्तमानपत्रांत पेशावरमधील वारसाक रस्त्यावरील पाकिस्तानी लष्कराने चालविलेल्या शाळेवर हल्ला करून १३२ लहान विद्यार्थी आणि काही ९-१० प्रौढ यांना निष्ठुरपणे गोळीबार करून मारून टाकले, ही बातमी इळकली. इतकेच नाही तर हजारो विद्यार्थ्यांना वाचवून, संरक्षण देऊन काम करणाऱ्या शिक्षिकेला तालिबान्यांनी निर्घृणपणे कोवळ्या मनाच्या, वयाच्या विद्यार्थ्यांसमोर उभे जाळले. अवघे जग या घटनेने सुन्न झालेले असतानाच आपण मलालाचा विचार करतो आहोत हे येथे नोंदविले पाहिजे.

मलाला अशा कुटुंबातील आहे की, ज्या कुटुंबाने अनेक शाळांची साखळी निर्माण करून या प्रांतात आधुनिक शिक्षणाचा पाया घालण्याचा प्रयत्न केला. अशा घरात

जन्मलेली मलाला अर्थातच ज्ञानाचा, शिक्षणाचा झेंडा घेऊन पुढे आली तर नवल नाही. परंतु तरीही नवल वाटले ते असे की, ९ ऑक्टोबर, २०१२ रोजी दुपारी आपल्या शाळेच्या बसमध्ये चढताना बंदुकधाऱ्याने तिला तिचे नाव विचारले आणि तिच्यावर पिस्तूल रोखले आणि तीन गोळ्या तिच्या मेंदूत आरपार जाव्यात अशाप्रकारे झाडल्या. एक गोळी तिच्या चेहऱ्याला चाटून तिच्या खांद्यामध्ये घुसली. मलाला आंतरराष्ट्रीय शाळेत शिकत होती, आंतरराष्ट्रीय पातळीवर काम करत होती; त्यानुसार तिला मदतही मिळाली आणि बर्मिंगहॅममधील 'क्वीन एलिझाबेथ हॉस्पिटल'मध्ये तिच्यावर वैद्यकीय उपचार होऊन ती वाचली. अशी जीव वाचवण्याची संधी आता १३२ मुलांना जी तालिबानी हल्ल्यामध्ये गारद झाली, त्यांना मिळणार नाही आणि अनेक जीव वाचवणाऱ्या त्या शिक्षिकेलाही जिवंतपणे जळून मरण्याचा चटका देणारा अनुभव, अंतिम अनुभव म्हणून घ्यावा लागला. असा हादरा देणारा अनुभव मलालासारख्या एखाद्या व्यक्तीला मिळतो आणि तरीही जगण्याची संधी मिळते, तेव्हा नेमके या व्यक्तीचे काय होत असेल? तीन दिवसांतच तिच्यावर हल्ला करणाऱ्यांचा पाकिस्तानातून देश-पातळीवर निषेध झाल्यानंतरही, मलालाला ठार मारण्याची तालिबान गटाने केलेली घोषणा झाली. हे सगळे पाहिले तर मनात प्रश्न उभा राहतो तो असा की, तरीही मलाला उभी राहिली आहे, ती तिच्या निश्चयाच्या बळावर. पाकिस्तानातील काही मंडळींच्या मते, या तऱ्हेचा मेंदूत गोळी मारण्याचा प्रयोग अमेरिकेच्या गुप्तचर गटानेच केला आणि कट-कारस्थानांचे अनेक सिद्धांत या घटनेच्याभोवती अजूनही मांडले जात आहेत. परंतु या सगळ्या गदारोळात आपल्याला दिसते की, दक्षिण आशियासारख्या भागात भारत आणि पाकिस्तान नावाचे दोन देश वसाहतवादातून मुक्त होऊन, आपली आपली सीमारेषा स्पष्ट करत देश उभारू पाहतात, तेव्हाही खऱ्या अर्थाने जागतिक पातळीवर ज्याला पूर्वी 'पहिले जग' असे नाव दिले गेले होते, त्याच्या पकडीतून सुटतात का? म्हणजेच असे मनात येते की, भारतातही भिन्नता आणि विविधता होती आणि तरीही 'भिन्नतेत एकता' हे स्वप्न घेऊन आपण नेहरू, आंबेडकर आणि खरे तर गांधीजी यांच्या नेतृत्वाखाली वाटचाल करू लागलो. तसेच पाकिस्तानातही होते. अनेक गट ज्यांना पाकिस्तानात यायचेच नव्हते, तेही क्षेत्रीय चौकटीत पाकिस्तान म्हणून गणले जाऊ लागले. त्यात कडवट धर्मनिष्ठा, सैनिकीकरण आणि शस्त्रास्त्रे यांचे प्राधान्य दिसते आणि तरीही वेळोवेळी पाकिस्तानातूनही समता, बंधुता, एकता या मूल्यांचा विचार करणारे पत्रकार घडलेले दिसतात. इतकेच नाही, तर पाकिस्तानातील स्त्री-प्रश्नाचा अभ्यास करणारी आणि कृती करणारी मंडळी महत्त्वाची कामगिरी बजावून देशाला आधुनिकतेकडे आणि युद्धखोरीपासून दूर जाऊन, शांततेकडे नेण्याचा प्रयत्न करताना दिसतात. या क्षणी मला बेनेझीर भुट्टो आठवतात,

तसेच इंदिरा गांधींच्या हत्येची आठवण येते आणि वंशभेदाविरुद्ध उभ्या राहणाऱ्या नेतृत्वाची आठवण येते.

खरोखरीच, मलालासारख्या अल्पवयीन मुलीला जेव्हा शांततेचे 'नोबेल पारितोषिक' जाहीर होते, तेव्हा त्यात एकीकडे जागतिक पातळीवरील सत्तेच्या हातमिळवणीचा संबंध असेलही. इतकेच नाही, तर या घटनेनंतर १२ जुलै २०१३ पासून अनेक मानसन्मान मलालाला दिले गेले, अगदी 'युनिव्हर्सिटी ऑफ किंग्ज कॉलेज'ने मानद डॉक्टरेटसुद्धा बहाल केली. १९७९ साली अब्दुस सलाम यांनी फिजिक्स या विज्ञानक्षेत्रात केलेल्या कामगिरीबद्दल 'नोबेल शांती पुरस्कार' मिळविला होता. म्हणजे त्यानंतर पाकिस्तानी नागरिकांमधील हे दुसरे नोबेल पारितोषिक मलालामुळे मिळाले. आता मलालाला लेखक, पत्रकार, अभ्यासक, पाकिस्तानची अस्मिता असे मोठ्या सन्मानाने संबोधतात. खरोखरच स्त्री-प्रश्नाची अभ्यासक म्हणून या गुंतागुंतीचा विचार आपण अधिक सखोलपणे करावा असे मला वाटते. म्हणजे एखाद्या देशाची अस्मिता म्हणून एखादी लहानगी मुलगी ठरते आणि त्याच वेळी जगामधील सर्वांत सत्तावान देश तिला संरक्षण देतात, मानसन्मान देतात, आधुनिक नवे शिक्षण देतात आणि मानवी हक्कांची भाषासुद्धा ही मुलगी आत्मसात करते. असे वाटते की, जगाच्या पातळीवरील चाललेल्या एका मोठ्या युद्धाचा भाग मलाला आहे. तिचे नावसुद्धा मोठे अर्थपूर्ण आहे, या नावाचा अर्थ 'दु:खाने भारलेली' (grief stricken) हा आहे. आणि 'मलालाई मायवांड' या प्रसिद्ध पश्तून कवयित्रीचे नाव तिला जन्मत:च जाणीवपूर्वक दिले गेले होते. दक्षिण अफगाणिस्तानातील लढाऊ स्त्री म्हणून ही कवयित्री प्रसिद्ध होती. म्हणजे मलालाच्या जन्मापासूनच तिच्याकडे आई-वडलांनी, तिच्या आप्तांनी, गोतावळ्याने आणि मित्र परिवाराने मशाल घेऊन पुढे जाणारी म्हणूनच पाहिले असावे.

युसूफझई हे तिचे आडनाव पाकिस्तानच्या स्वात खोऱ्यामधील एक ठळक आणि महत्त्वाचे आडनाव आहे. स्वात खोऱ्यामधील आपल्या मिंगोरा गावी दोन भाऊ, आई-वडील आणि लाडक्या कोंबड्या यांच्यासह राहणारी मलाला; जिथे राहात होती त्या स्वातमध्ये सतत परदेशी प्रवाशांना पाहात असे. या खिंडीत वा खोऱ्यात इतके नैसर्गिक सौंदर्य आहे की, तिथे नेहमीच हजारो प्रवासी येत असत. 'पूर्वेकडचे स्वित्झर्लंड' असे या भागाला नाव दिले आहे आणि इंग्लंडची दुसरी राणी इलिझाबेथ हिनेसुद्धा येथे मुक्काम केला होता. मलालाला पश्तो, इंग्रजी आणि उर्दू या भाषा येतात, तिचे प्रशिक्षण प्रामुख्याने तिचे वडील झियाउद्दीन युसूफझई यांनी केलेले दिसते. तिचे वडील स्वत: एक कवी आहेत आणि 'खुशाल पब्लिक स्कूल' या नावाने त्यांनी शिक्षणाचा प्रसार कृतिशीलपणे करण्याचा वसा घेतलेला होता आणि असे दिसते की, मलालाला डॉक्टर व्हायचे होते,

परंतु वडिलांनी तिला राजकारणामध्ये जाण्यास उत्तेजन दिले. झियाउद्दीन यांनी आपल्या या मुलीला एक खास व्यक्ती म्हणून वाढविले आणि दोन्ही भाऊ रात्री झोपी गेलेले असताना मलालाला मात्र त्यांनी राजकारणाबद्दलचे धडे दिले. मलाला शिक्षणाच्या हक्कांविषयी २००८ साली बोलू लागली. तिच्या वडिलांनी तिला पेशावरच्या स्थानिक क्लबमध्ये नेऊन भाषण करण्यास उत्तेजन दिले, तेव्हा तिने तिथे जमलेल्या सगळ्या श्रोत्यांना प्रश्न विचारला की, 'माझा शिक्षण घेण्याचा जो पायाभूत हक्क आहे, तो कोणीही कसा हिरावून घेऊ शकतो?' हे तिचे भाषण सर्व वृत्तपत्रांनी आणि दूरदर्शनच्या विविध वाहिन्यांनी प्रसारित केले आणि मलाला पेशावरमधील घराघरांत पोचली.

येथे लक्षात येते की, मलालाची पार्श्वभूमी अपवादत्मकच होती आणि म्हणूनच इतक्या लहान वयात ती इतकी मोठी कामगिरी करू शकली. परंतु त्याचबरोबर तिची स्वत:ची ऊर्जा अथवा अंतर्दृष्टी अथवा धैर्य या गोष्टींना दाद द्यायलाच हवी. कोणी घडविले म्हणून आपण घडत नसतो, तर आपली इच्छाशक्ती तीव्र करत आपल्या प्रांतासाठी, आपल्या भोवतीच्या माणसांसाठी उभे राहण्याचे काम ती व्यक्तीच करत असते. त्या अर्थाने मलालाचे नुसते कौतुकच नाही, तर सत्कार झाला हे चांगलेच झाले. येथे मला इंदिरा गाधींची आठवण येते. नेहरूंनी ज्या प्रकारे इंदिरा गांधींना घडविले, वेळोवेळी पत्रे लिहिली आणि भारताची पंतप्रधान एक स्त्री होऊ शकते हे आपल्या घडविण्यातून दाखविले; तसेच काहीसे येथे झाले. इंदिरा गांधीना संसदेमध्ये एकदा जाहीर करावे लागले होते की, 'संसदेतील खऱ्या अर्थाने पुरुष मीच आहे.' म्हणजे इंदिरा गांधींनासुद्धा पौरुष आणि स्त्रीत्व याच्या व्याख्यांमध्ये बांगड्या भरण्याचा जो आशय येतो आणि त्यातून बाईचे पडखाऊ दुय्यमत्व नैसर्गिक केले जाते, त्याला शह द्यावा लागला. येथे तर मलालाला स्वत:ला, तिच्या भोवतीच्या हजारो मुलींना शिक्षण आणि ज्ञान ज्या प्रकारे नाकारले जाते हे दिसत होते आणि तिला संधी मिळाली ती आधुनिक शिक्षणाची. मलालाने आपल्याला मिळालेल्या या अवकाशाचे सोने केले.

२००८ साली सप्टेंबरमध्ये तिने भाषण केले आणि मग ते वर्ष संपता संपता बीबीसी उर्दू वेबसाईटवर स्वातमधील तालिबानी हल्लेखोरीचा वाढता प्रभाव नोंदविण्यासाठी, एखाद्या शाळेतल्या मुलीला स्वत:च्या आयुष्याबद्दल, स्वत:चे नाव न घालता लिहायला लावावे असे ठरले. परंतु या खोऱ्यातील भयभीत विद्यार्थिनींनी आणि त्यांच्या पालकांनी या तऱ्हेची जोखीम पत्करायची नाही असे ठरवले आणि मग ११ वर्षांच्या आपल्या लेकीला हा ब्लॉग लिहिण्यास वडिलांनीच उत्तेजन दिले. त्या काळात तालिबानी सशस्त्र बंडखोरांचे नेतृत्व करणाऱ्या मौलाना फझल्लुला यांनी स्वात खोऱ्यामध्ये टेलिव्हिजनवर, संगीतावर, मुलींच्या शिक्षणावर बंदी आणली. इतकेच नाहीतर बायकांनी खरेदीलासुद्धा

बाहेर पडायचे नाही असे फतवे काढले. शिरच्छेद केलेल्या पोलिसांची जखमी शरीरे शहरांच्या चौकांमध्ये टांगून ठेवली. अशा तऱ्हेने शाळांमध्ये जाणाऱ्या मुलींच्या मनात दहशत पसरवल्यावर कोणीही पुढे येऊन ब्लॉग लिहायला तयार नव्हते, त्यामुळे त्या काळात सातव्या इयत्तेत शिकणाऱ्या मलालाला पर्यायच नव्हता आणि तिने ३ जानेवारी २००९ साली ब्लॉगमधून एका नव्या टप्प्यामध्ये प्रवेश केला. हिंसा आणि राजकारण यांचे सर्वसामान्य लोकांच्या दैनंदिन जीवनावर काय परिणाम होतात याविषयी बीबीसीच्या वेबसाईटवर फारशी माहिती उपलब्ध नव्हती. परंतु बीबीसी उर्दू वेबसाईट करणारे मिर्झा वाहीद यांना मलालाच्या सुरक्षिततेची चिंता सतत ग्रासत होती. मलालाने टोपण नाव घेतले होते, ते म्हणजे पश्तून भाषेतील लोककथेमधील एक व्यक्तिमत्त्व 'गुल मकाई' असे. त्या वेळी बीबीसीच्या उर्दू ब्लॉगमध्ये आपले म्हणणे लेखी लिहून वार्ताहाराकडे देणे आणि मग त्याने स्कॅन करून, ईमेल करणे अशी प्रक्रिया चालू झाली. स्वातमधील पहिली लढाई या काळात चालू होती. सशस्त्र सैन्य जेव्हा या प्रांतावर ताबा मिळवत होते, तेव्हा मुलीसुद्धा शाळेत जाऊ शकत नव्हत्या आणि शेवटी मलालाची शाळासुद्धा बंद झाली. २००९ जानेवारी नंतरच्या काळात एकाही मुलीला शाळेत जाता येत नव्हते आणि १०० पेक्षा अधिक मुलींच्या शाळा या उखडल्या गेल्या होत्या. शाळांचे उद्‌ध्वस्तीकरण चालू असतानाच मलालाने लिहिले होते की, 'सुट्ट्या संपल्या की आमच्या परीक्षा आहेत, परंतु तालिबानने परवानगी दिली तरच मुली शाळेत येऊ शकतील. आम्हाला परीक्षेसाठी काही अभ्यास करायचा आहे, पण खरेच मला अभ्यास करावासा वाटत नाही.'

मलालाचे आयुष्य त्या काळापासून ताणतणावाखाली होतेच आणि मुलींच्या शाळा बंद म्हणून सहानुभूती दाखविण्यासाठी, काही काळ मुलांच्या शाळाही बंद केल्या गेल्या होत्या. पुढच्या काळात स्थानिक पातळीवरील तालिबान नेते मोलाना फझ्लुला यांनी एफ. एम. रेडिओ स्टेशनवरून मुलींच्या शिक्षणावरील बंदी उठविली, परंतु त्यांना बुरखा घालण्याची सक्ती केली. यानंतरच्या काळात असे दिसते की, मलाला नेतृत्व घेऊन या परिस्थितीमध्ये शिकत राहिली, कृतिशीलपणे काम करत राहिली आणि पाकिस्तानातील सैन्य आणि तालिबान यांच्यामधील ताणही बघत होती. मलालाचे आयुष्य सांस्कृतिक आणि भौतिक दृष्टीने संपन्न होते हे खरे आहे. परंतु तिला त्या सुबत्तेचा आणि सुस्थितीचा आस्वाद घेण्यासाठी वेळच नव्हता. २००९ साली तालिबानी हल्लेखोरी कमी झाली, त्याचीही नोंद तिने केलेली आहे. राजकारणामध्ये पडलेली ही मुलगी जिला डॉक्टर होण्याची तीव्र इच्छा होती, तिने ती इच्छा दूर सारून राजकारणामध्ये उडी मारली. मलालाला सार्वजनिक जीवनात इतके सन्मान मिळाले, परंतु त्यामुळेच फेसबूकव ती

तिला धमक्या येऊ लागल्या आणि २०१२ रोजी शेवटी गोळ्या झेलाव्या लागल्या. यानंतरच्या काळात मलाला ही खरोखरच जागतिक कीर्तीची झाली आणि शांततेचे 'नोबेल पारितोषिक' मिळण्यापूर्वीच तिच्या देशातील प्रत्येक स्त्रीला, प्रत्येक मुलाला आणि प्रत्येक मुलीला हक्कांसाठी लढण्याची स्फूर्ती तिच्या जगण्यातून मिळाली.

खरोखरीच सतत संघर्ष करत, दक्षिण आशियामधील माणसांना आता योग्य दिशेने आपले राजकारण उभे करावे लागेल असे दिसते. भारतातही काश्मिरी जनतेमध्ये असणारा असंतोष आणि दुफळी; तसेच नागालँड, मणिपूर, मिझोराम या भागांमध्ये सैनिकीकरणाविरुद्ध असणारे नागरिक आणि शर्मिला इरोमसारख्या व्यक्तीचा झगडा आपण अनुभवतोच आहोत. भारत-पाकिस्तान हे तर खरोखरच इतके जोडलेले देश आहेत; पण बांगलादेश, नेपाळ, भूतान, मालादिव आणि श्रीलंका अशा सर्वांनाच आता एकत्र येऊन, खरे तर अफगाणिस्तानसुद्धा दक्षिण आशियाचाच भाग आहे, आपापल्या देशातील स्थानिक पातळीवरील नागरिकांना कोणत्या प्रकारचे जीवन हवे आहे, कोणते रोजगार, कोणती उत्पादन व्यवस्था आणि कोणत्या दिशेने आपला खंडप्राय देश 'आपला' देश वाटेल याचा विचार गांभीर्याने करणे भाग पडणार आहे. या काळात आपण कोणीच 'आम्हाला राजकारण आवडत नाही' अशी वल्गना करू शकणार नाही, त्याचप्रमाणे कोणतीही वाट काढणारी स्त्री 'स्त्री-प्रश्नाची' गुंतागुंत न समजून घेता जगू शकणार नाही असे वाटते. मलालाचा झगडा एका असामान्य परिस्थितीतील असामान्य स्त्रीचा झगडा म्हणून पाहिला जाऊ नये, तर सर्वसामान्य परिस्थितीतील दक्षिण आशियातील सर्व स्त्री-पुरुषांना तिच्याप्रमाणेच सत्यासाठी उभे राहावे असे वाटणे महत्त्वाचे वाटते. मलालाच्या आयुष्यातून आपण जगण्याचे एक उदात्त दिशा घेणारे सूत्र मिळवू शकू. असे झाले, तर मग मंदिरांच्या भोवती, बाबा-बुवांच्या भोवती होणारी असाहाय्य गर्दी कदाचित कमी होईल आणि नरेंद्र दाभोळकरांसारख्यांना आपला जीव गमवावा लागणार नाही.

३ | 'उंच माझा झोका' आणि 'काकस्पर्श' यांची लोकप्रियता 'कोणामध्ये' आणि 'कोणासाठी?'

'उंच माझा झोका' आणि 'काकस्पर्श' या सध्या मराठी, मध्यमवर्गीय (ब्राह्मण आणि ब्राह्मणी), विशेषत: फावला वेळ असणाऱ्या स्त्रियांच्या आणि काही प्रमाणात पुरुषांच्याही जगात लोकप्रिय झालेल्या दोन संहिता. मुलाबाळांसह, कुटुंबासह पाहायला 'मराठी विश्वातील महत्त्वाचे', सुरक्षित आणि 'संस्कारशील' म्हणून 'काकस्पर्श'कडे बघितले जाते, तर रात्रीच्या आठ वाजताच्या 'उंच माझा झोका'चे दर्शन घराघरांमध्ये जेवताना, उगीच तीन पिढ्यांचे वादाचे मुद्दे निघू नयेत म्हणून घेतले जाते. टीव्हीसमोर ताटे घेऊन, जेवता जेवता चांगले संस्कार होतील या आशेने ही मालिका अधल्यामधल्या शाम्पूच्या आणि टाईडसारख्या साबणाच्या जाहिराती सोसत, थंडीच्या दिवसात ॲलर्जीने हैराण होता होता गोरेपण कसे टिकवायचे, हे पाहता पाहता उत्सुकतेने बघितली जाते आणि त्यावर उडत उडत चर्चाही केली जाते.

अशा या दोन संहितांचा एकत्र विचार करून त्यांच्या लोकप्रियतेचे रहस्य उलगडून सांगण्यासाठी येशू पाटील या 'मुक्तशब्द'च्या उत्साही संपादकांचे बरेच फोन आले. तेव्हा विचार केला की, काय हरकत आहे हा प्रयोग करून पाहायला? २०१२ साल संपता संपता भारतातील शहरांत, उपनगरांत, परिघाबाहेरील गावांमध्ये जो कोलाहल आहे, तो सहन करत; अशा काही तथाकथित सुसंस्कार घडविणाऱ्या, विषारी नसलेल्या विषयावर लिहून, आपले भणभणणारे डोके तरी कदाचित शांत होईल या आशेपोटी हा खटाटोप! तुम्ही कोणत्याही वयोगटातील असाल; भारतातील कोणत्याही भागांत, उपनगरांत असाल; तरी काही ताणतणाव, चिंता आणि भयगंड यांपासून तुम्हाला सुटका नसते. रस्त्यावरती वाहनांची गर्दी वाढते आणि अशक्य अपघातांच्या बातम्या कानावर येतात. महागाईच्या वाढत्या भस्मासुराला तोंड देताना तुमची इज्जत पणाला लागते, तर घरातली तरुण मुले निराश होऊन कुठेतरी गायब होऊ पाहतात, नाही तर दारू-जुगारात जातात. घरात वयोवृद्ध माणसे नव्या नव्या औषधांच्या मदतीमुळे चिवटपणे जगतात

आणि मधल्या वयातली माणसे असाध्य रोगाने घेरली जातात आणि मोठी मोठी हॉस्पिटले आता फाईव्हस्टार हॉटेलांच्या भावाने शुश्रूषा पुरविण्याचा आव आणतात. परंतु बहुतांश वेळेला मध्यमवर्गीय आणि कनिष्ठ मध्यमवर्गीय नोकरदार माणसांना यांतले काहीच परवडत नाही. असे ताणतणावाचे वातावरण आपण हाती घेतलेल्या दोन संहितांमध्ये मात्र अजिबात कुठेही घुसत नाही. त्यांतली माणसे, त्यांच्या चिंता किंवा त्यांच्या जीवनातील चढ-उतार यांतील काहीच आपल्या दैनंदिन जीवनातले नसते. म्हणूनच हातात दोन्ही संहिता नसताना, परंतु दोन्ही संहितांचा चांगला परिचय असल्यामुळे आणि त्यांना मिळालेला स्वीकार आणि लोकप्रियता प्रत्यक्ष अनुभवत असल्याने, मी हा लेखन-प्रपंच करायचे ठरविले आहे.

आपण या लेखात दोन्ही संहितांचा एकत्र विचार करणार आहोतच, परंतु सुरुवातीला 'काकस्पर्श' या चित्रपटाचा विचार करू. 'काकस्पर्श'ची जाहिरात, त्यानंतर त्याबद्दल झालेल्या आणि घडविलेल्या चर्चा आणि प्रत्यक्ष मल्टिप्लेक्समध्ये जाऊन आरामात हा चित्रपट पाहण्याचा अनुभव, या सगळ्यांबद्दलच मला येथे सांगावेसे वाटते. 'काकस्पर्श'ची जाहिरात 'एक विलक्षण प्रेमकहाणी' किंवा अशाच काहीशा शब्दांमध्ये सतत केली गेली होती. ही कथा 'अव्यक्त भावनांची..., मानवी नातेसंबंधांची, सामाजिक चौकटीची, विचारसरणीची, काळानुरूप झालेल्या स्थित्यंतराची' असेही नोंदविले आहे. चित्रपट उलगडताना सुरुवातीलाच असे जाहीर केले गेले आहे की, 'या कथनाचा वास्तवाशी तीळमात्र संबंध नाही.' परंतु असे वास्तवाशी नाते झटकून टाकून आणि अशी विशेषणे पाहताना जाणवते की, त्या मागे एक वास्तव आहेच. खरे तर १९५० नंतर कोकणस्थ ब्राह्मण कुटुंबांतील अनेक तरुण, तरुणी; इंग्रजी माध्यमातून शिकून, परदेशी जाऊन, स्थलांतर करून अनिवासी भारतीय झाले. या अनिवासी भारतीयांना त्यांच्या पुढच्या पिढीच्या संस्कृतीकरणाची गरज वाटू लागते, पुन्हा एकदा वळून भारतात यावेसे वाटते आणि जे शोधावेसे वाटते, ते 'काकस्पर्श'मध्ये शोधले आहे. १९५० नंतर भारतात झालेली स्थित्यंतरे आणि बदल, दलित साहित्याचा सर्जनशील आविष्कार आणि ब्राह्मणेतर जातींनी केलेली ज्ञान-संपत्तीची निर्मिती या सगळ्यांमध्ये आपल्याला आपले स्थान, आपल्यासाठी काही भूमिका निर्माण करायची, तर, वर्तमानाऐवजी स्वातंत्र्यपूर्व आणि स्वातंत्र्यानंतरच्या ५-१० वर्षांना घट्ट पकडीत ठेवले पाहिजे, हे लक्षात घेऊन हा चित्रपट येतो. पेशवाईतील भ्रष्ट ब्राह्मणी व्यवस्था 'घाशीराम कोतवाल'च्या निमित्ताने रंगभूमीवर आली आणि त्यातून ब्राह्मण राज्यकर्ते झाल्यानंतर कितीतरी पटीने हिंसक आणि भ्रष्ट होतात हे दाखविले गेले. रंगेल नाना, हिंसक घाशीराम कसा निर्माण करतो हा आशय रंगभूमीवरील नाच-गाण्यांच्या सोहाळ्यांमधून पुसला गेला आणि गणरायाचे असे नर्तनच

शिल्लक राहिले. 'काकस्पर्श'मध्ये एका कोकणस्थ ब्राह्मण कुटुंबाची कहाणी असली, तरी त्यात भारतीय एकत्र कुटुंबव्यवस्था; कुटुंब प्रमुख म्हणून वावरणाऱ्या पुरुषाची निश्चयी, दृढ प्रतिमा 'घाशीराम कोतवाल'सारख्या नाटकातून केलेल्या कोकणस्थांच्या चित्रणाला छेद देण्यासाठी म्हणूनच येते. 'ब्राह्मणी पुरुषसत्ताकता' पुन्हा एकदा अधोरेखित करताना, त्या काळात स्त्रीला शुद्रातिशूद्राहूनही कमी लेखले गेले हे सूत्र हाताशी धरून पुन्हा एकदा कोकणस्थ ब्राह्मण जातीचे, जातीच्या उतरंडीतील 'उच्चस्थान' येथे अधोरेखित केलेले दिसते. एकीकडे 'स्त्री-प्रश्न' हाताळतो आहोत असे दाखवून, या चित्रपटात स्त्रियांना केंद्रस्थानी ठेवल्यासारखे केले आहे. परंतु पुन्हा एकदा जुन्याच त्याग, सेवेच्या आणि समर्थ पुरुषाच्या सामर्थ्यासाठी जीव देण्याच्या/आत्मसमर्पणाच्या चौकटीत, या संहितेत सर्व स्त्रियांना घातले आहे. म्हणजे स्त्रीच्या दुय्यमत्वाची संरचनात्मक आणि विचारप्रणालीयुक्त तजवीजच करून ठेवली आहे. अंगण सारवणारी स्त्री, बाईमाणसांची कामे, ओवी गाणारी स्त्री असे चित्र एकीकडे, तर दुसरीकडे उघडे-बोडके ब्राह्मण पुरुष, योगासने, सूर्यनमस्कार, पोहणे असे सर्व दाखविले जाते. मग यात बदल कोठे येतात? तर धाकटा भाऊ शहरात बॅरिस्टर होण्यासाठी गेला आणि जुन्यापेक्षा नव्या पद्धतीने मुलगा आणि मुलगी यांनी विवाहापूर्वी एकमेकांना पाहावे अशी एक नवी प्रथा पाडून पुरोगामीपणा दाखविण्याचा प्रयत्न दिसतो. मुलगी हुशार, चुणचुणीत, शाळेत जाणारी आणि म्हणून मोठ्या दिराची चुकीचे गणित घालण्याची नजरचूकसुद्धा दाखवून देते. मुलीलाही रुबाबदार मिशी आणि फेटा बांधणारा मोठा दीरच जाणवला आहे.

'कावळा शिवणे' हा शब्द अगदी लहानपणी आमच्या शेजारी राहणाऱ्या बाई, बाजूला बसायच्या तेव्हा ऐकला होता. चुकून, खेळता-खेळता लहानपणी त्यांच्यावर आदळण्याची वेळ आली, तेव्हा माझे कपडे भराभर काढून घेतले होते. चार-पाच वर्षांची होते आणि कोणीतरी दुसऱ्या घरातल्या बाईने आपल्याला काही न सांगता नागडे-उघडे करणे याने मला धक्का बसला होता. त्या बाईला 'कावळा शिवलाय' म्हणून तिला 'शिवायचे' नाही आणि 'शिवले' तर आपले कपडे ओंगळ झाले म्हणून उतरवून टाकायचे आणि अंगावर भडाभडा पाणी घेऊन पुन्हा एकदा ओंगळपणातून बाहेर पडायचे, नित्याचे होऊन नित्याच्या व्यवहाराला लागायचे आणि यानंतर अशा 'कावळा शिवलेल्या' बाईच्या स्पर्शापासून दूर राहायचे, हे मनात चांगलेच कोरले गेले होते. 'कावळा शिवणे', 'पाळी येणे', 'रजस्वला होणे', 'अडचण येणे', 'बाहेर बसणे' या सगळ्या गोष्टींचा जाणीवपूर्वक विचार अगदी १२-१५व्या वर्षीसुद्धा मी करत होतेच, परंतु १९७४-७५ च्या स्त्रीवादी चळवळीच्या आणि विचाराच्या 'स्पर्शा'ने खूपच जोरकसपणे करू लागले. म्हणूनच 'कावळा शिवणे' या सरळ बोलीमराठीतील शब्द संहितेला संस्कृतचा पेहराव घालून

एकदम सोफिस्टिकेटेड सांस्कृतिक बनवून 'काय बुवा करता आहेत' अशी उत्सुकता मला वाटली. मला असे वाटते माझ्या प्रमाणेच अनेक जणींनी आणि जणांनी म्हणूनच हा चित्रपट पाहिला असेल.

'काकस्पर्श' मध्ये शेंडी-घेरे आणि गोरे-घारे पुरुष आहेत. नथी, वाक्या, कानाच्या पाळ्यांपासून सर्व शरीरावर दागिने चढविणाऱ्या सौभाग्यवत्या आहेत आणि आलवणं घालणारी एक बोडकी पवित्र विधवाही आहे. एकत्र कुटुंब आहे, आधुनिक शिक्षण घेणारा धाकटा भाऊ आहे, कुटुंब प्रमुख म्हणून वावरणारा मोठा भाऊ सोशिक, संयमी, निश्चयी असा आहे. हा कुटुंबाचा नायक आपल्या गावात उपाध्ये या नावाच्या कर्मठ आणि विकृत वृत्तीच्या व्यक्तीला या ना त्या कारणाने दुखवत असतो. देवीला रेड्याचा बळी देणे नाकारून, मुक्या जनावरांचा बळी देऊ नये अशा तऱ्हेच्या सुधारणेचे पाऊल टाकतो. 'वर्षासनाचा मान' मिळाला नाही तरी चालेल; पण सौदा नको, मुक्या जनावरांना बळी देणे नको, रक्तपात नको अशी तत्त्वनिष्ठ भूमिका घेतो. या चित्रपटात मोठा वाडा आहे, ताकाचे डेरे आहेत, मस्त ब्राह्मणी पदार्थांच्या जेवणांची तजवीज आहे, गणपती आहे, कोनाडे आहेत आणि त्यातच बालविवाह आहे. म्हणजे ही सुबत्ता आणि संपत्ती, हे सारे वाड्यातले समृद्ध जगणे हे अधिकृत केले गेले आहे. जे जे काही आहे त्याचे समर्थन आहे आणि त्यातच मग अगदी पाळी न आलेली नवी नवरी आहे. तिला 'तो' पुरुष म्हणून मोठा कर्तबगार दीर भावलेला आहे आणि लग्न मात्र नाइलाजाने धाकट्या बावळटाशी करावे लागते. यात नवे असे आहे की; ती लहानशी नवी नवरी, चुणचुणीतपणे गाणे म्हणणारी, सुंदर दिसणारी, मोठ्या दिरालासुद्धा 'जाणवलेली' दाखविली आहे. वसाहतवादी काळामध्ये प्लेग किंवा विषमज्वर या सारख्या साथींमध्ये आपल्या समाजातील पुरुष अकाली मृत्यू पावत होते, या तथ्याचा आधार घेऊन 'काकस्पर्श'ची कहाणी रचली गेली आहे. या संपूर्ण चित्रपटामध्ये ब्राह्मण आणि ब्राह्मणी जगण्याच्या रितीचे मोठ्या प्रमाणात समर्थन केले गेलेले दिसते. सुधारणावादी परिप्रेक्ष्यामध्येसुद्धा किती धोका पत्करणे होते, याचे जिवाच्या आकांताने केलेले चित्रण आहे. विधवांचे केशवपन, अंधारात जगणे, त्यांची लैंगिकता नाकारणे किंवा कुटुंबामध्येच वापरली जाणे आणि अनेकदा सती जाणे अशा अनेक प्रथांबद्दल विशेषत: १९७५ नंतर मोठ्या प्रमाणात चिकित्सक मांडण्या झाल्या. जोतिबा फुले, सावित्रीबाई, ताराबाई शिंदे तसेच पंडिता रमाबाई अशा व्यक्तींच्या चरित्रांचे पुनर्लेखन झाल्यावर, जातीव्यवस्थेच्या उतरंडीची शोषणात्मक व्यवस्था ही स्त्रियांच्या दुय्यम स्थानाशी किती अतूटपणे जोडली आहे हे सतत मांडले गेले. विशेषत: जेव्हा आंबेडकरांच्या लेखनाचे मोठ्या प्रमाणावर शासनाच्या पातळीवरून अनेक खंड प्रसिद्ध झाले, तेव्हा जातीची कठोर चौकट, रोटीबंदी-बेटीबंदी

यावर आधारित कशी रचली जाते याबद्दल स्त्रीप्रश्नाचे लेखन करणारे अभ्यासक मोठ्या गांभीर्याने मांडणी करू लागले. प्रत्येक जातीची बंदिस्ती केली जाते तेव्हा त्यात जातीचे प्रवेशद्वार म्हणून स्त्रिया काम करतात हा विचार मूळ धरू लागला. असे झाल्यावर विशेषत: १९८०, १९९० या दशकांमध्ये जे बदल झाले, त्यातही माहिती - तंत्रज्ञान (संगणक) यामुळे जे नवे व्यवसाय खुले झाले, सेवा क्षेत्र आणि माध्यमांचे क्षेत्र खुले झाले; त्यातून झपाट्याने बदल झाले. सर्व जातींतील तरुण स्त्रिया कौशल्य आणि ज्ञान मिळवून, आर्थिकदृष्ट्या स्वत:च्या पायावर उभ्या राहून; विवाह करायचा की नाही, कोणाशी करायचा, जातीतच का करायचा, एकत्र कुटुंब कशासाठी अशा सारखे कळीचे प्रश्न उभ्या करू लागल्या. अशा या बदलत्या काळात धार्मिक मूलतत्त्ववाद आणि हिंसाचार याला पेव फुटले. बाजारपेठी मूलतत्त्वावदामुळे एकीकडे माणसा माणसांचे जोडलेपण धूसर होत गेले आणि संगणक किंवा उत्तम दर्जाचा टीव्ही या वस्तूंच्या साहाय्याने तसेच मोबाईल यामुळेसुद्धा एका वेगळ्या प्रकारची स्वायत्तता अगदी सर्वसाधारण कुटुंबातील मुला-मुलींपाशी दिसू लागली. अशा सर्व गोंधळात टाकणाऱ्या परिस्थितीमध्ये प्रादेशिक भाषेमधून गतकाळाच्या हुरहुरीबद्दल चित्रपट निघणे आणि ते बघितले जाणे यामागील संगती समजू लागते.

'लोकप्रिय संस्कृती' कशी घडते हे अभ्यासाच्या अंगाने पाहिले गेले पाहिजे. एकीकडे भारताच्या 'वर्ल्डकप' जिंकण्याच्या जल्लोषाचे सोहळे घडत असतात, तर तेव्हाच 'अण्णा हजारे' यांचे उपोषण ई-मेल्स, एस.एम.एस. ट्विटर, फेसबूक आदी गोष्टींमधून गाजत असतात हे आपण अनुभवले. पाच-सहा दिवसांचे उपोषण, त्याला देशात आणि देशाबाहेर मिळणारा पाठिंबा आणि राज्यसंस्थेचे प्रतिनिधित्व करणारे सरकार कधी शरण जाताना, तर कधी राजकीय खेळी करताना दिसते. यातच भर पडली तर 'रामदेव बाबा' नावाच्या योगगुरूंच्या उपोषणाची. पुन्हा एकदा दिसू लागले की, जनांचा प्रवाह अण्णा, बाबा यांच्याबरोबर असताना; राज्यकर्ते म्हणून युपीएचे सरकार कात्रीत सापडले. एकीकडे राजकीय आणि कॉर्पोरेट सत्ता वेगवेगळ्या प्रकारे हिंसा घडविते आहे, भ्रष्टाचार होतो आहे, करोडो रुपयांचा अपहार होतो आहे, आणि त्याच वेळी गरिबीत राहणारी माणसे शोषण आणि दडपणूक यांचा अनुभव अनेक दिशांनी घेत आहेत. एकीकडे असे दिसते की, सरकारचे हात असे बांधले गेले आहेत की, राजकीय आणि कॉर्पोरेट सत्तेच्या विरोधात उभे राहण्याची ताकदच सरकारपाशी नाही. तर दुसरीकडे असे दिसते की अशा सुस्त सरकारमुळे जी पोकळी निर्माण झाली आहे, ती भरण्यासाठी अनेक शक्ती कार्यरत झाल्या आहेत आणि त्या शक्तींना जनाधार आहे तो ज्यांना कम्प्युटर, फेसबूक, ई मेल्स अशा नव्या तंत्रज्ञानामधून वाव आहे त्यांचा. एक राजकीय दिवाळखोरी रोजच्या रोज

दूरदर्शनच्या माध्यमांमधून आपण अनुभवित असताना, 'लोकप्रिय संस्कृती' ही चौकट अभ्यासक म्हणून मला खूप महत्त्वाची वाटते. दिल्ली, मुंबई आणि कलकत्ता अशा मोठ्या शहरांमध्ये निवासाबद्दल, व्यवसायाबद्दल, पोटापाण्याबद्दल तसेच शिक्षणाबद्दल अनिश्चितता अनुभवणारे अनेक गट तरंगत जगतात. त्यांच्याकडे फक्त आर्थिकदृष्ट्या नाकारलेले म्हणून न पाहता, त्यांच्या रोजच्या जगण्या-तगण्यामध्ये योगदान करणारे पदपथावरील साहित्य, लोकप्रिय चित्रपट तसेच लोकप्रिय पातळीवर निर्माण होणारी मासिके या साऱ्यांचा विचार 'लोकप्रिय संस्कृती'त करता येतो.

परंतु सगळेच लोकप्रिय काही जनाधारित नसते. 'काकस्पर्श' किंवा उंच माझा झोका अशा संहिता गेल्या २५-३० वर्षांत उदयाला आलेल्या मध्यमवर्गाच्या पाठिंब्याने लोकप्रिय ठरतात. या लोकप्रियतेची जातकुळी वेगळी असते. म्हणजे ज्यांच्या घरात आता काही प्रमाणात स्थैर्य आले आहे, ज्यांना प्रतिष्ठेने जगायचे आहे, त्यांना भोवतीचा कोलाहल नकोसा वाटतो. असे गट दिवसभराच्या दगदगीनंतर किंवा सुट्टीच्या दिवशी अशा चित्रपटांना किंवा मालिकांना प्रेक्षक म्हणून लाभतात.

खरे तर 'संस्कृती' हा शब्द शिक्षित माणसाच्या मनात घर करून असतो तो असा की, जे बहुजनांपाशी नाही सर्वसामान्यांपाशी नाही आणि जे मूठभर अभिजनांपाशी आहे ती म्हणजे 'संस्कृती'. मला आठवते की, लहानपणी आमचे घर जरा स्थिरस्थावर मध्यमवर्गीय होऊ लागले, तेव्हा शास्त्रीय संगीताची मैफिल ऐकणे, अमूर्त चित्रकलेचे प्रदर्शन पाहणे, नवकाव्य झटापट करून समजून घेणे या गोष्टी आत्मसात करून, विशिष्ट प्रकारची साहित्यिक भाषा बोलून आम्ही आणि आमच्यासारखे अनेक सर्वसामान्य लोकांपेक्षा आपण वेगळे आहोत, असे समजण्याचा आणि दाखविण्याचा अट्टाहास करत होतो. जे साहित्य सामान्यांना कंटाळवाणे आणि दुर्बोध वाटते, ते वाचणे म्हणजे 'खरी संस्कृती' आत्मसात करणे असे समीकरण मांडले गेलेले त्या काळात मला चांगले आठवते. मौज, सत्यकथा, लघू नियतकालिके यामधून येणारे साहित्य हे 'खरे' साहित्य. त्यातून संस्कृतीला नवा आविष्कार मिळतो असे भाषासाहित्य शिकणाऱ्या आम्हा विद्यार्थ्यांना वाटत असे. या सर्व गृहितांना मुळापाशी धक्का देण्याचे काम जातीव्यवस्थेच्या उतरंडीला चिकित्सक प्रश्न विचारून दलित साहित्याने केले. त्या नंतरच्या काळात 'लोक संस्कृती'चा विचारही गांभीर्याने होऊ लागला आणि दलित साहित्यामध्येही येणारा तोच तो पणा, प्रश्नचिन्हांकित करणारा नवा विचार नव्या देशीवादाच्या चौकटीतील संहितांमधून (विशेषत: १९९० नंतरची अनेक नवी नाटके आणि अनेक नवे चित्रपट) आला, त्यांचा मागोवा या दृष्टीने घेणे उद्बोधक ठरेल.

आपण ज्या दोन संहितांबद्दल येथे विचार करतो आहोत, त्या संहितांमध्ये अभिनय

करणारे, दिग्दर्शन करणारे, संगीत देणारे सर्व कलावंत या ना त्याप्रकारे बक्षिसे मिळवून धन्य झाले आहेत. दूरदर्शनवरील विशिष्ट चॅनेल्सवर ते स्वत:बद्दल, स्वत:च्या कलात्मक आविष्काराबद्दल भरभरून बोलतानाही दिसतात. परंतु 'काकस्पर्श'चा विचार केला, तर किती कौशल्याने त्याच त्या लैंगिकतेवर आधारित श्रमविभागाच्या चौकटी हा चित्रपट निश्चित करत जातो हे जाणवते. म्हणजे अशा चित्रपटांमधून बालविवाहामध्ये बलात्कार नव्हते असे आवर्जून अधोरेखित का केले जाते असा प्रश्न मनात येतो. मग आठवते की कॅथरिन मेयो या वृत्तपत्रकारिता करणाऱ्या परदेशी बाईने 'मदर इंडिया' नावाचे एक पुस्तक लिहून बालविवाह प्रथा आणि त्यामुळे होणारे हिंदू कुटुंबांतर्गत अत्याचार याविषयी अतिशय भळभळीत वर्णन करणारे पुस्तक लिहिले. त्या पुस्तकाच्या अनेक प्रती छापल्या गेल्या. त्यानंतरच्या काळात महात्मा गांधीनी हिंदू कुटुंबातील विशेषत: ब्राह्मण कुटुंबातील विधवेचे पवित्र स्थान अनेक वेळा अधोरेखित केले, विवेकानंदांनी परदेशी जाऊन, आपल्या सुवर्णयुगाचे समर्थन केले. ही पार्श्वभूमी लक्षात घेतली, तर मग या चित्रपटात आधुनिक झालेले, बदललेले कुटुंब नव्या नवरीला पाळी आल्याशिवाय संभोग नाही असे ठरविते. त्यात फलशोधन संस्कार वगैरेसुद्धा दाखविले आहेत. परंतु त्याचबरोबर मिकीमाऊसच्या कार्टूनचे पुस्तक वाचणारी, गोष्ट सांगणारी नवी नवरीसुद्धा दाखविली आहे. परंतु नंतर तिच्या शिक्षणाचे, उत्साही असण्याचे काय झाले हा प्रश्न मात्र अनुत्तरित राहतो. मखरात बसविली गेलेली नवी नवरी 'जन्म बाईचा/आईचा' अशा गीतातून पुन्हा एकदा चिरंतन आणि एकसत्त्व असणाऱ्या स्त्रीत्वामध्ये जखडली जाते. तिला 'दिव्यासारखी जळ' असा संदेश दिला जातो. नवरा म्हणजे काय हे न कळताच विधवा झालेल्या या नव्या नवरीचा जगण्याचा सगळा उत्साह निपटून काढला जातो आणि फक्त या संहितेतून आपल्याला सांगितले जाते की, हरीदादा यांनी काही तरी निश्चय केलाय म्हणून, ते पूर्वीची दुर्गा म्हणजे आताची उमा हिला संरक्षण देत आहेत. आणि हे संरक्षण म्हणजे तरी काय, तर 'मी जिवंत असेपर्यंत तिला कोणीही 'स्पर्श' करू शकणार नाही.' अशी जाहीर उक्ती! दुर्गाने पुढचे शिक्षण घेऊ नये, पायावर उभे राहू नये; कारण ज्या घरात ती आली आहे, त्या घरात ती 'आश्रित' नाही 'मालकीण' आहे.

हा चित्रपट दुर्गा ऊर्फ उमा हिला देह नाकारायला लावणे आणि तिच्यासाठी साऱ्या गावाचा रोष पत्करणे आणि शेवटी तिच्या मृत्यूनंतर निराधार महिलाश्रम काढणे अशा ट्रॅकवर कथानक पुढे जाते. 'बायकांच्या त्यागावर घरं चालवायला आम्ही काही 'बांगड्या भरल्या' नाहीत' अशा हरीदादांच्या विधानातून आपल्या लक्षात येते की, ब्राह्मणी चौकटीत स्त्रीला कर्तेपण कसे नाकारले जाते आणि मग दया-करूणेचा विषय कसे बनविले जाते. उमाचे शारीरिक पातळीवरील अस्तित्व मिटवून टाकल्यावर, ती नवीन लुगड्यांच्या

गोधड्या धर्मादाय देणे सुरू करते आणि हे सारे 'तिच्या भल्यासाठी' आपण करतो आहोत असे हरीदादांना खात्रीने वाटते. महादेवाला दिलेला शब्द शेवटी प्रेक्षकांपर्यंत पोहचविला जातो तो असा - 'तुझी उमा तुझीच राहील, परपुरुषाचा स्पर्श होणार नाही.' असे सांगून आपण उमाची 'राखण' का केली याचे समर्थन येथे दिले आहे. शेवटी ख्रिश्चन धर्मामध्ये ज्याप्रमाणे कन्फेशन देतात तसे हरीदादा करतात. परंतु तरीही हरीदादांची बायको काय किंवा उमा काय यांना देह पातळीवर प्रेम किंवा अभिलाषा (डिझायर) यापेक्षा, तिने प्राण सोडावा असा मार्ग दाखविला आहे; तर पुरुषाला मात्र कठोर निश्चयाचे वाण देऊन, निराधार महिला आश्रम करण्याची वाट दाखविली आहे.

अलीकडच्या काळात आपल्याकडे मोठ्या प्रमाणात हिटलरचे लेखन एक विशिष्ट वर्ग आवडीने वाचतो असे एक निरीक्षक सांगतात. हा वर्ग लोकशाहीच्याविरुद्ध बोलतो. निवडणुका, लोकप्रतिनिधी या सगळ्यांविषयीच एक उपेक्षा आणि संशय यांच्याकडूनच व्यक्त केला जातो. अशी ही मंडळी वसाहतवादी काळातील इंग्रज सरकार कसे चांगले होते असेही म्हणतात आणि त्याच वेळी आता भारतात हुकूमशाही आली पाहिजे, एकाधिकारशाही आली पाहिजे असेही म्हणतात. 'काकस्पर्श'सारख्या चित्रपटात एकेरी पद्धतीने ब्राह्मण कुटुंब, वाडा ज्या बंदिस्त रूपात चित्रित होतो आणि ब्रिटिशांना शह देणाऱ्या बळवंतसारख्या मंडळींचा स्वातंत्र्यलढ्यातील राष्ट्रवाद ज्या एकसुरीपद्धतीने येतो, त्यात मला हुकूमशाही आवडणाऱ्या माणसांना ही संहिता का आवडेल याची उत्तरे सापडतात.

'लोकशाही' कोणाला हवी आहे? या प्रश्नाचे उत्तर शोधताना जावेद आलम यांनी असे पुराव्यासह दाखवून दिले आहे की १९७१ नंतरच्या प्रत्येक निवडणुकीमध्ये हळूहळू निरक्षर, ग्रामीण भागातील, दलित जातीतील, ओबीसीमधील तसेच मुसलमान आणि आदिवासी गटांमधील मतदारांची संख्या वाढली आहे. म्हणजे 'दारिद्र्य' आणि 'निरक्षरता' असूनही भारतातील लोकशाही तगून-जगून राहते आहे, कारण भारतातील गरीब जनता लोकशाहीतील राजकीयतेवर विश्वास ठेवते आणि ही जनता राज्यसंस्थेला ताळ्यावरही आणते. म्हणजे भ्रष्टाचाराचा मुद्दा आता जो गाजतो आहे त्यातून असे लक्षात येते की, भारतातील अभिजनवर्गाने अतिशय सफाईदार पद्धतीने टाळाटाळ करण्याची आणि दडपणूक करण्याची 'संस्कृती' आत्मसात केली आहे. या उलट 'लोक संस्कृती'मध्ये मात्र आपल्याला 'अर्थव्यवस्था विरुद्ध संस्कृती' असे ध्रुवीकरण दिसत नाही आणि राज्यसंस्था आणि अर्थव्यवस्था या दोहोंवर ही 'जनांची संस्कृती' दडपण आणत आहे. भारतात साध्यासुध्या माणसांना आता हा अवकाश जपून ठेवावासा वाटतो, परंतु या अवकाशात प्रतिकाराची रूपे फक्त मोर्चे, घोषणा, घेराव किंवा उपोषण अशीच नाहीत;

तर दैनंदिन जीवनातील जगण्यामधूनही प्रतिकार उभे राहात आहेत. म्हणजे अभिजनांना जेव्हा आता नोकरशाही नको असे म्हणता म्हणता लोकशाहीविषयीच संशय वाटू लागला आहे; त्याच काळात 'लोकप्रिय संस्कृती' उभारणारे जनसामान्य लोकशाही मूल्यांना आणि प्रक्रियांना महत्त्व देत आहेत.

जावेद आलम यांनी नोंदविले आहे की, 'लोकशाही' आणि 'भांडवलशाही' अर्थव्यवस्था या दोन गोष्टी जेव्हा एकत्र नांदू लागतात, तेव्हा या दोन जगांमध्ये आंतरविरोध असतात. म्हणूनच अशा समाजामधील सामाजिक संबंधांच्या लोकशाहीच्या शक्यता खुल्या करणे महत्त्वाचे ठरते. असे लोकशाहीकरण खुले होताना अनेक गृहीते कोलमडतात, साचे मोडतात आणि नवी वेगळीच विकेंद्रित अशी खुली समाजव्यवस्था-राज्यव्यवस्था निर्माण होऊ शकते. अशा वेळी अभिजनवर्गाच्या पोटात गोळा येऊन कोणी प्राचीन भारताचे गौरवीकरण करू लागते; तर कोणी महात्मा गांधी, टागोरांचे आदर्श उभे करू लागतात; तर कोणी प्रादेशिक भाषा, प्रादेशिक अस्मिता यांचा अट्टाहास करू लागते. परंतु या साऱ्या खुल्या अर्थव्यवस्थेच्या घुसळणीमध्ये जेव्हा राष्ट्राच्या सीमासुद्धा राज्यसंस्थेच्या नियंत्रणाखाली, हुकूमशाहीखाली अबाधित राहणार नाहीत असे दिसते, तेव्हा आर्थिक नियतवाद किंवा सांस्कृतिक एकसत्त्वीकरणवाद किंवा भारतीय आदर्श कुटुंबसंस्थावाद, तसेच जातीयवाद हे काहीच टिकणार नाही. अर्थकारणातील संस्कृतीकरण, स्त्रीवादातील बहुविध स्त्रीजीवन, भिन्नलिंगिय संबंधांमध्येच असणाऱ्या विविध छटा आणि शक्यता अशी गुंतागुंत पाहणे म्हणून महत्त्वाचे वाटते.

□ □ □

आता आपण 'उंच माझा झोका' या लोकप्रिय मालिकेचा विचार करू. या मालिकेतसुद्धा एकीकडे न्यायमूर्ती रानडे आणि रमाबाई रानडे या दोघांच्या प्रत्यक्ष जीवनातील घटनांवर आधारित तयार केलेली ही संहिता आहे. असे असले, तरी मालिका 'रंजक' होण्यासाठी बराच मालमसाला घातला आहे. त्या रंजकतेच्या उत्साहाच्या आतमध्ये अर्थातच छुप्या पद्धतीने सर्व गोष्टीचे समर्थन देणारी एक विचारप्रणाली आहे.

'रमाबाई रानडे' आणि 'सेवासदन' या स्त्री-शिक्षणासाठी काम करणाऱ्या संस्थेबद्दल वेळोवेळी बरेच बोलले गेले आणि लिहिले गेले आहे. जेव्हा जेव्हा मुक्ता साळवे, ताराबाई शिंदे, रखमा दाजी, पंडिता रमाबाई अशी बंडखोर स्त्रियांची नावे घेतली जातात, तेव्हा तेव्हा भरीव रचनात्मक काम करणाऱ्या रमाबाई रानडे आणि त्यांचे पती न्यायमूर्ती रानडे यांचे नाव आवर्जून घेतले जाते. स्त्री-शिक्षण, स्त्रियांचे प्रबोधन, विवाह आणि कुटुंबसंस्थेतील स्त्रियांचे कर्तेपण या दृष्टीने रमाबाई रानडे यांचे नाव महत्त्वाचे मानले जाते. एका अर्थी भारतीय संदर्भात न्यायमूर्ती रानडे, आणि रमाबाई यांचा विवाह

अपवादात्मकच मानला पाहिजे. कारण एकीकडे सुधारणावादी विचार आणि समाज परिवर्तनाचा ध्यास घेतलेले न्यायमूर्ती रानडे, कायद्याच्या चौकटीत ब्रिटिशांच्या राजवटीमध्ये उच्च पदावर काम करत होते. तर दुसरीकडे रानडे यांचे जे वाड्यामध्ये राहणारे घर होते आणि त्यात अनेक माणसांचा राबता होता, त्याच्याशी संवाद आणि सलोखा करत न्यायमूर्ती रानडे आपले काम पुढे सरकवत होते. त्यामुळेच विधवा पुनर्विवाहाचा विचार पुढे नेणारे न्यायमूर्ती रानडे स्वत:च्या आयुष्यात मात्र लहानग्या ११ वर्षांच्या रमेशी लग्न करतात. या रमाबाईंचे नावसुद्धा विवाहामध्ये न्यायमूर्तींच्या आधीच्या पत्नीचे नाव जाणीवपूर्वक न्यायमूर्तींनीच दिले आहे. न्यायमूर्ती रानडे यांची राजकीय भूमिका आणि विचार अभ्यासाच्या दृष्टीने आजही महत्त्वाचे आहेत. परंतु 'उंच माझा झोका' या मालिकेने रंजनासाठी आणि मालिका चटकदार होण्यासाठी काही स्वातंत्र्य घेऊन रमाबाई आणि न्यायमूर्ती रानडे आणि त्यांच्या कुटुंबाचे आणि समाजाचे चित्रण करण्याचा प्रयत्न केला आहे. ही मालिका मी जमेल तशी, जमेल तेव्हा पाहण्याचा प्रयत्न केला. प्रत्येक वेळी असे जाणवले की, एकोणिसाव्या शतकाचे वातावरण निर्माण करण्याचा यात प्रयत्न आहे. तसेच 'घर बाईचे दार पुरुषाचे' या विभागणीचा आधार घेऊन घरामध्ये स्त्रियांचे राज्य कसे असते हे दाखविले आहे. तसेच न्यायमूर्ती यांचे वय ३२ असताना, पहिली पत्नी निवर्तल्यानंतर वडिलांच्या आग्रहासाठी, त्यांचे मन मोडू नये म्हणून स्वत:ला पटत नसताना न्यायमूर्तींनी ११ वर्षांच्या रमाबाईशी विवाह केला. हे दोघांच्या वयातील अंतर या मालिकेत चांगले दाखविले आहे आणि सासरी राहायला आल्यानंतर छोट्या रमेला कशाकशाशी झुंज द्यावी लागली हेसुद्धा या मालिकेत येतेच. परंतु या मालिकेतसुद्धा स्त्रियांची काठापदराची लुगडी, दागदागिने, खोपे, सण-समारंभ आणि स्त्रियांचे जग, विशेषत: स्वयंपाकघरातील त्यांची उठबस आणि त्यांची परस्परांशी असणारी नाती याचे अत्यंत तपशिलवार चित्रण या मालिकेत दिसते. स्त्रिया स्त्रियांच्या शत्रू असतात हा जो आपल्या समाजामध्ये लोकांच्या मनात सर्वदूर घट्ट पसरलेला समज आहे, त्या समजाला या मालिकेतून खतपाणी घातलेले दिसते. इतकेच नाही, तर ब्राह्मण कुटुंबांमध्ये केले जाणारे पदार्थ जर नीट शिकायचे असतील, तर ही मालिका खरोखरच उपयुक्त ठरेल. मग त्यात कोशिंबीर कधी करावी; गूळ, तूप, सुंठ घालून पोळीशी हा पदार्थ कसा खावा किंवा चुलीवरचा स्वयंपाक कसा करावा याचे प्रात्यक्षिक भरपूरच दिसते. म्हणजे ब्रिटिश येण्यापूर्वी आणि आधुनिक शिक्षण येण्यापूर्वी भारतातील स्त्रिया घरगुती काढे, चाटण, लेप कशा करत असत, वनस्पतींचे ज्ञान त्यांना कसे होते आणि झाडा-पानांशी त्यांचे नाते कसे होते हे सारे या मालिकेत अधोरेखित केलेले दिसते.

स्वातंत्र्योत्तर काळात स्त्रिया जेव्हा डॉक्टर, इंजिनिअर, वकीलसुद्धा बनू लागल्या

आणि प्रामुख्याने प्राथमिक शिक्षक, माध्यमिक शिक्षक आणि परिचारिका बनू लागल्या, त्या काळात स्टोव्ह (वातीचा किंवा बर्नरचा) आला आणि त्या पाठोपाठ गॅससुद्धा आला. कुकर आले आणि तीन पुडाची भांडी आली. त्यामुळे खालच्या पुडामध्ये डाळ, मधल्या पुडामध्ये बटाटे आणि वरती तांदूळ असा सुटसुटीत स्वयंपाक निदान मुंबई, पुण्यासारख्या शहरांमध्ये बायकांच्या वाट्याला आला. काही शिक्षित, मध्यमवर्गीय खरे तर बहुतांश ब्राह्मण घरांमधील बायकांपाशी एक विश्रांतीचे, आरामदायी आयुष्य आले आणि त्यातून काही बायका बॅडमिंटन किंवा ब्रिज खेळू लागल्या, तर काही बायका स्वयंपाकशास्त्रावरील पुस्तकेही लिहू लागल्या. महिला मंडळे, भगिनी मंडळे फोफावली आणि त्याच वेळी कुटुंबाची गरज म्हणून अनेक स्त्रिया नोकऱ्या करू लागल्या. हे सारे सुटसुटीतपणे वरून फोडणी देऊन स्वयंपाक करण्याची एक रीत आल्याने जमले. याची टिंगल पु.ल.देशपांडे यांनी, 'सकाळी फोडणीच्या वरणाशी साधा भात आणि संध्याकाळी फोडणीच्या भाताशी साधे वरण' अशा काही काहीशा शब्दांमध्ये केलेलीसुद्धा आठवते. हे खरे आहे की, भरतकाम, विणकाम, गोधड्या शिवणे या गोष्टीपेक्षा बँकेत कारकून होणेसुद्धा बायकांना जास्त बळ देणारे ठरले. या बदलांकडे सुधारणा म्हणून न पाहणारी खूप मंडळी होती आणि त्यांना नेहमीच अशा आधुनिक बायका, उठवळ आणि स्वार्थी वाटत असायच्या आणि अजूनही तसेच वाटते. भरतकाम, विणकाम, लहान मुलांचे कपडे शिवणे किंवा घरीच लोणची, मोरंबे करणे यातच स्त्रियांचे श्रेय आहे असे बऱ्याच भारतीय 'कुटुंबवादी' मंडळींना वाटते. अशाच वाटण्याच्या चौकटीतून रमाबाई रानडे यांच्या चरित्राकडे वळणे झाले आहे की काय असा प्रश्न मनात येतो.

मालिकेमध्ये मात्र छोट्या रमेला रमाबाई होताना बायकांच्या जगाला आणि सुधारकी पुरुषांच्या जगाला तोंड देताना जे आटोकाट प्रयत्न करावे लागले, त्याचे चित्रण खरे तर तपशिलात येते. परंतु त्यातही जास्त गौरवीकरण होते, ते न्यायमूर्ती रानड्यांचे. न्यायमूर्ती रानड्यांवर सनातनी आणि सुधारक या सर्वांकडूनच अशा विजोड, दुसऱ्या विवाहाबद्दल टीका झाली आणि म्हणून छोटी रमासुद्धा आपल्या पतीला 'स्वत:' असे म्हणून किती कौतुकाने त्यांच्या सत्त्वपरीक्षांना तोंड देते हेच या मालिकेत अधोरेखित होते. पतीबद्दल आदर आणि भक्ती ठेवून रमाबाई रानडे सतत तारेवरची कसरत करीत राहतात. परंतु प्रेक्षकांना मात्र संदेश दिला जातो तो असा की, स्त्रियांनी कितीही विपरीत परिस्थिती असली, तरी पतिव्रता धर्म असाच पाळला पाहिजे आणि स्त्रियांनी शिक्षण घेणे म्हणजे ज्ञाननिर्मिती करणे, सत्ता प्राप्त करणे, व्यक्ती होणे असे नसावे.

रमाबाई रानड्यांनी आपल्या आत्मचरित्रात असे म्हटले आहे की, 'माझ्यामध्ये

कुलीन घराण्याशिवाय स्वत:चा संबंध जुळण्यासारखे रूप, रंग, गुण किंवा विद्या यांपैकी काहीच नसून, केवळ परमेश्वराच्या कृपाप्रसादानेच मला ही जन्माची जोड मिळून माझे जीवित धन्य झाले आहे. ही जन्माची जोड तोच कायम राखील, असा मला पूर्ण भरवसा आहे.' रमाबाईंची ही लीन भूमिका, पतीला परमेश्वर मानण्याची भूमिका; मला असे वाटते एका अर्थी जगून-तगून राहण्याची त्यांची ती रणनीतीच होती. त्या काळाच्या मानाने ११ वर्षांचे वय हे मोठेच होते आणि न्यायमूर्ती रानडे यांचे घर नावलौकिक आणि संपत्ती या दृष्टीने श्रेष्ठ होते. त्यामुळे सामान्य रूपाच्या रमाबाईंनी आपले जे झाले, ते उत्तमच झाले असे मानले असे वेगवेगळ्या पुराव्यांवरून दिसते. परंतु मालिकेत मात्र रमाबाई रूप, गुण या सर्व दृष्टींनी विलोभनीय रंगविल्या आहेत. 'स्त्री-प्रश्नांची चर्चा एकोणिसावे शतक' या प्रतिभा रानडे यांच्या पुस्तकात त्यांनी नोंदविले आहे की, 'रमाबाईंशी विवाह केल्यानंतरची एकत्र कुटुंबातील, सासुरवासाची पहिली काही वर्षे गेल्यानंतर रानडे यांच्या बदलीच्या निमित्ताने स्वतंत्रपणे राहू लागल्यावर, या जोडप्यामध्ये बरोबरीचे असे एक रम्य नाते जुळले होते असे दिसते. रमाबाईंच्या स्थूलपणावरून, रानडे यांच्या बेसूर भजन म्हणण्यावरून दोघे एकमेकांची चेष्टा करताना दिसतात.' (पॉप्युलर प्रकाशन, १९९१, पृ. ३२९) असा समतेवर आधारित दोघांचा संसार या मालिकेत कदाचित दाखविला जाईलही, परंतु रमाबाईंचे सामान्य रूप आणि स्थूलपणा कसा दाखविणार असा प्रश्न मनात येतो. पती निधनानंतर जवळ जवळ दोन दशकांपेक्षा अधिक काळ स्त्री-शिक्षणासाठी संस्था उभारणीचे काम करणाऱ्या प्रौढ प्रगल्भ रमाबाई रानडे या मालिकेत दाखविल्या जातील का? येथे मला असे म्हणायचे आहे की, तसे न दाखवणे हे एक राजकारण आहे. म्हणजे तुकारामाच्या शिष्या बहिणाबाई यांनी प्रपंच-परमार्थाचा मेळ घालणाऱ्या पतिव्रता धर्माचा जो अर्थ लावला, तो ज्याप्रमाणे मराठी साहित्याच्या अभ्यासामध्ये कधीच उलगडून सांगितला गेला नाही, त्याप्रमाणेच हे घडते. म्हणजे इहलोकी जगत असताना ईश्वराचा म्हणजे असाध्य ते साध्य करायचा ध्यास स्त्रियांनी घेऊ नये असे वाटणाऱ्यांनी पतिव्रता धर्माचा अर्थ सरळसोट लावला आणि तुकारामांची शिष्या बहिणाबाई ही आत्मनिवेदन लिहित होती, भक्तिचा प्रचार करत होती किंवा वज्रसूची नावाच्या अश्वघोषाच्या संहितेचे मराठीकरण करत होती हे तपशील झाकूनच टाकले गेले. तसेच येथे दिसते. रमाबाई रानडे यांना न्यायमूर्तींच्या तुलनेत लहानग्या खुज्या रूपातच दाखवायचे हे पुरुषसत्ताकतेचे राजकारणच आहे.

१६ जानेवारी १९०१ मध्ये न्यायमूर्ती रानडे यांचे निधन झाले. न्यायमूर्ती रानडे इतके लोकप्रिय होते की, त्यांना २० वर्षांने लहान असणारी रमा सहधर्मचारिणी म्हणून साथ देताना कोणत्या कोणत्या आव्हानांना तोंड देत असेल, याबद्दल सहानुभूतीने जर

चित्रण करायचे, तर स्त्रीवादी परिप्रेक्ष्य ज्यांच्यापाशी आहे त्यांनाच तसे करता येईल. बायकी अडाणीपणा तर करायचा नाही, पण कोणाचा अपमानही करायचा नाही; बाईपणाचे पाक कौशल्याचे गुण तर आत्मसात करायचे आणि त्याचबरोबर ग्रंथही वाचायचे; तसेच पुराणातल्या कहाण्या सांगताना चमत्कारावर भर न देता, स्त्रियांच्या निष्ठापूर्वक संघर्षाला उजाळा द्यायचा आणि हे सारे घरादाराच्या उंबरठ्याच्या मर्यादा न ओलांडता करायचे, ही कसरत अधिक चांगल्याप्रकारे मांडायला हवी होती. त्यातच भर पडते, ती म्हणजे वयाने मोठ्या पतीच्या प्रकृतीची काळजी घेण्याची. असे सारे रमाबाई करत होत्या आणि हे करून पती निधनानंतरच्या काळात त्यांनी जी स्त्री-शिक्षणासाठी पुढाकार घेऊन 'सेवासदन'सारख्या संस्थेची उभारणी केली हे खरोखरच अद्वितीय काम आहे. प्रा. विलास खोले यांनी रमाबाई रानडे यांच्या कार्याबद्दल नुकतेच एक पुस्तक प्रसिद्ध केले आहे असेही नुकतेच मला समजले. प्रत्यक्षात अजून मी ते पुस्तक पाहिले नाही. परंतु अशा पुस्तकाचे स्वागतच करायला हवे. कारण कदाचित त्या पुस्तकाच्या आधारे हा विषय मांडणारी नवीनच मालिका अधिक गांभीर्याने निर्माण होऊ शकेल. एवढे मात्र म्हणावेसे वाटते की, या मालिकेत जी व्यक्तिचित्रणे येतात, जे प्रसंग येतात; त्यांतून गांभीर्याने स्त्री-शिक्षण आणि स्त्रियांमधील आंतरिक गुण आणि सौंदर्य या दोहोंमध्ये असणारी 'खरी' गुंतागुंत मात्र मांडली जात नाही. सगळेच रंगतदार आणि सोहळ्याच्या रूपात येते आणि मग वाटते की, दोन घटका करमणुकीसाठी एवढा मोठा विषय का बुवा वाया घालवला? याचे एक उत्तर असे दिसते ते म्हणजे, आपण 'भांडवलशाही' हा शब्द अनेकदा साचेबंद पद्धतीने वापरतो. भांडवलशाहीचेसुद्धा इतिहासात वेगवेगळे टप्पे असतात हे लक्षात घेत नाही. विशेषत: सोव्हिएट युनियनचे विघटन झाल्यानंतर संपूर्ण जगामध्येच अर्थव्यवस्था म्हणून भांडवलशाही पसरू लागली आणि असे पसरताना ती एका कोंडीतून दुसऱ्या कोंडीत जाण्याची कसरत करत जगते आहे. भारतात विशेषत: १९९० नंतरच्या काळात नव्या, आर्थिक धोरणाच्या प्रवाहात भांडवलशाही जुगारी झाली आणि त्यापूर्वी असणारा उदारमतवाद विचारप्रणाली म्हणून नवउदारमतवादात परिवर्तीत झाला. उदारमतवाद हा राजकारण/राजकीयता आणि अर्थशास्त्र/अर्थव्यवस्था या क्षेत्रांमध्ये वावरत होता. एक विचारप्रणाली म्हणून उदारमतवादातून व्यक्तिवादही आला होता. परंतु नंतरच्या काळात, जेव्हा तो नवउदारमतवाद झाला, तेव्हा तो सर्वच क्षेत्रांत पसरू लागला आणि हळूहळू संस्कृतीचे क्षेत्रसुद्धा अर्थव्यस्थेच्या दृष्टीने उत्पादक क्षेत्र ठरले, त्यामुळे संस्कृतीच्या चौकटीमध्ये माध्यमे जेव्हा कोणाला किती जाहिराती मिळतात आणि कोणाला प्रेक्षकांचा किती प्रतिसाद मिळतो, यानुसार सांस्कृतिक कार्यक्रम घडवू लागतात म्हणजे बाजारपेठेमध्ये

विकाऊ वस्तू म्हणून आपले सांस्कृतिक आविष्कार विकत घेणारी गिऱ्हाईक कोठे आहेत, कशी आहेत याचा अंदाज घेऊनच दूरदर्शनवरील मालिका निर्माण केल्या जातात. परंतु एवढेच घडत नाही. त्यामधून त्या मालिकांचा जो प्रेक्षक वर्ग आहे, त्याच्या मेंदूचे बधिरीकरण यातून केले जाते. म्हणजे असे की, कोणताही विश्लेषणात्मक चिकित्सक विचार न करता मालिकेमधून दिलेली 'कॅप्सुल' प्रेक्षकांनी गिळून टाकावी, त्याचे आंतरिकीकरण करावे आणि त्यातून एक नवीन काही न शिकण्याचा वसा घ्यावा असे हे षड्यंत्र दिसते.

४ स्त्री-अभ्यासाची उभी-आडवी वाटचाल

'स्त्री-अभ्यास' नावाच्या आंतरशाखीय ज्ञानशाखेकडे मी कोणत्या वळणावाकडातून पोहोचले हे पाहणे मोठे उद्बोधक वाटते. १९९० पूर्वीच्या दोन दशकांकडे वळून पाहिले तर कितीतरी घटना अशा आठवतात की, ज्यातून अनेक योगायोग, अनेक कोंड्या, अनेक भ्रमनिरास वाट्याला आले. त्याबद्दल नेमकेपणाने कसे लिहावे, हे खरोखर कोडेच आहे. कधी दोन पावले पुढे तर कधी तीन पावले मागे, कधी गटांगळ्या आणि गुदमरणे तर कधी आपल्यापाशीच अश्रू ढाळत कविता लिहिणे असा हा प्रवास होता. कधी कधी वाटते की फार पूर्वीच अगदी १६-१७ व्या वर्षी या प्रवासाला सुरुवात झाली आणि कम्युनलमध्ये जायचे आणि कार्यकर्ता व्हायचे की, ज्या जातीत जन्म घेतला त्या जातीच्या चौकटीत, परदेशी स्थायिक झालेला सुस्थित, पण वयाने मोठा असा नवरा करायचा; या दोन टोकांच्या शक्यतांना टाळून मी मधला बराचसा अनिश्चित, आर्थिकदृष्ट्या डळमळीत पर्याय स्वीकारून लग्नाच्या चौकटीत 'मैत्री' शोधली. स्वत: आई झाल्यावर बाईमाणूस झाल्याच्या आत्मविश्वासातून कार्यकर्तेपणा स्वीकारला आणि काहीशी अरुंद वाट-अर्धवेळच्या नोकरीची-साहित्य शिकवण्याची तेही पूना कॉलेजमध्ये जेथे मराठी विभाग परिघाबाहेर होता- अशी नोकरी निवडली. असा नागमोडी आणि धरसोडीचा प्रवास कदाचित माझ्या स्वभावातच असेल आणि माझ्या दृष्टीने नवे विचार समजावून घेण्यासाठी पोषकही असेल.

परंतु 'स्त्री-अभ्यास' या ज्ञानक्षेत्राविषयी बोलायचे, तर फार मागे जायला नको. १९७५ नंतरच्या काळात स्त्रियांवरील विशिष्ट अत्याचाराला, हिंसाचाराला आवतीभोवती कोंडी फोडले जात होते, तेव्हा मोठ्या उमेदीने मी विचार + कृती असा मार्ग सहजच स्वीकारला. म्हणजे झाले असे की 'लाल निशाण' गटाच्या शिक्षकांच्या प्रभावाखाली वर्गीय, जातीय प्रश्न आधीच जाणवले आणि शिकविले गेले होते. त्यामुळे नव्या स्त्रीमुक्ती चळवळीचा स्त्रियांच्या हिंसाचाराच्या प्रश्नाला तोंड फोडण्याचा आवेश एकीकडे खूपच आवडत होता. परंतु एकेरी हिरिरीने गुंतागुंतीच्या प्रश्नांना योग्य दिशेने वाचा फुटेल असे

प्रत्ययाला येत नव्हते. रूप कुंवर आणि शहाबानो या दोन घटनांनी मनावर फार मोठा परिणाम केला. त्या काळात देवराला सती प्रकरणात घरोघरी या प्रश्नाविषयीची चर्चा होत असे. आमच्या घरी आमच्या मित्रमंडळींतील काही जण म्हणू लागले की, 'रजपूत जाट आदींच्या अस्मितेचा विचार करता, वसाहतकाळात गोऱ्यांनी ज्या प्रकारे सतीबंदी आणली त्यापेक्षा वेगळ्या पद्धतीने विचार केला गेला पाहिजे, तरच बहुसंख्याक भारतीय पुरुषसत्ताकतेशी संवाद साधता येईल.' स्वेच्छा सती असू शकेल हे आपण का मानत नाही, असा प्रश्न उभा केला गेला. शहाबानोच्या प्रकरणानंतरही शहाबानोला स्वतंत्र भारताची स्वतंत्र नागरिक मानून पोटगीचा हक्क मिळाला पाहिजे अशी भूमिका घेताना, डाव्या चळवळीतून आलेल्या अनेक स्त्रीवादी कार्यकर्त्यांचे पाय डळमळले होते. या काळातच कृतिशीलपणे स्त्रीचळवळीचा भाग होताना विवाहांतर्गत स्त्रियांना होणारी मारहाण, टाकले जाणे, छळ होणे, अगदी तरुण स्त्रियांना जाळून टाकणे या घटना आवतीभोवती घडत होत्या. परंतु चळवळ म्हणून स्त्रियांच्या गटाचा जोर त्यामानाने कमीच पडत होता. एकेका घटनेच्या तपशिलाने हातापायांतील बळ नाहीसे व्हायचे आणि आपण खोल निराशेच्या गर्तेत जाऊ असे जाणवायचे.

मग या काळात मी 'शेतकरी संघटने'च्या महिला आघाडीमध्ये सहभागी झाले. भारिपच्या मोठ्या मोठ्या मेळाव्यांमध्ये जाऊ लागले आणि आपण बोलण्यापेक्षा अर्धशिक्षित,अल्पशिक्षित, उपनगरांतील, खेड्यापाड्यांतील स्त्रियांना बोलते केले पाहिजे असे प्रकर्षाने जाणवू लागले. खरे तर 'मी बाई आई म्हणून' या विषयावरील साध्यासुध्या स्त्रियांनी लिहिलेल्या 'स्व' विषयीच्या काही अवघड लेखनातूनच मला जाणवले की, बाईच्या जगण्याच्या धूसर छटा अधिक बारकाव्याने अभ्यासल्या गेल्या पाहिजेत. त्या काळात 'जनवादी महिला संघटना', 'नारी समता मंच', 'स्त्रीमुक्ती संघर्ष', 'क्रांतिकारी महिला संघटना' आणि 'स्त्री आधार केंद्र-तळागाळातील कष्टकरी स्त्रियांची एकजूट बांधण्याचा प्रयत्न करणारी संघटना-यांचे अथक प्रयत्न चालू होते. परंतु कृतीच्या या भिन्न भिन्न धुमाऱ्यांना अधिक भरीव रूप येण्यासाठी अभ्यास आणि विचारांची जोड हवी असे वाटत राहिले.

त्या काळात जर्मनी, इंग्लंड, अमेरिका या देशांमधून १९६० च्या दशकात घडलेल्या नव्या चळवळींमधील, नवा विचार घेऊन आलेल्या गेल ऑमव्हेट, मारिया मीस, गॅब्रियल डिट्रीच अशा कितीतरी विचार + कृती करणाऱ्या स्त्रियांच्या संपर्कातही मी आले. एलिनॉर झेलियट यांची दुभाषक म्हणून दलित साहित्य संमेलनालाही गेले. काही आंतरराष्ट्रीय स्तरावरील सभांमध्ये जाणवत राहायचे की, 'अनुभव' भारतीय स्त्रियांचा आणि 'विचार आणि सिद्धांकन' मात्र प्रगत देशांमधील अभ्यासकांचे, असे

का असते असा प्रश्न मनात येत राहिला.

स्वत:च्याच विचारांना शिस्त यावी म्हणून जेव्हा प्रबंध लिहिण्याचा निश्चय केला, तेव्हा स्त्रीवादी विचाराचा पायंडा घालणाऱ्या विचारवंत पाश्चात्य स्त्रियांचा अभ्यास मनापासून करावासा वाटला. सिमॉन दि बूव्हा, बेटी फ्रिडन, ज्युलिएट मिशेल इत्यादींची पायाभूत अभिजात विचार मांडणारी पुस्तके वाचताना मनातील 'पाश्चात्य विरुद्ध पौर्वात्य' असे द्वैत गळून पडले आणि या अभ्यासातूनच साहित्य, समाजशास्त्र, राज्यशास्त्र, मानसशास्त्र आणि मनोविश्लेषणशास्त्र; तसेच चित्र, नृत्य, संगीत आदी कला या ज्ञानशाखांचा कप्पेबंद विचार करू नये असे तीव्रतेने वाटू लागले. या सर्व क्षेत्रांमधून भरकटत जाताना आपण कोणीच नाही असे ठरले तरी हरकत नाही, परंतु आपण 'तज्ज्ञतेचे बेट' होऊ नये असेही तीव्रतेने जाणवू लागले. पी.एच.डीचा प्रबंध पूर्ण झाला, तेव्हा इंग्रजी संहिता वाचण्याची एक चांगली शिस्त लागली, परंतु तरीही मी विचार करताना मराठीतच करीत राहिले. आपली ही मातृभाषा ज्ञानभाषा व्हावी, प्रवाही व्हावी, गुंतागुंतीचा आशय समर्थपणे पेलणारी व्हावी असाही ध्यास मनामध्ये होता. १९८५ च्या सुमारास हैदराबादच्या 'अन्वेषी' स्त्री संघटनेबरोबर स्त्री-लेखनाच्या परंपरेचा अभ्यास करण्याची संधी मिळाली. यामुळे दोन गोष्टी घडल्या एकतर, स्त्रियांचे पाहित्य 'सामाजिक परंपरेचा अभ्यास करण्याची संधी मिळाली. यामुळे दोन गोष्टी घडल्या. एकतर स्त्रियांचे साहित्य 'सामाजिक दस्तऐवज' म्हणून वाचावे, अभ्यास करावा याला पाठबळ मिळालेत तर दुसरीकडे तमीळ, तेलगू, उर्दू, बंगाली, गुजराथी अशा अनेक भारतीय भाषांमधील स्त्री-लेखनांशी ओळख झाली. स्त्रीवादी विचार घेऊन वावरणाऱ्या सूझी थारू, के. ललिता यांच्यासारख्या कृतिशील विचारवंत स्त्रियांशी परिचय झाल्यावर एक वेगळाच आत्मविश्वास आला, कोणतेही प्रश्न विचारण्याचे धैर्य आले आणि पुरुषसत्ताक व्यवस्थेबरोबर 'लिंगभाव', स्त्री-पुरुषांमधील 'सत्ता'संबंध आदी संकल्पना सर्जनशीलपणे कशा वापरता येतील याच्या दिशाही दिसू लागल्या.

पुस्तकी शिक्षणाला शह देणारे गट आत्यंतिक अनुभववादी होऊन राजकीय आकलनापासून दूर राहत होते, तर दुसरीकडे बिगरशासकीय संघटना म्हणून वावरणारी मंडळी भूमिहीन वंचितांच्या बाजूनेच लढतानाच, स्वत:ची स्थिर अशी मालमत्तासुद्धा तयार करत होती. त्यामुळे प्रमुख प्रवाहामध्ये एक परीघ असतो आणि परिघाबाहेर जगणाऱ्यांमध्येही मूक प्रमुखप्रवाही जगण्याची रीत असते अशी गुंतागुंत लक्षात येऊ लागली होती. १९७० च्या दशकात पूर्णवेळ कार्यकर्ता असणाऱ्या व्यक्तीला मनापासून पोसायला तयार असणारी मध्यमवर्गीय घरे, १९८५ नंतरच्या काळात हळूहळू अस्थिर, असुरक्षित होऊ लागली होती. अशा वेळी दोन चार पुस्तके लिहिण्याचे श्रेय गाठीला

होते, पी.एच.डीची पदवीही होती. सर्व अटीतटींमध्ये असणारे माझे १५ वर्षे केले गेलेले काम पुरेसे आहे असे वाटून मी पुणे विद्यापीठाच्या स्त्री-अभ्यासाच्या प्रपाठक या पदासाठी अर्ज केला.

१९८७ मध्येच पुणे विद्यापीठाच्या समाजशास्त्र विभागाअंतर्गत 'स्त्री-अभ्यास केंद्र' अस्तित्वात आले. त्या काळात तत्त्वज्ञान विभाग आणि इंग्रजी साहित्य विभाग यांनासुद्धा आपल्या ज्ञानशाखेच्या अंतर्गत 'स्त्री-अभ्यास' विभाग यायला हवा असे वाटत होते. परंतु 'स्त्रिया आणि विकास' या चौकटीत प्राध्यापक द.ना. धनागरे यांनी केलेला प्रस्ताव मंजूर होऊन अध्ययन, अध्यापन, संशोधन आणि विस्तार या चौकटीत 'स्त्री-अभ्यास केंद्र' वाटचाल करू लागले. त्या काळात स्त्री-अभ्यास या ज्ञानशाखेची थट्टा, टिंगल भरपूर होत असे. खुद्द समाजशास्त्र विभागातसुद्धा 'स्त्रियांनी स्त्रियांसाठी स्त्रियांपुरते निर्माण केलेले ज्ञान' असा अर्थ साधारणत: लावला गेला होता. माझ्यासारख्या अनेकविध शाखांमध्ये प्रवास करणाऱ्या, भिन्न चळवळींमधून हस्तक्षेप करणाऱ्या, बंडखोर लेखन करणाऱ्या व्यक्तीला 'खऱ्या अर्थाने समाजशास्त्रज्ञ नाही' म्हणून सुरुवातीला 'निवडले आहे परंतु तांत्रिक कारणासाठी नाकारले आहे' असा शिक्का घ्यावा लागला. कोणाचीच नेमणूक न झाल्याने पुन्हा एकदा जाहिरात दिली गेली, त्या वेळी 'समाजविज्ञान' या शब्दाचा अर्थ 'मानव्यविद्या' (Humanities) असा लावला जाऊन, 'स्त्री-अभ्यास केंद्र' हे समाजशास्त्र नावाच्या विभागामध्ये असले, तरी त्यातील अवकाश आंतरशाखीय पद्धतीने विकसित करावा हा विचार तत्त्वत: मान्य केला गेला. मुलाखतीमध्ये स्त्री-अभ्यासाबाहेरील तज्ज्ञ व्यक्ती आणि मान्यवर यांनी अगदी थिल्लर आणि हास्यास्पद प्रश्न विचारले. उदाहरणार्थ 'स्त्रिया अलीकडे ब्युटीपार्लरमध्ये जाऊन तरुण दिसण्याचा प्रयत्न करतात, याबद्दल तुम्हाला काय वाटले?' किंवा 'स्त्रियाच स्त्रियांच्या शत्रू असतात' असे तुम्हाला नाही का वाटत?' परंतु भिन्न चळवळींमध्ये काम करण्याचा अनुभव आणि सातत्याने केलेले स्त्री-प्रश्नाविषयीचे लेखन, प्रबंधासाठी निवडलेला योग्य विषय या साऱ्यांची मदत होऊन माझी नेमणूक झाली. अनेक वर्षे सातत्याने 'तत्कालीन' पोस्टवर असल्याने ही नवी नोकरी म्हणजे डोक्यावर टांगती तलवार होती. 'स्त्री-अभ्यास केंद्रा'ला 'आधार केंद्र', 'साडी केंद्र', 'महिला मंडळ' अशी अनेक नावे दिली गेली होती. तसेच त्या काळात व्यक्तिगत चारित्र्यावर शिंतोडे उडविणारी अनामिक पत्रे येत, पोष्टाच्या पुडक्यात बलात्काराच्या भडक बातम्यांची कात्रणे असत. अशा सतत भेडसावणाऱ्या गोष्टी घडत. नुकतेच एम. फील पूर्ण केलेल्या शर्मिला रेगे नावाच्या समाजशास्त्राच्या अभ्यासक तरुण मुलीने, कायमची नोकरी समाजशास्त्र विभागात मिळत असताना 'स्त्री अभ्यास' नावाच्या डळमळीत अवकाशामध्ये माझी सहकारी म्हणून उडी घेतली.

शर्मिलाच्या धारदार विश्लेषक क्षमता, स्त्री-चळवळीतला सहभाग तसेच अनेक नवे विद्यार्थी, विद्यार्थिनी यांच्या आधाराने 'स्त्री अभ्यास केंद्रा'ची वाटचाल सुरू झाली.

उच्च शिक्षणाच्या क्षेत्रात १९८० च्या दशकात जेव्हा 'स्त्री अभ्यास केंद्रे' मुंबई, कलकत्ता, दिल्ली येथे कार्यरत झाली, तेव्हा स्त्री-चळवळीतून आलेल्या आंतर्दृष्टी घेऊन परिवर्तनवादी परिप्रेक्ष्य विकसित व्हावे असा विचार होता. परंतु १९९० च्या दशकात आम्ही जेव्हा 'स्त्री अभ्यास केंद्रा'त पाऊल टाकले, तोपर्यंत सर्व भारतीय स्त्रिया या एकत्रितपणे समान पद्धतीने दुय्यमत्व अनुभवतात या अभ्युपगमालाच शह दिला गेला होता. त्यामुळे उच्चशिक्षणामध्ये नव्या शक्यता काय आहेत आणि स्त्रियांसाठी एक कोंडवाडा एवढेच स्त्री-अभ्यासाचे मर्यादित स्वरूप राहू नये म्हणून नवे हस्तक्षेप कसे असायला पाहिजेत याविषयीची घुसळण आम्ही सर्वजणी करू लागलो होतो. एकीकडे व्यक्तिगत पातळीवर मी पुन्हा पुन्हा जाहीर करीत राहिले की, मी 'समाजशास्त्रज्ञ' नाही आणि स्त्री-अभ्यासाच्या नव्याने घडू पाहणाऱ्या ज्ञानशाखेतील मी एक धडपडणारी, अभ्यासाच्या अंगाने जाणारी व्यक्ती आहे. तर दुसरीकडे शर्मिला रेगे हिचे समाजशास्त्राच्या प्रमुखप्रवाहातून शिक्षण झाले होते. परंतु तिने प्रबंधासाठी समाजशास्त्राचा पाया घालणाऱ्या विचारवंतांचा पुनर्विचार करणारा विषय निवडला आणि त्याच वेळी नव्या अर्थव्यवस्थेच्या नवउदारमतवादी धोरणाला प्रश्न विचारणारी पथनाट्येही लिहिण्यास सुरुवात केली. त्या काळात ८ मार्चच्या संपर्क समितीच्या अंतर्गत झालेल्या मेळाव्यासमोर विद्यापीठातील विद्यार्थ्यांनी पथनाट्य सादर केले.

प्रशासकीय पातळीवर आमच्या 'स्त्री-अभ्यास केंद्रा'ची सातत्याने मूल्यमापने होत होती. यू.जी.सीच्या अनुदानातून येणारा निधी छोटासा आणि सतत तात्पुरता असायचा, त्यामुळे त्या काळात अनेक कृतिसत्रांमध्ये चहा आणि वडापावसुद्धा परवडत नसे. आमच्या आधीच्या 'स्त्री-अभ्यास केंद्रा'मधून विशेषत: वीणा मुजुमदार, नीरा देसाई यांनी सातत्याने केलेल्या अभ्यासातून भारतातील गरीब आणि निरक्षर स्त्रियांच्या जगण्यावर आणि अनुभवांवर भर देऊन विचार मांडले होते. त्याच्या परिणामातून स्त्रियांच्या दर्जाविषयक अहवालानंतर (१९७५) मुंबई 'एस.एन.डी.टी. 'स्त्री-अभ्यास केंद्रा'नेही भारतातील दारिद्र्याचे रूप स्त्रीरूपात आहे हे दाखविणारी आकडेवारी गोळा केली. १९ व्या शतकामध्ये स्त्रियांना 'शिक्षण' दिलेच पाहिजे ही मागणी जशी महत्त्वाची होती, त्याप्रमाणेच २० व्या शतकाच्या उत्तरार्धामध्ये 'स्त्री-अभ्यास' नावाची एक शैक्षणिक शाखा निर्माण झाली पाहिजे ही मागणी म्हणजे एक लक्षणीय ऐतिहासिक क्षण होता. नीरा देसाई, वीणा मुजुमदार आदि जेष्ठ अभ्यासकांनी मांडलेले विचार आम्हालाही महत्त्वाचे वाटले. परंतु प्रत्यक्ष 'स्त्री-अभ्यास केंद्रा'त काम करताना विद्यापीठाच्या

बाहेरच्या जगात स्त्री-चळवळीचे भिन्न भिन्न आविष्कार उदयाला येत होते आणि त्या आविष्कारांशी स्त्री-अभ्यासाचे नाते कसे असेल हे प्रश्न आम्हाला भेडसावत होते. त्याचबरोबर 'स्त्रिया' या कोटिक्रमापेक्षा, 'लिंगभाव' हा कोटिक्रम विश्लेषक म्हणून महत्त्वाचा वाटू लागला, तेव्हा भिन्न ज्ञानशाखांमध्ये लिंगभावाची गुंतागुंत मांडली जावी आणि लिंगभावाच्या अभ्यासाच्या अवकाशामध्ये एक ज्ञानशाखीय शिस्त यावी अशी आमची धडपड सुरू झाली. 'आम्ही स्त्रिया', 'साऱ्याजणी' या शब्दसंहितांमध्ये सर्वांना एकत्र आणण्याचा प्रयत्न होता हे मान्य केले, तरी जाती-जातीत विभागल्या गेलेल्या स्त्रिया त्या त्या जातीच्या संस्कारात घडतात आणि त्या त्या जातीच्या चौकटीत अडकतात हे लक्षात घेऊन स्त्रिया-स्त्रियांमध्ये सुद्धा सत्तेची उतरंड असते हे संशोधनाच्या आधारे अभ्यासक्रमामध्ये आणण्याचा आमचा प्रयत्न होता.

'स्त्री-अभ्यास केंद्र' म्हणून अत्यंत तात्पुरत्या स्वरूपाची चौकट आमच्यापाशी होती. परंतु तरीही आम्हाला बळ मिळत होते, ते महाराष्ट्राच्या सामाजिक इतिहासाचा पायंडा घालणाऱ्या फुले, आंबेडकर आदी कृतिशील विचारवंतांकडून. 'स्त्री-अभ्यास केंद्र' म्हणून एका टप्प्यावर आम्ही जेव्हा स्वायत्त झालो, तेव्हा सर्व प्रथम 'सावित्रीबाई फुले' हे नाव केंद्रासाठी जाणीवपूर्वक निवडले. भिडेवाड्यात पुण्यामध्ये पहिल्या स्त्री-शिक्षिका म्हणून सावित्रीबाई, फातिमा बीसह इतर अनेक स्त्रियांबरोबर ज्ञानाची ज्योत उजळत होत्या, हे एक ऐतिहासिक सत्य आम्ही आमची जबाबदारी म्हणून स्वीकारले. आमचे काही कार्यक्रम 'आंबेडकर अध्ययन केंद्र' किंवा 'प्रौढ शिक्षण केंद्र' यांच्याशी जोडून सुरू झाले, तर दुसरीकडे महाविद्यालयीन शिक्षकांसाठी केल्या जाणाऱ्या रिफ्रेशर कोर्समध्ये स्त्री-अभ्यासाचा अभ्यासक्रम आखून आम्ही कृतिशील पाऊल उचलू लागलो. अशा रिफ्रेशर कोर्सचे नियोजन करताना 'स्त्रियांच्या समस्या' या चौकटीतील विचार 'स्त्री-प्रश्न' या चौकटीपर्यंत आणण्याचा आम्ही आटोकाट प्रयत्न करत होतो. वर्गात आपल्याला जातींचा प्रचंड अभिमान असणारे, वयाने प्रौढ पुरुष शिक्षक असायचे आणि त्यांना आपल्या जातीअंतर्गत स्त्री-पुरुष विषमता दैनंदिन जीवनात राबविली जाते हे मान्य नसायचे. हरियाणातील जाट समुदायाच्या स्त्रियांवरील हिंसाचार मांडणाऱ्या अभ्यासक स्त्रीला वेडेवाकडे प्रश्न विचारले जायचे. या प्रशिक्षणात सहभागी होणाऱ्या स्त्रियासुद्धा आपण आणि आपले कुटुंबही पुरुषसत्ताक व्यवस्थेचे वाहक आहोत अशा चौकटीपाशी आल्या की गोंधळून जात, स्वत:ची, आपल्या कुटुंबाची उलट तपासणी करण्याची तयारी नसायची. कधी वर्तमानपत्रातून हल्ला होई आणि बातमी येई की, 'स्त्री-अभ्यास केंद्र की डाव्यांची छावणी?' मग मॅनेजमेंट काउन्सिलमध्ये उत्तरे द्यावी लागत, तर काही वेळा स्त्री-अभ्यासातील काही लेखन फक्त इंग्रजीतच उपलब्ध असल्याने मराठी

मुलांवर अन्याय होतो असा आरडाओरडा केला जाई आणि तेही वर्तमानपत्रात छापून येई.

अशा तऱ्हेने सतत तारेवरची कसरत करावी लागतानाच, प्रशासकीय पातळीवर आम्हाला महाराष्ट्र राज्याकडून किमान कायमस्वरूपी दोन पोस्ट तरी आणा, म्हणजे मग तुमचे तात्पुरतेपणा संपेल असा धोसरा होता. त्या काळात मंत्रालयाच्या अनेक खेपा झाल्या. शरद पवार, दिलीप वळसे पाटील आदी नेत्यांना प्रत्यक्ष भेटणेही केले. शेवटी मंत्रालयात पाच मिनिटांच्या वेळात 'स्त्री-कल्याण' या चौकटीपेक्षा 'स्त्री-अभ्यास' कसा महत्त्वाचा आहे याची मांडणी करण्याची संधी मिळाली. महाराष्ट्र राज्याच्या सर्व सचिवांनी आश्वासन दिले की, 'स्त्री-अभ्यास केंद्रा'ला पाठिंबा दिला जाईल; परंतु प्रत्यक्षात मात्र अनेक फाइलांच्या ढिगाऱ्याखाली असणारी 'स्त्री-अभ्यासा'ची फाइल शोधण्याचे शिवधनुष्य सुषमा देशपांडे यांनी पेलले आणि आम्हाला जवळ जवळ १४ वर्षानंतर कायमस्वरूप मिळण्यास मदत झाली.

अध्ययन, अध्यापन, संशोधन तसेच विस्तार या सर्व शब्दांचे अर्थही आम्ही नव्या चौकटीत घडविण्याचा प्रयत्न करत होतो. एकीकडे ज्ञानाची, अभ्यासाची शिस्त तर हवी; परंतु दुसरीकडे चिकित्सक विचार हा दैनंदिन जीवनाच्या झगड्यापासून दूर नेणारा नसावा असा प्रयत्न होता. १९८० च्या दशकातच खरेतर स्त्रीवादी अभ्यासकांनी वसाहतवादी कायदे, सामाजिक सुधारणा आणि राष्ट्रवाद यांच्याकडे समस्यात्मक क्षेत्र म्हणून पाहिले होते. (सुदेश वैद आणि संगारी, १९८९) १९९० च्या दशकापासून दलित बहुजन अभ्यासकांनी जातविषयक प्रश्न मांडून 'राष्ट्र' या संकल्पनेमागील गृहीते खिळखिळी केली आणि त्यातून वसाहतवादी आणि वसाहतोत्तर कालखंडाकडे पाहण्याची नवी तपासणी करण्याची रीत प्रस्थापित केली. (सत्यनारायण २००५) दलित स्त्रीवादाने याच काळात स्त्रियांचे हक्क विरुद्ध मागसवर्गीय आणि अल्पसंख्याक अशी जी चौकट मुद्दाम निर्माण केली जात होती, त्याविषयी चिकित्सा सुरू केली. म्हणजे 'स्त्रिया' या संहितेत फक्त ब्राह्मण/मराठा, प्रस्थापित जाती/वर्गातील स्त्रिया असे मानले जात होते, तर दलित जातीचा निर्देश हा फक्त पुरुषाशी जोडून होत असे. याला प्रश्न उभे करताना संशोधनाच्या नव्या दिशा दिसू लागल्या. स्त्रियांच्या हक्कांच्या आणि समतेच्या भाषेच्या भिन्न दिशांनी जाणाऱ्या इतिहासांचा अभ्यास सुरू झाला. (व्ही. गीता आणि राजादुराई; रेगे २००६) भारतातील जातीव्यवस्थेच्या उतरंडीविरोधात बोलणाऱ्या भिन्न स्वरूपाच्या स्त्रीवादांचे आविष्कार येथे येऊ लागले. हे सारे लक्षात घेऊन आम्ही आमचे अभ्यासक्रम, वाचनसाहित्य यामध्ये बदल करत राहिलो. असे करताना विविध प्रकारची दडपणे येत होती. एकीकडे 'स्त्री-अभ्यास विभागा'ने पीडित, शोषित स्त्रियांना आधार द्यावे किंवा

उत्पादक, उद्योजक बनवावे अशा अपेक्षा होत्या; तर दुसरीकडे स्त्री-अभ्यासाने आणखी एक ज्ञानशाखा होऊन, अवघड भाषेत बोलून अभिजन स्त्रियांसाठी अवकाश निर्माण करू नये असेही दडपण होते.

प्रत्यक्षात मात्र 'सावित्रीबाई फुले' यांचे नाव घेऊन आम्ही महाराष्ट्राच्या सामाजिक इतिहासावर भर देऊन जे 'पदव्युत्तर प्रमाणपत्र' किंवा 'डिप्लोमा'चे अभ्यासक्रम आखले त्याला चांगला प्रतिसाद मिळू लागला. विविध ज्ञानशाखांमधील विद्यार्थी या अभ्यासक्रमाची निवड करू लागले, त्यातही स्त्रिया आणि पुरुषांची संख्या बरोबरीने असे. सुरुवातीच्या टप्प्याला आम्हाला असे वाटत असे की, ठराविक पद्धतीने विद्यापीठाच्या पठडीतून परीक्षा घेणे, म्हणजे आम्ही अनेक तऱ्हेने ज्या पठड्या मोडत होतो, त्यातच पुन्हा स्वत:ला ठाकून ठोकून बसविणे असे वाटले. परंतु एकदा विद्यापीठीय चौकटीत काम करण्याचे स्वीकारल्यानंतर अभ्यासक्रम, पाठ्यपुस्तके आणि लेखी परीक्षा या गोष्टींना पर्याय नव्हता, हे स्वीकारावे लागले. आपण चळवळीतील कार्यकर्ते होऊ शकत नाही हे जाणवले. परंतु नव्याने घडत असलेली ही ज्ञानशाखा हाताळताना आम्हाला अनेक प्रकारचे प्रयोगही करता आले. विद्यार्थ्यांनी संघटित केलेल्या कार्यशाळा, त्यांच्या अनुभवावर आधारित वाचनसाहित्य असे प्रयोग करता आले. 'विस्तार' या शब्दाचा अर्थ आम्ही शैक्षणिक चौकटीत लावताना, पदवीपूर्व पातळीवर लहान लहान अभ्यासक्रम राबविले. 'विकास' या शब्दाचा चिकित्सक अभ्यास मांडतानाच, विकासामधील स्त्रियांचे नेतृत्व आणि दडपले जाणे या दोन्हींमधील अनेक परस्परविरोधी विचारांची गुंफण अभ्यासक्रमात केली. स्त्रिया, मुले एकत्र आणून कुटुंबकल्याणाच्या चौकटीत घातले जाणे किंवा खुल्या अर्थव्यवस्थेत स्त्रीची लैंगिकता बाजारपेठेत आणणे हळूहळू महाविद्यालयांमधील काही विभाग आणि विद्यार्थी वर्ग यांचा पाठिंबा मिळविणे.

विद्यापीठीय चौकटीत काम करताना शैक्षणिक दर्जा असलेले संशोधनात्मक लेखन सतत केले पाहिजे, याचा ताणही भरपूर होता. परंतु मराठी साहित्याच्या प्राचीन, अर्वाचीन आणि आधुनिक वाचनातून असे संशोधन करणे, मोठ्या जिकीरीने का होईना जमू लागले. इतकेच नाही, तर कोणत्याही एका ऐतिहासिक कालखंडातील फक्त स्त्रियांचे लेखन पाहणे महत्त्वाचे असले, तरी तेवढेच पुरेसे नाही हेही जाणवू लागले. त्या त्या कालखंडातील व्यक्ती या जात, वर्ग, धर्म या चौकटीत घडत असतात आणि म्हणून तशाही गुंतागुंतीकडे पाहिले पाहिजे हेही लक्षात येऊ लागले. या जाणिवेतून शर्मिला रेगे यांचे 'जात आणि लिंगभाव' परिप्रेक्ष्यातून दलित स्त्रियांच्या लेखनामधील आशय मांडणारे पुस्तक आले.

'सत्ता' आणि 'ज्ञानाचा मक्ता' या गोष्टी कशा घडतात हे पाहण्यासाठी 'लिंगभाव' आणि 'लैंगिकता' या निकषांनी एक नवेच दालन उघडते आहे, असे अनेक अभ्यासकांना

नव्वदच्या दशकात जाणवू लागले. आमच्या 'स्त्री-अभ्यास केंद्रां'मध्ये शिकता शिकविताना अनघा तांबे यांनी स्वतंत्र भारतातील वेश्याव्यवसाय विषयक कायद्याचा अभ्यास करून प्रबंध लिहिला, तर स्वाती देहाडराय यांनी संस्कृतीच्या चौकटीत 'ज्ञान प्रबोधिनी'सारख्या संस्था 'नेतृत्व', 'ज्ञान', 'बाईपणा', 'पुरुषपणा' यांच्या व्याख्या कशा करतात आणि या प्रक्रियेतून कोणत्या विचारसरणीला पाठिंबा मिळतो याचे साधार विवेचन केले.

या टप्प्यावर 'स्त्री-अभ्यास केंद्र' स्थिरावले आहे. स्वतंत्र विभाग म्हणून कार्यरत आहे आणि प्रमाणपत्र, डिप्लोमा याबरोबरीने पदव्युत्तर अभ्यासक्रमही राबवित आहे हे जाणवते. २००८ मार्च मध्ये मी निवृत्त झाल्यानंतर 'स्त्री-अभ्यास' या ज्ञानशाखेशी माझे नाते अधिकाधिक सघन होते आहे. जे केंद्र उभारण्यामध्ये आपला हातभार लागला, त्यामधील लहान-मोठ्या सहअध्यायांशी चांगले नातेही कणखरपणे उभे राहिले. आम्ही एकमेकींच्या घरांमध्ये अथवा दैनंदिन व्यवहारांमध्ये कधी घुसलो नाही, परंतु कोणतीही अडचण वा कोंडी मग ती कौटुंबिक असो वा राजकीय एकमेकींच्या पाठीशी चिकित्सकपणे उभ्या राहिलो, चुका, कमतरता सांगत राहिलो. चांगल्या गोष्टी झाल्या की एकमेकांना उत्तेजन देत राहिलो परंतु 'गॉसिप' मात्र टाळल्या. 'स्त्री-अभ्यास विभागा'मध्ये अनेक दिशांनी विद्यार्थी, विद्यार्थिनी काम करीत आहेत. परंतु एक चांगली, निरोगी, सर्वधर्म समभाव मानणारी जातीय विषमतेपलीकडे जाणारी आणि स्त्रिया आणि पुरुष यांच्या एकसत्त्वीकरणाला छेद देणारी संस्कृती उभारली जाते आहे, याचे समाधान वाटते. एका प्रकारे उतरंडी नसलेले, परंतु योग्य प्रकारे आदर आणि सन्मान देणारे वातावरण निर्माण करण्याचा प्रयत्न दिसतो

निवृत्तीनंतरची गेली तीन वर्षे व्यक्तिगत जीवनात मी खूप घडामोडी, आजार, सेवाशुश्रूषा अशा अनुभवांना तोंड दिले. परंतु पदव्युत्तर अभ्यासक्रमासाठी पाठ्यपुस्तके करताना मराठीतील चांगले लेखन इंग्रजीत आणि इंग्रजीतील तसेच लेखन मराठीत आणण्याचे काम विशिष्ट कालखंडात पुरे करण्याचे हाती होते, याचा मोठा आधार वाटला.

या टप्प्यावर आणखी एक नमूद करायला हवे, ते म्हणजे साहित्य, भाषाशास्त्र, सामाजिक इतिहास आणि स्त्रियांचे लेखन या साऱ्यांच्या अभ्यासातून माझे स्वत:चे लेखनाचे काम जोरदारपणे सुरू झाले. वाचनाची गती वाढली, स्त्री-अभ्यासातील उत्तम ग्रंथांची नंतर पाहू म्हणून साठवलेली पुंजी आता उपयोगी पडते आहे. त्याच वेळी एकूण चळवळींचा जोर मंदावताना 'जनवादी महिला संघटना' किंवा 'युवाभारत'सारख्या युवकांच्या चळवळी, 'सत्यशोधक' विद्यार्थ्यांच्या चळवळी दूरदर्शनच्या चॅनल्सवर दिसत

नसल्या तरी आश्वासक वाटतात. सगळ्या घडामोडींकडे आता एका अंतरावरून पाहता येते. काही ठिकाणी आपण नसलो, तरी त्या घटनांची दिशा आणि गती समाधान देते. इतकेच नाही तर एकीकडे जाणवते की, आपले काम म्हणजे काळाच्या समुद्रातील एक लहानसा थेंब असतो, परंतु तेच काम भरीव असले आणि संकुचित नसले की आपल्याला अजूनही करण्यासारखे खूप आहे अशी आशा देणारे असते.

'स्त्री-अभ्यासा'च्या विद्यापीठीय चौकटीत शिरताना माझ्या मनात अनेक शंका होत्या, परंतु आता असे वाटते की, एकमेव अद्वितीय व्यक्तिमत्त्व होण्याऐवजी ठेचा खात अनेक अभ्यासकांमधील एक होऊन अजूनही धडपडणे संपले नाही हे चांगलेच झाले. आता 'हिंदू' सारख्या दबदबा निर्माण करणाऱ्या महाकादंबरीमधील पुरुषसत्ताकतेची गुंतागुंत, आधुनिकतेची यात जाणवणारी भीती आणि त्याच वेळी 'स्त्रीवादिण्या' म्हणून ज्ञाननिर्मिती करू पाहणाऱ्या स्त्रियांना दिल्या गेलेल्या शिव्या याचे एक वेगळेच आकलन होते. आता धर्मांतराचा प्रश्न देशांतराशी कसा जोडला गेला याचा विचार लिंगभावाच्या परिप्रेक्ष्यातून करणे शक्य वाटू लागले आहे. स्त्रीवादोत्तर मांडणीकडे दक्षिण आशियाच्या चौकटीतून पाहणे शक्य आहे असे वाटू लागले. म्हणजे नव्या नव्या अभ्यासांची शक्यताच खुली होते आहे. असे वाटतानाच अजूनही मध्यमवर्गीकरणाकडे जाणाऱ्या नव्या जाती आणि त्यांतील नवी पिढी जातींच्या बंदिस्तीतच साचेबंद पद्धतीने विवाह करणे स्वीकारतात, अजूनही कुटुंबा-कुटुंबांचा खाजगी अवकाश कप्पेबंदच राहिला आहे याची खंत वाटते. हिंसाचार वाढतो आहे. अनिश्चितता वाढते आहे, परंतु नव्या पिढीतून या साऱ्याला शह देण्यासाठी नवी हिंमत उभी राहत नाही याचे दुःखही वाटत राहते. जुगारी भांडवलशाहीचे आभासी वास्तवाचे जग आपल्या सर्वांनाच गिळून टाकणार नाही ना अशी भयग्रस्तता अनेकदा मनात चरत जाते.

'बंद दारांना धडका दिल्याशिवाय बंदिस्ती उघडत नाही,' असे भुजंग मेश्राम आपल्या एका कवितेत म्हणतात. आदिवासी समाजातील गावखेडी आणि जगणे जेव्हा मेश्रामांना जाणवले की, पाठ्यक्रमात येत नाही, तेव्हा मग त्यांनी बिरसा मुंडा, तंट्या भिल्ला आणि अमर सिंग महाराज यांचे जीवन समजून घेण्याचे ठरविले. या उलट, परंतु यासारखाच मला माझा प्रवास दिसतो.

२००० साली मी लिहिलेली कविता पुढीलप्रमाणे

''या तुरुंगात
आता बरं वाटतं...
सुरक्षितही.

दार...
मीच लोटून बंद केलंय.
खिडकीतून घुसणारा उजेड
पुरेसा आहे
टेबलावर कामांची यादी
काही आवडीची
बाकी सारी ओझ्याची
पण तरीही हे आहे
'आमचं' साम्राज्य
शब्दांना फोडणारं
औट घटकेचं!
गाभाऱ्यासारखं
निवांत (?)
कुठे ज्ञानेश्वरांची समाधी
कुठे सीतेचं धरणीमय होणं!
पण तुम्हाला तरी ओळखीचं आहे ना,
माझं हे चौकोनी थडगं?''

थोडक्यात प्रमुख प्रवाहाचे काम करत आपला विचार पुढे नेणे; ही गोष्ट वेदना, दुःख, एकटेपणा देणारीही होतीच. अनेक खुले अवकाश, संधी नाकाराव्याही लागल्या होत्या; परंतु तरीही दलित-बहुजन चौकटीत स्त्रीवादाचा विचार पुढे नेण्याच्या शक्यता वाट्याला आल्या याचा आनंदच वाटतो.

संदर्भ :

Rege, Sharmila
'Women's Studies in the Universtity System : Mapping New Conjuctures,
    Challenges and Strategies'
A presentation made for the 'Prof. G. Ram Reddy Social Scientist Award'
    for the year 2011 for work in the field of education.

लेखक-परिचय

विद्युत भागवत

साहित्य, भाषाशास्त्र, समाजशास्त्र, स्त्री-अभ्यास या क्षेत्रात अध्ययन, अध्यापन. एम.ए. (साहित्य), पदव्युत्तर अध्ययन (भाषाशास्त्र), पीएच.डी. (समाजशास्त्र-आंतरशाखीय स्त्री-अभ्यास), निवृत्त संचालक-क्रांतीज्योती सावित्रीबाई फुले स्त्री-अभ्यास विभाग. १९७० सालापासून स्त्री-प्रश्न, स्त्रीवादी सिद्धांतन आणि महाराष्ट्राचा सामाजिक इतिहास अशा विषयांवर संशोधनपर निबंध लेखन, तसेच लघुनिबंध, कथा, कविता, वृत्तपत्रीय सदरे अशा भिन्न माध्यमांतून अभ्यासपूर्ण परिवर्तनवादी लेखन. साहित्य आणि समाजाचे अनुबंध तपासणारे लेखन. स्त्री-प्रश्नाची वाटचाल : परिवर्तनाच्या दिशेने (प्रतिमा प्रकाशन) या ग्रंथलेखनासाठी २००४चा 'समाजविज्ञानकोश न्यासा'चा पुरस्कार.

Feminist Social Thought (Rawat २००४), स्त्रीवादी सामाजिक विचार (डायमंड पब्लिकेशन्स २००८), Women's Studies : Interdisciplinary Themes and Perspectives (डायमंड पब्लिकेशन्स २०१२), स्त्रियांचे मराठीतील निबंध लेखन, संपादन-विद्युत भागवत (प्रथम आवृत्ती, साहित्य अकादमी २०१३) ही पुस्तके. देशातील आणि परदेशातील चर्चासत्रांमध्ये लक्षणीय निबंध वाचन. पाश्चात्त्य विद्यापीठात स्त्री-अभ्यासाचे अध्यापन.

www.ingramcontent.com/pod-product-compliance
Lightning Source LLC
Chambersburg PA
CBHW072005270326
41928CB00009B/1552
* 9 7 8 8 1 8 4 8 3 6 8 7 5 *